D1763683

இந்திய நாகரிகம்

நமீத் அரோரா

நமீத் அரோரா இணையதளத் தொழில்துறையில் பணியாற்றியவர். பணி செய்தது போதும்; இனி படிப்பதும் எழுதுவதும் அவசியம் என்று கருதியதால் அந்த வேலையிலிருந்து விலகினார். இந்தியாவின் கங்கை சமவெளிப் பகுதிகளில் வளர்ந்த அவர் லூசியானா, வடக்கு கலிபோர்னியா, மேற்கு ஐரோப்பா ஆகிய பகுதிகளில் வசித்திருக்கிறார். பல்வேறு நாடுகளைச் சுற்றிப்பார்த்தவிட்டு இருபதாண்டுகளுக்குப் பிறகு 2013-ல் இந்தியா திரும்பிவிட்டார். 'தி லாட்டரி ஆஃப் பர்த்' என்ற நூல் (கட்டுரைத் தொகுப்புகள்), 'லவ் அண்ட் லோத்திங் இன் சிலிக்கான் வேலி' என்ற நாவல் எழுதியிருக்கிறார். அவரைப்பற்றி மேலும் அறிய இந்த இணையதளத்தை அணுகவும்: shunya.net.

வ. ரங்காசாரி

மூத்த பத்திரிகையாளர், மொழிபெயர்ப்பாளர், கட்டுரையாளர். 'தினமணி' நாளிதழில் செய்தி ஆசிரியராகவும் 'தி இந்து' (தமிழ்) நாளிதழில் நடுப்பக்க நிர்வாகியாகவும் பணிபுரிந்திருக்கிறார். பத்திரிகைத் துறையில் 35 ஆண்டுகளுக்கும் மேற்பட்ட அனுபவம் மிக்கவர்.

இந்திய நாகரிகம்

நமீத் அரோரா

தமிழில்: வ. ரங்காசாரி

கிழக்கு

இந்திய நாகரிகம்
India Naagarigam

Namit Arora ©

© First published in Tamil by *New Horizon Media Private Limited* in arrangement with *Penguin Random House India Private Limited.*
Originally Published in English as *"Indians: A Brief History of A Civilization"* by Penguin Books India.

First Edition: June 2022
464 Pages
Printed in India.

ISBN 978-93-90958-14-6
Kizhakku - 1270

Kizhakku Pathippagam
177/103, First Floor, Ambal's Building, Lloyds Road, Royapettah, Chennai - 600 014. Ph: +91-44-4200-9603
Email : support@nhm.in   Website : www.nhm.in

◼ kizhakkupathippagam   ◻ kizhakku_nhm

All illustrations, photos and images are for informational purposes only and are copyrighted by their respective owners.

Kizhakku Pathippagam is an imprint of New Horizon Media Private Limited

The views and opinions expressed in this book are the author's own and the facts are as reported by the author, and the publishers are not in any way liable for the same.

All rights reserved. No part of this publication may be reproduced, stored in a retrieval system, or transmitted, in any form or by any means, electronic, mechanical, photocopying, recording or otherwise, without the prior permission of the publishers.

உஷா அலெக்ஸாண்டருக்கு

உள்ளே

அறிமுகம்: இந்தியாவின் மறைந்த நகரங்கள்	/ 9
1. தோலாவிராவின் ரகசியங்கள்	/ 27
2. மெகஸ்தனிஸின் இந்தியா	/ 87
3. நாகார்ஜுனகொண்டா ஏற்படுத்திய வெற்றிடம்	/ 105
4. ஃபாஹியான், யுவான் சுவாங், யிஜிங்	/ 148
5. நாளந்தாவின் தொலைநோக்குப் பார்வை	/ 181
6. அல்பெருனியின் இந்தியா	/ 234
7. கஜுராஹோ என்னும் புதிர்	/ 254
8. மார்க்கோ போலோ கண்ட இந்தியா	/ 308
9. ஹம்பியில் விஜயநகரப் பேரரசின் கண்டுபிடிப்புகள்	/ 322
10. பிரான்சுவா பெர்னியர் கண்ட இந்தியா	/ 382
11. வாரணாசியும் நம்பிக்கைகளும்	/ 404

அறிமுகம்

இந்தியாவின் மறைந்த நகரங்கள்

மறைவது என்ற சொல்லுக்குப் பொருள் என்ன? நான் சிறுவனாக இருந்தபோது, 'மறைந்த நகரங்கள்' என்ற வார்த்தையைக் கேட்டவுடன், ஒருவித மயக்கத்துக்கு ஆளானேன். ஒரு முழு நகரமே மறைந்துவிட்டதா? காணாமல் போய்விட்டதா? எப்படி அது சாத்தியம்?

நாம் பார்க்கும் இந்தப் புற உலகத்துக்கும் கலாச்சார உலகத்துக்கும் ஒருவித உறுதித்தன்மையும் நிரந்தரத் தன்மையும் இருக்கிறது என்ற மாயையில் நாம் வாழ்கிறோம். மாற்றங்கள் நிகழ்வது தவிர்க்கமுடியாதது என்று தெரிந்தும் இவையெல்லாம் நம் காலத்துக்குப் பிறகும் இப்படியே தொடரும், நம்முடைய பாரம்பரியத்தையும் சந்ததியையும் தொடர்ந்து சுமந்துவரும் என்று நினைக்கிறோம். எப்போதோ வாழ்ந்து மறைந்த பல நகரங்களையும் நாகரிகங்களையும் தொல்லியல் துறையினர் தோண்டி எடுத்து வெளிப்படுத்துகிறார்கள் என்பது தெரிந்தும், இந்த மாயையில் நாம் தொடர்கிறோம். வியப்பில் ஆழ்த்துகிற இடங்களான மச்சு பிச்சு, ஆங்கோர் வாத், மெம்பிஸ், மொகஞ்சதாரோ, பெர்சிபோலிஸ் ஆகியவற்றைப்பற்றி அறிந்த பிறகும் இப்படி நினைக்கிறோம். இப்படிக் காணாமல் போன நகரங்களும் நாகரிகங்களும் என்னுடைய கற்பனையை வெகுவாகக் கவ்விப்பிடித்துவிட்டதால், அவற்றில் பலவற்றை நேரிலேயே போய்ப் பார்த்துவந்தேன். அதற்குப் பிறகும் அவற்றின்மீதான ஈர்ப்பு எனக்குக் கொஞ்சமும் குறையவில்லை.

இப்படியொரு புத்தகத்தை எழுதவேண்டும் என்ற எண்ணம் 2004-ல் ஒரு பயணத்தில் இருந்தபோதுதான் எனக்கு ஏற்பட்டது. அதற்கு முந்தைய 15 ஆண்டுகளில், அதாவது 1989 முதல், அமெரிக்காவிலும் ஐரோப்பியக் கண்டத்திலும் படித்தும், வேலைசெய்தும் வாழ்ந்தபோது என்னுடைய குடும்பத்தாரைப் பார்க்க மிகச் சில நாள்கள் மட்டுமே இங்கே தங்கியிருக்கும் பயணத்தை மேற்கொள்வேன். கைநிறைய சம்பளம்கிடைத்த போதிலும் என்னுடைய வேலையைத் தொடர்ந்து செய்யும்போது ஏற்பட்ட அயர்ச்சியினாலும் உலகத்தைச் சுற்றிப்பார்த்து விடவேண்டும் என்ற ஆசையாலும் லத்தீன் அமெரிக்கா, வட ஆப்பிரிக்கா, ஆசியா ஆகிய கண்டங்களில் உள்ள நாடுகளுக்கு அடிக்கடி தனியாளாகவே சுற்றுப் பயணம் கிளம்பிவிடுவேன். வரலாற்று அறிஞர் மிரியம் பேர்ட் எழுதியதைப்போல, 'பயணம் என்பது வெறுமனே இடங்களைப் பார்த்து வருவது என்பதற்கும் மேல், வாழ்க்கை முறையில் ஆழமாகவும் நிரந்தரமாகவும் ஏற்பட்டுக்கொண்டிருக்கும் மாறுதல்களைப் பார்ப்பது' என்பதை நானும் உணரத் தொடங்கினேன்.

அந்தப் பதினைந்து ஆண்டுகளில் என்னிடம் ஏற்பட்ட மாறுதல் களைப்போல, இந்தியாவிலும் மாற்றங்கள் நிகழ்ந்துள்ளன, அவற்றைப் புதிதாகக் கண்டுபிடிக்க வேண்டும் என்ற ஏக்கம் என்னுள் பெரிதானது. இதே எண்ணம், சமீபத்தில் நான் சந்தித்த, என்னுடைய வாழ்க்கைத் துணைவியாருக்கும் ஏற்பட்டது. 2004-ல் நானும் அவளும் நாங்கள் செய்யும் வேலையிலிருந்து இரண்டு ஆண்டுகள் விடுதலை பெற்றோம். இருபது நாடுகளில் 110 இடங்களுக்கு இந்த இரண்டாண்டுகளில் சென்றோம். இயற்கைத் தலங்கள், வரலாற்று முக்கியத்துவம் பெற்ற இடங்கள், மலைகள், கடற்கரையோரப் பகுதிகள், மறைந்துவிட்ட நகரங்கள், பொங்கி வழியும் பெருநகரங்கள் என்று பலவற்றையும் பார்த்தோம். புதுப்புது அனுபவங்களைச் சந்திக்கவேண்டும் என்ற ஆவலில் மிகவும் சாதாரணமான ஹோட்டல்களில் அறை எடுத்துத் தங்கினோம். பல இடங்களுக்கு நடந்தும், பேருந்துகள், ரயில்கள், படகுகள், கார்கள், ஸ்கூட்டர்கள், பைக்குகள், ரிக்ஷாக்கள், ஒட்டகம் என்று பலவகைகளிலும் பயணப்பட்டோம். அப்போது எடுத்த புகைப்படங்களை, Shunya.net என்ற தளத்தில் புகைப்படத் தொகுப்புகளாக அவ்வப்போது பதிவிடத் தொடங்கினேன்.

என் வாழ்க்கையையே வேறுவிதமாக மாற்றக்கூடிய அனுபவமாக அது அமைந்துவிட்டது. நாங்கள் பார்த்த இடங்களில் பலவற்றில்

நான் லயித்துவிட்டேன். ஒவ்வொன்றும் புதிய கேள்விகளை எழுப்பின. அமெரிக்காவுக்கு நாங்கள் திரும்பியவுடன் அந்த அனுபவங்கள் என்னுடனேயே தங்கிவிட்டன. அவைபற்றி மேலும் ஆழ்ந்து படிக்கவும் சிந்திக்கவும் வைத்தன. இந்தியாவின் கடந்த காலத்துக்கும் நிகழ்கால சமூகத்துக்கும் இடையிலான தொடர்ச்சிகளையும், தொடர்பு அற்றுப் போய்விட்டவை களையும் அவை உணர்த்தின. இந்த இடங்கள் தொடர்பாக குறுங் கட்டுரைகள் பல எழுதினேன். இந்திய நாகரிகம் தொடர்பாக ஒத்திசைவான கருத்துகள் மெள்ள மெள்ள என் மனதில் உருவெடுத்தன. இந்தியாவின் தொன்மையான பல ஊர்களுடனும் நினைவிடங்களுடனும் எனக்கேற்பட்ட தனிப்பட்ட அனுபவங்கள் அவற்றுக்குப் பின்புலமாக அமைந்தன.

அதே சமயம், கடந்த காலம்பற்றி அறிவதில் இந்தியர்களுக்கு ஆர்வம் பெருகி வருகிறது என்பதையும் கவனித்தேன். நவீனத்துவம், முதலாளித்துவம், தேசியவாதம் ஆகிய கருத்துகள் காரணமாக, உலகில் நமக்கான இடம் எது என்பதைப் புதிய வழிகளில் புரிந்துகொள்வதில் அந்த ஆர்வம் வெளிப்படுகிறது. முன் எப்போதையும்விட வரலாற்று முக்கியத்துவம் வாய்ந்த இடங்களுக்கு நாம் அதிகம் செல்லத் தொடங்கி, புதிதாக அங்கு எதையாவது தெரிந்துகொள்ளவேண்டும் என்ற தணியாத தாகம் ஏற்பட்டுள்ளது. இங்கே என்ன நடந்தது? அது ஏன் முடிவுக்கு வந்தது? சோகம் என்னவென்றால் புதிதாக வெளியாகும் தகவல்கள் பெரும்பாலும் சுவாரஸ்யமில்லாமலும், உண்மைக்கு மாறாகவும், ஏதோ ஓர் இன அல்லது மொழிச்சார்பு அடிப்படையிலான தகவலாகவுமே இருக்கின்றன. அவை அறிவார்ந்த நுட்பத்துடனோ, மனித உணர்வுகளை வெளிப் படுத்துவதாகவோ, வெளிப்படையானதாகவோ, ஆதாரமாகக் கொள்ளத்தக்கதாகவோ, பரிவூட்டுவதாகவோ இருப்பதில்லை. நம்முடைய கடந்த காலத்தை நாம் எந்தக் கோணத்தில் பார்க்கிறோமோ அதுவே இந்தியாபற்றிய நம்முடைய கண்ணோட்டத்துக்கு வடிவம் தரும்போக்கு அதிகமாகிக்கொண்டு வருகிறது. அத்துடன் நாம் ஒரு சமூகமாக எதை நோக்கிப் பயணிக்கிறோம் என்பதையும் அது வழிநடத்துவதாக இருக்கிறது.

நானும் என்னுடைய வாழ்க்கைத் துணையும் 2013-ம் ஆண்டில் எங்களுடைய வேலையிலிருந்து நிரந்தரமாக விலகிக் கொண்டு நீண்ட காலம் தங்கும் எண்ணத்துடன் இந்தியாவுக்குத் திரும்பி

விட்டோம். கட்டுரைகள் பல கொண்ட ஒரு புத்தகத்தையும், ஒரு நாவலையும் எழுதி முடித்த பிறகு முந்தைய இரண்டு ஆண்டுகள் பயணத்தின்போது எங்களுடைய கவனங்களை மிகவும் ஈர்த்த ஊர்கள், இடங்கள்மீது எங்களுடைய பார்வைகளைச் செலுத்தினோம். பழங்கால மற்றும் மத்திய கால இந்தியாவில் காணாமல் மறைந்து, பிறகு கண்டுபிடிக்கப்பட்ட உலகங்கள் அவை. அவற்றைப்பற்றிய கதைகளை விரிவாக எழுதுவது என்று முடிவு செய்துவிட்டேன்.

இந்தியாவின் வடக்கிலிருந்து தெற்குவரை பரவியுள்ள பல இடங்களையும், ஆதி கற்காலம் முதல் நவீன காலம் வரையுள்ள வெவ்வேறு காலகட்டங்களையும் பரிசீலித்தேன். இறுதியாக ஆறு இடங்களைப்பற்றி எழுத முடிவு செய்தேன். ஏன் இந்த ஆறு இடங்களை மட்டும் தேர்வு செய்தேன், ஏன் மற்ற இடங்களைத் தேர்வு செய்யவில்லை என்ற கேள்விகளுக்குப் பதில் அளிப்பது கடினம். தொலைந்துபோன அல்லது மறைந்துபோன இந்த ஆறு இடங்களை நன்றாகப் புரிந்துகொள்ளவேண்டும் என்ற சுய விருப்பமே இதற்குக் காரணம். வெவ்வேறு கடந்த காலங்களைக் கொண்ட நம் நாட்டில் இந்த ஒவ்வொன்றும் தனித்துவமான கடந்த காலத்தைக்கொண்டிருந்தன. இந்தியர்களை மேலும் ஆழ்ந்து புரிந்துகொள்ள இவை முக்கியத் திறவுகோல்களாக இருக்கும் என்பது என்னுடைய அனுமானம். ஒவ்வொன்றும் நல்ல பயணத்துக்கு உத்தரவாதமாகத் திகழ்கின்றன - அவற்றுள் பொதிந்துள்ள மர்மங்களும் அவற்றால் கிடைக்கக்கூடிய பலன்களும் விவரிக்க முடியாதவை.

தொன்மைவாய்ந்த இடங்களுக்கான பயணக் கட்டுரையாகவும் அந்த இடங்களின் வரலாறுகளை அப்படியே சொல்லும் வகையிலும் இப்புத்தகத்தை எழுதத் திட்டமிட்டுள்ளேன். ஒவ்வொரு இடத்தின் மக்களுடைய வாழ்க்கையின் சாராம்சங் களையும் அவர்களுடைய திட்டவட்டமான நம்பிக்கைகளையும், பழக்கவழக்கங்களையும் அவர்கள் ஏற்படுத்திக்கொண்ட சமூக, கலாச்சார, அரசியல் நிறுவனங்களையும், அவர்களுடைய வாழ்க்கைப் போராட்டங்களையும் வாழ்நிலைகளையும், இந்தியக் கலாச்சாரத் தளத்தில் அவை ஏற்படுத்தியுள்ள பாரம்பரியங்களையும் இதில் காண்பது என்னுடைய நோக்கம். இப்படி எழுதுவதற்கு அறிஞர்கள் எழுதியுள்ள ஆராய்ச்சிக் குறிப்புகளையும், மூலாதாரமான தரவுகளையும் பயன்படுத்திக் கொள்வேன். இவை தொல்லியல் அறிஞர்களின் ஆய்வறிக்கைகள்

தொடங்கி, அந்தந்த காலத்தில் நம் நாட்டுக்கு வந்த வெளிநாட்டு யாத்ரீகர்கள் அவர்களுடைய பயணக் குறிப்புகளில் இந்தியா குறித்து எழுதியுள்ளவை வரை அடங்கும். இந்தப் பயணக் குறிப்புகள் சிந்து நதி தீரத்துக்கும் அப்பால் உள்ள இந்தியப் பகுதிகளைப்பற்றிய குறிப்புகளுமாகும்.

இன்டஸ் என்ற வார்த்தையின் சமஸ்கிருத வடிவம் சிந்து. பாரசீக நாட்டிலிருந்து இந்தியாவுக்கு வந்தவர்கள் சிந்து என்று உச்சரிக்க முடியாமல் இந்து என்றார்கள். இந்து என்ற சொல் மதத்தைக் குறிப்பிடும் வார்த்தை அல்ல. இந்தியர்களை இன ரீதியிலும் புவியியல் ரீதியிலும் குறித்த சொல்லாகும். தாங்கள் சந்தித்த இந்தியர்கள் குறித்து அவர்கள் என்ன நினைத்தார்கள், இருவேறு கலாச்சாரங்களைச் சேர்ந்தவர்கள் சந்தித்துக்கொண்டதால் இந்தியர்களைப் புரிந்துகொள்வதில் அவர்களுக்கிருந்த தடைகள் என்ன என்பது தெரிய வேண்டும். அவற்றை எழுதும்போதே, இந்த இடங்களுக்கு ஒரு பயணியாகச் சென்று பார்த்த எனக்கேற்பட்ட அனுபவங்களையும் இதனூடே எழுதுகிறேன். இந்த இடங்களுக்கு - கடந்த காலத்துக்கும் இப்போதைக்கும் - உயிர் கொடுத்து செறிவான, தூண்டிவிடும் வகையிலான விவரங்களைச் சொல்ல விழைகிறேன். பெரிய வரலாற்றை எழுதும் நோக்கில் மிகச்சிறிய தகவலைக்கூட விட்டு விடக்கூடாது, நகைச்சுவையான துணுக்குகளையும் சேர்த்துவிட வேண்டும் என்பதும் நோக்கம். இப்படி எழுதுவதன்மூலம் கடந்தகால வரலாற்றின் விளைவாக உருவான போக்குகள், மாறுதல்கள், இந்திய நாகரிகத்தில் ஏற்பட்ட முறிவுப் பாதைகள் ஆகியவற்றின்மீது ஒளி வெள்ளத்தைப் பாய்ச்சிவிட முடியும் என்று நம்புகிறேன்.

நம்முடைய மூதாதையர்களுக்கு ஏற்பட்ட சிந்தனைகள், உணர்ச்சிகள் ஆகியவற்றை நம்முடைய தலைமுறையின் சிந்தனைகள், உணர்ச்சிகளுடன் பிணைத்துவிட வேண்டும் என்ற உத்வேகத்தில் இப்படி எழுதுகிறேன். இப்படித்தான் எழுத வேண்டும் என்று தீர்மானித்துவிட்டபடியால் தரவுகளைத் தேடவும், தொன்மையான ஆறு இடங்களுக்கு மீண்டும் செல்வதற்கும் பயணத் திட்டங்களை வகுத்தேன். மூன்று ஆண்டுகளுக்குப்பிறகு இந்தப் புத்தகத்தைத் தயாரித்துவிட்டேன்.

கடந்த காலத்தை எப்படி அணுகுவது?

இழந்த உலகத்தின் கதையை எப்படிச் சொல்வது? தெரிந்த உண்மைகளை மட்டும் சொல்வதன் மூலம் வரலாற்றை உண்மையாக எழுதலாம் என்று சிலர் சொல்லக்கூடும். உண்மைகளை மட்டும் சொல்வதென்றால் என்ன பொருள்? உண்மைகள் என்பவை ஒன்றாகவும், அவற்றுக்கான விளக்கங்கள் வேறாகவும் இருக்கும். உண்மைகள் அல்லது தகவல்கள் தாங்கள் எப்படி அப்படிப்பட்ட தகவல்களாகத் தொடர்கின்றன என்று தன்னிலை விளக்கம் தர முடியாதவை. நாமேகூட சில தகவல் களைத்தான் அதிக முக்கியத்துவம் கொடுத்துக் கவனிப்போம், வேறு சிலவற்றுக்கு அப்படி முக்கியத்துவம் தரமாட்டோம் - எல்லாவற்றுக்கும் முக்கியத்துவம் தருபவை கதைகள் மட்டுமே.

ஒவ்வொரு கதையிலிருந்தும் பிரிக்கமுடியாதவை கதை சொல்லியின் உணர்வுத் திறன். அந்த உணர்வுத் திறனானது அவருடைய அரசியல், தனிமனித அடையாளம், கலாச்சாரம் ஆகியவற்றைச் சார்ந்தது. இது புதிதல்ல, எல்லாக் கதைகள் விஷயத்திலும் இது வழக்கமானதே. இந்த நூலில் உள்ள என் கதைகளும் அப்படிப்பட்டவைதாம். பாரபட்சமற்ற தகவல் திரட்டுகளோ, எல்லா இடங்களிலும் நீக்கமற நிறைந்த வரலாற்றாளரோ, அறிவியல்பூர்வமான வரலாறோ கிடையவே கிடையாது. கதைசொல்லியின் சொந்தக் கண்ணோட்டமும் சார்புத் தன்மையும் பின்னிப்பிணைந்தவைதாம் வரலாறு. எந்தெந்த அம்சங்களை முன்னிலைப்படுத்தவேண்டும், எந்தெந்த அம்சங்களுக்கு எவ்வளவு அழுத்தம் கொடுத்துச் சொல்ல வேண்டும் என்பதையெல்லாம் எழுதுகிறவர்தான் தீர்மானிக்கிறார்.

உண்மையைச் சொல்வதென்றால் எல்லா வரலாறுமே புனைகதைகள்தான் என்கிறார் வரலாற்றாசிரியர் ஹேடன் ஒயிட். வரலாற்று உண்மைகளை அறிவியல்பூர்வமாக சரியா - தவறா என்று சரிபார்த்துவிடலாம், வரலாறோடு கூறப்படும் கதைகள் அப்படிப்பட்டவை அல்ல என்கிறார் ஹேடன். கதைகள் கூறப்படுகின்றன அல்லது வரலாற்றாசிரியர்களால் கையாளப் படுகின்றன. அவை வரலாற்றுத் தரவுகளில் இருக்காது. வரலாற்று உண்மைகளுக்குத் தரப்படும் வரலாற்றையொட்டிய பொருள்தான் வரலாற்றுக் கதைகள். இவை ஒருவகையில் திணிக்கப்படுபவை அல்லது சதிபோல திட்டமிட்டு எழுதப்படுபவை. இவை

தவிர்க்கப்பட முடியாதவை. நியாயம் என்று ஏற்கப் படுபவையும்கூட. இவற்றின் அடியாழத்தில்தான் அரசியல் இருக்கிறது.

உண்மைதான், நடுநிலையான கதைகளோ விருப்பு - வெறுப்பற்ற கதைகளோ இல்லையென்றாலும், ஓரளவுக்காவது உண்மையும், தார்மிக உணர்வும் கலந்திருக்கவேண்டும் என்ற கருத்துடையோருக்கு சில கதைகள் மிகவும் உயர்ந்ததாகவும் பிறவற்றைவிட நன்கு விளக்கும் தன்மை இருப்பதாகவும் தோன்றிவிடுகிறது. அத்தகைய கதைகளை அடையாளம் காண்பதற்கு மனித நாகரிகங்கள் அனுபவங்களுடன்கூடிய ஆழ்ந்த புலமையை மனித இனத்துக்கு வழங்கியிருக்கிறது. தொடர்ந்து வரும் கலாச்சாரங்கள் எதைக் கூறுகின்றன, எழுத்துப்பூர்வமான தகவல்கள் எதைத் தெரிவிக்கின்றன என்பதை இவற்றிலிருந்து ஆராயவும் புதிய ஆதாரங்கள் அல்லது புதிய பகுப்பாயும் முறைகள் ஆகியவற்றின் அடிப்படையில் வெவ்வேறு துறைகளில் ஆழங்கால் பதித்த அறிஞர்களின் விவாதங்களுக்கு உட்படுத்தியும் இந்தக் கதைகளின் உண்மை, நோக்கம், நம்பகத்தன்மை ஆகியவற்றை இறுதி செய்துவிடமுடியும். இந்தச் சாதனமானது குதிரைக்கு முன்னால் வண்டியைப் பூட்டும் செயலுக்கு இணையானதாக ஒருபோதும் வடிவமைக்கப்படவில்லை. மாறாக, வரலாற்றிலிருந்து பெற்ற அறிவின் உதவியுடன் புதிய தரவுகளை ஆராய்வதன் மூலம் ஏற்கத்தக்கவகையில் அதை விளக்குவதற்கே பயன்படுத்தப்படுகிறது. இது முழுக்க முழுக்கக் குறைபாடுகளே இல்லாத வழிமுறை அல்லதான் என்றாலும் மாற்று வழிமுறைகள் இத்தகைய அணுகுமுறைக்கு அன்னியமாக இருப்பதால், அவற்றால் மோசமான முடிவுகள்தான் கிடைக்கும் என்பது தெளிவு.

‘வாக்கிங் சின்ஸ் டேபிரேக்’ என்ற நூலில் வரலாற்றாசிரியர் மோட்ரிஸ் எக்ஸ்டெய்ன்ஸ், ‘முன்கூட்டிய அனுமானம் ஏதுமில்லாமல் வரலாற்றை எழுதுவது சாத்தியமில்லை. அடுக்கடுக்கான சில யோசனைக் குறிப்புகளைத் தெரிவிப்பதன் மூலம் வரலாற்றுக் கருத்தைத் தூண்டவும், வரலாறு தொகுக்கப்படவும், வரலாற்றுக் கருத்தை உருப்பெறச் செய்யவும் முடியும். வரலாறு சிந்தனையைத் தூண்டவேண்டுமே தவிர, இதுதான் உண்மை என்று கட்டளையிடுவதாக அமைந்துவிடக் கூடாது. அது கருத்துகளைக் கொண்டுசெல்வதற்கான வாகனமாக இருக்க வேண்டும், அதுவே பயணத்தின் இறுதிப் புள்ளியாகி

விடக்கூடாது' என்று வரையறுக்கிறார். வரலாறு என்பது புதிய சிந்தனைக்கு வழிகளைத் திறந்துவிடும் அதேவேளையில், கடந்தகாலம் எப்படிப்பட்டது என்பதைப்பற்றிய புதிய புரிதல்களையும் அளிப்பதாக இருக்கிறது.

நான் வளர்ந்த பிறகு பல வரலாற்று அறிஞர்களின் நூல்களைப் படித்திருக்கிறேன். அவற்றில் சிலர் எழுதிய நூல்கள் மற்றவர்களுடையதைவிட அதிகம் பிடிக்கும். என்னுடைய கருத்துப்படி யார் நல்ல வரலாற்று ஆசிரியன்? போதுமான அளவுக்கு உணர்திறனும், கற்பனாசக்தியும், ஆழ்ந்த கண்ணோட்டமும், சமூகம்பற்றிய புரிதல்களால் தனக்குக் கிடைக்கும் தகவல்களைப் பகுப்பாய்வு செய்வதில் உண்மைக்கும் நேர்மைக்கும் இடம் தந்து, மனச்சார்பின்றி சரியான தொலைவில் விலகி நின்று வரலாற்றை எழுதுகிறவரே நல்லாசிரியர். உலகத்தை, அதில் உள்ளவர்கள் எப்படிப் பார்க்கிறார்களோ அப்படியே பார்த்து, புரிந்துகொண்டு, கூடுமானவரையில் அந்தந்தக் காலத்தில் வாழ்ந்திருந்தால் எப்படியிருந்திருக்கும் என்பதையும் உணரவேண்டும். மொழி வழியாக தெளிவாக அறிந்து, வலுமிக்க முயற்சிகள் மூலம் ஆராய்ந்து, தனக்குக் கிடைத்த மூலங்களின் தரம் எப்படிப்பட்டது என்று சளைக்காமல் துருவிக் கண்டுபிடித்து, தான் எட்டும் முடிவு உண்மையானதுதான் என்று முழு நம்பிக்கை பெற்ற பிறகு எழுதுகிறவரே நல்ல வரலாற்றாசிரியர். வெவ்வேறு காலகட்டங்களிலும் இடங்களிலும் வாழ்ந்த மனித சமூகங்களைப்பற்றிப் படித்ததில் கிட்டும் தொடர் எண்ணங்களின் நியாயத்தன்மையின் அடிப்படையில் வரலாற்றை எழுதவேண்டும்.

அது மட்டுமல்ல, வரலாற்று ஆதாரங்கள் பொய்கூட சொல்லக் கூடும். எதைப் பார்க்கிறோமோ அதுவே உண்மையான தோற்றம் அல்ல என்பதையும் தெரிந்து வைத்திருக்கவேண்டும். இந்திய ராஜதானிகளில் வரலாற்றை எழுதியவர்கள் தங்களுடைய புரவலர்கள் மெச்சிக்கொள்ளவேண்டும் என்பதற்காக அவர்களுடைய அரசியல், கலாச்சார, ராணுவ, காதல்கள வெற்றிகளை மிகைப்படவே எழுதிவிட்டார்கள். ஏதென்ஸ் நகர தொல்கலைகள் பற்றிய வரலாற்றைப் படித்தால் அந்தச் சமூகத்தில் பெண்களுடைய நிலைமை மிக உயர்வாக இருந்தது என்ற முடிவுக்கே நாம் வருவோம். கஜுராஹோ என்ற இடத்தில் ஆலயத்தில் செதுக்கப்பட்டுள்ள பாலுணர்வைத் தூண்டும் அழகிய சிற்பங்களைப் பார்த்தால் சண்டேளர்கள் ஆட்சிக் காலத்தில்

எல்லாப் பெண்களுக்கும் பாலுறவு தொடர்பாக முழுச் சுதந்திரம் கொடுக்கப்பட்டிருந்ததாகவே முடிவுக்கு வரநேரும்.

முற்காலத்திலும் இடைக்காலத்திலும் இந்தியாவுக்கு வந்த யாத்ரிகர்கள் வெகு அபூர்வமாகத்தான் உள்ளூர் மொழிகளை அறிந்திருந்தார்கள். எனவே அவர்களுடைய பதிவுகளில் தவறுகளும், கேள்விப்பட்டு ஆனால் உறுதி செய்யப்படாத தகவல்களும், மொழி பெயர்ப்பில் தவறாகப் பொருள் கொள்ளப்பட்ட குறிப்புகளும் ஏராளம். நம்முடைய காலத்துக்குப் பிறகு பல ஆண்டுகளுக்குப் பிறகு பிறக்கும் நமது சந்ததியில் யாரோ, இருபத்தோராவது நூற்றாண்டின் தொடக்கத்தில் சுவீடனில் எழுதப்பட்ட புத்தகங்களை மட்டும் வாசிக்கும் வாய்ப்பு ஏற்பட்டால், சுவீடனில் அந்தக் காலகட்டத்தில் குற்றச் செயல்கள்தான் அதிகம் நடந்துள்ளன என்ற (தவறான) முடிவுக்கு வரக்கூடும். காரணம் புனைவுகள் அனைத்தும் அப்படிப் பட்டவையாகவே எழுதப்பட்டன. உண்மை என்னவென்றால் உலகிலேயே சுவீடனில்தான் குற்றச் செயல்கள் குறைவு, ஆனால் மக்களுக்கு குற்றஞ்சார்ந்த நாவல்களையும் கதைகளையும் வாசிப்பதில் அபார ஆர்வம். ஒரு நல்ல வரலாற்றாசிரியர் என்பவர் எந்தெந்த ஆதாரங்களிலிருந்து எந்தெந்த முடிவுக்கு வரவேண்டும் என்ற உள்ளுணர்வை அல்லது வழிமுறையை உருவாக்கி வைத்திருப்பார்.

துரதிருஷ்டவசமாக, வரலாற்றாசிரியர்களும் அரசியலார் நோக்கங்களுக்கேற்பத் திரித்து எழுதும் உடந்தையாளர்களாகவும் இருந்துவிடுகிறார்கள். ஒரு சிலர், மற்றவர்களைவிட, குறிப்பிட்ட ஒரு குழுவுக்குச் சாதகமாகக் கடந்த கால நிகழ்வுகளைத் திரித்துப் பதிவு செய்கின்றனர். வரலாறு தனிப்பட்ட யாருக்கும் சொந்தமல்ல என்றாலும், சிலர் மிகவும் பாரபட்சமாகவே நடந்து கொண்டுவிடுகின்றனர். சிலர் ஆதாரங்களை வேண்டுமென்றே திணித்தோ, கொண்டுகூட்டிப் பொருள்கொண்டோ - மேலாதிக்க உணர்வு உந்த திரித்து எழுதிவிடுகின்றனர். அப்படிப்பட்ட வரலாற்றுப் பதிவுகள், ‘எங்களுடைய கண்ணோட்டத்தில்’ என்ற அடைமொழிகளுடனேயே எழுதப்படுகின்றன - அவை வரலாறு தொடர்பான கல்வியறிவை உயர்ந்த தரத்துக்கு இட்டுச் செல்லாது. அவை சமூகத்தின் பெரும்பான்மையினரின் வீண் பெருமைகளை வளர்க்கவே உதவும். அப்படிப்பட்ட கண்ணோட்டங்களில் எழுதப்படும் வரலாறுகள் மக்களின் சில பிரிவினரிடையே அச்சங்களைப் பெரிதுபடுத்தும்.

எதிர்ப்புணர்வையும் சில தொல்குடிகள் மீதான சார்புகளையும் ஏற்படுத்தும். மக்களுடைய சுமுகமான சமூக வாழ்க்கைக்கு ஆபத்தாகவும் மத ரீதியிலான மோதல்களுக்குக் காரணங்களாகவும் அமைந்துவிடும்.

என்னுடைய இந்த நூலில், கடந்தகாலம் தொடர்பாக வீண் பெருமைகளையோ, சிறுமைகளையோ நமக்குள் வளர்க்க விரும்பவில்லை. அதேவேளையில் நம்முடைய மூதாதையர்கள் மேற்கொண்ட பலவகைப்பட்ட, சிக்கலான வாழ்க்கைப் பயணங்கள் குறித்த புரிதல்களை அதிகப்படுத்த விரும்புகிறேன். கடந்த காலத்தை இடம்பெயர்தல், மோதல்கள், கலப்புகள், இணைந்து வாழ்தல், கூட்டுறவு ஆகிய சமூகக் கூறுகளின் விசையியக்க ஊடாட்டமாகவே பார்க்கிறேன். 'நம்முடைய கண்ணோட்டம்' என்ற நோக்கில் அல்ல, 'என்னுடைய கண்ணோட்டப்படி' என்ற நோக்கிலேயே எழுதுகிறேன். அது கலாச்சார, உலகாயத அம்சங்களைக் கணக்கில் எடுத்துக் கொள்ளும். எந்தவொரு தனிப்பட்ட சித்தாந்தக் கண்ணோட்டமும் அதில் இருக்காது. பல்வேறு விதமான கண்ணோட்டங்களையும் படித்து அதிலிருந்து அனுபவம் பெற்றுள்ளதால் நடுநிலையான அணுகுமுறையுடனேயே எழுத விரும்புகிறேன். அதே சமயம் தனிப்பட்ட தொடர்புகள், ஆழ்தல், பகுப்பாய்வுசெய்தல் ஆகிய வற்றுக்கும் முக்கியத்துவம் தருவேன். நான் உருவாக்கியிராத எது குறித்தும் பெருமையடைய வேண்டும் என்ற தன்முனைப்பு எனக்கில்லை. அதேசமயம் நியாயமான கொண்டாட்டங்கள், அதிசயங்கள் ஆகியவற்றில் எனக்கு ஆழ்ந்த நம்பிக்கையுண்டு. இந்தியாவின் கடந்த காலங்களில் இவ்விரண்டுக்கும் ஏராளமான வாய்ப்புகள் இருந்துள்ளன. அவற்றை இனிவரும் பக்கங்களில் வாசகர்கள் நிறையவே காண்பார்கள். இறுதியாக, கடந்த காலத்தைப்பற்றிய நல்ல பதிவு என்பது நிகழ்காலம்பற்றிய வாசகரின் விவேகமான உற்றறிவைப் பொருத்ததே அது.

✧

என்னுடைய கதையின் வீச்சு

இந்த அறிமுகத்துக்குப் பிறகு ஆறு அத்தியாயங்கள் மிகப் பெரிய இடங்கள் தொடர்பாகவும், ஐந்து அத்தியாயங்கள் மிகப் பெரிய பயண யாத்ரிகர்கள் தொடர்பாகவும் இடம் பெறுகின்றன. இந்த வகையில் இந்தியாவின் கடந்த 5,000 ஆண்டுக்காலத்தில்

பயணிக்கிறேன். அதன் ஊடாக மிக் சிறந்த சில சகாப்தங்களை, அவற்றில் சிலவற்றின் தொடர்புகள் அறுந்தது குறித்தும், சில இன்றும் இந்திய சமூக வாழ்வோடு தொடர்வது குறித்தும் விளக்குவேன்.

குஜராத் மாநிலத்தின் கட்ச் பகுதியில் 1967-ல் கண்டுபிடிக்கப்பட்ட தோலாவிரா தொல்லியல் அகழ்விலிருந்து தொடங்குகிறேன். ஹரப்பா நாகரிகக் காலத்தையொட்டி இந்த ஊர் வெண்கல காலத்தில் உருவான பெருநகரமாகும். கி.மு. 2600 - 1900 காலத்தில் உருவான இந்த நகரம் சிறப்பான தண்ணீர் சேகரிப்பு முறைகளுக்காகவும் மிகச்சிறப்பாக வடிவமைக்கப்பட்ட நீர்த்தேக்கங்களுக்காகவும் உலக அளவில் பாராட்டுதல்களும் கவனமும் பெற்றது. ஹரப்பர்களின் மூதாதையர்கள் யார், அவர்கள் எதில் சிறந்து விளங்கினார்கள், பிற நாகரிகங்களைச் சேர்ந்தவர்களிலிருந்து அவர்களை வேறுபடுத்தும் சிறப்பு அம்சங்கள் என்ன என்று ஆராய்ந்தேன்; அவர்கள் ஆலயங்களை எழுப்பி வழிபட்டதாகவோ, போரில் ஈடுபட்டதாகவோ, சேனைகளை வைத்திருந்ததாகவோ பதிவுகள் இல்லை. அவர்கள் வர்க்க வேறுபாடுகளற்ற சமூகமாக வாழ்ந்திருந்ததாகவே கிடைக்கும் சான்றுகள் தெரிவிக்கின்றன. அவர்கள் பேசியிருக்கக் கூடிய மொழி என்னவாக இருக்கும், முழுப் பொருளும் கண்டு பிடிக்கப்படாத அவர்களுடைய எழுத்து வடிவம் எப்படிப் பட்டது, அவர்கள் எப்படி மறைந்தார்கள் அல்லது அழிந்தார்கள் என்பதுபற்றிய பல்வேறு ஊகங்கள், அவர்களுடைய நாகரிக பாரம்பரியம் எப்படி இன்றளவும் நம்மைத் தொடர்கின்றன என்பனவற்றை ஆராய விரும்புகிறேன். தோலாவிராவுக்கு அருகில் இப்போதும் வசிக்கும் கிராம மக்களிடம், சுற்றுச்சூழல் மாறுதல்களால் வாழ்வாதாரத்தையே இழக்கவேண்டிய அச்சுறுத்தல்களிடையே எப்படி வாழ்கிறார்கள் என்று விசாரித்தேன். வரலாற்றுக்காலத்துக்கு முந்தைய அந்நாகரிகத்தை அவர்கள் வாழ்ந்த தோலாவிரா என்ற ஊரையொட்டி, அதே பெயரில் அழைக்கிறார்கள். பருவநிலை மாறுதல்களால் வாழ்வாதாரம் பாதிக்கப்பட்ட நிலையில்தான் முந்தைய கால தோலாவிரா மக்களும் வாழ்ந்திருக்கிறார்கள்.

ஹரப்பா நகர நாகரிகம் குன்றத் தொடங்கிய பிறகு, மத்திய ஆசியாவிலிருந்து கி.மு.1,500 காலப்பகுதியில் ஆரியர்கள் கூட்டங்கூட்டமாக வந்து உள்ளூர் மக்களுடன் கலந்து வாழத் தொடங்கினார்கள். ஆரியர்கள் கால்நடைகளை வளர்ப்பவர்கள்.

அவற்றுக்காக மேய்ச்சல் நிலங்களைத் தேடி தொடர்ந்து இடம் பெயர்ந்துகொண்டே செல்கிறவர்கள். ஆரியர்கள் மத்திய ஆசியாவிலிருந்து வரும்போது இன்றைய சமஸ்கிருத மொழிக்கு மூலமானதொரு ஆதி மொழியைத் தங்களுடன் கொண்டு வந்தார்கள். அவற்றில் வேதங்கள் தொடக்கக் கால நிலையில் இருந்தன. இவை வாய்மொழியாகவே அடுத்த தலைமுறைக்குக் கற்பிக்கப்பட்டவை. அத்துடன் புதிய சமூகப் படிநிலை அமைப்பு முறையையும், நன்கு பழக்கப்பட்ட குதிரைகளையும் தங்களுடன் கொண்டுவந்தனர். ஹரப்பா நாகரிகத்தின் நகரங்கள் வீழ்ந்த சுமார் ஆயிரம் ஆண்டுகளுக்குப் பிறகு கங்கைச் சமவெளியில்தான் அடுத்து நகரங்கள் உருவாயின. முதல் ஆயிரமாவது ஆண்டுக் காலத்தில் வரலாற்று முந்தையகாலத்து நாகரிகத்திலிருந்து இந்தியா அடுத்த நாகரிகக் கட்டத்தை எட்டியது. எழுத்துகளைப் படித்துப் புரிந்துகொள்ளக்கூடிய நிலை ஏற்பட்டது. புத்தர், மகாவீரர் ஆகியோரின் தோற்றம் உபநிஷத்துகளின் ஆதி வடிவம் இந்தக் காலத்தில்தான் ஏற்பட்டன. பாடலிபுத்திரத்தில் மௌரியர்களின் அரசவைக்கு கிரேக்கத் தூதராக வந்த மெகஸ்தனிஸ் பதிவு செய்தவற்றில் சில வியப்பூட்டும் தகவல்களைப் பகிர்ந்துகொள்கிறேன். இவை பொது ஆண்டு களுக்கு 300 ஆண்டுகளுக்கு முற்பட்ட காலத்தில் நடந்தவை. யானைகளுக்கு மதம் பிடித்து அவை கட்டுக்கடங்காத நிலைக்குச் சென்றுவிட்டால் மௌரியர் காலத்து ஆண்கள், அவற்றின் கோபத்தைத் தணிக்கப் பாடியும் இசைக் கருவிகளை இசைத்தும் அவற்றைச் சாந்தப்படுத்துவார்களாம். அசோகர் மேற்கொண்ட நற்செயல்கள்தான் பௌத்த மதம் ஆசிய நாடுகள் அனைத்திலும் பரவுவதற்குக் காரணங்களாயின.

அடுத்து நான் ஆந்திர பிரதேசத்தில் உள்ள நாகார்ஜுன கொண்டா என்ற இடத்துக்குச் சென்றேன். மறைந்த உலகைச் சேர்ந்த இந்த நகரம் 1920-ல் மீண்டும் வெளிக்கொணரப்பட்டது. விஜயபுரி என்று அழைக்கப்பட்ட அந்த ஊர் இக்ஷ்வாகு பேரரசின் தலைநகரமாகத் திகழ்ந்தது. அந்தப் பேரரசு ரோம் நகரத்துடன் வாணிபத் தொடர்பு வைத்திருந்தது. அந்தப் பேரரசின் பௌத்த நிறுவனங்களைச் செல்வச் செழிப்புமிக்க பெண்களே புரவலர்களாக இருந்து நிர்வகித்தது சிறப்பு. நாகார்ஜுனகொண்டா நகரில் மட்டுமே அரைவட்ட வடிவிலான அரங்கு காணப்படுகிறது. இங்கு விளையாட்டுகள், வீர சாகசங்கள் மற்றும் கலை நிகழ்ச்சிகள் நடைபெறும். ரோம் நகரில் இருந்ததைப்போல இந்தியாவில்

கட்டப்பட்ட ஒரே அரைவட்ட அரங்கு இது மட்டுமே. நாகார்ஜுனர் வாழ்ந்த காலத்தில் அந்த நகரம் எப்படியிருந்திருக்கும் என்ற கற்பனையுடன் அந்த நகரில் நடந்து பார்க்கிறேன். மகாயான பௌத்தம் என்ற இடைநிலை பௌத்த மார்க்கத்தை நாகார்ஜுனர் உருவாக்கினார். அவருடைய கொள்கை 'சூன்யதா' என்று அழைக்கப்பட்டது. மிகச் சிறந்த மெய்யியல் அறிஞர்கள் வரிசையில் நாகார்ஜுனரும் வைத்துப் போற்றப்படுகிறார்.

முதலாவது ஆயிரமாண்டின் நடுப்பகுதியில், மிகவும் சிக்கல்களும் ஆபத்துகளும் நிறைந்த பாதைகளில் சீன யாத்ரிகர்கள் இந்தியாவுக்கு வரத் தொடங்கினர். பௌத்த மதக் கோட்பாடு களைப் பயிலவும் மூல நூல்களிலிருந்து தெரிந்துகொள்ளவும் வந்தனர். ஃபாஹியான், யுவான் சுவாங், இஜிங் ஆகியோரின் குறிப்புகளில் முக்கியமானவற்றைத் தருகிறேன். கி.மு. 400 - 700 காலத்தில் இந்தியாவில் சமூகமும் மத அடிப்படையிலான வாழ்க்கையும் எப்படி இருந்தன என்பதை அவர்களுடைய குறிப்புகளிலிருந்து அறிய முடிகிறது.

'இந்தியாவுக்கும் பிற நாடுகளுக்கும் உள்ள முதலாவதும் முக்கியமானதுமான வேறுபாடு என்னவென்றால், தூய்மை யானவை எவை - தூய்மையற்றவை எவை என்று அவர்கள் பிரித்து வைத்திருப்பதுதான்' என்று பதிவு செய்திருக்கிறார் இஜிங். பிராமணர்களுக்கும் போதி சத்துவர்களுக்குமிடையிலான சித்தாந்த மோதல்களை அவர் விவரிக்கிறார். இந்த சீனத் துறவிகளின் பதிவேடுகள் பத்தொன்பதாவது நூற்றாண்டில்தான் மொழி பெயர்க்கப்பட்டன. பௌத்தர்கள் காலத்தில் இந்தியா எப்படிப்பட்ட தொன்மைவாய்ந்த நாடாக இருந்தது என்பதை அறிய இந்தப் பதிவுகள் பேருதவி புரிகின்றன. (பௌத்தம் குன்றி இந்தியாவிலிருந்து பெருமளவுக்கு மறைந்துவிட்டபிறகு பௌத்த நூல்களும், சின்னங்களும் ஏன், புத்தரேகூட இந்தியர்களால் வெகுவாக மறக்கப்பட்டுவிட்டார்.)

அந்த வகையில் மீண்டும் கண்டுபிடிக்கப்பட்டதுதான் பிஹார் மாநிலத்தில் உள்ள நாளந்தா மஹாவிஹார பௌத்த மடாலயம். உலகின் முதல் பல்கலைக்கழகமாகக் கருதப்பட்ட கல்வி மையம். கி.மு. ஐந்தாவது நூற்றாண்டிலிருந்து பதிமூன்றாவது நூற்றாண்டு வரையில் ஆசியாவின் பல பகுதிகளிலிருந்தும் பௌத்தத் துறவிகள் இங்கே இலக்கணம், தர்க்க சாஸ்திரம், மெய்யியல் -

இறையியல் கோட்பாடுகள், விண்வெளியியல் (வானியல்), மருத்துவம் ஆகியவற்றைப் பயில வந்தனர். அந்தப் பல்கலைக் கழகத்தின் அரவமற்ற இடிபாடுகளிடையே புகுந்து புறப்பட்டு, ஏழாவது நூற்றாண்டில் அங்கு வாழ்ந்த பௌத்தத் துறவிகளுக்கு உயிர்கொடுக்க விரும்புகிறேன். உலகப் புகழ்வாய்ந்த ஆசிரியர் களையும் அவர்களுடைய உயரிய பாடங்களையும் அறிமுகப் படுத்த விரும்புகிறேன். அந்தக் காலத்திலேயே சர்வதேச பல்கலைக்கழகமாகச் செயல்பட்ட அந்தக் கல்வி மையத்துக்கு எப்படி நிதி திரட்டினார்கள் என்பதையும் அதன் நிர்வாகச் சிறப்பு களையும் ஆராய விரும்புகிறேன். இரண்டாவது ஆயிரமாண்டின் பிற்பகுதியில் இந்திய பௌத்தமும் நாளந்தாவும், அனைவராலும் அறியப்பட்ட வரலாற்று நூல்களில் கூறப்பட்ட காரணங்களால் அன்றி வியப்பூட்டும் வேறு காரணங்களால் புகழ் மங்கி நிலையிழந்தன. பிஹார் மாநிலத்தின் மாட்சிமை மிக்க கல்விப் பொற்காலத்தையும் அதற்கு நேரெதிரான அதன் இப்போதைய நிலையும் சிந்தித்துப் பார்க்கிறேன்.

பொது ஆண்டு 1001-ல் கஜினி என்ற இடத்தைச் சேர்ந்த முகமது, இந்தியத் துணைக் கண்டத்தின் செல்வ வளங்களைக் கேள்விப்பட்டு அவற்றைக் கொள்ளையடித்துத் தன்னுடைய நாட்டுக்குக் கொண்டு செல்ல அடுத்தடுத்துப் படையெடுத்தார். இந்தக் காலகட்டத்தில்தான் அல்பெரூனி என்ற கல்வியில் சிறந்த அறிஞர், அறிவியலாளர், பன்மொழி வித்தகர் இந்திய சமூகத்தையும், கலாச்சாரத்தையும் அறிய இங்கேயே 13 ஆண்டுகள் தங்கிப் பயின்றார். 'இந்துக்களுடன் உரையாடவும் மதம், அறிவியல், இலக்கியம் தொடர்பாக அவர்களுடன் விவாதிக்கவும் விரும்பும் எந்த ஒரு முஸ்லிமுக்காகவும் அத்தியாவசியமான சில உண்மைகளை நான் பதிவு செய்கிறேன்' என்று கூறி இந்தியா குறித்து, தான் அறிந்தவற்றைத் தொகுத்து எழுதியிருக்கிறார்.

இந்தியர்களின் வாழ்க்கை குறித்தும் சிந்தனைகள் குறித்தும் நவீனகாலத்தின் தொடக்கத்தில் இந்தியாவுக்கு வந்து எழுதிய பிற நாட்டு அறிஞர்களைவிட அல்பெரூனி இந்தியச் சமூகம், கலாச்சாரம் குறித்து நன்கு விளங்கிக்கொண்டிருக்கிறார். துருக்கியர்களும் பாரசீகர்களும் இந்தியாமீது அடிக்கடி படையெடுத்துத் தாக்குதல் நடத்தியபோது, நம்மில் பெரும் பாலானவர்கள் இப்போது கற்பனை செய்து வைத்திருக்கும்படி, பிராமண சமூகம் மிகச் சிறந்த அறிஞர்கள் குழுவாகவும் தார்மிக

நெறியில் நடப்பவர்களாகவும் இருக்கவில்லை என்பதை அல்பெரூனியின் எழுத்துகள் நிரூபிக்கின்றன.

மன்மதக் கலையைக் கல்லில் வடித்து உலகப் புகழ்பெற்ற கஜுராஹோ கோவில்களைப் பார்க்க ரயில் ஏறினேன். பொது ஆண்டு 950 தொடங்கி 1100-க்குள் அக் கோயில்கள் கட்டப்பட்டுள்ளன. கவனிப்பாரற்ற அந்தக் கோவில்களைச் சுற்றி அடர்த்தியான காடு வளர்ந்துவிட்டது. 1838-ல் பிரிட்டிஷ் பொறியாளர் ஒருவர் அந்த அரிய தொல்லியல் சிதைவுகளைத் தற்செயலாகத்தான் கண்டுபிடித்தார். அந்தக் கோவில்களை நேரில் பார்த்து ரசித்தும் வியந்தும் வரும் பார்வையாளர்களின் மனங்களில் எழும் கேள்வி ஒன்றுதான், இப்படியொரு கோவிலைக் கட்டவேண்டிய அவசியம் என்ன? உடலை வருத்திச் செய்யும் தவங்களையும், உலகப்பற்றை அறவே விடச் சொல்லும் சித்தாந்தங்களையும் கொண்ட கலாச்சாரம், பாலுணர்வுச் சேர்க்கைகளை இப்படி பட்டவர்த்தனமாக ஆலயக் கோவில் சுவர்களிலேயே நிரந்தரமாக வடித்து வைக்கும்படி செய்தது ஏன்? அதுவும் போற்றி வணங்கப்பட வேண்டிய கடவுளர் சிலைகளுக்கு அருகிலேயே? இந்தியர்கள் குறித்துச் சற்றே ஏளனமாகப் பிறர் பார்க்கும் வண்ணம் இந்தச் சிற்பங்களை அமைக்க எத்தகைய சமூக சூழல் அனுமதித்தது? ஆலய நிர்மாணத்தில் இதுவும் ஓரங்கம் என்றால், இந்தியா முழுவதிலுமிருந்து இது ஒரேயடியாக விடைபெற்றதும் ஏன்? உலக அளவில் பேசப்படும் கஜுராஹோவைப் பொருத்தவரையில், பெருமளவு கூறப்படும் இந்த ஆலயம் தொடர்பான வரலாறும், உள்ளூர் சுற்றுலா வழிகாட்டிகள் கூறும் காரணங்களும் அவை உண்மையில்லை என்பதையே உணர்த்துகின்றன.

அடுத்து நான் இத்தாலிய வணிகரும் புதிய நாடுகளையும் இடங்களையும் கண்டுபிடிப்பதில் ஆர்வம் உள்ளவருமான மார்க்கோ போலோமீது கவனம் செலுத்தப்போகிறேன். சோழமண்டலக் கடற்கரையில் நிலவிய சமூக வாழ்வு குறித்து மிகச் சிறந்த அம்சங்களை அவர் பதிவிட்டிருக்கிறார். பொது ஆண்டு 1292-ல் சீனத்திலிருந்து வெனிஸ் நகருக்குத் திரும்பிக்கொண்டிருந்த அவர் இப்போதைய தஞ்சாவூருக்கு அருகில் தமிழ்நாட்டின் பாண்டியர்கள் ஆட்சிக்குட்பட்ட பகுதிகளில் சில வாரங்களோ, சில மாதங்களோ தங்கியிருந்திருக் கிறார். பிறகு மலபார் (கேரளம்) கடற்கரைக்குச் சென்றிருக்கிறார். இப்பகுதி மக்கள் சாப்பிடுவதற்குத் தங்களுடைய வலது கையை

மட்டுமே பயன்படுத்துகின்றனர், இடது கையை 'சுத்திகரிப்புக்கு' மட்டும் பயன்படுத்துகின்றனர். குடிநீர் குவளைகள் உள்பட எந்தப் பாத்திரங்களிலும் உதடுபடுமாறு எச்சில்படுத்திக் குடிப்பதில்லை. கறுப்புநிறத் தோல் உள்ளவர்களே கவர்ச்சிகரமானவர்கள் என்று கருதுகின்றனர் என்றும் எழுதியிருக்கிறார். மார்க்கோ போலோவுக்குப் பிறகு மொராக்கோ நாட்டிலிருந்து வந்த இபின் பதூதா, பெர்சியாவிலிருந்து (பாரசீகம்) வந்த அப்துர் ரசாக், ரஷியாவிலிருந்து வந்த அபனாசி நிகிடின் ஆகியோரும் இந்தியர்களின் குடும்ப வாழ்க்கையில் நிலவிய, தனித்துவமான நியதிகளையும், இப்போது மறைந்துவிட்ட சமூகப் பழக்கங் களையும் விருப்பு - வெறுப்புகளையும் பதிவிட்டுள்ளனர்.

விஜயநகரப் பேரரசின் வீழ்ச்சிக்குப் பிறகு நிலைகுலைந்திருந் தாலும் இப்போதும் பார்ப்பவர்களை பிரமிக்க வைக்கும் ஹம்பி இடிபாடுகளைக் கர்நாடக மாநிலத்தில் பார்த்தேன். விஜயநகரப் பேரரசின் (*1336 - 1565*) பெருமைக்குரிய தலைநகரமாக ஒரு காலத்தில் விளங்கிய ஹம்பி, அதன் செல்வ வளங்களுக்காகவும், படை பலத்துக்காகவும், பலதரப்பட்ட இன, மொழி மக்களும் இணைந்து வாழ்ந்த கலாச்சார ஒற்றுமைக்காகவும் புகழ் பெற்றிருந்தது.

வெளிநாட்டு யாத்ரிகர்கள் அனைவரும் பார்த்து பொறாமைப் படும் அளவுக்குச் செல்வ வளத்தை அது எப்படிப் பெற்றது? இந்து தேசியவாதிகள் கூறிக்கொள்வதைப்போல இந்துமதத்தவர்கள் சுய உணர்வோடு இஸ்லாத்துக்கு எதிராகத் தொடர்ந்து போரிட்டு வந்த பேரரசு, தென்னிந்தியாவில் அது விட்டுச் சென்றுள்ள பாரம்பரியம் என்ன?

இத்தகைய கேள்விகளுக்குப் பதில் பெறவும், விஜயநகரத்தை ஆண்ட மன்னர்களின் உணர்வுகள் எப்படிப்பட்டவை என்பதை அறியவும் அதன் பொருளாதாரம், வர்த்தகம், சமூகப் பழக்க வழக்கங்கள், திருவிழாக்கள் ஆகியவை குறித்து அறியவும், அறிஞர்களையும் விஜயநகரப் பேரரசை நேரில் பார்த்துப் பதிவுகளிட்ட பாரசீகத்தின் ரசாக், இத்தாலியின் நிக்காலோ டி கான்டி, துவார்த்தே பர்போசா, போர்ச்சுகலைச் சேர்ந்த டொமிங்கோ பயஸ், பெர்னாவோ நூனிஸ் ஆகியோரின் பதிவுகளையும் பெரிதும் சார்ந்து நிற்கிறேன். ஹம்பிக்கு அருகில் கிருஷ்ண தேவராயர் என்பவரையும் சந்தித்துப் பேசினேன். இவர் மிகவும் புகழ்பெற்ற மாமன்னர் கிருஷ்ண தேவராயர் குலத்தில்

தோன்றிய பதினெட்டாவது தலைமுறைப் பிரதிநிதியாவார். அவருடைய பெயரையே இவருக்கும் சூட்டியுள்ளனர்.

அடுத்து நான் பிரான்சுவா பெர்னியர் என்ற பிரெஞ்சுக்கார மருத்துவரின் குறிப்புகளை ஆராய்கிறேன். இவர் வட இந்தியாவில் 12 ஆண்டுகள் வாழ்ந்திருக்கிறார். ஔரங்கசீப்பின் ராஜதானியில் பதவி வகித்த பிரதானிக்கு (1658 - 69) இவர் மருத்துவராக இருந்திருக்கிறார். ஐரோப்பிய கண்டத்தில் உருவான மறுமலர்ச்சி இயக்கத்தின் உறுப்பினரான இவர் பகுத்தறிவாளர். முகலாய ராஜதானியின் கம்பீரத்தையும் டாம்பீகத்தையும் இவர் விவரித்திருக்கிறார். அத்துடன் அன்றைய டெல்லி, ஆக்ரா நகரங்களின் கட்டடக் கலைச் சிறப்பை வெகுவாக விவரித்துப் பதிவு செய்திருக்கிறார். ரத்த ஓட்டம் குறித்து ஐரோப்பாவில் அப்போது கண்டுபிடிக்கப்பட்ட புதிய தகவல்களைத் தனது ராஜதானி பிரதானிகளுக்கும் பெருமைபொங்கக் காட்ட நினைத்து, டெல்லி அரசவையிலேயே ஆடுகளை துடிக்கத் துடிக்க வெட்டிப் பலரையும் பதற வைத்திருக்கிறார். பிரிட்டிஷ்காரர்களின் காலனியாக மாறுவதற்கு முன்னால் இந்தியாவில் நிலவிய சமூகச் சூழலையும் மக்களின் ஏழ்மை நிலைகளையும் மிக நுட்பமாக ஆழ்ந்து பதிவு செய்திருக்கிறார். ஐரோப்பிய ஏகாதிபத்தியம் கலாச்சார, பொருளாதார தாக்குதலைத் தொடுத்தபோது அதை எதிர்க்கும் வலிமையில்லாமல் இந்திய சமூகம் எப்படிப்பட்ட துர்பாக்கிய நிலையில் இருந்தது என்பதை அவருடைய பதிவுகள் தெளிவாகச் சுட்டிக்காட்டுகின்றன.

இறுதியாக, நான் வாரணாசி (காசி-பனாரஸ்) நகருக்குச் சென்றேன். இது நகரமான காலம் இதுவென்று அறுதியிட்டுக் கூற முடியாத பழமைச் சின்னம். காசி, சாரநாத்தில் கிடைத்துள்ள தொல்லியல் சான்றுகள், இவை கி.மு. முதல் ஆயிரமாண்டு காலத்தவை என்று கூறுகின்றன. மதம்சார்ந்த தொன்மக் கதைகள் பல இதற்கு உண்டு. காசி மாநகரம் பல்வேறு பெரிய - சிறிய மதங்களுக்கும் சமூக அரசியல் அமைப்புகளுக்கும் புகலிடம் தந்த புராதன நகரம். கட்டுப்பெட்டியான இந்து மதத்தின் மையமாக பெரும்பாலும் கருதப்பட்டாலும், அதன் கடந்த காலம் செறிவானது, பன்மைத்தன்மை வாய்ந்தது. கபீர் தாசரும் ரவிதாசரும் வாழ்ந்தது. தீர்த்த யாத்திரைக்கும் இறுதி யாத்திரைக்கும் உகந்த நகரமாக இந்துக்களால் இன்றளவும் பார்க்கப்படுகிறது. புராதனமான இந்த நகரின் தொல்குடிகளான

தோணிக்காரர்களையும் மயானங்களில் சடலங்களை எரிக்கும் தகனக் கிரியைத் தொழிலாளர்களையும் சந்தித்தேன். தோணிக்காரர்களுக்கு மல்லாக்கள் என்றும் தகனம் செய்வோருக்கு டோம் என்றும் குடிப் பெயர்கள்.

நான் இந்நூலை இந்த இடங்களுடனும் இந்த யாத்ரிகர்களுடனும் உரையாடும் களமாகப் பார்க்கிறேன். பதினைந்து ஆண்டுகளுக்கு முன்னால் எனக்குள் தொடங்கியது இந்தப் பக்கங்களில் பதிவுகளாக உறைந்து நிற்கிறது. காலம் செல்லச் செல்ல என்னுடைய எண்ணங்கள் சிலவற்றை நான் திருத்திக் கொள்ளக்கூடும். சிலவற்றைச் சொல்ல மறந்துவிட்டேன் அல்லது சரியாகச் சொல்லவில்லை என்று பின்னாளில் வருந்தக் கூடும். சில சமயங்களில், அடடா எவ்வளவு தெளிவாக இதைச் சொல்லியிருக்கிறோம் என்று வியப்படையவும் கூடும். மறைந்த உலகங்களில் நான் ஆழ்ந்துகிடப்பது என்னைப்பற்றி மேலும் நன்கு புரிந்துகொள்ளத்தான் என்று இந்தப் புத்தகம் எனக்கு நினைவூட்டிக்கொண்டே இருக்கும்.

குர்கான், ஜனவரி 2020.

அத்தியாயம் 1

தோலாவிராவின் ரகசியங்கள்

தோலாவிராவுக்குச் செல்லும் பாதை கண்ணைப் பறிக்கும் உப்பள மண்பரப்பாகவே, காதிர் தீவை அடையும் வரையில் காட்சி தருகிறது. காதிர் தீவின் மேற்கு முனையில்தான், ஐயாயிரம் ஆண்டுகளுக்கும் முற்பட்டதென்று கருதப்படும் ஹரப்பா நாகரிகத்தைச் சேர்ந்த தோலாவிரா அகழ்விடம் இருக்கிறது.

ஏப்ரல் மாதத்தின் தொடக்கத்தில், நடுப்பகல் நேர வெயில் 40 டிகிரி சென்டிகிரேடாக சுட்டெரித்துக் கொண்டிருக்கிறது. பாலைவனமான இந்த நிலப்பரப்புக்கு முற்றிலும் மாறுபட்ட வகையில், மேய்ச்சலைத் துணைத் தொழிலாகக்கொண்ட சமூகத்தையும் இதர பிரிவுகளையும் சேர்ந்த இப்பகுதிப் பெண்கள் கண்ணுக்குக் குளிர்ச்சியளிக்கும் விதத்தில் வெவ்வேறு வண்ணங்களில் ஆடைகளை அணிந்துள்ளனர். அஹிர், மேக்வால், ரபாடி, ஜாட் என்று அவர்களுடைய சாதிகளும் பிரிவுகளும் வெவ்வேறானவை. ஒரு புகைப்படம் எடுக்கவேண்டும் காரை நிறுத்துங்கள் என்றேன் டிரைவரிடம். அஹிர் சமூகத்தைச் சேர்ந்த சில பெண்கள் என் முன்னால் ஆர்வம் பொங்க வந்ததுடன், புகைப்படம் எடுக்கப் போவதைச் சொன்னதும் நாணம் பொங்க தங்களுக்குள் சிரித்துக்கொண்டே ஒத்துழைத்தனர். டோல வீராவுக்கு இதேபோல 13 ஆண்டுகளுக்கு முன்னால் 2006-ல் வந்தபோதும் இதேபோன்ற காட்சிகளைக் கண்டது நினைவுக்கு வந்தது.

குஜராத் மாநிலத்தின் வட - மேற்கில் உள்ள உப்பள சதுப்பு நிலம், மாநிலத்தின் மொத்த பரப்பளவில் சுமார் 10% ஆகும். இது பாகிஸ்தானின் எல்லைக்கு மிகவும் நெருக்கமான பகுதி. வரலாற்றுக் காலத்துக்கும் முன்னால் இப்போது உப்பள சதுப்பு நிலமாக இருக்கும் நிலப்பரப்பு சிறு கப்பல்களிலும் படகுகளிலும் வந்து செல்லும் அளவுக்குக் கடல்நீர் பரப்பாக, அரபுக் கடலின் நீட்சியாக இருந்தது. நில நடுக்கங்களாலும் ஏராளமான வண்டல் மண் படிந்து கடல்நீர் வரும் வழி தூர்ந்து போனதாலும் உப்பள சதுப்பு நிலமாகிவிட்டது. இப்போதெல்லாம் பருவமழைக் காலங்களிலும், மழை பெய்யும்போதும் உப்பள சதுப்பு நிலப் பகுதியின் தாழ்வான இடங்களில் சில ஆறுகள் உயிர்பெற்று ஓடுகின்றன. ஆங்காங்கே தண்ணீரும் தேங்குகிறது. அப்போது வெண்மையான உப்பளப் பரப்பு சேறும் சகதியும் கலங்கி மேலெழுவதாலும் கடல் நீர் கலப்பினாலும் பழுப்பு நிறமாகி விடுகிறது. அப்போது உள்ளூர்வாசிகள் படகுகளில் சென்று இறால் மீன்களைப் பிடித்து வருகின்றனர். தண்ணீர் வற்றத் தொடங்கியதும் இப்பகுதியின் வடக்கிலிருந்து நாரைகள் இங்கே வலசை செய்து ஈர நிலத்தில் குடியேறுகின்றன.

தண்ணீர் வற்றி வறட்சியான பருவத்தில் இங்கே வருவோருக்குக் கனவில் காண்பதைப்போன்ற விசித்திரமான காட்சிகள் தென்படுகின்றன. தண்ணீர் நிறைந்திருந்தபோது இறால் மீன்களைப் பிடித்த பரதவர்கள் வற்றிவிட்ட மேடு - பள்ளங்கள் நிறைந்த நிலங்களில் தங்களுடைய படகுகளை அப்படியப்படியே விட்டுச் சென்றுவிடுவதால் அவை உயிர்ப்பற்ற உடல்களைப் போல வினோதமாகக் காட்சியளிக்கின்றன. வாகன ஓட்டிகள், பாதைகளைவிட்டு விலகி வெண்மணல் பரப்பாக இருக்கும் இந்த உப்பளங்கள்மீதே அவற்றை ஓட்டிச் செல்கின்றனர். சேறும் சகதியுமான பள்ளங்கள் இருக்கின்றனவா என்றும் பார்த்துக் கொண்டே செல்கின்றனர். கடும் கோடையில் ஏற்படும் கானல்நீர், மேலிருந்து பார்ப்பவர்களுக்கு வேறொரு சித்தரிப்பைக் காட்டு கின்றன. நிலவொளியில் இந்த உப்பளப் பரப்பே பெரிய வெள்ளித்தட்டைப்போல ஒளிவீசி கண்களைக் கூசச் செய்கின்றன. நிலவு இல்லாமல் நட்சத்திரங்கள் மட்டுமே ஒளிவீசக்கூடிய நாள்களில், பால்வெளி மண்டலத்தின் ஒளியே வான வீதிக்குப் புதிய வெளிச்சத்தைத் தந்துவிடுகிறது.

உப்பளப் பரப்பில் குடியிருப்புகள் ஆங்காங்கே புல்வளர்ந்த தீவுகளைப்போன்ற மேட்டுநிலப் பரப்புகளில் மட்டுமே

காணப்படுகின்றன. இவை உப்பளங்களாகவுள்ள மண் பரப்பை விடச் சற்றே உயரமாக உள்ளன. இவற்றை 'பேட்' என்று உள்ளூர் மொழியில் அழைக்கின்றனர். காதிர் என்ற இத்தீவு 500 சதுர கிலோமீட்டர் பரப்பளவுள்ளது. இதேபோல பல தீவுகள் இங்குள்ளன. காதிர் தீவில்தான் தோலாவிரா என்கிற பழமையான நகரத்தின் எச்சங்கள் இருக்கின்றன. 1967-ல் கண்டுபிடிக்கப் பட்டாலும் 1989-க்குப் பிறகுதான் அகழ்வுகள் தீவிரம் பெற்றன.

ஹரப்பா நகர நாகரிகத்தைச் சேர்ந்த ஐந்து பெரிய நகரங்களில் தோலாவிராவும் ஒன்று. ஹரப்பா, மொஹஞ்சதாரோ, கண்வேரி வாலா ஆகியவை பாகிஸ்தானில் உள்ளன. தோலாவிராவும் ராக்கிகடியும் இந்தியாவில் உள்ளன. இவை இந்திய துணைக் கண்டத்தின் முதல் நகர நாகரிகங்களை எடுத்துக்காட்டுகின்றன. திட்டமிட்ட நகர அமைப்பு, வளர்ச்சி பெற்ற சமூக வர்க்கங்கள், கைவினைத் தொழில்களில் தேர்ச்சிபெற்ற நிபுணர்கள், எழுத்தறிவில் நல்ல பயிற்சி, மெசபடோமியா, மத்திய ஆசியா மற்றும் செங்கடல் வாய்ப்புறம்வரை உள்ள நாடுகளுடன் நீண்ட வர்த்தகத் தொடர்புகள் ஆகியவை இந்த நகர நாகரிகத்தின் அடையாளங்கள். ஹரப்பா நகர மக்களுடைய கலாச்சார பாரம்பரியம் நவீன இந்தியக் கலாச்சாரத்திலும் விரவியிருப்பதை நம்மால் இன்றும் காணமுடியும்.

காதிர் தீவில் வற்றாத ஆறுகளோ, ஏரிகளோ, நீரூற்றுகளோ கிடையாது. இங்கு மழைப்பொழிவும் ஏதோ சில மாதங்களில் மட்டும்தான், அதுவும் குறைவுதான் என்பதால் மக்கள் விரும்பி, வசதியாக வாழ்வதற்கேற்ற சுற்றுச்சூழல் இல்லை. ஹரப்பா காலத்திலிருந்தே குடிப்பதற்கு உகந்த நீர்நிலைகள் மிகவும் குறைந்த எண்ணிக்கையிலேயே இருக்கின்றன. இப்பகுதி விவசாயிகள் காலங்காலமாக சோளம், கம்பு போன்ற சிறு தானியங்களையும் பச்சைப் பயறு வகைகளையும் எள்ளுப் பயிரையும் மழை நீருடன், நிலத்தடி நீரையும் கலந்து பயன்படுத்தி சாகுபடி செய்கின்றனர்.

இப்பகுதியில் கைகளால் தண்ணீர் சேந்தக்கூடிய நிலக் கிணறுகள் உள்ளன. தோலாவிரா என்ற சிறிய கிராமத்துக்கருகில் தோண்டிய இடத்தில்தான் இந்நகர நாகரிகம் தென்பட்டது என்பதால் அந்நாகரிகத்துக்கு இக்கிராமத்தின் பெயரையே சூட்டிவிட்டனர். இப்போது இடிபாடுகளாகக் கிடக்கும் இடத்திலிருந்து சிறிய நடை தொலைவில்தான் சுமார் 2,500 பேர் வாழ்ந்த தோலாவிரா இருக்கிறது.

அந்த இடத்திலிருந்து மேலும் கிழக்காகச் சென்றால் கட்ச்சின் சிறு உப்பளப் பகுதி இருக்கிறது. இது குர் என்று அழைக்கப்படும் அழிந்துவரும் அரிய இனமான காட்டுக் கழுதைகளின் காப்பிடமாக அரசால் அறிவிக்கப்பட்டுள்ளது. இந்தக் காட்டுக் கழுதை மற்றவர்கள் முன் தாராளமாக நடமாடாத, வெட்க உணர்வு மிக்க அழகிய பிராணியாகும். மணிக்கு 70 கிலோ மீட்டர் வேகத்தில் ஓடக்கூடியது. ராண் பகுதியில் சில திட்டுகளில் மட்டுமே இவை வாழ்கின்றன. சில ஆயிரம் கழுதைகள் மட்டும்தான் எஞ்சியிருக்கின்றன. ஆனால் கடந்தமுறை நான் சென்று பார்த்தபோது இருந்ததை விட இப்போது சற்றே எண்ணிக்கை கூடியிருக்கிறது.

இந்தக் காப்பிடத்தில் சதுப்பு நிலங்களும் உண்டு. இங்கே உள்ளூர்ப் பறவைகளும் வலசை வரும் வெளிநாட்டுப் பறவை களும் கூடு கட்டி குஞ்சு பொரிக்கின்றன. நாரைகள், கொக்குகள், பெரும் பூநாரை உள்ளிட்ட பறவைகள் இங்கு அதிகம். பெரும் பூநாரைகள் ஒரு காலைத் தண்ணீருக்குள் ஊன்றி அழுந்திக் கொண்டு இன்னொரு காலை அதன்மீது நிறுத்திவிட்டு கழுத்தைக் குனிந்துகொண்டு நீருக்குள் இறால் மீன் தென்படுகிறதா என்று உற்றுப் பார்க்கும் காட்சி, பருவநிலை மாறுதல்களால் இவை போன்ற பறவைகள்கூட அழிவுக்கு இரையாகக் காத்துக்கிடக்கும் அடையாளக் காட்சியாகவே தெரிகிறது.

இப்பகுதியில் இங்கும் அங்குமாக ஓரிரு குடும்பங்கள் வயிற்றுப் பிழைப்புக்காகக் குடிசை என்ற பெயர் சொல்லக் கூடிய அளவுக்கு ஒரு குடியிருப்பை ஏற்படுத்திக்கொண்டு உப்பு படிந்த இந்நிலத்தடி நீரிலிருந்து உப்பு காய்ச்சுகின்றன. ஏழை - எளிய மக்கள் ஈடுபடும் இதுதான் இங்கு உள்ளூர் தொழில் உற்பத்தி. உப்பளத்தில் வேலை செய்யும் தொழிலாளியின் மரணத்துக்குப்பிறகு அவருடைய உடலுக்கு எரியூட்டினால் அவருடைய கால் பாதம் மட்டும் எரியாமலும் கருகாமலும் அப்படியே இருக்குமாம். ஆண்டாண்டு காலமாக உப்பால் அரிக்கப்பட்ட காலை நெருப்புகூட எதுவும் செய்துவிடமுடியாது என்பதற்காக இப்படியொரு கதையைக் கூறுவார்கள்.

இவ்வாறு ஆங்காங்கே காய்ச்சி எடுக்கப்படும் உப்பு டாடா நிறுவன லாரிகளில் ஏற்றப்பட்டு ரயில் பாதைகளுக்கு அருகில் ஆங்காங்கே சிறு குன்றுகளைப்போல குவித்து வைக்கப் படுகின்றன. இப்போது உலகம் எங்கும் உப்புக்குத் தட்டுப்பாடு

இல்லாமல் கிடைத்துக்கொண்டே இருக்கிறது. ஒரு காலத்தில் உப்பு அரிய பொருளாகவே போற்றப்பட்டது. இதனாலேயே ஒருவரிடம் தின்ற உப்புக்கு விசுவாசமாக இருக்கவேண்டும் என்பது வலியுறுத்தப்பட்டது.

புங்கா என்று உள்ளூர் மக்களால் அழைக்கப்படும் வட்டவடிவ குடிசையில்தான் தங்கினேன். தோலாவிரா சுற்றுலாக் கழகம் கட்டியுள்ள இது புராதன தோலாவிராவுக்கு மிக அண்மையிலேயே இருக்கிறது. கிராம பஞ்சாயத்துத் தலைவரின் தலைமையில் கிராமவாசிகளே இவற்றை நிர்வகிக்கின்றனர். இதில் கிடைக்கும் வருவாய் கிராம நலனுக்கே செலவிடப்படுகிறது.

தோலாவிரா தொல்லியல் அகழ்வு நுழைவு வாயிலுக்கு அருகில், ஒரு காப்பாளரும் இரண்டு சுற்றுலா வழிகாட்டிகளும் கல் பெஞ்சின்மீது அமர்ந்தபடி சீட்டு விளையாடிக் கொண்டிருந் தார்கள். கடந்த முறைக்கு இந்தமுறை சுற்றுலாத் தொழில் வளர்ந்திருந்தாலும், இப்பகுதியில் என்னைத்தவிர வேறு சுற்றுலாப் பயணிகளைப் பார்க்கமுடியவில்லை. பருவமல்லாத இந்தக் காலத்தில் ஒரு நாளைக்கு அதிகபட்சம் மூன்றிலிருந்து ஐந்து பேர்தான் வருகின்றனர் என்று காப்பாளர் தெரிவித்தார். பதிமூன்று ஆண்டுகளுக்கு முன்னால் இதே பருவத்தில், நான்தான் இங்கே முதல் சுற்றுலாப் பயணியாக வந்தேன். முதல் மூன்று நாள்களுக்கு என்னைத் தவிர வேறு யாரும்7 வரவில்லை. இந்த இடத்தில் இந்திய தொல்லியல் துறையின் அருங்காட்சியகமும் பெரிய அரங்கமும் நன்கு கட்டப்பட்டுள்ளது.

இந்தியத் தொல்லியல் துறை, தொல்லியல் நிபுணர் ஆர்.எஸ். பிஷ்ட் தலைமையில் 1989 முதல் 2005 வரையில் 16 ஆண்டுகள் குளிர்காலத்தில்தான் இங்கே அகழ்வுப் பணி மேற்கொள்ளப் பட்டது. தோலாவிரா கிராமத்தைச் சேர்ந்த நூற்றுக்கணக்கான கிராமவாசிகள் அகழ்வுப் பணியில் ஈடுபட்டனர். இவ்விரு சுற்றுலா வழிகாட்டிகளில் மூத்தவராக இருப்பவர், பிஷ்ட் இருந்தபோது அவருடனேயே பணியாற்றியிருக்கிறார். மற்றவரான இளம் வழிகாட்டி தோலாவிரா மட்டுமல்லாமல் சுவாரஸ்யம் அளிக்கும் வேறு அம்சங்களைக் காட்டுகிறேன் என்றார். மேக்வால் சமூகத்தவர் வாழும் பகுதி, பௌர்ணமி நிலவன்று வெள்ளி மணல் பரப்பாய் பிரகாசிக்கும் ராண் உப்பள நிலங்கள், காதிர் தீவிலேயே இன்னமும் அகழ்ந்து எடுக்கப்படாத ஹரப்பன் புதை நகரம் ஆகியவற்றைக் காட்டுவதாக அவர்

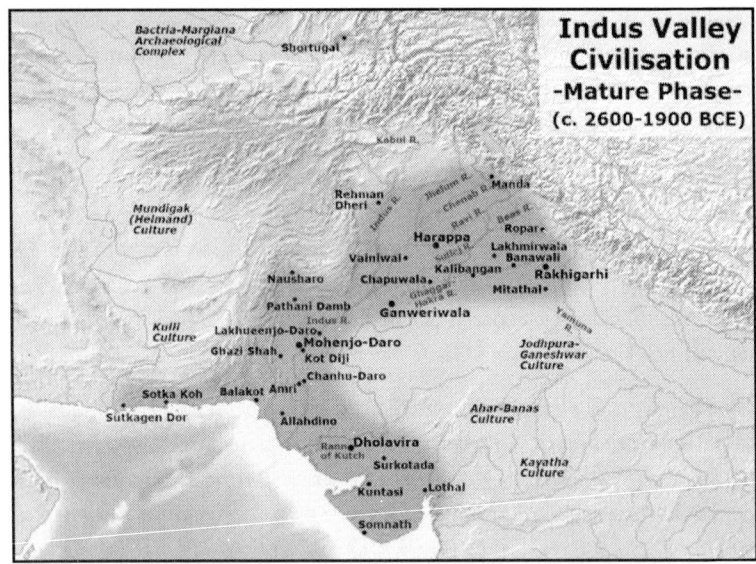

ஹரப்பா நாகரிகம் முழு வளர்ச்சி அடைந்த காலகட்டம்

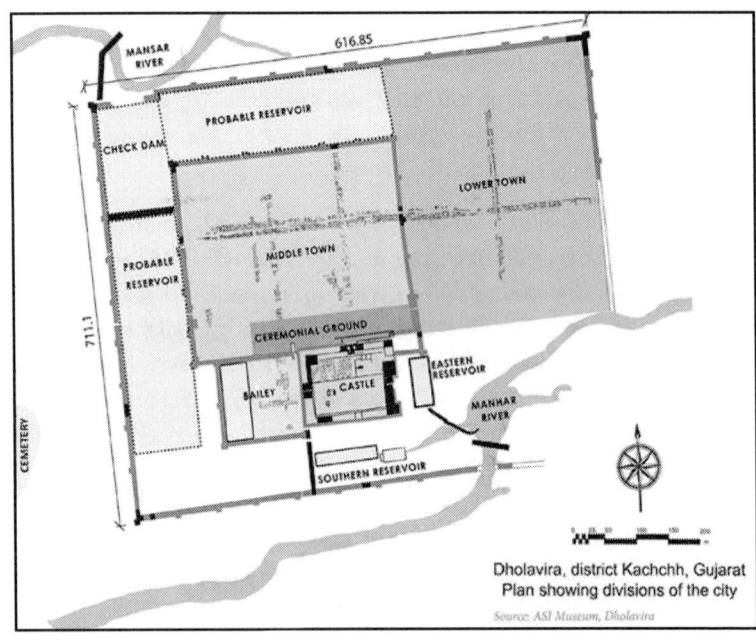

தோலாவிராவின் தளத் திட்டம்

சொன்னார். அந்தப் புதைநகர் பகுதியில் உடைந்த மணிகளும் பானையோடுகளும் சிதறிக் கிடக்கின்றன. தோலாவிரா காலத்து கிராமவாசிகள் கல் உடைத்த இடம் அப்படியே இருக்கிறது. சிறிய குன்றில் மரம், கடல்வாழ் நத்தைகள், சிப்பிகள் போன்ற மெல்லுடலிகளின் புதைபடிமங்கள் இப்போதும் கிடக்கின்றன. இங்கேயே ஒரு வார காலம் நான் தங்கியது நல்லதாகப் போயிற்று.

ஹரப்பர்களின் எழுச்சி

எகிப்தியர்கள், மெசபடோமியர்கள், சீனர்கள் காலத்து நாகரிகங் களுக்கு இணையாக ஹரப்பர்களின் நாகரிகமும் (அதாவது சிந்து சமவெளி நாகரிகம்) உலகின் மிகச் சிறந்த வெண்கல கால நாகரீகமாகக் கருதப்படுகிறது.

நாகரிகம் என்று குறிக்கப்படுவதே, வேளாண்தொழிலில் ஏற்படும் உபரி உற்பத்தியால் அதிக எண்ணிக்கையிலான மனிதர்கள் ஓர் ஊரில் திட்டமிட்டுக் குடியிருப்புகளைக் கட்டிக்கொண்டு வாழ்தல், அவரவருக்கென்று தனித் தொழில்களைச் சிறப்பாகச் செய்தல், சமூகபடிநிலையாக்கம், எழுத்துகளையோ குறிகளையோ கொண்டு தகவல்களைப் பரிமாறுதல், காலத்தால் அழிக்க முடியாதபடிக்கு கட்டடக் கலையமைப்பில் முத்திரை பதித்தல் ஆகியவற்றைத்தான்.

கி.மு. 3300 முதல் 1300 வரையிலான காலத்தைச் சேர்ந்த ஹரப்பா நாகரிகம் கி.மு. 2600 முதல் 1900 வரையிலான காலத்தில் உச்சம் தொட்டது. பிற வெண்கல கால நாகரிகங்களைவிட மக்கள் தொகையிலும் (பத்து லட்சம் முதல் ஐம்பது லட்சம் வரையிலும்), புவியியல் பரப்பளவிலும் (நவீன இந்தியாவின் மூன்றில் ஒரு பகுதி) அது பெரியது. அதனுடைய காலத்தின் நகர நாகரிகத்தில் எல்லாவிதத்திலும் அது விரிவானது. எகிப்து அல்லது மெசபடோமியாவில் அன்றிருந்த நாகரிகத்தைப்போல இரண்டு மடங்கு பெரியது.

ஹரப்பா நாகரிகத்தை 1924-ல் கண்டுபிடித்தவுடன் இந்தியத் துணைக் கண்டத்தின் மேலும் 3,000 ஆண்டுகளுக்கு முன் தள்ளினார்கள் ஆராய்ச்சியாளர்கள். ஹரப்பா, மொகஞ்சதாரோ நாகரிகங்களைக் கண்டுபிடித்ததை மிகப் பெரிய உற்சாகத்துடனும் பூரிப்புடனும் ‘இல்லஸ்ட்ரேட்டட் லண்டன் நியூஸ்’

பத்திரிகையில் அறிவித்தார் அன்றைய பிரிட்டிஷ் தொல்லியல் நிபுணர் சர் ஜான் மார்ஷல். அதற்கும் முந்தைய பல பத்தாண்டுகளில் இந்நாகரிகங்களைச் சேர்ந்தவை என்று கருதப்படும் சில அம்சங்கள் கண்டுபிடிக்கப்பட்டன, ஆராயப் பட்டன, ஆனால் அவையெதுவும் அப்போது நிலவிய கருதுகோள் களுக்குப் பொருத்தமான வகையில் சான்றாக அமையவில்லை. தொல்லியல் நிபுணர்கள் என்று பெயரெடுத்தவர்களாலேயே அந்தக் குறியீடுகள் என்ன என்பதைப் புரிந்துகொண்டு விளக்க முடியவில்லை. இது ஏதோ புதியது என்று மட்டும் அனைவரும் உணர்ந்தனர்.

ஹரப்பா, மொகஞ்சதாரோவில் மேற்கொள்ளப்பட்ட அகழ்வுகள் மார்ஷலின் கண்டுபிடிப்புகளை எளிதாக்கிவிட்டன. இவ்விரு இடங்களில் கிடைத்தக் கலைப் பொருள்கள் எந்தக் காலத்தவை என்பது குறித்து மார்ஷலுக்கே திட்டவட்டமான துப்பு ஏதும் கிடைக்கவில்லை. அவருடைய அறிவித்தலுக்கு சில வாரங் களுக்குப் பிறகுதான் இதே போன்ற கலைப் பொருள்கள் அல்லது சின்னங்கள் மெசபடோமியாவிலும் கிடைத்துள்ளன என்ற தகவல் வெளியானது. தேவதத்த ராமகிருஷ்ண பண்டார்கர் என்ற இந்தியத் தொல்லியலாளர் 1911-12-ல் மொகஞ்சதாரோவுக்குச் சென்று அகழ்விடங்களை ஆராய்ந்தார். அங்கே கிடைத்த சுட்ட செங்கல்கள் புத்தம் புதிதுபோலத் தெரிந்ததால் இந்தப் புதைவிடம் மிகப் பழங்காலத்ததாக இருக்க முடியாது என்ற வினோத முடிவுக்கு அவர் வந்தார். அதற்குள் ஹரப்பா காலத்துப் புதைவிடங்கள் அடுத்தடுத்துக் கண்டுபிடிக்கப்பட்டு 1947-ல் முப்பத்தேழு இடங்கள் என்ற எண்ணிக்கையை எட்டிவிட்டது. இன்றைக்கு அவற்றின் எண்ணிக்கை ஆயிரத்துக்கும் மேலே.

சிறிய குடியிருப்புகள் முதல் ஐம்பதாயிரத்துக்கும் மேற்பட்டோர் வாழ்ந்த பெரு நகரங்கள்வரை பல இடங்கள் கிடைத்துள்ளன. மார்ஷலுக்குப் பிறகு ஹரப்பர்கள் குறித்து நிறையத் தகவல்கள் கிடைத்து ஆராய்ச்சிகள் நடந்துவிட்டன. இப்போது ஹரப்பர்களின் நாகரிகம் குறித்தும் அதற்குப் பிறகு என்ன நடந்தது என்பதையும் அறியக்கூடிய மிகவும் பரபரப்பான கட்டத்தை நாம் எட்டிவிட்டோம். அறிவியல்பூர்வமான ஆய்வுகள் இதில் பெரும் பங்கு வகிக்கின்றன. சர்வதேச அளவில் மக்களுடைய மரபணுக்கள்பற்றிய ஆய்வுத்தரவுகளும் முடிவுகளும் மனித இனம் எந்தெந்தக் குழுக்களாகப் பிரிந்து எந்தெந்தக் கால கட்டங்களில் எங்கெங்கே சென்றன என்பதை ஆதாரப்பூர்வமாக

அறியக்கூடிய நிலை ஏற்பட்டிருக்கிறது. எனவே பழைய வரலாற்றின் வெவ்வேறு காலகட்டங்களை வகை பிரித்து அறியவும் உறுதி செய்துகொள்ளவும் முடிகிறது. இதனால் ஹரப்பர்களுக்கும் நமக்கும் என்ன உறவு என்பதைக்கூட அறிய முடிகிறது.

தொல்லியல் துறையிலேயே தொல் மரபணுவியல் என்ற பிரிவும் தோன்றியுள்ளது. கிமு 10,000 ஆண்டுகளுக்கு முன்னதாகவே இரு பெரும் இனக் குழுக்கள் பல ஆயிரமாவது ஆண்டுகளுக்கு முன்னதாகவே ஒன்றோடொன்று மோதி பிறகு கலந்துவிட்டது என்பதை சமீபத்திய ஆய்வு முடிவுகள் தெரிவிக்கின்றன. இதில் முதல் குழுவினர் வேட்டையாடி தங்களுடைய உணவைச் சேகரிப்பவர்கள். ஆப்பிரிக்கக் கண்டத்தைவிட்டுச் சுமார் 70,000 ஆண்டுகளுக்கு முன்னால் புறப்பட்டு இந்திய துணைக் கண்டப் பகுதியில், குறைந்தபட்சம் 65,000 ஆண்டுகளுக்கு முன்னால் குடியேறியவர்கள். இரண்டாவது குழுவினர் மேற்கு ஆசியப் பகுதியிலிருந்து வந்த இதேபோல வேட்டையாடி உணவைச் சேகரிக்கும் குழுவினர். இவர்கள் 'செழும் பிறை' (Fertile Crescent) நாடுகளில் வேளாண்மை புதிய தொழிலாக கையாளப்படும் காலத்துக்கு முன்னரே இடம் பெயர்ந்தவர்கள். வேளாண்மை யானது இந்திய துணைக் கண்டத்தில் தனித்தே உருவானது அல்லது அதற்குப் பிறகு வந்த ஆயிரமாயிரம் ஆண்டுகளில் மேற்காசிய நாடுகளிலிருந்து கலாச்சார ரீதியாக – மரபணுக் கலப்பு மூலமாக அல்ல – பெறப்பட்டது என்றே தோன்றுகிறது.

பிற தொல் நாகரிகங்களைப்போலவே, ஹரப்பர்களின் நாகரிகமும் ஆற்றங்கரைகளிலும் கடற்கரைகளிலும்தான் தோன்றியிருக்கிறது. அந்த ஆறுகள் சிந்து நதி, கக்கர் - ஹக்ரா ஆகியவை. (சில அறிஞர்கள் உள்நோக்கத்துடன், இந்த ஆறுதான் ரிக் வேதத்தில் குறிப்பிடப்பட்டுள்ள சரஸ்வதி என்று சந்தேகத்துக்குரிய ஆதாரங்களைச் சுட்டிக்காட்டி வாதிடுகின்றனர்.) டோலவீராவைப் போலவே லோத்தால், சூர்கொத்தடா ஆகிய பகுதிகளிலும் அரபிக் கடலோரத்திலும் அருகில் உள்ள நதிக்கரையோரங்களிலும் பல தொல்லியல் வசிப்பிடங்கள் இருந்துள்ளன. எனவே சிந்து சமவெளி நாகரிகம் என்பது துல்லியமானது அல்ல; ஹரப்பர் நாகரிகம் என்பதே ஏற்கத்தக்கது என்று பல அறிஞர்கள் கருது கின்றனர். முதலில் கண்டுபிடிக்கப்பட்ட இடத்தையொட்டியே அந்த நாகரிகத்தை அழைப்பது என்ற மரபையொட்டியே அவர்கள் ஹரப்ப நாகரிகம் என்பதை ஏற்கின்றனர்.

உலகின் பிற பகுதிகளில் அகழ்வாராய்ச்சி நடந்த நாகரிகங்களைப் போலவே, ஹரப்ப நாகரிகத்திலும் மக்கள் மிகவும் மேம்பட்ட தொழில்நுட்பங்களையும் பழக்க வழக்கங்களையும் கொண்டிருந்தனர். ஆடு, மாடு, கழுதை, நாய் போன்ற பிராணிகளை வீட்டு வேலைகளுக்கும் தங்களுடைய வேட்டை யாடுதல், உழவு, போக்குவரத்து போன்றவற்றுக்கும் பழக்கி உள்ளனர். கோதுமை, பார்லி மற்றும் சில சிறு தானியங்களை நட்டு வளர்த்து அறுவடை செய்துள்ளனர். உண்ணக்கூடிய பழ வகை மரங்களை அடையாளம் கண்டு வளர்த்துள்ளனர். மழை, வெயில், பனி மற்றும் காட்டு விலங்குகளின் தாக்குதல்களிலிருந்து பாதுகாப்பாக வசிக்க வீடுகளைக் கட்டிக்கொண்டனர்.

நகரங்களில் வசித்தவர்கள் சமூகமாக தங்களை வலுப்படுத்திக் கொண்டனர். பருத்தித் துணிகளை நூற்பது - நெய்வது ஆகிய தொழில்களைப் பழகத் தொடங்கினர். தாவரங்களையும் இலை - தழைகளையும் பழச் சாறுகளையும் பயன்படுத்தி வண்ணம் தயாரித்துச் சாயமேற்றும் கலையை அதில் புகுத்தினர். மண்பாண்டங்களை வெவ்வேறு அளவுகளில் வெவ்வேறு பயன் பாடுகளுக்காகத் தயாரிக்கத் தொடங்கினர். மண் பாண்டங்களில் எழுத்துகளையும் அடையாளச் சின்னங்களையும் பொறித்தனர், வளைவுகளையும் சுழிவுகளையும் வரைந்து அழகுபடுத்தினர்.

ஆற்றிலும் பிறகு கடலிலும் கட்டு மரங்கள் உள்பட சிறிய கலன்கள் மூலம் பயணிக்கத் தொடங்கினர். சக்கரம் பொருத்திய வாகனங்களை உருவாக்கினர். செம்பு, தகரம், ஈயம், வெள்ளி, தங்கம் போன்ற உலோகங்களை மண்ணிலிருந்து பிரித்தெடுத்து அவற்றிலிருந்து பண்ட பாத்திரங்களையும் அணிகலன்களையும் செய்தனர். எழுத்துகளை உருவாக்கி அவற்றைப் பானை ஓடுகளிலும் செங்கற்களிலும் பொருத்தினர். சிலவற்றைத் தெரிவிக்க சங்கேத வார்த்தைகளையும் பயன்படுத்தினர். பாஷாணங்கள் (விஷம்), தந்தம், எலும்புகள், சிப்பி ஓடுகள், பட்டை தீட்டப்படாத நவரத்தினக் கற்கள், பீங்கான்கள் போன்றவற்றிலிருந்து அணிகலன்களைத் தயாரித்தனர்.

ஹரப்ப நாகரிகம் மிளிர்ந்த நகரங்கள் உயர்ந்த கலாச்சாரங்களைக் கொண்டிருந்தன. மிகப் பெரிய சந்தைகள் இருந்தன. சிறப்பான வியாபாரங்கள் பல நடந்தன. மிகவும் புதுமையான பொருள்கள் சந்தைகளுக்கு வந்தன. ஹரப்ப நகரங்களைச் சுற்றிலும் சிறு நகரங்களும் கிராமங்களும் இருந்தன. நகரங்களில் வசித்தவர்கள் விவசாயிகளிடமிருந்தும் கால்நடைகளை மேய்ப்போரிடம்

இருந்தும் தங்களுக்கு வேண்டியவற்றை நேரடியாக வாங்கிக் கொண்டனர். இவர்கள் மட்டுமின்றி இடம்விட்டு இடம் மாறிக்கொண்டே செல்லும் மக்களிடமிருந்தும், காடுகளில் வேட்டையாடி பிழைப்பவர்களிடமிருந்தும்கூட தங்களுக்கு வேண்டியவற்றை வாங்கிக்கொண்டனர். கிராமங்களிலும், நாட்டின் உள்பகுதிகளிலும் வசிப்பவர்களிடமிருந்து உலோகங் களைத் தயாரிப்பதற்கான மூலப் பொருள்கள், பட்டை தீட்டப் படாத விலையுயர்ந்த ஆபரணக் கற்கள், மரங்கள், உணவு தானியங்கள் ஆகியவற்றை வாங்கினர். இவை மாட்டு வண்டிகள் மூலமோ பிற பிராணிகளால் இழுக்கப்பட்ட வண்டிகள் மூலமோ நகரங்களுக்குக் கொண்டுவரப்பட்டன.

ஒரே நிர்வாகத்தின் கீழ் இருந்த பிராந்தியத்தின் தலைநகரமாக தோலாவிரா இருந்ததற்கான சான்றுகள் ஏதும் கிடைக்கவில்லை. அதேவேளையில் ஹரப்ப நாகரிகத்தில் இருந்த பல இடங்களுக்கும் அவற்றைச் சுற்றிலும் இருந்த பகுதிகளைச் சேர்ந்த மக்களுக்கும் அது வாணிப மையமாகத் திகழ்ந்திருக்கிறது. கிரிகோரி போஷல் என்ற தொல்லியல் அறிஞர், பிராந்திய மையமாகவும் தகவல் தொடர்புக்கான கேந்திரமாகவும் தொடர்ச்சியாகப் பல வண்டிகளை அமர்த்திக்கொண்டு வந்த வணிகர்களுக்கும், பயணிகளுக்கும் கூடுமிடமாகவும் இருந்தது தோலாவிரா என்கிறார்.

ஹரப்பர்கள் அதிகாரப் படிநிலை அமைப்புள்ள சமுதாயமாக வாழாமல், ஒரு குழு மற்ற குழுக்கள்மீது ஆதிக்கம் செலுத்தாத - சமமான அந்தஸ்தும் முக்கியத்துவமும் இணைப்பும்கொண்ட சமுதாயமாக வாழ்ந்துள்ளனர். ஹரப்பர்களின் காலம் முழுக்கவுமே இப்படி ஆதிக்கக் குழு ஏதும் இல்லாத சமநிலைச் சமூகமாகவே வாழ்ந்திருக்கின்றனர் என்று அனுமானிக்க முடிகிறது. ஹரப்ப நாகரிக காலத்தில் வெகு தொலைவில் இருந்த நகரங்களும்கூட சுயேச்சையாகவும் மைய அதிகாரம் எதற்கும் கட்டுப்படாமலும்கூட இருந்திருக்கின்றன. ஆனால் அந்தந்த ஊர்களின் அமைப்பைப் பார்க்கும்போது உள்ளூர் அளவில் அதிகாரப் படிநிலையமைப்பு இருந்திருக்கலாம் என்ற முடிவுக்கும் வர நேர்கிறது.

நகரங்களின் அமைப்பு, செயல்பாடு ஆகியவற்றை நோக்கும் போது தொடர்ச்சியாக வேலையாள்களை ஈடுபடுத்துவது அவசியமாகியிருக்கிறது. அத்துடன் செலவுகளுக்காக மக்களிடம் ஏதோ ஒருவகையில் வரி வசூல் செய்யும் அமைப்பும்

இருந்திருக்கிறது என்று தெரிகிறது. ஹரப்பா நாகரிக காலத்தில் அதிலிருந்த அனைத்து நகரங்களும் கிராமங்களும் பொதுவான பொருள்முதல்வாத கலாச்சாரத்தால் (வலுவான ஆன்மிகக் கலாச்சாரத்தால்) இணைக்கப்பட்டிருக்க வேண்டும். அக்கால மக்கள் இன அடிப்படையில் வேறுபட்டவர்களாகவும், தனித்துவமாகத் தெரியும் வகையில் நிறம், முகஜாடை போன்ற அடையாளங்களுடனும், வாழ்க்கைத் தேவைகளிலும் வெவ்வேறு முன்னுரிமை உள்ளவர்களாகவும் வாழ்ந்திருக்கின்றனர்.

உதாரணத்துக்கு, ஹரப்பா நாகரிக மக்கள் அனைவரும் பொதுவான எழுத்துமுறையைக் கடைப்பிடித்துள்ளனர் எடைகள், நிறுத்தல் அளவைகளைப் பயன்படுத்துவதிலும் பொதுவான - சீரான அமைப்பைப் பின்பற்றியுள்ளனர். 50 மில்லிகிராம் என்பதற்குச் சமமான குறைந்த எடையில் தொடங்கி பல்வேறு எடைகளைப் பயன்படுத்தியுள்ளனர். 50 மில்லி கிராம் என்பது மிகவும் துல்லியமான அளவாகும். அனைவரும் ஒரே மாதிரியாக மணிகள், வளையல்கள், மட்பாண்டங்கள், சதுர வடிவிலான அச்சுகளைத் தயாரித்துள்ளனர்.

அவர்களுடைய உலோகவியல் தயாரிப்புகளும் ஒரே மாதிரியானவை. 1200 டிகிரி சென்டிகிரேடு அளவுக்கு உயர் வெப்ப நிலையில் உலோகங்களை உருக்கி வேண்டிய கருவிகளையும் சாதனங்களையும் தயாரித்துள்ளனர். அவர்கள் அமைத்திருந்த சூளைகள் இத்தயாரிப்புகளுக்குப் பெரிதும் உதவியுள்ளன. கோடாரிகள், சுத்தியல்கள், ரம்பங்கள், துளையிடும் கருவிகள், செதுக்கும் உளிகள், ஆணிகள், ஊசிகள், ஜவுளித் தயாரிப்புக்கான தறிகள், கால்நடைகளால் இழுத்துச் செல்லப்படுவதற்கான உழு கலப்பைகள், மீன்களைப் பிடிப்பதற்கான தூண்டில்கள், மீன்பிடி வலைகள் ஆகியவற்றைத் தயாரித்துள்ளனர்.

அவர்களுடைய வீடுகளில் இன்றைக்கிருக்கும் நவீனக் கருவிகளுடன் தரத்தில் ஒப்பிடத்தக்க அளவுக்கு வெட்டுக்கருவிகள், தகரக் கத்திகள், தாமிரத்தில் செய்யப்பட்ட கண்ணாடிகள், சுண்ணாம்புக் காரைகள், சிறு உலக்கைகள், திரிகைகள் (அரைவை எந்திரம்) இருந்தன. கட்டடக்கலை, நகர அமைப்பு, கழிவுநீர் செல்வதற்கான மூடு சாக்கடைகள், மனிதர்கள் இறங்கி அடைப்பை நீக்குவதற்கான குழிகள், செங்கற்களை வரிசையாக அடுக்கிக் கட்டப்பட்ட பக்கவாட்டுச் சுவர்கள் ஆகியவை ஹரப்பா நாகரிகத்துக்கு உள்பட்ட எல்லா நகரங்களிலும் சிறு நகரங்களிலும் ஊர்களிலும் கிராமங்களிலும் ஒன்றுபோலவே இருந்தன.

அடுக்கிக் கட்டப்படும் செங்கற்கள் பாதியிலேயே சரிந்து சுவர் நொறுங்கிவிடாமலிருக்க அவற்றின் கனத்தைப் படிப்படியாகக் குறைத்துக்கொண்டே வந்துள்ளனர்.

மொஹஞ்சதாரோ உள்பட அனைத்து ஆற்றங்கரை நாகரிகங்களிலும் அனைவருக்குமென்று பொதுக் கிணறுகள் இருந்தாலும், மூன்றில் ஒரு பங்கு வீடுகளில் தனிக் கிணறுகளையும் தோண்டியுள்ளனர். பல வீடுகளில் தண்ணீர் தேங்காமல் ஓடிவிடும் வகையில் அமைக்கப்பட்ட குளியல் அறைகளும் தனியறைகளும் இருந்துள்ளன. வீடுகளில் குளிக்க, துணி துவைக்க, கை - கால்களைக் கழுவ, பாத்திரம் துலக்கப் பயன்படுத்திய கழிவுநீரை குழாய்கள் மூலமோ, மூடிய ஜலதாரைபோன்ற அமைப்பு மூலமோ வீதி மட்டத்துக்கு சம உயரத்தில் கொண்டு செல்ல, மூடிய பொது சாக்கடைக் குழாய்களை புதைத்துள்ளனர். இந்தச் சாக்கடைகள் செல்லும் வழிகளில் ஆங்காங்கே அமைத்திருந்தக் குழிகளில் நீண்ட நாள்களுக்குத் தண்ணீர் தேங்கி நாற்ற மடிக்காமல் இருக்க, அவ்வப்போது அவற்றின் மூடிகளைத் திறந்து தண்ணீரை வெளியேற்றியுள்ளனர். அவர்களுடைய நகர வீதிகள் கிழக்கு - மேற்காகவும் வடக்கு - தெற்காகவும் நான்கு திசைகளை ஒட்டியே ஒழுங்காக அமைந்திருந்தன. சில அடையாளங்களுக்கு எண்களைப் பயன்படுத்தினர். வியாபாரத்தில் இது பெரிதும் பயன்படுத்தப்பட்டது. இரும எண்களையும் தசம எண்களையும், இரண்டையும் கலந்தும்கூட பயன்படுத்தியுள்ளனர்.

ஹரப்ப நாகரிக ஊர்கள் ஓரளவுக்கு உள் வேறுபாடுகளுடனும் திகழ்ந்துள்ளன. இதில் புவியியல் அமைப்புக்கும் பங்கு இருந்திருக்கிறது. உதாரணத்துக்கு குஜராத்தின் தோலாவிரா பகுதி பாலைவனப் பகுதியாகும். பிற வட பகுதி ஹரப்ப நாகரிக ஊர்களைவிட இங்கே தண்ணீர் பற்றாக்குறை அதிகம். எனவே மழை நீரைச் சேமிக்கவும் பத்திரமாக பெரிய நிலவறைத் தொட்டிகளில் சேமிக்கவும் முக்கியத்துவம் தந்துள்ளனர். அதனுடைய வர்த்தகமும் உற்பத்திக் கலாச்சாரமும் கடல்வழி வாணிபத்துக்கு உற்றவையாகவே பெரும்பாலும் இருந்துள்ளன. பிற வட பகுதி நகரங்கள் ஆற்றங்கரைக் கலாச்சாரத்துக்கேற்ப இருந்துள்ளன. இறந்தவர்களின் உடல்களை அடக்கம் செய்வதற்கான இடங்களும், கட்டடங்களுமே பிற பகுதிகளில் இருந்து மாறுபட்டவை. ஹரப்பா நாகரிகத்தில் இறந்தவருக்கான நினைவிடங்களில் உண்மையில் உடல்கள் புதைக்கப்பட

வில்லை. இதற்கு வெவ்வேறு இனக் குழுக்களின் வெவ்வேறு விதமான நம்பிக்கைகளும் காரணம். அதேபோல மண் பாண்டங்களைத் தயாரிப்பது, அதில் எழுத்துகளையும் சின்னங்களையும் பொறிப்பது, வண்ணம் தீட்டுவது போன்ற வற்றிலும் ஒவ்வொரு பகுதியும் பிற பகுதியிலிருந்து வேறுபட்டுள்ளது. அந்தந்த பகுதிக்கான பாணியில் அச்சுகள், படிமவியல்கள் வடிவமைக்கப்பட்டுள்ளன. அவற்றில் இடம் பெற்றுள்ள தகவல்களும் வெவ்வேறானவைதான்.

தோலாவிரா: தென்பகுதியின் மாபெரும் பெருநகரம்

தோலாவிராவில் தனித்துவமாகத் தெரிவது அதன் தண்ணீர்வள நிர்வாக முறைமைதான். தண்ணீரின் அவசியத்தை நன்கு உணர்ந்திருந்ததால், வறண்ட இந்தப் பூமியில் விழும் ஒவ்வொரு துளி தண்ணீரும் மிகவும் கண்ணும் கருத்துமாக இங்கே சேமிக்கப்பட்டிருக்கிறது. இந்த நகரம் 200 ஏக்கர் அளவுக்குப் பரந்து விரிந்திருக்கிறது. இதில் 10 சதவிகிதம் அளவுக்கு அதாவது சுமார் 20 ஏக்கருக்கும் மேல் தண்ணீரைத் தேக்கி வைக்கப் பயன்படுத்தப்பட்டிருக்கிறது. பாறைகளை வெட்டியும், கற்களை வரிசையாக அடுக்கி வாய்க்கால்போல அமைத்தும் வெவ்வேறு அளவுகளில் இங்கே நீர்த் தேக்கங்களை அமைத்திருக்கின்றனர். நகரின் நீர்ப்பிடிப்புப் பகுதியில் சேமித்த நீரையும் மழைக் காலங்களில் உயிர் பெற்று ஓடிய மாண்ட்சார், மன்ஹார் என்ற இரு ஓடைகளில் பெற்ற நீரையும் தேக்கி பயன்படுத்தியுள்ளனர். குறுக்கும் நெடுக்குமான வாய்க்கால்கள் வாயிலாகவும் சிறு அணைகள் வழியாகவும் ஏரிகளை நகரின் குடியிருப்புகளைச் சுற்றி ஏற்படுத்தியிருக்கிறார்கள்.

இதுவரை நகரின் ஐந்து பெரிய ஏரிகளை அகழ்ந்தெடுத்திருக் கிறார்கள். ஒலிம்பிக் விளையாட்டுப் போட்டிகளில் பயன் படும் மிகப் பெரிய நீச்சல்குளத்தில் தேங்கும் தண்ணீரைப்போல ஒன்பது மடங்கு தண்ணீரை இவற்றில் சேமிக்கலாம். மொஹஞ்சதாரோ நகரில் கண்டுபிடிக்கப்பட்ட மிகப்பெரிய நீராடும் குளத்தில் சேமிப்பதைப்போல நூறு மடங்குக்கும் மேல் இந்த நீர்த்தேக்கங்களில் நீரைத் தேக்க முடியும். தோலாவிராவில் மக்கள் குடியிருக்கும் பகுதிகளைச் சுற்றி நாலா புறங்களிலும் ஏரிகள் நீர் நிரம்பிய நிலையில் இருந்தபோது அது

தெற்குப் பகுதியில் உள்ள ஒரு பெரிய ஏரி

நீர் சேகரிப்புத் தடங்கள்

கண்கொள்ளாக்காட்சியாக உற்சாகத்தை அளித்திருக்கும். அப்போது வாழ்ந்தவர்கள் தங்களுடைய நீர் சேமிப்புத் திறமையை எண்ணி பெருமித்துடன்கூட வாழ்ந்திருப்பார்கள்.

தோலாவிரா நகரம் உருவானதில் ஏழு கலாச்சார கட்டங்கள் இருந்ததாகத் தொல்லியல் அறிஞர்கள் பேசுகின்றனர். பொது ஆண்டு 3,000-க்கும் முன்னதாக தோலாவிராவில் மக்கள் குடியிருப்புகள் ஏற்படத் தொடங்கின. சிறு குன்றின் மீது வலிமையான சுவர்களுடன் கோட்டை எழுப்பப்பட்டிருக்கிறது. அதைக் கட்டிய மக்கள் நகரமைப்பு திட்டமிடலில் நல்ல அறிவும் அனுபவமும் உள்ளவர்களாக இருந்திருக்கின்றனர். அத்துடன் நன்கு முன்னேறிய கட்டடக் கலைத் தொழில்நுட்பத்தை அவர்கள் தெரிந்துகொண்டு பயன்படுத்தியுள்ளனர். இரண்டாவது கட்டத்தில், அந்த நகரம் வடக்கு நோக்கி வளர்ந்திருக்கிறது. மூன்றாவது கட்டத்தில் படைப்பூக்கத்தில் பெரிய வேகம் ஏற்பட்டிருக்கிறது. புதிய கட்டடங்களும் ஏரிகளும் உருவான அதே வேளையில் மண்பாண்டக் கலையில் மிகப் பெரிய முன்னேற்றமும் ஏற்பட்டுவிட்டது. அதற்குப் பிறகு பெரிய நிலநடுக்கம் ஏற்பட்டு கோட்டைக்குப் பெரிய சேதம் ஏற்பட்டிருக்கிறது. தோலாவிராவின் பக்குவப்பட்ட நிலை அதன் நாலாவது, ஐந்தாவது கட்டங்களில் ஏற்பட்டிருக்கிறது.

பொது ஆண்டு 2550 முதல் 2000-க்குள் இடைப்பட்ட காலத்தில் அதன் அபாரமான கட்டுமானங்கள் கட்டப்பட்டுள்ளன. வாயில்கதவுகள், கோட்டையைக் காக்கும் அரண் அமைப்புகள், ஏரிகள் ஆகியவற்றைக் கட்டும்போது மண்பாண்டக் கலை, சின்னங்களை வரைவது அல்லது பொறிப்பது, எடைகளின் தன்மையை அறிந்து பயன்படுத்துவது, மணிகளைத் தயாரித்து அணிகலன்களாக்குவது, தங்கம், வெள்ளி, தாமிரம், தந்தம், ஓடுகள், பாஷாணம், மெழுகுப்பாறை, களிமண், கருங்கல் ஆகியவற்றைப் பல்வேறு வகைகளிலும் பயன்படுத்துவது ஆகியவற்றில் தோலாவிரா நகரவாசிகள் நல்ல தேர்ச்சி பெற்றுவிட்டனர்.

ஐந்தாவது நிலையில் மக்கள் வறுமை நோக்கித் தள்ளப் பட்டுள்ளனர், நகரம் சீரழியத் தொடங்கியது. தாற்காலிகமாக மக்கள் ஊரைவிட்டு வெளியேறினர். தண்ணீர் சேமிப்பு முறையில் ஏற்பட்ட பெரிய சேதம் இதற்குக் காரணமாக இருந்திருக்கலாம். ஆறாவது கட்டத்தில் நகரின் மையப் பகுதியை வலுப்படுத்தி,

வளப்படுத்த மிகக் குறுகிய காலத்தில் ஒரு முயற்சி மேற்கொள்ளப்பட்டிருக்கிறது. புதிய ஹரப்பர்கள் குழு இதில் ஈடுபட்டது. இந்தக் கட்டத்தில் கிடைத்த கலைச் சின்னங்களில் காணப்படும் வேறுபட்ட முத்திரைகள் இதை உணர்த்துகின்றன. கடைசி கட்டத்தில் வேறொரு குழு வந்திருக்கிறது. அது இதுவரை இருந்திராத பாணியில் வீடுகளைக் கட்டியது. அந்த வீடுகள்தான் இப்போது புங்கா என்று அழைக்கப்படும் வட்டவடிவ சுவர்களை எழுப்பி கட்டப்பட்டவை. நான் தங்கியுள்ள ஹோட்டலில் எனக்கான அறை இப்படித்தான் இருக்கிறது.

நிலநடுக்கம் ஏற்பட்டாலும் வட்டவடிவச் சுவர் இடிந்து நொறுங்காது. ஆனாலும் நகரம், ஏதோ காரணங்களால் சுருங்கிக் கொண்டே வந்திருக்கிறது. இறுதிக்கட்டத்தில் மக்கள் அனைவரும் அதைவிட்டு வெளியேறிவிட்டனர். இது பொது ஆண்டு 1500 காலத்தில் நடந்திருக்கலாம். பொதுவாக ஹரப்பா நாகரிகத்திலும் தோலாவிரா நகரிலும் மக்கள் ஏன் இப்படி ஊரைவிட்டு ஒரேயடியாக வெளியேறினார்கள் என்பது எவருக்கும் திட்ட வட்டமாகத் தெரியவில்லை. ஆனால் மொகஞ்சதாரோ, ஹரப்பா நகரங்களைவிட தோலாவிரா அடுத்த இரண்டு நூற்றாண்டு களுக்குத் தாக்குப்பிடித்திருக்கிறது என்பது மட்டும் தெரிகிறது.

நகரின் மூன்று பெரிய பகுதிகள் – நகர கோட்டை, நடு நகரம், கீழ் நகரம் என்று – அவற்றின் செல்வ வளம், குடியிருக்கத் தேவையான கட்டமைப்பு வசதிகள் அடிப்படையில் அடையாளம் காணப் பட்டுள்ளன. நகரின் தெற்குப் பகுதியில் மேட்டுப்பாங்கான நிலத்தில் கோட்டை அமைந்திருக்கிறது. அங்குதான் மேட்டுக் குடிகள் வசித்துள்ளனர். கருங்கல் சுவர்கள் அப்பகுதியைச் சுற்றி அரணாக எழுப்பப்பட்டுள்ளன. மத்திய காலத்தில் கட்டப்பட்ட கோட்டைகளில் இருப்பதைப்போல, மிகப் பெரிய தூண்களைத் தாங்கி நிற்கும் கோட்டைக் காவலர் அறைகள் பூட்டப்படும் கதவுகளுடன் அமைக்கப்பட்டுள்ளன. கோட்டைக்கு வடக்கில் நடு நகரமும், கிழக்கில் கீழ் நகரமும் அமைக்கப்பட்டுள்ளன. நடு நகரத்திலும் ஏராளமான வீடுகளும் சுற்றுச் சுவர்களும் கட்டப்பட்டுள்ளன. நல்ல வசதியுள்ள செல்வந்தர்கள் அங்கே வசித்துள்ளனர். கீழ் நகர மக்களுக்கு வெளிப்புற மதில் சுவர்கள் மட்டுமே அரண்களாக இருந்துள்ளன.

கோட்டைப் பகுதியில் மிகப் பெரிய சுற்றுச்சுவர்களும் கண்காணிப்பு கோபுரங்களும் ஐந்து பெரிய வாயில்களும் உள்ளன.

ஐந்து வாயில்களும் வெவ்வேறு வடிவத்தில் உருவாக்கப் பட்டுள்ளன. உள்புறத்தில் ஒரு காலத்தில் கோட்டையாக இருந்த பகுதியின் மிச்சங்களே இப்போது காட்சி தருகின்றன. கோட்டைக்குள் பல வழிகள் வெளியிலிருந்து பார்த்தால் தெரியாத அளவுக்கு மறைத்துக் கட்டப்பட்டுள்ளன. கோட்டைக்குள்ளேயே மழை நீரைச் சேமிக்கவும், பயன்படுத்திய கழிவுநீரை வெளியேற்றவும் தனித்தனிப் பாதைகள் அமைக்கப்பட்டுள்ளன. கோட்டைக்குள் மேல் தளத்துக்குச் செல்ல ஆங்காங்கே படிகளும், பெரிய பெரிய கூடங்களும் கட்டப்பட்டுள்ளன. பெரிய தூண்கள் நன்கு உளிகொண்டு செதுக்கப்பட்டிருப்பதுடன் சுண்ணாம்புக் காரையால் பூசப்பட்டு வலிமையும் அழகும் கொண்டு விளங்குகின்றன.

மலைமீது கட்டப்பட்டுள்ள இக்கோட்டையின் கிழக்கில் மிகப் பெரிய முற்றம் காணப்படுகிறது. இதையொட்டித்தான் மலைக் கோட்டையில் வேலை செய்த பணியாளர்களின் குடியிருப்புகள் அமைக்கப்பட்டுள்ளன. இந்த ஊகம் சரியில்லை என்று பலர் ஆட்சேபம் தெரிவித்துள்ளனர். இங்கே சில பத்தாயங்களும் தானிய சேமிப்புக்காக அமைக்கப்பட்டுள்ளன. இங்கே நகரம் ஏழு கட்டங்களில் படிப்படியாக வளர்ச்சி அடைந்திருப்பதைக் காட்டும் குடியிருப்புகள் கிட்டத்தட்ட 52 அடிகள் ஆழம்வரை காணப்படுகின்றன. பெரும்பாலான பகுதிகள் மண் மூடிவிட்டன. நகரின் வளர்ச்சியில் ஏற்பட்ட முதிர்ச்சி நிலையைக் காட்டும்வகையில் இப்போதைய அகழ்விடங்கள் இல்லை. மொத்தத்தில் ஐந்தில் ஒரு பங்குக்கும் குறைவான இடத்தைத்தான் அகழ்ந்து பார்க்க முடிந்திருக்கிறது.

கோட்டையின் மையப்பகுதியில் அகழ்ந்தபோது கண்ணையும் கருத்தையும் மிகவும் கவர்ந்தவை மழை நீரைச் சேகரிக்க அமைக்கப்பட்டுள்ள வாய்க்கால் அமைப்புதான். தண்ணீர் சரியவும், படிகளில் வழியவும், அலையலையாக பொங்கிவந்து ஏரியில் நிறையவும் அவை வழி செய்கின்றன. அப்படிச் செல்லும் நீரைக் கண்காணிக்கவும், அடைப்பு இருந்தால் நீக்கவும், தேவைக்கேற்ப பிற இடங்களுக்கு மடைமாற்றவும் காற்றுப் போவதற்கான வழிகளும், தண்ணீர் வடிவதற்கான அமைப்பு களும் திட்டமிட்டுக் கச்சிதமாக உருவாக்கப்பட்டுள்ளன. அத்துடன் தரைகளும், சுவர்களையும் தூண்களையும் இணைக்கும் முகட்டுக் கல்களும் பிரமிப்பைத் தருகின்றன. தண்ணீரை வெளியேற்றுவதற்கு அமைக்கப்பட்டுள்ள கழிவுநீர்ப் பாதையில்

ஓர் ஆள் வசதியாக இறங்கி நடந்துசென்று தண்ணீர் அடைப்பை நீக்கவும், பழுதுபார்க்கவும் முடியும்.

கோட்டையின் மையப்பகுதியில் ஆழமான கிணறு தோண்டப் பட்டுள்ளது. அதிலிருந்து தண்ணீரை முகந்து எடுக்கக் கயிறுகளும் தோலால் ஆன பெரிய துருத்திப் பைகளும் இணைக்கப் பட்டுள்ளன. கிணற்றுக்கு மேலே தண்ணீர் சேந்தும் இடத்தில் உள்ள கல்லில் கயிறும் தோலும் பட்டுப் பட்டு உராய்ந்த தடம் நன்கு தெரிகிறது. தண்ணீரை கிணற்றிலிருந்து இறைத்து அதை நீர்ப்பாதையில் வடித்து வாய்க்கால்கள் வழியாக சிறிய நேர்த்தேக்கங்களில் நிறைத்துள்ளனர். அது மட்டுமல்ல அங்கே கோட்டையின் நடுப்பகுதியில் வாழ்ந்தவர்கள் குளிப்பதற்கான பொது குளியலறைத் தொட்டிக்கும் அந்தத் தண்ணீர் செல்ல வழியேற்படுத்தப்பட்டிருக்கிறது. இந்த இடத்தில் குடியிருந்த, அதிக உரிமைகளுடன் வாழ்ந்த அந்த செல்வாக்கானவர்கள் யார்? அவர்களை எந்தச் சமூக அமைப்பு தாங்கிப் பிடித்தது? இதற்கெல்லாம் பதில்கள் ஊகமாகத்தான் கூறப்படுகின்றன (இதுபற்றி மேலும் விரிவாகப் பிறகு பார்ப்போம்).

நடு நகரமும், கீழ் நகரமும் குடியிருப்புகளாகத்தான் இருந்துள்ளன. வீதிகளும் வீடுகளும் ஒழுங்கான கட்டமைப்பில் உருவாக்கப்பட்டுள்ளன. அணி மணிகளும், உலோகப் பட்டறைகளும்கூட இந்நகர்ப் புறங்களில் இருப்பதால் இவை குடியிருப்புகளாக மட்டும் இருக்கவில்லை என்று தெரிகிறது. இந்நகரில் வசித்தவர்கள் மணிகளை வாங்கி நன்கு பட்டை தீட்டி, அழகாகத் துளையிட்டு, செதுக்கியும் புதுக்கியும் அழகூட்டி கலைநயத்தோடு தங்களுடைய கைவினையையும் சேர்த்து இவற்றை உருவாக்கியிருக்கிறார்கள். பல வீடுகளில் இப்படி மணிகள் தயாரிக்கும் பட்டறையும், குளியலறையும், குடியிருக்கும் இடமுமாக இருக்கின்றன. இன்றைய நடுத்தர வர்க்கத்தின் அளவுகோல்படியேகூட மிகச் சிறிய அறைகள் என்று வகைப்படுத்தும் வகையில்தான் இந்த அறைகள் பரப்பளவில் சிறியதாக இருக்கின்றன. சரியாகச் சொல்வதென்றால் பெரு நகரங்களின் குடிசைப் பகுதிகளில் உள்ள வீடுகளைப்போலவே அறைகள் சிறியதாக உள்ளன. வீடுகளில் தனித்தனியாக சமையலறைகள் இல்லை. பொதுவாக ஓரிடத்தில் சமைத்து அனைவரும் உண்டிருக்கிறார்கள்.

நகரின் முதல் மூன்று கட்டங்களில் மக்கள் வெள்ளை, ஊதா நிற களிமண்களையே எல்லாக் கட்டுமானங்களுக்கும் பயன்படுத்தி

உள்ளனர். பாதுகாப்புக்கான மதில் சுவராகட்டும், சாலைகளா கட்டும், வீடுகளுக்கு முன்புள்ள வீதிகளாகட்டும், சடங்கு களுக்கான பொதுத் திடலாகட்டும், தனி வீடுகளில் சுவர்கள், தரைகளாகட்டும் எல்லா இடங்களிலும் இவ்விரு களிமண்களே பூச்சு வேலைக்குப் பயன்படுத்தப்பட்டுள்ளன. நகர வளர்ச்சியின் நாலாவது கட்டத்தில் இது திடீரென மாறியுள்ளது. இதற்கு ஆட்சியாளரின் ஆணையா அல்லது மக்களிடையே ஏற்பட்ட பொது முடிவா - எது காரணம் என்று தெரியவில்லை. தோலாவிரா வாசிகள் நாய்களை செல்லப் பிராணிகளாக வளர்த்துள்ளனர். அவற்றைக் கழுத்துப்பட்டைபோன்ற அமைப்புடன் அவர்கள் வரைந்ததிலிருந்து இதைத் தெரிந்துகொள்ள முடிகிறது. அதேசமயம் இன்றைய நகர்ப்புற இந்தியாவைப்போல தெரு நாய்களும் சுற்றி வந்திருக்கக் கூடும்.

நகரின் ஏரிகளை நிறைக்கும் மழைநீர் சேகரிப்பு வடிகால் வாய்க்கால்கள் நகரைச் சுற்றிலும் கட்டப்பட்டிருந்தன. நகருக்குத் தேவைப்பட்ட தண்ணீர் வரம்புக்குட்பட்டே கிடைத்ததால், நகர கோட்டையைச் சுற்றிய மையப்பகுதியில் மட்டுமே கழிவுநீரை வெளியேற்றும் வடிகால்கள் கட்டப்பட்டிருந்தன. நகரின் நடுப்பகுதியிலும் கீழ்ப் பகுதியிலும் இவை இல்லை. நடு நகரிலும் கீழ் நகரிலும் கட்டப்பட்ட வீடுகளில், வீட்டுக்குள்ளிருந்து வெளியே மட்டும் வடித்துவிடும் வகையில் கழிவுநீர்க் குழாய்கள் இணைக்கப்பட்டிருந்தன. அவரவர் வீட்டுக்கு எதிரில் மண்கலத்தில் சேரும் கழிவுநீரை அவ்வப்போது அந்தந்த வீட்டார் எடுத்துச் சென்று எங்கோ கொட்டிவிட்டு வரும்வகையில் அந்த ஏற்பாடு இருந்தது. வீடுகளில் சேரும் கழிவு நீர், ஆலைகளில் சேரும் கழிவு நீர் போன்றவை நகர எல்லை தாண்டி கடலில் கொட்டப்பட்டன. காலைக் கடன்களைக் கழிக்க அக்காலத்திய தோலாவிரா குடிகள் கையில் சொம்பு அல்லது லோட்டாவுடன் நகர எல்லைச் சுவரைத் தாண்டி ஒதுக்குப்புறத்துக்குச் சென்று வந்திருக்கவேண்டும். (தோலாவிரா கிராமத்தில் இப்போதும் சிலர் இதைத்தான் செய்கின்றனர்.)

கோட்டையின் மையப் பகுதிக்கும் நடு நகருக்கும் இடையில் 285 மீட்டர் நீளம், 47 மீட்டர் அகலத்துக்கு மிகப் பெரிய விளையாட்டுத் திடல் கட்டப்பட்டிருக்கிறது. இதன் நான்குபுறங்களும் நன்கு மூடப்பட்டு அரண் அமைக்கப்பட்டிருக்கிறது. இதில் மூன்று அல்லது நான்கு அடுக்குகளாக மக்கள் அமர்ந்து பார்க்கும் வகையில் அரை வட்ட வடிவில் அரங்கு அமைக்கப்

பட்டிருக்கிறது. அரங்குக்கு எதிர்ப்புறத்தில் நல்ல ஆழத்தில் விளையாட்டுக்களம் அமைக்கப்பட்டிருக்கிறது. இங்கே ராஜ குடும்பத்து நிகழ்ச்சிகள், விளையாட்டுப் போட்டிகள், மதப் பண்டிகைகள், திருவிழாக்கள், கலை நிகழ்ச்சிகள், அரிய பொருள்களின் ஏலம் உள்ளிட்ட சந்தை நிகழ்ச்சிகள், தவறு செய்தவர்களுக்கு மக்கள் முன்னிலையில் தண்டனையை நிறைவேற்றுவது போன்றவை நிகழ்த்தப்பட்டிருக்க வேண்டும்.

இந்த அரங்கை எதிர்கொண்டிருப்பது வடக்கு வாசல்தான். இருக்கும் வாயில்புறங்களிலேயே இதுதான் மிகப் பெரிய நினைவுச் சின்னமாக இன்றளவும் தொடர்கிறது. மிக உயரமான இடத்திலிருந்து பெருத்த குரலில் யாராவது நிகழ்ச்சிபற்றிய அறிவிப்புகளை மக்களுக்கு வெளியிட்டிருக்கவேண்டும். புதிரான பத்து அடையாளச் சின்னங்களைக் கொண்ட மூன்று மீட்டர் நீளமுள்ள பெரிய அறிவுப்புப் பலகை அரங்கில் இன்றைக்கும் காட்சி தருகிறது. அதில் எழுதியிருப்பது எதைப்பற்றி என்று இன்றுவரை தெரியவில்லை. மரத்தில் எழுத்தைப் பதிப்பிக்கத் துருவி எடுத்து, அதில் பாரிசு சாந்தை (ஜிப்சம்) கொட்டிக் கெட்டித்து இந்தப் புதிரான சின்னங்கள் பொறிக்கப்பட்டுள்ளன. இந்தக் குறியீடு ஒவ்வொன்றும் 14 அங்குல உயரம் உள்ளது. ஹரப்ப நாகரிகத்தின் அகழ்வாய்வின்போது கிடைத்த எழுத்துருக் களிலேயே இதுதான் மிகவும் பெரியது. அரங்கின் எந்த மூலையிலிருந்து பார்த்தாலும் மிகத் தெளிவாகத் தெரியும் வகையில் இது காணப்படுகிறது. ஒருவேளை, 'தண்ணீரைச் சேமியுங்கள்!' என்று அக்காலத்திலேயே குறியீடுகளால் பிரச்சாரம் செய்திருப்பார்களோ?

அந்த இடத்தைச் சுற்றி நடந்தபோது உடைந்த பானையோட்டுச் சில்லுகளையே எங்கும் கண்டேன். சில, வண்ணம் தீட்டப் பட்டவை. சில, என்னுடைய உள்ளங்கை அளவுக்குக்கூட பெரியவை. சுமார் மூன்றேகால் அடி உயரத்துக்கு வனையப்பட்ட பானைகள் உடைந்து அப்படிச் சில்லுகளாகப் பரவியிருந்தன. நன்கு இழைக்கப்பட்ட கல்லில் செய்யப்பட்ட கை வளையல் ஒன்றை அங்கே கண்டெடுத்தேன். சுமார் 4,000 ஆண்டுகளுக்கு முன்னால் தோலாவிராவைச் சேர்ந்த பெண் அணிந்திருக்கிறார் அதை. வளையலை ஏன் உடைத்துவிட்டாய் என்று ஒரு குழந்தையினுடைய தாய்கூட அதற்காக அவளைக் கடிந்து கொண்டிருக்கலாம். கல் மணிகளைச் செய்வதில் மிகவும் புகழ்வாய்ந்த மையமாக தோலாவிரா இருந்திருக்கும் என்று

இந்திய நாகரிகம் | 47

தோலாவிராவின் 'கோட்டை'யின் மேல் உள்ள கட்டமைப்புகள்

இரு நகரங்களைப் பிரிக்கும் வாயிற்சுவர்

தோன்றுகிறது. துளையிடப்பட்ட 1200 மணிகளும், நன்கு இழைத்து மெருகேற்றிய கற்கள் பலவும் அங்கே கிடைத்துள்ளன.

ஹரப்பா நாகரிகம் புழங்கிய இடங்களிலேயே அதிகக் கல் மணிகளும் பிறவும் கிடைத்த இடம் தோலாவிராதான். அந்தக் கோட்டைக்குள்ளேயே மணிகளைச் செய்யும் சிறு பட்டறைகள் பல இருந்துள்ளன. தோலாவிராவைச் சுற்றிக்காட்ட என்னுடன் வந்த வழிகாட்டி, கட்ச் பகுதியில் கனிமச் சுரங்கங்களிலிருந்து தோண்டி எடுத்து கோட்டைக்குள்ளிருந்த பட்டறைக்குக் கொண்டுவரப்பட்ட நவரத்தினக் கற்களின் துண்டுகள் ஆங்காங்கே சிதறிக் கிடப்பதைச் சுட்டிக்காட்டினார். மங்கிய நிறமுள்ள மாணிக்கம் (சூது பவளம் என்றும் சொல்வார்கள்), சக்கிமுக்கி வகை படிகம், பளிங்குக் கல், வெண்நீல மணிக்கல், சூரியகாந்தம் அல்லது செம்மணிக்கல், ரத்தினக்கல் அவற்றில் கிடந்தன.

கனிமங்களை உருக்கப் பயன்படுத்திய இடத்தில் பச்சை நிற தாமிரக்கசடுகள் அப்படியே படிந்திருப்பதையும் காட்டினார். குழந்தைகளுக்கான விளையாட்டுச் சாமான்கள், ஊதல்கள், சொக்கட்டான் காய்கள், கவணில் வைத்து அடிக்கும் கல்லுருண்டைகள், நொண்டியடித்துக்கொண்டே உதைக்கும் ஒட்டாஞ்சில்லுகள், கல்லில் வடிக்கப்பட்ட சதுரங்க ஆட்ட களம், புகையிலையை இட்டு நிரப்பி பிடிக்கும் குழாய் ஆகியவை அங்கே கண்டுபிடிக்கப்பட்டுள்ளன.

அந்தக் காலத்திலேயே மர நிழலில் அமர்ந்து சதுரங்கமோ, சொக்கட்டானோ விளையாடிய சிலரைச் சுற்றி கும்பலாகக் கூடியிருந்து பார்த்து ரசித்திருக்கிறார்கள். அழுக்கைத் தேய்த்துக் குளிக்கப் பயன்படுத்திய சர்க்காரக் கல், மெழுகு போன்ற இளகிய கல், படிகக் கல் ஆகியவற்றைச் சுட்டுப் பக்குவப்படுத்தி முத்திரைகளைத் தயாரித்துள்ளனர். இந்த முத்திரைகளில் பிராணிகள், பறவைகள், எலும்புகள் போன்றவற்றுடன் சங்கேத வார்த்தைகள் புள்ளிகள், கோடுகள் உதவியுடன் பொறிக்கப் பட்டுள்ளன. இப்படி 225 முத்திரைகள் கிடைத்துள்ளன.

ஹரப்பர்களின் நாகரிகம் செழித்த இடங்களிலிருந்து முக்கியமான தடயங்களையும் சின்னங்களையும் பொருள்களையும் பல டன்கள் அளவுக்கு எடுத்து டெல்லியில் உள்ள தொல்லியல் துறை தலைமையகத்துக்கு எடுத்து வந்துள்ளனர். ஹரப்பர்கள் வெள்ளாடு, செம்மறியாடு, எருது, மான், மீன், முயல், கோழி, காட்டுப் பன்றி, காட்டுக் கழுதை உள்ளிட்டவற்றைச்

இந்திய நாகரிகம் | 49

சாப்பிட்டுள்ளனர் என்பதை இங்கே கிடைத்த எலும்புச் சிதைவுகளிலிருந்து அறிய முடிந்தது என்கிறார் வழிகாட்டி. ஹரப்பர்கள் வேட்டையாடுதலையும் மேற்கொண்டுள்ளனர். பிற பகுதிகளில் கிடைத்த முத்திரைகளில் காட்டு விலங்குகளோடு மனிதர்கள் மோதும் காட்சிகள் சித்தரிக்கப்பட்டுள்ளன.

தோலாவிராவில் மதில் சுவர்கள் ஏன் அவ்வளவு அகலமாகவும் திடமாகவும் கட்டப்பட்டன என்பது மர்மமாகவே இருக்கிறது. நகருக்கு வெளியே இருக்கும் சுவராகட்டும் நகருக்குள்ளேயே வெவ்வேறு பகுதிகளில் கட்டப்பட்டுள்ள சுவர்களாகட்டும் அகலத்தில் பல அடிகள் இருக்கின்றன. கோட்டையிலிருந்து கண்காணிக்கக் கட்டப்பட்ட நான்கு மாட கோபுரங்களில் மூன்று அகழப்பட்டுவிட்டன. அந்த நகரில் வாழ்ந்தவர்களை எந்த எதிரிகளிடமிருந்து காக்க இப்படி கனமான சுவர்களைக் கட்டினார்கள் என்பதை ஊகிக்க முடியவில்லை.

தோலாவிரா நகரமே ஒரு தீவில்தான் அமைந்திருக்கிறது. ஒரு நகருக்கு அல்லது நாட்டுக்கு வழக்கமாகக் காட்டு விலங்குகளிடம் இருந்து, பகை நாட்டிடமிருந்து, கடல் கொள்ளையர்களிடம் இருந்து, விரோதப் போக்குள்ள பழங்குடிகள் ஆகியோரிடம் இருந்துதான் அச்சுறுத்தல்கள் வரும். தோலாவிராவுக்கு அப்படிப்பட்ட அச்சுறுத்தல்கள் இருந்திருக்க வாய்ப்புகள் குறைவு. மலை மீது கோட்டை கட்டியிருந்தாலும் கோட்டையைச் சுற்றி நீர்நிரம்பிய அகழி ஏதும் கட்டப்படவில்லை. கடலிலிருந்து வரும் புயல் காற்றும் சூறைக்காற்றும் சேதப்படுத்தாமல் இருக்கவும் கடலில் தோன்றும் ஆழிப் பேரலைகள் தாக்கி விடாமல் இருக்கவும் இப்படிக் கட்டப்பட்டிருக்கலாம் என்று சிலர் கருதுகின்றனர்.

ஆனால் அந்தக்கோட்டையின் கதவுகள் தண்ணீர் புக முடியாத படிக்கு அமைக்கப்பட்டிருக்கவில்லை. நிலநடுக்கங்களால் அதிகப் பாதிப்பு ஏற்படாமலிருக்க அப்படிக் கட்டினார்களா என்று தெரியவில்லை. அல்லது அப்படி கோட்டைச் சுவர் அமைப்பதை கலாச்சாரப் பழக்கமாகவோ, மத வழக்கமாகவோ கொண்டிருந் தார்களா என்பதும் தெளிவாகவில்லை.

மக்களுடைய மனங்களில் பிரமிப்பை ஏற்படுத்தி அதன் மூலம் தங்களுடைய அரசியல் செல்வாக்கை வலுப்படுத்திக்கொள்ள இப்படி கனமான கோட்டைச் சுவர்களை எழுப்பியிருக்கலாம் என்று ஹரப்ப நாகரிக ஆய்வு நிபுணரும், ‘தி ரூட்ஸ் ஆஃப்

இந்துயிசம்' (2015) என்ற நூலின் ஆசிரியருமான அஸ்கோ பர்போலா கருதுகிறார். இதுதான் காரணம் என்று இவ்வளவு பலம் வாய்ந்த கோட்டைச் சுவர்களுக்கான அவசியத்தை நம்மால் கூற முடியவில்லை என்பது துரதிருஷ்டவசமானது.

தோலாவிராவின் பிரம்மாண்டமான ஏரிகளும், கோட்டை மதில் சுவர் அரண்களும் காலத்தால் அழிக்க முடியாத நினைவுச் சின்னங்கள். கிசா என்ற இடத்தில் கட்டப்பட்ட பிரமிடுகளுக்கு இணையாக நன்கு வடிவமைத்து, முயற்சிகளைச் செய்து, மிக்க ஆர்வத்துடன் இவற்றைக் கட்டியுள்ளனர். ஏராளமான தொழிலாளர்களைக்கொண்டு, அவர்களுக்கு நல்ல பயிற்சி அளித்து, கட்டுமானம் எப்படி வரவேண்டும் என்று நன்கு சிந்தித்துச் செயல்பட்டுள்ளனர். விவசாயத்துக்கோ வேறு வேலை களுக்கோ உற்ற இடமல்லாத இந்த வறட்சிப் பகுதிக்கு தோலாவிரா மக்கள் ஏன் வந்தார்கள், வந்து ஏன் இப்படியொரு கோட்டையைக் கட்டி, குடியிருப்புகளையும் ஏற்படுத்திக் கொண்டார்கள் என்பது விடை காண முடியாத கேள்விகளாகும். (3,000 பொது ஆண்டுகளுக்கு முன்னால் ஒருவேளை இப்போதிருப்பதைவிட வறட்சி குறைவான இடமாகக்கூட இருந்திருக்கலாம்).

இவ்வளவு பெரிய நீர்த்தேக்கத்தை இணைப்புக் கால்வாய் களுடனும் மழைநீர் வடிகால் வசதிகளுடனும் கட்டுவதற்கு எந்த அளவுக்கு கூட்டாகச் சிந்தித்து ஆற்றலைச் செலுத்தியிருக்க வேண்டும் என்று நினைத்தால் வியப்பு ஏற்படுகிறது. மையப் படுத்தப்பட்ட அதிகாரப்படிநிலை அமைப்புள்ள நிர்வாகம், ஏராளமான தொழிலாளர்களை வேலையில் ஈடுபடுத்தியிருக்கிறது. ஹரப்ப நகரங்களைப் பார்க்கும்போது அடிமைகளாகக் கைப்பற்றப் பட்ட தொழிலாளர்களைக் கொண்டு வேலை வாங்கியதற்கான சான்றுகள் எதுவும் இல்லை. ஏராளமான தொழிலாளர்கள் சிறைப்பிடிக்கப்பட்டதைப்போலவோ, கயிறுகளால் கட்டி அழைத்துச் செல்லப்பட்டதைப்போலவோ சித்தரிப்புகள் ஏதுமில்லை. அதே வேளையில் சில சான்றுகள் கிடைக்கவில்லை என்பதாலேயே சான்றுகளே கிடையாது என்ற முடிவுக்கும் வந்துவிட முடியாது.

தோலாவிரா நகரம் உச்சநிலையில் இருந்தபோது, மதில் சுவர்களால் சூழப்பட்ட இப்பகுதியின் பரப்பளவு அரை சதுர கிலோமீட்டருக்கும் குறைவாக, வாடிகன் நகரைவிடச் சற்றே பெரிதாக இருந்திருக்கிறது. இந்தப் பரப்பளவுக்குள் 10,000 முதல்

15,000 பேர் வரை வசித்திருக்கிறார்கள், அதாவது இன்றைய டெல்லி மாநகரைப்போல மக்கள் அடர்த்தி இருந்திருக்கிறது. தோலாவிரா நகரம் முழுக்கப் பாதசாரிகளால் நிரம்பியிருந்தது என்பது சுவாரஸ்யமானது.

தோலாவிரா வீதிகளில் சகடம் பூட்டப்பட்ட காளைமாட்டு வண்டிகளின் சக்கரத்தடமோ, கால்நடைகளின் குளம்புத் தடமோ, வேறுவகை வாகனங்களின் சாலைத் தடங்களோ இல்லை என்று எழுதும் பிஷ்ட், மாடுகளால் இழுக்கப்பட்ட வண்டிகளையோ வேறு வாகனங்களையோ அவர்கள் நகருக்குள் அனுமதித்திருக்க வில்லை என்கிறார். அங்கிருந்த அரைவட்டவடிவ திறந்தவெளி அரங்கின் வாயில் கதவருகில் வாகனங்களின் சக்கரத் தடங்கள் பதிவாகியிருக்கின்றன. அங்கிருந்த சந்தைக்குச் சரக்குகளை ஏற்றிவந்த வாகனங்களாகவோ, விளையாட்டுகளில் பங்கேற்க வந்த வாகனங்களாகவோ அவை இருக்கலாம். நகருக்கு வெளியேயும் பலர் வாழ்ந்திருக்கக்கூடும். அவர்கள் விவசாயி களாகவும் கால்நடைகளை மந்தை மந்தையாக மேய்ப்பவர் களாகவும் இருந்திருக்கக்கூடும். அழியக்கூடிய கீற்றுக்கூரை, மஞ்சம்பில் போன்ற பொருள்களைக்கொண்ட வீடுகளில் அவர்கள் வசித்திருக்கக்கூடும். கைவினைஞர்கள்கூட இப்படி நகருக்கு வெளியே வாழ்ந்திருக்கலாம். நகருக்குள் வேலை செய்யவோ, தங்களுடைய பொருள்களை விற்கவோ அவர்கள் வந்திருக்கலாம். காதிர் தீவிலேயே அரைநாள் பயணத்தின்போது மாட்டு வண்டிகளிலேயே செல்லத்தக்க மூன்று தனித்தனிக் குடியிருப்புகளும் கண்டுபிடிக்கப்பட்டுள்ளன.

தோலாவிரா நகரச் சுவர்களுக்கு அப்பால்

அந்த இடத்துக்கும் மேற்கில், மேற்குப்புறச் சுவரைக் கடந்தால் நகரின் பெரிய இடுகாடு இருக்கிறது. நூற்றுக்கணக்கானவர்கள் இங்கே அடையாளம் ஏதுமின்றி புதைக்கப்பட்டுள்ளனர். புதைக்கப்பட்ட எல்லா இடங்களும் ஒரே நீள-அகலத்திலேயே உள்ளன. புதைகுழிக்கு அருகில் அவர்கள் அணிந்திருந்த மணிகளும் மண்ணாலான பாண்டங்களும் உள்ளன. சிலருடைய உடல்கள் மற்றவற்றைவிட ஒழுங்கான முறையில் புதைக்கப் பட்டிருப்பதைப் பார்க்க முடிகிறது. 36 புதைகுழிகளை அகழ்ந்து பார்த்ததில் ஒருவரின் உடல் மட்டுமே கிடைத்தது. மற்றவை

எல்லாம் அடையாளச் சடங்காகவே நிறைவேற்றப்பட்டிருக்கின்றன. அப்படியென்றால் சடலங்களை அவர்கள் என்ன செய்தார்கள் என்பது தெளிவாகவில்லை. நினைவுச் சின்னங்களை எழுப்பிய தோலாவிரர்கள் இன்னொருவகையில் இறுதிச் சடங்குகளை நிறைவேற்றியிருக்கிறார்கள் என்கிறார் பிஷ்ட்.

ஓரிரு நினைவுச் சின்னங்கள் மிகவும் கலைநுட்பத்துடன் அலங்காரமாகவும் பெரிதாகவும் இருக்கின்றன. அவற்றில் ஏராளமான பொருள்களை வைத்திருக்கிறார்கள். காலப்போக்கில் ஏராளமான உடல்களை அடுக்கடுக்காக ஒரே இடத்தில் குவித்திருக்கிறார்கள். எனவே அவை மாபெரும் மேடாகக் காட்சி தருகின்றன. நூற்றுக்கணக்கான ஆண்டுகளாக, ஏதோ ஒருவிதத்தில் உறவினர்களாக இருந்தவர்கள் இப்படி அடுக்கப்பட்டிருக்கக்கூடும். அவர்கள் ஒரே குடும்பத்தைச் சேர்ந்தவர்களாகவோ, வம்சத்தவர்களாகவோ இருக்கக்கூடும். அல்லது ஏதேனும் ஒரேவகைப் பட்டம் பெற்றவர்களாகவோ, கௌரவிக்கப் பட்டவர்களாகவோகூட இருக்கக்கூடும். உள்ளே சடலங்கள் இல்லாததால், புதைக்கப்பட்டவர்களின் உறவு பற்றி ஏதும் தெளிவாகவில்லை. ஹரப்ப நாகரிகத்தைப் பொருத்தவரையில் அவர்களுடைய இந்த இறுதிச் சடங்கு நடைமுறைகள் முழுக்க முழுக்கப் புதுமையாகவே இருக்கிறது.

ஹரப்பர்கள் வசித்த பிற இடங்களிலும் விதம்விதமான இறுதிச் சடங்குகள் பழக்கத்தில் இருந்துள்ளன. மொஹஞ்சதாரோவில் இப்படிக் கல்லறைகளே கிடையாது. ஹரப்பா, காலிபங்கன், ராக்கிகடி ஆகியவற்றில் சடலம் இல்லாத சமாதிகளைவிட இறந்தவர்களின் எண்ணிக்கை அதிகமாக இருக்கிறது. எல்லாவற்றையும் சேர்த்துப் பார்த்தாலும் இறந்தவர்களில் மிகச் சிலருக்கே இப்படி சமாதி ஏற்பாடுகள் நடந்திருப்பது தெரிகிறது. சடலங்களை வைத்தோ, சடலங்கள் இல்லாமலோ இப்படி சமாதிகளை ஏற்படுத்தியிருப்பதும்கூட சில வர்க்கத்தினருக்கு அல்லது சில இனக் குழுக்களுக்கு மட்டுமே நிகழ்த்தப்பட்டிருக்க வேண்டும் என்று சில அறிஞர்கள் கருதுகின்றனர். அப்படி என்றால் பெரும்பாலான மற்றவர்களுக்கு எந்தவிதமாக இறுதிச் சடங்குகள் நிறைவேற்றப்பட்டன? தகனம் அதாவது எரியூட்டுவது ஒரே வாய்ப்பாக இருந்திருக்க முடியும், ஆனால் அதற்கான தொல்லியல் ஆதாரங்கள் இதுவரை மிகவும் வலுவற்றவையாகவே இருக்கின்றன (தர்க்கன்வாலா என்ற சிறிய பகுதியில் மட்டும் ஆதாரம் கிட்டியுள்ளது).

நகருக்கு வெகு தொலைவில் சடலங்களை எரித்துவிடும் வழக்கம் இருந்திருக்கிறது. இறந்தவர்களின் சாம்பலை (அஸ்தி) எடுத்துச் செல்லும் வழக்கம் இல்லாமலிருந்திருக்க வேண்டும். அல்லது இறந்தவர்களின் சடலங்களை ஆற்றிலோ, கடலிலோ தூக்கி வீசிவிடும் வழக்கம் இருந்திருக்கவேண்டும். இந்தியாவில் இப்படிச் செய்யும் வழக்கம் நீண்டகாலமாகவே தொடர்கிறது. இப்போதும்கூட சிலருடைய சடலங்களை அப்படியே கங்கை நதியில் வீசிவிடுகிறார்கள். இறந்தவர்களை தோலாவிரா மக்கள் என்ன செய்தார்கள் என்று முழு விவரமும் தெரியவில்லை. அதே வேளையில் அந்த காலகட்டத்தில் ஹரப்பர்களுடைய சராசரி ஆயுள்காலம் நீண்டதாகவே இருந்திருக்கிறது. இறந்தவர்களில் பாதிக்கும் மேற்பட்டவர்கள் முப்பது வயதுகளுக்கும் மேற்பட்டவர்கள், ஆறில் ஒரு பகுதியினர் 55 வயதையும் தாண்டியவர்கள். பெரும்பாலானவர்கள் பல்லில் பூச்சி வந்து பல் எலும்புகள் சிதைந்து பாதிக்கப்பட்டிருந்தனர்.

இறப்புக்குப் பிந்தைய வாழ்க்கை குறித்து அவர்களுடைய சிந்தனை என்னவாக இருந்திருக்கும்? அவர்களுடைய அன்றாட அச்சம், நம்பிக்கை எதைப்பற்றியதாக இருந்திருக்கும்? அவர்கள் நம்பிய தொன்மங்கள் எப்படிப்பட்டதாக இருக்கும், அவர்கள் எதற்கெல்லாம் கவலைப்பட்டிருப்பார்கள், எதைப்பற்றியெல்லாம் அவர்கள் நகைச்சுவையாகப் பேசியிருப்பார்கள், அவர்கள் எந்தவிதமான ஒடுக்குமுறைகளுக்கு ஆட்பட்டிருப்பார்கள், அவர்களுடைய விருப்பு வெறுப்புகள் என்னவாக இருந்திருக்கும்? ஹரப்பர்கள் விட்டுச்சென்ற எழுத்துருக்களுக்கு பொருள் காணும் வரையில், நாமாக ஊகித்து அளிப்பவைதான் பதில்களாக இருக்கும்.

நானூறுக்கும் மேற்பட்ட தனித்துவமான அடையாள முத்திரைகள் கிடைத்துள்ளன. அவர்களுடைய எழுத்துமுறை இப்படிப்பட்டச் சின்னங்களை வரிசையாக அடுக்கி எதையோ கூறுவதாகவே இருந்திருக்கிறது. (சுமேரியர்கள் அறுநூறுக்கும் மேற்பட்ட சின்னங்களை விட்டுச் சென்றுள்ளனர்.) முத்திரைகள், மட்பாண்டங்கள், உலோகங்கள், கலைப்பொருள்கள் என்று அனைத்திலும் இப்படி எழுத்துருக்களைப் பதித்துள்ளனர். 'சிந்துசமவெளிக் காலத்தில் ஒரே மொழியைத்தான் ஹரப்பர்கள் பயன்படுத்தியுள்ளனர், ஏனென்றால் எல்லா இடங்களிலும் ஒரே பாணியில்தான் இந்த எழுத்துருக்கள் அடுத்தடுத்து இடம் பெற்றுள்ளன' என்கிறார் பர்போலா. வலது பக்கத்திலிருந்து

இடப்பக்கமாக எழுதப்பட்டுள்ளவற்றில் சராசரியாக ஐந்து குறியீடுகள் மட்டுமே இடம் பெற்றுள்ளன. மொழி எழுத்தமைவில் சிறிய வாக்கியங்களாகவே இவை எழுதப் பட்டுள்ளன என்று சிலர் கூறுகின்றனர். இந்தக் குறியீடுகள் கூறுவது இதைத்தான் என்று பல நிபுணர்கள் தெரிவித்தவற்றை எல்லாம் பெரும்பாலான மொழி அறிஞர்கள் ஏற்கவில்லை. மூன்று மொழியறிஞர்கள், ஹரப்பர்களுடையது மொழி வடிவமே அல்ல, இக்காலத்தில் போக்குவரத்தைச் சீர்படுத்த உருவாக்கியுள்ள உருவப்பட தகவல் முறைதான் என்று அடித்துச் சொல்கின்றனர். இதை பர்போலாவும் பிற அறிஞர்களும் வன்மையாக மறுக்கின்றனர். ஹரப்பர்களுக்கு மெசபடோமியோ பகுதி மக்களின் எழுத்துமுறை தெரிந்திருக்கிறது, எனவே அவர்களுக்கு எழுத்து, வரிவடிவம் ஆகியவற்றின் முக்கியத்துவம் நன்கு தெரியும் என்று அவர்கள் வாதிடுகின்றனர். அவர்களுடையது முழுமையானதல்ல, பகுதியளவு எழுத்துமுறை என்கின்றனர். இதைப்போன்ற அடிப்படையான விஷயங்கள்கூட அகழ்வாய்வுக்குப் பிறகும் திட்டவட்டமாக இறுதி செய்யப்பட முடியவில்லை.

ஹரப்பர்கள் எழுதியவற்றைப் புரிந்துகொள்ளாமல் அவர்களுடைய நாகரிகம் பற்றிய வரலாற்றை எழுத முடியாது. நெப்போலியன் காலத்தில் ரொசெட்டா என்ற மும்மொழி விளக்கக் கல் கிடைத்ததைப்போல தற்செயலாக ஏதேனும் கிடைத்தால்தான் உண்டு. அப்படி ஏதேனும் இருக்குமென்றால் அது மெசபட்டோமியாவில் இருந்தால்தான் உண்டு, ஏனென்றால் அவர்களுடன்தான் ஹரப்பர்கள் நெருக்கமான வர்த்தக உறவு வைத்திருந்தார்கள். அப்படியொரு விளக்கத் தகவல் மெசபடோமியாவிலிருந்து கிடைக்கவேண்டும், அதுவும் என்னுடைய காலத்திலேயே ஹரப்பர்களின் முத்திரைகள் அனைத்துக்கும் பொருள் தெரியவேண்டும், ஹரப்பர்களை அவர்களுடைய வார்த்தைகளாலேயே தெரிந்துகொண்டு புரியாத புதிர்கள் பலவற்றுக்கு நாம் விடை கண்டுவிட வேண்டும்.

ஒரு நாள் பிற்பகல், என்னுடைய இளம் வழிகாட்டி தோலாவிராவில் நகரம் முழுவதும் இப்போதும் சிதறிக் கிடக்கும் நவரத்தினங்களை அகழ்ந்து எடுத்த இடத்துக்கு அழைத்துச் சென்றார். அவருடைய 100 சிசி மோட்டார் சைக்கிளில், சமப்படுத்தப்படாத மலைப்பாங்கான கற்சாலையில் புதர்க் காடுகள் வழியாகச் சென்றோம். நவரத்தினக் கற்கள்

இந்திய நாகரிகம் | 55

வெட்டியெடுக்கப்படும் இடத்தைப் பார்த்துவிட்டு, மீண்டும் வடக்கு நோக்கிப் பயணப்பட்டோம். இன்னமும் தோண்டி எடுக்கப்படாத மண் மேட்டுக்குச் சென்றோம். காதிர் தீவில் மேலும் சில அப்படி இருக்கின்றன. இந்த இடத்தை எல்லை பாதுகாப்புப் படையினர் (பி.எஸ்.எஃப்.) கண்காணித்து வருகின்றனர். காஷ்மீரின் புல்வாமா என்ற இடத்தில் 2019 பிப்ரவரியில் இந்திய துணை நிலை ராணுவத்தினர்மீது பாகிஸ்தான் பயங்கரவாதிகள் தாக்குதல் நடத்திய பிறகு இந்தக் கண்காணிப்புப் போடப்பட்டிருக்கிறது. அந்த இடத்திலிருந்து மேலும் செல்ல, வெகு தொலைவில் உள்ள ஓர் அலுவலகத்தில் இருந்து அனுமதி பெறவேண்டும் என்று எங்களைக் கடந்து சென்ற எல்லைப் பாதுகாப்புப் படை ஜீப்பிலிருந்தவர்கள் கூறினார்கள். அரசு நடைமுறைகள் காரணமாக அதற்கு மேலும் சில வாரங்கள் ஆகலாம், அல்லது போகக் கூடாது என்று இறுதியாக மறுக்கவும் படலாம்.

ஜவான்கள் கண்களிலிருந்து மறையும்வரை காத்திருந்துவிட்டு, விளைவுகள் எதுவாக இருந்தாலும் பார்த்துக் கொள்ளலாம் என்று மேலும் அதே திசையில் பயணத்தைத் தொடர்ந்தோம். மலைப்பாங்கான அந்த மேட்டில் பைக் எஞ்சின் செயல்பட முடியாமல் துடிதுடித்து அடங்கியது. அப்போது நாங்கள் பைக்கிலிருந்து சரிந்து விழுந்தோம். எனக்குக் கால் முட்டியில் லேசான சிராய்ப்புக் காயங்கள் ஏற்பட்டது. நான் உடனே அங்கிருந்த அடுத்தடுத்த சிறு குன்றுகளையும், நாங்கள் நின்ற இடத்திலிருந்து கண்ணைப் பறிக்கும் வெண்ணிறத்துடன் கட்ச் உப்பளப் பரப்பு ஒளிர்வதையும் என்னை மறந்து பார்த்து ரசித்தேன். இந்தப் பகுதியில் ஏராளமான புதைபடிமங்களும், வெவ்வேறு நிறத்திலும், வரி வடிவங்களிலும் பாறைகள் அதிகம் காணப் படுகின்றன. அந்த மேட்டில் சிறிது நேரம் காலாற நடக்க முற்பட்டபோது கீழே கிடந்த கடல் சங்குகள், நத்தையோடுகள் போன்றவற்றை எடுத்து என் கால்சட்டைப் பைகளில் நிரப்பிக் கொண்டேன். மேலும் சில மைல்களுக்குச் சென்ற பிறகு, என்னைக் கூட்டிச்சென்ற வழிகாட்டி எல்லை பாதுகாப்புப் படையினரால் கண்டுபிடிக்கப்படுவோம், எனவே திரும்பி விடலாம் என்று கூறினார். கீழே விழுந்ததால் பட்ட காயத்தின் வலி அவரை அப்படிச் சொல்ல வைத்திருக்கலாம்.

தோலாவிரா பகுதி மக்கள் அவர்கள் வாழ்ந்த காலத்தில் பலவித இயற்கை இடர்ப்பாடுகளை எதிர்கொள்ள நேர்ந்திருக்கிறது

என்பது இந்த அனுபவத்திலிருந்து புரிந்தது. ஆயிரம் ஆண்டுகளுக்கும் மேலாக அவர்கள் அங்கேயே உயிர்வாழ இயற்கை தந்த சோதனைகளுக்கு எதிராகத் தொடர்ந்து போராடியிருக்கின்றனர். காலப்போக்கில் இயற்கைச் சக்திகள் அவர்களை வெற்றி கொண்டிருக்கவேண்டும், ஆனால் அவர்கள் ஏன் இந்த இடத்தையும் போராட்டத்தையும் தேர்வு செய்தார்கள்? இந்தப் பகுதியில் கிடைத்த தண்ணீரின் அளவும் தன்மையும் விவசாயத்துக்கு உகந்ததாக இருக்கவில்லை.

இப்படிப்பட்ட சூழலில் எந்தப் பொருளாதாரச் செயல்பாடு அவர்களை இங்கே தக்க வைத்தது, மிகவும் மோசமான இந்தப் பகுதியில் ஆயிரம் ஆண்டுகளாக இங்கேயே தொடர்ந்து வாழ எது இடம் கொடுத்தது? தோலாவிரா அப்போது இந்தப் பகுதியின் வணிக மையமாகத் திகழ்ந்தது, தொழிலும் வர்த்தகமும் தழைத்தது முக்கியக் காரணங்களாக இருந்திருக்கலாம் என்று சில அறிஞர்கள் கருதுகின்றனர். (அப்போது கட்ச் உப்பளப் பகுதியிலிருந்து அரபிக் கடலுக்கு படகுகள், கப்பல்கள் மூலம் செல்லும் அளவுக்கு நீரோட்டம் வசதியாக இருந்தது. எனவே அரபிக் கடலுக்கும் அதற்கும் அப்பாலும் செல்ல முடிந்திருக்கிறது.)

ஹரப்பர்கள் உள்நாட்டில் இருப்போருடனும் மற்றவர்களுடனும் நில வழியாகவும் நீர் வழியாகவும் வாணிபம் செய்திருக்கின்றனர். சுமை தூக்குவோரும் மாட்டு வண்டிகளும் சரக்குகளை தரை மார்க்கமாகக் கொண்டுசெல்ல உதவினர். தோலாவிரா அருகிலிருந்து கடல் மார்க்கமாக ஹரப்பாவரை கப்பல்கள் சென்றன. உப்பிடப்பட்ட, வெயிலில் உலர்த்தப்பட்ட கடல் மீன்கள் கருவாடுகளாக அதிகம் கொண்டு செல்லப்பட்டன. கருவாடு, உப்பு தவிர தாமிரம், கடல்பிராணிகளின் ஓடுகள், பட்டை தீட்டப்படாத ஆபரணக் கற்கள் ஆகியவற்றையும் ஏற்றுமதி செய்துள்ளனர். கைத்திறன் மிக்க கைவினைஞர்கள் தங்களுடைய பொருள்களைச் சந்தையிடுவதற்கும், தங்களுடைய தொழில்திறமையை வெளிநாடுகளில் ஆர்வம் உள்ளோருக்குக் கற்றுத்தரவும் கடல் பயணம் மேற்கொண்டுள்ளனர்.

மெசபடோமியாவில் உள்ள சுமேர், அக்கட் மக்களுடனும் ஃபைலகா தீவுகளில் வசித்த தில்முன் மக்களுடனும் பாரசீக வளைகுடாவில் பஹ்ரைன் மக்களுடனும் இவர்கள் வாணிபம் செய்திருப்பதை அங்கு கிடைத்த மணிகள், முத்திரைகள், எடையளவு கற்கள் ஆகியவற்றிலிருந்து அறிய முடிகிறது. இந்த

நாடுகளில் ஹரப்பர்களை மெலுஹா மக்கள் என்றே அழைத்துள்ளனர். ஹரப்பர்களுடைய பிரதேசத்தை ஒட்டிய பெயராக இது இருக்கவேண்டும். பவளமணிமாலைகள், வைடூரியம், தங்கத்தூள், தந்தம், முத்துக்கள், விலையுயர்ந்த வலிமையான மரங்கள், அபூர்வமான பிராணிகள் போன்ற ஆடம்பரப் பொருள்களை ஹரப்பர்களிடமிருந்து பிற நாட்டார் வாங்கிக்கொண்டனர். பதிலுக்கு ஹரப்பர்கள் பேரீச்சம் பழங்கள், கம்பளியில் நெய்யப்பட்ட குளிர் தாங்கி உடைகள், வாசனைப் பொருள்கள் போன்றவற்றை வாங்கிக் கொண்டனர்.

இந்தக் கடல் வாணிபம் அனைத்தும் ஹரப்பர்களால் நடத்தப் பட்டன. அவர்கள் கரை வழியாகவே மெசபடோமியா செல்லும் வகையில் மரக்கலங்களை அமைத்திருந்தனர். லோத்தால் பகுதியில் சுடுமண் பொம்மைகள் செய்யப்பட்டன. அந்தப் பொம்மைகளில் இப்போதும் சிதையாமல் இருப்பவற்றை ஆராயும்போது ஹரப்பர்கள் எத்தனைவிதமான மரக்கலங்களைக் கடல் பயணத்துக்குப் பயன்படுத்தினர் என்று தெரிந்துகொள்ள முடிகிறது. பாய்மரக் கப்பல், கீழ்ப்பகுதி தட்டையான - நீளமான பெரும் படகு, அகலமான பின்புறமுள்ள படகு, முன்புறமும் பின்புறமும் குவிந்த நிலையில் உள்ள படகு, தண்ணீரில் மிதப்பதற்காக மட்டும் சேர்த்துக்கட்டப்பட்ட கட்டுமரம் ஆகியவற்றைப் பயன்படுத்தியுள்ளனர். கடல் பயணத்துக்கு உகந்த வடிவம் எது, கப்பல்களைச் செலுத்துவதில் உள்ள நுட்பங்கள் என்ன என்பதை தோலாவிராவிலும் லோத்தாலிலும் உள்ளவர்கள் சோதனைகள் மூலம் அனுபவத்தை வளர்த்துக்கொண்டுள்ளனர்.

தோலாவிராவில் கிடைத்த முத்திரையொன்றில் மத்தியில் சிறு அறை போன்ற அமைப்புடன் கூடிய கப்பலையும் அதில் கரையைத் தேடும் இரண்டு பறவைகள் அமர்ந்திருப்பதைப் போலவும் வடித்துள்ளனர். மெசபடோமியாவுக்கு நீர் எருதுகளைக்கூட ஏற்றிச் செல்லும் வகையில் அவர்களுடைய கப்பல்கள் பெரிதாகவும் வலிமை மிக்கதாகவும் இருந்திருப்பது சில சான்றுகளிலிருந்து தெரியவருகிறது. அக்காட் பகுதியில் கிடைத்த முத்திரைகள் மெசபடோமியாவுக்கு வந்திறங்கிய ஹரப்பர்களைக் குறிக்கின்றன. 'முத்திரைக்குச் சொந்தக்காரர் பெயர் சிலுசு, மெலுஹா மொழி துபாஷி' என்கிறது ஒரு குறிப்பு. ஹரப்பாவில் காணப்படும் சுமேரியர் பாணி இடுகாடு, மெசபடோமியர்கள் இங்கு வந்து வாழ்ந்திருக்கிறார்கள் என்பதை உணர்த்துகிறது.

அருங்காட்சியகத்துக்கு வெளியே கல்லால் செய்யப்பட்ட பெஞ்சுகள் மரத்தடியில் போடப்பட்டுள்ளன. என்னுடனிருந்த இரண்டு வழிகாட்டிகளுடன் அங்கே பேசிக்கொண்டிருந்தேன். இருவருமே தோலாவிரா கிராமத்தவர்கள். மிகவும் தொன்மையான இடம் காரணமாக தங்களுடைய கிராமம் இப்படிப் புகழ் பெற்றிருப்பது குறித்து இருவருமே பெருமிதமடைந்துள்ளனர். அதேசமயம் இந்தியத் தொல்லியல் துறைமீது அவர்களுக்குச் சிறிதளவு அதிருப்தியும் ஆதங்கமும் இருக்கிறது. தொல்லியல் துறையின் முன்னெடுப்பு காரணமாக, அரிய இந்த அகழ்விடத்துக்கு அருகில் சில விளை நிலங்களை அரசு 2012-ல் கையகப்படுத்தியது. ஆனால் இழப்பீடாக நிலங்களுக்கு ஏக்கருக்கு ரூ.2,900 மட்டுமே தரப்பட்டதாம். அரசு கையகப்படுத்திய போதும்கூட அவை விளைநிலங்களாகவே கிடந்தன. இவை தொன்மையான பூமி மட்டுமல்ல, விலைமதிக்கமுடியாத பல பொருள்களையும் தன்னதகத்தே கொண்டது. இப்படி நில உரிமையாளர்களுக்கு ஏக்கருக்கு வெறும் ரூ.2,900 என்பது அற்பமான தொகை என்றார் ஒருவர். இதைவிட தானமாகவே எங்களிடம் வாங்கிக்கொண்டிருக்கலாம் என்றார் இன்னொருவர்.

இப்போது இந்த விவகாரம் அருகில் உள்ள நகர நீதிமன்றத்தில் விசாரணைக்கு உள்ளாகியிருக்கிறது. கிராமவாசிகள் முறையாக அணிதிரளவில்லை. பொதுவாக நிலம் தொடர்பான வழக்குகள் வருடக்கணக்கில், சில வேளைகளில் பல பதின்வருடங்களுக்குக் கூட நடக்கும். விசாரணை நாளன்று வழக்குப் போட்டவர்கள் அனைவரும் பக்கத்து ஊருக்குச் சென்று நீதிமன்றத்தில் இருக்கவேண்டும். இதற்குப் போக்குவரத்துச் செலவு மட்டுமின்றி சாப்பாட்டுச் செலவும் ஆகும். அதைவிட முக்கியம் வழக்குச் செலவையும் எதிர்கொள்ளவேண்டும். தொல்லியல் துறைக்காக அங்கே நிலத்தைத் தோண்டிய வேலையை ஆண்டுக் கணக்கில் செய்தவர்கள் எவருக்கும் அந்த இடத்திலோ, அருங்காட்சியகத்திலோ, வேறு எந்த இடத்திலுமோ அரசு வேலை தரப்படவே இல்லை என்றும் வழிகாட்டிகள் கூறினர்.

தோலாவிரா தொல்நில கண்டுபிடிப்புக்கான பெருமைகள் அனைத்தும் இந்தியத் தொல்லியல் துறையைச் சேர்ந்த ஜே.பி. ஜோஷிக்கே சென்றன. அதே கிராமத்தைச் சேர்ந்தவர்களும் அவருக்கு உதவியவர்களுமான சம்பூடன் கடாவி, வேலுபா சோதா ஆகியோருக்கு எதுவும் கிடைக்கவில்லை என்றும்

பெரும்பாலான வழிகாட்டிகள் மனக் கசப்பை வெளிப்படுத்தினர். புவியியல் அமைப்பை சுயமாக ஆய்வு செய்து வந்தவர் கடாவி. வேலுபா சோதா கிராமத்தின் முன்னாள் தலைவர். இவ்விருவரும் தான் நிலத்தைத் தோண்டும்போது மணிகளும், மட்பாண்டச் சில்லுகளும் வித்தியாசமாகக் கிடைத்ததும் அவற்றைத் திரட்டி, 1967-ல் கட்ச் நகர அருங்காட்சியகத்துக்கு அனுப்பிவைத்து, இவற்றை ஆராய்ந்து பார்க்குமாறும், மேற்கொண்டு விவரம் அறிய தோலாவிரா கிராமத்துக்கு வருமாறும் தொல்லியல் துறைக்குக் கடிதம் எழுதி 1967-ல் கவனம் ஈர்த்தனர்.

பொது ஆண்டு 2100 – 1700 க்கு இடையில் செழித்து விளங்கிய சூரகொத்தட என்ற இடத்தில் தொல்லியில் ஆய்வில் ஜோஷி ஈடுபட்டிருந்தார். சூரகொத்தட என்ற இடமும் குஜராத் மாநிலத்தின் ஹரப்பா நாகரிக ஊர்தான் என்பது குறிப்பிடத்தக்கது. தோலாவிராவில் கண்டெடுக்கப்பட்ட பொருள்களைப் பார்த்த மாத்திரத்தில் அவற்றின் வரலாற்று முக்கியத்துவத்தை உணர்ந்த ஜோஷி அந்த இடத்துக்குச் சென்று நேரில் ஆராய்வதற்கும் முன்னதாகவே காலத்தால் அழிக்க முடியாத புகழைப் பெற்று விட்டார் என்று வழிகாட்டிகள் சற்றே வயிற்றெரிச்சலுடன் ஆதங்கப்பட்டனர். தோலாவிரா தொல்லிடக் கண்டுபிடிப்பில் மற்றவர்களுடைய பங்களிப்பு இவ்வளவு தீவிரமாக இருந்துள்ள நிலையிலும் ஜான் மார்ஷலும் தன் பங்குக்கு மனித நாகரிக வளர்ச்சியை ஆராய்ச்சி செய்வதில் முக்கியக் கண்டுபிடிப்பை மேற்கொண்ட பெருமையைப் பெற்றுவிட்டார். கண்டு பிடித்தவர்கள் பலர் இருக்க, பெயரும் புகழும் பெறுபவர்கள் வேறு சிலராகிவிடுவதே உலக வழக்கமாக இருக்கிறது. தோலாவிரா பற்றி எழுதும்போது நீங்களாவது இதைச் சரி செய்ய உதவுவீர்களா என்று அவர்கள் கேட்டனர்.

ஒரு நாள் பிற்பகல் ஒரு வழிகாட்டியுடன் தோலாவிரா கிராமத்துக்குச் சென்றேன். குஜராத் மாநில அரசு இதை 'சீர்மிகு கிராமமாக' (ஸ்மார்ட் வில்லேஜ்) அறிவித்துள்ளது. கூட்டுறவுப் பால் உற்பத்தி நிலையத்துக்கு வெளியே கிராமத் தலைவரை நாங்கள் நேருக்கு நேர் சந்திக்க நேர்ந்தது. பாதுகாக்கப்பட்ட குடிநீரை அனைவருக்கும் வழங்குவது இங்கு பெரிய சவால் என்று என்னிடம் கூறினார். சில ஆண்டுகளுக்கு முன்னால் தண்ணீரில் மூழ்கியபடியே நீரை இறைக்கும் பம்புசெட்டுகளை இப்பகுதியில் மிதமிஞ்சிப் பயன்படுத்தியதால் தண்ணீர் முற்றிலும் வற்றி வறட்சி

ஏற்பட்டுவிட்டது. மேலும் ஆழத்துக்கு ஆழ்துளைக் குழாய்களை இறக்கியபோது உவர்ப்புத்தன்மை மிகுந்த, குடிநீருக்கு மட்டுமல்ல பாசனத்துக்குக்கூட முழுமையாகப் பயன்படுத்த முடியாது உப்புத்தண்ணீர்தான் கிடைத்தது. கால்நடைகளுக்குத் தீவனமாகக் கூடிய, எவ்வளவு உப்புத் தண்ணீராக இருந்தாலும் வளரக் கூடிய பயிர்களை மட்டுமே சாகுபடி செய்ய முடிந்தது.

சுற்றுச்சூழல் ரீதியாக ஏற்பட்ட பின்னடைவு இப்பகுதி விவசாயிகள் வறட்சிகளால் அடையும் துயரங்களை மேலும் பல மடங்குக்கு அதிகரிக்கச் செய்துவிட்டது. சில விவசாயிகளும் விவசாயத் தொழிலாளர்களும் வேலை தேடி வேறிடங்களில் குடியேறிவிட்டனர். மிகச் சிலர் அப்போதுதான் வளரத் தொடங்கிய சுற்றுலாத் தொழிலில் கிடைத்த வேலைக்குச் சென்றனர். மற்றவர்கள் ஏதோ ஒரு வேலையைத் தேர்ந்தெடுத்துக் கொண்டனர். ஒரே தலைமுறையில் வேளாண் பொருள்களை உற்பத்தி செய்த சாகுபடியாளர்கள், தங்களுக்கு வேண்டிய உணவுத் தானியங்களையும் காய்கறிகளையும் பிற இடங்களிலிருந்து இறக்குமதி செய்துகொள்ளவேண்டிய நிலைக்குத் தள்ளப்பட்டனர்.

காதிர் தீவில் உள்ள கிராமங்களுக்கு குடிநீர் லாரிகளை மாநில அரசு அனுப்புகிறது. தோலாவிராவில் கிடைக்கும் உப்பு நீரைக் குடிநீராக மாற்றும் தண்ணீர் சுத்திகரிப்பு நிலையத்தை அரசு அமைத்திருக்கிறது. இங்கு ஒரு லிட்டர் குடிநீர் ஒரு ரூபாய்க்கு விற்கப்படுகிறது. இங்கே கிடைக்கும் உப்பு நீரைக் குடிநீராக மாற்றும், நடமாடும் தண்ணீர் சுத்திகரிப்பு அலகை இஸ்ரேல் நாட்டிடமிருந்து மத்திய அரசு வாங்கும், அதன் மூலம் ஒரு நாளைக்கு ஒருலட்சம் லிட்டர் குடிநீர் பெறலாம் என்ற எதிர்பார்ப்பில் மக்கள் இருக்கின்றனர். வேறு சிலரோ நர்மதை நதியிலிருந்து கால்வாய் கட்டி தங்களுக்குக் குடிநீர் தருவார்கள் என்ற கனவில் இருக்கின்றனர். நர்மதையில் தண்ணீர் போதாமல் அது கடலைக் கலக்கும் இடத்துக்கு வெகு தொலைவில் முன்னதாகவே வறண்டுவிடுகிறது. இப்படி கடல் நீரைக் குடிநீராக்கும் முயற்சிகளைத்தான் இந்தியாவிலேயே பெரிய மாவட்டமான கட்ச் எதிர்பார்த்துக் காத்திருக்கிறது. இந்தப் பிரச்னையை அந்தக் கால தோலாவிரா கிராமவாசிகள் எப்படிச் சமாளித்தார்கள் என்று முயற்சி செய்ய யாரும் தயாரில்லை.

ஹரப்பர்களின் கற்பனை

ஹரப்பர்களின் தனித்துவமான அறிவாற்றல் என்ன அல்லது பிற நாகரிகங்களைவிட அவர்களுடைய தனிப்பட்ட குணாம்சம் என்ன? 'மெசபடோமியோவில் அன்றைக்கு வாழ்ந்த சமகாலத்தவர்களைவிட சிந்துசமவெளி அரசியல் அமைப்பும், சமூகமும் முழுக்க முழுக்க வேறுபட்டதாக இருந்திருக்கிறது' என்று எழுதுகிறார் ஆண்ட்ரூ ராபின்சன் தன்னுடைய 'தி இன்டஸ்: லாஸ்ட் சிவிலைசேஷன்ஸ்' (2015) என்ற நூலில்.

மெசபடோமியாவிலோ, எகிப்திலோ பார்த்ததைப்போல ராணுவத்தில் பயன்படும் தரத்திலான ஆயுதங்களையோ, போரினால் ஏற்பட்ட சேதங்களையோ ஹரப்பன் நகரங்களில் தொல்லியல் நிபுணர்கள் பார்க்கவில்லை. போரைச் சித்தரிக்கும் காட்சிகளோ, போர்க் கைதிகளின் சித்தரிப்புகளையோ ஹரப்பர்களின் முத்திரைகளிலோ, மட்பாண்டச் சித்திரங்களிலோ பார்க்கவில்லை. ஆனால் அவற்றில் அந்தக் காலத்தில் உண்மையிலேயே இருந்ததும், ஹரப்பர்கள் கற்பனை செய்ததுமான பிராணிகள், விலங்குகள், பறவைகள், மலர்கள், செடிகள், கொடிகள், மரங்கள், அடையாளக் குறியீடுகள், மாட்டு வண்டிகள், வேட்டைக் காட்சிகள், நகையணிந்த மக்கள், விரிவான தலை அலங்காரங்கள், தாய் தெய்வ உருவங்கள் ஆகியவற்றை நிறையச் சித்திரித்துள்ளனர்.

போரே செய்ய வேண்டியிராத, பார்த்தேயிராத கலாச்சாரத்தை அவர்கள் பெற அவர்கள் வசித்த புவியமைவிடம்தான் முக்கியக் காரணமாக இருந்திருக்கிறது. வட-மேற்கில் மலைகளுக்கும் கிழக்கில் பாலைவனத்துக்கும் தெற்கில் கடல்பரப்புக்கும் இடையிலான பிரதேசம் அவர்களுடையது. இதனால் வெளியிலிருந்து எந்த எதிரியாலும் அவர்களுக்கு ஆபத்து நேராமல் இருந்திருக்கிறது. அதிருஷ்டவசத்தால் இப்படியொரு பாதுகாப்பு அவர்களுக்குக் கிடைத்திருக்கிறது.

ஹரப்பர்கள் தங்களுக்குள்ளும்கூட சண்டையிட்டுக்கொண்டதில்லை. ஆற்றங்கரைகளில் இருந்த ஹரப்ப நகர மக்களுக்குத் தேவையான அனைத்து உணவுகளும் போதுமான அளவுக்குக் கிடைத்தன. அதுமட்டுமல்லாமல் வாழ்வதற்கான இதர வசதிகளுக்கும் குறைவில்லை. இதனால் மோதல்களை ஏற்படுத்தும் காரணிகளே இல்லாமல் போய்விட்டன. ஆரம்பகால

ஹரப்பர்கள் நன்கு பக்குவப்பட்ட ஹரப்பர்களாக மாறுவதற்கு இடைப்பட்ட காலத்தில் மிகப்பெரிய வன்முறை மோதல்கள் நிகழ்ந்திருக்கலாம் என்று பர்போலா கருதுகிறார், ஆனால் அப்படி நிகழ்ந்ததற்கான ஆதாரங்கள் எதுவும் கிடைக்கவில்லை. (ஆதிகால ஹரப்பர்கள் வாழ்ந்ததாகக் கருதப்படும் இடங்களில் சாம்பல்களும் கட்டட இடிபாடுகளும் காணப்பட்டன. இவை திடீரென்று பெரும் தீ மூண்டு அதனால் ஏற்பட்ட சேதங்களாகத்தான் இருக்க முடியும்.) முழுக்க முழுக்க அமைதியாகவே வாழ்ந்து மறைந்த ஒரு நாகரிகம் என்பது இன்பக் கனாவாகவே இருக்கமுடியும் என்ற கருத்தும் நிலவுகிறது. 'ஆக்கம்ஸ் ரேசர்' என்ற ஆய்வுத் தத்துவம் வேறு காரணங்களும் கூட இருந்திருக்கலாம் என்கிறது.

பெரும்பாலான நகரங்களின் மதில் சுவர்கள் மிகவும் கனமாகவும் உறுதியாகவும் கட்டப்பட்டிருப்பதுடன், எதிரிகள் வருகிறார்களா என்று கண்காணிக்க கோபுரங்களுடன்தான் கட்டப்பட்டுள்ளன. ஹரப்பா நாகரிக நகரங்களில் கண்டுபிடிக்கப்பட்ட கத்திகள், ஈட்டிகள், அம்புகள் அனைத்தும் வேட்டைக்காகத்தான் என்று சில நிபுணர்கள் கருதினாலும், மனிதர்களிலேயே வேறு சிலருக்கு எதிராகவும் அவற்றைப் பயன்படுத்தியிருக்க வாய்ப்புகள் இருக்கின்றன. (ஒரு முத்திரைச் சின்னத்தில் இரு ஆடவர்கள் ஒருவரை இன்னொருவர் ஈட்டியால் குத்துவதைப் போலவும், இருவருக்கும் நடுவில் நிற்கும் தேவதை போன்ற பெண் இருவருடைய வேறு இரு கைகளை பிடித்துக் கொண்டிருப்பதைப் போலவும் செதுக்கப்பட்டிருக்கிறது.) செழிப்பான விளைநிலம், வனங்கள், தண்ணீர், வரிச் சுமை, அல்லது அபரிமிதமாகக் கிடைத்திருக்கும் என்று நாம் நினைக்கும் வளங்களில் ஏதேனும் ஒன்றில் தட்டுப்பாடு ஆகிய காரணங்களுக்காக மக்களிடையே மோதல்கள் நிச்சயம் வெடித்திருக்கும். இருப்பினும் போர் நடந்ததற்கான ஆதாரங்கள், நிலையான சேனை இருந்ததற்கான அடையாளங்கள் ஏதும் கிடைக்கவில்லை என்பதுதான் ஹரப்ப நாகரிகத்தில் முக்கியத்துவம் வாய்ந்த தனி அம்சமாக இருக்கிறது.

ஹரப்ப நாகரிகத்தில் மிகப் பெரிய ஏன், மிகச் சிறிய அளவில்கூட வழிபாட்டுத் தலங்கள் ஏதும் இல்லை என்பது ஆராய்ச்சி யாளர்களுக்கு பெரிய புதிராக இருக்கிறது. எகிப்தில் உள்ள பிரமிடுகளுக்கோ, மெசபடோமியாவில் உள்ள ஜிக்குராட்டு களுக்கோ இணையாக ஹரப்ப நாகரிகத்தில் வழிபாட்டுத் தலங்கள் ஏதும் இல்லை. மொகஞ்ச-தாரோவில் உள்ள பெரிய

கிழக்கு வாயில் மற்றும் கோட்டையின் நுழைவாயில்

வட்டவடிவ அறைகள்

குளியலறைகூட மத நோக்கத்துடன் கட்டப்பட்டதுதான் என்று சில ஆய்வர்கள் கூறுகின்றனர். இது வெறும் யூகமாகத்தான் இருக்கமுடியும். ஒருவேளை ஹரப்பர்களும் பெரிய மடாலயங் களையும் கோவில்களையும் கட்டியிருக்கலாம். ஆனால் அவற்றை எளிதில் அழியும் பொருள்களாலான மண், மரம் போன்ற பொருள்களால் கட்டினார்களோ என்னவோ? இருந்திருக்கலாம் என்று சில சூசகங்கள் தென்பட்டாலும் ஹரப்பர்களுக்கென்று கடவுளர்களும் சடங்குகளும் கோவில்களும் பூசாரிகளும் இருந்ததாக நமக்குத் தெரியவில்லை.

ஹரப்பர்களின் பிரதேசங்களிலிருந்து கிடைத்துள்ள முத்திரைச் சின்னங்களில் உள்ள உருவங்கள் சில, அவர்களுடைய கடவுளர்கள்தான் என்று சில ஆய்வர்கள் மாறுபட்ட விளக்கங்களைத் தருகின்றனர். ஏழு அங்குல உயரமே உள்ள ஒரு முத்திரையில் மிகவும் அழகாகச் செதுக்கப்பட்டுள்ள ஓர் ஆணின் உருவத்தை ‘அரச பூசாரி’ என்று வர்ணிக்கின்றனர். அவர் அக்காலத்திய மேட்டுக்குடியாகக் கூட இருந்திருக்கலாம். இன்னொரு முத்திரையை ‘ஆதி சிவன்’ அல்லது ‘பூர்வ சிவன்’ என்று அழைக்கின்றனர். ஒன்றுக்கும் மேற்பட்ட தலைகளுடன் அவர் யோகாசன நிலையில் அமர்ந்திருக்கிறார். ஹரப்பர்களின் பொருள்களில் மேலும் சில யோகாசனக் காட்சிகளின் சித்திரிப்பும் இருக்கின்றன. போதி மரத்துக்கு அடியில் இதய வடிவிலான அதன் இலைகளுக்கும் கீழே ஒரு பெண் நின்றுகொண்டிருக்கிறார். அவர் பெண்ணா, வழிபடப்பட்ட தேவதையா தெரியவில்லை. அவரை ஓர் உருவம் வணங்கியதைப்போல காலடியில் வீழ்ந்துகிடக்கிறது. அதை வேறு ஏழு பேர் அவர்களைப் பார்த்துக்கொண்டு நிற்கின்றனர். ஒற்றைக் கொம்புள்ள மிருகத்துக்கு எதிரில் விநோதமான பொருள்கள் வைக்கப் பட்டிருப்பதைப்போலவும் சடங்குகள் நிறைவேற்றப் படுவதைப்போலவும் முத்திரைகள் உள்ளன. சுவஸ்திக் முத்திரைகள் அதிகம் கிடைத்துள்ளன. சில பெண் உருவங்களின் தலையில் வகிடு எடுத்து அதில் பசைபோல எதையோ பூசியிருப்பதாக ஒரு முத்திரை காட்டுகிறது. லிங்க உருவம்போல காட்சி தரும் கல் கிடைத்திருக்கிறது. சுடுமண்பொம்மையாகக் கிடைத்துள்ள இரு ஆண் உருவங்கள் கலவிக்குத் தயார் நிலையில் இருப்பதைப்போல உள்ளன. காளிபங்கன் என்ற இடத்தில் கிடைத்த சிறு சுடுமண் பொம்மை, சிவலிங்க வடிவிலேயே காட்சியளிக்கிறது.

இந்தத் தகவல்கள் நம்பிக்கையையும் ஊட்டுகின்றன, அதேசமயம் எதையும் திட்டவட்டமாகத் தெரிவிக்காமலும் ஏமாற்றுகின்றன. கலாச்சாரம் அப்படியே தொடர்கிறது என்பதில் சந்தேகமே இல்லை. ஹரப்பர்களுடைய நம்பிக்கைகள் துணைக்கண்டத்தில் அவர்களுக்குப் பிறகு வந்தவர்களின் மத நம்பிக்கைகளுக்குத் திட்டவட்டமான உரு கொடுத்திருக்கிறது. இந்தியர்களின் தியானமும் தியாகச் சிந்தனைகளும்கூட ஹரப்பர்கள் காலம் தொடங்கி உருவாகி வளர்ந்திருக்கலாம். ஆனால் இதில் திட்டவட்டமான முடிவுகளுக்கு வருவது கடினம். ஹரப்பர்கள் என்ன நினைத்தார்கள் என்பது தெரியவேண்டும் என்றால் அவர்களுடைய முத்திரைகளும் எழுத்துகளும் சொல்வது நமக்கு முழுதாகப் புரியவேண்டும். இந்த விஷயத்தில் சந்தேகப்படுவது அவசியம். மயன் நாகரிகத்தைப்பற்றி முதலில் விளக்கும்போது அவர்களுடைய எழுத்துகளைத் தவறாகப் புரிந்துகொண்டு விளக்கம் அளித்ததும் பிறகு அத் தவறு தெரியவந்ததும் வரலாறு.

மெசபடோமியர்களும் எகிப்தியர்களும் தங்களுடைய அரசர்களுக்கும் கடவுளர்களுக்கும் கட்டியதைப்போன்ற மிகப் பெரிய அல்லது நிரந்தர நினைவுச் சின்னம் எதையும் ஹரப்பர்கள் கட்டவில்லை. இதைக்கொண்டு அவர்கள் மற்றவர்களைவிடத் தகுதிக் குறைவானவர்கள் என்று கருதிவிடவேண்டாம் என்கிறார் போஷல். மிகவும் சிக்கலான சமூக-கலாச்சார அமைப்பைக் கொண்ட நாகரிகம் மாற்று வழியில் தங்களுடைய கலாச்சாரத்தைப் பறைசாற்றியிருப்பதைப் புரிந்துகொள்ளவேண்டும் என்கிறார். அவர்கள் முத்திரைகளில் பொறித்த உருவங்களும் மட்பாண்டங்களில் வரைந்த ஓவியங்களும் மிகச் சிறந்த கலைத்திறனை வெளிப்படுத்துபவை என்று கருத முடியா விட்டாலும் தங்களுடைய மக்களை அவர்கள் வெவ்வேறு வகைகளில் வெளிப்படுத்தியிருக்கிறார்கள். இருக்கைகளில் அமர்ந்தவாறும், படுக்கையில் படுத்தபடியும், குழந்தைகளையோ – பிராணிகளையோ கைகளில் பிடித்தவாறும், ரொட்டி மாவைப் பிசையும் கோலத்திலும், வாழ்வாதாரத்துக்குச் செய்யும் பல்வேறு வேலைகளை வெளிப்படுத்தும் விதத்திலும் அவர்கள் திறனை வெளிப்படுத்தியுள்ளனர். பிராணிகளைப் பொம்மலாட்டத்துக்குத் தயார் செய்யும்வகையில் பொம்மைகளைச் செய்திருக்கிறார்கள். எருதுகள் தலையை ஆட்டும்படியும் வண்டியை இழுக்கும் விதத்திலும் வடித்திருக்கிறார்கள். குழந்தைகளைச் சிரிக்க வைப்பதற்காகச் செய்திருந்தாலும் தங்களுடைய நகைச்சுவை உணர்வை கலை வாயிலாக வெளிப்படுத்தியிருக்கிறார்கள்.

கற்பனையில் சில உயிரினங்களை உருவாக்கியிருந்தாலும் பிற நாகரிகங்களைச் சேர்ந்த மக்களைப்போல சிந்துசமவெளி மக்களும் நிஜ உலகை எப்படிப் பார்த்தார்களோ அதையே கலைகளில் வெளிப்படுத்தி, வாழ்க்கையை எப்படி எதிர்கொண்டார்கள் என்பதை உணர்த்தியிருக்கிறார்கள்.

இது அப்படியே இருந்தாலும், ஹரப்பர்களின் மிகச் சிறந்த நினைவுச் சின்னமாக அவர்களுடைய நகரமே திகழ்கிறது. நகர்ப்புற திட்டமிடலிலும் நகரப் பொறியமைப்பிலும் அற்புதமான முன்னோடி. நகரம் முழுவதற்கும் குடிநீர் வழங்கல், கழிவுநீர் அகற்றலுக்கான வசதிகளை உலகிலேயே செய்த முதல் நகர நாகரிகம் ஹரப்பர்களுடையதே. உலகிலேயே முதல் முறையாக வீடுகளுக்குள்ளேயே கழிவறை வசதிகளைச் செய்தவர்களும் ஹரப்பர்களே. மழைநீரைச் சேமிப்பதற்கான அமைப்புகளை ஏற்படுத்தியதையும் அதையும் மக்களுடைய குடியிருப்புகளுக்கு அண்மையிலேயே செய்திருப்பதையும் பாராட்டியே தீரவேண்டும்.

ரோமானியர்கள் காலம் வரும்வரையில் ஹரப்பர்களுடைய நகரமைப்பும் சுகாதார ஏற்பாடுகளும் மிகச் சிறந்த முன்னுதாரணங் களாகத் திகழ்கின்றன. பிற்காலத்தில் ரோமானியர்கள் மிக்க அறிவாற்றலுடன் நகரங்களையும் நகர வீடுகளையும் வீடுகளில் குளியல் தொட்டி உள்ளிட்ட வசதிகளையும் நிர்மாணித்தார்கள். கப்பல் கட்டும் தொழிலிலும் தொலைதூர நாடுகளுடன் வாணிப உறவுகளை வளர்த்துக்கொள்வதிலும் ரோமானியர்களும் சிறந்து விளங்கினர். தொழிலாளர்களை ஒன்று திரட்டி வேலை வாங்கவும், வர்த்தகத் தொடர்புகளை அதிகப்படுத்தவும் நீண்ட தொலைவு கடல் பயணங்களுக்குத் தேவைப்பட்ட வசதிகளைச் செய்யவும் மையப்படுத்தப்பட்ட அதிகாரப்படிநிலை உள்ள நிர்வாகத்தை ஏற்படுத்தியிருந்தனர்.

ஹரப்ப நாகரிகம் உச்சத்தில் இருந்த காலத்தில் (2600-1900 பொது ஆண்டுக்கு முன்) அதன் நகரங்களில் மிகப் பெரிய கட்டடங்களும், மேம்பட்ட வசதிகளும் கொண்ட மதில் சுவர்களால் சூழப்பட்ட குடியிருப்புகள் கோட்டையின் மையத்தை ஒட்டியே இருந்தன. அங்கே மேட்டுக்குடிகள் வாழ்ந்திருக்கவேண்டும் என்று இது ஊகிக்க வைக்கிறது. இதை எல்லா தொல்லியல் நிபுணர்களும் ஒப்புக்கொள்ளவில்லை. இப்படி நினைப்பதற்கு ஆதரவான காரணங்களோ, கட்டடவியல் ரீதியிலான சான்றுகளோ இல்லை என்கிறார் தொல்லியல் அறிஞர் ஜோனதான் மார்க் கெனோயர்.

தண்ணீர் கிணறு

குளியலறை

உண்மையில், சில கட்டங்களில், தோலாவிராவிலும் மொஹஞ்சதாரோவிலும் நகர கோட்டையின் மையத்துக்கு அருகில் கைவினைஞர் பிரிவுகளும் தொழிலுற்பத்திப் பிரிவுகளும்தான் இருந்தன. மன்னர்கள் வாழ்ந்த அரண்மனை களைப்போல ஏதும் இல்லை. அங்கிருந்த வீடுகளின் அளவுகளில் மாறுதல்கள் இருந்தாலும் அவை சமூக அந்தஸ்தை மாற்றிக் காட்டும் வகையில் மிக்க வேறுபாடுகளுடன் இல்லை.

தண்ணீர் கிணறுகளும் கழிவு நீரை வெளியேற்றும் வாய்க் கால்களும் நகரின் எல்லாப் பகுதியிலும் ஒரே மாதிரியாகத்தான் இருக்கின்றன. இடுகாட்டில்கூட மிகப் பெரிய வித்தியாசத்தைக் காட்டும் வகையில் ஏதுமில்லை. இறந்தவர்களின் எலும்புகளை ஆராய்ந்ததில் அனைவரும் ஒரே மாதிரியான ஊட்டச்சத்துள்ள உணவையே உண்டிருப்பதும் தெரிகிறது. இறுதிச் சடங்குகளைச் செய்வதில் சமூக குழுக்களிடையே சிறு வேறுபாடுகள் இருந்ததால், அது அங்கே புதைக்கப்பட்ட பொருள்களிலிருந்து தெரியவருகிறது. ஹரப்பர்களிடையேயும் சமூக ஏற்றத்தாழ்வு இருந்திருக்கிறது, ஆனால் அது பிற நாகரிகங்களிலும் இன்றைய சமூகங்களிலும் உள்ள அளவுக்கு மிகப் பெரிதாக இல்லை. சொல்லப்போனால், ஹரப்ப சமுதாயத்தில் ஏற்றத் தாழ்வுகள் புறக்கணிக்கத்தக்க அளவிலேயே இருந்திருக்கிறது.

ஹரப்பர்கள் இந்த விஷயத்தில் எப்படி வழக்கத்துக்கு மாறானவர்களாக இருக்கிறார்கள் என்பதைக் காட்ட ஓர் உதாரணத்தைக் கூறுகிறார் ராபின்சன். மெசபடோமியாவில், சுமேரியர்கள் மன்னரைப் புதைத்த மிகப் பெரிய கல்லறையின் பக்கவாட்டு அறைகளில் அவர் வாழும்போது அவருக்குப் பணிவிடைகள் செய்தவர்கள், மெய்க்காவலர்கள் ஆகியோரும் கொலை செய்யப்பட்டு உடன் புதைக்கப்பட்டுள்ளனர். இறப்புக்குப் பிறகு போகும் உலகில் மன்னருக்கு அவர்கள் அதே குற்றேவல்களைத் தொடர்ந்து செய்யவேண்டும் என்ற எண்ணத்தில் செய்திருக்கின்றனர். சிந்து சமவெளியில் அகழ்ந்து எடுக்கப்பட்ட எந்த இடுகாட்டிலும் இதேபோல ஏராளமானோரை உதவிக்கு உடன் புதைத்ததாகப் பார்க்க முடியவில்லை. சிந்து சமவெளி இடுகாடுகளில் உடல்களுடன் புதைப்பதே அரிது. அப்படி புதைத்த இடங்களிலும் மணிகளும் ஓடுகளாலான வளையல்களும்தான் புதைக்கப்பட்டுள்ளன. ஆயுதங்கள் புதைக்கப்படவில்லை. பணியாளர்களோ, அரசவை அதிகாரிகளோ உடன் பலிகொடுக்கப்படவுமில்லை.

இதுவரை நமக்குக் கிடைத்துள்ள ஆதாரங்களின்படி, ஹரப்பர்களின் தனித்துவமான அறிவாற்றல் எதுவென்றால், நகரத்தை நன்றாகத் திட்டமிட்டு மிகப் பெரிதாகக் கட்டியதில் வெளிப்படுகிறது. அத்துடன் போரில்லாத சமுதாயமாக விளங்கியதும் ஏற்றத் தாழ்வுகள் இல்லாத சமூகமாக அனைவருக்கும் அனைத்தையும் வழங்கிய சமுதாயமாக இருந்ததையும் உணர்த்துகிறது. ஹரப்பர்கள் வேதங்களைப் படைத்தார்களா - இல்லையா, ஆதிசமஸ்கிருத மொழியைப் பேசினார்களா - இல்லையா என்பதைவிட, திட்டமிட்டபடி நகரங்களை அனைவருக்கும் அனைத்து வசதிகளுடன் அமைத்ததும், ஏற்றத்தாழ்வற்ற சமுதாயத்தை அமைத்ததும் முக்கியம். இது இன்றைய ஆட்சியாளர்களின் கவனத்தைக் கவர வேண்டும் என்றே விரும்புகிறேன்.

நான் தங்கியிருந்த ஹோட்டல் அறையின் உணவுக் கூடமும் வட்டச் சுவரால் கட்டப்பட்ட 'புங்கா' பாணி அறைதான். இரவு நேரங்களில் இதுவே ஊழியர்களுக்குப் படுக்கை அறையாகவும் பயன்படுகிறது. ரூ.125-க்கு நெய்யில் சுட்ட சப்பாத்திகள், டால் (பருப்பு), காய்கறி, பப்பட் (அப்பளம்), அரிசிச் சோறு, காய்கறி சாலட், மோர், ஊறுகாய் ஆகியவற்றை உணவாகத் தருகிறார்கள். ரூ.70 கொடுத்தால் காலைச் சிற்றுண்டியாக உப்புமா அல்லது அவலில் செய்த தின்பண்டம் தருகிறார்கள். தொலைக்காட்சியில் ஐ.பி.எல். கிரிக்கெட் போட்டி வர்ணனைகள் அல்லது 2019 மக்களவை பொதுத் தேர்தல் பற்றிய செய்திகள்தான் கேட்கின்றன.

உணவுக் கூடத்தில் ஈக்கள் மொய்க்கின்றன. ஈக்களைப் பிடித்துத் தின்ன வெளியிலிருந்து அடிக்கடி தவளைகள் உள்ளே பாய்கின்றன. மழைக்காலங்களில் அதிகம் வரும் சார் என்கிறார் அந்த ஹோட்டலின் ஒரே சர்வர். குவாலியரில் சிறுவனாக வளர்ந்தபோது நிறைய தவளைகளைப் பார்ப்பேன். இப்போது பெரும்பாலும் நகர வாழ்க்கை என்பதால், நகரங்களில் தவளைகளைப் பார்ப்பதில்லை. உலக அளவில் தவளைகளின் எண்ணிக்கை குறைந்து வருகிறது. நடுத்தர வயதுள்ள கிராமவாசியான அந்த சர்வர் நல்ல வாயாடி. புவியியல் நிபுணர்களுடன் தோலாவிரா தொல்லியல்பகுதிக்குச் சென்ற போது, தான் எடுத்துவந்த மரம், கடல்பிராணிகளின் ஓடுகளாலான புதைமங்களைக் காட்டினார். இந்தியா ஒருகாலத்தில் தென்னாப்பிரிக்காவுடன் இணைந்திருந்தது, நீண்ட காலத்துக்கு

முன்னால் அந்நிலப்பகுதியிலிருந்து பிரிந்துவிட்டது என்பதை அவர் தெரிந்து வைத்திருக்கிறார்.

அந்த சர்வர் என்னிடம் இந்தியில் பேசினார். 'தொல்லியல் நிபுணர் பிஷ்ட் இங்கே மிகவும் கடுமையாக உழைத்தார். ஆரியர்கள் வெளியிலிருந்து வந்தவர்கள் அல்லர் என்று அவர் கருதினார். ஆரியர்கள் வெளியில் இருந்து வரவில்லை என்றால் இங்கேயோ அல்லது சிந்து சமவெளியின் மற்றைய பகுதிகளிலோ ஏன் குதிரைகளின் எலும்புகள் கிடைக்கவில்லை என்று சிலர் அவரிடம் கேட்டனர். அதற்கு அவரிடம் நல்ல பதில்கள் இல்லை. சூர் கொத்தடத்தில் கிடைத்துள்ள எலும்புகளை, குதிரைகளுக்கான ஆதாரமாக அரை மனதாகச் சொன்னார். அங்கே கிடைத்தவை குதிரையின் எலும்புகள் அல்ல குர் என்று அழைக்கப்படும் ஆசியாவின் காட்டுக் கழுதைகளுடையதாகும்' என்று கூறிய அந்தச் சர்வர், இப்போது அப்படியெல்லாம் யாரும் விவாதிப்பதில்லை, ஏன் அப்படி என்று கேட்டார்.

அத்தகைய முட்டாள்தனமான விவாதங்களுக்கு, புதிதாக வளர்ந்து வரும் மரபணுவியல் என்ற அறிவியல் புதுமை விடை கொடுத்துவிட்டது, ஆரியர்கள் உண்மையில் வெளியிலிருந்து வந்தவர்கள்தான் என்பதை மரபணுவியல் நிரூபித்துவிட்டது என்று நான் பதில் அளித்தவுடன் அவர் புன்னகையுடன் தலையை ஆட்டினார். தோலாவிராவில் கிடைத்த பல பொருள்களுக்கு வேதங்களில் கூறப்பட்டுள்ளவற்றை அடிப்படையாகக் கொண்டு பிஷ்ட் விளக்கம் அளித்தார் என்று காலையில் என்னுடன் பேசிய இன்னொரு வழிகாட்டி நினைவுகூர்ந்தார். கல்வி தொடர்பான ஆய்வில் சமயக் கண்ணோட்டங்களைப் புகுத்தக்கூடாது, அதனால் எந்த நன்மையும் இல்லை என்று அவரே அதற்குப் பதிலும் கூறிவிட்டார்.

வெயில் மிகுந்த நாளின் பகல்பொழுதின் பெரும்பகுதி வெளியே சுற்றிவிட்டு விடுதிக்குத் திரும்பிய எனக்கு குளிர்ச்சியான பீர் குடிக்கவேண்டும் என்ற எண்ணம் மேலிட்டது. குஜராத்தை மதுவிலக்கு மாநிலமாக அறிவித்த அதிகார பீடத்தை மனதுக்குள் சபித்தேன். ஆனால் விஷயம் தெரிந்தவர்கள், இந்த மதுவிலக்கு என்பதெல்லாம் சுத்த தமாஷ் என்கிறார்கள். காரணம் எல்லா கிராமங்களில் நாட்டுச் சரக்கு மக்களுக்கு தடையில்லாமல் கிடைக்கிறது. ஆமதாபாத் நகரிலோ மாஃபியாக்கள் பீட்ஸா தின்பண்டத்தைப்போல, தேவைப்படும் மது வர்க்கங்களை

அவரவர் வீடுகளுக்கே கொண்டுபோய் சேர்க்கின்றனர். சிந்து மாகாணத்தில் மதுபான வடிப்பாலை ஹரப்பர்கள் காலத்திலேயே இருந்திருப்பது கண்டுபிடிக்கப்பட்டிருக்கிறது. உலகிலேயே மதுபானங்களை வடித்தெடுத்து குடித்த முதல் இனமாக சிந்தியர்கள் அதாவது ஹரப்பர்கள் இருந்திருக்கிறார்கள். வேத இலக்கியங்களில் சோமபானம் என்ற சோமரசத்தைப் பற்றிக் குறிப்பிட்டுள்ளனர். சோமம் என்ற மெல்லிய கொடியின் சாறிலிருந்து அந்த மதுவைத் தயாரித்துள்ளனர். அது போதை மிக்கது, எனவே அதை அருந்தினால் மயக்கம் அதிகமாக இருக்கும். குளிர்ச்சியான பீர் கிடைக்குமா என்ற ஏக்கத்தில் இருந்த எனக்கு, குஜராத்தின் அரசியல்வாதிகள் இந்த ஒரு விஷயத்தில் மட்டும் ஹரப்பர்களையும்விட முன்சென்று கற்காலத்துக்கே போய்விட்டதாக ஆத்திரம் வந்தது.

ஹரப்ப நாகரிகத்தின் வீழ்ச்சி

ஹரப்ப நாகரிகம் நன்கு முதிர்ச்சி பெற்று 700 ஆண்டுகள் நீடித்தது. குஜராத்தின் சில பகுதிகளில் அது மேலும் சில ஆண்டுகளுக்கும் நீடித்தது. அவர்களுடைய தொழிற்சாலை உற்பத்தியும் நெடுந்தொலைவு வாணிப உறவும் ஏன் குன்றின, அவர்களுடைய நகரங்களைவிட்டு மக்கள் ஏன் பொது ஆண்டு 1900-க்குப் பிறகு வெளியேறினர், அவர்களுடைய எழுத்து வடிவம் ஏன் பொது ஆண்டு 1800-க்குப் பிறகு வழக்கொழிந்தது என்பதை யாராலும் திட்டவட்டமாகச் சொல்ல முடியவில்லை. அங்கே மிகப் பெரிய போர், அன்னியர் படையெடுப்பு, நாசகரமான தொற்றுநோய் ஆகியவை ஏற்பட்டதற்கான எந்த அடையாளங்களும் இல்லை. நகர்ப்புற கட்டமைப்பு மெல்ல மெல்ல நொறுங்கி வீழ்ச்சி அடைந்ததாலும், மாற்றுப் பிழைப்புக்காக மக்கள் இடம் பெயர்ந்ததாலும் நகரைவிட்டு ஒரு காலகட்டத்தில் அனைவரும் நீங்கியதாலும் இந்த வீழ்ச்சி ஏற்பட்டிருக்கலாம். பொது ஆண்டு 1300 காலத்தில் இந்த நாகரிகம் அடியோடு மறைந்துவிட்டிருந்தது. நாகரிகம் குன்றியதை தொல்லியலாளர்கள் எப்படிக் கண்டுபிடிக்கின்றனர்?

ராபின்சன் எப்படி என்று விவரிக்கிறார்: ‘ஹரப்பா, மொஹஞ்ச தாரோ நகரப் பகுதிகளில் ஆரம்ப கட்டத்தில் ஆய்வு நடத்திய தொல்லியலாளர்கள் அங்கிருந்த வீடுகள், மழைநீர் வடிகால்

அமைப்புகள், நகர்ப்புற வாழ்க்கை ஆகியவற்றில் பெரும் சேதம் ஏற்பட்டிருந்ததை பல்வேறு அடையாளங்கள் மூலம் உறுதி செய்துகொண்டனர். மொஹஞ்சதாரோவில் குடிசைகள் மோசமான தரத்தில் கட்டப்பட்டிருந்தன. வீடுகளைக் கட்ட உடைந்த செங்கற்களையும் பழைய செங்கற்களையுமே பயன் படுத்தியிருந்தனர். செங்கல் சூளைகள் வீதிகளின் நடுவிலேயே சில இடங்களில் அமைக்கப்பட்டிருந்தன. இறந்தவர்களின் உடல்கள் அடக்கம் செய்யப்படாமல், அப்படியே கைவிடப்பட்ட நிலையில் இருந்தன. வண்ணம் தீட்டிய மண்பாண்டங்களுக்குப் பதிலாக வெள்ளை நிறத்தில் அல்லது உருவம் ஏதும் தீட்டப் படாமல் பாண்டங்களைத் தயாரித்திருந்தனர். முத்திரைகளின் பயன்பாடு அறவே இல்லாமலிருந்தது'.

இதேபோன்ற வீழ்ச்சிகளின் அடையாளம் தோலாவிராவிலும் கிடைத்தன. இந்த வீழ்ச்சியானது பிராந்தியத்துக்கு பிராந்தியம் வெவ்வேறு நிலைகளில் இருந்தன. எல்லா இடத்திலும் ஒரே மாதிரி இல்லை, சில இடங்களில் தாற்காலிகமாக வீழ்ச்சி நின்றுமிருந்தது. சில இடங்களில் மீட்சிகள் கூட ஏற்பட்டிருந்தன. 'ஹரப்பர்களின் காலத்துக்குப் பிற்பட்டவர்கள்' என்று கருதப் படும் கலாச்சாரக் குழுக்கள் இதற்குக் காரணமாக இருந்தன.

ஹரப்ப நாகரிகம் முற்றாக மறைந்த பிறகு, கிட்டத்தட்ட ஆயிரம் ஆண்டுகளுக்குப் பிறகே துணைக் கண்டத்தில் பிற நகரங்கள் உருவாகின. தங்களுக்கும் முன்னால் ஹரப்ப நாகரிகம் இருந்தது என்பதே தெரியாமல் தொலைதூரத்தில் இருந்த கங்கை சமவெளியில் புதிதாக நகரங்கள் உருவாகின.

தோலாவிராவின் அடையாள பலகையில் உள்ள சின்னங்கள்

ஹரப்பர்களின் எழுத்தமைதிக்குப் பிறகு கிட்டத்தட்ட ஆயிரம் ஆண்டுகள் துணைக் கண்டத்தில் எழுதும் முறையே இல்லாமல் இருந்திருக்கிறது. பிராமி எழுத்துமுறை பிறகு உருவானது அசோகரின் கல்வெட்டுகளிலிருந்து தெரியவருகிறது. அதற்கும் முன்னரேகூட அந்த எழுத்துமுறை மக்களிடையே புழக்கத்தில் இருந்திருக்கவேண்டும். இலங்கையின் அனுராதபுரத்தில் கி.மு. 6 முதல் 5 நூற்றாண்டுக் கல்வெட்டுகள் பிராமி எழுத்துமுறையில்

வடிக்கப்பட்டிருந்தன. எழுத்தறிவு கொண்ட நகர நாகரிகம் ஆயிரம் ஆண்டுகளாக இடைக்காலத்தில் எழவில்லை என்று நாம் இப்போதைக்கு நம்பகமாகச் சொல்வோம்.

ஹரப்ப நாகரிகம் சிதைந்ததற்கு பருவநிலைகளில் ஏற்பட்ட மாற்றம்தான் காரணம் என்று சிலர் கூறுகின்றனர். தொடர்ந்து மழைக்காலத்தில் மழை பெய்யாமல் பொய்த்ததால் வறட்சி அதிகமாகி, நகரங்களுக்குத் தேவையான பால், தயிர், உணவு தானியங்கள் ஆகியவற்றைத் தர முடியாமல் கிராமங்கள் திண்டாடின. இதனால் நகரில் வாழ்ந்தவர்கள் வெளியேறினர் என்று அவர்கள் கூறுகின்றனர். மழைக்காலத்தில் காட்டெருமை, காட்டெருதுகள், யானைகள், புலிகள் ஆகியவை விளையாடி மகிழ்வதைப்போன்ற படைப்புகள் ஹரப்பர்களால் உருவாக்கப் பட்டுள்ளன. மழை குறைந்தால் இவையெல்லாம் வாடும் என்பதை இதன் மூலம் உணர்த்துகின்றனர்.

மற்றொரு சாரார் நிலநடுக்கங்கள்தான் நாகரிகம் மறைந்ததற்குக் காரணம் என்கின்றனர். நிலநடுக்கத்தால் பூமியின் மேல் தட்டுக்கள் நகர்ந்து சிந்து நதியின் போக்கை மாற்றிவிட்டன. இது ஹரப்பா, மொஹஞ்சதாரோ பகுதியின் வளத்தில் எதிரொலித்தது. இமயமலையிலிருந்து வற்றாத ஜீவநதிகளாக ஓடி வந்த கக்கர்-ஹக்ரா இதனால் மழைக்காலத்தில் மட்டும் வெள்ளம் பெருக்கெடுக்கும் நதிகளாக மாறின. இதனால் கன்வேரிவாலா, ராக்கிகடி ஆகிய இடங்களும் நீர்வளம் குன்றின. மொஹஞ்ச தாரோவில் அடிக்கடி வெள்ளம் ஏற்பட்டதால் நீரினால் பரவும் கொள்ளை நோய்களுக்குப் பலர் பலியானதைப்போல ஹரப்ப நகரங்களிலும் மக்கள் மலேரியா, காலரா போன்ற நோய்களுக்கு பெரும் எண்ணிக்கையில் பலியாகியிருக்கக் கூடும். இதனால் பெரும் எண்ணிக்கையில் மக்களும் அங்கிருந்து வெளியேறி இருக்கக்கூடும். ஆனால் இந்த ஊகத்தை நிரூபிக்கும் ஆதாரங்கள் மிகவும் வலுவற்றவை.

மக்களிடையே ஏற்பட்ட புதிய நம்பிக்கைகளும், பொருளாதார நிலைமையும் நகரங்களுக்கும் கிராமங்களுக்கும் இடையில் நிலவிய பொருளாதார உறவைச் சீர்குலைத்திருக்கக் கூடும், கிராமப்புறங்களிலிருந்து வரி வசூல் செய்வது நகரத்துக்கு இயலாமல் போயிருக்கலாம். சுருக்கமாகச்சொன்னால், ஹரப்பா நகர நாகரிகம் ஏன் திடீரென்று மறைந்தது என்பது திட்ட வட்டமாகத் தீர்மானித்துச் சொல்லமுடியாத காரணங்களால் ஆனது, இதற்குப் பல காரணங்கள் இருந்திருக்கக் கூடும்.

காரணம் எதுவாக இருந்தாலும் ஹரப்பர்களும் அவர்களுடைய சந்ததியினரும் அங்கிருந்து கிழக்காகவும் தெற்காகவும் இடம் பெயர்ந்தனர். ஏற்கெனவே ஆயிரம் ஆண்டுகளாகச் சிறிது சிறிதாக நடைமுறையில் இருந்த அப்போக்கு இப்போது வேகம் பெற்றது. பலர் கங்கை-யமுனை சமவெளிகளுக்குச் சென்று குடியமர்ந்தனர். கணிசமானவர்கள் துணைக் கண்டத்தின் தென் பகுதிகளுக்குச் சென்றனர். மரபணுக்களை ஆராய்ச்சி செய்தபோது ஹரப்பர்களுக்கும் நவீன தென்னிந்தியர்களுக்குமுள்ள நெருக்கம் தெரியவந்துள்ளது.

ஹரப்பர்களுடைய மொழிகூட ஆதி திராவிட மொழியைப் போன்றதே. இந்த நெருக்கத்துக்கு மேலும் ஓர் ஆதாரம்போல திராவிட மொழிகளுக்கும் ஏலமைட் என்ற மொழிக்கும் உள்ள நெருங்கிய தொடர்பு தெரியவந்துள்ளது. இது ஈரான் நாட்டில் அடையாளக் குறியீடுகளையே எழுத்தமைதியாகக் கொண்ட, அங்கு புழக்கத்தில் இருந்து பிறகு அறவே அழிந்த ஒரு மொழியாகும். ஏலமைட் மொழியின் ஆதி வடிவத்தைப் பேசியவர்கள் ஹரப்பர்களுக்கு அருகில் உள்ள பிரதேசத்தில் வாழ்ந்தவர்கள், அவர்களுடன் வர்த்தகத் தொடர்புகளைக் கொண்டிருந்தவர்கள். அவர்களுடைய எழுத்து வடிவங்களுக்கும் இதுவரை பொருள் புரியவில்லை.

இன்னொரு வலுவான ஆதாரம் பிராஹுயி என்ற மொழி மூலம் கிடைத்துள்ளது. இது ஏலமைட் மொழிக்கு நெருக்கமானது, பலூசிஸ்தான் பகுதியில் இன்னமும் பேசப்படுவது. பலூசிஸ்தானில்தான் ஹரப்பர்கள் வாழ்ந்தனர். பிராஹுயி மொழியைப் பேசுவோர் எண்ணிக்கை இப்போதும் 3 லட்சத்துக்கும் மேல். அவர்களுடைய முன்னோர்கள் அங்கிருந்து தென்னிந்தியாவுக்கு இடம் பெயரவில்லை. வேத மொழிக்கே திராவிட மொழிதான் பல சொற்களை வழங்கியிருக்கிறது என்பதை பர்போலா வலியுறுத்துகிறார்கள். வேதங்களிலேயே மிகவும் பழமையானது என்று கூறும் ரிக் வேதத்திலேயே திராவிட (தமிழ்) மொழிச் சொற்கள் உள்ளன.

சுருக்கமாகச் சொல்வதென்றால் மொழியியல், தொல்லியல், மரபணுவியல் ஆகிய மூன்று துறைகளிலும் ஏற்பட்டுள்ள நவீன வளர்ச்சியின் அடிப்படையில் ஆராயும்போது ஹரப்பர்கள் ஆதி திராவிட மொழிகளில் ஒன்றையோ ஒன்றுக்கும் மேற்பட்டவற்றையோ பேசியிருக்கிறார்கள். அவர்கள் மிகப் பெரிய

நிலப்பரப்பில் வாழ்ந்திருக்கிறார்கள். வட மேற்கில் வசித்த அவர்களுடைய நாகரிகம் குன்றியபோது மூன்றாவதாக மிகப் பெரிய மனித இனக் குடியேற்றம் இந்தியத் துணைக் கண்டத்தில் நிகழ்ந்தது. அப்படி வந்தவர்கள் தங்களை ஆரியர்கள் என்று அழைத்துக் கொண்டனர். 3,500 ஆண்டுகளுக்குப் பிறகு நடைபெறவிருக்கும் அனல் பறக்கும் விவாதங்களுக்கும் கலாச்சாரத்துக்கும் தாங்கள்தான் முக்கியக் காரணமாக இருக்கப் போகிறோம் என்று அந்த ஆரியர்கள் கனவிலும்கூட நினைத்துப் பார்த்திருக்கமாட்டார்கள்!

ஹரப்பா நாகரிகத்தின் பின்விளைவுகள்

ஹரப்பர்களுடைய முத்திரைகள், மண்பாண்டங்கள், உருவங்கள், பிராணிகளின் எலும்புகள் என்று அனைத்துமே உண்மையில் வாழ்ந்தனவற்றையும் அவர்களாகக் கற்பனையில் வடித்தன வற்றையும் கொண்டுள்ளன. நாய், புலி, பறவைகள், காட்டுக் கழுதை, ஒற்றைக்கொம்புள்ள பிராணிகள், திமில்கொண்ட எருது, யானை, காண்டாமிருகங்கள், நீர் எருதுகள், குட்டைக் கொம்புடன் திமில் இல்லாத எருதுகள், செம்மறியாடுகள், மான்கள், முதலைகள், முயல், ஒரேயொரு திமிலைக்கொண்ட ஒட்டகங்கள், கழுதைகள் அவற்றில் இருந்தன. குதிரைகள் இல்லை. ஹரப்ப நாகரிகம் முடிந்த பிறகே துணைக் கண்டத்தில் குதிரைகள் வரத் தொடங்கின.

மத்திய ஆசியாவிலிருந்து வந்த ஆரியர்கள் மேய்ச்சல் நிலங்களில் கால்நடைகளை மேய்க்கக் குதிரைகளில்தான் செல்வார்கள். அவர்களுக்கு சிலவகை தானியங்களைப் பயிர் செய்து சாகுபடி செய்யும் முறைகளும் தெரிந்திருந்தன. அவர்களுடன் அவர் களுடைய மொழியும், மதமும் வந்தன. ஆதி சமஸ்கிருதம், வேதங்களுக்கும் முந்தையதான கீதங்கள், வேதகாலக் கடவுளர்கள் அவர்களுடன் வந்தன. அவர்களுடைய கடவுளர்கள் பெரும்பாலும் ஆண் தெய்வங்கள்தான். இந்திரன், அக்னி, மித்ரன், வருணன், ருத்ரன், சூரியன் ஆகிய கடவுளர்களை வழிபட்டனர். உஷா, பிருதிவி போன்ற பெண் தெய்வங்களையும் வணங்கினர். இரும்பைப் பயன்படுத்தத் தெரிந்திருந்தனர். தீயையும் பசுக் களையும் போற்றி வணங்கினர் (பசுக்களைக் கொன்று அவற்றின் இறைச்சியை உண்டார்கள் என்றாலும்), இறந்தவர்களை

எரிப்பதையே அதிகம் வழக்கமாகக் கொண்டிருந்தனர். ஆரியர்கள் துணைக் கண்டத்தில் நுழைந்த அதேவேளையில், ஹரப்பர்கள் நகரங்களைவிட்டு கிராமங்களில் குடியேறி வாழத் தலைப் பட்டனர். இது கி.மு. 2000-வது ஆண்டுகளின் நடுப்பகுதியாகும்.

கறுப்பு நிறமுள்ள 'தாசர்கள்' என்ற எதிரிகளுக்கு எதிராகத் தாங்கள் கையாண்ட பாதுகாப்பு கவசங்கள், ஆயுதங்கள், தேர், போர் தந்திரம் குறித்து ஆரியர்கள் தங்களுடைய வேதங்களில் பாடல்களாகப் பாடியுள்ளனர். 'தாசர்கள்' என்று குறிப்பிடுவோர் ஹரப்பர்கள் அல்லர். ஆரியர்கள் சிந்து சமவெளியில் குடியேறியபோது ஹரப்பர்கள் கோட்டையரண் உள்ள நகரங்கள் எதிலும் வாழவில்லை. தாசர்களின் கோட்டை குறித்து ரிக் வேதத்தில் காணப்படும் வர்ணனைகளின் அடிப்படையில் பார்த்தால், தாசர்கள் எனப்படுவோர் சாகர்களுக்கும் முன்னதாக வாழ்ந்த இனத்தவர் என்று அர்கோ பர்போலாவும் மற்றவர்களும் கூறுகின்றனர். இவர்கள் மத்திய ஆசிய புல்வெளிகளில் கால்நடைகளை மேய்த்தவர்கள். ஆரியர்களுக்கும் தாசர்களுக்கும் நடந்த பெரும் போர்கள் சிந்து சமவெளியில் அல்லாமல் இந்திய – ஈரானிய எல்லைகளுக்கு அருகிலேயே, அதாவது சிந்து சமவெளிக்கு வரும் வழியிலேயே நடந்திருக்கின்றன. மெலும், ரிக் வேதம் கூறும் சரஸ்வதி நதி, கக்கர்-ஹக்ரா நதியல்ல. அது பொது ஆண்டு 2000-க்கு முன்னாலேயே வற்றிவிட்டது. ரிக் வேதத்தில் சரஸ்வதி என்று கூறுவது, அவஸ்தான் மொழியில் ஹராக்ஸ்வைதி என்றும் பழைய பாரசீக மொழியில் ஹராஹுவதி என்றும் அழைக்கப்பட்டது. நவீன ஆப்கானிஸ்தானில் பாயும் அர்கன்தாப் நதி அல்லது ஹெல்மாண்ட் நதியாகவே அது இருக்கக் கூடும்.

சிந்துசமவெளிக்கு ஆரியர்கள் வந்தபிறகு, உள்ளூர் மக்கள் (கிராமங்களில் வசித்த ஹரப்ப சந்ததிகள்) ஆரியர்கள் மூர்க்க மானவர்களாக இருப்பதையும், அவர்களைச் சந்தித்தாலே அமைதி குலைகிறது என்பதையும் உணர்ந்துகொண்டனர். ஆரியர்கள் முழுக் குடும்பங்களாகவே இடம் பெயர்ந்திருந்த போதிலும் மரபணுக் கலப்புகளைப் பார்க்கும்போது ஓர் இனச் சார்பு சற்றுத் தூக்கலாகவே இருக்கிறது. 2017-ல் மேற்கொள்ளப் பட்ட அறிவியல் ஆய்வு, வெண்கல காலத்தில் மத்திய ஆசியாவிலிருந்து வெளியேறி இந்தியத் துணைக் கண்டத்தில் குடியேறியவர்களில் ஆண்கள் எண்ணிக்கை அதிகம் இருந்ததைத் தெரிவிக்கிறது.

ஆண் ஆதிக்கம், ஆண்சார்பு, ஆண்வழிச் சமூகக் கட்டமைப்பு ஆரியர்களிடம் மிகுந்திருந்தது. இந்தோ-ஐரோப்பிய சமூகமாக மேய்ச்சல் நிலங்களில் மேய்ப்பர்களாக இருந்த காலத்திலிருந்து ஆரியர்கள் இதே சமூக அமைப்பைக் கொண்டிருந்தனர். ஆரியர்கள் குடியேறியபோது மிகப்பெரிய போரோ, படையெடுப்போ நடந்ததற்கான அடையாளங்கள் எதையும் தொல்லியலாளர்கள் பார்க்கவில்லை. இருந்தாலும் ஆரியர்கள் தங்களுடைய மொழி, மதம், கலாச்சாரம் ஆகியவற்றைத் திணித்தபோது உள்ளூர் மக்கள் அதை நிச்சயம் எதிர்த்திருப்பார்கள். காரணம், இருவேறு இனங்கள் ஒன்றையொன்று சந்திக்கும்போது மோதல்கள் நேர்வது இயல்பு.

ஆரியர்கள் தங்களுடன் புதுவிதமான சமூகப் படிநிலையையும் கொண்டு வந்தார்கள். அதில் பூசாரிகள் அல்லது புரோகிதர்கள் தலைமையிடத்தில் இருந்தார்கள். வர்ணாசிரமத்துக்கு முந்தைய வடிவம் அப்போது நிலவியது. தங்களுடைய இனத்துக்குள்ளே மட்டும் திருமணம் செய்துகொள்ளும் அகமணமுறை அவர்களிடம் வழக்கம் இல்லாமல் இருந்தது. ஆரியர்கள் தங்களுக்கென்று எழுத்து வடிவம் எதையும் கொண்டிருக்கவில்லை. நகர்ப்புற நாகரிகங்களில் வாழ்ந்திருக்கவில்லை என்பதால் அதற்கான தேவை அவர்களுக்கு ஏற்பட்டிருக்கவில்லை. ஆரியர்கள் தங்களுடைய வேதங்களையும் இதர சாஸ்திரங்களையும் வாய்மொழியாகவே தங்களைச் சேர்ந்தவர்களுக்குச் சொல்லி வந்தனர். எழுத்துப்பூர்வமான முறைக்கு மாறிவிட்டால் அதை அனைவரும் படித்துத் தெரிந்துகொள்ளும் ஜனநாயகத் தன்மை ஏற்பட்டுவிடும். பொருள் புரிந்துவிட்டால் சிறு குழுக்களிடையே தங்களுக்கிருக்கும் செல்வாக்கை இழக்க நேரவும் கூடும் என்பதால் எழுத்தமைப்புக்கு அவர்கள் அவசரப்படவில்லை.

ஹரப்பர்களுக்கு இப்படிப்பட்ட உள் உணர்வுகள், அச்சங்கள் இல்லை. எழுத்தறிவை அவர்கள் அனைவருக்கும் புகட்டியதை, மட்பாண்டங்கள் போன்றவற்றிலும் எழுத்துகள் எழுதப்பட்டதில் இருந்தே அறியலாம். தோலாவிராவில் மக்கள் வாழ்ந்த பகுதிகளில் கல் பலகைகளில், சுவரொட்டிகளில் எழுதுவதைப்போல மக்களுக்கான வாசகங்களை அடையாளக் குறியீடுகளாக எழுதி வைத்திருந்தனர். மட்பாண்டங்களில் காணப்படும் குறியீடுகளோ அது எந்த இடத்தில் தயாரிக்கப்படுகிறது, யார் தயாரிக்கிறார்கள் என்பதைப்போன்ற தகவல்களை உள்ளடக்கியதோ என்னவோ தெரியவில்லை.

மேலும் ஆயிரம் ஆண்டுகளுக்கு மேற்பட்ட இனக் கலப்புகளாலும் இனக்குழு இடமாற்றங்களாலும் கங்கைச் சமவெளியில் ஏராளமான ஊர்கள் ஏற்பட்டன. 'அப்படிக் குடியேறியவர்கள், மிகத் துல்லியமாகவும் தரமாகவும் தீயில் சுட்டு மட் பாண்டங்களையும் பீங்கான் போன்ற கலைப் பொருள்களையும் தயாரிக்கத் தொடங்கினர்' என்கிறார் வரலாற்று ஆய்வர் சுதிப்த சென். மக்கள் புதிய சமூக அமைப்புகளை உருவாக்கிக் கொண்டனர். அதில் குலங்கள், வம்சாவழி, பழங்குடி இனக் குழுக்கள் ஆகியவற்றை உருவாக்கி மன்னர், ஆட்சிக்கான நிர்வாகக் குழு ஆகிய புதிய அமைப்புகளை ஏற்படுத்திக் கொண்டனர்.

இதிலிருந்துதான் புதிய நகர்ப்புற வாழ்க்கைமுறை ஏற்பட்டது. கலாச்சாரங்களுக்கிடையே கலப்பும் ஏற்பட்டது. மொழிகள், அனைத்து மதத்தவருக்கும் பொது வழிபாட்டிடம், மத-ஆன்மிகக் கருத்துகள் ஆகியவை பொது ஆண்டின் முதல் ஆயிரமாவது ஆண்டில் உருவாகின. ஆரியர்கள், ஹரப்பர்கள் என்ற இரு பிரிவினரும் இதன் வளர்ச்சிக்குப் பெரிய பங்களிப்புச் செய்துள்ளனர். இப்படி இணையும்போது ஏற்பட்ட புதிய அரசியல், சமூக மோதல்களே மகாபாரதம்போன்ற மகா காவியம் உருவாகக் காரணங்களாக இருந்தன.

ஹரப்பர்களின் சமூகப் படிநிலையிலும் தொழிலை அடிப் படையாகக் கொண்ட – அதாவது பூர்வ வர்ணாசிரம முறை – அகமண முறை நடைமுறையில் இருந்திருக்குமோ? தோலாவிரா மக்களின் வீடுகளில் இருந்த கழிப்பறைகளைப் பரம்பரையாக வந்த தோட்டிகள் சுத்தம் செய்திருப்பார்களா? இப்போதைய தொல்லியல்துறை, மரபணுவியல்கள் அப்படி நடந்திருக்க வாய்ப்பில்லை என்றே கூறும். (ஆதி ஹரப்பர்களின் மரபணுக்களே திட்டவட்டமான ஆதாரமாக இருக்க முடியும்). அகமண முறை, கி.மு. முதல் ஆயிரமாவது ஆண்டு தொடங்கி விட்டதாகக் கண்டுபிடித்துள்ளனர் விஞ்ஞானிகள். இந்திய துணைக் கண்டத்தில் ஆரியர்கள் குடியேறிய ஆயிரம் ஆண்டு களுக்குப் பிறகு இது நடந்திருக்கிறது. அதற்கும் முன்னால்வரை இனக் கலப்பே நடைமுறையாக இருந்திருக்கிறது. அகமண முறையைக் கடைப்பிடித்தாலும், சில குழுக்கள் கலப்பை அதன் பிறகும்கூட அனுமதித்து வந்தன, அதற்குப் பிறகு வந்த காலத்தில்தான் சாதி அடிப்படையிலான அகமண முறை மிகவும் பரவலாகிவிட்டது.

எந்தக் கலாச்சாரத்தின் அடி மூலக்கூறு - ஆரியர்களுடையதா, ஹரப்பர்களுடையதா - சாதி அமைப்பு முறைக்கு வித்திட்டது என்று நம்மால் கூற முடியுமா? ஆரிய மரபணுக்கள் உயர் சாதிகளில் அதிகம் இருக்கிறது என்ற ஆய்வுத் தகவல் வலுவான சான்றைத் தருகிறது. உயர் சாதியினர், வெள்ளை அல்லது சராசரியாக மாநிறம் உள்ளவர்கள். அகமண முறை என்பது உயர் சாதியினரிடத்திலும் இந்திய - ஐரோப்பிய மொழிகளைப் பேசுவோரிடத்திலும் முதலில் தோன்றி பிறகு அதுவே இயல்பு நிலையாகிவிட்டது. இந்தியாவின் சாதிப் பிரிவு முறைக்கான வேர், ஆரியர்களுடைய அடிமூலக்கூறிலிருந்துதான் தோன்றி இருக்கிறது என்று பல அறிஞர்கள் நீண்ட காலமாகவே வாதிட்டு வருகின்றனர்.

ஆணாதிக்க சமூகத்தின் நடைமுறையான 'சதி' (உடன்கட்டை ஏறுதல்) என்ற வழக்கமும் ஆரியர்களுடைய மூலக்கூறில் இருந்துதான் ஏற்பட்டிருக்கிறது. முதல் சதி சம்பவம், கி.மு. நாலாவது நூற்றாண்டிலேயே நடந்திருப்பது தெரிகிறது. டயோடரஸ் சிகுலஸ், ஸ்ட்ராபோ என்ற இரண்டு எழுத்தாளர்கள் இதைப் பதிவு செய்துள்ளனர். 'சதி' என்ற உடன்கட்டையேறும் நிகழ்வு இந்தியாவில்தான் அதிகம் நிகழ்ந்திருக்கிறது என்றாலும் அண்மைக் கிழக்கு, ஐரோப்பிய நாடுகளிலும்கூட நிகழ்ந்திருக்கிறது. இறந்தவர்களைக் குழிகளில் புதைக்கும் வழக்கம் 'யாம்நய' என்று அழைக்கப்படுகிறது. ரஷியாவில் குடியேறிய இந்திய - ஆரியர்கள் இதைக் கடைப்பிடித்துள்ளனர். இதை 'சதி' சடங்கின் 'தாய்' என்று பதிவு செய்துள்ளனர். ரஷியாவில் இதற்கு 'யாம்நய' என்று பெயர், அதாவது 'யமுனை நதிக்கரையில் வாழ்ந்தவர்களின் பழக்கம்'.

கி.மு. ஐந்தாவது நூற்றாண்டில் கிரேக்க வரலாற்றாசிரியர் ஹெரோடோட்டஸ் இதைப்போன்ற குறிப்பொன்றை எழுதியிருக்கிறார். 'திரேசியன் என்கிற பழங்குடிகளில் கணவன் இறந்துவிட்டால் அவனால் மிகவும் நேசிக்கப்பட்ட மனைவி என்று குடும்பத்தாரும் நண்பர்களும் தீர்மானிக்கப்படுபவள், கணவனுடனேயே அடக்கம் செய்யப்படுவாள்' என்கிறார். ஒரு நூற்றாண்டுக்குப் பிறகு இரண்டாவது பிலிப் மாமன்னரின் திரேசிய மனைவி (மகா அலெக்சாண்டரின் தாய்) கணவரின் சிதையிலேயே எரிக்கப்பட்டு, அந்தப் பழங்குடிகளின் வழக்கப்படி இறுதிச் சடங்கு நடத்தப்பட்டது. ரோம வரலாற்றாசிரியர் டேசிடஸ், யாம்நய பாரம்பரியத்தைப் பின்பற்றிய ஜெர்மானியப் பழங்குடி

குறித்து ஒரு குறிப்பு எழுதியிருக்கிறார். கணவருக்குப்பிறகு உயிர்வாழ விரும்பாத ஒரு பெண், கணவருடைய சிதையிலேயே தன்னையே எரித்துவிட வேண்டும் என்பதற்காகத் தற்கொலை செய்துகொண்டாளாம்.

விதவைகள் மறுமணம் செய்துகொள்வதைப் பல பழங்குடிகள் விரும்பவில்லை என்றும் டேசிடஸ் எழுதியிருக்கிறார். கி.மு. பத்தாவது நூற்றாண்டில் ஸ்லாவிக், ரஷியப் பழங்குடிகளிடம் 'சதி' என்கிற உடன்கட்டை ஏறும் வழக்கம் இருந்ததையும், அவர்கள் காகசஸ் மலைப் பகுதியிலும் இந்தியாவிலும் வாழ்ந்தவர்கள் என்றும் அரபு வரலாற்றாசிரியர் அல் மசூதி எழுதியிருக்கிறார். அவர்களும் 'யாம்நய' வம்சத்தில் உதித்தவர்கள். இப்படிப்பட்ட இறுதிச் சடங்குகள் அனைத்துமே ஆணாதிக்க முத்திரை கொண்டவை. அவையனைத்துமே பண்டைய எகிப்தியர்களின் வழக்கத்திலிருந்து முற்றிலும் வேறுபட்டவை. எகிப்தியர்கள் மன்னரோ, பிரபுவோ இறந்தால் அவரிடம் வேலை செய்த பணியாளர்களையும் கொன்று அவருடைய கல்லறையிலேயே அடக்கம் செய்துவிடுவார்கள். இறந்தவர் மேலுலகம் செல்லும்போது துணைக்குச் செல்லவேண்டும், அவருக்கான பணிவிடைகளைத் தொடர வேண்டும் என்பதற்காக இப்படிச் செய்தனர். ஆனால் 'சதி' என்ற சடங்கு ஹரப்பர்களுக்கு முற்றிலும் அன்னியமானது. பின்னாளில் கலாச்சாரங்களிடையே கலப்பு ஏற்பட்டதால், போர்த் தொழிலில் ஈடுபட்ட மறவர் குலங்களில் இது செல்வாக்கு பெற்றது. அதனால் இந்திய - ஆரிய கலாச்சாரப் பண்பாடாகவே துணைக் கண்டத்தில் நிலைத்தது.

இருபதாவது நூற்றாண்டின் கடைசி சில பத்தாண்டுகளில், இந்தியாவின் முன்வரலாற்றை எழுதுவதில் கலாச்சார ஆதிக்கம் தன்னுடைய கோர முகத்தைத் தலைகாட்டியது. இந்து தேசியவாதிகளும் உள்நோக்கம் கொண்ட வரலாற்று அறிஞர்களும் (முழுக்க முழுக்க வெள்ளை அல்லது பழுப்பு நிறத் தோலினர்) ஆரியர்கள் இந்தியாவில் குடியேறியது குறித்து மாற்றுக்கருத்துகளை விதைக்க முற்பட்டனர். ஆரியர்கள் வெளியிலிருந்து இந்தியாவுக்குள் வரவே இல்லை என்று அவர்கள் வாதிட்டனர்! ஆரியர்களும் ஹரப்பர்களும் ஒரே இனமே, இந்தியாவின் சொந்தக் குடிமக்கள் என்றனர். ஆரம்பகால இந்திய - ஐரோப்பிய மொழிக் குடும்பங்கள் - அதில் சமஸ்கிருதமும் ஒன்று - இந்தியாவின் பூர்வகுடிகளால் உருவாக்கப்பட்டு, மேற்கத்திய நாடுகளுக்குக் கொண்டு செல்லப்பட்டன என்று புதிய

கருத்தை வலியுறுத்தினர். இதை, 'இந்தியாவுக்கு வெளியே என்கிற கருத்து' (OIT) என்றனர்.

இதை ஏற்றுக்கொண்டால், ஹரப்பர்கள் சமஸ்கிருதத்துக்கு முந்தைய பூர்வ மொழியைப் பேசினர், இதுவரை எவராலும் விளங்கிக்கொள்ளமுடியாத அவர்களுடைய எழுத்தமைப்பில் அதைக் கோர்த்தனர், ரிக் வேதத்தை இயற்றினர், தோலாவிரா போன்ற காவல் அரண் மிகுந்த நகரங்களை அதில் விவரித்தனர் என்றும் நாம் ஒப்புக்கொண்டாக வேண்டும். இப்படிப்பட்ட மோசடியான ஆய்வுத்திரிபு விளக்கம், 1980-கள் முதல் ஏராளமான இந்துத்துவ சித்தாந்தவாதிகளுக்கு தீனிபோடுவதாக மாறியது. உண்மை எது என்பதைச் சிறிதும் அறியாமல் தவறாக பெருமிதம் கொள்ளும் நகர்வாழ் இந்துக்கள், ஆரியர்கள் குடியேற்றம்பற்றிய தகவல்கள் அனைத்தும் திணிப்பே, அப்படி ஆரியர்கள் என்று யாரும் இங்கு வரவேயில்லை என்று பேசத் தொடங்கியதுடன் ஏராளமான இணைய தளங்களைத் தொடங்கி, உண்மைக்கு மாறான இதை மக்களிடையே பரப்பத் தொடங்கினர்.

ஆரியர்கள் இந்தியாவில் குடியேறினார்களா என்ற சர்ச்சை தொடர்பாக அறிஞர்களிடையே எப்போதும் கருத்து வேற்றுமையே ஏற்பட்டதில்லை. வேத ஆரியர்கள் தெற்காசியாவைச் சேர்ந்தவர்களாக இருந்திருக்கவே முடியாது என்பது பர்போலாவின் உறுதியான கருத்து. மொழியியல், தொல்லியல், மொழி வரலாற்றியல் தொடர்பாகப் பல ஆதாரங்கள் திரட்டப்பட்டுள்ளன. அவற்றுக்கிடையே உள்ள சிறு இடைவெளிகளையே எதிர்க்கருத்தாளர்கள் தங்களுக்குச் சாதகமாகப் பயன்படுத்தி வந்தனர். இப்போது 'மக்கள்தொகை தொல்லியல் மரபணுவியலாளர்கள்' என்ற மூன்று பிரிவுகளை ஒருங்கிணைத்து ஆராயும் புதுப் பிரிவினர் தோன்றியிருப்பதால் நிலைமை மாறிவருகிறது. ஒரு பொருளின் வயது அல்லது தொன்மை குறித்து அறிய 1949-ல் ரேடியோ கார்பன் தொழில்நுட்பம் உருவான பிறகு எப்படி அதைப்பற்றிய குழப்பங்களும் சர்ச்சைகளும் நீங்கி துல்லியமாகக் கணக்கிட முடிந்ததோ அப்படியே இனி இம் மாதிரியான குழப்பங்களுக்கும் தேவையற்ற சர்ச்சைகளுக்கும்கூட முடிவு வந்துவிட்டது.

இந்தியாவுக்கு வெளியே சமஸ்கிருதமும் பிற இந்திய-ஐரோப்பிய மொழிகளும் பரவியதாகக் கூறியவர்கள் நேர்மையான ஆராய்ச்சிக்குப் பிறகு அப்படிக் கூறவில்லை, அரசியல் காரணங்களுக்காகவே உள்நோக்கத்துடன் அப்படிக் கூறினர். வேத

இலக்கியங்களும் சமஸ்கிருதமும் இந்திய துணைக் கண்டத்திலேயே உருவானவை என்று நிறுவுவதற்காகக் குறுகிய நோக்கில், இந்துத்துவ ஆதரவுப் போக்கில் செயல்பட்டனர். இந்து மதத்தை உள்நாட்டிலேயே உருவான மதமாக நிறுவினால் அது இந்துக்களின் பெருமையை ஓங்கச் செய்யும், தேசியவாதம் வலுப்படும், இஸ்லாத்தையும் கிறிஸ்துவத்தையும் ஊடுருவிய மதங்களாக்கிவிடும் என்பது அவர்களுடைய கருத்து.

ரிக் வேதம், சமஸ்கிருதம், வேத பண்டிதர்களைக்கொண்டு செய்யப்படும் தீச் சடங்குகள் நவீன இந்துத்துவத்தின் அடித்தளங்களாகப் பார்க்கப்படுகின்றன. அப்படிப் பார்த்தால் இந்து மதமும்கூட மத்திய ஆசியாவிலிருந்து வந்த ஆரியர்களுடன் ஊடுருவிய மதமாகிறது. இப்படி உண்மைகள் ஒவ்வொன்றாக வெளிவரும் நிலையில் இந்துத்துவ சிந்தனாவாதிகள் எப்படி புதிய உத்திகளைக் கண்டுபிடித்து இந்துமதம் இந்தியாவில்தான் பிறந்தது என்பதை நிரூபிப்பார்கள் என்பதை அறிய ஆவலாக இருக்கிறது. இந்து மதம் இந்தியாவிலேயே தோன்றியது, இந்துக்கள் இந்த மண்ணின் மைந்தர்கள், மற்றெல்லா மதங்களையும்விட உயர்ந்தது இந்து மதமே என்று நிறுவப் பார்க்கிறார்கள். இந்துத்துவ தேசியவாதத்துக்கு இவற்றையே அடித்தளமாகப் பார்க்கிறார்கள்.

நமக்குள் இருக்கும் ஹரப்பர்கள்

பெரும்பாலான நவநாகரிக இந்துக்கள், சமஸ்கிருத வேதங்களைத் தங்களுடைய மதத்துக்கான அடித்தளமாகக் கொண்டாடு கின்றனர். ஆனால் இன்றைக்கும் வாழ்ந்துகொண்டிருக்கும் ஹரப்பர்களுடைய அடிமூலக்கூறு மிகவும் பழமையானது, எல்லா இடங்களிலும் நீக்கமற நிறைந்துள்ளது. இன்னும் சொல்லப் போனால், நாட்டுப்புற இந்துத்துவமாக திகழ்கிறது. தாய் தெய்வங்கள், காவல் தெய்வங்கள், பூசைக்குரிய மரங்கள், பிராணிகள், ஆன்மிகம்சார் தியானப் பழக்கங்கள் ஆகியவை இதில் அடங்கும். சுடுமண் பொம்மைகளாக ஹரப்பர்களால் செய்யப் பட்ட பெண் கடவுளர்களின் உருவங்கள் முழுமையாகப் புடைத்த தனங்கள், வட்டவடிவில் அழகிய பிட்டங்களுடன் காணப் படுகின்றன. இடையில் அணியும் மேகலை, யட்சிகளை நினைவு கூரும் விதத்தில் உள்ளன. இந்தத் திரட்சிகள் செழிப்பின்

அடையாளம். பார்ஹூத், சாஞ்சி ஆகிய பௌத்த ஸ்தூபங்களில் (தூண்கள்) இதே வடிவத்தில் இதேபோன்ற திரட்சிகளுடனும் மேகலைகளுடனும் உருவங்கள் பொறிக்கப்பட்டிருப்பதைக் காணலாம். ஹரப்பர்கள் வாழ்ந்த இடங்களில் சங்கு ஓடுகளைப் பல இடங்களில் காணலாம். அவற்றை எதற்குப் பயன் படுத்தினார்கள் என்று நம்மால் ஊகிக்கத்தான் முடியும். ‘எர்லி இன்டியன்ஸ்’ என்ற தன்னுடைய நூலில் டோனி ஜோசப், ‘ஹரப்பர்களின் நாகரிகக் காலம் தொடங்கி இன்றளவும் நாம் அளவிடமுடியாத அவர்களின் பல கலாச்சாரங்களைப் பின்பற்றிக் கொண்டிருக்கிறோம்’ என்று கூறுகிறார்.

> கிராமப்புறங்களில் வட்டச்சுவர் எழுப்பி அதன்மீது பனையோலை அல்லது மஞ்சம்புல் கூரையைப் பொருத்தி எளிமையாகக் கட்டும் மண் சுவர் வீடுகள், மாட்டு வண்டிகள், வளையல்கள் என்று ஹரப்பர்கள் நாகரிகம் இன்றளவும் தொடர்கிறது. கட்ச் பகுதியில் ‘நாட்டிய மங்கை’ என்ற வெண்கல சிற்பம் மிகவும் பிரபலம். அப்பெண் முழங்கை வரையில் வரிசையாக வளையல்களை அடுக்கிக்கொண்டிருப்பார். அப்படி அணிவது இன்றைக்கும் பழங்குடிகளிடமும் பிற மக்களிடமும் தொடர்கிறது. மரங்கள், அதிலும் குறிப்பாக அரச மரம் புனிதமாக இன்றளவும் அலங்கரிக்கப்பட்டு அன்றாடம் சுற்றி வந்து வணங்கப்படுகிறது. சோறு சமைப்பதற்கான சட்டியும், தேநீர் உள்ளிட்டவற்றை அருந்துவதற்கான மண் குவளையும் எங்கும் நிறைந்திருக்கிறது. காளை மாடு புனிதமாகவும் வளமையின் சின்னமாகவும் பார்க்கப்படுகிறது. நகைகளின் வடிவம், அதில் இடம் பெறும் சின்னங்கள், மண்பாண்டங்களில் இடம்பெறும் சித்திரங்கள், சொக்கட்டான் ஆட்டம் (சொக்கட்டான், சதுரங்கம் விளையாடும் கட்டங்கள் ஹரப்ப நகரங்களில் பல இடங்களில் கிடைத்துள்ளன), லோட்டா, நெற்றியில் செந்தூரப் பொட்டிடும் பழக்கம், தானியங்களை அளக்கும் படிகள் என்று பலவும் இன்றளவும் புழக்கத்திலேயே தொடர்கின்றன.

ஹரப்ப நாகரிகம் தனிப்பட்டமுறையில் தன்னை ஏன் மிகவும் கவர்ந்தது என்று ராபின்சன் நீண்ட பட்டியலே இடுகிறார். ‘கலைத் திறமையோடு எதையும் வடிவமைப்பதில் அவர்கள் பெற்ற வெற்றி, உலகியல் தேவைக்கேற்ற தொழில்நுட்பத்தைக் கையாள்வதில் திறமை, வலிமையான பொருளாதாரக் கட்டமைப்பு, சமத்துவமான சமூக வாழ்க்கைமுறை, அரசியல் சுதந்திரம், மத நம்பிக்கையில் மிதவாதம் என்று சுமார் ஐந்நூறு

ஆண்டுகளாக வாழ்ந்துள்ளனர். கண்ணையும் கருத்தையும் கவரும் இந்த நாகரிகம் குறித்து மேலும் ஆராய்ந்தால், எதிர்கால மனித குலத்துக்கும் சிந்துசமவெளி நாகரிகமே மிகச் சிறந்த வழிகாட்டியாகத் திகழும்' என்று அவர் கூறுகிறார். ராபின்சனுடைய கருத்துகள் செழிப்பானவை, மனிதாபிமானக் கூறுகள் கொண்டவை. ஆனால் சிந்துவெளி மக்களின் எழுத்தமைப்பு சொல்வது என்ன என்று கண்டுபிடிக்கப்பட்டால் அவருடைய கருத்துகளில் ஒன்றிரண்டு தவறு என்று கூட நிரூபணமாகலாம் என்று நினைக்கிறேன். அதுவரையில் நமக்கு அன்னியமான மொழியில், பொருள் புரியாத இனிமையான பாடலாக இதை ரசித்துக் கொண்டிருப்போம்.

தோலாவிராவைக் கடந்து 100 கிலோ மீட்டர் தென்கிழக்காகப் பயணப்பட்டு, சூர்கொத்தட என்ற இடத்தில் உள்ள ஹரப்ப நாகரிகச் சிதைவுகளைப் பார்ப்பதற்கு நின்றேன். அங்கே உப்பளம் நோக்கி ஓடிய ஆறு இப்போது வற்றி அடையாளமே தெரியாமல் மறைந்துவிட்டது. அங்கும் ஒரு பாதுகாக்கப்பட்ட கோட்டைப் பகுதியும் கீழ் நகரமும் இருக்கின்றன. தன்னுடைய காலத்தில் சூர்கொத்தடம், ஹரப்பர்களின் காலத்துக்குப் பிந்தைய இரண்டு அலைகளைச் சந்தித்துள்ளது. புதியவர்கள் புதிய சாதனங்களுடன் புதிய வகையில் அங்கே வாழ்ந்திருக்கின்றனர். அங்கும் 3.5 மீட்டர் அகலமுள்ள வலுவான மதில் சுவர் அரணாக இருக்கிறது. அது தோலாவிராவில் உள்ளதைப்போலவே கனமானது. அதன் கட்டுமானமும் சிறந்தக் கட்டடப் பொறியியலுக்குச் சாட்சி.

ஆமதாபாத் செல்லும் சாலையில் தோலாவிராவும் அதன் தனித்துவமான காட்சியையும் இழந்துவிட்டேன். கிராமவாசிகள், அகழ்ந்தெடுத்த இடத்தில் பணியாற்றியவர்கள், வழிகாட்டிகள், ஹோட்டல் பணியாளர்கள் ஆகியோர் கூறிய தகவல்கள் எனக்குள் சுழன்றுகொண்டேயிருந்தன. இந்த இரண்டாவது பயணத்துக்குப் பிறகு மர்மமான இந்த இடத்தின் மீதான ஈர்ப்பு மேலும் அதிகமாகிவிட்டது. என்னுடைய நிகழ்காலத்தை இப்போதும் தொடர்ந்து உருவாக்கித் தந்துகொண்டிருக்கும் என்னுடைய முன்னோர்களுடன் தொடர்பை ஏற்படுத்திக்கொள்ள விழைகிறேன். இது என்னுடைய சொந்த வாழ்க்கை வரலாற்றுடனும் தொடர்புள்ளது என்ற உணர்வே ஏற்படுகிறது.

மனித இனத்தின் இயல்பு, கலாச்சாரம் குறித்து மேலும் ஆழ்ந்து சிந்திக்குமாறு ஹரப்பர்கள் நமக்கு அழைப்பு விடுக்கிறார்கள்.

பருவநிலை மாறுதல்களாலும் சுற்றுச்சூழல் மாசுகளாலும் பல்வேறு சவால்களை எதிர்கொண்டுள்ள நமக்கு தோலாவிரா மக்கள், கற்பனா சக்தியுடனும் திண்மையான உள்ள உறுதியுடனும் தாங்கள் மேற்கொண்ட செயல்களால் வழிகாட்டுகின்றனர். இயற்கையின் சக்தியால் பாதிப்படைந்த அவர்களின் நிலையும், அதிலிருந்து மீள அவர்கள் நடத்திய தொடர் போராட்டங்களும் தான் அவர்கள்மீது மிகவும் நேசம் கொள்ள வைக்கிறது. இப்போதுள்ள பருவநிலை மாறுதல் நெருக்கடிகளைப் பார்க்கும் போது ஒரு கேள்வி பிறக்கிறது; இப்போதைய நவீன யுகத்தில், அவர்கள் வாழ்ந்த 700 ஆண்டுகளையும் கடந்து நாம் பாதுகாப்பாக வாழ்ந்துவிடுவோமா?

❖

அத்தியாயம் 2

மெகஸ்தனிஸின் இந்தியா

'இந்தியாதான் உலகிலேயே மக்கள் அதிகம் வாழும் கிழக்கத்திய நாடு' என்று எழுதினார் கிரேக்க வரலாற்றாசிரியர் ஹெரடோட்டஸ் (பொது ஆண்டு 484 - 25). 'இந்தியாவுக்கும் அப்பால் வெறும் பாலைவனம்தான் இருக்கிறது. இந்தியர்களில் பெரும்பாலானவர்கள், எத்தியோப்பியர்களைப்போல கருப்பர்கள் தான். அவர்கள் எண்ணற்ற பழங்குடிகளாக வாழ்கிறார்கள், ஏராளமான மொழிகளைப் பேசுகின்றனர். இந்தியாவின் பிராணிகளும் பறவைகளும் உலகிலேயே மிகவும் பெரிதானவை. காட்டில் உள்ள அதன் மரங்கள், ஆட்டின் உரோமத்தைவிட நல்ல தரம் உள்ள நூலை (பருத்தி) விளைவிக்கின்றன. இந்தியர்கள் அவற்றிலிருந்துதான் ஆடைகளை நெய்துகொள்கின்றனர்' என்றும் ஹெரடோட்டஸ் எழுதினார்.

கி. மு. ஐந்தாம் நூற்றாண்டில் வாழ்ந்த புராதன கிரேக்கர்களுக்கு இந்தியா என்றாலே 'விந்தையான பிரதேசம்', 'அஞ்சவைக்கும் அம்சங்களைக்கொண்ட நாடு' என்ற சித்திரமே மனதில் பதியவைக்கப்பட்டிருந்தது. ஹெரடோட்டஸ் இந்தியாவுக்கு வந்ததே இல்லை, இருந்தும் இந்தியாவைப்பற்றிய புராணக் கதைகளையும் சற்றும் கேள்வி கேட்காமல் தான் பார்த்த குறிப்புகளுடன் அப்படியே பதிவு செய்திருக்கிறார். 'இந்தியாவில் தங்கத்தைத் தோண்டி எடுக்க எறும்புகள் உள்ளன. அவை

நரிகளைவிட உயரமானவை. உலகில் உள்ள எல்லா பிராணி களையும்விட வேகமாக ஓடக்கூடியவை. படாயி என்றொரு பழங்குடிகள் வாழ்கிறார்கள். அவர்களில் வயது முதிர்ந்தவர்களும் நோய்வாய்ப்பட்டவர்களும் அப்படியே கொல்லப்பட்டு, சமைத்து, நெருங்கிய நண்பர்களால் உண்ணப்படுகிறார்கள். சில பழங்குடிகள் மீனைப் பிடித்துச் சமைக்காமல் அப்படியே பச்சையாகச் சாப்பிடுகிறார்கள். சிலர் காட்டில் விளையும் காய்கறிகளைத்தவிர வேறு எதையும் சாப்பிடமாட்டார்கள். மந்தைகளில் இருக்கும் பிராணிகளைப்போலவே இந்தியப் பழங்குடிகளும் வெட்டவெளியிலேயே உடலுறவுகொள் கிறார்கள், இந்திய ஆடவர்களின் விந்து (இந்திரியம்) கருப்பு நிறத்திலேயே இருக்கும்' என்று எழுதியிருக்கிறார்.

உண்மை என்னவென்றால் அவருக்கு யாரோ சொன்னதைப் போல, இந்தியாவில் பெரும்பாலான விஷயங்கள் இல்லை. அதற்கு முந்தைய ஆயிரமாண்டில் ஹரப்பர்களின் செல்வாக்குக் காரணமாக இந்திய - ஆரிய கலாச்சாரம் உருவானது. இந்தியாவின் வட பகுதிகளில் இந்தக் கலாச்சாரம் ஆதிக்கம் செலுத்தியது. அப்போதிருந்த அரசியல் பிரிவுகளுக்கு 'ஜனபாதங்கள்' என்று பெயர். இந்த ஜனபாதங்களே இந்திய - ஆரிய கலாச்சாரத்துக்கு உறைவிடங்களாகின. இந்த ஜனபாதங்களைச் சேர்ந்த மேட்டுக் குடிகள் தங்களுக்குள் சமஸ்கிருத மொழியில் பேசிக்கொண்டனர். ஏனைய மக்கள் பிராகிருத மொழிகளில் ஒன்றைப் பேசினர். கி.மு. ஆறாவது, ஐந்தாவது நூற்றாண்டுகளில் கங்கைச் சமவெளியில் புதிய ஊர்கள் பல தோன்றின. புதிய தொழில்களும் வாழ்க்கை முறைகளும் உருவாயின. அப்போது, நகரவாழ் ஜனநாயகக் குடியரசு முறை, மன்னராட்சி என்ற அமைப்புடனேயே இணைந்து காணப்பட்டது. பேரரசர்கள் அல்லது சக்ரவர்த்திகளின் ஆட்சி முறை ஏற்பட்டதும் நகரங்களின் ஜனநாயகக் குடியரசுகள் மறைந்துவிட்டன.

இந்த நகரங்களில் வாழ்ந்தவர்கள் மிகவும் துணிச்சலான, அசலான கேள்விகளை எழுப்பி தங்களுக்குள் விவாதித்தார்கள்: இயற்கையின் உண்மையான தன்மை என்ன, அதை நாம் எப்படி அறிவது? உணர்வுநிலை என்பது எங்கிருந்து வருகிறது? நன்னடத்தையும் தீ நடத்தையும் எதுவென்று சட்டத்தால் வரையறுக்கப்படாததா, அல்லது வெறும் சமூக மரபுகள்தானா? அக்காலத்தில் நிலையாக ஓரிடத்தில் தங்காத மெய்யியலாளர்கள், சிந்தனைகள் ஊறும் மனவெளிச் சந்தையில் செழித்து

வளர்ந்தார்கள். தீவிர பொருள்முதல்வாதிகள், நெடுங் காலமாகவே விதியை நம்புகிறவர்கள், சர்வபரித் தியாகம் செய்யும் துறவிகள், எல்லாவற்றையும் சந்தேகப்பட்டு நம்ப மறுக்கும் சந்தேகிகள், செயலைச் செய்வதற்கே முக்கியத்துவம் தரும் நடைமுறைவாதிகள், புரட்டு வாதங்களிலேயே காலம் கழிக்கும் வார்த்தைச் சித்தர்கள், தெய்வீக அருளுடன் வியத்தகு நிகழ்ச்சிகளைச் செய்து முடிக்கும் அருளாளர்கள், அதிசயங்களைச் செய்துவிட்டதாகக் கூவித் திரியும் புரட்டாளர்கள் என்று பலர் இந்தச் சந்தையில் உண்டு. 'போட்டா போட்டிகளுக்கும் சூடு பறக்கும் விவாதங்களுக்கும் எப்போதும் குறைவே இருந்த தில்லை; குதூகலசாலைகளில் மக்கள் எப்போதும் இவற்றைக் கேட்கத் தயாராகத் திரண்டனர். பூங்காக்களும் தோப்புகளும் நகருக்கு வெளியே இதற்கு இவர்களுக்கு இடங்கொடுத்தன' என்கிறார் வரலாற்றாசிரியர் ரொமிலா தாப்பர். அது புத்தர், மகாவீரர் வாழ்ந்த காலம், உபநிஷத்துகள் தோன்றிய காலம்.

பல நூற்றாண்டுகளுக்கும் முன்னால், இந்தியர்களைப்பற்றி கிரேக்கர்கள் அதிகம் தெரிந்து வைத்திருந்தனர். பஞ்சாப் மாகாணத்தின் மீது (கி.மு. 327 - 25) படையெடுத்த மாசிடோனியாவைச் சேர்ந்த மாவீரன் அலெக்சாந்தர்தான் இதற்குக் காரணம். ஆர்க்கிமினிட் பாரசீக சாம்ராஜ்யத்தின்மீது படையெடுத்த அலெக்சாந்தர், அவர்களை வென்று பெர்சிபோலிஸ் என்கிற அவர்களுடைய தலைநகரத்தைக் கைப்பற்றிய பிறகு கைபர் கணவாய் வழியாக இந்துகுஷ் மலைத் தொடர்களைக் கடந்து சிந்துநதிச் சமவெளியை அடைந்தார். போர்த்திறம் பெற்ற 50,000 வீரர்களுடன் அலெக்சாந்தர் தன்னுடைய நாட்டு எல்லைக்கு வந்துவிட்டார் என்பதைக் கேள்விப்பட்ட உடனேயே தட்சசீலத்தை ஆண்டுகொண்டிருந்த மன்னன் அம்பி, நமக்குள் சண்டை எதற்கு என்று கூறி அவருடைய தோழராக அணி சேர்ந்துவிட்டார்.

'தன்னுடைய நாட்டையே காட்டிக்கொடுத்த துரோகி என்று இருபத்தோராவது நூற்றாண்டு இந்திய தேசியவாதி ஒருவர் அம்பியை வெகு காலம் கழித்துச் சாவகாசமாக வசைபாடினாலும், அலெக்சாந்தரை எதிர்ப்பதால் பலன் இல்லை என்பதால், எழில்மிகுந்த தட்சசீல நகரத்தைக் காக்கவும், உயிர்ப்பலிகளைத் தடுக்கவும் இப்படிச் சமாதானம் செய்துகொண்டுவிட்டார் அம்பி. அலெக்சாந்தரின் படை வலிமையைத் தெரிந்துகொண்ட பிறகு, பிற்கால தேசியவாதிகளின் கைத்தட்டுகளுக்காக அம்பி போர்

இந்திய நாகரிகம் | 89

செய்திருந்தால் சிதறிச் சின்னாபின்னமாகியிருப்பார்' என்று எழுதுகிறார் வரலாற்றாசிரியர் ஜான் கீ.

மேலும் கிழக்கு நோக்கி படைநடத்திய அலெக்சாந்தர், ஜீலம் நதிக்கரையில் மன்னன் புருஷோத்தமனை (போரஸ்) எதிர் கொள்கிறார். போரஸின் தீரத்தையும் கண்ணியமான செயல் களையும் கண்டு மகிழ்ச்சி அடையும் அலெக்சாந்தர், தன்னிடம் போரில் தோற்றிருந்தாலும் அவருடைய ராஜ்யத்தை அவர் வசமே திரும்ப ஒப்படைத்துவிட்டு, மேலும் நாடு பிடிக்கும் ஆசையுடன் கிரேக்கப் படைகளை வழி நடத்திச் செல்கிறார். கங்கைக் கரைவரை செல்ல விரும்புகிறார். போரஸுடன் நடந்த போரில் உயிரிழப்பு மற்றும் காயங்கள் மூலம் ஏற்பட்ட சேதம் அதிகம் என்பதாலும், செல்லும் வழியில் பெரிய படைகள் காத்திருக்கின்றன என்ற வதந்திகளாலும் கலவரப்பட்ட படை வீரர்கள் அலெக்சாந்தரின் திட்டத்துக்கு உடன்பட மறுத்துக் கலகத்தில் இறங்கினர். அலெக்சாந்தருக்கு இதனால் மனத்தளர்ச்சி ஏற்பட்டது. எனவே படை வீரர்களின் விருப்பத்துக்கு மாறாக மேலும் போர் செய்யவேண்டாம் என்று முடிவெடுத்து நாடு திரும்ப முடிவெடுத்தார். ஜீலம், சிந்து நதிகளின் வழியாக மாபெரும் கப்பல்களில் அலெக்சாந்தரின் படைகள் ஆறுகள் மூலம் கடலையடைந்து மாசிடோனியா நோக்கி பல மாதங்களாகப் பயணப்பட்டன.

பஞ்சாபில் இருந்தபோது சில துறவிகளை அலெக்சாந்தர் நேரில் சந்தித்தார். கிரேக்கர்கள் அவர்களை 'ஜிம்னோசோபிஸ்ட்ஸ்' (அம்மண மெய்யியலாளர்கள்) என்று பதிவு செய்துள்ளனர். அவர்கள் தற்பெருமை ஏதுமற்ற சன்னியாசிகள். மரணம்பற்றிய அச்சமே இல்லாமல் அதை எதிர்கொள்ளத் தயாராக இருந்தவர்கள். போரிலே பிடிக்கப்படும் கைதிகளைப்போல எல்லா மனிதர்களும் காமம், குரோதம், மாச்சரியம் போன்ற இழிகுணங்களுக்கு ஆளாகி ஆசை, ஏக்கம், இன்பம் - துன்பம் ஆகியவற்றால் அலைக்கழிக்கப்பட்டு நிம்மதியை இழந்து விடுகின்றனர். இவற்றையெல்லாம் புறந்தள்ளி மனதை அடக்கியவனே வெற்றியாளன், அவனால் மட்டுமே கடவுளை அடைய முடியும் என்பது அவர்களுடைய சித்தாந்தம். இதைக் கேள்விப்பட்ட அலெக்சாந்தர் வியப்படைந்து, தண்டமி என்ற பிரிவைச் சேர்ந்த அவர்களுடைய தலைவனை உடனே தன்னை வந்து பார்க்குமாறு கட்டளையிட்டுவிட்டு, வராவிட்டால் தலையைக் கொய்துவிடுவோம் என்று எச்சரித்தும் அனுப்பினார்.

அலெக்சாந்தரைச் சந்திக்க வர முடியாது என்று தண்டமிகள் மறுத்துவிட்டனர். 'தங்கத்துக்கும் வெள்ளிக்கும் ஆசைப் படுகிறவர்களுக்கும், சாவைக் கண்டு அஞ்சுகிறவர்களுக்கும் இந்த எச்சரிக்கையை அலெக்சாந்தர் விடுக்கட்டும். தண்டமிகளுக்கு அலெக்சாந்தரிடமிருந்து எதுவும் தேவையில்லை. அலெக்சாந்தருக்கு ஏதேனும் தேவையென்றால் அவர் வந்து எங்களைப் பார்க்கட்டும்' என்று அவரிடம் போய்ச் சொல்லுங்கள் என்றனர்.

இந்தியத் துறவிகள் மீது அலெக்சாந்தருக்கு உடனே மதிப்பும் மரியாதையும் பிறந்தது. இந்தியாவுக்குத் தன்னுடைய நாட்டின் முதலாவது கலாச்சாரத் தூதராக நியமிக்க தேர்வு செய்திருந்த 'காலனஸ்' என்பவருடன் தண்டமியைச் சேர்ந்த எவராவது ஒருவர் வந்து தன்னைச் சந்தித்தால்கூடப் போதும் என்று இறங்கி வந்தார். கடவுளை விட்டுவிட்டு இன்னொரு எஜமானனுக்கு சேவை செய்கிறார் காலனஸ் என்றுகூட அவருடைய சக துறவிகள் இழிவாகப் பேசினர். கிரேக்க - ரோமானிய எழுத்தாளர் களிடையே பிற்காலத்தில் மிகுந்த தாக்கத்தை ஏற்படுத்தியவர் காலனஸ். அவருக்கு உடல் நலிவு ஏற்பட்டபோது, பொதுமக்கள் திரண்டு பார்த்துக்கொண்டிருந்தபோதே தன்னுடைய சிதையில் தானே ஏறிச் சென்று உயிரைவிட்டார்.

அலெக்சாந்தர் இந்தியாமீது படையெடுத்து ஓரிரு வெற்றிகளைப் பெற்றிருந்தாலும் இந்திய துணைக் கண்டத்தின் அரசியலில் அவரால் மிகச் சிறிய அளவுதான் பாதிப்பை ஏற்படுத்த முடிந்தது. இரண்டு ஆண்டுகளுக்குப் பிறகு (கி.மு. 323) தன்னுடைய முப்பத்திரண்டாவது வயதில், நாடு திரும்பும் வழியில் பாபிலோனா நகரில் நோய்வாய்ப்பட்டு இறந்தார். அந்தக் காய்ச்சல் டைபாய்டாக இருக்கலாம் என்று பின்னாளில் அவதானித்தனர்.

அவருடைய இறப்புக்குப் பிறகு அடுத்த வாரிசு யார் என்று தீர்மானிக்க அவர்களுக்குள் அடுத்தடுத்து உள்நாட்டுப் போர்கள் மூண்டன. இந்த மோதல்கள் முடிவுக்கு வந்து, போர்ப் புழுதி அடங்கியபோது அவருடைய சாம்ராஜ்யத்தின் வெவ்வேறு பகுதிகளை வெவ்வேறு படைத் தளபதிகள் தனித்தனியாக ஆண்டனர். பஞ்சாபுக்கு மேற்கில் உள்ள ஆசியக் கண்டத்தின் பெரும் பகுதியை செலுகஸ் நிகேடர் என்ற தளபதி கைப்பற்றினார். அவரே செலுக்கட் பேரரசை (கி.மு. 312 - 63) நிறுவினார்.

இதற்கிடையில், மிகச் சாதாரண குடியில் பிறந்த (தாழ்ந்த வர்ணமாக இருக்கலாம்) சந்திரகுப்த மௌரியர், பாடலி புத்திரத்தை ஆட்சி செய்துகொண்டிருந்த நந்த வம்சத்தின் கடைசி மன்னனைப் பதவியிலிருந்து வீழ்த்த தகுந்த சமயம் பார்த்துக் கொண்டிருந்தார். அலெக்சாந்தர் இந்தியாமீது படையெடுத்த போது சந்திரகுப்தர் அவரைச் சந்தித்திருக்கலாம் என்றும் அவருடைய வீரமும் துணிச்சலும் சந்திரகுப்தருக்கு ஊக்கத்தைத் தந்திருக்கலாம் என்றும் தட்சசீலத்தில் சிலர் கருதினர்.

கொடுங்கோலாட்சி காரணமாகக் கடைசி நந்த மன்னருக்கு மக்களிடையே மிகுந்த அவப் பெயர் ஏற்பட்டிருந்தது. அந்த மன்னரின் அரச சபையில் பலர் முன்னிலையிலும் அவமானப் படுத்தப்பட்ட கௌடில்யர் என்ற பிராமணர் (அவர்தான் சாணக்கியர் என்கின்றனர் சிலர்) மன்னரைப் பழிக்குப் பழிவாங்கத் தகுந்த சந்தர்ப்பத்துக்காகக் காத்திருந்தார். கௌடில்யரின் அரசியல் உத்தியும், சந்திரகுப்தரின் ராணுவ உத்தியும் இணைந்து கூட்டாகச் செயல்பட்டு போரில் வெற்றியை ஈட்டித்தந்தது என்று பௌத்த நூல் விவரிக்கிறது. ஆயிரக்கணக்கில் யானைகள், குதிரைகள், தேர்ப்படை வீரர்கள், காலாட்படையினர் போரில் மோதிக்கொண்டனர். ரத்தக்களறியாகிவிட்ட போர்க்களத்தில் தலையில்லாத உடல்கள் போர் வெறியோடு ரத்தம் சொட்டச் சொட்ட கோர நர்த்தனமாடின என்று பதிவு செய்யப் பட்டிருக்கிறது.

கௌடில்யரும் சந்திரகுப்தரும் இணைந்து மௌரியப் பேரரசை கி.மு. 321-ல் அமைத்தனர். இது செலுகிட், மௌரியம் ஆகிய இரண்டு பேரரசுகளுக்குமே ஆரம்ப கட்டம். வட - மேற்கில் நடந்த மோதலுக்குப் பிறகு, மௌரியர்கள் சிந்து சமவெளி முழுவதையும் தங்களுடைய ஆதிக்கத்தின் கீழ் கொண்டுவந்தனர். இதையடுத்து சமாதான உடன்பாடு செய்துகொள்வதே புத்திசாலித்தனம் என்று இரு பேரரசர்களும் தீர்மானித்தனர். செலுக்கஸ் தனது மகளை சந்திரகுப்த மௌரியருக்குத் திருமணம் செய்து கொடுத்தார். பதிலுக்கு 500 யானைகளைப் பரிசாகப் பெற்றார். இரு நாடுகளுக்கும் இடையில் நீண்டகால வர்த்தக உறவு என்ற சகாப்தமும் தொடங்கியது.

அலெக்சாந்தரின் படையெடுப்பால் அரசியலில் ஏற்பட்ட விளைவுகளைவிட கலாச்சாரத்தில் ஏற்பட்ட விளைவுகள் அதிகம். அந்த விளைவுகள் இரு நாடுகள்மீதும் செல்வாக்குச் செலுத்தின. அலெக்சாந்தரின் படைத் தளபதிகள், குறிப்பாகக் கடற்படைத்

தளபதி நீர்ச்சுஸ் போன்றவர்கள் இந்தியா தொடர்பாக எளிமையாகவும் சுருக்கமாகவும் தங்களுடைய நாட்டு மக்களுக்கு விளக்கங்களைத் தந்தனர். இரண்டு கிரேக்க மெய்யியலாளர்கள் அலெக்சாந்தருடன் பயணம் செய்து பஞ்சாபில் வாழ்ந்த இரண்டு இந்திய சாதுக்களைச் சந்தித்தனர். எலிஸ் நகரைச் சேர்ந்த பைரோ, அனாக்ஸார்க்கஸ் என்பது அவர்களுடைய பெயர்கள். அதற்குப் பிறகு இந்திய சித்தாந்தங்கள் கிரேக்கநாட்டிலும் மத்தியத் தரைக்கடல் நாடுகளிலும் நிதானமாகப் பரவி, கிரேக்கத்திலும் ரோமிலும் பல மெய்யியல் கல்வி நிலையங்களில் விவாதிக்கப் பட்டு செல்வாக்குப் பெற்றன. பைரோனிசம், ஸ்டாயிசிசம், நியோ - பிளாட்டோனிசம் ஆகியவை இப்படி இந்திய சித்தாந்தங்களின் செல்வாக்குக்கு ஆளாயின.

சில பத்தாண்டுகளுக்குப் பிறகு அசோகர் - சந்திரகுப்த மௌரியரின் பெயரன் - மௌரியப் பேரரசின் வாரிசு, புத்த மதத்தைத் தழுவினார். ஆசியாவில் உள்ள அனைத்து நாடு களுக்கும் - ஆப்கானிஸ்தான், மத்திய ஆசியா உள்பட - பௌத்த மதத் தூதுவர்களை அனுப்பி அதன் கொள்கைகளைப் பரப்பினார். ஆப்கானிஸ்தானத்தின் காந்தஹார் நகரில் கிரேக்க மொழியில் புத்தரின் போதனைகளைப் பாறைகளில் செதுக்கி வைத்தார். இந்நாடுகளிலும் இந்தியாவிலும் பௌத்தம் வேகமாகப் பரவியது. ஒரு நூற்றாண்டுக்குப் பிறகு மெனந்தர் (என்கிற மிலிந்தா) என்ற கிரேக்க இனத்தைச் சேர்ந்த மன்னர் - வடமேற்கு மாகாணத்தை ஆண்டவர் - புத்த மதத்தைத் தழுவினார். நாகசேனர் என்ற துறவியுடன் விரிவாக விவாதித்துப் புத்தரின் தத்துவங்களால் ஈர்க்கப்பட்டு பௌத்தரானார். (அவ்விருவரின் உரையாடல் ‘மிலிந்த் பன்னா’ என்ற தலைப்பில் பாலி மொழியில் பதிவாகியிருக்கிறது).

செலுக்கிட் பேரரசின் கிரேக்கக் கலாச்சாரம் இந்தியக் கலாச்சாரத்தின் மீது செல்வாக்குச் செலுத்தியது. பௌத்தக் கலை வடிவங்களில் காந்தாரத்தின் சாயல் அதிகம் கலந்தது. கிரேக்கர்களின் வானியல் கோட்பாடுகள் இந்திய வானியல் கொள்கைகளில் கலந்தன. சமஸ்கிருத மொழியில் கிரேக்கர்களை, ‘யவனர்கள்’ என்றே குறிப்பிட்டனர். பிறகு இந்தியாவின் மேற்கிலிருந்து வந்த எல்லா வெளிநாட்டவர்களுமே ‘யவனர்கள்’ என்றே அழைக்கப்படலாயினர். ‘அலெக்சாந்தர் கீழை நாடுகளுக்கான சாளரத்தைத் திறந்துவைத்தார். அதன் வழியாக மதத் தூதர்களும் ராஜீயத் தூதர்களும் பயணப்பட்டனர். கருத்துகள்

வெளிச்சம் பெற்று பிரகாசித்தன. அடுத்தவர் விவகாரங்களை ஊடுருவிப் பார்க்க விரும்பும் கண்களுக்கு நிறைய காட்சிகள் தெரிந்தன' என்று பதிவு செய்கிறார் வரலாற்றாசிரியர் கீ. பேரரசர் செலுக்கஸ் அப்படி இந்தியாவில் சந்திரகுப்த மௌரியரின் அரசவைக்கு கி.மு. 300-ல் அனுப்பி வைத்த கலாச்சார தூதர்தான் கிரேக்கரான மெகஸ்தனிஸ்.

மெகஸ்தனிஸை அணுகுவதெப்படி?

மெகஸ்தனிஸின் ஆரம்பகால வாழ்க்கைத் தொடர்பாக அதிகக் குறிப்புகள் கிடைக்கவில்லை. கி.மு.350 வாக்கில் அவர் பிறந்திருக்கக்கூடும். தெற்கு ஆப்கானிஸ்தானில் இப்போதிருக்கும் ஹெல்மாண்ட் மாகாணம் - அரசோஸியா என்று அழைக்கப் பட்டது. அலெக்சாந்தர் அவரை அப்பகுதியின் ஆளுநராக நியமித்திருந்தார். மௌரியர்களின் தலைநகரமான பாடலி புத்திரத்தில் (இப்போதைய பாட்னா) அவர் சில ஆண்டுகள் அல்லது மாதங்கள் தங்கியிருந்தார். கி.மு. 290-ல் அவர் இறந்திருக்கக்கூடும்.

இந்தியாவில் தான் தங்கியிருந்தபோது நேரில் பார்த்தவை களையும் கேட்டவைகளையும் படித்தவைகளையும் வைத்து 'இன்டிகா' என்ற நூலை எழுதியிருக்கிறார். அவர் எழுதிய மூலநூல் தொலைந்துவிட்டது என்பது வருத்தத்துக்குரியது. ஆனால் அவர் எழுதியவற்றிலிருந்து சில பகுதிகள் மட்டும் கிரேக்க - ரோமானிய எழுத்தாளர்களான டயோடரஸ் சிகுலஸ், ஸ்ட்ராபோ, மூத்த பிளினி, அர்ரியான் ஆகியோர் மூலம் கிடைத்துள்ளன. (அப்படிக் கிடைத்த துண்டுகளை இ.ஏ. ஸ்க்வான்பெக் தொகுத்தார், அதுவே இன்டிகாவாகப் பார்க்கப் படுகிறது. ஜே.டபிள்யு. மெக்கிரிண்டில் அதை 1877-ல் ஆங்கிலத்தில் மொழிபெயர்த்தார்.)

ஆனால் இந்தக் கிரேக்க - ரோமானிய எழுத்தாளர்கள் இன்டிகாவிலிருந்து அப்படியே கையாளாமல் தங்களுடைய கைச் சரக்கையும் சேர்த்து, வார்த்தைகளை மாற்றி எழுதிவிட்டனர். எனவே அவர்கள் எழுதிய பொழிப்புரைகளுக்கு இடையிலேயே முரண்பாடுகள் ஏற்பட்டுவிட்டன. இதனால் மூல நூலில் என்னதான் சொல்லப்பட்டிருக்கிறது என்பதை ஊகிப்பது கடினமாகிவிட்டது.

எல்லாவற்றையும் தெரிந்துகொள்ளவேண்டும் என்ற ஆர்வம் கொண்டவர் மெகஸ்தனிஸ் என்பதை மட்டும் உறுதியாகக் கூறிவிடலாம். அத்துடன் அவர் மிகச் சிறந்த பிராணி நேசர். அதிலும் இந்திய யானைகள்மீது அவருக்கு தீராக் காதல். இந்திய யானைகள் மிகவும் அறிவுக்கூர்மை மிக்கவை என்று அங்கீகரித்து அவற்றின் வாழ்க்கை முறையை ஊன்றிக் கவனித்து விரிவாக எழுதியிருக்கிறார். யானைகள் எப்படிக் கலவிகொள்ளும், எந்தெந்த விதத்தில் இணையுடன் குலாவும், அவற்றின் செயல்கள், குணங்கள், போக்குகள் என்று எல்லாவற்றையும் பதிவு செய்திருக்கிறார். யானைகளைக் காட்டில் எப்படிப் பிடிக்கிறார்கள், பிறகு எப்படி அதற்கு வேலைகளைக் கற்றுத்தந்து பழக்குகிறார்கள், போருக்கு எப்படித் தயார் செய்கிறார்கள், யானைக்குக் காயம்பட்டால் அதற்கு என்ன மருந்தை, எப்படித் தருகிறார்கள், நோய்களிலிருந்து எப்படி காக்கிறார்கள் என்று விரிவாக எழுதியிருக்கிறார்.

யானைகள் தொடர்பாக மிகவும் சுவாரசியமும் முக்கியத்துவமும் வாய்ந்த ஒரு தகவலையும் அவர் தெரிவிக்கிறார். யானைக்குக் கோபம் வந்துவிட்டால் அல்லது மதம் பிடித்துவிட்டால் அது யாரையும் லட்சியம் செய்யாது. உணவு கொடுத்தால் சாப்பிடாது. அப்படிப்பட்ட தருணங்களில் யானையின் பாகர்கள், யானைக்குப் பிடித்த, அந்தப் பிரதேசத்தில் பாடப்படும் இனிமையான பாடல்களை அது கேட்கும் வகையில் அருகிலிருந்து பாடுகிறார்கள். நுட்பமான நான்கு சரங்கள் இணைக்கப்பட்ட இசைக் கருவிகளைப் பாடும்போது வாசிக்கிறார்கள். அந்த இசைக் கருவியின் பெயர் 'ஸ்கிந்தாப்சஸ்' என்று அவர் கிரேக்க மொழியில் எழுதியிருக்கிறார். இப்படிப் பாடத் தொடங்கியதும் யானை கோபத்தை மறந்து, காதுகளை ஆட்டுவதை நிறுத்திவிட்டு, காதுகளைக் குவித்து அந்தப் பாட்டைக்கேட்டு ரசிக்கிறதாம். அப்படியே அதன் கோபமும் குறைந்து பிறகு கரைந்து விடுகிறதாம். யானைகளின் காப்பகங்களில் அவற்றுக்கு இசை மூலம் நோயைத் தணிவிக்கும் இப்போதைய வல்லுநர்களுக்கு, இந்தப் பழங்கால வழக்கம் உற்சாகத்தை ஊட்டுவதாக இருக்கும்.

ஆனால் மெகஸ்தனிஸும் ஹோரடோட்டஸைப்போலவே தான் பார்த்ததை மட்டுமல்லாமல், தான் கேட்டதையும் சரிபார்க்காமல் பதிவு செய்துவிட்டார். தான் போகாத ஊர்கள், இடங்கள்பற்றி வாய்மொழியாகக் கூறப்பட்டவற்றையெல்லாம் உண்மை என்று நம்பி எழுதிவிட்டார். நாய்களுக்கு இருப்பதைப்போல

இந்தியாவில் மனிதர்களுக்கும் காதுகள் நீண்டு தொங்கிக் கொண்டிருந்ததாகவும், சிலருக்கு நெற்றியின் நடுவில் ஒரேயொரு கண் மட்டும் இருந்ததாகவும், சிலருக்கு வாயே இல்லாமல் தசையால் மூடப்பட்டதாகவும், சிலருக்கு மூக்கு இருக்க வேண்டிய இடத்தில் இரு துவாரங்கள் மட்டுமே இருந்தன என்றும், சிலர் மரங்களின் வேர்களிலிருந்தும் மலர்களிலிருந்தும் வரும் வாசனைகளை மட்டுமே சுவாசித்து உயிர் வாழ்ந்தனர் என்றும், 27 அங்குலத்துக்கும் குறைவான சித்திரக் குள்ளர்கள் என்ற பழங்குடிகள் வாழ்ந்ததாகவும், எல்லா மனிதர்களும் சராசரியாக ஆயிரம் ஆண்டுகள் வாழ்ந்தனர் என்றும், சிலருடைய காதுகள் நீண்டு தரையில் பாதங்களைத் தொட்டன என்றும், சிலருக்குக் கால்களில் பாதங்கள் அப்படியே நேரெதிராகத் திரும்பி விரல்கள் பின்பக்கமும் குதிகால் முன்பக்கமும் இருந்தன என்றும் வேடிக்கையாக எழுதியிருக்கிறார்.

‘நம்பமுடியாத இந்தியா’, ‘அதிசயங்கள் நிறைந்த இந்தியா’ என்ற கிரேக்கர்களின் எதிர்பார்ப்புகளைப் பூர்த்தி செய்வதற்காக இப்படி எழுதிவிட்டார் என்றே நினைக்கத் தோன்றுகிறது. அவருக்கு இத்தகவல்களைக் கூறியவர்கள் அரசவையில் இருந்த பிராமணர்கள் என்றும் அவர்கள்தான் வேண்டுமென்றே இப்படி தகவல்களைத் திரித்துக் கூறியுள்ளனர் என்றும் சிலர் கருதுகின்றனர். காடுகளிலும் தங்களுடைய நாட்டுக்கு அப்பாலும் வாழ்வதாக தாங்கள் நம்பும் ராட்சசர்கள், பைசாசங்கள், மிலேச்சர்கள் குறித்து பிராமணர்கள் கூறினர் என்றும், அப்படிப்பட்ட மக்கள் இந்தியாவில் உண்மையிலேயே வாழ்ந்ததாக மெகஸ்தனீஸ் நம்பிவிட்டார் என்றும் சிலர் கூறுகின்றனர். அக்கால பிராமணர்களின் சமூகப் போக்கை வெளிப்படுத்துவதாகவும் இந்தக் கூற்றுகளைக் கருதலாம்.

ஒரு நாட்டில் தங்கியிருந்து வரலாற்றுப் பதிவுகளை எழுதும் வேலையில் ஈடுபட்டிருந்தவர் இப்படி யாரோ சொன்ன கட்டுக்கதைகளையெல்லாமா பதிவு செய்வது என்று மூன்று நூற்றாண்டுகளுக்குப் பிறகு ஸ்ட்ராபோ, பிளினி ஆகியோர் மெகஸ்தனிஸைக் கண்டித்தாலும் அவருடைய பதிவுகளில் மற்றைய பகுதிகள் பயனுள்ளவையாக இருப்பதையும் சுட்டிக் காட்டியுள்ளனர். நல்லவேளையாக இப்படி உண்மைக்கு மாறாக அவர் கேள்விப்பட்டவைகளை எழுதியிருப்பது அவருடைய நூலில் மிகவும் குறைவான பகுதிதான். பாடலிபுத்திரம் உள்பட அவரே நேரில் சென்று பார்த்த இடங்களைக் குறித்த பதிவுகள்

சரியாகவே உள்ளன. அவர் நேரில் பார்த்தவை குறித்தும் அனுபவித்தவை குறித்தும் எழுதியவைகளிலும் சில தவறுகள் உள்ளன. அவை வரலாற்றை எழுதப் புகும் அனைவருக்குமே ஏற்படுபவைதான். மௌரியர்களின் இந்தியா குறித்து மெகஸ்தனிஸ் என்னதான் எழுதியிருக்கிறார்?

கி.மு. 300-ல் மௌரியர்களின் உலகம்

பாடலிபுத்திரத்தை இந்தியாவின் மிகச் சிறந்த நகரம் என்கிறார் மெகஸ்தனிஸ். (பாலிபோத்ரா என்றே அவர் அழைக்கிறார்). கங்கை, சோண் (தங்கம்) என்ற ஆறுகள் சங்கமிக்கும் இடத்தில் பாட்னா இருக்கிறது. 15 கிலோ மீட்டர் நீளம் 3 கிலோ மீட்டர் அகலத்தில் இணைகரமாக நகரம் நிர்மாணிக்கப்பட்டிருக்கிறது. நகரின் மையத்தைச் சுற்றி மரத்தாலான சுவர் எழுப்பப் பட்டிருக்கிறது. தாக்க வரும் எதிரிகள்மீது அம்புகளைப் பொழிய மரச் சுவரில் தகுந்த அமைப்புகள் உருவாக்கப்பட்டுள்ளன. 570 காவல் கோபுரங்களும் 64 மிகப் பெரிய வாசல்களும் அமைக்கப் பட்டுள்ளன. 500 மீட்டர் தொலைவுக்கு ஒரு வாயில் கதவு என்ற விதத்தில் இவை அமைக்கப்பட்டுள்ளன. சுவரைச் சுற்றிலும் தற்காப்புக்காக பெரிய அகழி வெட்டப்பட்டிருக்கிறது. அதன் அகலம் 180 மீட்டர்கள், ஆழம் 15 மீட்டர்கள். இப்போது இந்த அகழியில் நகரின் சாக்கடைநீர்தான் விடப்படுகிறது.

மெகஸ்தனிஸ் இதைப் பெரிய நகரம் என்று வர்ணித்திருப்பது சரிதான். அன்றைய காலத்தில் மாமன்னர் மார்கஸ் அரேலியஸின் தலைநகரமாக இருந்த ரோம் நகரத்தைப்போல பாடலிபுத்திரம் இரு மடங்காக இருந்திருக்கிறது.

மன்னரின் அரண்மனை உள்பட நகரின் பெரும்பகுதியை மரத்தால் அமைத்திருந்தனர். இரு பெரும் ஆறுகளும் மழைக்காலத்தில் வெள்ளப்பெருக்கெடுத்து ஓடுவதுடன், தடம் புரண்டும் ஓடும். அதனால் ஊரை வெள்ளம் சூழ்ந்துவிடும். செங்கல் - மண்ணால் கட்டப்படும் வீடுகள் கரைவதற்கு வாய்ப்புகள் அதிகம் என்பதால் மரம் பயன்படுத்தப்பட்டது. (பாடலிபுத்திரத்தில் ஏன் தொல்லியல் சான்றுகள் அதிகம் கிடைக்கவில்லை என்பதற்கு மரத்தில் கட்டியதும் ஒரு காரணமாக இருக்கலாம். இருப்பினும் அங்கு மௌரியர்களின் கலைநுட்பத்துடன் 80 மணற்கல் தூண்கள் மீது கட்டிய மிகப் பெரிய மண்டபமும் உள்ளது. மண்டபத் தூண்கள்

நன்கு தேய்த்து மெருகேற்றப்பட்டுள்ளன. நவீன ஈரானின் பெர்சிபோலிஸில் உள்ள தூண்களால் ஆனான அரண்மனையுடன் ஒப்பிடத்தக்க விதத்தில் பாட்னா அரண்மனையும் இருக்கிறது. பிற்கால மௌரியர்கள் கல்லில்தான் அரண்மனைகளைக் கட்டினர். நவீன பாட்னா நகரின் கீழே உள்ள பாடலிபுத்திரத்தின் பெரும் பகுதி இன்னமும் அகழ்ந்து ஆராயப்படவில்லை. அப்படி ஆராய்ந்தால் பல விஷயங்கள் உலகின் கவனத்துக்கு வரும்.)

'பாட்னாவைச் சுற்றி நிலம் வளமை வாய்ந்ததாக இருந்தது. ஆண்டுக்கு இருபோக சாகுபடி நடந்தது. ஏராளமான பழ மரங்களும் வளமான ஆறுகளும் உண்டு. தேவைகள் அனைத்தும் அளவுக்கும் அதிகமாகவே பூர்த்தியானதால் மக்கள் பெருமிதத்துடன் மிதப்பில் வாழ்ந்தனர். கலைகளில் அவர்களுக்கு நல்ல திறமை இருந்தது. உண்மையையும் ஒழுக்க நெறிகளையும் உயர்வான இடத்தில் வைத்து மதித்தனர். வயதானவர்களை, அதிக ஞானம் இருந்தால் மட்டுமே மதித்தனர், வயதுக்காக மட்டும் யாரையும் மதிக்கவில்லை' என்றும் மெகஸ்தனிஸ் எழுதியிருக்கிறார்.

'பாடலிபுத்திர ராஜ்யத்தைச் சேர்ந்த மக்கள் 'பிராச்சி' என்று அழைக்கப்பட்டனர். அதாவது கிழக்கத்தியான். நல்ல நெறிகளுடன் போதுமான அளவுக்கு மகிழ்ச்சியாகவே அவர்கள் வாழ்ந்தனர். அவர்களுடைய செயல்கள் எளிமையானவை, சிக்கனமாக வாழ்ந்தனர். சிறந்த வேலைப்பாடுள்ள ஆடைகள், ஆபரணங்களையும் விரும்பி அணிந்தனர். அவர்களுடைய ஆடைகள் தங்க ஜரிகைகளால் நெய்யப்பட்டன. அவற்றில் நவரத்தினக்கற்கள் பதிக்கப்பட்டன. மிகச் சிறந்த மஸ்லின் ரக துணியில் தைக்கப்பட்ட, மலரைப்போன்ற மென்மையான ஆடைகளையும் உடுத்தினர். அவர்களுக்குப் பின்னால் சென்ற ஏவலாளர்கள் அவர்களுக்குக் குடை பிடித்தனர். அவர்கள் அழகை மதித்தனர். தங்களுடைய மேனி எழிலை மெருகூட்டிக் காட்ட எத்தனை சாதனங்கள் கிடைத்தாலும் அனைத்தையும் பயன்படுத்தினர்' என்கிறார் மெகஸ்தனிஸ்.

'கிழக்கத்தியர்கள் மட்டுமல்ல, பஞ்சாபின் பெரும் செல்வந்தர்கள் கூட அழகு சாதனங்கள்மீது தீராத மோகம் கொண்டிருந்தனர். அவர்கள் தந்தத்தில் செய்யப்பட்ட காதணிகளை அணிந்தனர். வெயிலால் தோல் கறுத்துவிடாமலிருக்க பெண்கள் சிறு அலங்காரக் குடைகளை பிடித்துச் சென்றனர். வெள்ளைத் தோலில் செய்யப்பட்ட, மெல்லிய காலணிகளையே அணிந்தனர்.

அதே சமயம் தங்களை உயரமாகக் காட்டிக்கொள்ள காலணிகளின் பாதப் பகுதியில் அடுக்கடுக்காக தோல்களை வைத்து தைத்து அதைச் சற்றே உயரமாக்கிக் கொண்டனர். ஆடவர்கள் தங்களுடைய விருப்பத்துக்கேற்ப தாடிக்கு வெவ்வேறு வண்ணங்களில் சாயம் பூசிக்கொண்டனர். சிலர் வெள்ளை தாடிகளுக்கு மேலும் வெள்ளையடித்து, சிறப்பு வெண்தாடி வேந்தர்களாகக் காட்சி தந்தனர். சிலர் நீலம், சிலர் சிவப்பு, சிலர் ஊதா, சிலர் மரகத பச்சை என்று தாடிகளை வண்ணப்படுத்தினர்.

கிழக்கத்தியர்களில் மேட்டுக்குடிகளாக இருந்தவர்கள் பலதார மணம் புரிந்தனர். வெள்ளி அல்லது தங்கத்தாலான நுகத் தடிகளைத் தந்து தங்களுடைய மனைவியரை மாமனார் - மாமியார்களிடமிருந்து பெற்றுக்கொண்டனர். தங்களுடைய வேலைகளிலும் பொழுதுபோக்குகளிலும் நல்ல துணையாக இருக்கவேண்டும் என்ற நோக்கில் சிலர் திருமணம் செய்து கொண்டனர். சிற்றின்பத்துக்காகவும் புத்திர சந்தானங்களால் வீட்டை நிரப்பவும் பெரும்பாலானவர்கள் பலதார மணம் புரிந்துகொண்டனர் என்று எழுதியுள்ளார் மெகஸ்தனிஸ். கற்போடு இருக்குமாறு கணவன் வற்புறுத்தாவிட்டால் அவர்கள் விரும்பிய ஆடவருடன் செல்லவும் தலைப்பட்டனர் என்றும் குறிப்பிடுகிறார். இது ஏன் என்று விளக்கம் எதையும் அவர் தரவில்லை.

மன்னரும் பலதார மணம் புரிகிறார். அவரும் தனக்கு வேண்டிய பெண்களை அவர்களுடைய பெற்றோர்களிடமிருந்து வாங்குகிறார். போர்க்காலங்களில் மட்டுமல்ல வேறு சில சமயங்களிலும் மன்னர் அரண்மனையைவிட்டு வெளியே போகிறார். நியாயஸ் தலங்களில் வழக்குகளை விசாரித்து நீதி வழங்க, ஆலயங்களில் பிராணிகளைப் பலி கொடுக்க, காட்டில் விலங்குகளை வேட்டையாட வெளியே செல்கிறார். மன்னர் வேட்டையாடச் செல்வது பெரிய திருவிழாபோலத்தான். வேட்டையில் உதவ மன்னருக்கு இரண்டு அல்லது மூன்று பெண் வேட்டைக்காரிகளும் செல்வதுண்டு. மன்னர் அழைக்கும்போதெல்லாம் போருக்குத் தயாராக 6 லட்சம் காலாட்படை வீரர்கள் எப்போதும் தயார் நிலையில் இருக்கின்றனர். இது போக 30,000 குதிரைகளும் 9,000 யானைகளும் படையில் உண்டு. இதிலிருந்தே மன்னரின் பொருளாதார வளமையைத் தெரிந்துகொள்ளலாம் என்கிறார்.

'பாடலிபுத்திர அரசு பிரபுத்துவ முடியாட்சி. மன்னரின் அரசவை ஐந்தாயிரம் பிரபுக்களைக் கொண்டது. அவர்கள் ஒவ்வொருவரும்

அந்தப் பதவிக்காக ஒரு யானையை அரசுக்குக் காணிக்கையாக வழங்குகின்றனர்' என்று மெகஸ்தனிஸின் குறிப்புகளுக்கு விளக்கம் எழுதிய ஸ்ட்ராபோ கூறுகிறார்.

'ஆரம்ப காலத்தில் இந்திய நகரங்களில் ஆட்சிமுறை ஜனநாயக பாணியில்தான் நடந்தன. என்னுடைய (மெகஸ்தனீஸ்) காலத்திலேயே, அதிகாரம் மையப்படுத்தப்பட்டது. ஒரு நல்ல அரசாட்சி எப்படி இருக்கவேண்டும் என்று அர்த்த சாஸ்திரத்தில் கௌடில்யர் எழுதியதைப் பின்பற்றும் விதத்திலேயே அரச நிர்வாகத்தில் மாற்றங்கள் செய்யப்பட்டன. சந்தைகளை மேற்பார்வை செய்வோர், வர்த்தகத்தை ஒழுங்குபடுத்துவோர், நகர நிர்வாகத்தைக் கண்காணிப்போர், துறைமுகங்களைப் பரிபாலனம் செய்வோர், படை வீரர்களின் தேவைகளைக் கவனிப்போர், நீர்ப்பாசன மதகுகளைப் பராமரிப்போர், சாலைகளைச் சீரமைத்து சுங்கம் வசூலிப்போர், பிறப்பு - இறப்புகளைப் பதிவு செய்வோர், நிலப் பயன்பாட்டைப் பதிவு செய்வோர், வரிகளை வசூலிப்போர், எடை அளவுகளைப் பரிசோதித்து முத்திரையிடுவோர், வெளிநாட்டவர்களை வரவேற்று பாதுகாப்பளிப்போர் என்று பல வேலைகளைச் செய்ய அதிகாரிகள் இருந்தனர்' என்று மெகஸ்தனிஸ் கூறியதை விவரித்து எழுதுகிறார் டயோடரஸ். பாடலிபுத்திரத்தின் நிர்வாகம் எவ்வளவு பரப்புக்கு விரிவடைந்திருந்தது என்று தெரியவில்லை என்றும் மெகஸ்தனிஸ் குறிப்பிட்டுள்ளார்.

'களவு என்பது எப்போதோ அபூர்வமாக நடப்பது. மக்கள் தங்களுடைய வீடுகளையும் உடைமைகளையும் பூட்டாமல்தான் விட்டுச் செல்வார்கள். குற்றங்களுக்குத் தண்டனைகள் கடுமையாக இருந்தன. பொய் சாட்சி சொன்னால் கை, கால் அல்லது வெளியுறுப்புகள் வெட்டப்படும். இன்னொருவரின் உறுப்பை சேதப்படுத்தியவருக்குத் தண்டனையாக அவருக்கும் அதே உறுப்பைச் சேதப்படுத்துவதுடன், கையையும் வெட்டி விடுவார்கள். ஒரு கைவினைஞனின் கண்ணையோ, கையையோ ஒருவன் சேதப்படுத்தினால் அவனுக்கு மரண தண்டனையே விதிக்கப்படும். விற்பனை வரி 10% ஆக இருந்தது. வரி ஏய்ப்பு செய்தால் மரண தண்டனையே விதிக்கப்பட்டது. ஆனால் எத்தனைப் பேர் இப்படி தண்டனை பெற்றனர் என்று புள்ளிவிவரம் ஏதும் கிடையாது'. (அந்தக் காலத்திலிருந்தே குற்றவியல் நடைமுறைச் சட்டம் ஏட்டில் மட்டுமே கடுமையாக இருக்குமே தவிர, நடைமுறையில் இருக்காது).

‘இறைவனுக்குப் படையிலிடும் சமயம் தவிர மற்ற சந்தர்ப் பங்களில் அவர்கள் திராட்சை ரசம் (ஒயின்) அருந்துவதில்லை. அவர்களுடைய நாட்டுச் சாராயம் பார்லியிலிருந்து அல்ல அரிசியிலிருந்து தயாரிக்கப்படுவது. அவர்களுடைய உணவு, பானையில் சமைக்கப்படும் அரிசிதான். அவர்கள் எப்போதுமே தனித்தனியாகத்தான் சாப்பிடுவார்கள். சாப்பிடுவதற்க்கென்று குறிப்பிட்ட நேரம் எதுவும் கிடையாது. பசியெடுக்கும்போது அவரவர் சாப்பிடுகின்றனர்’ என்று மெகஸ்தனிஸ் குறிப்பு தெரிவிப்பதாக ஸ்ட்ராபோ விளக்கியுள்ளார்.

மெகஸ்தனிஸின் இந்தக் குறிப்பு வியப்பளிக்கிறது. அப்படி என்றால் பாடலிபுத்திரவாசிகள் சமுதாயமாக வாழவில்லை, தனித் தீவுகளாகத்தான் இருந்தனர் என்றாகிறது. ஒவ்வொரு குடும்பமும் தனித்தனியாக உண்கிறது, சமூகமாகச் சேர்ந்து உண்பதில்லை என்பதை எழுத நினைத்திருக்கிறார். மேட்டுக்குடிகளின் வீடுகளில் குடும்பத் தலைவர் மட்டும் முதலில் சாப்பிடுவார், அவர் சாப்பிட்ட பிறகே குடும்பத்தின் மற்றவர்கள் சாப்பிடும் மரபு இருந்தது. சமீப காலம்வரை இதுதான் வழக்கம். இதையும் மெகஸ்தனிஸ் பதிவு செயதிருக்கிறார்.

இந்தியர்களில் ஏழு சாதிப்பிரிவுகள் உள்ளன என்று எழுதுகிறார் மெகஸ்தனிஸ். முதல் சாதியினர் மெய்யியலாளர்கள். அவர் களுடைய எண்ணிக்கை குறைவு, ஆனால் அவர்களுக்கு மற்றவர்களைவிட அதிக மரியாதை தரப்பட்டது. கடவுளுக்கு நெருக்கமானவர்களாகப் பார்க்கப்பட்டனர். அவர்கள் பலிகளையும், இறந்தோருக்கான ஈமச் சடங்குகளையும் செய்யும் உரிமை பெற்றவர்கள். அதற்கு அவர்களுக்கு விலைமதிப்பில்லாத பரிசுகளும் காணிக்கைகளும் வழங்கப்பட்டன. இந்த மெய்யியலாளர்கள் இரு விதத்தினர். பிராமணர்கள், ஸ்ரமணர்கள் (பௌத்த, ஜைன மதத்தைச் சேர்ந்தவர்கள்). பிராமணர்கள் தங்களுக்குள் மட்டுமே பயிற்றுவந்த சாத்திர, வேத ஞானத்தை வேறு யாருக்கும் சொல்லிக் கொடுப்பதில்லை. தங்களுடைய மனைவிகளிடம்கூட அவர்கள் அவற்றைப் பகிர்ந்துகொள்வ தில்லை. இது பிறருக்குக் கிடைத்துவிடக்கூடாது என்ற அச்சமே இதற்குக் காரணம். ஆனால் பெண்கள், ஸ்ராமணர்கள் மூலம் மெய்யியல் கருத்துகளைத் தெரிந்துகொண்டனர்.

இரண்டாவது சாதியினர் விவசாயிகள். அவர்கள் எண்ணிக்கையில் அதிகம். அனைவருக்கும் நன்மை தருகிறவர்களாக விவசாயிகள்

மதிக்கப்பட்டார்கள். எனவே போர்க்காலங்களில்கூட அவர்களை யாரும் துன்புறுத்துவதில்லை. அவர்கள் கிராமப்புறங்களில் வசித்தனர். நாட்டின் நிலங்கள் அனைத்துக்கும் மன்னனே அதிபதி (பூ - பதி) என்பதால் அவருடைய நிலங்களை விவசாயத்துக்குப் பயன்படுத்திக் கொள்வதற்காக தங்களுடைய வருமானத்தில் ஒரு பகுதியை மன்னருக்கு வாரமாகக் கொடுத்து வந்தனர். மன்னராட்சியில் தனியாருக்கு நில உரிமை கிடையாது. அதுபோக, விளைச்சலில் கால் பகுதியை அரசின் கருவூலத்துக்கு அளித்தனர்.

மூன்றாவது சாதியினர் ஆடு, மாடுகளை மந்தை மந்தையாக மேய்க்கும் இடைச்சாதியினர். அவர்கள் கிராமங்களிலும் வாழமாட்டார்கள், நகரங்களிலும் வாழமாட்டார்கள். ஊருக்கு வெளியே கூடாரம் அமைத்துத் தங்கியிருப்பார்கள். ஆடு, மாடுகளை மேய்ப்பார்கள். நாட்டுக்குத் தீங்கு செய்யக்கூடிய பறவைகளையும் மக்களை அச்சுறுத்தும் காட்டு விலங்குகளையும் அவர்கள் வேட்டையாடி அழிப்பார்கள்.

கைவினைஞர்களும் கருவிகளைச் செய்வோரும்தான் நாலாவது சாதியினர். அவர்கள் ஆயுதங்களையும் தொழில்களுக்குத் தேவைப்படும் கைக்கருவிகளையும் வடித்துக் கொடுப்பவர்கள். அவர்கள் செய்யும் தொழிலுக்கு வரி விலக்கு உண்டு. சிலவேளைகளில் மன்னரே அவர்களுடைய பராமரிப்புச் செலவுக்கு மானியங்களை வழங்குவார்.

ஐந்தாவது சாதியினர் படைவீரர்கள். விவசாயிகளுக்கு அடுத்து இவர்கள்தான் அதிக எண்ணிக்கையினர். போர் செய்வதற்குத் தயாராகப் படைவீடுகளில் தங்கியிருப்பார்கள். போர் இல்லாத காலங்களில் அவர்களுக்கு வேலை கிடையாது. எனவே மதுபானம் அருந்துவார்கள், விளையாட்டுகளில் நேரத்தைச் செலவிடுவார்கள். பெரும்பாலும் வெட்டியாகவே பொழுது கழியும்.

ஆறாவது சாதியினர் மேற்பார்வை அதிகாரிகள். இவர்கள்தான் அரசு நிர்வாகத்துக்குப் பொறுப்பானவர்கள், தவறுகளையும் கடமை தவறல்களையும் அரசுக்கு அறிக்கை வாயிலாகத் தெரிவிப்பவர்கள்.

ஏழாவது சாதியினர் எண்ணிக்கையில் மிகச் சிறியவர்கள். அரசவை உறுப்பினர்கள், பணிகளை மதிப்பீடு செய்வோர். மன்னருக்கு ஆலோசனை சொல்வோர், மாநில, மாவட்ட நிர்வாகிகள், மாநில

கருவூல அதிகாரிகள், ராணுவத் தளபதிகள் இப்பிரிவைச் சேர்ந்தவர்கள்.

மெகஸ்தனிஸ் பதிவு செய்துள்ள இந்த சாதிப் பிரிவுகள் உழைப்பை அடிப்படையாகக் கொண்ட (வர்ணாசிரம) சமூகப் பிரிவினை அல்ல. தங்களுடைய சாதியைவிட்டு பிற சாதியில் திருமணம் செய்துகொள்ள யாருக்கும் உரிமை கிடையாது என்றும் மெகஸ்தனிஸ் பதிவு செய்கிறார். ஒரு போர் வீரன், இடையராக மாற முடியாது. கைவினைஞர், மெய்யியலாளராக முடியாது. ஆனால் முதல் நிலையில் உள்ள மெய்யியலாளர்களுக்கு மட்டும் விதிவிலக்குகள் உண்டு. அவர்கள் எந்தப் பிரிவு வேலையையும் - விரும்பினால் செய்யலாம். பிற சாதிகளைச் சேர்ந்த பெண்களையும் திருமணம் செய்துகொள்ளலாம். இதனால்தான் பல பிராமணர்கள் அரசுக்கு ஆலோசகர்களாகவும் அரசின் வேலையை மதிப்பிடுவோராகவும் பதவிகளைப் பெற்றனர்.

மெகஸ்தனிஸ் குறிப்பிட வருவது அகமண முறை மட்டுமே அனுமதிக்கப்பட்டது என்பதைத்தான். ஆனால் அவர் கூறும் ஏழு சாதிகள் இந்தியாவின் வர்ணாசிரம கட்டமைப்பின் அடிப்படையில் இல்லை. இந்தியாவில் வர்ணாசிரமம் என்பது சமூக அந்தஸ்து, தூய்மைவாதம் ஆகியவற்றின் அடிப்படையில் ஆனது. பிறப்பின் வழி வருவது. மெகஸ்தனிஸின் ஏழு பிரிவுகள் கிரேக்கத்தில் மட்டுமல்ல, இந்தியாவிலும் அறிஞர்களுக்கு வியப்பையே தருகிறது. மெகஸ்தனிஸ் எழுதியதை கிரேக்க - ரோமானிய எழுத்தாளர்கள் தவறாகப் புரிந்துகொண்டு, எகிப்தில் அன்றைக்கிருந்த ஏழு பிரிவுகளின் அடிப்படையில் இதையும் மாற்றி எழுதிவிட்டார்கள் என்றே பலர் கருதுகின்றனர். இந்தியாவில் அடிமை வியாபாரமே இல்லை என்றும் மெகஸ்தனிஸ் தவறாக எழுதியிருக்கிறார். அர்த்த சாஸ்திரம் உள்பட பலவற்றில் இந்தியாவிலும் அடிமைத்தனம் இருந்ததைப் பதிவு செய்துள்ளன. கிரேக்கத்தில் இருந்த வடிவில் இங்கே அடிமை வியாபாரம் இல்லையென்பதால் அதை அவர் கண்டுகொள்ளவில்லை போலும்.

மௌரியர்களின் இந்தியா என்பது மெகஸ்தனிஸுக்கும் அவரைப்போன்ற கிரேக்கர்களுக்கும் வினோதமான சமூகம். அவரால் இந்த அளவுக்குத்தான் இந்திய சமூகத்துக்குள் நுழைய முடிந்திருக்கிறது. அத்துடன் அவருக்கு மொழிரீதியிலான பிரச்னையும் இருந்திருக்கிறது. செலுக்கஸின் மகளும் சந்திரகுப்த

மௌரியரின் ராணியுமான சக கிரேக்கரை, மெகஸ்தனிஸ் நண்பராக்கிக்கொண்டார். இருவரும் மௌரிய அரண்மனை வாசிகள் குறித்துத் தாய்மொழியில் ஏளனம் பொங்கப் பேசிக்கொண்டனர். இந்தியாவில் பயணம் செய்தபோது ஏற்பட்ட களிப்பில், பல விஷயங்களை மெகஸ்தனிஸ் கவனிக்கத் தவறிவிட்டார் என்றும் இதைப் புரிந்துகொள்ளலாம்.

இந்தியாவில் பார்த்த புதிய பறவைகளும் பிராணிகளும் மிருகங்களும் அவருக்கு வியப்பையும் களிப்பையும் தந்தன. கிளிகளுக்குப் பேச கற்றுக் கொடுத்து, வீட்டில் உள்ள குழந்தைகளைப்போலவே அவையும் வாயாடிகளாகிவிட்டதைப் பார்த்து அவர் குதூகலித்தார். இந்தியக் குரங்குகளுக்கு முடி, அவற்றின் முன் நெற்றியில் விழுவதையும் அழகிய தாடிகள் மார்பில் தொங்கியதையும் கண்டார். இந்திய மன்னர்களுக்கு மிகவும் பிடித்தது கொண்டலாத்தி குருவி. இப்பறவை அளித்த வியப்பு அவருக்கு மிகப்பெரியது. மேற்கத்திய நாட்டிலிருந்து வந்த இந்த வெளிநாட்டு விருந்தாளி (மெகஸ்தனீஸ்) பற்றி மௌரிய அரசவையினர் என்ன நினைத்தனர் என்பது, பதிலுக்கு நம்மவர் யாரும் பதிவு செய்யாததால் தெரியவில்லை.

அத்தியாயம் 3

நாகார்ஜுனகொண்டா ஏற்படுத்திய வெற்றிடம்

கிருஷ்ணா நதிக்கரையில் நல்லமலை பாறைப் பகுதியில் மிகப் பெரிய கல் தூண்கள் இருப்பதாகவும், மிகப் பெரிய செங்கல் மதில்களைப் பெரிய மண்மேடு மூடியிருப்பதாகவும் மாடுகளை மேய்க்கும் சில இடையர்கள் ஆந்திரத்தின் மச்சேர்லா என்ற கிராமத்தில் ஆசிரியராக வேலை பார்க்கும் எஸ். வேங்கடராமய்யாவிடம் வந்து கூறினர். அரிதான இந்தத் தகவலைக் கேட்ட அவர், அது என்ன என்று பார்த்துவிட வேண்டும் என்று கிராமத்தில் தனக்கு உதவக்கூடிய உற்ற நண்பர்கள் சிலருடன் 1920 பிப்ரவரி 21-ல் அந்த இடத்துக்கு சுற்றுலாவாகப் புறப்பட்டுவிட்டார்.

தங்களுடைய ஊரிலிருந்து மேற்காக 20 கிலோ மீட்டர் பயணப்பட்ட அவர்கள் நல்லமலை மலைத்தொடரின் பாறைகள் மீது ஏறினர். அங்கே ஏழு குன்றுகள் 24 சதுர கிலோ மீட்டர் பரப்பளவுள்ள மிகப் பெரிய பள்ளத்தாக்கைச் சூழ்ந்துள்ளன. அந்தப் பள்ளத்தாக்கின் வடக்கிலும் மேற்கிலும் மாபெரும் கிருஷ்ணா நதி பாய்கிறது. வங்காள விரிகுடாவில் கடலில் கலக்கும் இடத்திலிருந்து 200 கிலோ மீட்டர் தொலைவுள்ள அந்தப் பகுதியில்கூட கிருஷ்ணா நதியின் அகலம் சராசரியாக ஒரு கிலோ மீட்டருக்குப் பரந்து விரிந்திருக்கிறது.

அந்தப் பள்ளத்தாக்கு, 'மலேரியா' காய்ச்சலுக்குப் பெயர் போனது. எனவே விவரம் தெரிந்தவர்கள் யாரும் அந்தப் பக்கமே போகமாட்டார்கள். வேங்கடராமய்யா தலைமையில் சென்ற சாகச கிராமவாசிகளோ எதையும் பொருட்படுத்தாமல் பாறைகள் வழியாகப் பள்ளத்தாக்கில் இறங்கி அதன் முள்புதர்கள் நிறைந்த காட்டுப் பகுதியில் காலெடுத்து வைத்தனர். அங்கே மான்களும் மயில்களும், மணற் கோழிகளும், விஷம் நிறைந்த கட்டுவிரியன், கண்ணாடிவிரியன், நல்ல பாம்பு, மலைப்பாம்பு ஆகிய பாம்பு வகைகளும் அதிகம்.

அந்தப் பள்ளத்தாக்கில் தெலுங்கு பேசும் இந்துக்கள் குறைந்த எண்ணிக்கையிலும், வண்ணவண்ண உடை உடுத்தும் லம்பாடி பழங்குடிகளும் வாழ்ந்தனர். லம்பாடிகள் கால்நடைகளை மேய்த்தும் மலைப் பகுதியில் விவசாயம் செய்தும் வாழ்ந்தனர். புல்லாரெட்டிகுட்டம் என்ற ஊரில் அவர்கள் அனைவரும் வாழ்ந்தனர். அங்கே வீடுகள் அனைத்தும் மண்சுவர் எழுப்பி அதன் மீது ஓலைக் கூரை வேயப்பட்டவைதான். அக் கிராமத் தலைவர் 'ரெட்டி' என்று அழைக்கப்பட்டார். அவரிடம் பெரிய கால்நடை மந்தையே இருந்தது. அந்தக் கிராமத்திலேயே சிறந்த வீடு அவருடையதுதான். அந்தப்பகுதியில் அவர் சொல்வதுதான் சட்டம். அவரை எதிர்த்து யாரும், எதுவும் பேசிவிட முடியாது.

அந்தப் பள்ளத்தாக்கில் 'செஞ்சு' என்கிற பழங்குடி இனத்தவர்களும் வாழ்கின்றனர். அவர்கள் வேட்டையாடிகள், காட்டில் கிடைக்கும் தேன், மலர்கள், இலைகள், பட்டைகள், காய்கள், வேர்கள், விறகு போன்றவற்றைச் சேகரித்து நகருக்குக் கொண்டு போய் விற்று வாழ்க்கை நடத்துகிறவர்கள். தொல்லியியலாளர் ஏ.எச். லாங்ஹர்ஸ்ட் இப்பகுதியில் 1927-1931-ல் பணிபுரிந்தார்.

'செஞ்சுகள் மிகச் சிறந்த வில்லாளிகள், தங்களுடைய இலக்கைத் துல்லியமாகப் பின்தொடர்ந்து வேட்டையாடிவிடுவார்கள். விஷம் தடவிய அம்புகளைக்கொண்டு புலிகளைக்கூட கொன்றுவிடுவார்கள்' என்று செஞ்சு பழங்குடிகளைப்பற்றி லாங்ஹர்ஸ்ட் பதிவு செய்திருக்கிறார். செஞ்சுகள் தேன்கூடு போன்ற சிறிய குடிசைகளில் வாழ்வார்கள். மண் சுவர்கள்மீது பனை ஓலை அல்லது நாணல்களால் கூரை வேய்ந்துவிடுவார்கள். பழங்குடிகள் வளர்க்கும் கால்நடைகளைத் தின்பதற்காக சிறுத்தைகள் அவர்கள் வசிக்கும் இடத்துக்கே வரும். அருகில் உள்ள கர்நூல் காடுகளிலிருந்து புலிகள்கூட எப்போதாவது

வந்துவிடும். இந்தப் பகுதியில் நாலாண்டுகள் வசித்தாலும் பள்ளத்தாக்கில் பத்து மாதங்கள்தான் லாங்ஹர்ஸ்ட் குடியிருந்தார். அப்போது ஆறு சிறுத்தைகளைக் கொன்று உள்ளூர் கிராம வாசிகளை மகிழ்ச்சியில் ஆழ்த்தியிருக்கிறார்; குறிப்பாக கொல்லப்படும் விலங்குகளின் இறைச்சியை மிகவும் விரும்பிச் சாப்பிடும் செஞ்சு பழங்குடிவாசிகளை.

வேங்கடராமய்யா இக்கிராமவாசிகளுடன் எப்படிச் செயல் பட்டார் என்ற விவரங்கள் இல்லை. ஆனால் காட்டில் இருந்த, மிகச் சிறப்பாக உருவங்கள் வடிக்கப்பட்ட கல் தூணை அவர்தான் அடையாளம் கண்டுபிடித்தார். பிராமி மொழியில் அதில் எழுதியிருந்தவற்றை வேங்கடராமய்யாவால் படிக்க முடிய வில்லை. ஆனால் கையில் கொண்டு சென்ற வெள்ளைக் காகிதங்களில் அவற்றைச் சிறப்பாகப் படியெடுத்துவிட்டார். அவருடைய கண்டுபிடிப்பு குறித்து அன்றைய பிரிட்டிஷ் அரசு அதிகாரிகளுக்கும் பத்திரிகைகளுக்கும் தகவல்கள் பறந்தன. ஆனால் 1926 வரையில் தொல்லியல்துறை நிபுணர்கள் யாராலும் அங்கு வரமுடியவில்லை. அதன் பிறகே ரங்கஸ்வாமி சரஸ்வதி என்ற கல்வெட்டு ஆராய்ச்சியாளர், ஹமீத் குரைஷி என்ற இந்தியத் தொல்லியல் துறை அதிகாரி அங்கு வந்தனர். லாங்ஹர்ஸ்ட்டின் உதவியாளர்தான் குரைஷி.

தூணில் செதுக்கப்பட்ட உடற்பயிற்சி செய்யும் மல்யுத்த வீரர்கள்

தென்னிந்தியாவின் மிகப் பெரிய தொல்லியல் முக்கியத்துவம் வாய்ந்த இடத்தை வேங்கடராமய்யா கண்டுபிடித்துவிட்டார் என்பது எல்லோருக்கும் புரிந்துவிட்டது. மிக அற்புதமான சிற்பங்களும் நினைவுச் சின்னங்களும் கலைநயம் மிக்கக் கட்டடங்களும் வேலைப்பாடுகள் அமைந்த தூண்களும்கொண்ட பழம்பெரும் நகரம், கிருஷ்ணா ஆற்றங்கரையில் மணல்மேட்டில் புதைந்து கிடந்தது. இந்தியாவில் இதுவரை கண்டுபிடிக்கப்பட்ட, பழங்கால மிகப்பெரிய திறந்தவெளி அரங்கமும் அங்கேதான் இருக்கிறது. அந்த நகருக்கு 'விஜயபுரி' என்று பெயர். இக்ஷ்வாகு வம்சத்து மன்னவர்களின் (பொது ஆண்டு கி.மு. 220 - 320) தலைநகரம் அது. புத்த மதத்துக்கும் பிராமணீயத்துக்கும் கேந்திரமான மத - கல்வி மையம் அது. அத்துடன் ரோமாபுரிப் பேரரசுடன் வெகு நெருக்கமான வர்த்தக உறவு கொண்டிருந்த நாடு அது.

கிருஷ்ணா நதியின் குறுக்கே அணை கட்டி மிகப் பெரிய நீர்த்தேக்கம் 1960-ல் உருவாக்கப்பட்டது. நாகார்ஜுனசாகர் என்று அதற்குப் பெயரிடப்பட்டது. அந்த நீர்த்தேக்கத்துக்கு அடியில்தான் விஜயபுரியின் பெரும்பாலான பகுதிகள் இப்போது தண்ணீருக்கு அடியில் மூழ்கிக் கிடக்கின்றன. நல்லவேளையாக, அந்த இடம் தண்ணீரில் முழுதாக மூழ்கிப் போவதற்கு முன்னால் ஏராளமான தொல்லியல் அறிஞர்களை அங்கே பணிக்கு அமர்த்தி, இடைவிடாமல் தோண்டியெடுத்து முக்கியமான சின்னங் களையும் கலை வடிவங்களையும் நீர்த் தேக்கத்துக்கு நடுவில் உள்ள 'நாகார்ஜுன கொண்டா' என்ற குன்றுக்கு எடுத்துச்சென்று நிறுவிவிட்டனர். நாகார்ஜுன சாகரின் நடுவில் நாகார்ஜுன கொண்டா இருக்கிறது. தெலுங்கில் 'கொண்டா' என்றால் குன்று அல்லது மலை என்று பொருள். (ஏடு கொண்டல வாடு - ஏழுமலையான். ஏரியின் கிழக்குக் கரையில் 'அனுபு' என்ற இடம் இருக்கிறது. தொல்லியலாளர்கள் நாகார்ஜுனகொண்டாவையும் அனுபுவையும் பார்ப்பதை இப்போது வழக்கமாக வைத்துக் கொண்டுள்ளனர்.

நாகார்ஜுனகொண்டாவுக்கு 2005 டிசம்பரில் முதல்முறை சென்றேன். விஜயவாடாவிலிருந்து பேருந்து மூலம் மேற்கு திசையில் பயணித்தேன். பல கிராமங்களையும் நகரங்களையும் கடந்து சென்றேன். ஆனால் அவற்றின் பெயர்களே தெரியாது. காரணம் வழியில் பெயர்ப் பலகைகள் அனைத்திலும் தெலுங்கில் மட்டும் எழுதி வைத்திருந்தனர். என்னிடமிருந்த காகித வரை

படத்தைப் பார்த்து, இது இந்த ஊராக இருக்கலாம் என்று ஊகித்துக்கொண்டே பயணித்தேன். அந்தப் பகுதி முழுவதுமே பல ஆண்டுகளாக போதிய மழையே பெய்யாமல் வறட்சியில் ஆழ்ந்துகிடந்தன. நிலத்தடி நீர்மட்டம் வெகுவாக சரிந்துவிட்டது. விவசாயிகள் வேலைதேடி வேறு பகுதிகளுக்குக் குடும்பங் களுடன் இடம் பெயர்ந்தனர், அல்லது கடன் சுமை தாளாமல் தற்கொலை செய்துகொண்டனர். இதனால் அப்பகுதி முழுக்க எதிர்மறை நிகழ்வுகளுக்காக மக்களுடைய மனதில் பதிந்து விட்டது.

13 ஆண்டுகளுக்குப் பிறகு, 2018 செப்டெம்பரில் விஜயவாடாவில் இருந்து மீண்டும் புறப்பட்டேன். ஆந்திர மாநிலத்தை இரண்டாகப் பிரித்த பிறகு ஹைதராபாதைத் தலைநகரமாகக் கொண்டு 2014-ல் தெலங்கானா உருவானது. இடைக்கால அரசு, தாற்காலிகமாக இங்கு இடம் பெயர்ந்ததால் புதிய ஆக்கமும் ஆற்றலும் இப்பகுதியில் வெளிப்படுகிறது. மாநில சட்டப்பேரவை பொதுத் தேர்தல் காலமாக இருந்ததால் அரசியல் கட்சித் தலைவர்கள் மாநிலத்தின் பாரம்பரியப்படி சுவரொட்டி மற்றும் கட் - அவுட்டுகளில் வேட்டி - முழுக்கைச் சட்டைகளில் கைகளைக் குவித்து வணக்கம் செலுத்தியபடி, வாக்காளர்களிடம் ஆதரவு கேட்டுக்கொண்டிருந்தார்கள். நாகார்ஜுனகொண்டாவுக்குக் கடந்தமுறை பேருந்தில் சென்றேன், வழியில் உள்ள ஊர்களின் பெயர்கள் தெரியாமல் தவித்தேன். இம்முறை வாடகைக் காரை அமர்த்திக்கொண்டேன், ‘ஜிபிஎஸ்’ வழியாக விரும்பியபடி மாற்றுப்பாதையில் ஊர்ப் பெயர்களைத் தெரிந்துகொண்டு பயணித்தேன்.

பருவமழை காலம்தவறிப் பெய்தது, அத்துடன் பற்றாக் குறையாகவே இருந்தது. குண்டூர் மாவட்டத்தின் வட - கிழக்குப் பகுதி வழியாகச் சென்றோம். அங்கே பசுமை வயல்களில் பருத்தி, கரும்பு, மிளகு, காய்கறிகளைச் சாகுபடி செய்திருந்தனர். கிருஷ்ணா நதியிலிருந்து வெட்டப்பட்ட வாய்க்கால்கள் வழியாகவும் பாசனக் கிணறுகளிலிருந்தும் தண்ணீர் பாய்ந்தது. நாகார்ஜுன சாகர் அணை நிச்சயமாக இப்பகுதி மக்களுடைய வாழ்க்கையில் வளம்பொங்கும் மாற்றத்தை ஏற்படுத்தி இருக்கிறது. என்னுடைய காரோட்டி சுரேஷ், வயது 26, இயந்திரவியல்துறையில் பொறியியல் பட்டயம் பெற்றவர். சுரேஷின் 48 வயது தந்தைத் தொழிலாளி, வேலை செய்த இடத்தில் தலையில் அடிபட்டு மனநிலைப் பிறழ்வை அடைந்தார். எனவே

மூத்த மகனான சுரேஷ் ஹைதராபாதில் செய்த வேலையை விட்டுவிட்டுக் காரோட்டியாக வேலைசெய்ய வேண்டிய நிலைக்குத் தள்ளப்பட்டார். அவர் மூலம் பல தகவல்களைத் தெரிந்து கொண்டேன்.

சென்ற வழியில், அமராவதி நகரில் சிறிது நேரம் நின்றேன். இதுதான் ஆந்திரத்தின் எதிர்காலத் தலைநகரமாகவிருக்கிறது. இந்த ஊர்தான் சாதவாகனப் பேரரசின் முந்தைய தலைநகரமாக இருந்திருக்கிறது. பொது ஆண்டின் முதல் இரு நூற்றாண்டுகளில் செல்வச் செழிப்புடன் திகழ்ந்தது. இந்திய - ஆரிய கலாச்சாரம் தெற்குப் பகுதிக்குப் பரவ, ஆரம்பகால இடைவழியாக அமராவதிதான் உதவியது. பழைய அமராவதியின் மிகப் பெரிய ஸ்தூபத்தின் எஞ்சிய பகுதி அகழ்வாய்வின்போது வெளியே கொண்டுவரப்பட்டது. அதை அருகில் சென்று பார்த்தேன். அதில் புத்தரின் நினைவுச் சின்னங்கள் பல வடிக்கப்பட்டிருந்தன. மிகப் பெரிய ஸ்தூபம் மட்டுமல்லாமல் அழகிய செங்கல் கட்டுமானங்களும் அருங்காட்சியகத்தில் காட்சிப்படுத்தப் பட்டுள்ளன.

இப்போது இப்பகுதியில் கிருஷ்ணா ஆறு ஆழம் குறைவாகவும் நீரோட்டத்தில் வேகமில்லாமலும்தான் இருக்கிறது. ஆற்றுக்கு மேல்பகுதியில் இருக்கும் நாகார்ஜுனசாகரிலிருந்து போதிய நீரை இதில் திறந்துவிடுவதில்லையோ? அல்லது ஆற்றில் வரும் நீரின் பெரும்பகுதி பாசனத்துக்கும் மக்களின் குடிநீர் பயன்பாட்டுக்கே பயன்படுத்தப்படுகிறதோ? மந்தடம், பெத்தமுத்தூரு, குடிபுடி, சாத்தனபள்ளி, பிடுகுரல்லா என்ற ஊர்கள் வழியாகச் சென்றேன். இந்த ஊரின் பெயர்களைக் கூறும்போது நாக்குப் புரளும்விதம் எனக்குப் பிடித்திருக்கிறது. இந்த நிலப்பகுதியெல்லாம் ஒருகாலத்தில் இக்ஷ்வாகு வம்சத்தால் ஆளப்பட்டது. இப்போதைய குண்டூர், கிருஷ்ணா, நெல்லூர், நலகொண்டா மாவட்டங்களின் பகுதிகள் எல்லாம் சேர்ந்த நிலம்தான் இக்ஷ்வாகு வம்சத்தால் ஆளப்பட்டது.

பயணம் புறப்பட்ட நான்கு மணி நேரத்துக்குப் பிறகு, தெற்கு விஜயபுரியை அடைந்தேன். இக்கிராமத்தில் பத்தாயிரத்துக்கும் மேற்பட்டோர் வசிக்கின்றனர். முன்பு பார்த்ததைப்போல ஊர் இல்லை. மக்கள் தொகையும் இரைச்சலும் புழுதியும் அதிகரித்து விட்டன. நகருக்குள் சில பகுதிகளில் பெரும் பணக்காரர்கள், மற்ற இடங்களில் நடுத்தர மக்கள், ஏழைகள் வசிக்கின்றனர். இங்கிருந்து நாகார்ஜுனகொண்டா தீவுக்குப் பெரிய படகுகள் செல்கின்றன.

போகவும் வரவும் தனித்தனியாக 45 நிமிஷங்கள் ஆகின்றன. விஜயபுரியை முன்னர் ஆண்ட ராணி சம்டிஸ்ரீ பெயர் ஒரு படகுக்குச் சூட்டப்பட்டுள்ளது. படகுத்துறைக்கு அருகில் உள்ள நாற்சந்தியில் பி. ஆர். அம்பேத்கரின் சிலை பொன் வண்ணத்தில் ஜொலிக்கிறது. வலது கையை முன்நீட்டி உயர்த்தியுள்ள அம்பேத்கர், இடது கையில் இந்திய அரசியல் சட்ட புத்தகத்தைப் பிடித்திருக்கிறார். ஏரியைப் பார்த்தபடி இருக்கும், ஆந்திர சுற்றுலா வளர்ச்சிக் கழக ஹோட்டல் அறையில் தங்கினேன். ஹோட்டலின் வரவேற்புக் கூடத்திலும் அறைகளிலும் நாகார்ஜுனசாகர் அணையின் புகைப்படங்கள் பழுப்பேறிக் கிடக்கின்றன.

அகழ்தலும், மூழ்கலும்

விஜயபுரிக்கு 1920-களில் முதலில் சென்ற அகழ்வாராய்ச்சி யாளர்கள் கண்டதெல்லாம் ஏராளமான பாறைக் குன்றுகளையும் செயற்கையாக ஏற்பட்டிருந்த மண்மேட்டில் புற்களும் காடுகளும் வளர்ந்து கிடந்ததையும்தான். ஏராளமான சுண்ணாம்புத் தூண்கள் சேதமின்றி நின்றுகொண்டிருந்தன. லாங்ஹர்ஸ்ட் தலைமையிலான ஆராய்ச்சிக் குழு 1927 - 31 காலத்தில் ஏராளமான மண்மேடுகளைத் தோண்டியது. பாழடைந்துவிட்ட மடாலயங்கள், பிராகாரங் களுடன் கூடிய கோயில்கள், ஸ்தூபங்கள், பொறிக்கப்பட்ட எழுத்துகள், நாணயங்கள், நினைவுச் சின்னங்கள், மண் பாண்டங்கள், சிலைகள், சாதவாகன பேரரசுக் காலத்தில் அமராவதியில் இருந்ததைப்போன்ற பாறையில் செதுக்கப்பட்ட புடைப்புச் சிற்பங்கள் என்று ஏராளமாகக் கிடைத்தன.

இந்தியத் தொல்லியல் துறையின் கூடுதல் அதிகாரி, அந்தப் பள்ளத்தாக்கு முழுவதும் நீரால் மூழ்கடிக்கப்பட்ட 1960-ம் ஆண்டுவரையில் தோண்டினார். ஏராளமான தொல்லியல் சான்றுகளை வெளியே கொண்டுவந்தார். 1938-ல் டி. என். ராமச்சந்திரனும் 1954 முதல் 1960 வரையில் ஆர். சுப்பிரமணியம் தலைமையிலும் அகழ்வுகள் நடந்தன. கற்காலத்தில் மனிதர்கள் பயன்படுத்திய கைக்கருவிகளையும், நூற்றுக்கும் மேற்பட்ட எழுத்துகள் பொறிக்கப்பட்ட தூண்கள், கற்பாறைகள், பானைகள், நினைவுச் சின்னங்கள் போன்றவற்றையும் பெருங்கற்காலப் பொருள்களையும் 24 சதுர கிலோமீட்டர் பரப்பளவுள்ள அந்த இடத்தில் 136 இடங்களில் தோண்டி எடுத்தனர்.

5,000 ஆண்டுகளுக்கும் மேலாக மக்கள் அங்கே தொடர்ச்சியாக வாழ்ந்ததற்கான ஆதாரங்கள் கிடைத்துள்ளன. புதிய கற்காலத்துக் கல்லறைகளைக் கொண்ட இடுகாடும், பெருங்கற்கால இறந்தவர் நினைவிடங்களும் இந்த இடத்திலும், தென்னிந்தியாவின் பல பகுதிகளிலும் கி.மு. முதலாவது ஆயிரமாவது ஆண்டு முதலே இருந்துவருகின்றன. இறந்தவர்களைப் புதைப்பதுதான் திராவிடர்களின் வழக்கம். சிலபகுதிகளில் தகனங்களும் நிகழ்ந்ததற்கான ஆதாரங்கள் கிடைத்திருந்தாலும், எரிப்பது என்பது பெரும்பாலும் ஆரியர்களின் மரபாகவே இருந்து வந்திருக்கிறது. இந்திய - ஆரியக் கலாச்சாரம் பரவிய பிறகு அதாவது, பிராமணீய, பௌத்த செல்வாக்கால் தென்னிந்தியர்களும் எரிப்பதையும் வழக்கமாகக் கொள்ளத் தொடங்கினர்.

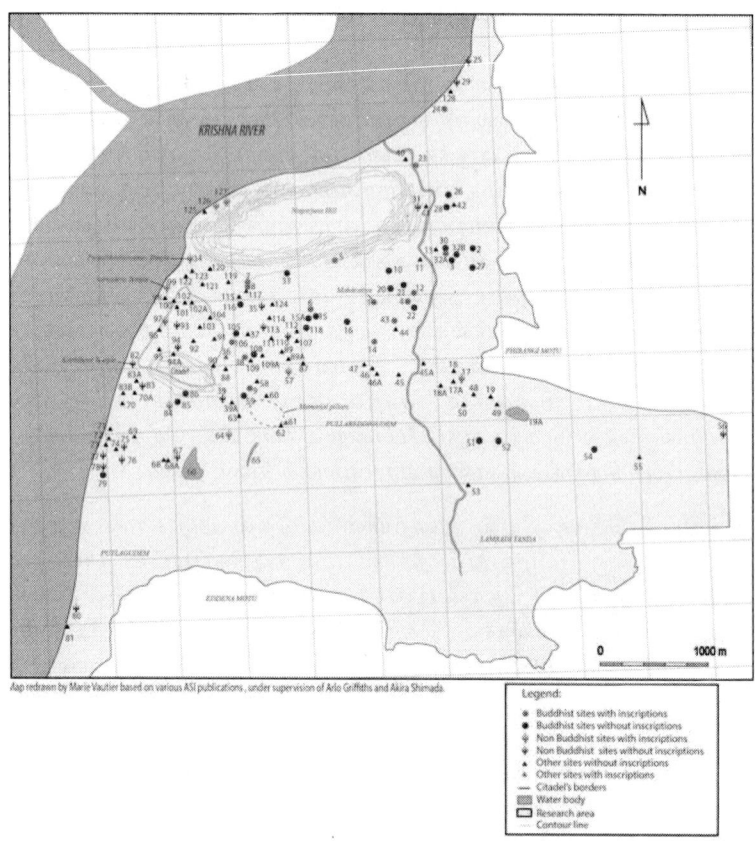

நாகார்ஜூனகொண்டா தள வரைபடம்

விஜயபுரியில் இடுகாடு, சுடுகாடு இரண்டும் உள்ளன. பிரேதங்களை எரிப்பது என்ற வழக்கம் வடக்கிலிருந்து பரவிய கலாச்சாரத்தின் ஒரு பகுதி. அங்கே இறுதிச் சடங்கு, வர்ணங்களை (சாதி) பொருத்தது. தென்னிந்தியாவில் 'மருமக்கள் தாயம்' என்கிற பெண்வழிச் சமூக முறைமையே இருந்தது (ஹரப்பர்களின் பாரம்பரியமாக இருக்கலாம்). குடும்பத் தலைவராக பெண்தான் இருந்தார். அத்துடன் தென்னிந்தியாவில் சாதிகளோ, சாதி வேற்றுமைகளோ பெரிதாக இருந்திருக்க வில்லை. சமத்துவ சமுதாயமாகவே திராவிடர்கள் வாழ்ந்துள்ளனர். தமிழ்நாட்டில் பிராமண ஆதிக்க எதிர்ப்பை முக்கியமாகக் கொண்டுள்ள திராவிட இயக்கங்கள் கடந்த சில பத்தாண்டுகளில் எரிப்பைவிட புதைப்பது என்ற தங்களுடைய மூதாதையர் வழக்கத்துக்கே முக்கியத்துவம் தருகின்றன. அண்ணாதுரை, எம்.ஜி.ஆர், ஜெயலலிதா, கருணாநிதி என்று இறந்த தலைவர்கள் அனைவருக்கும், புதைப்பது என்கிற சமாதி கலாச்சாரம் மூலமாகவே இறுதிச் சடங்குகள் நிறைவேற்றப்பட்டன.

நாகார்ஜுனசாகர் பள்ளத்தாக்குப் பகுதியில் கண்டுபிடிக்கப் பட்டவைகளிலே மிகச் சிறந்தது - மறக்க முடியாதது எதுவென்று கேட்டால், விஜயபுரியைத் தலைநகரமாகக் கொண்டு ஆட்சி செய்த இக்ஷ்வாகுப் பேரரசு கி.மு. மூன்றாவது, நான்காவது நூற்றாண்டுகளில் மிகவும் நன்றாகச் செழித்து வளர்ந்தது என்பதுதான். வெவ்வேறு காரணங்களால் பாழ்பட்ட இந்த நகரம் பிறகு மக்கள் நடமாட்டம் இல்லாததால் மண்மேடிட்டு இடுபாடுகளுடன் வனங்களுக்கும் முள் புதர்களுக்கும் அடியில் மறைந்தது.

ஏழாவது மற்றும் 12-வது நூற்றாண்டுகளுக்கு இடையில், சாளுக்கியர்கள் காலத்தில் இந்த வனப் பகுதியில் சிறிய எண்ணிக்கையில் பழங்குடிகள் வந்து குடியிருப்புகளைக் கட்டிக்கொண்டனர். விஜயபுரி தலைநகரமாக இருந்தபோது மக்கள் வசித்த பகுதிகளைவிட்டு அதற்கும் புறத்தில் இருந்த இடங்களில்தான் அவர்களுடைய குடியிருப்புகள் அமைந்தன. எனவே இக்ஷ்வாகு வம்சம் ஆண்ட பகுதி எந்தவித ஆக்கிரமிப்பும் இல்லாமல் கிட்டத்தட்ட 1,600 ஆண்டுகள் மண்ணுக்குள் புதைந்தே கிடந்தது. மண்மேடிட்டாலும் காட்டில் பெய்த மழையும் அடித்த காற்றும் இந்தப் பகுதியை ஓரளவுக்குச் சமநிலம்போலாக்கியது. அருகில் குடிவந்த புதிய குடியேறிகள்

இங்கே வெளியே தெரிந்த கட்டுமானங்களைத் தங்களுடைய பயன்பாட்டுக்கு உடைத்து எடுத்துச் சென்றனர். மண்மேடிட்ட பகுதிகளை அவர்கள் ஆராயவில்லை. இல்லாவிட்டால் இந்தப் பகுதிக்குப் பெருத்த சேதம் ஏற்பட்டிருக்கக் கூடும்.

ஆந்திரப் பிரதேசத்தில் 1950-களின் தொடக்கத்தில் கடுமையான வறட்சி ஏற்பட்டது. மிகப் பெரிய நீர்த்தேக்கத்தைக் கட்டி பாசன வசதிகளைப் பயன்படுத்தினால்தான் மக்கள் பட்டினியால் இறப்பதைத் தடுக்க முடியும் என்ற நிலை அரசுக்கு ஏற்பட்டது. அணை கட்டுவதற்கான தகுந்த இடமும் தேர்வாகிவிட்டது. ஆனால் அங்கே அணை கட்டினால் விஜயபுரி நகரமும் அதையொட்டிய, தென்னிந்தியாவின் மிகவும் முக்கியத்துவம் வாய்ந்த தொல்லியல் பகுதிகளும் நிரந்தரமாக நீரில் மூழ்கிவிடும் என்ற நிலை ஏற்பட்டது.

வளர்ச்சி முக்கியமா, பாரம்பரியத்தைக் காப்பது முக்கியமா என்ற சூடான விவாதம் நாடாளுமன்றத்தில் நடந்தது. லட்சக்கணக்கான மக்களைப் பட்டினியிலிருந்து விடுவிப்பதைவிட, நம்முடைய நாகரிக வளர்ச்சியின் கலாச்சாரச் சின்னமான இடத்தைக் காப்பது முக்கியமா என்ற கேள்வி எழுந்தது. இரண்டு தரப்பிலும் வலுவான காரணங்கள் முன்வைக்கப்பட்டன. விஜயபுரி நகரைச்சுற்றி பெரிய மதில் சுவரைக் கட்டி அதை மட்டும் பாதுகாக்கலாம் என்று ஒரு யோசனை கூறப்பட்டது. அது காரியசாத்தியமற்றது, அதனால் பலன் இருக்காது என்று நிபுணர்கள் பதில் அளித்தனர். இறுதியாக, 'வளர்ச்சிதான் முக்கியம் - அணைதான் வேண்டும்' என்ற தரப்பே வெற்றி பெற்றது.

அந்தத் தரப்பைச் சேர்ந்த பிரதமர் ஜவாஹர்லால் நேரு அதைப்பற்றி எழுதியிருக்கிறார். 'நம்முடைய வரலாற்றையும் கலாச்சாரத்தையும் பறைசாற்றும் இந்த இடம் நிரந்தரமாக நீரில் மூழ்கத்தான் வேண்டும் என்ற நிலை என்னை மிகவும் துயரத்துக்கு ஆளாக்கிவிட்டது; ஆயினும் இன்றைய, நாளைய தேவைகளுக்கு எது அவசியமோ அதைச் செய்தாகவேண்டும் என்ற நிலையில் இந்த முடிவை ஆதரிக்க வேண்டியிருக்கிறது' என்று குறிப்பிட்டிருக்கிறார். அதே வேளையில் விஜயபுரியின் கலாச்சார, நாகரிக மகத்துவத்தை வெளிக்காட்டும் நடவடிக்கைகளை மிகப் பெரிய அளவில் முடுக்கிவிட்டார்.

1954-60 காலத்தில் விஜயபுரிக்கு அடியில் உள்ள முக்கியமான சின்னங்கள், நினைவிடங்கள், ஸ்தூபிகள், எழுத்துகள்

பொறிக்கப்பட்ட ஸ்தூபிகள் போன்றவற்றை சேதப்படுத்தாமல் முழுமையாக வெளியே எடுப்பதில் தீவிரம் காட்டிய தொல்லியல் துறை நிபுணர்கள், தாங்கள் நினைத்ததைக் காட்டிலும் இந்த இடத்தின் தொல்லியல் முக்கியத்துவம் பெரிதாக இருக்கிறதே என்று அப்போது மிகவும் வருந்தினர். இனி முடிவை மாற்றிக் கொள்ள முடியாது என்ற நிலைக்கு அரசின் நடவடிக்கைகள் சென்றுவிட்டன. ஒருபுறம் தொல்லியல் அடையாளங்களை வெளியே எடுத்துவர முயற்சிகள் நடந்தபோதே, அணையைக் கட்டி பெரும் பரப்பில் நீரைத் தேக்குவதற்கான கட்டுமானங்களும் நடைபெற்றுவந்தன. இந்த அகழ்வுகளை, இந்தியத் தொல்லியல் துறை நிபுணர்கள், 'தொல்லியல்துறையின் சோகம்' என்றே குறிப்பிடுகின்றனர்.

விஜயபுரி முழுதாக தண்ணீரில் மூழ்குவதற்கு முன்னால், அதன் ஏராளமான நினைவுச் சின்னங்களில் வெறும் ஒன்பதை மட்டும் காப்பாற்றி, மேடான இடத்தில் மீண்டும் நிறுவ முடிந்தது. வேறு 14 தொல்லியல் இடங்களைப் போன்ற, குறு மாதிரிகள் வெளியே உருவாக்கப்பட்டன. நல்லவேளையாக நகரை முடிந்தவரை தோண்டிப் பார்த்து, புகைப்படம் எடுத்து, அதன் வெவ்வேறு பகுதிகளை வரைபடத்தில் படியெடுத்து, ஆவணங்களைத் தயாரித்துவிட்டனர். எனவே விஜயபுரி நகர வீதிகளில் இப்போது நடந்துபார்த்தால் எப்படி இருக்கும் என்று கற்பனை செய்யும் அளவுக்குக் களம் மீட்கப்பட்டது. கி.மு. மூன்றாவது நூற்றாண்டுக்குப் பின்னோக்கிப்போய், விஜயபுரி நகர வீதியில் நடப்பதைப்போல கற்பனை செய்துகொள்ளலாம். அந்த அளவுக்குத் தொல்லியல் துறை வரலாற்று, தொல்லியல் சான்றுகளை வெளியே எடுத்துவிட்டது.

விஜயபுரியில் ஓர் உலா

நம்முடைய சிற்றுலாவை விஜயபுரியில் இக்ஷ்வாகு பேரரசர்களின் கோட்டைக்குள்ளிருந்து தொடங்குவோம். இந்த கோட்டைக் கொத்தளத்தின் ஒரு பகுதி சற்றே மேடான நிலத்தில் ஆற்றைப் பார்த்தபடி இருக்கிறது. இந்தக் கோட்டையைச் சுற்றி அகழியும், செங்கல் வைத்து மண்ணால் பூசிய உறுதியான மதில் சுவர்களும் இருக்கின்றன. இந்தக் கட்டுமானத்துக்கு உள்ளேதான் இக்ஷ்வாகு மன்னர்களின் அரண்மனை உள்ளது. அங்கே பல குடியிருப்புகள்,

பாசறைகள், குதிரைகளின் லாயங்கள், உள்ளே வசிப்பவர் களுக்கும் கால்நடைகளுக்குமான தண்ணீர் தேவையைப் பூர்த்தி செய்ய பெரிய நீர்த்தொட்டிகள், குளியலறைகள், சதுரக் கிணறுகள் அல்லது நீர் தேக்கும் பள்ளங்கள் அமைக்கப்பட்டுள்ளன.

படிக்கட்டுகள், சுற்றுச்சுவர்கள் உள்பட அனைத்தையும் அலங்காரமாக வடிவமைத்திருக்கும் இரண்டு குளங்களும் இருக்கின்றன. குளங்களின் தண்ணீரை வெளியேற்ற பாதாள வடிகால் வசதியும் செய்யப்பட்டுள்ளது. முதலாவது குளம் ஆமையின் வடிவத்தில் கட்டப்பட்டுள்ளது. இரண்டாவது சதுர வடிவிலானது. அதில் மரத்தாலான மேல் கட்டுமானமும் இருக்கிறது. அங்கே தீப்பந்தங்களைச் சொருகி வைக்கவும் ஏற்பாடுகள் செய்யப்பட்டுள்ளன. கோட்டையில் இருப்பவர்கள் இரவில் ஜலக்கிரீடை செய்ய இந்த ஏற்பாடுகளைச் செய்திருக்கலாம். இங்கேதான் இவர்கள் நீராடினர், கூடிப் பேசினர், பொழுதுபோக்கினர். இந்த மேல் கட்டுமானத்தை மிகப்பெரிய தீ விழுங்கவேண்டும், அந்தச் சாம்பல் குவியல்களைத் தொல்லியல் அறிஞர்கள் 1,600 ஆண்டுகளுக்குப் பிறகு பார்க்கவேண்டும் என்பது விதி போலும். இதே போன்ற அமைப்புள்ள, இதைவிடக் கட்டுமானத்தில் எளிமையான பல குளியலறைகள் விஜயபுரியில் பல இடங்களில் உள்ளன.

கோட்டையின் கிழக்கு வாயில் வழியாக வெளியே வரும்போது, விஜயபுரி சேனையின் மகாசேனாபதி சம்டாபுலாவின் (Chamtapula) நினைவாக எழுப்பப்பட்டுள்ள நினைவுத்தூணைப் பார்க்கிறோம். அவருடைய வாழ்க்கையில் நடந்த வீரம் செறிந்த காட்சிகள் அதில் இடம் பெற்றுள்ளன. இந்நகரில் நாம் இதைப்போல பார்க்கவிருக்கும் 22 சுண்ணாம்புக் காரை நினைவுத்தூண்களில் இதுவும் ஒன்று. மிக முக்கியமான பிரமுகர்களின் நினைவாகத் தூண்களை எழுப்புவது மரபான செயல், ஆனால் எல்லோருக்கு மானது அல்ல. ராஜாக்கள், ராணிகள், பிரபுக்கள், போர்வீரர்கள் போன்றோருக்கு மட்டும் உரித்தானது. பல தூண்களில் போர்க்களக் காட்சிகள், அதுவும் யாருக்காக எழுப்பப்பட்டிருக்கிறதோ அவருடைய போர்த்திறத்தை வெளிப்படுத்து வகையில் இடம்பெறச் செய்யப்பட்டுள்ளன.

ஒரு தூணில், குதிரைப் படை வீரர், இரண்டு காலாட்படை வீரர்களை ஈட்டியுடன் எதிர்கொள்வதையும், தரையில் சில வீரர்கள் இறந்து கிடப்பதையும் காட்டுகிறது. போர் என்பது இங்கே தொடர் ஆபத்து என்பதையும், மன்னர்கள் விரும்பியே

போரைச் செய்தனர் என்பதையும் இத்தூண்கள் உணர்த்துகின்றன. இந்தக் கோட்டைக்கு அருகிலேயே, கைவினைக் கலைஞர் ஒருவரை சிறப்பித்து கௌரவிக்கும் தூண் ஒன்றும், மன்னரின் அன்னையான ராஜ மாதாவைக் கௌரவிக்கும் தூண்களையும் பார்க்கும்போது, போர் மட்டுமல்ல, பிற செயல்களும் உரிய வகையில் கௌரவிக்கப்பட்டிருப்பது தெரிகிறது.

கோட்டையின் தெற்கிலும் கிழக்கிலும் மத வழிபாடுகள், மடாலயங்களுக்கான கட்டடங்கள் பல உள்ளன. விஜயபுரியின் மகா ஸ்தூபத்தை நோக்கி கிழக்குப்புறமாக நடக்கும்போது நகரிலிருந்த முப்பதுக்கும் மேற்பட்ட பௌத்த மடாலயங்கள், கல்விச்சாலைகள் உள்ளிட்ட கட்டடங்களில் பலவற்றைப் பார்க்கிறோம். பௌத்த மதத்தின் நான்கு பிரிவுகளைச் சேர்ந்த இவை, ஹீனயானம், மகாயானம் என்ற இரு பெரும் பிரிவுகளில் அடக்கம். பௌத்த பிக்குகளும் பிக்குணிகளும் இந்த வீதியில் நடப்பதும், தீவிரமாக விவாதிப்பதும் விவாதங்களின்போது உரக்கச் சிரிப்பதும் வீதி முழுக்க நிறைந்திருப்பது மனக் கண்களுக்குத் தெரிவதுடன், காதுகளிலும் கேட்கிறது.

பெரும்பாலான பௌத்த மடாலயங்களின் மையப்பகுதி மிக உயர்ந்த தூண்களால் தாங்கப்படுகிறது. இந்த மையத்தைச் சுற்றியுள்ள வராந்தாக்கள்போன்ற இடங்கள் அனைத்தும் கூரை வேயப்பட்டு மழை, வெயில், பனி போன்றவற்றிலிருந்து காக்கப்பட்டிருக்கிறது. மடாலயக் கூரைகள் அனைத்தும் சுட்ட செங்கற்களால் அழகாக வேயப்பட்டிருக்கிறது. (நாளந்தா நகரில் பிற்காலத்தில் ஏற்பட்ட மடாலயங்களின் எண்ணிக்கையில் கால் பகுதி விஜயபுரியில் இருந்திருக்கின்றன.) மடாலயங்களில் மைய சமையலறை, உணவருந்தும் கூடம், மடாலயத்துக்குத் தேவைப் படும் பொருள்களைப் பாதுகாப்பாக வைத்திருக்கும் உக்கிராண அறை, கழிவுநீரை வெளியேற்றும் வடிகால் வசதிகளுடன் கூடிய பொதுவான குளியலறைகள், கழிப்பறைகள் இடம் பெற்றுள்ளன.

பிக்குகளாகவும் பிக்குணிகளாகவும் சேர்த்துக்கொள்ளப் பட்டவர்கள் இந்த மடாலயங்களின் வராந்தாக்களில் அமர்ந்து தான் பேசிக்கொண்டிருப்பார்கள். அட்டைகளில் வைத்து விளையாடும் சதுரங்கம் உள்ளிட்டவற்றை கல்தரையில் வைத்து ஆடி மகிழ்ந்திருப்பார்கள். தந்தத்தால் செய்யப்பட்ட பகடைக் காய்களை - இங்கே நிறைய கிடைத்துள்ளன - உருட்டியும் மேலே தூக்கிப்போட்டு வீசியும் மகிழ்ந்திருப்பார்கள். பாரம்பரிய கட்டடக் கலையில் கட்டப்பட்ட பௌத்த மடாலயங்களைத்

விஜயபுரியின் 'மகா ஸ்தூபம்'

விஜயபுரியில் ஒரு புத்த மடாலய வளாகம்

தவிர, புதிதாகக் காந்தார கட்டடக்கலை பாணியில் கட்டப்பட்ட மடாலயங்களும் பிற்காலத்தில் இங்கு எழுந்தன. (வட - மேற்கு பாகிஸ்தான் அல்லது வட கிழக்கு ஆப்கானிஸ்தானில் இந்தக் காந்தார கட்டடக் கலை வடிவம் தோன்றியது.) உள்பிராகாரங் களைக்கொண்ட புதிய மடாலயங்களில் புத்தரின் சிலை வடிவங்கள் நின்ற தோற்றத்தில் நிறுவப்பட்டன. அவற்றின் அருகிலேயே செங்கல், சுண்ணாம்புக் காரையில் கட்டப்பட்ட தூண்களும் எழுப்பப்பட்டன. அவற்றின் செங்கல் சுவர் கட்டுமானத்தில் ஸ்வஸ்திக் சின்னமும்கூட பொறிக்கப்பட்டது. (இது அப்படியே இடம் பெயர்த்து நாகார்ஜுனகொண்டா தீவில் வைக்கப்பட்டிருக்கிறது.)

விஜயபுரியுடன் அதிக வியாபாரத் தொடர்பில் இருந்த அன்றைய இலங்கையைச் சேர்ந்த துறவிகள் வந்தால் அவர்கள் தங்கவும், கல்வி கற்கவும் இங்கே தனியாகவே ஒரு மடாலயம் கட்டப் பட்டதை அறிகிறோம். உருவ வழிபாடே கூடாது என்று கூறும் ஹீனயான பௌத்தப் பிரிவின் மடாலயங்களும், புத்தரின் சிலைகளை நிறுவி அவருடைய போதனைகளையும் வழிபாட்டு முறைகளையும் பரப்பி உலகில் பேராதரவைப் பெற்ற மகாயானப் பிரிவின் மடாலயங்களும் இங்கே இருந்தன என்பது சிறப்பு. மகாயானமே இந்தியாவில் பிற்காலத்தில் நிலைபெற்றது.

கோட்டையின் கிழக்காகப் பதினைந்து நிமிட நேரம் நடந்தால் மகா ஸ்தூபம் என்கிற மிகப் பெரிய தூணுக்கு வந்துவிடுவோம். இதன் உயரம் 70 அடி முதல் 80 அடிகள் வரையிலும் அகலம் 100 அடிகளுக்கு மேலும் இருக்கும். இக்ஷ்வாகு காலத்துக்கும் முன்னரே கட்டப்பட்டிருக்கும் இதை, இக்ஷ்வாகு வம்சம் தொடங்கிய காலத்தில் பழுதுபார்த்துப் புதுப்பித்திருக்கிறார்கள். மிகச் சிறப்பாக செதுக்கப்பட்டுள்ள காட்சிகளையும் புத்தரின் உடலிலிருந்து எடுக்கப்பட்ட எலும்பின் ஒரு பகுதியை நினைவுச் சின்னமாகவும் இதில் பொறித்திருக்கிறார்கள். இந்நகரைப் பிற்காலத்தில் கொள்ளையடிக்க வந்தவர்களின் கண்களுக்கு எளிதில் புலப்படாத வண்ணம் இந்த எலும்பு இதில் மறைத்து வைக்கப்பட்டிருந்தது. 1928-ல் இங்கு வந்த தொல்லியல்துறை அறிஞர் லாங்ஹர்ஸ்ட் மட்டுமே இதைக் கண்டுபிடித்துப் பத்திரப்படுத்தினார். (இது இப்போது உத்தரப் பிரதேசத்தின் சாரநாத்தில் உள்ள மூலகந்தாகுடி விஹாரத்தில் இடம் பெற்றுள்ளது.)

இந்தத் தூணிலும் வேறு பௌத்த சின்னங்கள் இருக்கும் இடங்களிலும் மதத்தையும் மடாலயங்களையும் ஆதரித்த புரவலர்களின் பெயர்கள் பொறிக்கப்பட்டுள்ளன; அவற்றில் அதிகமாக இருப்பது அரச குடும்பத்தைச் சேர்ந்த மற்றும் அரச குடும்பத்தைச் சேராத, செல்வக் குடும்பத்துப் பெண்கள்தான் என்பது சுவாரசியம் தருகிறது.

விஜயபுரியின் பெரிய தூணைப் பார்க்க வெவ்வேறு இடங்களிலிருந்து பௌத்த யாத்ரிகர்கள் இன்றும் வருகின்றனர். சாஞ்சியிலும் பார்ஹட்டிலும் இருப்பதைப்போல இந்தச் சின்னங்களிலும் தூண்களிலும் புத்தரின் ஜாதகக் கதைகளில் இடம்பெற்றுள்ள சம்பவங்களின் காட்சிகளும், மோகவயப்பட்ட ஆண் - பெண் ஜோடிகளின் உருவங்களும் பொறிக்கப்பட்டுள்ளன.

ஆசையை அடக்கச் சொன்ன புத்தருடன் தொடர்புள்ள தூண்களிலும் காட்சிகளிலும் மோகவயப்பட்ட ஜோடிகளா என்று புருவங்களை நெரிக்க வேண்டாம். இந்த ஜோடிகள் புத்திர சந்தானம் என்கிற நன்மக்கள் பேற்றையும் இனி வாழ்க்கையில் நடைபெறப்போகும் மங்களகரமான சுபங்களையும் குறிப்பதற்கான அடையாளக் குறியீடாகும்.

இந்தச் சித்தரிப்புகளில் ஆணும் பெண்ணும் கைகளைக் கோர்த்துக் கொண்டு ஆடுவதைப்போலவும், அணைத்துக்கொண்டிருப் பதைப்போலவும் காணப்படுவர். பழைய ஸ்தூபங்களைப்போல அல்லாமல், இங்கே புத்தர் மனிதராகத்தான் சித்தரிக்கப் பட்டுள்ளார். அவருடைய பிறப்பு, துறவு, ஞானம் பெறுதல், முதல் பிரசங்கம், அவருடைய மறைவு ஆகிய காட்சிகளும், கண்ணையும் கருத்தையும் கவரும் சம்பவங்களும் இவற்றில் இடம் பெற்றுள்ளன.

இந்த இடத்துக்கும் கிழக்கில் நகரிலேயே மிகப் பெரிய மடாலயத்தைக் காண்கிறோம். (டி.என். ராமசந்திரனால் 1938-ல் அகழ்ந்தெடுக்கப்பட்டு அனுபு என்ற இடத்தில் இது மீண்டும் நிறுவப்பட்டது. தொல்லியலாளர்கள் நாகார்ஜுனரின் பெயரை மடாலயத்துக்கு இட்டனர்). இந்த இடத்தைப் பார்க்க ஏராளமான புத்த சந்நியாசிகள் இந்தியாவிலிருந்தும் தொலைதூரங்களில் இருந்தும் வருகின்றனர். எனவே மடாலயமான இதை மிகைப் படுத்தும் வகையில் ‘பல்கலைக்கழகம்’ என்று அழைக்க ஆரம்பித்துவிட்டனர். இந்த மடாலயத்தின் குடியிருப்புப் பகுதியில் இரண்டு பற்களைக் கொண்ட மிகப் பெரிய

சுண்ணாம்புக்கல் தாழி ஓர் அறையில் வைக்கப்பட்டிருந்தது. (தொல்லியல் அறிஞர்கள் இந்தப் பற்கள் நாகார்ஜுனருடையதாக இருக்கலாம் என்று நம்புகின்றனர். இந்த மடாலயத்தில் தங்கி அவர் வசித்திருக்கலாம், மாணவர்களுக்குப் பாடம் சொல்லிக் கொடுத்திருக்கலாம். ஆனால் இதை உறுதியாகத் தெரிவிக்கும் சான்றுகள் இல்லை).

இதற்கு அருகில் உள்ள மடாலயத்தில், சோகமே வடிவமாக தனது இருப்பிடத்துக்குத் திரும்பிக்கொண்டிருக்கும் சிற்பக் குதிரையின் அழகு மெய்மறக்க வைக்கிறது. சித்தார்த்தர் தனது அரச வாழ்க்கையைத் துறந்து, துறவு வாழ்க்கையை ஏற்றுக்கொண்ட பிறகு அரண்மனையிலிருந்து தான் வந்த குதிரையைத் திரும்பிச் செல்லுமாறு பணிக்கிறார். அந்தத் துயரம் தாளாமல்தான் குதிரை முகத்தைத் தொங்கப் போட்டுக்கொண்டு நடக்கிறது. இன்னொரு மடாலயத்தில், புத்தரின் ஆலய வாயிலில் அழகாகச் செதுக்கப்பட்ட சந்திரகாந்தக் கல் பதிக்கப்பட்டிருக்கிறது. அங்கே பெண் துறவியருக்கான மடமும், உக்கிராண அறைகளும், சிற்பக்கலையைக் கற்றுத்தரும் சிற்பக்கூடமும், தலைமை ஆயனச் சிற்பிக்கான ஆசனமும், சிறுநீர் கழிப்பதற்கான இடமும்கூட உள்ளன. இக்ஷ்வாகு வம்சத்தின் மூன்றாவது மன்னரின் அன்னையார் மகாதேவி பதிதேவா என்ற ராஜமாதா இதை நிறுவியிருக்கிறார் என்ற குறிப்பு அங்கேயுள்ளது. அதே மன்னரின் சகோதரி கோதபாலசிரி நிறுவிய இன்னொரு மடாலயமும் அருகில் இருக்கிறது. பிற மடாலயங்களிலும் சமையல் கூடம், சாப்பிடும் இடம் (போஜன சாலை), மிகப் பெரிய முற்றம் ஆகியவற்றுடன் கழிவுநீரை வெளியேற்றும் வடிகால் வசதி ஆகியவை தவறாமல் இடம் பெற்றுள்ளன.

கல்லில் சிற்பங்களை வடிப்பதை விஜயபுரி மக்கள் ரசனையுடன் செய்யக் கற்றுக்கொண்டுவிட்டனர். பச்சைநிற சுண்ணாம்புக் கல்லில் அவர்கள் வடித்த பௌத்த மடாலயச் சிற்பங்கள் அன்று வாழ்ந்த மக்கள், கடவுளர்கள், தாவரங்கள், பிராணிகள் ஆகியவற்றைச் சித்தரித்ததுடன், அடையாளக் குறியீடுகள் பலவற்றையும் கொண்டிருந்தன. மடாலயங்கள், ஆலயங்கள் ஆகியவற்றின் சுவர்களிலும் பொதுக் கட்டடங்களிலும் தங்களைச் சுற்றிய காட்சிகளையே சிற்பிகள் சித்தரித்தனர். இசைக் கலைஞர்கள் கருவிகளை இசைக்க நாட்டிய மாதர்களும் மைந்தர்களும் ஆடினர்; குழந்தைகள் மகிழ்ச்சியாக விளையாடினர்; அரசவைகளில் மன்னர் அரியாசனத்தில் வீற்றிருக்க அமைச்சர்

பெருமக்களுடனும் கற்றறிந்த வாணர்களுடன் நாட்டின் எதிர்கால நன்மைக்கான ஆலோசனைகள் நடந்தன; மதுபானச் சாலையில் மது அருந்தி மகிழ மக்கள் கூடியிருந்தனர்; மல்லர்கள் மல்யுத்தப் போட்டிகளில் கலந்துகொண்டனர். ஒரு சித்திரத்தில் குளியலறைத் தொட்டியில் ஒரு பெண் ஒய்யாரமாக அமர்ந்திருக்கிறார். வேலைப்பாடுகளுடன் கூடிய குளியலறையில் ஆடவர்கள் குளிக்கின்றனர். பணியாளர்கள் அருகிலிருந்தபடி மூக்குள்ள கெண்டி போன்ற பெரிய கொள்கலத்திலிருந்து தண்ணீரை அவர்களுக்கு இதமாக ஊற்றுகின்றனர்.

போர்க்களக் காட்சிகளின் சித்தரிப்புக்கும் குறைவு இல்லை. யட்சர்கள், யட்சிணிகளும் உண்டு. பக்தர்கள், ஆபரணங்கள், சடங்குகள் என்று எதையும் விட்டுவைக்கவில்லை. சாதவாகனர்களின் அமராவதி பாணி கலை வடிவத்தைத்தான் இக்ஷ்வாகு மன்னர்களும் ஆதரித்துள்ளனர். இருந்தாலும் திரைச் சீலைகளிலும், பெண்களின் முடியலங்காரத்திலும் (தலையலங்காரம்), உடல் தோற்ற ஒப்பனையிலும் ரோமானியக் கலைவடிவ செல்வாக்கும் தெரிகிறது. காந்தாரம், மதுரா, சாகர்கள் (இந்திய - சாகர்கள்) ஆகியோரின் செல்வாக்கும் சிற்பங்களிலும் சித்திரங்களிலும் சித்திர வேலைப்பாடுகளிலும் ஆங்காங்கே தென்படுகின்றன. மிக நேர்த்தியாகச் செதுக்கப்பட்ட தூணில், இரண்டு சாகர்கள் – அவர்கள் சாகர்கள் என்று பார்த்த மாத்திரத்திலேயே அடையாளம் காணும் வகையில் – அவர்களுடைய பாரம்பரிய உடையில் சித்தரிக்கப்பட்டுள்ளனர்.

கோட்டைப் பகுதிக்குப் பின்புறம், ஆற்றங்கரையோரமாகப் பதினெட்டு அல்லது அதற்கும் மேற்பட்ட ஆலயங்கள் ஒரு தொகுப்பாகக் கட்டப்பட்டுள்ளன. இவற்றில் பெரும்பாலானவை சைவ ஆலயங்கள், எஞ்சியவை விஷ்ணு மற்றும் பிற தெய்வங்களுக்கான ஆலயங்கள். தென்னிந்தியாவில் இப்படிக் கட்டப்பட்ட முதல் ஆலயக் கோட்டம் இதுவாக இருக்கலாம். சிறு கோயில்களில் மூல விக்கிரகத்துக்கான சன்னதிகள் மட்டும் உள்ளன. பெரிய கோவில்களுக்கு மட்டுமே பெரிய தூண்களுடன் கூடிய முன் மண்டபங்கள் கட்டப்பட்டுள்ளன. தூண்கள் நல்ல வடிவாகவும் அழகிய சிற்ப வேலைப்பாடுகளுடனும் தேய்த்து மெருகேற்றிக் கட்டப்பட்டுள்ளன. அழகிய சித்திர வேலைப்பாடுகளுடன் இரண்டு தூண்கள் உள்ளன. அவற்றைச் 'சித்திர ஸ்தம்பங்கள்' என்கின்றனர். நடந்து செல்லும் யானைகள், சேவல் சண்டை, காளைகள், ஆட்டுக்கிடாக்கள் செதுக்கப்பட்டுள்ளன.

போர்ப்பயிற்சி பெற்ற 'சூரமகள்' சிற்பமும் இதில் இடம் பெற்றிருப்பது புதிராக இருக்கிறது. அவர் கையில் பெரிய வாள் வைத்திருக்கிறார், அவருக்கு உதவ ஒருவர் பின்னாலேயே இருக்கிறார். அங்குள்ள குறிப்புகளில் காணப்படும் 'மஹா தல்வாரிகளில்' ஒருவராக அவர் இருக்கக் கூடும். 'தல்வார்' என்றால் வாள், மஹா தல்வார் என்றால் வாள் சண்டையில் நிபுணர் என்று பொருள்.

பிராமணர்களின் ஆலோசனைப்படி கட்டப்பட்ட கோவில்கள் பெரும்பாலும் சிவன், கார்த்திகேயன், தேவசேனை, குபேரன், விஷ்ணு ஆகியோருக்கானவை. பெரும்பாலான இவ்வகை ஆலயங்கள் பிற ஆலயங்களுடனும் குடியிருப்புகள், கூரை வேய்ந்த மண்டபங்கள் ஆகியவற்றுடனும் கட்டப்பட்டுள்ளன. அருகில் ஆலயப் பூசாரிகள், பணியாளர்களுக்கான வீடுகளும் கட்டப்பட்டுள்ளன. ஆலயங்களின் மேற்கூரைகளாக தட்டையான பாறாங்கற்களே பொருத்தப்பட்டுள்ளன. அவை கல் அல்லது மரத்தால் செய்யப்பட்ட தூண்கள்மீது நிறுத்தப்பட்டுள்ளன. சில கோவில்களில் மட்டும் அரைவட்ட வடிவத்தில் மேற்கூரை வளைத்துக் கட்டப்பட்டிருக்கிறது.

பிராமணர்களின் ஆலோசனைப்படி கட்டிய கோவில்களில் சமஸ்கிருதத்தில் எழுத்துகள் பொறிக்கப்பட்டுள்ளன. பௌத்த ஆலயங்களில் 'பிராகிருதம்' என்கிற மக்களின் பூர்வ மொழியில் எழுத்துகள் பொறிக்கப்பட்டுள்ளன. அனைத்துக் கடவுளர்களுக்குமான ஆலயம் (சர்வதேவா ஆலயம்) மிகப் பெரியதும் கம்பீரமானதுமாகத் திகழ்கிறது. தூண்கள் நிறுவப்பட்ட மிகப் பெரிய கூடத்துடன் கூடியது இக்கோயில். (பிற்காலத்தில் தீயில் எரிந்து நாசமானது.) மிக நீண்ட படிகளைக்கொண்ட குளத்துக்கு அருகில் இக்கோயில் உள்ளது. இந்தக் குளத்தில்தான் ஆலயம் தொடர்பான திருவிழாக்களும் சடங்குகளும் நடைபெறும். இந்த ஆலயத்தின் தூண்களைக்கொண்ட மண்டபம் ஆற்றைப் பார்த்தபடி கட்டப்பட்டிருக்கிறது.

பொதுவாக, பிராமணர்களின் வழிகாட்டல்படி கட்டப்படும் கோவில்கள் அனைத்தும் ஆற்றங்கரைகளில் அல்லது அவற்றின் அருகில்தான் கட்டப்பட்டன. பௌத்த வழிபாட்டுத் தலங்களும் மடாலயங்களும் நாகார்ஜுனசாகர் பள்ளத்தாக்கு முழுவதிலும் ஆங்காங்கே, அதிலும் குறிப்பாக நகரத்தின் முக்கிய வீதிகளில் நிறுவப்பட்டன. பிராமணர் வழிகாட்டுக் கோயில்களைவிட பௌத்த கோவில்களின் எண்ணிக்கை அதிகம். ஆனால்

மூன்றாவது மன்னர் காலத்துக்குப் பிறகு இவற்றுக்கிடையான எண்ணிக்கை இடைவெளி குறைந்தது. இவ்விரு நம்பிக்கைகளின் அடிப்படையிலான கோவில்களைப்போல, தாய் தெய்வ வழிபாடு இப்பகுதியில் மிகவும் பிரபலமாக இருந்துள்ளது. 'லஜ்ஜா கௌரி' என்ற அந்தத் தெய்வம் பாலியல் வேட்கை, கருவுறல், படைப்பு ஆகியவற்றுக்கு அடையாளமாகப் பார்க்கப்பட்டது. இரு கால்களையும் விரித்த நிலையில் அமர்ந்திருப்பதைப்போலவும், சாய்ந்து படுத்திருப்பதைப் போலவும் சுடுமண் பொம்மைகளாக 'லஜ்ஜா கௌரி' படைக்கப்பட்டார். இது பாலுறவுக்குத் தயார் நிலையில் இருப்பதையும், மகப்பேறு நிலையையும் காட்டுவதாக அமைந்திருக்கிறது. இந்தத் தெய்வம் பிராமணர் அல்லாதாரின் வழிபாட்டுத் தெய்வமாகும். மத்திய பாரதத்திலும் தக்காணத்திலும் லஜ்ஜா கௌரி மிகவும் பிரபலம். கோட்டையின் வடக்கில் ஆற்றுக்குப் பக்கத்தில் லஜ்ஜா கௌரியின் ஆலயம் இருக்கிறது.

ஆற்றங்கரையோரமாகவே தெற்கு நோக்கி மேலும் நடந்தால் தூண்களால் தாங்கப்பட்ட மண்டபம் வருகிறது. அதுதான் சுடுகாடு அல்லது இடுகாடு. 'சதி' மாதாவின் சிற்பங்களும், மரச்சிற்பச் செதுக்கல்களும் பிற அடையாளங்களும் இருப்பதால், இங்கே போரில் உயிரிழந்த கணவருடன் சிதையில் உயிர்விட்ட போர் வீரர்களின் மனைவியர் உடன்கட்டையேறும் வழக்கம், எப்போதாவது நடைபெற்றுள்ளது என்பது புலனாகிறது. ஆற்றங்கரைப் பக்கம் மேலும் சென்றால் படகுத்துறைத் தொழிலாளர்களின் உரையாடல் ஒலிகளும் சரக்குகளைப் படகுகளில் ஏற்றி, இறக்கும் ஓசைகளும் கேட்கின்றன. சுற்றுலாப் பயணிகளும், தரகர்களும் துறைமுகத்தை ஒட்டிய ஆற்றங்கரைப் படிகளில் நிற்கின்றனர். இது வணிக முக்கியத்துவம் வாய்ந்த ஆற்றங்கரைத் துறைமுகம். அத்துடன் நாகார்ஜுனகொண்டா வருவோருக்கும் இங்கிருந்து வெளியே செல்வோருக்கும் போக்குவரத்து முனையம்.

கோட்டைப் பகுதிக்கு தெற்கிலும் கிழக்கிலும் வரிசையாகப் பல குடியிருப்புகள் காணப்படுகின்றன. இவை மத அடையாளம் அற்றவை. இவற்றில் நீண்ட வராந்தாவும் பல அறைகளும் கொண்ட வீடுகள் உண்டு. பிரமுகர்களும் சாகர்கள் அல்லது குஷானர்கள் வம்சத்து பிரபுக்களும் இங்குள்ள மிகச் சிறந்த அறைகளில் தங்குகின்றனர். இங்குள்ள வீடுகள் ஒவ்வொன்றும் மையத்தில் தூண்களைக் கொண்ட பெரிய கூடங்களுடன்

இந்துக் கோவில்

தாய் தெய்வம் (லஜ்ஜா கௌரியாக இருக்கலாம்)

இருக்கின்றன. தரையில் கல் தளம் அமைக்கப்பட்டிருக்கிறது. சுவர்களை உடைந்த பாறாங் கற்களாலோ, தரமான செங்கற் களாலோ கட்டி, சுண்ணச் சாந்து வைத்துப் பூசியுள்ளனர்.

ஒவ்வொரு வீடும் சுற்றுச் சுவர்களால் அடுத்த வீட்டிலிருந்து பிரிக்கப்பட்டிருக்கிறது. வீடுகளிலிருந்து கழிவுநீர் வெளியேற செங்கல்லால் வடிகால் வசதி செய்யப் பட்டிருக்கிறது. ஒவ்வொரு வீட்டுக் கழிவுநீரும் தெருவில் உள்ள சாக்கடையில் விழுந்து வெளியேறும்படி வடிகால் இணைப்புகள் அமைந்துள்ளன. இந்த சாக்கடைகள் சில இடங்களில் திறந்தும் சில இடங்களிலும் மூடியுமுள்ளன. இவற்றின் அகலம் 10 அங்குலம் முதல் 12 அங்குலங்கள் வரையுள்ளது. இந்த வடிகால்கள் ஆங்காங்கே வடி குழிகளிலோ, கழிவுநீர்த் தொட்டிகளிலோ கழிவுநீரைக் கொண்டு சேர்க்கின்றன. எளியவர்களின் வீடுகள் மூங்கில் கழிகளால் பனை, தென்னை ஓலைகளால் அல்லது மஞ்சம் பில்களால் வேயப்பட்டுள்ளன. இந்த வீடுகளில்கூட முன்னாலும் பின்னாலும் வெளிமுற்றமும் உள்முற்றமும் இருக்கின்றன. வீட்டின் பின்புறத்தில் சமையல் செய்யும் இடமும் சாப்பிடும் இடமும் உள்ளன. பிராணி களுக்குத் தனி இடங்களையும்

சமூக வாழ்வின் காட்சிகள்
செதுக்கப்பட்ட தூண்

ஒதுக்கியுள்ளனர். உணவு தானியங்களையும் எண்ணெய்களையும் வைக்கும் பாத்திரங்களை சமையலறைப் பகுதியில் நிலத்தில் புதைத்து வைத்துள்ளனர்.

வீடுகளுக்குள் நுழைந்து பார்க்கும்போது மட்பாண்டங்களில் இத்தனை வகைகளா என்று வியந்துபோகிறோம். மண் கலங்களில் மூடியுள்ளவை, மூடியில்லாதவை, அகலமான கிண்ணங்கள், கோப்பைகள், திராட்சை ரசம் போன்றவற்றுக்கு ஜாடிகள், மண்ணில் செய்யப்பட்ட குவளைகள், ஒற்றைக் கைப்பிடி உள்ளவை, இரட்டைக் கைப்பிடியுள்ளவை, மூக்கு வைத்தவை, தண்ணீருக்கென்றே தயாரிக்கப்பட்டவை, குத்துவிளக்கின் தலையைப் போல அலங்கரிக்கப்பட்ட கூம்புகள், விளக்குகள் என்று மண்பாண்டங்களிலேயே ஏராளமான வகைகளைச் செய்துள்ளனர். இவற்றில் பெரும்பாலானவை ஒவ்வொரு விதமான பயன்பாட்டுக்கானவை. மிகச் சில ஆடம்பர மானவையும் கூட. வினோதமாக வளைக்கப்பட்ட மூக்குகள், கைப்பிடிகள், எருதுகளைப்போலவோ பூனைகளைப்போலவோ செய்யப்பட்ட கைப்பிடிகள் இதில் சில.

பெரும்பாலும் மட்பாண்டங்கள் அனைத்துமே அழகிய வண்ணங்கள் தீட்டப்பட்டவைதாம். அவற்றில் அழகிய பூக்கள், ஜியோமிதி வடிவங்கள், பிராணிகள், மனிதர்களின் உருவங்கள் தீட்டப்பட்டுள்ளன. பெரும்பாலும் இசைக் கலைஞர்கள், நாட்டியத் தாரகைகள் வரையப்பட்டுள்ளனர். ரோமானிய நாட்டில் தயாரிக்கப்படுவதைப் போன்ற இரு பக்கமும் கைப்பிடி பொருத்தப்பட்ட, பளபளப்பான ஜாடிகளைக் கூட அங்குமிங்கும் பார்க்க முடிகிறது.

நகர வீதிகளில் மீண்டும் நடந்து, கடைகளையும் தங்கம், வெள்ளியில் ஆபரணங்களைச் செய்யும் பொற்கொல்லர்களின் பட்டறைகளையும் கடக்கிறோம். தங்கத்தில் நகைகளைச் செய்வோர், தந்தம், கடல் பிராணிகளின் ஓடுகள் ஆகியவற்றில் அணிகலன்களைச் செய்வோர், கண்ணாடி வளையல்களைத் தயாரிப்போர் இந்த வீதிகளில் வசிக்கின்றனர். பவளம், படிகம், முத்துக்கள், சூரியகாந்தக் கல் ஆகியவற்றில் செய்யப்பட்ட மணிகளையும் பதக்கங்களையும் வாங்க வருவோருக்கும் கடைக்காரர்களுக்கும் இடையே பேரங்கள் நடக்கின்றன. பெரும் எண்ணிக்கையில், உயர்ந்த தரத்தில் தயாரிக்கப்பட்டுள்ள யட்சன், யட்சி, லஜ்ஜா கௌரி ஆகிய சுடுமண் பொம்மைகளை வாங்கவும் மக்கள் ஆர்வம் காட்டுகின்றனர்.

தச்சுத் தொழிலாளர்கள், காலணி தயாரிப்போர், நெசவாளர்கள், விவசாயிகள், குடும்பத் தலைவியர், ஆயுதங்களைப் பார்த்து வாங்கும் நிபுணர்கள், போக்குவரத்துத் தொழில்நுட்பம் தெரிந்தோர் என்று பலரும் கடை கடையாக ஏறி இறங்கி தங்களுக்குத் தேவையானவற்றை வாங்கிச் செல்கின்றனர். இரும்பினால் செய்யப்படும் கருவிகளும் கண்ணைக் கவரும் கலைப்பொருள்களும் இவற்றில் அடங்கும். அருகில் உள்ள செங்கல் சூளைகளில் நெருப்பிட்டுவிட்டதால் வரும் புகையின் மணத்தைக் கூட இங்கிருந்தே நுகர முடிகிறது.

பேரம் முடிந்த பிறகு, அன்றைய நாளில் யாருடைய ஆட்சி நடக்கிறதோ அவரால் அங்கீகரிக்கப்பட்ட அல்லது அவர் வெளியிட்ட நாணயத்தைக் கொடுத்துப் பொருள் வாங்கப் படுகிறது. இக்ஷ்வாகு மன்னர்கள் தங்களுடைய பிரதேசத்தில் செல்லுபடியாகக் கூடியதாக ஈயத்தில் நாணயங்களை அச்சிட்டனர். ரோமாபுரிக்கும் கிழக்கு இந்தியத் துறைமுக நகரங் களுக்கும் இடையில் நேரடி வர்த்தகத் தொடர்பு மிகுந்திருந்தது. இந்தியாவிலிருந்து வாசனைப் பொருள்களையும் ஆபரணங் களையும் ஆடைகளையும் ரோமானியர்கள் வாங்கிக்கொண்டனர். பதிலுக்கு அந்நாட்டில் தயாரிக்கப்படும் கவர்ச்சிகரமான, நூதனமான பொருள்களையும் ரோமானிய நாணயங்களையும் இந்தியர்கள் வாங்கிக்கொண்டனர்.

மாமன்னர்கள் டைபீரியஸ் (கி.மு. 16-37), ஹட்ரியான் (கி.மு.117-38), அந்தோனியஸ் பயஸ் (கி.மு. 138-161) வெளியிட்ட நாணயங்கள் விஜயபுரியில் கிடைத்துள்ளன. ரோமானியர்களிடம் வாங்கிய நாணயங்களை ஏராளமானோர் செலவழிக்காமல் பதக்கங்களாகச் செய்து கழுத்தில் அணிந்து பெருமைப்பட்டனர். ஒரு கடைக்காரர் தனது வாடிக்கையாளரை சந்தையில் நடமாடும் போலி ரோமானிய நாணயங்களுக்கு அவர்தான் காரணம் என்று குற்றஞ்சாட்டி அவருடைய நாணயத்தைப் பெற்றுக்கொள்ள மறுக்கும் காட்சியைக்கூட காண முடிகிறது. அந்தக் காலத்திலேயே நம்மவர்கள் இப்படிப்பட்ட வற்றில் ஆழ்ந்து சிந்தித்திருக்கிறார்கள்.

வணிகர்களும் வணிகர் சங்க அமைப்புகளும் விஜயபுரியில் செல்வாக்குடன் திகழ முடிந்தது. கைவினைஞர்கள், கட்டடக் கலை மேஸ்திரிகள், செங்கல்சூளை நடத்துவோர், சலவைக் கல் உற்பத்தியாளர்கள், மண்பாண்டங்களைச் செய்வோர், இரும்புப் பொருள்களை உருக்கி கருவிகளையும் ஆயுதங்களையும் செய்யும்

கருமார்கள், இனிப்புப் பண்டங்களைத் தயாரிப்போர் என்று பலரும் தங்களுக்கென்று சங்கம் அமைத்து அரசிடம் தேவைப்பட்ட உதவிகளைப் பெற்று வந்தனர்.

புத்த மதக் கோட்பாடுகளைப் படிக்க மிகப் பெரிய மையமாக விஜயபுரி திகழ்ந்தது. நாகார்ஜுனர், ஆர்யதேவர், தர்மாநந்தி போன்ற பேராசான்கள் பௌத்த நெறிகளைக் கற்பித்த நகரம் அது. எனவே இந்தியாவின் பிற பகுதிகள், இலங்கை, ஏன் சீனத்திலிருந்துகூட எப்போதாவது ஓரிரு மாணவர்கள் வந்து பயின்றதால் நகர வீதிகள் பல்வேறுபட்ட மனிதர்களால் எழிலுறக் காட்சி தந்தது. பிராமண ஆசார்யர்களும், பௌத்த பிக்குகளும் இளம் பிக்குணிகளும் கவிஞர்களும் எழுத்தாளர்களும் நோயைக் குணப்படுத்தும் ஆற்றல் படைத்தவர்களும் வரி வசூலிப்போரும் தாங்கள் விளைவித்ததை விற்போரும் நகரத்தைப் பெருக்கி தூய்மைப்படுத்தும் துப்புரவுத் தொழிலாளர்களும் துணிகளைத் தைத்துத் தருவோரும், நாட்டியக்காரர்களும் இசை வாணர்களும் மல்யுத்த வீரர்களும் இவர்களைப்போல மக்களை மகிழ்ச்சியில் ஆழ்த்தும் எண்ணற்ற பொழுதுபோக்குக் கலைஞர்களும் நகர வீதிகளில் நடந்து சென்று அதை வண்ணமயமாக்கியதுடன் உயிரோட்டமிக்கதாக்கினர்.

விஜயபுரியின் முக்கிய வீதிகளில் பொதுக் குளியலறைகள் கட்டப்பட்டிருந்தன. புதிய சிந்தனைகளுக்கு இடம் கொடுத்து, அதை மற்றவர்களுக்கும் எடுத்துக் கூறிய நகரம் இது. இங்கே வியாபாரிகள், மாணவர்கள், யாத்ரிகர்கள் மற்றும் வேறு வேலையாக நகருக்கு வருவோர் தங்கிக்கொள்ள ஆங்காங்கே மண்டபங்களைக் கட்டியிருந்தனர். உயர்ந்த தூண்கள்மீது தட்டையான பாறாங்கற்களை நிறுத்தி மண்டபங்களை எழுப்பி இருந்தனர். ஆற்றிலிருந்து தண்ணீர் எடுத்து அதை வாய்க்கால்கள் வழியாகக் குளங்கள், கிணறுகள், பாசனக் கால்வாய்களை நிரப்பினர். ‘விகத ஜ்வராலாயா’ என்ற பெயரில் ஓரிரு கட்டடங்களைக் கட்டியிருந்தனர். காய்ச்சலால் பாதிக்கப் படுவோர் மருந்துகளைப் பெறவும், உடல் தேறும்வரை தங்கியிருந்து இளைப்பாறவும் இதைப் பயன்படுத்தியுள்ளனர். இவை மருத்துவமனைகளே என்று நவீன சிந்தனையாளர்கள் நம்புகின்றனர்.

நாம் செல்லும் வழியில் மிகப் பெரிய மக்கள் சபைக் கூடம் இருக்கிறது. ஆலயங்களுக்கு அருகில் உள்ள பெரிய மேடைகளில்

சேரும் மக்கள் சதுரங்கம், ஆடு - புலி ஆட்டம் உள்ளிட்ட சொக்கட்டான் ஆட்டங்களை ஆடினர். ஓர் அரங்கம் ஊரின் பொழுதுபோக்கு மன்றம் போலிருக்கிறது. அங்கே சுவர்களில் மதுபானம் அருந்துவதைப்போலவும் நாட்டியம் ஆடுவதைப் போலவும் சிற்பங்கள் தூண்களில் செதுக்கப்பட்டுள்ளன. சேதியர்கள், குஷானர்கள் அவர்களுக்கே உரிய ஆடைகளுடன் இங்கு வந்ததை சிற்பமாக வடித்து வைத்துள்ளனர். திராட்சை அறுவடைக்கான தேவதை 'டயோனிசிஸ்', மிகப் பெரிய திராட்சை ரச பீப்பாய், அதை ஊற்றிக் குடிப்பதற்கான கொம்பு வடிவிலான குவளையுடன் காத்திருப்பதும் வடிக்கப்பட்டிருக் கிறது. நகரின் தெற்குக் கோடியில் ஆற்றங்கரைக்குப் பக்கத்தில் உள்ள தூண்கள் நிறைந்த மண்டபத்தில், 'இன்னும் சற்று நேரத்தில் நாட்டிய நிகழ்ச்சி தொடங்கப் போகிறது, ரசிகர்கள் வந்து அமர்ந்து ரசிக்குமாறு கேட்டுக்கொள்கிறோம்' என்ற அன்றைய அறிவிப்பு காதில் கேட்கிறது.

இந்த நகரைப் பார்த்தீர்களா எவ்வளவு செல்வம், எவ்வளவு உலகாயதமான வாழ்க்கை என்று தங்களுக்குள் பேசிக்கொண்டே கடக்கும் வெளிநாட்டவர்களின் கும்பலைப் பார்க்கிறோம். கோட்டைக்கு அருகில் நகரின் ஓர் ஓரத்தில் 75 மீட்டர் நீளமும் 35 மீட்டர் அகலமும் உள்ள மிகச் சிறந்த நீராட்டுத் துறையை நோக்கி அந்த வெளிநாட்டவர்கள் உற்சாகமாகச் செல்கின்றனர். செங்கல்லைக் கொண்டு கட்டி, அதன்மீது சுண்ணாம்புக்கல் பலகைகளை இடைவெளியில்லாமல் பொருத்தியுள்ளனர். அதன் படிநிலை வடிவமைப்பில் யானை சிற்பங்கள்கொண்ட ஓடுகள் பொறிக்கப்பட்டுள்ளன. சில அடுக்குகள் பலகை விளையாட்டு களுடன் பொறிக்கப்பட்டுள்ளன.

அருகில் கல்தூண்கள்மீது, மரக் கூரை கட்டடம் உள்ளது. அது அக்காலத்தில் சரக்கு வைக்கும் கிடங்காகவோ, சுங்கம் வசூலிக்கும் அலுவலகமாகவோ இருந்திருக்கலாம். இந்தப் பள்ளத்தாக்கில் சாலைகள் குறுகியவை என்பதால் பெரிய சரக்குகளை ஆற்றின் வழியாகத்தான் எடுத்து வர முடியும். சுற்றியுள்ள குன்றுப் பகுதிகளுக்கு மாட்டு வண்டிகளிலோ, கழுதைகள்மீதோ வைத்து சரக்குகளைக் கொண்டு சென்றனர்.

விஜயபுரி பள்ளத்தாக்கை நோக்கி மேலும் கிழக்காக நடந்தால் மலைச் சரிவுக்கு எதிராகப் பண்டைய இந்தியாவின் தனித்தன்மையைப் பறைசாற்றும் வகையில் மிகப் பெரிய நினைவுச் சின்னம் காணப்படுகிறது. செவ்வக வடிவிலான

விஜயபுரியின் திறந்தவெளி அரங்கம்

திறந்தவெளி அரங்கம்தான் அது. பதினாறு அடுக்குகளாக உள்ள படிகளில் அமர்ந்து சுமார் ஆயிரம் ரசிகர்கள் அங்கே கலை நிகழ்ச்சிகளையும் விளையாட்டுகளையும் அரச குலத்தவரின் விழாக்கள் தொடர்பான சடங்குகளையும் எளிதாகக் காண முடியும். ரோமானியர்களுடன் இக்ஷ்வாகு வம்சத்தவருக்கு ஏற்பட்ட அரசியல்-கலாச்சார உறவால், அங்கிருப்பதைப் போலவே இங்கும் மிகப் பெரிய திறந்தவெளி அரங்கம் கட்டப்பட்டிருக்கிறது. அரங்கின் மையத்தில் உயரமான இடத்தில் மிகப் பெரிய மண்டபம் இருக்கிறது. இது அரசர்களும் அமைச்சர்களும் நகரின் முக்கியப் பிரமுகர்களும் அமர்ந்து ரசிப்பதற்கான இடமாகும்.

இந்த அரங்கின் எதிரில் உள்ள குழிவான பகுதி 16 மீட்டருக்கு 14 மீட்டர் என்ற நீள-அகலத்தில் அமைக்கப்பட்டிருக்கிறது. இது நிகழ்ச்சியில் பேசுவதை அரங்கின் எல்லாப் பக்கத்தில் இருப்பவர்களும் தெளிவாகக் கேட்பதற்கான ஒலியியல் சார்ந்த ஏற்பாடு என்று ஆராய்ச்சியாளர்கள் கருதுகின்றனர். பொது விவாதங்கள், மதம் சார்ந்த விரிவுரைகள், இசை-நாடக நிகழ்ச்சிகள், மல்யுத்தப் போட்டிகள் ஆகியவற்றுக்கு இந்த அரங்கத்தைப் பயன்படுத்தினர். விஜயபுரி மக்களுக்கு மல்யுத்தத்தில் ஆர்வம் இருந்ததை, நகரில் உள்ள சிற்பங்களே

பறைசாற்றிவிடுகின்றன. இந்த அரங்குக்கும் மேல், குன்றின் மீது பௌத்த மதப் பெண் தெய்வமான 'ஹரிதி' கோவில் கட்டப்பட்டிருக்கிறது. சிறு குழந்தைகளுக்கு ஆபத்து வராமல் காக்கும் கடவுள்தான் ஹரிதி. மனித உருவில் அமர்ந்த நிலையில் அருள்பாலிக்கிறார். இந்த ஆலயத்தின் முன்னால் இருந்துகொண்டு, திறந்தவெளி அரங்கத்தையும் நகரம் முழுவதையும் அகன்ற விழிகளால் 'ஒரே பார்வையில்' பார்த்துவிடலாம்.

விஜயபுரியின் எழுச்சி

பொது ஆண்டின் பிற்பகுதியில், கி.பி. இரண்டாவது நூற்றாண்டில், நாகார்ஜுனகொண்டா பள்ளத்தாக்கில் ஸ்ரீபர்வதா என்ற சிறிய குடியிருப்பு இருந்தது. சாதவாகனப் பேரரசின் தலைநகரம் அமராவதி அங்கிருந்து 140 கி.மீ. தொலைவில் இருந்தது. ஸ்ரீபர்வதா அதற்கு புறக்காவல் நிலையமாகச் செயல்பட்டது. மகா ஸ்தூபிக்கும் முன்னோடியாக ஒரு நினைவுச் சின்னம் அந்த இடத்தில் இருந்தது. அங்கே பௌத்தர்கள் ஒரு சமூகமாக வாழ்ந்தனர். சாதவாகன வம்சத்தைச் சேர்ந்த சதகர்ணி என்கிற மன்னனின் போர் வெற்றியைக் குறிக்க அந்த ஊருக்கு விஜயபுரி (வெற்றி நகரம்) என்று பெயரிடப்பட்டது என்று ஒரு கருத்து நிலவுகிறது.

கி.மு. மூன்றாவது நூற்றாண்டின் தொடக்கக் காலத்தில் ஓரளவுக்கு நகரமாக வளர்ந்த இக்குடியிருப்பை, சாதவாகனர்களைச் சேர்ந்த சம்டமூலா என்கிற பிரபு நிர்வகித்து வந்தார். பொது ஆண்டு 220-ல் சாதவாகனப் பேரரசு சிதறுண்டபோது சம்டமூலா அவர்களிடம் இருந்து பிரிந்துசென்று தன்னுடைய பகுதியை சுதந்திர அரசாட்சிப் பிரதேசமாக அறிவித்து ஆட்சி நடத்தினார். அவர்தான் இக்ஷ்வாகு வம்சத்தின் முதல் அரசர். இக்ஷ்வாகு என்ற பெயரைத் தேர்ந்தெடுத்ததன் மூலம் சூரிய வம்சத்து மன்னர்களுடன் தன்னைத் தொடர்புபடுத்திக்கொண்டார். அயோத்தியை ஆண்ட தசரதர், ஸ்ரீராமர் உள்ளிட்ட மன்னர்கள் இந்த வம்சத்தைச் சேர்ந்தவர்கள். இப்படி அழைத்துக் கொண்டதன் மூலம் இப்பகுதியை ஆள தனக்கு தெய்வீக ஆசி இருப்பதாகவும் காட்டிக்கொண்டார். வைதீக பிராமண குல குருக்கள் இதில் அவருக்கு உதவியிருக்கக் கூடும்.

பெரிதாக சாதித்துவிடவேண்டும் என்ற துடிப்பும், யார் சொல்வதையும் கேட்காமல் தானாகவே முடிவெடுக்கும் சுபாவமும் உள்ள சம்டமூலா, 'போருக்கான கடவுள்' என்று கருதப்படும் கார்த்திகேயரின் பக்தர். தன்னுடைய புதிய தலைநகருக்கு 'விஜயபுரி' என்ற பெயரை அவரேகூட சூட்டி இருக்கவும் வாய்ப்பு உண்டு. குறுநில மன்னராக இருந்த சம்டமூலா, வட இந்தியாவில் அரசர்கள் தங்களை மாமன்னர்களாக நிலை உயர்த்திக்கொள்ள நடத்தும் அசுவமேத யாகத்தையும் நடத்தினார்.

இந்த யாகத்தின்போது மன்னரின் பட்டத்துக் குதிரையை அலங்கரித்து துணைக்கு ஆயுதம் ஏந்திய வீரர்களுடன் ஒவ்வொரு நாடாக அழைத்துச் செல்வார்கள். குதிரையை வரவேற்று மரியாதை செய்பவர்கள் அதன் மன்னனை, தங்களுடைய பேரரசராக ஏற்றுக்கொண்டதாகப் பொருள். அதன்பிறகு அவர் குதிரையின் மன்னருக்குக் கப்பம் கட்டவேண்டும், வரி விதிப்பு போன்ற முக்கிய விவகாரங்களில் மன்னரின் ஒப்புதல் பெற வேண்டும். மாமன்னர் போருக்குச் சென்றால் படையைத் திரட்டிக்கொண்டு துணைக்குச் செல்ல வேண்டும். அவருடைய ஆட்சி, அதிகாரத்துக்குக் கட்டுப்பட்டு நடக்கவேண்டும். அதற்கு விருப்பம் இல்லையென்றால் குதிரையை மேற்கொண்டு போகவிடாமல் தடுத்துத் தன்னுடைய நாட்டிலேயே கட்டிப் போட்டுவிடலாம். மாமன்னராக விரும்புகிறவர் படையெடுத்து வந்தால், போரில் அவரைச் சந்தித்தாகவேண்டும். இது வேதகால மரபு.

ஆனால் தென்னிந்தியாவில் இப்படி அசுவமேத யாகம் செய்த முதல் மன்னன் சம்டமூலா என்று தெரிகிறது. வட இந்தியாவின் இந்தக் கலாச்சாரம் தென்னிந்தியாவில் பரவியதற்குக் காரணம் அன்றைய நகரங்களில் வாழ்ந்த மேட்டுக்குடிகள், பிற பகுதிகளில் நடக்கும் மாற்றங்களை நன்கு தெரிந்து வைத்திருந்தார்கள் என்பதே. பொது ஆண்டு 500-க்கு முன்னால் இயற்றப்பட்ட 'ஐதரேய பிராமணம்' என்ற நூல், ஆந்திரர்கள் 'ஆரியரல்லாத இனம்' என்றும் விந்திய மலைக்கு தென் - கிழக்கில் வாழ்ந்தவர்கள் என்றும் குறிப்பிடுகிறது. விந்திய மலைக்கு வடக்கில் உள்ள பகுதிகளை பிராமண மேட்டுக்குடிகள் ஆண்டனர். சம்டமூலா தன்னுடைய தலைநகரத்தில் மிகப் பெரிய கோட்டையையும் அதைச் சார்ந்த குடியிருப்புகளையும் கட்டினார். தன்னுடைய நாட்டுக்கென்று தனி நாணயத்தை வெளியிட்டதோடு, நாட்டின்

எல்லையை விரிவுபடுத்தும் பணியிலும் இறங்கினார். (சம்டமூலா வெளியிட்ட நாணயத்தில் யானையொன்று துதிக்கையை உயர்த்திய சித்திரம் பொறிக்கப்பட்டது).

சம்டமூலாவின் ஆட்சிக்காலம் எப்போது என்று திட்டவட்டமாகத் தெரியவில்லை. ஆனால் பொதுவாக எல்லோரும் ஒப்புக் கொள்ளும் அவருடைய இக்ஷ்வாகு வம்சத்து ஆட்சிக் காலம் சுமார் நூறு ஆண்டுகள் (220-320). அது நான்கு மன்னர்களிடையே பின்வருமாறு பிரிக்கப்பட்டுள்ளது. சம்டமூலா (பொது ஆண்டு 220-45), வீர புருஷ தத்தா (245-70), ஏழுவல சம்டமூலா (270-300), ருத்ர புருஷ தத்தா (300-10/20).

பெரும்பாலான கல்வெட்டுகளும், மிகப் பெரிய பௌத்த நினைவுச் சின்னமும் இரண்டாவது மன்னருடைய ஆட்சிக் காலத்திலிருந்துதான் தொடங்குகின்றன. பிராமணீய நினைவுச் சின்னங்கள் மூன்றாவது மன்னரின் ஆட்சிக்காலத்திலிருந்து தொடங்குகின்றன. மூன்றாவது மன்னரை 'தர்ம விஜயன்' என்று ஒரு கல்வெட்டு அழைக்கிறது. அயோத்தியை ஆண்ட ராமரைப் போல ராம ராஜ்யம் அளிக்க அவர் விரும்பினார் என்கிறது. இக்ஷ்வாகு பேரரசுக் காலத்தில் பிராமணீய வழிகாட்டலில் வந்த சனாதன மதம், மிகவும் சிறுபான்மை மதமாக இருந்தது. ஆயினும் மன்னர் அதற்கு ஆதரவு அளித்து ஊக்கப்படுத்தினார். இக்ஷ்வாகு வம்சத்தில் பிறந்த இளவரசிகளைப் பக்கத்து நாட்டு மன்னர்களுக்குத் திருமணம் செய்துவைத்து பிற நாடுகளுடன் நட்பை வலுப்படுத்தினார்கள். இது அக்காலத்தில் மரபாகவே இருந்தது.

விஜயபுரியின் சமூக வாழ்க்கையில் சாதிமுறை இருந்ததா என்பதற்குத் தொல்லியல் சான்றுகள் கிடைக்கவில்லை. ஆனால் நவீனகால மரபணுவியல் ஆராய்ச்சி, ஆந்திரப் பிரதேச மக்களிடையே கி.பி. முதலாவது ஆயிரமாண்டிலேயே அகமண முறை தோன்றிவிட்டது என்கிறது. அதாவது விஜயபுரி உருவாவதற்கு முன்னரே அவரவர் சாதிக்குள்ளேயே திருமணம் செய்துகொள்வது வழக்கமாகிவிட்டது. ஆந்திரத்தில் வாழும் பல்வேறு சாதிகளிடையே, குறிப்பாக இப்போதுள்ள வைசிய குலத்தவர்களிடையே இது வழக்கத்தில் இருந்தது. இப்போது வைசியர்கள் எண்ணிக்கை 50 லட்சத்துக்கும் மேல். அன்றைய வைசியர்கள் அகமண முறையைக் கைக்கொண்டிருந்தாலும், வர்ணாசிரம அமைப்பு முறைக்குள் வந்துவிட்டார்களா என்பது தெளிவாகத் தெரியவில்லை. ஆனால் ஊகித்துப் பார்த்தால்,

பெருமளவுக்கு வந்துவிட்டார்கள் என்றே தோன்றுகிறது. அல்லது சாதியே இல்லாமல், ஒரே தொழில் செய்யும் குடும்பங்களுக் கிடையே சம்பந்தம் செய்துகொள்வது என்ற நடைமுறையை மட்டுமே பின்பற்றினார்கள் என்றும் கருத வேண்டியிருக்கிறது. பின்னாளில் வர்ணாசிரமம் வலுப்பட்டபோது, நாலு வர்ணத்தில் ஒன்றாக, வைசியர்கள் திரண்டார்கள் என்று கருதலாம். அல்லது வட இந்தியாவில் அகமண முறையைக் கடைப்பிடித்த வைசியர்கள் அப்படியே ஆந்திரப் பகுதியில் குடியேறி விட்டார்கள் என்றும் கருதலாம். விஜயபுரியில் வைசியர்கள் வசித்த வீடுகள் பெரிதாகவும், அடுத்தடுத்தும் இருந்தன.

சாதவாகனர்களைப்போலவே இக்ஷ்வாகு வம்சத்தவர்கள் விட்டுச்சென்ற முக்கிய பாரம்பரியம் என்னவென்றால், பௌத்தத்தையும் பிராமணீயத்தையும், அவற்றுடன் இணைந்த கலைகள், கட்டடக்கலை அமைப்பு ஆகியவற்றையும் தெற்கில் வேரூன்ற வைத்ததுதான். இக்ஷ்வாகு நாட்டில் பௌத்தம், பிராமணீய மதம் இரண்டும் அரச குடும்பங்களால் ஆதரிக்கப் பட்டன. இதில் வேடிக்கை என்னவென்றால் மன்னர்கள் பிராமணீய மதத்தையும், அவர்களுடைய பட்டத்து ராணிகள் பௌத்தத்தையும் ஆதரித்ததுதான்.

இக்ஷ்வாகு மன்னர்கள் தங்களுடைய குல பாரம்பரியப்படி வேத மந்திரங்களின் அடிப்படையிலான சடங்குகளுக்கும் பிராமணர்கள் வணங்கிய தெய்வங்கள், தேவதைகளின் வழிபாடுகளுக்கும் ஆதரவு அளித்தனர். கல்வெட்டு எழுத்துகளும், கோட்டைக்குள் இருக்கும் அசுவமேத வளாகமும் இதற்குச் சான்றுகள். அந்த வளாகத்தில் யாகத்தில் பயன்படுத்திய குதிரை இறந்தபிறகு அதன் எலும்புக்கூட்டை பாடம் செய்து பாதுகாத்து வைத்துள்ளனர். சாதவாகனப் பேரரசில் எதுவெல்லாம் வழக்கமாக இருந்தனவோ அவையெல்லாம் இக்ஷ்வாகு வம்சத்தவராலும் பின்பற்றப் பட்டன.

இக்ஷ்வாகு வம்சத்து ராணிகள் விஜயபுரியை மிகப் பெரிய பௌத்த மையமாக வளர்த்ததிலும் உலகறியச் செய்ததிலும் பெரும் பங்கு ஆற்றினர். அவர்கள் பௌத்தத்தில், மகாயான பிரிவு வளரவும் ஆதரவு அளித்தனர். தந்தை அவருக்குப் பிறகு மகன், அவருக்குப் பிறகு அவருடைய மகன் என்று ஆண் வர்க்கத்தை ஒட்டியே அரச பதவி சென்றது என்றாலும் அரச குடும்பங்களில் ராணிகளுக்கு அதிகாரமும் செல்வாக்கும் இருந்தன என்பதையே இந்நடவடிக்கைகள் சுட்டுகின்றன.

பௌத்தத்தை வளர்த்த புரவலர்களில் முக்கியமானவர், முதலாவது மன்னர் சம்டமூலாவின் சகோதரி சம்டிசிரி. இவருடைய மகளைத்தான் சம்டமூலாவின் மகனும் இரண்டாவது மன்னருமான வீர புருஷ தத்தா மணந்து கொண்டார். இவரைத் தவிர தத்தாவுக்கு வேறு நான்கு மனைவியரும் உண்டு. பல பௌத்த மடங்களுக்கும் மகா ஸ்தூபம் உள்ளிட்ட நினைவுச் சின்னங்களுக்கும் தாராளமாக நிதியளித்தார் சம்டிசிரி. அவருடைய கருணை, கொடைத்தன்மைக்காகக் கல்வெட்டுகளில் அவர் தாராளமாகப் புகழப்படுகிறார், அல்லது புகழ்ந்து அவரே அவற்றை எழுதிக்கொள்கிறார் என்றும் கருதலாம். ஏழைகள், அனாதைகளிடம் அவர் மிகுந்த கருணை காட்டியிருக்கிறார். பௌத்தத்துக்கு ஆதரவாகத் தான் செய்த கொடைகளையும் உதவிகளையும் கவனமாகப் பட்டியலிட்டிருக்கும் சம்டிசிரி, பதிலுக்குத் தனக்கு 'முழு ஞானம்' (மகா நிர்வாணம்) கிட்ட வேண்டும் என்றும் உலக மக்கள் நலமாகவும் மகிழ்ச்சியாகவும் வாழவேண்டும் என்றும் பிரார்த்திக்கிறார்.

தான் செய்யும் தான - தருமங்களின் பலன்கள் பின்வரும் குடும்ப உறுப்பினர்களுக்குக் கிட்டவேண்டுமென்று கல்வெட்டில் அவர்களுடைய பெயர்களையும் சேர்ப்பது ஒரு மரபு. ஒரு கல்வெட்டில் சம்டிசிரி தனது குடும்பத்தைச் சேர்ந்த 30 பேரின் பெயர்களை வரிசையாகப் பொறித்துள்ளார். இது சுயவிளம் பரத்துக்காக அல்ல, இதைப் பார்த்து மேலும் பலர் தானம் செய்ய முன்வர ஊக்குவிப்பாக இருக்கும் என்பதற்காக.

பௌத்தத்துக்கு ஆதரவாக நன்கொடை அளித்தவர்களில் பெரும் தன வணிகர்களும் சேனைத்தலைவர்களும் அடங்குவர். போதிசிரி என்ற சாதாரணப் பெண்ணின் பெயரும் பல்வேறு பௌத்த ஆலயங்கள், மடாலயங்கள், தூண்கள், குளங்கள் போன்றவற்றில் பொறிக்கப்பட்டிருக்கிறது. மகாதேவி பட்டிதேவா, சந்திரசிரி, மகாதேவி கோதபலிசிரி என்று வேறு பல பெண்களின் பெயர்களும் கல்வெட்டுகளில் பொறிக்கப்பட்டுள்ளன. பௌத்த மடங்களுக்கும் இடங்களுக்கும் நன்கொடை அளித்தவர்களில் 90% பேர் பெண்கள் என்று ஓர் ஆய்வர் பட்டியலிட்டுள்ளார். 'எல்லாவற்றையும் சேர்த்துப் பார்க்கும்போது, விஜயபுரி மிகப்பெரிய பௌத்த மையமாக உருவானதில் கணிசமான பங்கு அதன் அரச குடும்பத்துக்கும், பிற வணிகக் குடும்பங் களுக்கும் உரியது' என்று வரலாற்றாசிரியர் உபீந்தர் சிங் எழுதியிருக்கிறார்.

தென்னிந்தியாவின் தாய்வழிச் சமூக மரபு, வட இந்தியக் கலாச்சாரத்தின் செல்வாக்கால் தேய்ந்தாலும், விஜயபுரியின் சமூக அடிக்கூறில் உயிர்ப்போடு இருந்ததையே பெண்களின் ஆதரவு தெரிவிக்கிறது. தென்னிந்தியப் பெண்களின் சமூக அந்தஸ்து, வட இந்தியப் பெண்களின் சமூக அந்தஸ்தைவிட அதிகமாக இன்றைக்கும் இருப்பதற்கு இதுவும் ஒரு காரணமாக இருக்குமோ?

செல்வாக்கு மிக்கக் குடும்பங்களைச் சேர்ந்த பெண்கள் சமூகத்தின் ஆன்மிக-மெய்யியல் வாழ்க்கைக்கு நன்கொடைகளை அளிப்பதோடு ஒதுங்கிக்கொள்கிறவர்கள் அல்ல, தாங்கள் விரும்புகிறபடி திருப்பணிகள் நடப்பதை உடனிருந்து செயல்படுத்துகிறவர்களாகவும் இருந்தனர். மகாயான பௌத்தத்தின் ஆரம்ப கால நூல், 'சிம்ம கர்ஜனை'. இதை எழுதியவர் ஸ்ரீமாலா என்கிற பௌத்த ராணி என்று நாகார்ஜுனகொண்டாவில் பதிவாகியிருக்கிறது. வரலாற்றுக் காலத்தில் இவர் எப்போது வாழ்ந்தார் என்று தெரியவில்லை. சமஸ்கிருதத்தில் எழுதப்பட்ட இந்நூல் தொலைந்துவிட்டது. இதையொட்டி சீன, திபெத்திய மொழிகளில் எழுதப்பட்டவைதான் கிடைத்தன. புலன் உணர்ச்சி உள்ள எல்லா ஜீவராசிகளுமே புத்தராவதற்கான ஆற்றலைத் தங்களுக்குள்ளே பெற்றுள்ளன என்பதுதான் சிம்ம கர்ஜனை நூலின் மையக் கரு.

பெண்களை சமநோக்குடனும் பெருந்தன்மையுடனும் பார்க்கும் இந்தப் பார்வையை, சீனத்திலிருந்து மொழிபெயர்த்த டயானா ஒய்.பால் மிகவும் வியந்தோதுகிறார். 'சாதாரணப் பெண்ணின் கண்ணியத்தையும் ஞானத்தையும் வெளிப்படுத்தும் அதே சமயம், ஒரு பெண்ணால் மெய்யியலாளராகவும் ஆசிரியராகவும் செயல்பட முடியும் என்பதையும் இந்நூல் உணர்த்துகிறது' என்கிறார் டயானா. நூலை எழுதிய ஸ்ரீமாலா அவருடைய மேதமைக்காகவும் கருணையுள்ளத்துக்காகவும் பாராட்டப்படுகிறார், அவருடைய செல்வத்துக்காகவோ, அழகுக்காகவோ அல்ல. ஆனால் அவையிரண்டும் வாய்க்கப்பெற்றவர் அவர். பெண்களும் புத்தராக வேண்டும் என்ற புரட்சிகரமான சிந்தனையால் போதிசத்துவரின் வழியைப் பின்பற்றி, சிம்ம கர்ஜனை நூலை எழுதினார் ஸ்ரீமாலா. ஸ்ரீமாலா எழுதியதற்கும் மகா நிர்வாணத்தை அடைவதற்கும் விரும்பிய சம்டிஸ்ரியின் சிந்தனைக்கும் நிறைய ஒற்றுமைகள் உள்ளன. சம்டிஸ்ரியின் சிந்தனைகளால் உந்தப்பட்டு ஸ்ரீமாலா இந்நூலை எழுதி

இருக்கலாம் அல்லது அவரைக் கௌரவப்படுத்த எழுதி இருக்கலாம் என்றே அறிஞர்கள் கருதுகின்றனர்.

செல்வாக்கின் உச்சத்தில் விஜயபுரி இருந்தகாலத்தில் அதன் மக்கள் தொகை ஆயிரக்கணக்கில் இருந்திருக்க வேண்டும். இந்தியத் தொல்லியல் துறை சுமார் 30 பௌத்த மடாலயங்களைத்தான் அந்த நகரில் அடையாளம் கண்டது. ஒவ்வொன்றிலும் பத்து முதல் பதினைந்து அறைகள் சராசரியாக இருந்துள்ளன. அவற்றில் சுமார் 4,000 பேர் தங்கியிருந்திருக்கக் கூடும் என்று மதிப்பிடப்பட்டது. ஓர் அறைக்கு 2 துறவியர்கள் என்று கொண்டாலும், மேலும் சில விருந்தினர் துறவிகளும் இருந்திருப்பார்கள் என்றாலும் அதிகபட்சமாக 1,000 பேர் மட்டுமே இருந்திருக்கலாம் என்பது ஒரு கணக்கு.

அறிஞர்கள் சுகுமார் தத், எச்.சர்க்கார், கலை வரலாற்று அறிஞர் எலிசபெத் ஆர். ஸ்டோன் ஆகியோர், ஹீனயானத்திலிருந்து மகாயானத்துக்கு பௌத்தம் மாறிய காலகட்டத்தைச் சேர்ந்தது விஜயபுரி என்று கணிக்கின்றனர். பௌத்தக் கலைகளும் கட்டடக்கலை வடிவங்களும் தொடக்கத்தில் ஹீனயான புத்த மதத்தைத் தழுவியதாக இருந்து பிறகு மகாயான பாதைக்கு மாறியது. ஹீனயானத்தைத் தோற்றுவித்தவர்களே இந்தியாவில் மகாயானத்தையும் தழுவினர். புத்த பிக்குகள் ஸ்தூபத்தையும் புத்தரின் உருவத்தையும் வழிபடுவதை ஏற்றுக்கொண்டனர். தங்களுடைய மடாலயத்துக்குள்ளேயே புத்தருக்கு ஆலயங்களை அமைத்தனர். மகாயான புத்த தத்துவம் வளர்ச்சிபெற முக்கியக் காரணம் ஆசார்ய நாகார்ஜுனர்தான். ஹீன யானத்தில் புத்தரை மனிதராகத்தான் பார்க்கின்றனர்.

நாகார்ஜுனர் கூறியது என்ன?

'நாகார்ஜுனகொண்டா' என்ற பெயர் இடைக்கால - விஜயநகர - கல்வெட்டுகளில்தான் முதலில் தென்படுகிறது. துறவியும் மெய்யியலாளரும் மகாயான பௌத்தத்தில் 'மத்திம மார்க்க' (இடைநிலை) சிந்தனையாளர் குழுவைத் தோற்றுவித்தவருமான நாகார்ஜுனருடன் இந்நகரத்துக்கு நெடிய தொடர்பு இருந்ததைக் கல்வெட்டுகள் தெரிவிக்கின்றன. சாதவாகனர்களின் ஆட்சிக் காலத்தில் பௌத்தத்துக்கு ஆதரவாக அவர் செயல்பட்டிருக் கிறார், விஜயபுரி நகரில் கி.பி. மூன்றாவது நூற்றாண்டில்

வாழ்ந்திருக்கிறார். இவற்றுக்கு உறுதியான ஆதாரங்கள் கிடையாது என்றாலும் பல நூற்றாண்டுகளுக்குப் பிறகு எழுதப்பட்ட திபெத்திய நூல் குறிப்புகளின் அடிப்படையில் அனுமானிக்கப்படுகிறது.

நாகார்ஜுனர் நடுத்தர வயதினராக இருந்தபோது அமராவதி நகரில் வாழ்ந்தார். சாதவாகனர் ஆட்சிக்காலத்தின் இறுதிப் பகுதியில் ஸ்ரீபர்வத நகருக்கு - விஜயபுரியின் பூர்விகப் பெயர் - இடம் பெயர்ந்தார். அங்கிருந்த மடாலயத்தில் தனது இறுதிக் காலம்வரை வாழ்ந்து சீடர்களுக்குப் போதித்து வந்தார். அவருடைய இறப்புக்குப்பிறகு அந்த மடாலயத்துக்கு அவர் பெயர் சூட்டப்பட்டது. மகாயான பௌத்தம், விஜயபுரியில்தான் பெருமளவு வளர்ந்தது. அதன் வளர்ச்சிக்கு அவருடைய பங்களிப்பு பெரியது என்பதை இந்தச் சூழ்நிலைச் சான்றுகளும் உறுதி செய்கின்றன.

மெய்யியல் கருத்துகளின் புதிய அடுக்குகளைப் பௌத்தத்துக்குள் புகுத்தியது மகாயானம். இது இந்திய - கங்கைச் சமவெளியில் இருந்த பிரதான மடாலயங்களில் உருவாகாமல், நாகார்ஜுனர் போதித்த விஜயபுரி மடாலயத்தில்தான் உருவானது. நாகார்ஜுனர், இரண்டாவது புத்தர் என்றே பல இடங்களில் குறிப்பிடப் படுகிறார். பல பௌத்த மடாலயப் பள்ளிகளுக்கு அவருடைய போதனைகள் இன்றியமையாதவை. ‘நாகார்ஜுனரின் மெய்யியல் கருத்துகள் இந்திய மெய்யியல் வரலாற்றில் மட்டுமல்ல, உலகளாவிய அளவில் தீர்க்கமான ஒரு தருணத்தை ஏற்படுத்தியது; உலகைப் புரிந்துகொள்வதற்கு நாம் ஏற்கெனவே கடைப்பிடித்த மெய்யியல் அனுமானங்கள் சரிதானா என்பதை அது ஆராய வைத்தது’ என்று டக்ளஸ் பெர்ஜர் எழுதுகிறார். இவர் இந்திய மெய்யியல் சிந்தனைகளை உலக சிந்தனைகளோடு ஒப்பிட்டு ஆய்ந்தவர்.

நாகார்ஜுனரின் வாழ்க்கைக் குறித்துத் திட்டவட்டமாக அதிகம் தெரியவில்லை. பிராமணக் குடும்பத்தில் பிறந்த அவர் பௌத்தரானார். பிஹாரில் உள்ள நாளந்தா பல்கலைக்கழகத்தில் பல ஆண்டுகள் படித்ததாகக் கர்ண பரம்பரைக் கதைகள் கூறுகின்றன. ஆனால் இதற்கு ஆதாரம் ஏதும் இல்லை. ‘சூன்யதா’ என்ற கொள்கையை அவர் ஆராய்ந்ததை மிகப் பெரிய சாதனை என்றே பலர் கூறுகின்றனர். ‘சூன்யதா’ என்றால் ‘வெறுமை’, ‘இட்டு நிரப்ப முடியாத இடைவெளி’ என்று பொருள். இதில் மையப் பொருள் என்னவென்றால் உலகம் என்பதற்கு அவர் தரும்

தர்க்கரீதியான விளக்கங்கள்தான். அவருடைய மிகச் சிறந்த படைப்புகள் இன்றும் படிக்கப்படும் இரண்டு சமஸ்கிருத நூல்களாகும். அவை 'மத்யாத்மிக காரிகா', 'விக்ரஹவிய வர்த்தனி'.

மத்யாத்மிக காரிகை என்பது மத்யம வழியின் அடிப்படைகள். விக்ரஹவியவர்த்தனி என்பது பூசல்களைத் தீர்க்கும் வழி. இயற்கையின் உண்மையான தன்மை என்ன, நாம் அதை எந்தக் கோணத்தில் பார்க்கிறோம், அறிவின் அடிப்படைதான் என்ன என்று இந்நூல்களில் அவர் விவரித்திருக்கிறார். இத்தகைய தலைப்புகள்மீது, புத்தரின் கருத்துகளைப் புதுப்பிப்பதற்காக மட்டும் அவர் எழுதவில்லை, அந்தக் கருத்துகளை மேலும் விரிவுபடுத்துவதற்காகவும்தான் எழுதினார். அக்காலத்திலேயே புத்தரின் கருத்துகள், பௌத்த மதத்துக்குள்ளேயிருந்தும் பிராமணர்களிடமிருந்தும் வந்த எதிர்க் கருத்துகளால் செல்வாக்கை இழக்கத் தொடங்கின. இனி, நாகார்ஜுனரின் மெய்யியல் கருத்துகள் என்னவென்று மேலும் சற்று ஆழமாகப் பார்ப்போம்.

நாகார்ஜுனரின் மத்யம வழி அல்லது நடு வழிக் கருத்தானது 'சார்நிலை தோற்றுவாய்' என்ற கொள்கையைப்பற்றியது. நாம் அணுகக்கூடியவகையில் – மெய்யான சிந்தனைக்கு அப்பாற்பட்ட சுதந்திர நிலை என்று ஏதும் இல்லை. இது பிராமணீயக் கருத்துகளுக்கு நேர் எதிரானது. ஆத்மா, பிரும்மம் இரண்டின் உண்மைத் தன்மையையும் சற்று முயற்சி எடுத்தால் மனித மனத்தால் அடையாளம் கண்டுவிட முடியும் என்பதே பிராமணீயக் கருத்து. 'உண்மை எது என்று நம்முடைய அறிவாற்றலின் தன்மைக்கு ஏற்பவே அறிந்துகொள்கிறோம். உண்மையின் உள்ளார்ந்த பண்புக்கூறு (ஸ்வபாவம்) என்று நாம் அடையாளம் காண்பதை வைத்தல்ல' என்கிறார் நாகார்ஜுனர்.

'உலகம் என்ன என்பதை பல்வேறு பொதுக்கருத்துகள் மூலம் புரிந்துகொள்கிறோம். பொதுக்கருத்துகளின் வகைமைகளில் இருந்து தப்ப முடியாது. அவற்றுக்கு அப்பால் உறுதியான அடிப்படை என்று எதையும் நாம் அடைந்துவிட முடியாது. இந்த வகையில் நம்முடைய வாழ்க்கை அனுபவங்களாலும், அவற்றை விளக்கும் திறனாலும் வரம்புக்கு உள்பட்டவர்களாகவே இருக்கிறோம். இதை உணர்ந்தால், ஆழ்ந்த புரிதல்கள் ஏற்படும். நம்முடைய மாயைகள் விலகியபிறகு, நம்மை 'நிரந்தரமானவர் களாக' நினைத்துவிடுகிறோம். நாம் உருவாக்கும் உண்மை நிலையில் இரண்டறக் கலக்கிறோம், அல்லது அது நம்மைக்

கலக்கவிடுகிறது; உண்மையில் யதார்த்தம் எது என்பதை நம்மை பந்தங்களிலிருந்து விடுவித்துக்கொண்டு பார்ப்பதில்லை. அப்படிப் பார்க்க முடிவதுதான் நாம் மனதில் அமைதியையும், ஞானத்தையும் பெறுவதற்கான, முன்தேவை நிலைகள்' என்கிறார் புத்தர். இந்தப் பக்குவமானது இந்த உலகில் நம்மோடு வாழ்கிறவர்களின் கவலைகளைப் புரிந்துகொண்டு அவர்கள்மீது இரக்கம் காட்டவும் உதவிகளைச் செய்யவும் வழிசெய்கிறது. அதிசயமான நிகழ்வுகளைத் தீவிர ஆய்வுக்கு உள்படுத்தி தனது 'வெறுமைநிலை' கொள்கையை விளக்கியதுதான் நாகார்ஜுனரின் உண்மையான சாதனை.

ஒவ்வொன்றுக்கும் உள்ளார்ந்த இயற்கைத்தன்மை எப்போதும் இருக்கிறது. அது அதற்கும் புறம்பாக உள்ள எதையும் சார்ந்திருக்க வில்லை என்பது முரண்பாடான நிலை. எந்த ஒரு சுயமும், மாறாமல், உள்ளார்ந்த சாரத்துடன் இருக்க முடியாது. மாறாக 'சுயம்' என்பது கருத்தியல்ரீதியிலான அமைப்பு, அதனுடன்தான் நாம் மாறிக்கொண்டிருக்கும் உடலுளத் தொடர்பாய்வியல் நிலைகளை ஒப்பிட்டுப் பார்க்கிறோம். இதை நாம் அங்கீகரித்து, சரியான சுய விழிப்பு நிலையைத் தொடர் பயிற்சியின் மூலம் அடையலாம். அபூர்வமாகத்தான் நாம் எதையும் இப்படிப் பார்க்கிறோம் – இவற்றையெல்லாம் பாராமல் நம்மை நாமே ஏமாற்றிக்கொண்டு, உயிர்வாழ்தலுக்கு மட்டும் முக்கியத்துவம் தருகிறோம் என்கிறார் நாகார்ஜுனர். இக்கருத்தை புத்தர்தான் முதலில் சொன்னார். பிறகு வந்த நாகார்ஜுனர் இதைக் கூறியபோது கேட்டவர்கள் சந்தேகப்பட்டார்கள். நாகார்ஜுனர் மிகக் கவனத்துடன் இதை விவரித்தவுடன் இந்தக் கருத்துகளுக்கு மதிப்பு ஏற்பட்டது. பிறகு அதுவே மகாயான பௌத்தத்தின் அடித்தளமானது.

'சார்நிலை தொடக்கம்' அல்லது 'வெறுமைநிலை' என்ற நிலையில் அறிவுசார்ந்த எந்தக் கருத்துச் செயல்பட முடியும்? சூழ்நிலை சார்ந்தவைதான் செயல்படமுடியும். குறிப்பிட்ட சூழல்களில் கேள்விகளைக் கேட்டு ஆராய்வதன் மூலம்தான் உண்மைகளைப் புரிந்துகொள்ளமுடியும். நமக்குள்ள அறிவும் கொள்கைகளும், பல்வேறுவகையிலான ஆய்வுகளும், வழிமுறைகளும் ஒன்றுக்கொன்று துணையாக நின்று பல உண்மைகளை வெளிக்கொண்டுவரும். அவை பரஸ்பரம் ஒன்று மற்றொன்றைச் செம்மைப்படுத்துவதுடன், நியாயப்படுத்தி ஆழ்ந்தசிந்தனை மிக்க சமநிலைக்கு இட்டுச் செல்லும்' என்கிறார்

நாகார்ஜுனர். சமகாலத்தவர்கள் உங்களைச் சொல்ல அனுமதிப்பது உண்மையைத்தான் என்று மெய்யியலாளர் ரிச்சர்ட் ரோர்ட்டி இதைக் குறிப்பிடுகிறார்.

அறுதியிடப்பட்ட உண்மை என்ன என்பதை நம்மால் அறியவே முடியாது என்ற நிலைக்கு இட்டுச் செல்கிறார் நாகார்ஜுனர். மரபுசார்ந்த, அல்லது பொதுவாக ஒப்புக்கொள்ளப்பட்ட வற்றையே நாமும் உண்மை என்று ஏற்க நேரும். நம்மால் பொதுவாக ஏற்றுக்கொள்ளப்பட்ட நம்பிக்கைகள், நடைமுறை களையொட்டியே இந்த உண்மைகளும் இருக்கும். அதேசமயம் மரபுசார்ந்த ஏற்கப்பட்ட அனைத்து உண்மைகளும் உத்தரவாத மானவை அல்ல என்றும் நாகார்ஜுனர் கூறுகிறார். மனித குலம் ஓர் உண்மை தொடர்பாக தங்களுக்கேற்பட்ட அனுபவத்தைப் பகிர்ந்துகொள்வதன் மூலமும் அறியலாம் என்கிறார். ஒரு பழம் புளிக்கிறது என்று ஒருவர் சொன்னால், புளிப்பு தொடர்பாக நாம் ஏற்கெனவே பெற்ற அனுபவம் அல்லது கேள்விப்பட்ட உண்மைகள் அடிப்படையில்தான் அதை ஒப்பிடுவோம். மனித மூளைக்கு அப்பாற்பட்ட வகையில் அதைச் சிந்திக்க மாட்டோம் என்கிறார் நாகார்ஜுனர்.

நாகார்ஜுனரின் கருத்துகள் மேற்கத்திய மெய்யியல் கருத்துகளிலும் எதிரொலிக்கின்றன. குறிப்பாக ஆஸ்திரியாவைச் சேர்ந்த லுட்விக் விட்ஜென்ஸ்டைன் கருத்தும் இவருடையதைப் போலத்தான் இருக்கிறது. பெரும்பாலான நம்பிக்கைகள் நமக்குள் எப்படி ஏற்படுகின்றன என்பதை நாகார்ஜுனர் விவரித்திருக் கிறார். இதைப் புரிந்துகொள்வதால் எப்படி ஆழ்ந்த அடக்கம் ஏற்படுகிறது என்றும் குறிப்பிட்டுள்ளார். மதப்பூசல்கள் நிரம்பிய நம்முடைய மதச்சார்பற்ற உலகில் அனைவரும் ஏற்கத்தக்க உண்மைகள் அல்லது குறிப்பிட்ட நோக்கத்துக்கான உண்மைகள் மலிந்துள்ளன. மற்றவர்கள் இவற்றை எப்படிப் பார்க்கிறார்கள் என்பதை சூழ்நிலை சார்ந்து எச்சரிக்கையுடன் ஆராய்வது அவசியம் என்பதையே நாகார்ஜுனரின் சிந்தனை உணர்த்துகிறது.

விஜயபுரியின் வீழ்ச்சி

இக்ஷ்வாகு வம்சம் பொது ஆண்டு 310 - 20-ல் திடீரென முடிவுக்கு வந்தது. விஜயபுரி வேகமாக நலிவுற்றது. ஏன்? இது ஒரு மர்மமே என்கின்றன வரலாற்று நூல்களும் இணையதளங்களில்

கிடைக்கும் தரவுகளும். லாங்ஹர்ஸ்ட் 1938-ல் அளித்த தொல்லியல் அறிக்கையும், 2006-ல் இந்தியத் தொல்லியல் துறை தயாரித்த ஒருங்கிணைந்த அறிக்கையும், பரஸ்பரம் ஒன்றையொன்று நிராகரிப்பவை அல்ல. நடந்திருக்கக்கூடிய சாத்தியமே என்பதைத் தெரிவிக்கின்றன. அதன் அடிப்படையில் பார்த்தால் இந்த மர்மம் விலகுகிறது. இவ்விரு அறிக்கைகள் கூறியதென்ன என்று பார்ப்போம்.

முதலாவதாக, பல்லவர்கள் ஆதிக்கம் பெறத் தொடங்கி விஜய புரியை அதன் தெற்கிலிருந்து படையெடுத்து வந்து இக்ஷ்வாகு மன்னர்களைத் தோற்கடித்தனர். நகரைச் சூறையாடியதுடன் நினைவுச் சின்னங்களையும் கலை வேலைப்பாடுகளையும் தாக்கி, சேதப்படுத்தி துவம்சம் செய்தனர். அத்துடன் பல மாளிகைகளைத் தீ வைத்து எரித்துள்ள விதம் திகிலூட்டுகிறது. இனி விஜயபுரி சுதாரித்து, மீண்டெழமுடியாதபடி தீவிரமாக இருந்தன நாசவேலைகளும் தாக்குதல்களும்.

கலைப்பொருள்களையும் செல்வத்தையும் கொள்ளையடிக்க மட்டும் வந்ததைப்போலத் தெரியவில்லை. அலங்காரத் தூண்களையும், ஸ்தூபிகளையும், சிலைகளையும், சிற்பங் களையும் திட்டமிட்டுத் தாக்கித் தகர்த்துள்ளனர். ஸ்தூபங்கள், சிற்பங்களை உடைத்து சுக்கு நூறாக்கியுள்ளனர். சிற்பங்களுடன் இருந்த கற்பாறைகள் நாலாபுறமும் போட்டு உடைக்கப் பட்டுள்ளன. கோட்டை கொத்தளப் பகுதியில் படிகளுடன் கட்டப்பட்ட குளத்துக்கு அருகில், கல் மண்டபத்துக்கு மேலே வேயப்பட்டிருந்த மரக் கூரைக்கும் சர்வதேவா கோயிலின் பிராகாரக் கூரைக்கும் தீ வைத்து எரித்துச் சாம்பலாக்கியுள்ளனர்.

தொடக்கக் கால பல்லவர்களுக்கு பௌத்தத்தின்மீது ஈர்ப்பு கிடையாது என்றாலும் அவர்களுடைய நாச வேலைகளுக்குக் காரணம் மதம் இல்லை, அரசியல்தான். பல்லவர்களின் இந்தப் படையெடுப்புக்கும் தாக்குதல்களுக்கும் திட்டவட்டமான ஆதாரம் இல்லையென்றாலும் இக்ஷ்வாகு வம்சத்தவரின் ஆட்சிப் பகுதிகள் பிறகு பல்லவர்களின் கைகளுக்கு மாறியது மட்டுமே வரலாறு. பல்லவர்கள் தங்களுடைய சாம்ராஜ்யத்தை அச்சப்படும் வகையில் விரிவுபடுத்தினர்.

இரண்டாவதாக, தொல்லியல் துறையினர் கூறும் உண்மை போன்ற காரணம், கிருஷ்ணா ஆற்றில் ஏற்பட்ட வெள்ளப் பெருக்கால் இக்ஷ்வாகு நகர மக்களின் வாழ்வு அழிந்தது. அந்த

இந்திய நாகரிகம் | 143

ஆற்றின் நீர்மட்டம் தொடர்ந்து அறுபது, எழுபது ஆண்டுகளாக உயர்ந்துகொண்டே வந்தது. அதனால் அடிக்கடி வெள்ளப் பெருக்கு ஏற்பட்டு நகரின்மீது வண்டல் படிந்து வந்தது. இது விஜயபுரி இருந்த பகுதியைத் தொல்லியல் துறை தோண்டியபோது தெரியவந்தது.

இக்ஷ்வாகு மன்னர்களும் இதை உணர்ந்து நகரை வெள்ளச் சேதத்திலிருந்து காக்க மிகப் பெரிய தடுப்புச் சுவரைக் கட்டுவது போன்ற நடவடிக்கைகளையும் எடுத்துள்ளனர். ஆற்றின் கரைகளை உயர்த்திக் கட்டினர், ஆற்றங்கரையோரம் இருந்த ஆலயங்களின் தரைத் தளங்களையும் உயர்த்தியுள்ளனர். அந்நகரில் மக்கள் வசித்த கடைசி 20 ஆண்டுகளில் ஆற்றில் நீர்மட்டம் 9 அடி உயரத்துக்கு நிரந்தரமாக அதிகரித்து, ஆற்றையொட்டிய பல படித்துறைகளை மூழ்கடித்தது. கடைசி மன்னரின் ஆட்சிக் காலத்தில் மிகப்பெரிய வெள்ளம் ஏற்பட்டு மேற்குப் பகுதியில் கோட்டை உள்ளிட்ட பாதி நகரப்பகுதிகளை மூழ்கடித்துவிட்டது. இதனால் மக்கள் அதன் கிழக்குப் பகுதிக்குத் தப்பிச் சென்று அங்கே குடியிருந்தனர். பிறகு நகரிலிருந்து மக்கள் கூட்டம் கூட்டமாக வெளியேறத் தொடங்கினர். இதனால் மிகக் குறைவான எண்ணிக்கையிலான மக்கள் நகரில் இருந்தபோது பல்லவர்களின் பெரும் சேனையால் எளிதில் உள்ளே நுழைந்து வெற்றி பெற முடிந்தது.

விஜயபுரி வேகமாக சிதைவுற்றது. கி.பி. 310-க்குப் பிறகு இக்ஷ்வாகு வம்சம் விட்டுச்சென்ற கல்வெட்டுகள்போன்ற ஆதாரங்கள் கிடைக்கவில்லை. கி.பி. 320 முதலே அரசியல் நிலைத்தன்மை குலைந்துவிட்டது. எல்லா சமயக் கருத்து களுக்கும் இடம் தந்த அமைப்புகளும் குலைந்தன. மக்களில் பெரும்பாலானவர்கள் பாதுகாப்பான, வளமான வாழ்க்கைக்காக வேறிடங்களைத் தேடிச் சென்றனர். இப்படி உள்ளுக்குள் நடந்த மாற்றங்களால் நகர மக்களின் வாழ்க்கை எப்படியிருந்திருக்கும் என்று கற்பனை செய்துகொள்ள முடியும். வெகு விரைவிலேயே நாகார்ஜுனசாகர் பள்ளத்தாக்கு, இக்ஷ்வாகு வம்சப் பரம்பரையின் கலாச்சாரத்துக்கும் அற்புதமான நினைவுச் சின்னங்களுக்கும் இறுதிக்கட்ட அருங்காட்சியகமாக மாறிவிட்டது. மிகவும் அற்புதமான, பெரும்பாலும் அமைதியான நூற்றாண்டுக்கால அறிவுசார் எழுச்சியும் கலைத்துறை படைப்பூக்கங்களும் சோகமான முடிவுக்கு வந்தன.

❀

எஞ்சிநிற்கும் கலாச்சாரம்

இப்போதெல்லாம் பெரும்பாலான சுற்றுலாப் பயணிகள் இயற்கைக் காட்சிகளைப் படகுகளில் சென்று பார்க்கவும் குடும்பத்துடன் ரசித்து மகிழவும்தான் நாகார்ஜுனகொண்டா தீவுக்கு வருகின்றனர். அவர்களைப் பொருத்தவரை இக்ஷ்வாகு வம்சத்தவர் இந்தப் பிரதேசத்தை ஆட்சி செய்யவே இல்லை, கட்டடங்களையும் கல் தோரணங்களையும் சிற்பங்களையும், ஆலயங்களையும், மடாலயங்களையும் நகரங்களையும் கட்டவே இல்லை. இந்த இடத்தில் இப்போது முட்செடிகளும் கற்றாழை களும், கொஞ்சம் மரங்களும்தான் நிற்கின்றன. மரங்களில் சில போதி மரங்கள்!

அந்த இடத்திலிருந்து 3 அல்லது 4 கிலோ மீட்டர் மேடான நிலம் நோக்கி நடந்தால், இங்கிருந்து அகழ்ந்து எடுத்த மிகப் பெரிய தூண், ஆலயங்கள், மடாலயங்கள், மற்றும் ஆலயங்களைத் தாங்கி நின்ற தூண்கள், அரிய சித்திரங்கள் மற்றும் கல்வெட்டுகளுடன் கூடிய ஸ்தூபிகள், பொதுக் குளியலறைகள், மதச் சடங்குகளைச் செய்வதற்கான படித்துறைகள், நீர்நிரம்பிய குளியல் தொட்டிகள், பெருங்கற்கால சமாதி ஆகியவற்றைப் பார்க்கலாம். இடைக் காலக் கட்டுமானங்கள், கோட்டையின் கொத்தளங்கள், பிராமணீயக் கோவில்கள் இன்னமும் உள்ளன.

பதினைந்தாவது நூற்றாண்டில் கொண்டாவீடு ரெட்டி அரசர்கள் இவற்றைக் கட்டியுள்ளனர். பிறகு அவர்களும் ஒடிசாவின் கஜபதி மன்னர்களிடமும் விஜயநகரத்தின் கிருஷ்ணதேவராயரிடமும் ஆட்சிகளை இழந்துள்ளனர். இந்த இடத்துக்கு வரும் சுற்றுலாப் பயணிகளும், இங்கே பணிபுரியும் பணியாளர்களும் இரவில் வீடு திரும்பிவிடுகின்றனர். இரண்டு காவலாளிகள் மட்டுமே இங்கு தங்குகின்றனர்.

இரண்டு பௌத்த மடாலயங்களும், ஒரு கோவிலும், நகரின் பிரபலமான திறந்தவெளி செவ்வக அரங்கமும் ஏரியின் கிழக்கில் அனுபு என்ற இடத்துக்கு மாற்றப்பட்டுள்ளன. இவை விஜயபுரியின் தெற்கிலிருந்து சில கிலோ மீட்டர் தொலைவில் உள்ளன. ஒருநாள் காலையில் ஆட்டோ ரிக்ஷாவில் சென்று பார்த்தேன். நாகார்ஜுனருடன் தொடர்புள்ள பௌத்த மடாலயம்கூட அதில் உள்ளது. அங்கு என்னைத்தவிர வேறு யாரும் இல்லை. அந்த இடத்தின் அமைதிக்கு, சில பறவைகளின்

பாடல்கள்தான் சுவைகூட்டின. திறந்தவெளி அரங்கின் பார்வையாளர் படிக்கட்டுகளில் அமர்ந்து, ஒருகாலத்தில் இந்த இடத்தில் எப்படிப்பட்ட மகிழ்ச்சி பொங்கியிருக்கும், ஆரவாரம் ஏற்பட்டிருக்கும், நிகழ்ச்சிகள் நடந்திருக்கும் என்று கண்களை மூடி கற்பனை செய்கிறேன்.

மூதாதையர்களின் வாழ்க்கைக்கும், காலத்துக்கும் ஒரு சான்றாக விளங்குகிறது வரலாறு. நினைவுச் சின்னங்கள், சிற்பங்கள், நூல்கள், கலைப்பொருள்கள் போன்றவை உலகாயத பயன் பாடுகளுக்காக, திட்டமிட்ட நகர வாழ்க்கையினால் உருவானவை. நாம் எப்படிப்பட்டவர்கள் என்பதை இந்தச் சான்றுகள் தெரிவித்தாலும் நம்முடைய வாழ்க்கையைப்பற்றி அவை தெரிவிப்பவை ஓரளவுதான். நம்முடைய மூதாதையர்களின் வாழ்க்கை மிகவும் மாறுபட்டவை. அவர்கள் விட்டுச்சென்ற பொருள்கள் தெரிவிப்பதைவிட மேலும் பல அவர்களுடைய வாழ்க்கையோடு தொடர்புள்ளவை. இக்ஷ்வாகு வம்சத்தவர்கள் எதையும் விட்டுச் செல்லாத பகுதியில் வசிக்கும் லம்பாடிகளும் செஞ்சு பழங்குடிகளும் பௌத்தத்தைப்பற்றியோ, பிராமணீயத்தைப் பற்றியோ கவலைப்படாமல், தங்களுக்கென்று புதிய வாழ்க்கை நெறியைக் கடைப்பிடித்து நிம்மதியாக வாழ்கின்றனர்.

ஆவியுலகக் கோட்பாடுகள்படி லஜ்ஜா கௌரி போன்ற தாய்மைக்கும் வளமைக்கும் குறியீடான தெய்வங்களை வழிபடு கின்றனர். துணைக் கண்டம் முழுவதிலுமே அப்படிப்பட்ட வழிபாடுதான் தொடர்கிறது. நாட்டின் உள்பகுதியில் வாழ்ந்த இதே மக்கள் தங்களுடைய உழைப்பின் உபரியையும் உணவு தானிய உற்பத்தியின் உபரியையும் தந்து விஜயபுரி போன்ற நகரங்களை உருவாக்குகின்றனர், படைப்பூக்கம் மிக்க வாழ்க்கைக்கு உரமாகின்றனர். வரலாறு என்பது படைப்பூக்கம் மிக்க சிற்பிகள், ஓவியர்கள், கட்டடக்கலைஞர்கள் ஆகியோருடையதுதான். ஏனென்றால் அவைதான் காலம் கடந்தும் நின்று வரலாற்றாசிரியர்களுக்குள் சிந்தனை அதிர்வுகளை ஏற்படுத்துகின்றன.

கடைசிநாள் பிற்பகலில் நாகார்ஜுன கொண்டா தீவில் இருந்த அருங்காட்சியகத்துக்கு மீண்டும் சென்றேன். அதன் அற்புதமான சிற்பங்கள், கலைப்பொருள்கள், தொல்லியல் தரவுகள் ஆகிய வற்றை ஆழ்ந்து நோக்கினேன். மிகச் சிறந்த கலைப் பொருள்களும் கைவினைப் பொருள்களும் வேறு இடங்களுக்குக் கொண்டுசெல்லப்பட்டுவிட்டன, சில, தனியாரின் கலைப்

பொருள் சேகரிப்பில்கூட சிக்கிவிட்டன. இந்த அருங்காட்சியகத்திலும் புகைப்படம் எடுக்கக் கூடாது என்ற தொல்லியல் துறையின் தடை நிலவுகிறது. பொதுமக்களுடைய வரிப்பணத்தில் அரசால் தோண்டி எடுக்கப்பட்ட இவற்றுக்குக் காப்புரிமை கோருவது யார்? ஏன் எடுக்கக்கூடாது என்று கேட்டால் மேலிடத்திலிருந்து உத்தரவு என்று பதில் வருகிறது. டெல்லியிடம் அனுமதி பெற்றுவந்து புகைப்படம் எடுங்கள் என்கின்றனர். கடந்த முறைபோல அல்லாமல் காப்பாளரிடம் பேசி, நான் எழுதும் புத்தகத்துக்கு இவற்றின் புகைப்படங்கள் அவசியம் என்று கூறி ஒப்புதல் பெற்றேன்.

படகு புறப்பட நிறைய நேரம் இருந்தது. இக்ஷ்வாகு ஆட்சியில் மூன்றாவது நூற்றாண்டு காலத்தைய இடுகாட்டை இடம் மாற்றியிருந்தார்கள். அதன் உச்ச காலத்தில் விஜயபுரி எப்படி இருந்திருக்கும் என்று படுத்துக்கொண்டே அமைதியாக சிந்திக்க உற்ற இடம் இது. மக்கள் உற்சாகமாக நடந்த வீதிகள், குழந்தைகளும் பெரியவர்களும் பெண்களுமாக நிறைந்த வீடுகள், மிகக் குறைந்த தேவைகளுடன் நிறைவான வாழ்க்கை வாழ்ந்த மாந்தர்கள் என்று பலரும் மனக்கண்முன் வந்தனர். நாகார்ஜுனரை அவருடைய நண்பர்களும் உறவினர்களும் எப்படிப் பார்த்திருப்பார்கள்? அவருடைய முக்கியத்துவம் அவர்களுக்குத் தெரிந்திருக்குமா? அவருடைய கூரிய மதியைக்கண்டு அவருக்குத் தனி மகத்துவம் அளித்த அந்நகரின் அறிவாண்மை, எப்படிப்பட்ட பேராற்றல் பெற்றதாக இருந்திருக்கும்? மதக் கொள்கைகளில் தங்களுடன் ஒத்துப்போகாதவர்களுடன்கூட வாதாடுவது என்பது எப்படியிருந்திருக்கும்? இந்தக் கேள்விகள் மனதில் தோன்ற, அமர்ந்து யோசிக்கிறேன். என் காலடியில் அலைகள் அடுத்தடுத்து வந்து மோதும் அளவுக்குக் கடலைப்போல பிரம்மாண்டமான ஏரியையே பார்த்துக்கொண்டு என்னை நானே மறக்கிறேன்.

அத்தியாயம் 4

ஃபாஹியான், யுவான் சுவாங், யிஜிங்

'**மே**ற்கு நோக்கிச் செல், இளைஞனே' என்று புத்தகங்களில் பெரும்பாலும் காணப்படும் வாசகத்தில், மேற்கு என்று இந்தியாவைக் குறிக்கும் புத்தகங்கள் எத்தனை இருக்கும் என்று எனக்குத் தெரியாது. ஆனால் அப்படியொரு புத்தகம், 'மேற்கு நோக்கிய பயணம்' என்ற தலைப்பில் மிங் அரச வம்சத்தின் இறுதிக் கட்டத்தில் சீன நாட்டில் 1590-ல் வெளியானது. சீனர்களால் மிகவும் விரும்பப்பட்ட அந்நாவல் மதம் தொடர்பான தேடலுக்கும் போக்கிரிகளின் சாகசங்களுக்குமானது. புத்த மத நூல்களைப்படிக்க வரும் கதாநாயகத் துறவியுடன் மனிதப் பண்புகளைக் கொண்ட குறும்புக்கார குரங்கு உடன் வருகிறது. அறிவொளியைத் தரிசிக்க இந்தியாவுக்குச் செல்லும் பௌத்த யாத்ரிகர்களின் பயணங்களைப்பற்றிய உருவகக் கதையே அந்த நூல்.

இந்த நாவலுக்கு அகத்தூண்டுதலாக இருந்தது கி.பி. ஏழாவது நூற்றாண்டில் யுவான் சுவாங் என்ற சீன பௌத்தத் துறவி இந்தியாவை அடைய 17 ஆண்டுகள் மேற்கொண்ட சாகசப் பயணம்பற்றிய உண்மையான தகவல்கள்தாம்; அந்தப் பயணத்தின்போது அவர் நாளந்தா என்ற இடத்திலிருந்த மஹா விஹாரத்தில் தங்கி பௌத்த நூல்களைப் பயின்றார். யுவான் சுவாங்குக்கும் முன்னதாகவும் சீன யாத்ரிகர்கள் இந்தியா வந்துள்ளனர், இனியும் வருவார்கள். ஆனால் இந்தியா வந்த

மூன்று சீன யாத்ரிகர்கள் இங்கே நிலவிய சமூக, மத வாழ்க்கைமுறை குறித்து எழுதிய குறிப்புகள் காலம் கடந்தும் நிற்பன. ஃபாஹியான் (பொது ஆண்டு 337 - 422), யுவான் சுவாங் (பொது ஆண்டு 602 - 664), யிஜிங் (பொது ஆண்டு 635 - 713). அந்த மூவருமே இப்போது ஜியான் என்று அழைக்கப்படும் சங்கான் என்ற பன்மைத்துவக் கலாச்சாரம் நிலவிய, பட்டுப் பாதையின் முடிவெல்லையான இடத்திலிருந்தே புறப்பட்டனர். பௌத்தம் குறித்து நம்பத்தகுந்த மூல நூல்களைத் தேடியும், பௌத்தம் தொடர்பான விளக்கங்களை இந்திய ஆசிரியர்களிடம் நேரடியாகவே கேட்டு அறிந்துகொள்ளவும் வந்தனர். இதன் மூலம் சாகச, பயண எழுத்தாளர்களுக்கு உலக முன்னோடி களாகவும் அவர்கள் திகழ்ந்தனர்.

புத்த மதம், சீன நாட்டுக்கு பொதுநூற்றாண்டின் முதல்பகுதியில் இந்தியாவிலிருந்தும் மத்திய ஆசிய நாடுகளிலிருந்தும் பட்டுப் பாதை வழியாகவும் பிறகு கடல் வழிகள் மூலமும் சென்ற வர்த்தகர்கள், மதாசாரியர்கள் மூலம் அறிமுகமானது. காந்தாரத்தை ஆண்ட குஷான வம்சம் இதில் முக்கியப் பங்காற்றியது. புத்த மதம் முதலில் சீனத்தின் மேட்டுக்குடி மக்களிடம்தான் ஆதரவு பெற்றது. மதம் தோன்றிய இந்தியாவிலிருந்து ஆயிரக்கணக்கான மைல்களுக்கு அப்பால் சீனம் இருந்ததால் மூல நூல்களைவிட, கேட்டும், ஊகித்தும் எழுதப்பட்ட சீன நூல்களின் அடிப்படையில் வளர்ந்தது. இதனால் பௌத்தர்கள் அடிக்கடி தவறாகப் புரிந்துகொள்ளப்பட்டார்கள், அல்லது அவதூறுக்கு ஆளானார்கள். மோசமான மொழி பெயர்ப்புகள் ஆதரவாளர்களைக் குழப்பின. அது மட்டுமில்லாமல் மத்திய, தெற்கு, தென்கிழக்கு ஆசிய நாடுகளிலிருந்த வெவ்வேறு பௌத்தப் பள்ளிகளின் மாறுபட்ட சிந்தனைகளும் குழப்பங்களை அதிகரிக்கவே செய்தன.

சீனத்தில் உருவான புதிய பௌத்த சமூகங்கள், ஆதாரப்பூர்வமான பௌத்த மூலங்கள் கிடைக்காதா என்று ஏங்கின. அவற்றை அடிப்படையாகக்கொண்டு தங்களுடைய நிறுவனங்களைக் கட்டமைக்கவும், போதிக்கவும், மதத்தைப் பின்பற்றவும் அவை விரும்பின. புத்தர் ஒருகாலத்தில் ரத்தமும் சதையுமாக உலவிய இடங்களை - அவர் பிறந்தது, தீட்சை பெற்றது, போதனைகளை எடுத்துரைத்ததுபோன்ற பல இடங்களை - நேரில் பார்க்க ஆவல் கொண்டனர். இதன் காரணமாகவே பொது நூற்றாண்டின் முதல் பகுதியில், முதலாவது ஆயிரமாண்டின் நடுப்பகுதிகளில் இந்தியா

இந்திய நாகரிகம் | 149

வந்தனர். இதைத் தவிர அவர்களுக்கு வியாபாரம், சுற்றுலா, மதம் சாராத ஆராய்ச்சி ஆகிய நோக்கங்கள் இல்லை.

சீனத்தை ஆண்ட சுய், டாங் அரச வம்சங்கள் பொது ஆண்டு 500 முதல் புத்த மதத்துக்கு ஆதரவு அளிக்கத் தொடங்கின. அப்போது பௌத்த மதத்தை வெகுஜனங்களும் விரும்பி ஏற்கத் தொடங்கி விட்டனர். யிஜிங் மட்டுமே 56 யாத்ரிகர்களின் வாழ்க்கை வரலாற்றை எழுதினார். அவர்களில் பெரும்பாலானவர்கள் சீனர்கள், சிலர் கொரிய நாட்டைச் சேர்ந்தவர்கள், ஒருவர் மத்திய ஆசியாவைச் சேர்ந்த ஆசியர். இவர்களில் ஐந்து பேரை யிஜிங் நேரிலேயே பார்த்திருக்கிறார். அவர்கள் அனைவருமே இந்தியா சென்று, சமஸ்கிருதம் படித்து, பௌத்த யாத்திரைத் தலங்களை நேரிலேயே தரிசித்து, பௌத்த மதம் தொடர்பாக இந்தியாவிலேயே கல்வி கற்று, நாளந்தா பல்கலைக்கழகம் போன்றவற்றில் மெய்யியல் பாடங்களைப் படித்துவிட்டு ஏராளமான நூல்களுடனும் கருத்துகளுடனும் அவரவர் தாயகம் திரும்பினர்.

முதலாவது ஆயிரமாண்டின் மூன்றாவது கால் பகுதியில் இவர்களின் எண்ணிக்கை ஆயிரங்களாக உயர்ந்தன. ஏராளமான இந்திய பௌத்தத் துறவிகளும் மதக் கருத்துகளைப் பரப்பவும், அறிஞர்கள் என்றவகையில் பாடம் கற்றுத் தரவும் சீனத்துக்குச் சென்றனர். அவர்கள் சீனத்தில் எதையெல்லாம் பார்த்து வியந்தனர் என்ற பதிவுகள் எதுவும் நமக்குக் கிடைக்கவில்லை.

கி.பி.800-ல் புத்த மதம் இந்தியாவில் இறுதியாக சிதைவுற்றது, கி.பி. 1200-ல் இறந்தேவிட்டது. அதன் அனைத்து மத நூல்களும் தொலைந்துவிட்டன. (அவை உயிர் தரித்திருக்க இந்திய தட்ப - வெப்ப நிலை உதவவில்லை!) பௌத்தம், அதனால் ஏற்பட்ட நினைவுச் சின்னங்கள் - ஏன் புத்தரேகூட இந்தியர்களால் மறக்கப் பட்டவற்றின் பட்டியலில் சேர்ந்துவிட்டார்.

ஃபாஹியான், யுவான் சுவாங், யிஜிங் ஆகியோரின் பயண நூல்கள் கண்டுபிடிக்கப்பட்டு, ஐரோப்பிய இந்தியவியல் அறிஞர்களால் 19-வது நூற்றாண்டிலும் இருபதாவது நூற்றாண்டின் முதல் பகுதியிலும் மொழி பெயர்க்கப்பட்ட பிறகே பௌத்தம் தொடர்பான இந்தியர்களின் அலட்சியக் கண்ணோட்டம் மாறியது. சீன யாத்ரிகர்கள் இந்தியாவின் புவியியல், சமூகம், சடங்குகள், பொருள்தேடல் வாழ்வு, மதம் ஆகியவை குறித்து நேரில் பார்த்து எழுதியவற்றைப் படித்த பிறகே இந்தியர்களின்

கடந்தகாலச் சிறப்பான வாழ்க்கை முறைகளை நம்மால் புரிந்துகொள்ள முடிந்தது.

இந்திய பௌத்த நூல்களைப் படித்து சீனர்கள் தங்கள் மொழியில் எழுதியவை இந்திய பௌத்த மூல நூல்களில் எழுதியவற்றுக்கு மிக நெருக்கமானவைகளாக இருப்பது குறிப்பிடத்தக்கது. அதில் முதல் நூல், பொது ஆண்டு ஐந்தாவது நூற்றாண்டுக் காலத்தைச் சேர்ந்தது. கிரேக்கோ - ரோமானியப் பழமைவாய்ந்த நூல்கள் அராபியர்களால், இஸ்லாமிய பொற்காலக் காலகட்டத்தில் அரபு மொழியில் மொழி பெயர்க்கப்பட்ட பிறகே உலகம் அதன் சிறப்பை கி.பி. ஒன்பதாவது பத்தாவது நூற்றாண்டுகளில் புரிந்துகொண்டது.

பயணங்கள் பல, இலக்கு ஒன்றே

'ஃபாஹியான்தான் எல்லோருக்கும் முன்னோடி' என்று எழுதினார் யிஜிங். இன்றைய ஷான்சி மாகாணத்தின் ஊயாங் என்ற ஊரில் பிறந்தார் ஃபாஹியான். ஃபாஹியானின் மூன்று அண்ணன்களும் பால் பற்கள் விழுவதற்கு முன்னதாக சிறுவர்களாகவே இறந்து விட்டனர். இதனால் அவருடைய தந்தை, ஃபாஹியானை அவர் பிறந்த உடனேயே பௌத்த சங்கத்தில் ஒப்படைத்தார். பிறகு பௌத்த மடாலயத்தில் இளம் துறவியாகச் சேர்த்துவிட்டார். அவர் அங்கே நன்று படித்து, மடாலயப் பணிகளில் ஈடுபாடு காட்டினார். அவருக்குப் பத்து வயதாக இருந்தபோது பெற்றோரும் இறந்துவிட்டனர்.

மடாலயத்தில் பயிற்சிக் காலத்தை முடித்த ஃபாஹியான் அங்கேயே துறவியாக நியமிக்கப்பட்டார். துணிவு, அறிவுக் கூர்மை, சுய கட்டுப்பாடு ஆகிய பண்புகளில் சிறந்து விளங்கினார். பௌத்த ஒழுக்கம் தொடர்பாகத் தங்களுக்குக் கிடைத்த ஒழுங்கற்றதும் சிதைவுற்றதுமான நூல்களைக் கண்டித்த அவர், இந்தியாவில் உள்ள வினய பீடகத்தில் சேர்ந்து, துறவிகளுக்கும் பிக்குணிகளுக்குமான மடாலய விதிகள் உள்பட அனைத்தையும் நேரில் கற்றுவரத் தீர்மானித்தார். ஆனால் இதற்காக ஏன் அவர் தன்னுடைய அறுபதாவது வயது வரையில் காத்திருந்தார் என்பதுதான் புரியவில்லை. தன்னுடன் நான்கு சக யாத்ரிகர் களையும் இந்தியா அழைத்து வந்தார்.

ஐந்து யாத்ரிகர்களும் கோபி பாலைவனத்தைக் கடந்தனர். அங்கே கடுமையான வெப்பக்காற்று வீசியதல்லாமல், ஏராளமான சைத்தான்களும் பயணத்தைத் தொடரவிடாமல் குறுக்கிட்டன. 'தொடர்ந்து பயணிப்பதற்கு அங்கே வண்டித் தடங்களோ பாதைகளோ இல்லை. இந்தப் பாலைவனத்தை எப்படிக் கடப்பது, எங்கேயாவது எதிர்கரை தென்படுகிறதா, எப்படிப் போவது என்று எவ்வளவுதான் கண்ணைக் கசக்கிக்கொண்டு பார்த்தாலும், வழி எதுவும் புலப்படவே மாட்டாது. அந்தப் பாதையில் அடையாளமாக எதையேனும் பார்த்துக் கடக்க விரும்பினால், இறந்த பிராணிகள் அல்லது மனிதர்களின் எலும்புகள் மட்டுமே தென்படும். பாலைவனத்தைக் கடந்து ஆற்றங்கரைக்கு வந்தாலோ அவற்றைக் கடப்பது அதைவிட இடராகவே இருந்தன. மனித அனுபவத்தில் இருந்திராத வகையில் சோதனைகள் தொடர்ந்தன' என்று ஃபாஹியான் தனது துயரங்களைப் பதிவு செய்திருக்கிறார்.

இத்தனை இடர்களுக்கு நடுவிலும் மத்திய ஆசியாவில் ஆங்காங்கே இருந்த பௌத்த சமூகங்களும் மடாலயங்களும் தங்க இடம் தந்து, உணவும் தந்து விருந்தோம்பின. கோட்டான் வழியாக கி.பி. 402-ல் இந்திய துணைக் கண்டத்தில் அவர்கள் கால் வைத்தனர். வழியில் காந்தாரம், தட்சசீலம், புருஷபுரம் (இப்போது பெஷாவர்) ஆகியவற்றைக் கடந்தனர். மத்திய இந்தியாவுக்கு அவர்கள் வந்து சேர்ந்தபோது, சீனத்திலிருந்து அவர்கள் புறப்பட்டு ஆறு ஆண்டுகள் ஆகியிருந்தன.

ஃபாஹியான் அடுத்த ஆறு ஆண்டுகளை இந்தியாவில் கழித்தார். புத்தருடன் தொடர்புள்ள லும்பினி, ராஜகிருஹம் ஆகிய ஊர்களுக்குச் சென்றார். பிறகு கடல் வழியாக சீனம் திரும்ப அவருக்கு மேலும் மூன்று ஆண்டுகள் பிடித்தன.

சீனத்துக்குத் தெரிந்திராத பௌத்த நூல்கள் பலவற்றை இந்தியாவிலிருந்து அவர் பெரிய கப்பலில் கொண்டு சென்றார். கப்பலில் துணிச்சல் மிக்க 200-க்கும் மேற்பட்டவர்கள் இருந்தனர். கடுமையான சூறாவளியையும், கப்பலில் ஏற்பட்ட நீர்க்கசிவையும் அவர்கள் எதிர்கொண்டனர். சிலோன் (இலங்கை), ஜாவா வழியாகக் கப்பல் சீனம் திரும்பியது. 'இந்தியாவில் பிராமணீயம் தழைக்கின்றது. வெவ்வேறு விதமான தவறுகள் சமூகத்தில் நிலவுகின்றன. பௌத்தத்தின் நிலைமை பேசும்படியாக இல்லை' என்றும் அவர் பதிவு செய்திருக்கிறார்.

தான் கொண்டு சென்ற இந்திய பௌத்த நூல்களை மொழி பெயர்த்துக்கொண்டே இருந்த அவர் தன்னுடைய எண்பத்து ஆறாவது வயதில் இயற்கை எய்தினார்.

•

இரண்டு நூற்றாண்டுகளுக்குப் பிறகு இந்தியா வந்தவர் யுவான் சுவாங். சாங்கான் என்ற ஊருக்கு அருகில், பழமையான கன்பூசியஸ் மரபுகளில் தோய்ந்தக் குடும்பத்தில் பிறந்தார் யுவான் சுவாங். தன்னுடைய அண்ணனைப் பின்பற்றி, 13-வது வயதில் பௌத்த மடாலயத்தில் சேர்ந்தார். வயதுக்கு மிஞ்சிய ஞானம் கொண்ட சிறுவனான யுவான் சுவாங்குக்கு நினைவாற்றல் அபாரம். மடாலயக் கல்வியை மிக விரைவாகவும் முழுமையாகவும் கற்றதால் இருபதாவது வயதிலேயே துறவியாகப் பட்டம் பெற்றார்.

தனக்குக் கிடைத்த பௌத்த நூல்களாலும் தனக்குக் கற்பித்த ஆசிரியர்களாலும் திருப்தி அடையாத யுவான் சுவாங், பௌத்தம் பிறந்த தொட்டிலும், பௌத்த மதத்தின் சிறப்பு வாய்ந்த மடாலயங்களுக்கும் கல்வி நிலையங்களுக்கும் உறைவிடமான இந்தியா சென்று மேலும் பயில முடிவு செய்தார். தனக்குள் இன்னும் குடைந்துகொண்டிருந்த கேள்விகளுக்கு இந்திய ஞானாசிரியர்களிடம் நேரிலேயே விளக்கம் பெறவும், பௌத்த நூல்களிலிருந்தும் ஆசிரியர்களிடமிருந்தும் ஆதாரபூர்வமாகவே எல்லாவற்றையும் அறிந்துவரவும் இந்தியப் பயணத்துக்கு ஏற்பாடுகளைச் செய்துகொண்டார்.

இந்தியாவுக்கான நீண்ட பயணத்தைத் தொடங்கியபோது யுவான் சுவாங்குக்கு வயது 26. புறப்படுவதற்கு முன்னால், வழியில் உள்ள நாடுகள் அல்லது பிரதேசங்களில் மக்களிடம் உரையாட என்னென்ன மொழிகள் உண்டோ, அனைத்திலும் அன்றாடப் பயன்பாட்டுக்கான சொற்றொடர்களைத் தான் வசித்த ஜியான் நகர வெளிநாட்டவர்களிடமே கற்றுக்கொண்டார். தனியொரு ஆளாகக் குதிரையில் ஏறி இந்தியா புறப்பட்டார்.

மிகப் பெரிய பாலைவனங்களையும் மலைகளையும் ஆறுகளையும் கடந்தார். வழியில் சூறாவளியையும் புழுதிக் காற்றையும், பனிப் புயலையும் எதிர்கொண்டார். ஃபாஹியானுக்கு வழிகாட்டியதைப் போலவே, இறந்த பிராணிகளின் எலும்புகள் மட்டுமே ஆங்காங்கே அடையாளங்கள்போல தென்பட்டன. பாலை

வனத்தில் சென்றபோது எல்லாவிதமான பேய்களும் எல்லா வடிவங்களிலும் அவரைச் சூழ்ந்தன. சீன மொழியிலான மந்திரங்களை அவர் உச்சாடனம் செய்த பிறகே அவை விலகின. குதிரையில் வேகமாக வந்தபோது தண்ணீர் நிரப்பிய தோல்பை கீழே விழுந்து எல்லா தண்ணீரும் மணலில் கலந்து வீணாகி விட்டது. ஐந்து நாள்களாக ஒரு சொட்டுத் தண்ணீர் கூட கிடைக்காமல் பயணத்தைத் தொடர்ந்தார். அவருடைய வயிற்றில் நெருப்பு எரிவதைப்போல உணர்வும் வலியும் ஏற்பட்டன. சாவின் விளிம்புக்கே சென்றுவிட்ட நிலையில் வழியில் இனிமையான சுவையுள்ள தண்ணீருடன் சிறிய பாலைவனச் சோலை எதிர்ப்பட்டது.

நீர்ச்சத்துக் குறைந்து உடல் வற்றி இறப்பதிலிருந்து தப்பித்த அவரைக் கொல்லவும் கொள்ளையடிக்கவும் கொள்ளைக்காரர்கள் விரட்டினர். கர்ணகடூரமான குரலில் மிரட்டும் போக்கிரிகளும் நயவஞ்சகமாக ஏமாற்றிக் கொல்லப் பார்த்த கயவர்களும் வழியில் எதிர்ப்பட்டனர். 1980-களில் இந்தியாவில் வெளியான நாலாந்தர 'பாலிவுட்' திரைப்படங்களில் வரும் துஷ்டர்களைப் போல பலரை யுவான் சுவாங் அப்போது சந்தித்தார். அப்படிப்பட்டவர்களில் ஒருவர், தீயை வழிபடும் கூட்டத்தின் தலைவன் 'கான்'.

'கான்' என்ற பட்டப் பெயர் இஸ்லாம் வருவதற்கு முன்பிருந்தே துணைக் கண்ட மக்களிடையே புழக்கத்தில் இருந்தது. மெய்க்காவலர் ஒருவர் எப்போதும் விழிப்புடன் பார்த்துக் கொண்டிருக்க, ஒரு கூடாரத்தில் இந்த கான், மது அருந்தியபடியே கன்று இறைச்சியை சுவைத்தார். இசைக் குழுவினர் அவருக்குப் பிடித்த பாட்டை இசைத்துக்கொண்டிருந்தனர். பச்சைநிற சாட்டின் ஆடையை அணிந்திருந்த அவரைச் சுற்றி நின்ற அதிகாரிகள் ஜரிகைப் பூவேலை செய்த பட்டுத்துணிகளை அணிந்திருந்தனர். அவருடைய தலைமுடி வாரப்படாமலும் கட்டப்படாமலும் அவிழ்ந்து தொங்கியது. சிப்பாய்கள் அந்த கூடாரத்தைச் சுற்றிலும் ஒட்டகங்கள், குதிரைகளில் அமர்ந்திருந்தனர். அவர்களுடைய ஆடைகள் விலங்குகளின் மென் மயிர்களாலும் ஆடு போன்றவற்றின் ரோமங்களாலும் தயாரானவையாக இருந்தன. கைகளில் ஈட்டி, வில், வாள் உள்ளிட்ட போர்க் கருவிகளை வைத்திருந்தனர். கானும் அதிகாரிகளும் பரஸ்பரம் மற்றவர்களுடைய மதுக்கிண்ணங்களை நிரப்பி, இன்னும் கொஞ்சம் குடியுங்கள் என்று உபசரித்துக்கொண்டிருந்தனர். மது போதை

அனைவருக்கும் தலைக்கேறியதும் இசையும் ஓங்கி உச்சம் தொட்டது. அப்போது கான், யுவான் சுவாங் பக்கம் திரும்பி, ‘எதற்காக புத்தர் பிறந்த இடத்தைப் பார்க்க இவ்வளவு இடர்களுக்கு நடுவில் செல்கிறீர்கள்; அங்கே மக்கள் கன்னங்கரேலென்று மேலே ஆடைகள்கூட அணியாமல், பார்க்கக்கூட சகிக்காமல் அருவருப்பாக இருப்பார்கள்’ என்று கூறினார்.

யுவான் சுவாங்கை அவராலும் தடுத்து நிறுத்த முடியவில்லை. கோட்டான், தாஷ்கென்ட், சாமர்கண்ட் வழியாக இந்தியா நோக்கிப் பயணப்பட்டார். பட்டுப்பாதையில் எதிர்ப்பட்ட பௌத்தர்களிடம் ஆன்மிகம் தொடர்பாகப் பேசினார். ஆப்கானிஸ்தான் நாட்டில் மலைப் பாறைகளில் பெரிதாக வடிக்கப்பட்டிருந்த பாமியான் புத்தர் சிலைகளைப் பார்த்து வியந்தார். தட்சசீலத்தில் பௌத்தம் தாழ்நிலைக்குச் சரிந்து கொண்டிருப்பதைக் கண்டார். மடாலயங்கள் ஆட்களின்றி வெறிச்சோடிக் கிடந்தன. இந்தியா முழுவதும் அசோகரால் எழுப்பப்பட்டதாக நம்பப்படும் 84,000 ஸ்தூபங்களில் ஒன்றை தட்சசீலத்தில் கண்டார். (84,000 என்று யுவான் சுவாங்குக்கு யார் சொன்னார்கள் என்று தெரியவில்லை.) அந்தத் தூண்களின் மேற்பரப்பிலிருந்து தொடர்ந்து புனித ஒளிக்கற்றைகள் வெளிப்பட்டுக்கொண்டேயிருக்கும் என்றும் நம்பப்பட்டது. எப்படியோ ஒருவழியாக இந்திய துணைக் கண்டத்துக்கு வந்துவிட்டார்.

யுவான் சுவாங் சீனத்தை விட்டு 17 ஆண்டுகள் வெளியில் இருந்தார். அவற்றில் 13 ஆண்டுகளை (பொது ஆண்டு 630 - 643) இந்தியாவில் கழித்தார். இந்தியாவில் எல்லாத் திசைகளிலும் நெடும் பயணங்களை மேற்கொண்டார். புத்தருடன் தொடர்புள்ள அனைத்து இடங்களையும் நேரில் தரிசித்தார். புத்தர் ஞானம் அடைந்த போதி (அரச) மரத்தடிக்கே சென்று அங்கே அமர்ந்து தியானம் செய்து புத்துணர்வு பெற்றார். ‘போதி மரத்தின் இலைகள் மனித இதய வடிவிலேயே இருக்கின்றன, மிக மெல்லியதாகவும் நுனியில் கூர்மையாகவும், காற்றில் எப்போதும் துடித்துக் கொண்டேயும் இருக்கின்றன’ என்று குறிப்பு எழுதியிருக்கிறார்.

புத்தரின் போதனைகளை மூல மொழியிலேயே கற்கவேண்டும் என்று வந்த யுவான் சுவாங், சமஸ்கிருத மொழியைக் கற்றுக்கொண்டார். நாளந்தாவில் சீலபத்ர என்ற ஞானியிடம்

பௌத்த நூல்களைப் பயின்றார். அவர் மகாயான பௌத்த மதப் பிரிவின் யோகக்கார பள்ளியின் தலைவராகத் திகழ்ந்தார். யுவான் சுவாங் இளம் வயதிலிருந்தே மகாயானத்தால்தான் மிகவும் ஈர்க்கப்பட்டிருந்தார். யுவான் சுவாங்கின் கல்விப் புலமையை இந்தியர்கள் மதித்தார்கள். அப்போதைய மாமன்னரான ஹர்ஷர் அவருக்குப் பட்டங்களையும் பரிசுகளையும் வழங்கி சிறந்த அறிஞராக அங்கீகரித்தார். தலைநகரமான கனோஜில் நடந்த பட்டமளிப்பு விழாவில் - பிராமணர்கள், ஜைனர்கள், பழமையான பௌத்தக் கொள்கைகளிலிருந்து விலகிய பௌத்தர்கள் என்று ஐந்நூறு பேரை - வாதத்தில் வென்றார் யுவான் சுவாங். இறுதியில் சக்ரவர்த்தி ஹர்ஷர், தன்னை 'யுவான் சுவாங்கின் தாசர்' என்று கூறிக்கொண்டார்.

யுவான் சுவாங் நூற்றுக்கணக்கான சமஸ்கிருத நூல்கள், புத்தர் தொடர்பான 150 நினைவுச் சின்னங்கள், சிலைகள், கலைப் பொருள்கள் ஆகியவற்றைத் திரட்டிக்கொண்டு மன்னர் அளித்த பிராணிகள்மீது அந்தச் சுமைகளை ஏற்றி, எப்படி வந்தாரோ அப்படியே சீனத்துக்குத் திரும்பினார். தன் வாழ்நாளின் எஞ்சிய 19 ஆண்டுகளில், சிந்து நதியைக் கடக்கும்போது அடித்துச் செல்லப்பட்ட புத்தகங்கள் போக எஞ்சிய 657 புத்தகங்களை, பல மொழிகளைக் கற்ற அறிஞர்கள் குழு உதவியுடன் சீனத்தில் மொழி பெயர்த்தார். அவற்றுக்கு அவர் உரையும் எழுதினார். தன்னுடைய பயண அனுபவங்களை மிக விரிவாக சீன மொழியில் எழுதினார். அவைதான் இப்போது மதிப்பிட முடியாத வரலாற்று, தொல்லியல்துறை ஆதாரங்களாக இருக்கின்றன.

•

சாங்கனில் நடந்த யுவான் சுவாங்கின் மிகப் பெரிய இறுதி ஊர்வலத்தை யிஜிங் பார்த்திருக்கக் கூடும். அப்போது அவர் இளம் துறவியாக இருந்தார். யுவான் சுவாங்குக்கு இள வயதில் ஏற்பட்ட உன்னதமான ஆர்வம் யிஜிங்குக்கும் அதே வேட்கையை ஏற்படுத்தியது. யுவான் சுவாங்கைப்போலவே நாமும் இந்தியா செல்லவேண்டும் என்ற ஏக்கம் அவரைத் தொற்றியது. முப்பதாவது வயதில் தன்னுடைய கனவை நனவாக்கும் முயற்சிகளில் இறங்கினார். தன்னுடைய பயணச் செலவை ஏற்கும் ஒருவரை அடையாளம் கண்டார். பாரசீகப் படகொன்றில், சுமத்ராவை ஆண்ட ஸ்ரீவிஜய மன்னரைக் காணப் புறப்பட்டார். அங்கே வேற்று நாட்டு அறிஞர்களுடன் பல மாதங்கள்

தங்கியிருந்து அங்கேயே சமஸ்கிருதமும் பயின்றார். இந்திய வர்த்தகர்கள் தென்கிழக்கு ஆசிய நாடுகளுக்கு பௌத்த மதத்தை மட்டுமல்ல, புதிய மொழியையும், மத நூல்களையும், மதச் சடங்குகளையும், இலக்கியங்களையும், கலையையும், கட்டடக் கலை வடிவங்களையும், இந்தியக் கலாச்சாரத்தின் கணக்கற்ற தனி அடையாளங்களையும் கொண்டு சென்றனர். அவற்றைக் கொண்டே தனது இந்தியப் பயணத்துக்கான புதிய முன்னேற்பாடுகளை சுமத்ராவில் செய்துகொண்டார் யிஜிங்.

இப்போது கொல்கத்தா என்று அழைக்கப்படும் பெரு நகரத்துக்கு அருகில் தம்ராலிப்டி என்ற கடலோர ஊருக்கு பொது ஆண்டு 673-ல் வந்திறங்கினார் யிஜிங். அங்கிருந்த மடாலயத்தில் மகாயான ஆசிரியரிடம் ஓராண்டுக் காலம் சமஸ்கிருத மொழியை மேலும் ஆழமாகக் கற்றுக்கொண்டார். அங்கிருந்து தன்னுடைய ஆசிரியருடன் நாளந்தாவுக்கு நடந்தே சென்றார். யிஜிங்குடன் நாளந்தாவைச் சேர்ந்த 20 துறவிகளும் நூற்றுக்கும் மேற்பட்ட வணிகர்களும் மிகவும் கடினமானதும் ஆபத்துகள் நிரம்பியதுமான பாதை வழியாகச் சென்றனர்.

செல்லும் வழியில் பெரிய பெரிய மலைகளும் சேறும் சகதியும் நிரம்பிய சதுப்பு நிலங்களும் எதிர்ப்பட்டன. அப்பகுதியில் நிலவிய பருவநிலையால் உடல் நலம் பாதிக்கப்பட்ட யிஜிங் வலிமை இழந்து சோர்வுற்றார். நாளந்தாவை நோக்கிச் சென்ற குழுவினருடன் செல்ல முடியாமல் பின்தங்கிவிட்டார். தனியாளாக இருந்த அவரைப் பார்த்த மலை கொள்ளைக்காரர்கள் அவர் கொண்டுவந்த உடமைகளைப் பறித்துக்கொண்டதுடன் அணிந்திருந்த ஆடைகளைக்கூட களைந்து நிர்வாணமாக்கி விட்டுச் சென்றனர். மாநிறமாகவோ, வெள்ளையாகவோ இருந்தால் இந்தியாவில் நரபலி கொடுத்துவிடுவார்கள் என்று ஏற்கெனவே பலர் சொல்லிக் கேள்விப்பட்டிருந்தார். அச்சமும் பீதியும் இருந்தாலும்கூட எப்படியோ அங்கிருந்து தப்பிக்க முடிந்தது. 'சேறு நிறைந்த பள்ளத்தில் விழுந்து உடல் முழுவதும் சேறை வாரிப் பூசிக்கொண்டேன். இலைகளையும் தழைகளையும் ஆடையாக அணிந்துகொண்டேன். ஒரு கம்பை எடுத்து ஊன்றிக்கொண்டே மெதுவாக அருகிலிருந்த கிராமம் நோக்கி நடந்து சென்றேன். அங்கே கிராமத்து நுழைவாயிலில் எனது ஆசிரியர் மிகவும் கவலைப்பட்டவராக, எனது பெயரை இடைவிடாமல் கூவி அழைத்துக்கொண்டே இருந்தார்' என்று அதைப் பதிவு செய்கிறார் யிஜிங்.

சில நாள்களுக்குப் பிறகு நாளந்தாவை அடைந்தார் யிஜிங். அங்கேயே பத்து ஆண்டுகள் தங்கி பயின்றார். புத்தரின் வாழ்க்கையுடன் தொடர்புள்ள கங்கைச் சமவெளிக்கும் சென்று புத்த கயை, சாரநாத், வைஷாலி, குஷிநகரம் ஆகிய இடங்களைத் தரிசித்தார். அறிவுக்கூர்மையும் நல்லொழுக்கமும் மிக்க புகழ்பெற்ற ஆசிரியர்கள் பலரை நேரில் சந்தித்துப் பௌத்தம் தொடர்பான தனது சந்தேகங்களுக்கு விளக்கம் பெற்று பேருவகை அடைந்தார். இந்தியாவில் மிக விரிவான மடாலய வாழ்க்கையை அவர் வாழ்ந்தார். மத ஆர்வத்துடன் துணிச்சலும் கொண்டவராக இருந்தார். மடாலயம் விதித்தக் கட்டுப்பாடுகளை மிகவும் கவனமாகப் பின்பற்றினார்.

இந்தியாவிலிருந்து பொது ஆண்டு 685-ல் புறப்பட்டபோது தன்னுடன் நானூறுக்கும் மேற்பட்ட நூல்களை எடுத்துச் சென்றார். செல்லும் வழியில் மீண்டும் சுமத்ராவை அடைந்த யிஜிங், அங்கேயே பல நூல்களை சீன மொழியில் மொழி பெயர்த்து விட்டார். சுமத்ராவிலும் பல ஆண்டுகள் தங்கினார். சீனம் திரும்பிய பிறகும் அங்கிருந்த இந்தியத் துறவிகளின் உதவியோடு 56 புத்தகங்களை 230 தொகுப்புகள் வரும் வகையில் சீனத்தில் மொழிபெயர்த்தார். எழுபத்து ஒன்பதாவது வயதில் இயற்கை எய்தினார். யுவான் சுவாங்கை கௌரவித்ததைப்போலவே தாங் வம்ச மன்னர் யிஜிங்கையும் கௌரவித்து இறுதிச் சடங்குகளை விரிவாக நிறைவேற்றினார்.

அவர்களுடைய வார்த்தைகளுக்கான விளக்கம்

ஃபாஹியான், யுவான் சுவாங், யிஜிங் ஆகியோரின் பதிவுகளை நாம் எப்படி வாசித்துப் பொருள் கொள்வது? இந்தியாவைப் பற்றிய அவர்களுடைய பார்வை பகுதி பகுதிகளாக அமைந்தவை. அவர்களுடைய சுய எண்ணங்களுக்கேற்றவை. பாரபட்ச மானவை. உளவியல்ரீதியாக அவர்களுக்குள் ஏற்படும் மாறுதல் களுக்கு ஏற்ப கூறப்பட்டவை. எல்லா யாத்திரைக்காரர்கள் எழுத்திலும் இருப்பதைப்போல, யாரோ சொல்லக் கேட்டதை எல்லாம் ஆவணமாகப் பதிவு செய்யப்பட்டவை, கலாச்சார வேறுபாட்டால் தவறாகப் புரிந்துகொள்ளப்பட்டவை, சுயசார்பு காரணமாக உண்மைகளைத் தெரிந்துகொள்ள முடியாத கண்மூடித்தனமான நிலை, மொழி பெயர்ப்பின்போது இழந்த உண்மைப்பொருள் ஆகியவற்றால் நிரம்பியவை.

பௌத்தத்தைப்பற்றியும் புத்தரைப்பற்றியும் நேரடியாகவே தெரிந்துகொள்ளவேண்டும் என்ற ஆர்வம் மிகுந்திருந்ததைப் போலவே மூவரும் சமய நம்பிக்கையில் ஆழ்ந்த பற்று கொண்டவர்கள். எனவே மாயாஜாலமான சம்பவங்களையும், மனித சக்திக்கு அப்பாற்பட்ட ஆற்றல் உள்ளவர்களாக சித்தரிக்கப் பட்டவர்களையும், மகான்கள் என்று பௌத்தர்களால் ஒப்புக் கொள்ளப்பட்டவர்களையும் சந்தேகப்பட்டு ஆராயும் மனநிலை அவர்களுக்கு இல்லை. நவீனகாலத்தில் அறிஞர்கள் என்றால் அவர்களுக்கு இத்தகைய சம்பவங்களும் மனிதர்களும் உண்மையை விளக்கும் சவால்களாகக் கருதப்படுவார்கள்.

உதாரணத்துக்கு - தீயைக் கக்கும் கொடிய விலங்கான சீற்றமுள்ள டிராகனை கையை உயர்த்திக் காட்டுவதன் மூலம் மட்டுமே சாந்தப்படுத்திவிடுவார் புத்தர் என்று யுவான் சுவாங் நம்புகிறார். காற்றில் பறப்பார், நோயாளிக்கு மாயமான சிகிச்சை அளிக்க சர்ப்பமாக மாறுவார், முந்தைய ஜன்மத்தில் யக்ஷர்கள் குடிக்க தன்னுடைய உடலிலிருந்தே ரத்தம் தந்தவர் என்று மூன்று யாத்ரிகர்களும் நம்புகின்றனர். புத்தரின் நினைவுச் சின்னமான பல், மதப் பண்டிகை நாள்களில் சிறப்பாக ஒளி வீசும், தனது செயல்களால் புனிதமடையும், குரங்கு அடுத்தப் பிறவியில் மனிதனாகிவிடும். புத்தரின் முடி அல்லது நகம் போன்ற நினைவுப் பொருள்களைப் பதித்துக் கட்டிய தூண்களுக்கு நோய்களைத் தீர்க்கும் ஆற்றல்களும் உண்டு, நெடுங்கடலில் செல்லும் கப்பல்கள் உடைந்து நீரில் மூழ்கும்போது போதி சத்துவர்கள் நீல வானில் அப்படியே தோன்றி கப்பலில் இருந்தவர்களை மூழ்காமல் தூக்கி வந்துவிடுவார்கள் என்பதையெல்லாம் பதிவு செய்துள்ளனர். வனத்தில் 700 ஆண்டுகளாக வாழ்ந்து வந்த பிராமணர், பார்ப்பதற்கு 30 வயது வாலிபரைப்போல இருந்தார் என்றும் எழுதியுள்ளனர்.

மூன்று பேருமே இந்தியாவுக்கு வந்து சில ஆண்டுகள் தங்கி, பிறகு சீனம் திரும்பிவிட்டு தங்களுடைய நினைவுகளிலிருந்துதான் பெரும்பாலும் எழுதியுள்ளனர். சில வேளைகளில் தாங்களாகவே எழுதாமல் தங்களுடன் இருந்த துறவிகளில் சிலரிடம் கூறி எழுதிப் பதிவு செய்தனர். தாங்கள் எழுதியதைப் படிக்கும் சீனர்கள் இதை மிகவும் நம்பிக்கையுடன் ஏற்பார்கள் என்று நம்பினர். புத்தர் நடமாடிய இடங்களுக்கே சென்று, அவருடைய நூல்கள் எழுதப்பட்டு - பாதுகாக்கப்படும் நாட்டிலேயே தங்கி, அவருடைய கருத்துகளை ஆராய்ந்து விளக்கும் ஆற்றல் பெற்ற

இந்தியப் பேராசிரியர்களிடம் நேரிலேயே விளக்கங்கள் பெற்று நாடு திரும்பியவர்கள் என்பதால் தங்களுடைய விளக்கவுரைகளைச் சீனத்தின் அறிவுஜீவிகள் மதிப்பார்கள் என்று நம்பிக்கை கொண்டனர். சீனத்தில் பௌத்தத்தைச் சீர்திருத்தம் செய்யும் ஆவலில், இந்திய பௌத்தம் பின்பற்றுவதற்கு ஏற்றது என்று எழுதினர். யிஜிங் இதை அதிகம் செய்தார். வேறு வார்த்தைகளில் சொல்வதானால், செயற்கையான இலக்குகளைப் பின்பற்றும் சீனர்களுக்கும் சக துறவிகளுக்கும் தங்களுடைய நூல்கள் வழியாக, மகாயான பௌத்த மார்க்கத்தைப் பின்பற்றலாம் என்று பரிந்துரைத்தனர். எனவே அவர்களுடைய ஆக்கங்களுக்கு விளக்கம் அளிக்கும்போது இவற்றையெல்லாம் கவனத்தில் கொள்வது அவசியம்.

பயண இலக்குக்குப் பெயர் சூட்டல்

யுவான் சுவாங், யிஜிங் இருவருமே இந்திய துணைக் கண்டத்தை, 'மேற்கு' என்றே அழைத்தனர். அந்த 'மேற்கு', ஐந்து இந்திய தேசங்கள் அல்லது ராஜதானிகளைக் கொண்டது. மேற்கில் முப்பதுக்கும் மேற்பட்ட தேசங்களைப் பார்த்ததாக யிஜிங் பதிவு செய்திருக்கிறார். யுவான் சுவாங்கோ, அது எழுபது நாடுகளாகப் பிரிக்கப்பட்டிருந்ததாகக் கருதுகிறார்; ஒவ்வொரு நாட்டிலும் வேறுபட்ட கலாச்சாரங்கள் இருந்தன என்கிறார். இருந்தும், இந்த மூன்று சீன யாத்ரிகர்களும் ஒரு வெளி நபர் என்ற வகையில், (அவர்கள் பயணம் செய்திராத வடகிழக்குப் பகுதிகள் நீங்கலாக) இந்திய துணைக்கண்டத்தில் இருப்பவர்களுக்கு இடையே ஒருவித கலாசார தனித்தன்மை இருப்பதை உணர்ந்திருக் கிறார்கள். ஆனால், இந்தியத் துணைக்கண்டத்தில் வாழ்ந்தவர்கள் பிரக்ஞைபூர்வமாக, அப்படியொரு பொதுவான அடையாளத்தைப் பகிர்ந்து கொண்டிருந்தார்களா என்பது தெளிவாகத் தெரியவில்லை.

'ஆரியவர்த்தம்' என்ற வார்த்தை இருந்தது. அது மேட்டுக்குடிகள் இடையே மட்டும் புழங்கிய சொல்லாக இருந்தது, வட இந்தியாவின் நகர்ப்புறங்களைத் தாண்டவில்லை, துணைக் கண்டத்தின் தெற்கையும் அது எட்டவில்லை. துணைக்கண்ட மக்களிடையே புழக்கத்தில் இருந்த 'மிலேச்சர்கள்' என்ற வார்த்தை, வெள்நாட்டவர்களை மட்டுமல்லாமல்,

பழங்குடிகளையும், அன்றைக்கு ஆதிக்கம் செலுத்திய மத - கலாச்சார நீரோட்டங்களில் கலவாத - 'ஆசாரமற்ற' - குழுவினர்களையும் குறித்தது.

'மேற்கில்' வாழ்ந்தவர்கள் தங்களை 'இந்து' என்று அழைத்துக் கொள்ளவில்லை, தங்களுடைய நாட்டுக்கு 'இந்தியா' என்பதைப் போன்ற ஒரே சொல்லை, பெயராகச் சொல்லவில்லை என்று யிஜிங் எழுதியிருக்கிறார். இந்தியாவுக்கு மிக வடக்கிலும் மேற்கிலும் இருந்த பழங்குடிகள்தான், சிந்து நதிக்கு அப்பால் வாழ்ந்த அனைவரையும் இந்து என்ற ஒரே வார்த்தையால் குறித்தனர். அவர்கள் பின்பற்றிய மதங்கள் குறித்து அவர்கள் பொருட்படுத்தவில்லை. யுவான் சுவாங்கும் இதேபோலவே 'இந்து' என்றே பதிவு செய்திருக்கிறார். அவருடைய நூலை மொழிபெயர்த்த சாமுவேல் பீல், அதை 'இந்தியா' என்றே எழுதியிருக்கிறார். சிந்துவுக்கு அப்பாற்பட்ட நிலப்பரப்பு அனைத்தையும் குறிக்க யுவான் சுவாங்கும் ஒரே வார்த்தையைத்தான் பயன்படுத்தியிருக்கிறார். இதிலிருந்தே இப்பகுதி முழுவதும் கலாச்சார தனித்தன்மையைப் பெற்றிருந்ததை அறிய முடிகிறது. இந்தியாவின் நீள-அகலம், பரப்பளவு, மக்கள் தொகை, காலத்தையும் தூரத்தையும் அளக்கப் பயன்படுத்திய சொற்கள், சமூகப் பழக்க வழக்கங்கள், மதங்கள் இன்னும் வேறு பல விஷயங்கள் குறித்து எழுதியிருக்கிறார்.

'இந்து' என்ற வார்த்தை சிந்து நதிக்கு அப்பால் பெரும் நிலப் பரப்பில் வாழும் அனைத்து மக்களையும் குறிக்கும் சொல்லாகவே இருந்திருக்கிறது. அது இன-புவியியல் அடிப்படையிலான விளக்கச் சொல், மத அடையாளம் அல்ல. இடைக்காலத்தின் பிற்பகுதியிலும் காலனியாதிக்கத் தொடக்கத்திலும்தான் அது மத அடையாளமான வார்த்தையாகியது. மேற்கத்திய நாடுகளைச் சேர்ந்த இந்தியாவியல் அறிஞர்கள் 'இந்துயிசம்' என்ற வார்த்தையையும் பயன்படுத்தினர். அதில் பிராமணீயம் மட்டுமல்ல, இந்தியாவில் நிலவிய வேறு பலவும் அடங்கும்.

யிஜிங்கின் காலத்திலும் (மெகஸ்தனிஸ், அல்பெரூனி காலங் களிலும்) இந்தியாவில் வாழ்ந்த பல தெய்வ நம்பிக்கை யாளர்களையும், ஆவியுலக நம்பிக்கையாளர்களையும், மூதாதையர்களை வழிபடுகிறவர்களையும், ஜைனர்களையும் பௌத்தர்களையும்கூட இந்துக்கள் என்ற ஒற்றைச் சொல்லால்தான் அழைத்தனர். (இதற்கு உவமை காட்டவேண்டும்

என்றால், இக்காலத்தில் நகரத்தில் வாழும் மேல்சாதி இந்தியர்கள் கிராமங்களில் வாழும் அனைவரையும் அவர்களுடைய ஆடைகளை வைத்து, விவசாயிகளாகவும், கிராமவாசிகளாகவும்தான் கருதுவார்கள். அவர்களை இணைக்கும் பிற அடையாளங்களைக் காணவோ, வெவ்வேறு சமூகங்களாக வாழும் அவர்கள் முழுக்க முழுக்க தனித்துவம் மிக்கவர்கள் என்பதை அங்கீகரிக்கவோ மாட்டார்கள்.)

தேசத்தினூடான பயணம்

கட்டடங்களின் தரம், ஆடைகள், உணவு ஆகிய வளங்களில் இந்தியாவும் சீனமும் சம அந்தஸ்திலேயே இருப்பதாக சீன யாத்ரிகர்கள் பதிவு செய்துள்ளனர். 'இந்தியர்கள் நேர்மையும் கண்ணியமும் மிக்கவர்கள், மோசடிக்காரர்களோ நயவஞ்சகர்களோ இல்லை; தாங்கள் எடுத்துக்கொண்ட சத்தியப் பிரமாணங்களுக்கும் கொடுத்த வாக்குறுதிகளுக்கும் விசுவாசம் மிக்கவர்களாக, நாணயஸ்தர்களாக இருக்கின்றனர். பாவங்களைச் செய்தால் இறப்புக்குப் பிறகு நரக லோகத்தில் தண்டனைகளை அனுபவிப்பதற்கு அஞ்சி, இந்த உலகத்தில் நல்லவர்களாக நடக்க விரும்புகிறார்கள்' என்று யுவான் சுவாங் எழுதியிருக்கிறார்.

மறுபிறவியில் இந்தியர்களுக்கு ஆழ்ந்த நம்பிக்கை இருக்கிறது, இப்பிறவியில் தவறு செய்தால், அதற்கான பலனை அடுத்த பிறவியில் அனுபவிக்க நேரிடும் என்று அவர்கள் அஞ்சினர் என்பது புலனாகிறது. இந்தியர்கள் மரியாதையை ஒன்பது விதங்களில் வெளிப்படுத்துகிறார்கள் என்று அவர் பட்டியல் இட்டிருக்கிறார். எதையாவது கேட்பதாக இருந்தால், மிகவும் கனிவான வார்த்தைகளையே பயன்படுத்துகிறார்கள். இரு கைகளையும் சேர்த்து உடலை வளைத்துத் தலையைத் தாழ்த்தி வணங்குகிறார்கள். சில சமயம் முழங்கால்களை மட்டும் லேசாக மடித்து உடலைத் தாழ்த்துகிறார்கள். சில இடங்களில் நெடுஞ்சாண்கிடையாக விழுந்து வணங்குகிறார்கள்.

மக்களைத் துன்புறுத்தக்கூடாது என்ற கொள்கையின் அடிப்படையில் அரசின் நிர்வாகம் அமைந்திருக்கிறது. மக்களைக் கட்டாயப்படுத்தி எந்த வேலையையும் அரசு வாங்குவதே இல்லை. மக்கள்மீதான வரிச்சுமை சுமக்கத்தக்க அளவிலேயே இருக்கிறது. அரசின் விதிகள் நடுநிலைமையாக இருக்கின்றன.

அரசு அதிகாரிகள், மக்களிடம் மென்மையாகவும் இனிமையாகவும் நடந்துகொள்கின்றனர். அரசுக்கு எதிராகக் கிளர்ச்சி செய்பவர்களும் கொடூரமான குற்றச் செயல்களைச் செய்கிறவர்களும் மிகச் சிலர்தான், அவர்களும்கூட எப்போதாவதுதான் அப்படி நடந்துகொள்கின்றனர்.

இந்தியர்களைப்பற்றி இப்படி பொதுவாக எழுதும்போது நல்லவிதமாக எழுதினாலும், மாகாணவாரியாக மக்களை அலசும் போது நிறைய விதி விலக்குகளையும் சுட்டிக்காட்டுகிறார். சமூகத்தைப்பற்றி நல்லவிதமாகப் பலவற்றை யுவான் சுவாங் சொல்கிறார். மூல்தான் நகர மக்கள் எளிமையானவர்கள், நேர்மையானவர்கள். மால்வா பிரதேச மக்கள் நியாயங்களுக்குக் கட்டுப்பட்டவர்கள், நன்கு பழகுகிறவர்கள். காஞ்சிபுரம் மக்கள் தீரம் மிக்கவர்கள், உண்மையானவர்கள். இதில் விதி விலக்குகளும் இரண்டு அல்லது மூன்று பதிவாகியுள்ளன. அவையெல்லாம் விளக்கமாக அல்லாமல் சுருக்கமாகப் பதிவு செய்யப்பட்டுள்ளன.

'பல்டிஸ்தானில் மக்கள் முரடர்களாக இருக்கின்றனர், அவர்களிடம் மனிதாபிமானமோ, நியாய உணர்வுகளோ இல்லை. அடக்கம் என்பதை அவர்கள் கேள்விப்பட்டிருக்கவே மாட்டார்கள் என்று தெரிகிறது. குலுட்டாவில் (இமாசலத்தில் இப்போதுள்ள குல்லு மாவட்டம்) மக்கள் பொதுவாகவே முரட்டுச் சுபாவத்தினராக உள்ளனர். அவர்களில் பலருக்கு உடல் முழுவதும் கட்டிகளும், கண்டமாலை (முன் கழுத்துக்கழலை) என்ற நோயும் இருக்கிறது. கடின உழைப்பாளிகளாகவும் அச்சம்தரும் தோற்றமுள்ளவர்களாகவும் இருக்கின்றனர். கட்வாலில் மக்கள் மூர்க்கர்களாக இருக்கின்றனர். கலிங்கத்து மக்களும் அடாவடிக்காரர்களாகவும், வம்பிக்கிழுப்பவர்களாகவும் இருக்கின்றனர். குஜராத்தின் பாரூச் பகுதி மக்களோ வஞ்சகர்களாகவும் வக்கிரம் பிடித்தவர்களாகவும் இருக்கின்றனர். ஆந்திரத்தில் அச்சமூட்டுகிறவர்களாகவும் உணர்ச்சிவசப்பட்டவர்களாகவும் இருக்கின்றனர். சோழநாட்டில் அற்பர்களாகவும் குரூரமானவர்களாகவும் இருக்கின்றனர். சிந்து மாகாணத்தில் ஒழுக்கக் கேடர்களாகவும், சுகங்களை அனுபவிக்கத் துடிப்பவர்களாகவும் இருக்கின்றனர். வாரணாசிக்கு அருகில் உள்ள ராஜதானியில் மக்கள் இயல்பாகவே கொடூரமானவர்களாகவும் உணர்ச்சிவசப்படுகிறவர்களாகவும் இருக்கிறார்கள்' என்றெல்லாம் பதிவு செய்திருக்கிறார்.

இந்தக் கருத்துகள் எல்லாம் ஒரு பிரதேசத்தில் பௌத்தர்கள் அதிகமா அல்லது இதர சமய நம்பிக்கை உள்ளவர்கள் அதிகமா என்றெல்லாம் பார்த்துக் கூறப்பட்டவை அல்ல. இந்த ராஜதானிகளில் அவர் மடாலயங்களில் பல மாதங்கள் தங்கி உள்ளூர் மக்களுடன் கலந்து பழகியிருக்கவேண்டும். ஏதாவது கசப்பான அனுபவங்கள் காரணமாக ஒரு பிரதேச மக்கள் அனைவரையும் இப்படி எடைபோட்டிருப்பாரா? பஞ்சாபில் அவருடைய ஆடைகள் உள்பட அனைத்தையும் கொள்ளையடித்துச் சென்றுவிட்டார்கள். அயோத்திக்கு அருகில் ஆற்றுக் கொள்ளைக்காரர்கள் கங்கைக் கரையில் அவரை கிட்டத்தட்ட துர்கைக்கு நரபலியே கொடுத்துவிட்டார்கள். சட்டென்று கோபமடைந்து எரிச்சல்படும் சுபாவமுள்ள அவர், ஓரிரு சம்பவங்களைக் கொண்டு ஒரு பிரதேச மக்களே இப்படித்தான் என்று முடிவுகட்டிவிட்டார் என்று தோன்றுகிறது. ஒருவேளை சொந்த நாட்டு வாசகர்கள் ரசிக்கவேண்டும் என்று எழுதினாரோ? அவருடைய கருத்துகள் மிகையானவையாக இருந்தாலும் அவற்றில் ஒரு துளியாவது உண்மையும் இருக்கக் கூடுமோ?

தான் பார்த்த இடங்களில் பெரும்பாலானவற்றின் பரப்பளவு, அந்தப் பிரதேச புவியியல் அமைப்பின் சிறப்புகள், ஆட்சியாளர்கள், எப்போதாவது தனிநபர்கள் அல்லது கலாச்சார தனித்திறன்கள், வேளாண் விளைபொருள்கள் அல்லது பழங்கள் - காய்கறிகள், உள்ளூர் கதைகள், மேலும் பல விஷயங்கள் என்று பல தகவல்களைப் பதிவு செய்திருக்கிறார். அவர் ஊன்றிக் கவனித்தவரையில் பெரும்பாலான மன்னர்கள் க்ஷத்திரியர்கள், வைசியர்கள், பிராமணர்கள் அல்லது பௌத்தர்களாக இருந்திருக்கிறார்கள். அதில் இருந்த விதிவிலக்குகளையும் அவர் கவனித்து எழுதியிருக்கிறார்.

இமயமலையின் அடிவாரத்தில் மக்கள் அவசரக்காரர்களாகவும் பொறுமையற்றவர்களாகவும் இருக்கிறார்கள் என்று அவரால் குறிக்கப்பட்ட பிரதேசத்தில் ஒரு பெண், ராணியாகப் பல ஆண்டுகள் ஆட்சி செய்திருக்கிறார், அதை அல்லி ராஜ்யம் என்றே மக்கள் அழைத்தனர். அந்தப் பெண்ணின் கணவரை ராஜா என்றே அழைத்தாலும் அவருக்கு அரசு நிர்வாகம்பற்றி அதிகம் தெரிந்திருக்கவில்லை. அந்த நாட்டில் போர் வந்தால் ஆண்கள் போர் புரிந்தார்கள், மற்ற சமயங்களில் விவசாயத்தில் ஈடுபட்டார்கள்.

பிஜ்நூர் அருகில் சூத்ர வர்ணத்தைச் சேர்ந்த மன்னர், சொர்க்கத்தில் இருந்த தேவதைகளை தினமும் வழிபட்டார். அந்நாட்டின் விசுவாசமும் ஒழுக்கமும் மிக்க மக்கள் படிப்பில் அக்கறை செலுத்தினார்கள். தங்களுடைய அழகையும் மந்திர ஆற்றலையும் பயன்படுத்துவதில் ஆர்வமாக இருந்தார்கள். சிந்து மாகாணத்திலும் பௌத்தர்கள் அதிகம். அந்நாட்டை ஆண்ட மன்னரும் சூத்ர வர்ணத்தைச் சேர்ந்தவரே. இயல்பாகவே அவர் நேர்மையாளராகவும் தன்னுடைய கடமையை ஒழுங்காக நிறைவேற்றுபவராகவும் இருந்தார். புத்தர்மீது மிகுந்த மதிப்பு வைத்திருந்தார். ஹரித்வாருக்கு அருகில் இருந்த மதிபுரா பகுதியையும் சூத்ர வர்ணத்தைச் சேர்ந்த மன்னர்தான் ஆண்டிருக்கிறார்.

கனோஜில் ஹர்ஷ சக்ரவர்த்தியின் செழிப்பான ஆட்சியில் மக்கள் நேர்மையாளர்களாகவும் உயர்ந்த குணங்களைக் கொண்டவர்களாகவும் கருணையுள்ள தோற்றத்துடனும் விளங்கினர். ஹர்ஷர் தன்னுடைய ஆட்சிக்குள்பட்ட பிரதேசத்தை ஆறு ஆண்டுகள் தொடர்ந்து போரிட்டு விரிவுபடுத்தினார். தனக்குக் கீழ்ப் படியாதவர்கள்மீது போரிட்டு அவர்களை அடக்கினார். ஒரு கட்டத்தில் அவர் பௌத்த சமயத்தைத் தழுவினார். உணவுக்காகப் பிராணிகளைக் கொல்வதற்குத் தடை விதித்தார். அதை மீறுபவர்களுக்கு மரண தண்டனையை விதித்தார். மதம் தொடர்பான விவாதங்களில் பங்குகொண்டார். நல்லவர்களுக்குப் பரிசுகளை வழங்கினார், தீயவர்களைத் தண்டித்தார். திறமை உள்ளவர்களை ஊக்குவித்தார்.

பௌத்தத்தின்மீது ஹர்ஷருக்கிருந்த பக்தியையும், நிதானப் போக்கையும், பரந்த மனதையும் புகழ்ந்திருக்கிறார் யுவான் சுவாங். ஐந்து ஆண்டுகளுக்கு ஒருமுறை 'மகா மோட்ச பரிஷத்' என்ற மதப் பேரவையை அவர் கூட்டினார். தன்னுடைய அரசுக் கருவூலத்திலிருந்தப் பொக்கிஷங்களை ஏழைகள், அனாதைகள், நிர்க்கதியாக விடப்பட்டவர்கள், மதம் சார்ந்த மடாலயங்கள், பாடசாலைகள் போன்ற அமைப்புகளுக்குச் செலவிட்டார். இந்தியா முழுவதும் நெடுஞ்சாலைகளில் வழிப்போக்கர்கள் தங்கிச் செல்ல இடமும் அவர்கள் உண்ண உணவும், குடிநீரும் வழங்கினார். அந்த தருமச்சாலைகளில் வைத்தியர்களையும் நியமித்து வழிப்போக்கர்களுக்குத் தேவைப்பட்ட மருத்துவ உதவிகளையும் இலவசமாக அளிக்கச் செய்தார்.

யுவான் சுவாங் அயோத்தி நகருக்கும் சென்றார். அங்கு மக்கள் நேர்மையாளர்களாகவும் மற்றவர்களுடன் நட்புடன் பழகுகிறவர்களாகவும் இருந்தனர். அங்கே நூற்றுக்கும் மேற்பட்ட பௌத்த மடாலயங்களும் மூவாயிரம் பௌத்தத் துறவிகளும் இருந்தனர். பௌத்தர் அல்லாதவர்களின் எண்ணிக்கை மிகவும் குறைவே. அவர்களுக்கென்று பத்து கோவில்கள்தான் இருந்தன. கி.பி. ஏழாவது நூற்றாண்டில் அயோத்தி, பௌத்த நகரமாகவே இருந்தது என்பது தெரிகிறது. கி.பி. ஐந்தாவது நூற்றாண்டிலும் அயோத்தி நகரில் ஏராளமான பௌத்த ஆலயங்களைத் தரிசித்ததை எழுதியிருக்கிறார்.

அயோத்தியில் பௌத்தம் உச்சத்தில் இருந்ததால், வசுபந்து என்ற துறவி காந்தாரத்திலிருந்து வந்தார். மிகப் பெரிய பௌத்த குருவானார். மகாயானப் பிரிவின் யோககார பள்ளிக்கூடத்துக்குப் புத்துயிர் ஊட்டினார். அவருக்குச் சகோதரரான அசாங்க என்பவரும் வசுபந்து வசித்த இடத்துக்கு அருகிலேயே வாழ்ந்திருக்கிறார். மகாயான பௌத்தப் பிரிவை வளர்த்த இரண்டு பெரும் பள்ளிகளில் ஒன்று அயோத்தியில் இருந்திருக்கிறது. மற்றொன்று நாகார்ஜுனர் தோற்றுவித்த மாத்யாமகப் பள்ளிக் கூடம். பௌத்த வேதங்களை எப்படி முறையாகப் படிப்பது, பொருள் தெரிந்துகொள்வது, பௌத்த மாணவர் எப்படி நடந்துகொள்ளவேண்டும், எப்படியெல்லாம் நடந்துகொள்ளக் கூடாது என்பதையெல்லாம் வசுபந்து அறிவுறுத்தினார். வசுபந்துமீது யுவான் சுவாங்குக்கு மிகுந்த மரியாதை. அயோத்தியில் அவர் வாழ்ந்த மடாலயத்துக்குச் சென்று வழிபட்டார். வெவ்வேறு நாடுகளைச் சேர்ந்த மன்னர்களுக்கும், பிரமுகர்களுக்கும் சிராமணர்களுக்கும் பிராமணர்களுக்கும் நடுவில் வசுபந்து உரையாற்றிய அரங்கை மிகவும் பிரமிப்புடன் பார்வையிட்டார்.

பிரயாகில் (பின்னர் அலாகாபாத் என்று பெயர் மாறியது) அவர் கண்ட காட்சிகள் வித்தியாசமானவை. அங்கே பௌத்தர் அல்லாதார் எண்ணிக்கை அதிகம். அவர்கள் மிகவும் கனிவானவர்களாகவும் தங்களுக்கு விதிக்கப்பட்டவற்றை நிறைவேற்றும் இயல்புடையவர்களாகவும் இருந்தனர். 'கும்ப மேளா' என்ற வார்த்தையை யுவான் சுவாங் பயன்படுத்தவில்லை, அதை அவர் கேள்விப்பட்டிருக்கக் கூடும், அல்லது அதன் ஒரு பகுதியை அவர் பார்த்திருக்கக்கூடும். கங்கையும் யமுனையும் கூடும் பிரயாகையில் புனித நீராடினால் இந்தப் பிறவியிலும்

முற்பிறவிகளிலும் செய்த அனைத்துப் பாவங்களும் நீங்கிவிடும் என்ற ஆன்றோரின் வாக்கைக் கேட்டு, நாட்டின் அனைத்துப் பகுதிகளிலிருந்தும், வெகு தொலைவில் உள்ள தேசங்களிலிருந்தும் மக்கள் தீர்த்த யாத்திரையாக வந்திருந்தனர். இங்கே வரும் துறவிகளில் பலர் கடுமையான விரதங்களைக் கடைப் பிடிக்கின்றனர். இதை அவர்கள் வாழ்க்கையில் தொடர்ந்து பல ஆண்டுகளாகத் தொடர்கின்றனர் என்று எழுதியுள்ள யுவான் சுவாங், அந்தத் தவம் என்னவென்றோ, விரதங்கள் எப்படிப் பட்டவை என்றோ விசாரிக்கவில்லை.

வெவ்வேறு மதப் பிரிவின் சித்தாந்தங்களை விவாதிக்கும் இன்னொரிடத்தில், காபாலிகர் என்ற பிரிவினரின் தோற்றத்தைக் குறிப்பிட்டு கேள்விகளை எழுப்புகிறார். 'காபாலிகர்கள் ஆடை ஏதும் இல்லாமல் நிர்வாணமாக இருக்கின்றனர். இறந்தவர்களின் எலும்புகளைத் தலையைச் சுற்றிலும் கழுத்திலும் மாலையாக அணிந்துள்ளனர். மயானத்திலிருந்து எடுத்த எரிசாம்பலை உடல் முழுக்கப் பூசிக்கொண்டுள்ளனர். இதைத் தங்களுடைய சிறப்பு அடையாளம் என்று கருதுகின்றனர். இதை அறிவின் வெளிப்பாடு என்று எப்படிக் கருதமுடியும்? தவறான நம்பிக்கைகளுக்கும் பித்துப்பிடித்த நிலைக்கும் இது உதாரணமில்லையா?' என்று கேட்கிறார் யுவான் சுவாங்.

'வாரணாசியில் 100 கோவில்களும் 3,000 பூசாரிகளும் இருக்கின்றனர். அவர்கள் பெரும்பாலும் சிவனையே வணங்கு கின்றனர். சிவனுடைய சிலைகள் பார்க்கக் கம்பீரமாகவும் மேன்மை பொருந்தியதாகவும் விளங்குகின்றன. ஹரித்வார் நகருக்கு ஆயிரக்கணக்கில் மக்கள் வெகு தொலைவான தேசங்களிலிருந்து புனித நீராடுவதற்காக வருகின்றனர்' என்றும் குறிப்பிட்டுள்ளார். கங்கை நதியைப் பார்த்துப் பரவசப் பட்டுள்ளார். கங்கை நதி அகலமாகவும், நீல நிறத் தண்ணீருடன் கடலைப்போலவே திகழ்கிறது. அதனுடைய நீர், மிகுந்த சுவையாகவும் பரவசம் ஊட்டுவதாகவும் இருக்கிறது என்று வியந்திருக்கிறார்.

'சம்பா (கிழக்கு பிஹார்) நாட்டு மக்கள் எளிமையானவர்களாகவும் நேர்மையானவர்களாகவும் இருக்கின்றனர். அவர்களுடைய தலைநகரம் உயரமான செங்கற்சுவர்களால் அரண் செய்யப் பட்டிருக்கிறது. அங்கே பல பௌத்த மடாலயங்கள் இருக்கின்றன, ஆனால் பெரும்பாலானவை பாழடைந்துவிட்டன' என்று கூறும் யுவான் சுவாங், அவை ஏன் பாழடைந்தன என்று

இந்திய நாகரிகம் | 167

குறிப்பிடவில்லை. 'சம்பா நகருக்கும் தெற்கில் மிகப் பெரிய மலைக்காடுகள் அடர்த்தியாகவும், பெரிதாகவும் உள்ளன. அங்கே நூற்றுக்கணக்கான யானைகள் கூட்டங்கூட்டமாகத் திரிகின்றன. அங்கே சைன்யத்தில் ஏராளமான யானைகளைக் கொண்டு யானைப் படையை வைத்திருக்கின்றனர். அவ்வப்போது யானைப் பாகர்களை அனுப்பி புதிது புதிதாக யானைகளைக் காட்டிலிருந்து பிடித்து வந்து பழக்குகின்றனர். மிகப் பெரிய வண்டிகளை இழுப்பதற்கு யானைகளைப் பயன்படுத்துகின்றனர். ஓநாய்கள், ஒற்றைக்கொம்புள்ள காண்டா மிருகம், கருஞ்சிறுத்தைகள் காட்டில் கணக்கற்றுத் திரிகின்றன. இதனால் மக்கள் காடுகளுக்குச் செல்லத் துணிவதில்லை' என்றும் குறிப்பிட்டுள்ளார்.

'மகாராஷ்டிரத்தில் மக்கள் நேர்மையானவர்கள், எளிமை யானவர்கள். அதே சமயம் தவறு செய்கிறவர்களையும் எதிரிகளையும் தண்டிப்பதில் கண்டிப்பாகவும் பழிவாங்கும் போக்கிலும் செயல்படுகின்றனர். தங்களை வாழவைக்கிறவர் களுக்கு விசுவாசமாகவும் எதிரிகளுக்கு இடைவிடாமல் தொல்லை தருகிறவர்களாகவும் இருக்கின்றனர். அவர்களை அவமானப்படுத்தினால் உயிரைக்கூட பொருட்படுத்தாமல் பழிதீர்க்கப் பார்க்கின்றனர். யாராவது ஆபத்து என்று கூறி உதவி கேட்டால், அதனால் தனக்கு வரப்போவது என்ன என்றுகூடப் பார்க்காமல் உதவும் உள்ளம் உள்ளவர்கள். போரில் தங்களுடைய படைகள் தோல்வியடைந்தால் தளபதிகளை அவர்கள் தண்டிப்பதில்லை, பதிலாக பெண்கள் அணியும் சேலை - ரவிக்கை போன்ற ஆடைகளைப் பரிசாக தந்து கேலி செய்வார்கள். இந்த அவமானம் தாங்காமல் தளபதிகள் தாங்களாகவே தற்கொலை செய்துகொண்டுவிடுவார்கள். மகாராஷ்டிரத்தில் வீர மராட்டர்கள் அதிகம். போர்க்களத்துக்குச் செல்வதற்கு முன்னால் தாங்களும் கள்ளைக் குடித்து, தங்களுடைய யானைகளுக்கும் புகட்டி போர்வெறி கொள்ளச் செய்கின்றனர். ஹர்ஷருடைய சைன்யம் உள்பட எந்த மன்னனின் படைகளும் மராட்டியர்களுக்கு முன்னால் நிற்க முடியாது. இவர்கள் போவதற்கு முன்னால் வெற்றி முரசு கொட்டுகின்றனர். குடிபோதையினால் வரும் சண்டையில் ஒருவரை ஒருவர் கொன்றுவிட்டால், அதை கொலைக் குற்றமாகக் கருதி மன்னர் தண்டிப்பதில்லை' என்கிறார் யுவான் சுவாங்.

'மதுராவில் ஏராளமான ஸ்தூபங்கள், மடாலயங்கள், புத்த பிக்குகளைப் பார்க்கிறேன். மதுரா நகர வாழ் மக்கள்

சாவதானமானவர்கள், பரபரப்பு இல்லாதவர்கள். நேர்மையும் கல்வியில் நாட்டமும் மிக்கவர்கள். கி.பி. 406-ல் ஃபாஹியானும் மதுராவுக்குச் சென்றிருக்கிறார். யமுனையின் இரண்டு கரைகளிலும் இருபது பௌத்த மடாலயங்களை அவர் பார்த்திருக்கிறார். மூவாயிரத்துக்கும் மேற்பட்ட பிக்குகள் வாழ்கின்றனர், இங்கே புத்தரின் போதனைகள் கடைப்பிடிக்கப் படுகின்றன என்று அவர் எழுதியிருக்கிறார். சிராவஸ்தி, கௌசாம்பி, சாரநாத் ஆகிய பௌத்த திருத்தலங்களில் நிறுவப் பட்ட புத்தரின் சிலைகள் கி.பி. இரண்டாவது நூற்றாண்டிலேயே மதுராவில்தான் தயாராகின.

மதுராவுக்கு தெற்கில் மத்திய சமஸ்தானம் இருக்கிறது. மக்கள் எண்ணிக்கையில் அதிகமாகவும், மகிழ்ச்சியாகவும் வாழ்கிறார்கள். மக்கள் தங்களுடைய குடும்பம் குறித்து அரசிடம் பதிவு செய்துகொள்ளத் தேவையில்லை. அவர்களைக் கட்டுப்படுத்த நியாயஸ்தலங்களோ, விதிகளோ கிடையாது. அரசருக்குச் சொந்தமான நிலங்களில் விவசாயம் செய்கிறவர்கள் மட்டும் தங்களுடைய விளைச்சலில் ஒரு பகுதியை மன்னருக்குச் செலுத்தவேண்டும். அவர்கள் அங்கிருந்து போக விரும்பினால் போகிறார்கள், அங்கேயே இருக்க விரும்பினால் தொடர்ந்து வாழ்கிறார்கள். அரசு தலையிடுவதே இல்லை. குற்றங்களுக்குத் தண்டனையாக இங்கே எவருடைய உறுப்புகளும் துண்டிக்கப் படுவதில்லை, பெரும்பாலும், மரண தண்டனையே கிடையாது. குற்றவாளிகளுக்கு அவரவர் குற்றங்களுக்கேற்ப அபராதம் விதிக்கப்படுகிறது. அரசுக்கு எதிராகத் தொடர்ந்து கிளர்ச்சி செய்கிறவர்களைக்கூட வலது கையைத் துண்டித்துவிட்டு விடுதலை செய்துவிடுகிறார்கள். இது குப்தர்களின் ஆட்சி நடந்த பொற்காலம் கி.பி.319 - 543.

‘மகத நாட்டில் (இப்போதைய பிஹார்) நகரங்களும் பெரிய பட்டணங்களும் மத்திய ராஜதானியிலேயே மிகவும் பெரிதானவை. மக்கள் பெரும் பணக்காரர்கள். நேர்மையைக் கடைப்பிடிப்பதிலும் தான - தர்மம் செய்வதிலும் அவர்களிடையே போட்டி நிலவுகிறது. பாடலிபுத்திரத்தில் நகரின் மையத்தில் உள்ள மன்னரின் அரண்மனையும் சபா மண்டபமும் அற்புதமாகச் செதுக்கப்பட்ட சிற்பங்களையும் சித்திர வேலைப்பாடுகள் மிக்கக் கதவுகள், சாளரங்களையும் கொண்டுள்ளன. வானத்திலிருந்து வந்த தேவர்களே கட்டியதோ என்று வியக்கும் வண்ணம் அவை எழிலுற அமைக்கப்பட்டிருந்தன என்று வியக்கிறார் ஃபாஹியான்.

இரண்டு நூற்றாண்டுகளுக்குப் பிறகு யுவான் சுவாங் அவ்விடங்களைப் பார்த்தபோது குப்தர்களின் சாம்ராஜ்யம் அழிந்தது, பாடலிபுத்திரம் கைவிடப்பட்ட நகரமாகிவிட்டது. நகரின் அஸ்திவாரச் சுவர்கள் மட்டுமே எஞ்சின. நூற்றுக்கணக்கான பௌத்த மடாலயங்களும் பிராமணீயக் கோவில்களும் சிதிலம் அடைந்துவிட்டன. யுவான் சுவாங் காலத்தில் பார்க்கப்பட்ட வற்றில்கூட மிகச் சிறிய பகுதியைத்தான் நவீனத் தொல்லியலாளர் களால் அகழ்ந்தெடுக்க முடிந்தது.

சமூக வாழ்க்கைப்பற்றிய பதிவுகள்

‘இந்தியாவுக்கும் பிற நாடுகளுக்கும் உள்ள முக்கியமான வேறுபாடு தூய்மை - தூய்மையற்றது என்று பலவற்றை பகுப்பதில்தான். எச்சில்பட்ட உணவு, எச்சில்படாத உணவு, பிறரால் வாய்வைத்துக் குடித்துத் தூய்மையற்றதாக்கப்பட்ட குடிநீர், எவரும் கையாலோ, உதட்டாலோ தொடாத தூய குடிநீர் என்று பலவற்றிலும் தூய்மைக்கு முக்கியத்துவம் தரப்படுகிறது. உணவு உண்ணும் கூடம், குடிக்கும் இடம், படுக்கும் அறை என்று எல்லாமே தூய்மையாக இருக்கவேண்டும் என்பதில் கவனம் செலுத்தப்படுகிறது. இதில் துறவிகள், பாமரர் இருவருமே ஒரேமாதிரிதான் செயல்படுகின்றனர். குடியிருக்கும் வீடுகளில் உண்ணும் இடங்கள், படுக்கும் இடங்கள்கூட தீட்டு நீங்க சுத்திகரிப்பு சடங்குக்கு உள்படுத்தப்படுகின்றன. உணவை மட்டுமல்ல, உணவைச் சமைக்கும் பாத்திரங்கள், பரிமாறும் தட்டுகள், கரண்டிகள் உள்ளிட்டவற்றையும் எப்படிக் கையாள வேண்டும் என்று ஏகப்பட்ட வழிமுறைகள் கண்டிப்புடன் பின்பற்றப்படுகின்றன. உணவு உண்ட பிறகு கையைக் கழுவி விட்டு வாயை பலமுறை தண்ணீர்விட்டுக் கொப்பளிக்கின்றனர். இந்நேரத்தில் மற்றவர்கள் வந்து தங்களைத் தொட்டு தீட்டாக்கி விடக்கூடாது என்பதில் கவனமாக இருக்கின்றனர்’ என்று யிஜிங் விவரித்துள்ளார். தனிப்பட்ட தூய்மையில் மக்கள் மிகவும் கவனமாக இருப்பதை யுவான் சுவாங்கும் பதிவுசெய்துள்ளார். ‘குளித்த பிறகே சாப்பிடவேண்டும் என்பதில் இந்தியர்கள் உறுதியாக இருக்கின்றனர். சாப்பிடும் தட்டு, குவளை, மிஞ்சிய உணவு எவற்றையும் அவர்கள் மற்றவர்களுடன் பகிர்ந்து கொள்வதில்லை’ என்றும் யுவான் சுவாங் சுட்டிக்காட்டுகிறார்.

இதே சிந்தனையின் அடிப்படையில்தான், மடாலயங்களின் சமையலறைகளில் சமைப்பதற்கு பெண்களை வேலைக்கு வைத்துக்கொள்வதில்லை (மாதவிலக்குக் காலங்களில் சமைப்பது தூய்மைக்கு ஏற்றதல்ல என்பதாலா?) என்கிறார் யிஜிங். பெண் துறவிகள் வசித்த மடாலயங்களில் நிலைமை எப்படி என்று அவர் விளக்கவில்லை. இதற்கான பதிலை வேறிடத்தில் மறை முகமாகக் குறிப்பிடுகிறார். புத்த பிக்குணிகளின் வாழ்க்கைமுறை சீனத்தில் உள்ளதைப்போல இந்தியாவில் இல்லை. இந்தியாவில் பிக்குணிகள் தங்களுக்குத் தேவைப்படும் உணவை பிட்சையாகத் தான் வீடு வீடாகச் சென்று யாசித்துப் பெறுகிறார்கள். அவர்கள் ஏழைகளைப்போலவே மிகவும் எளிமையான வாழ்க்கை முறையையே கடைப்பிடிக்கிறார்கள் என்கிறார். அப்படியானால் பெண் துறவியர் இருந்த மடாலயங்களில் சமையல்கூடங்களே தேவைப்படாமலும் போயிருக்கலாம். யிஜிங்கின் இந்தக் கருத்து இந்தியாவில் இருந்த பௌத்த மடாலயங்கள் அனைத்துக்கும் பொருந்துவன. நாளந்தாவில் அவர் படித்த மஹாவிஹார இதிலிருந்து விதி விலக்காக இருந்திருக்க வாய்ப்பில்லை. பிக்குணிகள் வாழ்ந்த பழங்கால இந்திய பௌத்த மடாலயங்கள் குறித்து மேலும் பல தகவல்கள் பிறகு கிடைத்துள்ளன.

மடாலயங்களில் சாதிப்பாகுபாடுகள் நிலவியதாக மூன்று யாத்ரிகர்களுமே எழுதவில்லை. ஆனால் வெளியுலகம் எப்படியிருந்தது? நவீன மரபணுவியல் ஆய்வுகள்படி எழுபது தலைமுறைகளுக்கு முன்னதாகவே 'அக மணமுறை' வழக்கத்துக்கு வந்துவிட்டது. எல்லோரிடத்திலும் இல்லா விட்டாலும் உயர் சாதியினரிடையேயும் இந்திய-ஐரோப்பிய மொழிகளைப் பேசும் இனத்தவரிடமும் இது வேரூன்றிவிட்டது. எனவே யுவான் சுவாங், யிஜிங் ஆகியோர் இந்தியா வந்த காலத்தில் இது நடைமுறையில் இருந்தது. இன்றைக்கும்கூட வெளிநாடுகளிலிருந்து வருவோருக்கு இந்தியாவுக்குள் இருக்கும் சாதிப் பிரிவினைகள் விவரமாகத் தெரியாது. அதிலும் அவர்களுடன் கலந்துரையாடுபவர்களும் வழிகாட்டுபவர்களும் மெத்தப் படித்தவர்களாகவும், விவரமானவர்களாகவும் இருந்தால் இவற்றை அதிகம் வெளிச்சம்போட்டுக் காட்ட மாட்டார்கள். சீன யாத்ரிகர்கள் விஷயத்திலும் இப்படித்தான் நடந்திருக்கவேண்டும். அப்படியிருந்தாலும் அவர்களுடைய எழுத்துகளில் இந்தியாவில் நிலவிய சாதியமைப்பு குறித்த குறிப்புகள் வெளிப்படையாகவே இடம் பெற்றுள்ளன. 'நாலு

வர்ணங்களுக்கு இடையில் தூய்மையும் தூய்மையற்ற நிலையும் சாதிஅடுக்கில் அவரவர்களுக்கு உரிய இடங்களைப் பொருத்து நிர்ணயிக்கப்பட்டிருந்தது; அவர்கள் திருமணம் செய்துகொள்ளும் போது புதிய உறவுக்கேற்ப அவர்களுடைய சமூக அந்தஸ்து உயர்ந்தது அல்லது தாழ்ந்தது' என்கிறார் யுவான் சுவாங்.

இந்தியாவின் ஐந்து பெரிய நிலப்பரப்புகளிலும் பிராமணர்கள் மேன்மையானவர்களாகக் கருதப்பட்டனர் என்று எழுதுகிறார் யிஜிங். 'ஓரிடத்தில் மற்றவர்களைச் சந்தித்துக்கொள்ளும்போது, இதர மூன்று வர்ணத்தாருடன் பிராமணர்கள் கலப்பதில்லை. அது மட்டுமல்லாமல், வர்ணக்கலப்பு ஏற்பட்டவர்களுடன் இன்னும் சற்று அதிகமாகவே விலகி நிற்கின்றனர்' என்று யிஜிங் எழுதுகிறார். அவர்கள் போற்றும் மறை நூல்கள் - நான்கு வேதங்கள், ஒரு லட்சத்துக்கும் மேற்பட்ட பாக்களால் ஆனவை. பாடலிபுத்திரத்தில் மிகவும் புகழ்பெற்ற பிராமணராக இருந்தவர் பிறகு பௌத்த மதத்தைத் தழுவியதையும், அப்பழுக்கற்றவராக தூய்மையான நெறிகளுடன் வாழ்ந்ததையும் ஃபாஹியான் நினைவுகூர்கிறார். 'அவரை யார் தொட்டாலும் உடனே தனது வலது கையைக் கழுவுவதை வழக்கமாக வைத்திருந்தார். ஒரு நாள், அன்பினாலும் அவர்மீது வைத்திருந்த மரியாதையாலும் அரசரே அவருடைய கையை வாஞ்சையுடன் பிடித்தார். அரசர் கையை விடுவித்ததும் அவர் வேகமாகச் சென்று தண்ணீர் விட்டுத் தனது கையைக் கழுவிக்கொண்டார்' என்று மிகுந்த வியப்புடன் அதைப் பதிவு செய்கிறார்.

நகரங்களைச் சுற்றி நல்ல அகலத்திலும் உயரத்திலும் சுவர்கள் அமைக்கப்பட்டிருந்தன என்று எழுதும் யுவான் சுவாங், எந்த அச்சம் காரணமாக அப்படிச் சுவர்களை எழுப்பினார்கள் என்று எழுதவில்லை. இந்தச் சுவர்கள் வீதிகளையும் குறுகலான சந்துகளையும் கூட உள்ளடக்கியது. சாலையின் இருபுறங்களிலும் கடைகளைப்போன்ற அமைப்புகள் அடையாளக் குறியீடுகளுடன் இருந்தன. நடக்கும் இடங்கள் குப்பைகள், புழுதி போன்றவற்றுடன் அசுத்தமாகக் காட்சியளித்தன. இப்போதும் அசுத்தமாக இருக்கும் வீதிகளை, புராதன பாரம்பரியப்படியே இருப்பதாகக் கருதலாமா? கசாப்புக் கடைக்காரர்கள், பரதவர்கள் (மீனவர்கள்), நாட்டியமாடுகிறவர்கள், தூக்குத் தண்டனைகளை நிறைவேற்றுகிறவர்கள், தூய்மைப் பணியாளர்கள் ஊரின் மதில் சுவர்களுக்கு வெளியே குடியிருந்தனர். இவர்கள் ஊருக்குள் வருவதாக இருந்தாலும், ஊரிலிருந்து அவர்களுடைய

வீடுகளுக்குத் திரும்புவதாக இருந்தாலும் வீதியின் இடதுபுறமாக மட்டுமே செல்லவேண்டும். கழிவுகளை அகற்றும் தூய்மைப் பணியாளர்கள் வீதியில் தாங்கள் நடந்துசெல்லும்போது தங்களுடைய இருப்பை அறிவிக்கும்விதமாக கையில் கழியால் தரையில் ஓசை எழுப்பியபடியே செல்லவேண்டும். தவறிப்போய் யாராவது அவர்களைத் தொட்டுவிட்டால் உடனே போய் நீராடுவதுடன் தங்களுடைய ஆடைகளையும் நனைத்துப் பிழிந்து உலர்த்துவர். தீண்டாமை என்பது கி.பி. ஏழாவது நூற்றாண்டிலேயே இந்தியாவில் பழக்கத்துக்கு வந்துவிட்டது.

'நெய், தாவர எண்ணெய், பால், வெண்ணெய் போன்றவை எல்லா நாடுகளிலும் ஊர்களிலும் தாராளமாகக் கிடைத்தன. நவ தானியங்களால் செய்யப்படும் தோசை, ரொட்டி போன்றவை களும் அரிசி, மாம்பழம் - வாழைப்பழம் போன்ற பழவகைகளும் மிகுதியாகக் கிடைத்தன. தர்பூசணி, கரும்பு, வள்ளிக் கிழங்கு, கடுகு இலைகள், கடுகெண்ணெய்' எங்கும் கிடைத்தன என்று எழுதியிருக்கிறார் யிஜிங். இஞ்சி, பலாப்பழம், மாதுளம் பழம், சாத்துக்குடி (ஆரஞ்சு), மீன், ஆட்டிறைச்சி, மான் கறி ஆகியவை மக்களால் விரும்பிச் சாப்பிடப்பட்டன என்று எழுதியுள்ளார் யுவான் சுவாங். க்ஷத்திரியர்களும் வைசியர்களும் மதுபானம் அருந்தினர். பிராமணர்களும் பௌத்தர்களும் அருந்தவில்லை என்கிறார் யுவான் சுவாங். இந்தியர்கள் வெங்காயம் சாப்பிடுவதில்லை. அவர்களுக்கு வயிற்று வலி, வயிறு தொடர்பான நோய்கள், உடல் வலி அதிகம் ஏற்படுகின்றன. பலர் உடல் வலிமையற்றுக் காணப்படுகின்றனர் என்று யிஜிங் சுட்டிக்காட்டியிருக்கிறார். யாராவது பூண்டு, வெங்காயம் சாப்பிட்டார்கள் என்று தெரிந்தால், அவர்களை ஊருக்கு வெளியே விரட்டிவிடுவார்கள் என்றும் தெரிவிக்கிறார். எருது, பன்றி, கழுதை, குரங்கு, நாய் ஆகியவற்றின் இறைச்சியைச் சாப்பிட்டாலும் ஊருக்கு வெளியே போக வேண்டியதுதான் என்கிறார். இவற்றை யாராவது சாப்பிடுகிறார்கள் என்று தெரிந்தாலே மற்றவர்கள் சீறுவார்களாம், வசைபாடுவார்களாம். இவையெல்லாம் அன்றைய சமுதாயத்தில் விலக்கப்பட்டவை. யிஜிங்குக்கு முன்னூறு ஆண்டுகள் முன்பாக இந்தியாவுக்கு வந்த ஃபாஹியானும் இவற்றைக் குறிப்பிட்டிருப்பது கவனிக்கத்தக்கது.

'நாடு முழுவதுமே மக்கள் வெங்காயம், பூண்டு ஆகியவற்றைச் சாப்பிடுவதில்லை. சண்டாளர்களுக்கு மட்டுமே விதிவிலக்கு. சண்டாளர்கள் என்பவர்கள் துஷ்டர்களாகக் கருதப்பட்டார்கள்.

இந்திய நாகரிகம் | 173

மற்றவர்களிடமிருந்து விலகி வாழ்ந்தனர். நகர வாயிலுக்கோ, சந்தைப் பகுதிக்கோ வந்தால் தங்கள் கைகளில் இருக்கும் குச்சிகளால் தரையில் தட்டி ஓசை எழுப்புவார்கள் சண்டாளர்கள். இதைக் கேட்டவுடன் மற்றவர்கள் ஒதுங்கிவிடுவார்கள். சண்டாளர்கள் மீன் பிடித் தொழிலையும் வேட்டைத் தொழிலையும் செய்தனர். இறைச்சி விற்பனையிலும் ஈடுபட்டனர்' என்று எழுதியுள்ளார் யிஜிங்.

மருத்துவ அறிவியலில் சீனம் முன்னேறிய நாடு, இந்தியா மிக மிகப் பின்தங்கியிருக்கிறது என்று பெருமையுடன் பதிவு செய்திருக்கிறார் யிஜிங். உடல் நலமில்லாதபோது உணவு, குடிநீர் ஆகியவற்றை நாட்கணக்கில் உட்கொள்ளாமல் இருக்கும் (லங்கணம் பரம ஔஷதம்) இந்திய வீட்டு வைத்தியமுறை அவருக்குப் புதிராகத் தெரிகிறது. வேறு சில சிகிச்சைமுறைகளை, அருவருப்பாக இருக்கின்றன என்றும் கண்டித்துள்ளார். சிலவகை நோய்களுக்கு சிறுநீரும் மாட்டுச் சாணம், கோமியம் போன்றவையும் மருந்தாகத் தரப்பட்டதை அவரால் சகித்துக் கொள்ள முடியவில்லை. பன்றிகள், பூனைகளின் கழிவுகளை மருந்துக்குப் பயன்படுத்துவதை அவர் சுட்டிக்காட்டி அருவருப் படைகிறார். மிகவும் சுகாதாரக் கேடானது இந்திய மருத்துவம் என்கிறார். பௌத்தர்களால் பின்பற்றப்படும் வினய பீடகம், கன்றின் சாணத்தையும் பசுவின் மூத்திரத்தையும் (கோமியம்) மருந்தாகத் தரலாம் என்கிறது. அதுவும் தோல் சம்பந்தமான வியாதிகளுக்கு இவை மருந்தாகப் பயன்படுத்தப்பட்டன. மதத்தில் ஆழ்ந்த பிடிப்பு இருந்தாலும் இந்தச் சிகிச்சை முறைகளை அவரால் ஏற்கவே முடியவில்லை. பௌத்தர்களில் ஒரு சிலர்தான் இவற்றை ஆதரிக்கின்றனர் என்று கூறி, இது சரியல்ல என்ற தன் மனநிலையை வெளிப்படுத்துகிறார்.

இந்தியாவில் ஒருவர் இறந்தால் அவருடைய உறவினர்களும் நண்பர்களும் தலையிலும் மார்பிலும் அடித்துக்கொண்டு அழுகிறார்கள் என்று பதிவு செய்துள்ளார் யுவான் சுவாங். இறுதிச் சடங்குக்குப் போய் வந்தாலே தூய்மை கெடுகிறது என்று நம்புவதால், அவரவர் வீட்டுக்குப் போவதற்கு முன்னால் நகரின் மதில் சுவர்களுக்கு வெளியே நீர்நிலைகளில் தலைமுழுகிவிட்டுச் செல்கிறார்கள் என்றும் குறிப்பிடுகிறார். இக்காலத்தில் பெரிதாகப் பேசப்படும் 'கருணைக் கொலை' போன்ற நடைமுறை அக்காலத்தில் கடைப்பிடிக்கப்பட்டதை சற்றே அதிர்ச்சியோடு அவர் விவரிக்கிறார்.

‘சாவின் விளிம்புக்கே வந்துவிட்ட முதியவர்கள், நோயாளிகள், தீராத வியாதிகளுடன் போராடுகிறவர்கள், மேலும் வாழ அச்சப்பட்டு தங்களுடைய வாழ்க்கையை முடித்துக்கொள்ள நினைப்பவர்கள், வாழ்க்கையின் பல்வேறு சவால்களிலிருந்து தப்பிக்க நினைப்பவர்கள், உலகாயதமான பந்தங்களிலிருந்து விடுபட விரும்புகிறவர்கள் போன்றோர், தங்களுடைய நண்பர்கள் - உறவினர்களுடன் சேர்ந்து கடைசி விருந்தை மிக தடபுடலாகச் செய்து சாப்பிடுகின்றனர். பிறகு இசைக்கருவிகள் முழங்க ஒரு படகில் ஏற்றிவிடப்பட்டுக் கங்கை நதியின் நடுப்பகுதிக்குச் சென்று நதியில் மூழ்குகின்றனர்’ என்று எழுதுகிறார்.

பிராமணர்கள் எதிர் போதிசத்துவர்கள்

பிராமணீயமும் பௌத்தமும் நாட்டில் செல்வாக்கான இரு சமயங்கள். இரண்டுக்கும் பொதுவான வேரும், ஒன்றையொன்று தழுவியும் - முரண்பட்டும் நிற்கும் நம்பிக்கைகளும் சடங்குகளும் உண்டு. பாமர மக்களைப் பொருத்தவரை இரு சாராரின் மதவாழ்க்கையும் ஒத்திசைவானதுதான். மரபுவழிப்பட்ட பிராமணர்களும், சிராமணர்களும் ஒரேவகையான நம்பிக்கைகளை அமைப்பாகப் பெற்றிருந்தனர். அதேவேளையில் இரு தரப்பாரிடமும் கடுமையான சித்தாந்த வேறுபாடுகளும் இருந்தன. அவை சமயங்களில் பரஸ்பரம் அவநம்பிக்கைக்கும் விரோதத்துக்குமே இட்டுச் சென்றன. அதிலும் குறிப்பாக, நாட்டின் முக்கியமான நிறுவனங்களில் மேட்டுக்குடிகள் இடையில் பிளவுக்கு இவையே காரணங்களாயின.

ஃபாஹியான் இதற்குச் சில உதாரணங்களைக் காட்டுகிறார். அவருடையது பௌத்த சார்புடையது என்றாலும் இரு குழுக்களிடையேயும் மோதல்கள் தொடர்ந்து வந்ததை உணர்த்துகிறது. ‘சிராவஸ்தி பௌத்த நகரமாக வளர்ந்தது. புத்தரை பெருமைப்படுத்தும் நினைவுச் சின்னங்கள் நகரில் பெருகின. மாறுபட்ட சித்தாந்தம் கொண்ட பிராமணர்கள் மனதில் பொறாமையும் வெறுப்பும் வளர்ந்தன. அவற்றையெல்லாம் அழிக்கவேண்டும் என்று ஆசைப்பட்டனர். ஆனால் வானிலிருந்து மிகப் பெரிய இடி, மின்னல்களுடன் கூடிய சூறாவளி வந்து நகரில் இறங்கியது, அவர்களுடைய அழிப்பு நோக்கம் நிறைவேறாமல் போனது’ என்கிறார் ஃபாஹியான்.

பௌத்த மதத்துக்கே அதிக ஆதரவு காட்டும் ஹர்ஷரின் மேல் கோபம் கொண்டு, அவரையே கொல்ல ஏற்பாடு செய்த 500 பிராமணர்களின் சதிபற்றி யுவான் சுவாங்கும் விவரிக்கிறார். பிராமணர்களுக்கும் போதிசத்துவர்களுக்கும் இடையே கடுமையான வாத - பிரதிவாதங்களுக்கு பிஹாரின் கர்ணாகட் பகுதியை ஆண்ட மன்னரும், மால்வா பிரதேசத்தில் பிராமணபுரா பகுதியை ஆண்ட மன்னரும் தங்களுடைய அரசவையில் இடம் கொடுத்தனர். இந்த விவாதங்களைக் கேட்க ஏராளமானோர் திரண்டு வருவார்கள். இந்த விவாதங்களில் போதிசத்துவர்களே வெற்றி பெற்று பரிசுகளையும் புகழையும் சம்பாதிப்பார்கள் என்று சீனர்கள் தங்கள் பதிவுகளில் எழுதியுள்ளனர். இதனால் பௌத்த மடாலயங்கள் செல்வ வளமும் செல்வாக்கும் ராஜாக்களின் ஆதரவும் பெற்று வளர்ந்தன. இதில் நகை முரண் என்னவென்றால் போதிசத்துவர்களில் நட்சத்திர அந்தஸ்து பெற்ற பேச்சாளர்கள், பிராமணர் குலத்தில் பிறந்து வளர்ந்து படித்த பிறகு போதி சத்துவர்களாக மாறியதுதான். புத்தரின் போதனைகள் விவாதிக்கவும் ஏற்கவும் உற்றதாக இருந்தது முதல் காரணம். போதி சத்துவர்களுக்குக் கிடைத்த செல்வாக்கு இன்னொரு காரணம். புத்த மதத்தால் ஏற்பட்ட போட்டி ஒருபுறம், நம்முடைய குலத்தவனே கட்சி மாறி எதிர்க்கிறானே என்ற கோபம் இன்னொரு புறமாக பிராமணர்கள் ஆவேசத்துக்கு ஆளானார்கள்.

மன்னர் ஹர்ஷரின் அரசவையிலும் நாளந்தாவிலும் பிராமணர் களுடன் இத்தகைய விவாதங்களில் ஈடுபட்டிருக்கிறார் யுவான் சுவாங். ஒரு பிராமணர் சனாதன தர்மம் தொடர்பாக நாற்பது கருத்துகளைத் தனித்தனி தாள்களில் எழுதி, நாளந்தாவின் மடாலயச் சுவரில் ஒட்டிவிட்டுச் சென்றார். மடாலயத்தில் உள்ள எவராவது இக்கொள்கைகளை மறுத்து வாதம் செய்து வென்று விட்டால் தன்னுடைய தலையையே பரிசாகத் தருகிறேன் என்று அறிவிப்பும் செய்தார். யுவான் சுவாங் ஒரு பணியாளை அழைத்து அந்தத் தாள்களையெல்லாம் கிழித்துக் காலில்போட்டு மிதித்துவிட்டு, அந்தப் பிராமணரை என்னுடன் வாதம் செய்ய அழைத்துவிட்டு வா என்று பணித்தார். அழைத்தபடியே பிராமணரும் வந்தார். இருவருடைய விவாதங்களைக் காண ஏராளமானோர் கூடினர். யுவான் சுவாங்கின் கேள்விகளுக்கு விடை இல்லாமல் பிராமணர் மௌனமானார். வாதத்தில் நான் தோற்றுவிட்டேன், நான் அறிவித்தபடி தலையை இழக்கச் சித்தமாக இருக்கிறேன் என்று எழுந்து நின்று அறிவித்தார்.

உடனே யுவான் சுவாங் அவரைப் பார்த்து, 'அகிம்சையை போதிக்கத்தான் பௌத்தம் தோன்றியது; எனக்கு உங்களுடைய தலை வேண்டியதில்லை - தலைதாழ்ந்த வணக்கம் போதும்' என்று கூறி அவரைப் பெருந்தன்மையுடன் மன்னித்தார்.

பௌத்தம் அல்லாத மதங்களிலும் தீவிரப் பற்றாளர்கள் இருந்தனர். வங்காளத்தைச் சேர்ந்த சசாங்கன் என்ற மன்னன், புத்த மதத்தை அவமதித்தது அல்லாமல் போதி மரத்தையே வெட்டி வீழ்த்தினான். பிறகு அதற்கு தீ வைத்துவிட்டுச் சுற்றியிருந்த மடங்களையும் தீக்கு இரையாக்கினான். இதையடுத்து மகத நாட்டு மன்னர் ஆயிரம் பசுக்களின் பாலை, தீ வைக்கப்பட்ட அந்த போதி மரத்தின் வேரில் ஊற்றி அதை மீண்டும் உயிர்ப்பித்தார். அதியற்புதமாக அந்த மரம் சில மாதங்களுக்குள்ளாகவே வளர்ந்து புதிய கிளைகளைப் பரப்பியது.

ஃபாஹியான், யிஜிங் இருவரும் இந்தியாவில் அதிக இடங்களைச் சுற்றிப்பார்த்தனர், யுவான் சுவாங் இவ்விருவரையும் விட அதிகம். 'யாத்திரைத்தலங்கள் மட்டுமல்ல - நாடு முழுவதும்' என்று குறிப்பிட்டிருக்கிறார் யிஜிங். இந்தியாவில் கணக்கற்ற பெரிய புத்த மடாலயங்கள் இருக்கின்றன என்று அவர்கள் எழுதியுள்ளனர்.

பௌத்தம் அப்போது நன்கு பரவியிருந்தது என்பதை அறியலாம். (ஆனாலும் யுவான் சுவாங் சில இடங்களில் பௌத்த மடாலயங்கள் பாழடைந்து கொண்டிருப்பதையும் பார்த்ததாகக் குறிப்பிட்டிருக்கிறார். அவர் காலத்திலேயே பௌத்தம் சரியத் தொடங்கிவிட்டது என்பதாகவும் இதைக் கொள்ளலாம்.) காஷ்மீர் முதல் இலங்கை வரையில் ஏராளமான பழைய, புதிய பௌத்த ஆலயங்களையும் மடாலயங்களையும் அவர்கள் பார்த்துள்ளனர். மகாயானம் முதல் ஹீனயானத்தின் 18 பிரிவுகள் வரை (இப்போது இவற்றை தேரவாதம் என்று அழைக்கிறார்கள்) இருந்த பௌத்தத்தைச் சேர்ந்த ஆயிரக்கணக்கான பிக்குகள் இங்கே வாழ்ந்துள்ளனர். இவர்கள் அதைவிட அதிகமாக வாழ்ந்த லட்சக்கணக்கான பௌத்தர்களின் குடும்பங்களிலிருந்து மடாலயங்களில் சேர்ந்தவர்கள்.

இப்படி ஆயிரக்கணக்கான பௌத்தர்களும் அவர்களுடைய ஆலய-கல்வி நிலையங்களும் மடாலயங்களும் மன்னர்களின் ஆதரவாலும் அசோகர் தொடங்கி வைத்த நிறுவனமயப்பட்ட மத நிர்வாக முறையாலும் தொடர முடிந்தது. இக்ஷ்வாகு, சாதவாகனர் போன்ற பிராமணீயத்தை ஆதரிக்கும் மன்னர்களும் குப்தர்களும்,

பௌத்தத்தைப் பின்பற்றிய கனிஷ்கர் மற்றும் குஷான வம்சத்தைச் சேர்ந்த பல அரசர்கள், ஹர்ஷர்கள், பாலா மன்னர்கள் மற்றும் பலரும் பௌத்த மதத்தையும் மடாலயங்களையும் ஆதரித்து வந்துள்ளனர்.

மூன்று சீன யாத்ரிகர்களுமே நகர்ப்புறங்களில்தான் அதிக நாள்கள் இருந்துள்ளனர், அங்கே பௌத்தர்கள் எண்ணிக்கை கிராமங்களை விட அதிகம்தான். 'ஜைன மதமும் பௌத்த மதமும் இந்திய வியாபாரிகளையும் தொழில் செய்வோரையும் வெளி நாட்டவர் களுடன் அதிகம் கலந்து பழக அனுமதித்தது. பிராமணீய சாதிப் பிரிவு அமைப்பு அதற்கும் முன்னர் அப்படிப் பழகத் தடைகள் விதித்தது. இதனாலேயே நகரங்களில் பௌத்தமும் ஜைனமும் தழைத்தன. புதிய வர்த்தக உறவுகள் ஏற்பட்டன. மதத்திலும் சமூகத்திலும் தங்களுக்கு அங்கீகாரம் வழங்கப்பட வேண்டும் என்று பணக்கார பௌத்தர்கள் பௌத்த ஆலயங்களுக்கும் மடாலயங்களுக்கும் தாராளமாக நிதியுதவி அளித்தனர்' என்று தொல்லியல் அறிஞரும் சிறந்த கல்வியாளருமான லார்ஸ் ஃபோகலின் சுட்டிக்காட்டுகிறார்.

மன்னர்கள் தந்த ஆதரவு பௌத்தத்தில் அவர்களுக்கிருந்த உள்ளார்ந்த ஆர்வம் காரணமாக மட்டுமல்ல (அவர்களுக்கு அப்படி ஆர்வம் இருந்திருக்கவும் கூடும்), மக்களிடையே மிகவும் பிரபலமாக இருக்கும் மதத்துக்குத் தாங்களும் ஆதரவு தந்தால் தங்களுடைய ஆட்சிக்கு அது தார்மிகமான காப்பாக இருக்கும் என்பதுதான். இதனால்தான் மடாலயங்களுக்கும் ஸ்தூபிகளுக்கும் கல்வெட்டுகளுக்கும் சிலைகளுக்கும் மன்னர்கள் செலவிட்டனர். மதம் தொடர்பான மிகப் பெரிய கட்டுமானங்கள் மக்களை மகிழ்ச்சியில் ஆழ்த்தின. மன்னர்களுக்கு மத ரீதியிலான அங்கீகாரத்தையும் மக்களுடைய நல்லெண்ணத்தையும் அவை பெற்றுத் தந்தன. அவை மன்னர்களின் ஆட்சிக்குப் புனித அங்கீகாரத்தை வழங்கின. (சுயநலன் கருதி மன்னர்கள் எல்லா மதங்களுக்கும் காட்டிய பரிவும் ஆதரவும் மதச்சார்பற்ற தன்மையாகவும் பார்க்கப்பட்டது. மதச்சார்பின்மை என்ற வார்த்தை இந்தியாவில் புழக்கத்துக்கு வருவதற்கு முன்னதாகவே இங்கு வாழ்ந்த அரசர்கள் மக்கள் விரும்பும் எல்லா சமயங் களுக்கும் புரவலர்களாக இருந்திருக்கின்றனர். அசோகரின் ஒரு கல்வெட்டையே உதாரணத்துக்கு எடுத்துக்கொள்ளுங்களேன். 'கடவுள்களுக்குப் பிரியமானவரான அசோகர்' என்றே அவர் விளிக்கப்படுகிறார். அவர் மாபெரும் துறவிகளையும்

சாமானியர்களையும் ஒரேவிதமாக கௌரவிக்கிறார், பரிசுகளையும் பட்டங்களையும் வழங்கி அங்கீகரிக்கிறார்.) பௌத்த மதத்தை ஆதரிப்பது மன்னர்களைப் பொருத்தவரை நல்ல ராஜதந்திரமாக இருந்தது. அசோகர் ஆட்சிக்காலத்தில் பௌத்தத்தைப் பின்பற்றத் தொடங்கியவர் எண்ணிக்கை உச்சத்தைத் தொட்டது. கி.பி. முதலாவது ஆயிரமாண்டில் பௌத்தத்துக்கான ஆதரவு மக்களிடையே குறையத் தொடங்கியதும் மன்னர்கள் அம் மதத்துக்கு அளித்த ஆதரவும் வற்றிவிட்டதில் வியப்பு ஏதும் இல்லை. (நாளந்தாவின் தொலைநோக்கு என்ற அடுத்த அத்தியாயத்தில் இதை விவரமாகப் பார்ப்போம்.)

இந்த நிலையில், நமக்குக் கிடைத்திருக்கும் வரலாற்றுத் தரவுகளின் அடிப்படையில், பண்டைய இந்தியா, ஆயிரம் ஆண்டுகளுக்குமுன் பிராமணர் ஆதிக்கத்துக்குட்பட்ட இந்தியாவாக இல்லாமல் பௌத்த இந்தியாவாகத்தான் இருந்தது என்று சொல்லலாமா? ஒருவகையில் பார்த்தால் இது சாத்தியம்தான். ஆரம்பகால பௌத்தத்துக்கு மக்களிடையே கணிசமான ஆதரவு இருந்தது, ஆயிரம் ஆண்டுகளுக்கு அது ஆதிக்க நிலையிலேயே இருந்தது' என்கிறார் ரொமிலா தாப்பர். அதேவேளையில் பௌத்த, பிராமணீய, ஜைன, தாந்த்ரிக, பலதெய்வ கடவுள் வழிபாடு, உலகாயத மதம் மற்றும் இதர நம்பிக்கைகளுக்குத் தனித்தனியாக அல்லது கூட்டாக, அல்லது இவை இணைந்த வடிவில் எப்படி சாமானியர்களால் வழிபடப்பட்டது என்பதற்கு எந்தவிதத் தரவுகளும் இல்லை.

சீனத்துறவிகள் சமூக, அரசியல், மத தளங்களில் வாழ்ந்த மேட்டுக்குடி மக்களிடையே அதிகம் பழகும் அரிய வாய்ப்பைப் பெற்றிருந்தனர். அவர்களுக்குத் தகவல்கள் சொன்னவர்களும் வரலாற்றுக் குறிப்புகளை எழுதிய அந்த மூன்று சீன யாத்ரிகர்களும் கொண்டிருந்த சார்புநிலை அவர்களுடைய குறிப்புகளில் இடம் பெற்றிருக்கிறது. நகர்ப்புற மக்களைவிட கிராமங்களில் வசிப்போரும் பழங்குடிகளும்தான் மக்களில் பெரும் பான்மையினர். ஆனால் நகர்ப்புற மேட்டுக்குடிகள் ஆதரவுபெறும் மேல்தட்டு மதங்களும், மதம் சார்ந்த ஆக்கங்களும், நினைவுச் சின்னங்களும் - உள்ளூர் மக்களாலும் கிராம மக்களாலும் வழிபடப்பட்ட தேவதைகளைவிட அதிக காலம் வாழவும் வரலாற்றில் இடம்பெறவும் முடிந்திருக்கிறது. கிராமப்புற மக்களின் பழங்குடிகளின் தெய்வங்களும் நினைவுச் சின்னங்களும்

உருவாக உதவிய சுதைச் சிற்பங்களுக்கும் சுண்ணாம்புக்கல் வடிவங்களுக்கும் ஆயுள் குறைவு என்பதால் அவை வெகு விரைவிலேயே சிதைந்துவிட்டன.

துணைக் கண்டத்தின் பெரும்பகுதி மக்கள் வழிபட்ட தெய்வங்கள் காப்பியங்களிலும் காவியங்களிலும் இடம் பெறாமல் வெளியே பூசிக்கப்பட்டவர்கள்தான். வெகு அபூர்வமாகத்தான் அவர்களுடைய தெய்வங்கள், ஆதிக்கம் செலுத்திய மதங்களில் வழிபடப்பட்ட தெய்வங்களுடன் கருத்தியல் ரீதியாகவோ, வழிபடும் சடங்குகள் வாயிலாகவோ இணைப்புப் பெற முடிந்திருக்கிறது. காலனியாக நம் நாடு இருந்தபோது ஏராளமான இந்தியர்கள் ஆறுகளையும் பிராணிகளையும் மரங்களையும் ஆவிகளையும் புனிதர்களையும் மடாலயங்களையும் மிகவும் உள்ளூர் சார்ந்த கடவுளர்களையும்தான் வணங்கினர். இந்த வழிபாடு மிகச் சில நேரங்களில்தான், மேல்தட்டுக் கடவுளர்கள், நாசூக்கான கடவுள் கொள்கை வரம்புக்குள் வரும் தேவதைகள், வேத - தர்ம அடிப்படையிலான மதங்கள் - சடங்குகளுக்குக் கட்டுப்பட்ட கடவுளர்களுடன் சம்பந்தப்பட நேர்ந்திருக்கிறது.

எது எப்படியிருந்தாலும் இந்த மூன்று யாத்ரிகர்களின் கருத்துகள் நம்முடைய கடந்த காலத்தை அறிய புதிய சாளரத்தைத் திறந்து வைத்துள்ளது. இந்தச் சாளரம் தொடர்ந்து தகவல்களை அளிப்பதுடன் நம்மை ஈர்த்தவண்ணம் இருக்கிறது. குறுகிய அரசியல் லாபத்துக்காக வரலாற்றைத் திருத்தி எழுதும் முயற்சிகளை எதிர்ப்பதற்கு பல ஆதாரங்களை இந்தச் சாளரம் அளிக்கிறது.

அத்தியாயம் 5

நாளந்தாவின் தொலைநோக்குப் பார்வை

'பிஹாரிகளான எங்களுக்கு அமெரிக்கா முதல் துபாய்வரையில் எவ்வளவு நல்ல பெயர் என்று தெரியும்' என்று டாக்சி டிரைவர் காரு, மகதி பிரதேச வார்த்தைகள் மலிந்த இந்தியில் வேதனையும் எரிச்சலும் பொங்கப் பேசினார். பிஹாரில் இப்போது இருட்டிய பிறகு பாதுகாப்பாகப் பயணம் செய்ய முடிகிறதா என்று கேட்டேன்.

நாங்கள் பாட்னாவிலிருந்து தென் கிழக்கு திசையிலிருக்கும் பிஹார் ஷெரீஃப் நோக்கிச் சென்றுகொண்டிருக்கிறோம். நாளந்தா மஹாவிஹாரா என்ற இடத்தில் உள்ள தொல்லியல் சிதைவுகளை ஆராய்வதற்கான என் முகாமை அங்குதான் அமைத்திருக்கிறேன்; பௌத்தர்களின் மடாலயமான நாளந்தா மஹாவிஹாரா, 'உலகின் முதல் பல்கலைக்கழகம்' என்று அழைக்கப்படுகிறது. அங்கு இலக்கணம், தர்க்க சாஸ்திரம், மெய்யியல், இறையியல், வானியல், மருத்துவம் ஆகியவை ஆசியாவிலிருந்து வந்து படித்த அனைத்து மாணவர்களுக்கும் கற்றுத்தரப்பட்டது. கடைசியாக 2006-ல் நான் பிஹார் சென்றபோது நெடுஞ்சாலைகளில் வழிப்பறிகள் அதிகமாகவே இருந்தன.

'இப்போது ஆபத்து ஏதும் இல்லை. நெடுஞ்சாலைக் கொள்ளைக் காரர்களின் கொட்டத்தை முதலமைச்சர் நிதீஷ்குமார் ஒடுக்கி விட்டார்' என்றார் காரு. நிதீஷ்குமார்தான் நீண்ட காலமாக பிஹாரின் முதலமைச்சராகப் பதவி வகிக்கிறார்.

வெகு விரைவிலேயே நாங்கள் போக்குவரத்து நெரிசலில் சிக்கிக்கொண்டோம். எங்களுக்கு முன்னால் சென்ற லாரி தலைகீழாகக் கவிழ்ந்துவிட்டது. இந்தச் சாலை வழியாகத்தான் செல்ல வேண்டும் என்றால் விபத்து நடந்த பகுதியைச் சீர்படுத்த நீண்ட நேரம் ஆகும். எனவே அருகிலிருக்கும் கிராமப்புறச்சாலை வழியாகச் செல்ல காரு முடிவெடுத்தார்.

அது அப்போது பருவமழைக்காலம். பார்க்கும் இடங்களில் எல்லாம் வயல்களும் மரங்களும் செடி - கொடிகளும் அந்தப் பிற்பகல் சூரிய ஒளியில் பச்சைப் பசேலென பூத்துக் குலுங்கிக் கொண்டிருந்தன. பெண்கள் நெல் நாற்றுகளை நீர்நிறைந்த வயல்களில் வரிசையாக நின்று நடவு செய்துகொண்டிருந்தனர். இதர வயல்களில் சோளமோ, காய்கறிகளோ பயிரிட்டிருந்தனர். கிராமத்து வீடுகளின் வண்ணம் பூசப்படாத வெளிப்பக்கச் சுவர்களில், ‘ரகசிய வியாதிக்கு மருந்து தருகிறோம் - மதன லேகியம் சாப்பிட்டு வாழ்க்கையை அனுபவியுங்கள்’ என்பதைப் போன்ற யுனானி மருத்துவ விளம்பரங்கள் அழைப்பு விடுத்தன. பாலியல் உறவுகளால் ஏற்படும் நோய்களையும், ஆண்மைக் குறைவு என்ற போதாமையையும் இன்னமும்கூட வெளியில் பேசும் தயக்கம் நம் சமூகத்தில் நிலவுகிறது. பாலிவுட்டின் பழைய இந்தி திரைப்படப் பாடல்களை அதிக ஒலியில் வைத்துக் கேட்டுக்கொண்டே வண்டியை ஓட்டினார் காரு. இளைஞனாக இருந்தபோது கேட்டவை, பல பத்தாண்டுகளாக வெளிநாடுகளில் வசித்ததால் கேட்க முடியாதவை. அவற்றைக் கேட்டபோது நெஞ்சில் பழைய நாள்களைப்பற்றிய நினைவேக்கம் அதிகரித்தது.

முதலமைச்சர் நிதீஷ்குமார் தன்னுடைய இளவயதில் சில காலம் வசித்த கிராமம் வழியாகக் காரை ஓட்டினார் காரு. நிதீஷ் குமாருடனான அந்தத் தொடர்பால் அந்த ஊரில் மிகப் பெரிய உயர்நிலைப் பள்ளிக்கூடமும், அரசு மருத்துவமனையும் உருவாகி இருந்தன. இந்திய அரசியல் நிகழ்வுகளில் இவையெல்லாம் சகஜமானவை. அதே வேளையில் கடந்த 12 ஆண்டுகளில் பிஹாரில் உண்மையிலேயே சில வளர்ச்சிகளும் ஏற்பட்டுள்ளன. கிராமப்புற சாலை வசதிகள் மேம்பட்டுள்ளன. பெரும்பாலான கிராமப்புற வீடுகளுக்கு மின்சார இணைப்பு கிடைத்திருக்கிறது. ஆரம்பப் பள்ளிக்கூடங்களுக்கு மாணவர்கள் வருவது அதிகரித்துள்ளது. நாளந்தா மாவட்டத்தில் 2018-ல் கூட ஒட்டுமொத்தமாக எழுதப்படிக்கத் தெரிந்தவர்களின் எண்ணிக்கை 70 சதவிகிதம். 2006-ல் இது 50% ஆக இருந்தது. இந்த வளர்ச்சிக்கு

அரசின் கொள்கைகள் ஒருபுறமும், நம்முடைய குடும்பங்களும் படித்து முன்னேற வேண்டும் என்ற கிராமப்புற மக்களின் ஆவல் மறுபுறமும் காரணங்கள். பொருளாதார சீர்திருத்தம் அமலான பிறகு மக்கள் அனைவரும் தாங்களும் முன்னேற்றமடைய வேண்டும் என்ற உந்துதலுக்கு ஆளாகியுள்ளனர்.

பெரும்பாலான பிஹாரிகளின் வாழ்க்கையில் ஓரளவு முன்னேற்றம் ஏற்பட்டிருப்பதாகத் தோன்றினாலும் தேசிய அளவில் பிஹார் பின்தங்கித்தான் இருக்கிறது. பிஹாரில் நிலமற்றவர் எண்ணிக்கை அதிகம், வறுமையும் அதிகம், மக்கள் தொகை வளர்ச்சியும் உயர்வு. அத்துடன் அரசியல் ஊழல், சாதிகளின் வலுவான ஆதிக்கம், வளர்ச்சிக்கு எதிரான சாதிய மனப்பான்மை, தொழில் வளர்ச்சியில் மிகவும் பின்தங்கிய நிலைமை ஆகியவை பிஹாரின் வளர்ச்சியற்ற நிலைமைக்கு முக்கியமான காரணங்கள்.

மனிதவள ஆற்றலில் மிகவும் மோசமான பல அடையாளங்களும், அதன் வளர்ச்சிப் பட்டியலில் கீழ் வரிசையில் இருக்கும் அதன் நிலையும் கைகோத்துச் செல்கின்றன. பள்ளிக்கூடங்கள் மாணவர் களுக்குத் தரமான கல்வியைத் தருவதில்லை, வாழ்வதற்கான திறமைகளையும் வளர்ப்பதில்லை. பள்ளிக்கூடங்களுக்கு மாணவர்களும் தொடர்ச்சியாக வருவதில்லை, ஏதோ ஒரு காரணத்துக்காகப் படிப்பைப் பாதியில் கைவிடுவதும் அதிகம். பிஹார் நகரங்களிலும் கிராமங்களிலும் பார்த்த குழந்தைகளில் ஏராளமானவர்கள் செம்பட்டை முடியுடன், உடல் வளர்ச்சியின்றி இருந்தனர். இதற்கு ஊட்டச்சத்துக் குறைவே காரணம். பிஹார் மாநிலக் குழந்தைகள் படிப்பில் பின்தங்குவதற்கு இதுவும் முக்கியக் காரணம். வயிற்று உப்புசத்துடன் கூடிய மாணவர்களின் எண்ணிக்கை 2006-ஐ விட குறைந்திருந்தாலும் கணிசமான மாணவர்கள் இன்னமும் பானை வயிற்றோடுதான் பள்ளிக்கூடம் வருகிறார்கள். 'அரசாங்கம் என்பது ஒரு காலத்தில் இல்லாமல் போய்விடும் என்று கார்ல் மார்க்ஸ் சொன்னது பிஹாரில்தான் உண்மையில் பலித்திருக்கிறது' என்று பத்திரிகையாளர் மார்க் டுலி, ஒருமுறை கூறினார்.

இந்தக் கூற்றைப் பொய்யாக்கும் வகையில் பிஹார் அரசு உயிர்த்தெழுந்து சில நடவடிக்கைகளை எடுத்தது. பூரண மதுவிலக்கை அறிவித்த மாநில அரசு, தடையை மீறி எவராவது மது அருந்தினால் ரூ.50,000 (அரை லட்சம்) அபராதம் அல்லது 3 ஆண்டுகள் சிறை என்று எச்சரித்தது. மது இல்லாத மாநிலமாக

பிஹாரை மாற்றுவேன் என்று தேர்தலில் வாக்குறுதி அளித்தார் நிதீஷ் குமார். பெரும்பாலான பெண்கள், தங்களுடைய வீட்டு ஆண்களின் குடிப்பழக்கத்தால் முன்னேற்றம் காண முடியாமல் தொடர்ந்து வறுமையிலேயே வாழ நேர்வது குறித்து விரக்தி அடைந்திருக்கிறார்கள். அங்கீகரிக்கப்பட்ட மதுபான விற்பனை அளவு குறைந்துவிட்டது என்று அரசின் புள்ளிவிவரங்கள் தெரிவிக்கின்றன. பணம் கொடுத்தால் இப்போது கள்ளச் சாராயம் வீட்டுக்கே வந்துவிடுகிறது என்று என் நண்பர் கூறினார்.

சில கிராமவாசிகள் மஹுவா போன்ற உள்ளூர் மதுபான வகைகளை வீடுகளிலேயே தயாரிப்பதாக காரு தெரிவித்தார். காவல்துறையினர் கிராமவாசிகளுடன் மோத அஞ்சி, கண்டு கொள்ளாமல் விட்டுவிடுகிறார்கள். 'வலுத்ததே பிழைக்கும்' - அல்லது 'எல்லைப்புற நாடுகளை அடக்குவது எளிதல்ல' என்ற காட்டாட்சித் தத்துவம் பிஹாரில் உயிர்பெற்று, நடைமுறையில் இருக்கிறது. தவறுகளை கும்பலே தண்டிக்கும் செயல்களும் தொடர்கின்றன. நான் பிஹார் சென்று திரும்பிய பிறகு செய்தித் தாள்களில் ஒரு செய்தியை வாசித்தேன். குற்றச் செயலில் ஈடுபட்டதாக சந்தேகப்பட்டு ஒரு பெண்ணை பக்கத்து மாவட்டத்தவர்கள் அடித்து, நிர்வாணப்படுத்தி ஊர்வலமாக அழைத்துச் சென்றிருக்கிறார்கள்.

வேலைவாய்ப்புகளும் பிஹாரில் மிகவும் அரிதானவை. ஏராளமான பிஹாரிகள், சில மாவட்டங்களில் 10 சதவிகிதம் பேர் வரையிலும்கூட, வேலை தேடி பெரிய நகரங்களுக்குப் படையெடுக்கிறார்கள். பெரிய நகரங்களில் இவர்கள் சம்பாதித்து, குடும்பத்துக்கு அனுப்பும் பணம் அந்தந்தக் குடும்பங்களின் பொருளாதார நிலையில் மாற்றத்தை ஏற்படுத்துகிறது. அத்துடன் அவர்கள் பெரிய நகரங்களின் வளர்ச்சியைப் பார்ப்பதால் மனதில் தோன்றும் சிந்தனைகளை ஊர்க்காரர்களுக்குத் தெரிவிக்கிறார்கள். இது அவர்களிடையே மாற்றங்களை விளைவிக்கிறது.

சொந்த ஊர்களைவிட்டு வெளியே போவது பிஹார்க் காரர்களுக்குப் புதிதல்ல. பத்தொன்பதாவது நூற்றாண்டின் பிற்பகுதியில் பிரிட்டிஷ் அரசு கையாண்ட அப்பட்டமான சுரண்டல் விவசாயக் கொள்கைகள் காரணமாக, பிரிட்டிஷார் காலனிகளாக பிடித்துவைத்திருந்த நாடுகளில் கொத்தடிமைகளாக வேலை செய்ய பிஹாரிகள் கட்டாயப்படுத்தப்பட்டு அழைத்துச் செல்லப்பட்டார்கள். மேற்கிந்தியத் தீவு நாடுகளில் கரும்புத் தோட்டங்களில் வேலை செய்தனர். (ஆப்பிரிக்கர்களை

அடிமைகளாக நடத்தக்கூடாது என்ற சட்டம் அமலாக்கப் பட்டவுடன் அவர்களுக்குப் பதிலாக இந்தியர்கள், பிரிட்டனின் காலனி நாடுகள் பலவற்றிலும் இப்படி வேலைக்கு அமர்த்தப் பட்டார்கள்.) இருபதாவது நூற்றாண்டின் இறுதிப்பகுதியில், அப்படி புலம்பெயர்ந்த தொழிலாளரின் பெயரனும் பத்திரிகை யாளருமான சிவா நைபால், தங்களுடைய சொந்த மாநிலமான பிஹாருக்கு வந்து பார்த்துவிட்டு, 'துணைக் கண்ட இருளின் இதயமே பிஹார்தான்' என்று வேதனை பொங்கக் கூறிவிட்டுச் சென்றார். பிரிட்டிஷ் எழுத்தாளரும் டிரினிடாட் - டொபாகோ நாட்டில் பிறந்தவருமான வி.எஸ். நைபாலின் சகோதரர்தான் சிவ நைபால்.

பிஹாரின் பரிதாபகரமான இப்போதைய பின்தங்கிய நிலையைப் பார்த்தால், ஒருகாலத்தில் இதுதான் எல்லோரையும் ஈர்த்த அறிவுக்களமாகத் திகழ்ந்தது. நாட்டின் அனைத்து வளங்களும் பெற்ற வளமான பூமியாகத் திகழ்ந்தது என்பதை நம்புவதற்கே கடினமாக இருக்கிறது. ராமாயணக் காவியத்தின் நாயகி சீதா பிறந்த மிதிலை பிஹாரில்தான் இருக்கிறது. உலகின் ஆதி 'மக்கள் குடியரசுகள்' உருவானதும் பிஹார் பிரதேசத்தில்தான். புத்தர் - மஹா வீரர் என்ற உலகம் போற்றும் மாபெரும் உதாரண புருஷர்களும், மாமன்னர் அசோகரும், மௌரியப் பேரரசர்களும் வாழ்ந்த தேசம் பிஹார்தான்.

குப்தர்களின் காலம் பொற்காலம் என்பார்கள்; அவர்கள் ஆட்சியில் கலைகளில் புத்தொளி ஏற்பட்டது. கலை, கலாச்சாரத்தில் பிஹார் சிறந்து விளங்கியது. இலக்கியம், வானசாஸ்திரம், கணிதம், உலோகவியல், மெய்யியல் மற்றும் மதம் சாராத அறிவுப்புலம் ஆகியவற்றில் பிஹார் தலைசிறந்த மாநிலமாகத் திகழ்ந்தது. ஆயிரக்கணக்கான மாணவர்கள் - இந்தியாவிலிருந்து மட்டுமல்ல - சீனம், கொரியா, சுமத்ரா, இலங்கை, திபெத், ஜப்பான், மத்திய ஆசிய நாடுகள் ஆகியவற்றிலிருந்தும்கூட வந்து ஒரு காலத்தில் பிஹாரில் தங்கி உயர் கல்வி பயின்றனர். கிட்டத்தட்ட இரண்டாயிரம் ஆண்டுகளுக்கு பிஹார் என்பது படைப்பாற்றல் மிக்க, புதியனவற்றைக் கண்டுபிடிக்கும் தன்மைமிக்க, பலரால் மிகவும் உயிர்ப்பான, வளமான பூமியாகத் திகழ்ந்தது. இப்போதோ தேங்கிய குட்டைக்கு உதாரணமாகிவிட்டது. பிஹாருக்கு என்ன நேர்ந்தது, உலகளாவிய புகழ்பெற்ற நாளந்தா போன்ற அதன் கல்வி நிலையங்கள் இப்போது எங்கே?

நாளந்தாவின் எழுச்சி

அடுத்தநாள் காலை திடீரென ஒலித்த பாங்கு அழைப்பால் தூக்கத்திலிருந்து திடுக்கிட்டு விழித்தேன்; சிறிது நேரம் கழித்து அதைவிட உரத்து சுருதி விலகிய குரலில் ஒருவர் ஹனுமான் சாலிசாவை ஒலிபெருக்கி மூலம் இசைத்ததையும் கேட்டேன். ஏன் இந்த இரட்டைத் தலைவேதனை என்று மனதுக்குள் சபித்தபடியே படுக்கையிலிருந்து எழுந்து நாளந்தாவின் சிதைவுகளைப் பார்க்கத் தயாரானேன்.

அரசு ஏற்பாடு செய்யும் வழிகாட்டியை அமர்த்திக்கொண்டேன். ஆனால் அவர் தந்த தகவல்களைக் கேட்டு விரைவிலேயே ஏமாற்றமடைந்தேன். பல தகவல்களை அவர் தவறாகவே தெரிந்து வைத்திருக்கிறார். வெளிநாட்டுக்காரர்களுடன் வரும் வழிகாட்டிகள், தங்களைவிட நிறைய சம்பாதிப்பதாகவும் பொருமினார். நாளந்தாவில் மிகச் சில சுற்றுலாப் பயணிகளைத்தான் பார்க்க முடிந்தது. அவர்களில் சிலர் இலங்கையிலிருந்து வந்த பௌத்தர்கள். அவர்கள் வரும்போதே தங்களுக்கென்று விவரம் தெரிந்த வழிகாட்டியையும் அழைத்து வந்துவிட்டனர். பிஹார் மாநிலத்துக்கு வரும் வெளிநாட்டுச் சுற்றுலாப் பயணிகளில் அதிகம்பேர் ஆசிய நாடுகளைச் சேர்ந்த பௌத்தர்கள்தான்.

நாளந்தாபற்றிய தகவல்களை நமக்குத் தெரிவிப்பவை மூன்று விதமான தகவல் ஆதாரங்கள். அவை முறையே தொல்லியல், கல்வெட்டுகள், பௌத்தம் தொடர்பாக வெளிநாடுகளில் கிடைக்கும் நூல்கள். இரண்டாவது ஆயிரமாண்டின் நடுப் பகுதியில் பௌத்த நூல்கள் இந்தியாவிலிருந்து மாயமாகி விட்டன. நாளந்தா குறித்து நாம் அதிகம் தெரிந்துகொள்ள உதவுபவை யுவான் சுவாங், யிஜிங் எழுதிய குறிப்புகள், புத்தகங்கள் போன்றவைதான். யுவான் சுவாங் இரண்டு முதல் மூன்று ஆண்டுகள் வரையிலும், யிஜிங் பத்தாண்டுகளும் இந்தியாவில் இருந்துள்ளனர். ஏழாவது நூற்றாண்டில் நாளந்தா எப்படி இருந்தது என்ற சித்திரத்தை அவர்கள் நம் முன் காட்டுகின்றனர். நாளந்தாவின் நகர அமைப்பு, அங்கு கடைப் பிடிக்கப்பட்ட பழக்க வழக்கங்கள், அன்றாட வாழ்க்கையின் லயம், அரசின் நிதி நிர்வாகமுறை, மாணவர்களுக்கானப் பாடத்திட்டங்கள், அதன் துறவுச் சமூகத்தின் பல்வேறு அம்சங்கள் ஆகியவற்றை அவர்கள் விவரித்துள்ளனர்.

அகழப்பட்ட எச்சங்கள், நாளந்தா

M எண்கள் மடங்களைக் குறிக்கின்றன, T எண்கள் கோவில்களைக் குறிக்கின்றன

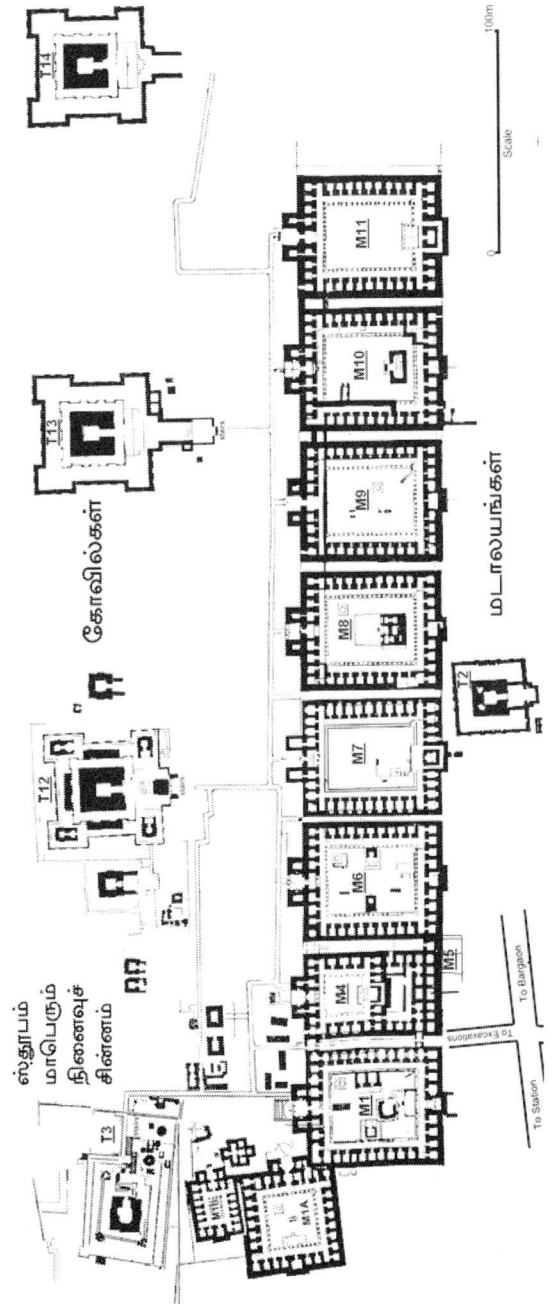

நாளந்தா எப்போது தோன்றியது என்பதான புராணக் கதைகள் புத்தரிடமிருந்தே தொடங்குகின்றன. கி.பி. ஏழாவது நூற்றாண்டில் யுவான் சுவாங் செய்துள்ள பதிவின்படி, நாளந்தா என்ற பெயரில் ஒரு நாகம் (பாம்பு) இருந்தது. ஒரு மாந்தோப்பில் இருந்த குளத்தில் அது வசித்து வந்தது. பிற்காலத்தில் அந்த இடமே மஹாவிஹாரமாயிற்று. ஐந்நூறு தன வணிகர்கள் அந்த மாந்தோப்பை 10 'கோட்டி' தங்கக் கட்டிகள் கொடுத்து வாங்கி, புத்தரிடம் காணிக்கையாக அளித்தனர். புத்தர் அந்த இடத்தில் மூன்று மாதங்கள் தங்கி மேன்மையான வாழ்வுக்குரிய சட்ட திட்டங்கள் குறித்து அவர்களுக்கு அருளுரையாற்றினார். அதன் பிறகு அந்த இடமே பாடங்களைக் கற்றுத் தருவதற்கும் கற்றுக் கொள்வதற்குமான இடமாகிவிட்டது. மகாயான புத்தமதப் பிரிவின் மூல புருஷரும் 'இரண்டாவது புத்தர்' என்று சீடர்களால் அன்போடு அழைக்கப்பட்டவருமான நாகார்ஜுனர் இந்த இடத்தில்தான் சீடர்களுக்கு பௌத்தமதக் கருத்துகளைப் பொது ஆண்டின் இரண்டாவது நூற்றாண்டில் கற்பித்தார். (ஆனால் இதற்குப் போதிய சான்றுகள் இதுவரை கிடைக்கவில்லை.)

நாளா என்ற கிராமம் வழியாக கி.பி. 407-ல் ஃபாஹியான் பயணித்த போது 'சரிபுத்ரா' என்பவரின் நினைவுச் சின்னம் கொண்ட தூணை (ஸ்தூபம்) பார்த்தார். புத்தருக்கு மிகவும் நெருக்கமாக இருந்த இரு சீடர்களில் ஒருவர் சரிபுத்ரா. அவர் நாளா கிராமத்தைச் சேர்ந்தவர் என்பதால் அவருடைய மறைவுக்குப் பிறகு அந்த ஊரில் அவர் நினைவாகத் தூணை நிறுவினர். சரிபுத்ரா போன்ற மிகவும் புகழ்பெற்ற துறவிக்காக நினைவுச் சின்னம் எழுப்பப்பட்டிருந் தாலும் அருகில் பெரும் எண்ணிக்கையில் துறவிகள் வாழ்ந்த மடாலயம் ஏதுமில்லை. அப்படி துறவியர் சமூகம் அங்கு வாழ்ந்ததாகவும் ஃபாஹியான் குறிப்பிடவில்லை. எனவே கி.பி. ஐந்தாவது நூற்றாண்டில் நாளந்தாவில் மடாலயம் ஏதுமில்லை என்று முடிவு செய்துகொள்ளலாம்.

ஃபாஹியான் இந்தியாவுக்கு வந்துவிட்டுத் திரும்பிய சில ஆண்டுகளுக்குப் பிறகே குமாரகுப்தர் காலத்தில் (அவர் கி.பி. 414 முதல் 455 வரையில் ஆட்சி செய்தார்) நாளந்தா மஹாவிஹாரம் தோன்றி அதற்குப் பிறகு எட்டு நூற்றாண்டுகள் அங்கே புகழுடன் விளங்கியது. மிகப் பிரபலமானவர்களின் தொடர்புகள் காரணமாகவே அங்கு மடாலயம் கட்ட முடிவு செய்யப்பட்டிருக்க வேண்டும்.

பதிமூன்றாவது நூற்றாண்டில் ஏற்பட்ட வீழ்ச்சிக்குப் பிறகு நாளந்தா மறக்கப்பட்டு அடுத்த பல ஆண்டுகளுக்கு - ஏன் நூற்றாண்டுகளாகக்கூட - மண் மூடிப்போயிருக்கவேண்டும். யுவான் சுவாங்கின் இந்தியப் பயண நூலை பிரெஞ்சுக்காரரான ஸ்டானிஸ்லாஸ் ஜூலியன் 1853-ல் மொழிபெயர்த்ததைப் படித்தபிறகே பிரிட்டிஷ் காலனியாட்சி தொல்லியல் அறிஞர்களுக்கு நாளந்தாமீது ஆர்வம் ஏற்பட்டது. அவர் எழுதிய குறிப்புகளைக் கொண்டு அந்த இடத்தை அவர்கள் வெகு விரைவாகவே கண்டுபிடித்துவிட்டனர். புதிதாகத் தொடங்கப்பட்ட இந்தியத் தொல்லியல் துறை மூலம் அலெக்சாந்தர் கன்னிங்காம் 1862-ல் நாளந்தா மடாலயம் இருந்த இடத்தை அகழ்வதற்காக அடையாளமிட்டு பணிகளைத் தொடங்கினார். 1915 - 37, 1974 - 82 என்று இருவேறு காலகட்டங்களில் இந்தியத் தொல்லியல் துறை அங்கே முறைப்படி அகழ்வுகளையும் மீட்புகளையும் மேற்கொண்டது.

ஏழு மடாலயங்கள், ஆறு கோவில்கள், ஸ்தூபம் என்கிற மாபெரும் நினைவுச் சின்னம் ஆகியவற்றை வெளிக்கொணர்ந்தனர். மடாலயங்கள் அடுத்தடுத்து ஒரே வரிசையில் கட்டப்பட்டிருந்தன. அவற்றுக்கு நேர் எதிரில் அதே வரிசையில் கோவில்கள் இணையாக எழுப்பப்பட்டிருந்தன. ஆலயங்களுக்கும் மடாலயங்களுக்கும் இடையில் 30 மீட்டர் (சுமார் 100 அடி) சாலை அமைக்கப்பட்டிருந்தது. ஒவ்வொரு மடாலயமும் சராசரியாக 40 மீட்டர் அகலம், 60 மீட்டர் நீளமுள்ளதாக இருந்தன. களிமண்ணில் செய்து சுட்ட சிவப்பு செவ்வகச் செங்கற்களால் மடாலயங்கள் அழகாகக் கட்டப்பட்டிருந்தன. சுண்ணாம்பையும் மணலையும் கலந்து பூசி செங்கற்சுவரை அமைத்திருக்கிறார்கள். யிஜிங்கின் காலத்தில் அங்கே ஏழு பெரிய மடாலயங்கள் இருந்தன. எல்லா மடாலயங்களும் ஒரே மாதிரியான வடிவமைப்புடனும் வசதிகளுடனும் தோற்றமளித்தன. ஒரு மடாலயத்துக்கு உள்ளே புகுந்து பார்த்துவிட்டால் மற்றவையும் அதேபோலத்தான் என்று தெரிந்துகொண்டுவிடலாம்.

அந்த மடாலயம் ஒன்றில், ஏழாம் நூற்றாண்டில் வாழ்ந்த துறவியாக நுழைவதாகக் கற்பனை செய்துகொண்டேன். அவர் என்னவெல்லாம் பார்த்திருப்பார் என்ற காட்சிகளும் மனதில் ஓடத்துவங்கின. அழகான பிரதான வாயிலே என்னை அந்த பௌத்த ஆலயம் நோக்கி ஈர்க்கிறது. கனமான சுவர்களைக்கொண்ட தாழ்வாரம் வழியாக நடந்து, மடாலய முற்றத்தில் நுழைகிறேன்.

மடாலய வளாகம், நாளந்தா

மடாலயத்தின் மேல் தளம்

மடாலய வளாகத்தில் சிறிய சமர்ப்பண ஸ்தூபிகள்

மடாலயத்தின் உள்ளே கிணறு

அந்த இடத்தைச் சுற்றி நாலாபுறங்களிலும் வரிசையாக அறைகள் இரண்டு அடுக்குகளாகக் கட்டப்பட்டுள்ளன. ஒவ்வொரு தளத்திலும் 32 அறைகள் உள்ளன. முற்றத்தின் நடுவில் இருக்கும் கல்தூண்கள் மரத்தாலான கூரையை அழகாக தாங்கிக் கொண்டுள்ளன. நான்குபுறங்களிலும் அழகான தாழ்வாரங்கள் அமைந்துள்ளன. முற்றத்தில் உள்ள திறந்தவெளியில் உரை நிகழ்த்துவதற்காக சற்றே உயரமாக அமைக்கப்பட்ட மேடை ஓரிடத்தில் இருக்கிறது. அந்த மேடையில் இருப்பவரை தாழ்வாரத்தின் எந்தப் பகுதியில் இருப்பவரும் தடையில்லாமல் காண முடியும். அங்கே செங்கல்லால் கட்டப்பட்ட பெரிய அடுப்பும், செங்கல்களை வரிசையாக அடுக்கிக் கட்டிய கிணறும் உள்ளன. அந்தக் கிணற்றுச் சுவர் எண்கோண வடிவில் வடிவமைக்கப்பட்டிருக்கிறது. புத்தரின் போதனைகளில் வரும் எட்டடுக்குப் பாதையை அது குறியீடாக உணர்த்துகிறது. குளியலறைகளில் விழும் நீர், எவர் கண்ணிலும்படாமல் உள்ளேயே ஜலதாரையில் வடிந்து வெளியேறும் வடிகால் வசதி எல்லா மடாலயங்களிலும் அமைக்கப்பட்டிருக்கிறது.

முற்றத்தின் தரை முழுக்கச் செங்கல்லாலோ, கற்களாலோ பதிக்கப்பட்டிருக்கவில்லை. பல இடங்களில் உலர்ந்த சாணியையும் வைக்கோலையும் சேர்த்துப் பொடித்துத் திமிசுக் கட்டைபோல ஒன்றால் நன்கு அடித்துச் சமப்படுத்தியிருக் கிறார்கள். அது பூச்சி - பொட்டுகள் உள்ளே வராமல் தடுக்கிறது. வெயிலோ, பனியோ காலைத் தாக்காமல் பாதுகாக்கிறது. மண் தரையைவிட தூய்மையாகவும் வலுவாகவும் இருக்கிறது. மடாலயத்தின் எல்லா அறைகளின் சுவர்களுமே பல அடிகள் தடிமனானவை. ஆசிரியர்களும் மாணவர்களும் ஒன்றாக இங்கே தங்குகின்றனர். ஒவ்வோர் ஆண்டும் மழைக்காலத்துக்கு முன்னதாக, இருப்பதிலேயே நல்ல அறைகள் மூத்த துறவி களுக்காக ஒதுக்கப்படுகின்றன. பௌத்த ஆலயங்களில் பூசாரியாகப் பயிற்சி எடுப்பவர்களுக்கு அவர்களுடைய மடாலய அறைகளிலேயே புத்தரின் திருவுருவம் உள்ள மாடம் கட்டித்தரப்படுகிறது. அவர்கள் அன்றாடம் நீராடிவிட்டு வந்த பிறகு அந்த மாடத்தில் உள்ள புத்தருக்கு மலர்களையும் நறுமணங்களுடன் கூடிய தூபங்களையும் அளித்து வணங்குகின்றனர்.

ஒவ்வோர் அறையிலும் ஒன்று அல்லது இரண்டு துறவிகள் தங்குகின்றனர். அறைகளுக்கு மரத்தினாலான கதவுகள் உள்ளன.

துறவிகள் சாதாரணமான இருக்கைகள், மரத்தினாலான மணைகள் அல்லது சிறிய பாய்களைப்போட்டு அமர்கின்றனர். அன்றாடம் தூங்கி எழுந்தவுடன் தங்களுடைய படுக்கைகளைத் தாங்களே சுருட்டி வைக்கின்றனர். ரோமங்களை நடுவில் வைத்து மேலும் கீழும் துணியினால் மூடி தைக்கப்படும் விரிப்புகளே ஜமுக்காளம்போல பயன்படுத்தப்பட்டன. தலையணைகளில் பஞ்சுக்குப் பதிலாக பிராணிகளின் ரோமங்கள், சணல் துணுக்குகள், செடியில் வெடித்த பருத்தி, வில்லோ மரப் பஞ்சுகள், பூக்களின் சருகுகள், உலர்ந்த அந்துப்பூச்சிகள், காதோலைச் சுருள்கள், கொட்டைகள் ஆகிய மென்மையான பொருள்களை அவரவர் தேவைக்கேற்ப அடைத்துப் பயன் படுத்தியுள்ளனர். சுவர்களில் அமைத்திருந்த அலமாரி, பிறைகளில் துறவிகள் தங்களுடைய புத்தகங்களையும் பாத்திரங்களையும் வைத்துக்கொண்டனர். கரக்பூர் ஐ.ஐ.டி. உயர்தொழில்நுட்பக் கல்வி நிறுவனத்தில் தங்கி நான் பயின்ற காலத்தை மடாலயம் நினைவுபடுத்துகிறது. கரக்பூரிலும் ஒவ்வொரு மாணவருக்கும் ஒரு சிறிய கட்டில், நாற்காலி, மேஜை ஆகியவற்றுடன் பொருள்களையும் புத்தகங்களையும் வைத்துக்கொள்ள சிறிய அலமாரியும் கடப்பா கல்லில் அமைக்கப்பட்ட புத்தக ஷெல்பும் ஒதுக்கப்படும்.

அப்படியே நேராக அந்த நினைவுத் தூணை நோக்கி நடக்கிறேன். கல் அல்லது அதைப்போன்ற உறுதியான பொருளால் வடிக்கப்பட்ட அந்த மாபெரும் ஸ்தூபி அழகான சிற்பங்களுடன் நன்கு வடிக்கப்பட்டுள்ளது. உச்சிக்குச் செல்ல அதில் ஏராளமான படிகள் இருக்கின்றன. யிஜிங் காலத்தில் அங்கே வழுவழுப்பான தரையுடன் கூடிய கூடமே இருந்திருக்கிறது. தங்கத்தால் செய்யப் பட்டு நவரத்தினங்கள் பதிக்கப்பட்ட ஒரு நாற்காலியில் அமர்ந்து, சட்ட சக்கரத்தை மகான் புத்தர் ஒரு கையால் சுற்றுவதைப்போல அமைக்கப்பட்டிருந்ததை யிஜிங் பார்த்திருக்கிறார். மிகவும் அற்புதமாகவும் பணிவாகவும் தயாரிக்கப்பட்டதாக யிஜிங் குறிப்பிட்டுள்ள அந்த நினைவுச் சின்னத்தை மனக் கண்ணில் பார்க்கிறேன். அந்த நினைவுச் சின்னத்தின் கீழேதான் நாளந்தாவின் மிகப் புகழ்வாய்ந்த நூலகம் அமைக்கப்பட்டிருக்க வேண்டும். ஒன்பது நிலைகளுடன் கூடிய நூலகம் அங்கு இருந்ததாக திபெத்திய நூலொன்று தெரிவிக்கிறது. அன்றைக்கு இருந்த கட்டடக்கலை ஆற்றலைக் கணக்கிட்டால் அப்படி இருந்திருக்க வாய்ப்பில்லை, அது சற்றே மிகைப்படுத்தப்பட்ட

மாபெரும் ஸ்தூபி, நாளந்தா

விவரணை என்றே தோன்றுகிறது. அந்த நூலகம் எங்கே இருந்தது என்பது திட்டவட்டமாக இதுவரை அறியப்படவில்லை. சீன யாத்ரிகர்கள் படிப்பதற்காக தேடிவந்த கையெழுத்துப் பிரதிகள் அங்கேதான் இருந்திருக்கவேண்டும். ('பாலா' வம்ச மன்னர்கள் காலத்தில் நாளந்தாவில் தயாரான எட்டு பனையோலைச் சுவடிகள் இப்போதும் பாதுகாப்பாக இருக்கின்றன.)

நாளந்தாவில் அடிப்படைக் கல்வி கற்றுத்தரப்படுவதில்லை, உயர் கல்விதான் கற்றுத்தரப்படும். அங்கு போதித்த ஆசிரியர்களில் சிலர் பாடங்களைக் கற்றுத்தந்ததுடன் புதிய வழிகளுக்கு வித்திடும் மிகச்சிறந்த ஆய்வுக் கட்டுரைகளையும், ஏற்கெனவே எழுதப்பட்ட நூல்களுக்கு விரிவான விளக்கவுரைகளையும் எழுதினர். நாளந்தாவில் படித்தவர்கள் என்றால் கற்றவர் களிடையே தனி மதிப்பும் மரியாதையும் ஏற்பட்டது. மாணவர் களில் அறிவுக்கூர்மை மிக்கவர்களும் கற்பதில் ஆர்வம் அதிகமுள்ளவர்களும் மட்டுமே சேர்த்துக்கொள்ளப்பட்டனர். 'அவர்கள் மிகச் சிறந்த திறமையும் செய்துமுடிக்கும் ஆற்றலும் மிக்கவர்கள்; அங்கே பயின்றவர்கள் எண்ணிக்கை நூற்றுக் கணக்கில். நாளந்தாவின் புகழ் அவர்களால் வெகு விரைவில் பல்வேறு நாடுகளிலும் பரவலாயிற்று' என்று குறிப்பு எழுதியிருக்கிறார் யுவான் சுவாங்.

அந்த உயர்கல்வி நிலையத்தில் சேருவதற்கு மாணவர்களுக்குக் குறைந்தபட்சம் இருபது வயது ஆகியிருக்கவேண்டும். மடாலயத்தில் நடைபெறும் வாய்மொழியிலான நுழைவுத் தேர்வில் தேர்ச்சி பெறவேண்டும். தங்களுக்குக் கல்வியறிவு இருக்கிறது என்பதை உணர்த்த அவர்கள் நீண்ட விவாதங்களில் ஈடுபட வேண்டும். பழைய, புதிய புத்தகங்களைப் படித்திருக் கிறார்கள் என்பதையும் விவாதங்களில் நிரூபிக்கவேண்டும். இந்தத் தேர்வில் பத்து பேர் ஈடுபட்டால் அவர்களில் மூன்று அல்லது நான்கு பேர்தான் தேர்ந்தெடுக்கப்பட்டனர். அப்படிச் சேர்ந்தவர்கள்கூட ஒரு சில நாள்களில் தங்களுக்குக் கற்றுத்தரும் ஆசிரியர்கள் மற்றும் தங்களுக்கு முன்னதாகச் சேர்ந்து படிக்கும் மூத்த மாணவர்கள் ஆகியோரின் கல்விப் புலமை, திறமை ஆகியவற்றைக் கண்டு அடங்கிவிடுவர். பெண்களும் சேர்த்துக் கொள்ளப்பட்டனர், ஆனால் அவர்களைப்பற்றிய குறிப்புகள் எங்கும் இதுவரையில் கிடைக்கவில்லை.

தன்னுடைய காலத்தில் நாளந்தாவின் மக்கள் தொகை 10,000 - அதில் மாணவர்கள் 8,500, ஆசிரியர்கள் 1500, 108 உள்ளுறை

மடாலயங்கள், ஒவ்வொன்றும் நான்கு அடுக்கு கட்டடங்கள் என்று யுவான் சுவாங் எழுதியிருக்கிறார். இது மிகைப் படுத்தப்பட்ட தொகை என்று பல அறிஞர்கள் கருதுகின்றனர். நாளந்தாவின் கௌரவத்தை உயர்த்துவதற்காகவோ அல்லது அதில் பயின்ற தன்னுடைய முக்கியத்துவத்தைக் காட்டுவதற் காகவோ யுவான் சுவாங் இப்படி எழுதிவிட்டாரா? ஒரு தலை முறைக்குப் பிறகு நாளந்தாவில் பயின்ற யிஜிங், நாளந்தாவின் மக்கள் தொகை 3,000, ஏழு மடாலயங்கள் மட்டுமே இருந்தன என்று எழுதியிருக்கிறார். இவ்விரு குறிப்புகளும் குழப்பத்தை மேலும் அதிகப்படுத்துகின்றன. வரலாற்று ஆசிரியர்கள் தங்களுடைய நோக்கத்துக்கேற்ப இவ்விருவரின் தொகைகளில் ஒன்றைத் தேர்ந்தெடுத்துக்கொள்கிறார்கள்.

வரலாற்று அறிஞரான ஏ.எல்.பாஷம், 'யிஜிங் பதிவு செய்திருப்பதைவிட குறைவாகத்தான் நாளந்தாவில் இருந்திருப் பார்கள், நாளந்தாவின் மடாலயங்கள் மிகப் பெரிய வளாகங்களாக இருந்திருக்கின்றன. யுவான் சுவாங் எழுதியுள்ளதைப்போல அவ்வளவு வசதிகள் செய்யப்பட்டிருந்தால் ஒவ்வொரு மடாலயத்திலும் ஆயிரம் பேர் தங்கியிருக்க வாய்ப்பேயில்லை' என்று தன்னுடைய 'தி ஒன்டர் தட் வாஸ் இந்தியா' என்ற புத்தகத்தில் எழுதியிருக்கிறார். தொல்லியலாளர் எச்.டி. சங்காலியா அந்தத் தொகை 4,000 ஆக இருந்திருக்கலாம் என்று கூறுகிறார். நாளந்தாவின் செல்வாக்கு உச்சத்தில் இருந்த காலத்தில் அங்கு மொத்தம் எத்தனை ஆசிரியர்கள், மாணவர்கள் இருந்திருப்பார்கள் என்பதில் தொல்லியல், வரலாற்று அறிஞர்களிடையே கருத்தொற்றுமை ஏற்படவில்லை. அந்தக் குறிப்பிட்ட காலம் தொடர்பாகத்தான் நமக்கு நிறைய ஆதாரங்கள் கிடைத்துள்ளன என்ற போதிலும் இதுதான் நிலைமை!

ஒவ்வொரு மடாலயத்துக்கும் நன்கு கற்றறிந்த ஒருவர் தலைமை தாங்கினார். அவருக்கு உதவ கூடுதலாகப் பல ஆசிரியர்கள் இருந்தனர். மாணவர்களுக்குப் பல ஆசிரியர்கள் கற்பித்தனர். மாணவர்கள் அவரவர் அறிவு, விருப்பம் ஆகியவற்றுக்கேற்ப தனித்தனி குழுக்களாகப் பிரிக்கப்பட்டிருக்கவேண்டும். ஆசிரியர்கள் தங்களுடைய பாடங்களை மடாலயத்தின் வெவ்வேறு பகுதிகளிலும் அருகில் இருந்த ஆலய வளாகங்களிலும் நடத்தியிருக்கவேண்டும். யுவான் சுவாங்கின் வாழ்க்கை வரலாற்றை எழுதிய ஹுய் லி, ஆலயங்களில் அன்றாடம் நூறு பிரசங்கங்களுக்கு ஏற்பாடுகளைச் செய்வார்கள், மாணவர்கள்

இவற்றை ஒன்றுவிடாமல் வந்திருந்து கேட்பார்கள் என்று எழுதியிருக்கிறார்.

நாளந்தாவின் மடாலயங்கள் அரசர்கள் தந்த கொடைகளையும் மானியங்களையும்தான் நம்பியிருந்தன. மகதப் பேரரசின் குப்தர்கள், கனோஜை ஆண்ட ஹர்ஷர், வங்காளத்தை ஆண்ட 'பாலா' வம்ச மன்னர்கள் இந்த மடாலயங்களுக்கு நிதியுதவியும் வேறு பல சேவைகளையும் செய்துவந்தனர். முத்திரைகளும் செங்கல்களில் பொறிக்கப்பட்ட எழுத்துகளும், குறிகளும், நாளந்தாவில் கிடைத்தக் கல்வெட்டுகளும் செப்புப் பட்டயங்களும் வேறு பல புரவலர்களின் பெயர்களையும் தெரிவிக்கின்றன. மகதத்தை ஏழாவது நூற்றாண்டில் ஆண்ட மௌகாரி வம்சம், இப்போதைய அசாம் பகுதியைச் சேர்ந்த மன்னர் பாஸ்கர வர்மா ஆகியோர் பெயர்கள் குறிப்பிடத்தக்கவை. அவர்கள் பணம், நிலம் அல்லது கால்நடைகள் ஆகியவற்றை அளித்துப் புதிய மடாலயங்களையும் ஆலயங்களையும் கட்ட உதவினர். நாளந்தா அமைந்துள்ள பிரதேசத்தைச் சேர்ந்த அனைத்துக் கிராமங்களிலும் வசூலிக்கப்பட்ட வரி வருவாய் மடாலயங்களுக்கும் ஆலயங்களுக்குமே சென்றன. (இப்பகுதியில் 100 கிராமங்கள் இருந்ததாக யுவான் சுவாங்கும் 201 இருந்ததாக யிஜிங்கும் பதிவிட்டுள்ளனர்.) பல நூறு கோட்டிகள் (ஒரு கோட்டி என்பது 100 கிலோவுக்குச் சமம்) வெண்ணெயும் பாலும் ஆலயங்களுக்கும் மடங்களுக்கும் அன்றாடம் அளிக்கப்பட்டன. இந்த அளவும் மிகையாகவே தோன்றுகிறது. 'இப்படி தாராளமாக அளித்ததால்தான் தரமான ஆசிரியர்கள் மூலம் தரமான கல்வியைத் தர முடிந்தது' என்கிறார் யுவான் சுவாங்.

துறவிகள் விரும்பியபடி, மஹா விஹாரத்தைச் சுற்றி மிகப் பெரிய மதில் சுவரை ஒரு மன்னர் கட்டித் தந்தார். அடுத்தடுத்துப் பல மன்னர்கள் மடாலயங்களையும் பௌத்த விஹாரங்களையும் ஸ்தூபிகளையும் கட்டினர். சிற்பிகள் தங்களுடைய அனைத்துத் திறமைகளையும் பயன்படுத்தி மிக அற்புதமாக அவற்றை நிர்மாணித்தனர். ஒன்பதாவது நூற்றாண்டில் சுமத்ராவை ஆண்ட பலபுத்ர என்ற மன்னர், நாளந்தாவில் மடாலயத்தைக் கட்டியதுடன் அதன் நிர்வாக, பராமரிப்புச் செலவுக்காக அருகிலிருந்த ஐந்து கிராமங்களை விலைக்கு வாங்கி, அந்தக் கிராமங்களிலிருந்து கிடைக்கும் வருவாயை மடாலயத்துக்குப் பயன்படுத்தச் செய்தார்.

நாளந்தாவின் மஹாவிஹாரம் நூற்றாண்டுகள் பல கடந்த பிறகும் கட்டுக்குலையாமல் எழிலுறத் திகழ்கிறது. அவற்றின் பல கட்டுமானங்கள் பலமுறை திரும்பத் திரும்பக் கட்டப்பட்டன. சில வேளைகளில் தீ விபத்துகளுக்குப் பிறகு அவை புதுப்பிக்கப் பட்டன. பழைய கட்டடங்கள்மீது புதிய கலைவடிவங்கள், அழகிய சிற்ப வேலைப்பாடுகளுடன் அடுத்த அடுக்காக நிர்மாணிக்கப்பட்டன. மடாலயங்களின் வளாகம் தொல்லியல் துறை அகழ்ந்தெடுத்த பிறகு நிர்ணயித்த எல்லைக்கும் அப்பால் நீளுகின்றன. அவை மண் மூடியிருக்கும் அடுத்த பகுதிக்குச் செல்கின்றன. அங்கெல்லாம் அகழ்வு வேலைகள் பாக்கியிருக் கின்றன. ஆனால் வெளியில் தெரிந்த சில பகுதிகளைப் பார்த்த மக்கள் தங்களுடைய பயன்பாட்டுக்காக அங்கிருந்த செங்கற்களை வரம்பில்லாமல் எடுத்துச் சென்றுவிட்டனர்.

நாளந்தாவில் அகழ்ந்தெடுக்கப்பட்ட சிற்பங்கள் சுதை அல்லது காரையாலும், கற்களாலும் வெண்கலத்தாலும் வடிக்கப் பட்டவை. சிற்பங்களில் பெரும்பாலானவை புத்தருடையவை. அவருடைய வெவ்வேறுவிதமானத் தோற்றங்கள், யோக முத்திரைகள், அவருடைய வாழ்க்கையில் நடந்த முக்கியச் சம்பவங்களைக் குறிக்கும் காட்சிகள் சிற்பங்களாக வடிக்கப் பட்டன. போதிசத்துவர்களும் பௌத்தர்களின் செல்வத்துக்குரிய கடவுளான 'ஜம்பாலா' அவருடைய துணைவி 'ஹரீதி' ஆகியோரும் சிற்பங்களாக உள்ளனர். ஹரீதியை மகப்பேறு அல்லது புத்திர சந்தானம் அருளும் தெய்வமாகவும் வழிபடுகின்றனர்.

தாந்த்ரீக பௌத்தம் அல்லது வஜ்ராயனம் என்ற பௌத்தப் பிரிவு உருவானபோது ஒன்பதாவது பத்தாவது நூற்றாண்டுகளில் தாந்த்ரீக தேவதைகளும் உருவாயினர். அவலோகிதேஸ்வரா, தாரா, மரீச்சி, ஹேருகா, காசர்ப்பணா, திரைலோக்கியவிஜயா, யமாந்தகா அத்தகைய தேவதைகள் ஆவர். மிகவும் வியப்பூட்டும் வகையில், நாளந்தாவின் சிற்பங்களில் 10% பிராமணீய வழிபாடு களுக்குரிய தேவதைகளாவர். சூரியன், விஷ்ணு, லட்சுமி, பலராமர், சிவன், பார்வதி, துர்க்கை, குபேரன், ஸ்கந்தன், யசோதை கிருஷ்ணர் மற்றும் சரஸ்வதி ஆகியோரின் சிற்பங்கள் இப்படி வடிக்கப்பட்டுள்ளன. ராமாயணக் காவியத்தில் வரும் காட்சிகள், உதாரணமாக சீதை - ராவணன் போன்ற சிற்பங்களும்கூட இருக்கின்றன. (நாளந்தாவின் அருங் காட்சியகத்தில் இப்படிப் பலவற்றை நாம் காணலாம்.)

ஹேருகா,
9-10ம் நூற்றாண்டு

அபராஜிதா
விநாயகரை
மிதிக்கும் சிலை

திரைலோக்கிய
விஜயா

வஜ்ரபாணி
8ம் நூற்றாண்டு

முதலாவது ஆயிரமாவது ஆண்டில் கடவுளர்கள் தங்களுடைய மார்க்கத்துக்குரிய பக்தர்களை மட்டுமல்லாமல் மாற்று மார்க்கத்துப் பக்தர்களையும் ஈர்த்துள்ளனர் என்று தெரிகிறது. அதேவேளையில் பௌத்தர்கள் தங்கள் மதத்தையும், மற்றவர்கள் பிராமணீய வழிபாட்டு முறைகளையும் தொடர்ந்து கடைப் பிடித்தமையும் தெரியவருகிறது. கடவுள் சிலைகளை வழி பட்டதில் மட்டுமல்லாமல் சுவஸ்திகாபோன்ற சின்னங்களைப் போற்றுவதிலும் சில நம்பிக்கைகளிலும் அவரவர் பாணியைப் பின்பற்றுவதில் மிகவும் உறுதியாக இருந்துள்ளனர். இது இப்போதும் பரவலாகத் தொடர்கிறது. இலங்கையில் இந்துக்கள் புத்தரையும், பௌத்தர்கள் கட்டரகமவையும் (அதாவது முருகர்), விஷ்ணு, கணேசர் ஆகியோரையும் வழிபடுகின்றனர். சிங்கள பௌத்தர்களும் தமிழ் இந்துக்களும் தங்களைத் தனித்துவமான இனமாகக் கருதிக்கொண்டாலும், வழிபாட்டில் ஒற்றுமை நிலவுகிறது. இரு தரப்புக்கும் இடையில் 1983 முதல் 2009 வரையில் மிகவும் கடுமையான ஆயுத மோதல்கள் ஏற்பட்டதும் குறிப்பிடத்தக்கது.

நாளந்தாவிலும் அதைச் சுற்றியுள்ள பகுதிகளிலும் கிடைத்த அரிய கலைப்பொருள்கள் உள்ளிட்டவற்றில் 3%-க்கும் குறைவாகத்தான் நாளந்தா அகழ்விட அருங்காட்சியகத்தில் காட்சிக்கு வைக்கப் பட்டுள்ளன. அங்குள்ள சிற்பங்களில் சில வினோதமாக உள்ளன. பௌத்தர்களின் தேவதையான அபராஜிதா, கணேசரை காலில் போட்டு மிதிப்பதைப்போல ஒரு சிற்பம் உள்ளது. அந்தச் சிற்பத்தில் அபராஜிதருக்கு இந்திரன் குடை பிடிக்கிறார். தாந்த்ரீக தேவதையான ஹேருகா, சிவனைக் காலில் போட்டு மிதிப்பதைப்போல ஒரு சிற்பம் இருக்கிறது. ஹேருகாவின் கிரீடத்தில் புத்தர் இருக்கிறார். வஜ்ராயன பௌத்தர்களின் தேவதை திரைலோக்யவிஜய, பௌத்த தேவதை வித்யுஜ்வலகரளி ஆகியோரின் உருவங்களும் சிற்பங்களாக வடிக்கப்பட்டுள்ளன.

அகிம்சையைப் போதிக்கும் புத்த மதத்தில் அதன் கொள்கைகளையே மீறும் விதத்தில் இப்படி வன்மம் மிகுந்த சிற்பங்கள் செதுக்கப்பட்டதற்கு என்ன விளக்கத்தை நாம் கூற முடியும்? முதலாவது ஆயிரமாவது ஆண்டின் பிற்பகுதியில் பௌத்தத்துக்கும் இந்துமதத்தின் பிரபலமாகிக்கொண்டிருந்த புதிய பிரிவுகளுக்கும் இடையில் ஏற்பட்ட புதிய மோதல்கள் ஒரு காரணம். 'பௌத்தர்களுக்கும் சைவத்தின் சில பிரிவினருக்கும் இடையில் விரோதப் போக்கு வளர்ந்துகொண்டே வந்தது. அது

மெய்யியல் கொள்கை தளத்திலும், மதம் என்ற அடிப்படையிலும் வலுப்பெற்றதுடன் அரசர்கள் மற்றும் புரவலர்களின் கொடையைப் பெறுவதிலும் பரவியது. இந்துக்களின் எண்ணிக்கை அதிகமாக இருந்ததால் நேரடியாக மோதாமல் தற்காப்பு நடவடிக்கையாக இப்படி கற்பனை உருவங்களை உருவாக்கி, தங்களுடைய மதம்தான் உயர்ந்தது என்று காட்ட வினோதச் சிற்பங்களைச் செய்துள்ளனர்' என்கிறார் ரோமிலா தாப்பர்.

நாளந்தா ஏற்பட்ட நாள் முதலே பெரும்பாலான காலம் அது பௌத்த மதக் கருத்துகளைப் பயில்வதற்கான கேந்திரமாக இருந்ததுடன், பௌத்த மடாலயங்களின் மாபெரும் வலையமைப்புகளுக்குத் தொடர்பு மையமாகவும் இருந்துள்ளது. நாளந்தாவிலிருந்து உத்தண்டபுரா 12 கி.மீ. வடக்கிலும் யஷோவர்மபுரா 2 கி.மீ. கிழக்கிலும் திலடாகா 33 கி.மீ. வடமேற்கிலும் அமைந்திருந்தன. பிஹாரில் விக்ரமஷீலா, வங்கதேசத்தில் சோமபுரா, ஜக்கதளா அமைந்திருந்தன. பெரும் பாலான இந்தப் பௌத்தத் தலங்கள் பகுதியளவாவது அகழ்ந்தெடுக்கப்பட்டுள்ளன. இந்த மடாலயங்கள் தங்களுக்குள் எந்தவித ஒத்துழைப்பை அல்லது போட்டிகளைக் கொண்டிருந்தன? முழுவதும் நமக்குத் தெரியாது, ஆனால் நாம் ஓரளவுக்கு ஊகிக்கலாம்.

இந்தியாவில் பௌத்தத்தை ஆதரித்தக் கடைசி மன்னர் குலம் 'பாலா'. அவர்கள் மகாயானத்தை அடிப்படையாகக்கொண்ட நாளந்தாவை விட்டுவிட்டு, வஜ்ராயன பௌத்தப் பிரிவை மையமாகக் கொண்ட விக்ரமசீலா, சோமபுரா ஆகியவற்றை ஆதரிக்கத் தொடங்கினர் என்கிறார் வரலாற்று அறிஞர் சுகுமார் தத். வஜ்ராயன பௌத்தம் அல்லது தாந்த்ரீக பௌத்தம் நிறையப் பேரை ஈர்க்கத் தொடங்கியது. இப்பிரிவு விசித்திரமானது, துறவை ஆதரிப்பது, மற்றவர்களுடன் ஒத்திசைவாகச் செல்வது, மாயமந்திரங்கள் நிறைந்தது, சமூகத் தொடர்போடு செயல்படுவது என்பதால் இதை மக்கள் ஆதரிக்கத் தொடங்கினர்.

பிஹார் ஷரீஃப் நகருக்குத் திரும்புவதற்கு முன்னால் நாளந்தா அருங்காட்சியகத்தில் அரை நாளைச் செலவிட்டேன். பிஹார் ஷரீஃப் வீதிகளில் இங்குமங்கும் திரிந்தேன். சோளப் பொரியை வறுத்து உப்பும், எலுமிச்சையும் சேர்த்துக் கலந்த தின்பண்டத்தை வாங்கிச் சுவைத்தேன். குறுகிய வீதிகளில் மக்களோடு எருதுகளும் இடத்துக்காக போட்டி போடுகின்றன. வீதிகளில் ஒரே இரைச்சல்.

வாகனங்கள் புகையைக் கக்கியபடியே விரைகின்றன. ஆட்டோ ரிக்ஷாக்களை அதன் உரிமையாளர்கள் அவரவர் ரசனைக்கேற்ப அலங்கரித்துள்ளனர். மூன்று லட்சத்துக்கும் மேற்பட்ட மக்கள் வசிக்கும் இந்த ஊரில் 'திட்டமிட்ட நகர வளர்ச்சி' என்பது மருந்துக்கும் இல்லை. நகர மக்களுக்கு நகராட்சியின் சேவைகள் மிக மிகக் குறைந்த அளவில்தான் இருக்கின்றன. நகரைப் பார்க்கவும், நகரில் இருக்கவும் பிடிக்கவில்லை. திறந்தவெளிச் சாக்கடைகள், துர்நாற்றம், வீதிகளில் மலையெனக் குவியும் குப்பைகளிலிருந்து தொடர்ந்து வெளியேறும் அழுகல் வாடை, மாடுகளின் சூடான மூத்திர நாற்றம். நகரில் எங்கும் பூங்காவையே பார்க்கவில்லை. மக்கள் நிம்மதியாக நடப்பதற்கான நடை பாதைகளோ, பொது மக்கள் ஒன்று கூடுவதற்கான சதுக்கங்களோ கிடையாது. பெரும்பாலான கட்டடங்களின் வெளிப்புறச் சுவர்களுக்கு மேல்பூச்சும் இல்லை, அதனால் வண்ணமும் பூசப்படவில்லை. இதனால் நகரின் அழுக்கான தோற்றம் மேலும் அருவருப்பாகக் காட்சி தருகிறது. இவ்வளவு அசிங்கமாக இருக்கும் நகரின் தோற்றம், மக்களுடைய மனங்களில் எப்படிப்பட்ட உளவியல் பாதிப்பை ஏற்படுத்தும் என்று நினைக்கவே வியப்பாக இருக்கிறது.

இத்தனை களேபரங்களுக்கும் நடுவில் வீதி வியாபாரிகள் வண்டி நிறைய மால்டா பகுதி மாங்காய்களையும் பச்சைப் பசேலென காய்கறிகளையும் கொண்டுவந்து கூவி விற்கின்றனர். கடை வீதியில் மக்கள் நெரிசல் அதிகம். முதிர்ச்சி பெறாத வியாபார சாமர்த்தியமும், நுகர்வியமும் இதில் வெளிப்படுகின்றன. ஒற்றைத் திரையை மட்டுமே கொண்ட பழங்கால பாணி திரையரங்குகள் நகரில் இரண்டு இருப்பதையும் அதில் காட்டப்படும் இந்தி திரைப்படங்களுக்கான சுவரொட்டி நகரில் எங்கு திரும்பினாலும் கண்ணில் படுவதையும் பார்க்கிறேன். 'பிக் பஜார்' என்ற பெரிய வணிக நிறுவனத்தின் புதிய வளாகக் கிளையொன்றும் இவ்வூரில் புதிதாக திறக்கப்பட்டிருக்கிறது. நகரின் புதிய பிட்ஸா கடை அதற்குப் பக்கத்திலேயே திறக்கப் பட்டுள்ளது. சிரித்த முகத்துடன் ஓர் இளம் பெண் தனக்குத் தெரிந்த ஆங்கிலத்தில் பிட்ஸா விற்பனையில் மும்முரமாக இருக்கிறார்.

நகரம் முழுக்கப் பல்வேறு பயிற்சி வகுப்புகளைப்பற்றிய சுவரொட்டி விளம்பரங்களைப் பார்க்க முடிகிறது. அறிவுத்திறனை வளர்ப்பதற்கான பயிற்சிகள், ஆங்கிலம், கணிதம் ஆகியவற்றில் அதிக மதிப்பெண் பெற தனிப் பயிற்சிகள், ரயில்வே துறைக்கான

தேர்வுகள், மத்திய தேர்வாணையம் நடத்தும் தேர்வுகள் ஆகிய வற்றுக்கான பயிற்சி வகுப்புகள், கணக்கியல் பயில்வதற்கான சிறப்பு வகுப்புகள் என்று அனைத்துமே மாணவர்களை மேல் படிப்புக்கும் வேலைக்கும் தயார் செய்ய அழைக்கின்றன. இவற்றில் சேரும் மாணவர்களுக்கு வெற்றி உறுதி என்பது நிச்சயம்.

லயம் தவறாத அன்றாட வாழ்க்கை

அடுத்த நாள் மீண்டும் நாளந்தா சென்று அங்கு ஏற்பட்டுள்ள சிதைவுகளைப் பார்த்தபடியே சிந்தனையில் ஆழ்ந்தேன். வாழ்க்கையின் நிலையாமையை உணர இதைவிடச் சிறந்த இடம் எது? மடாலயங்களின் காணாமல் போன கூரைகளை, சுவர்களை, தூண்களைப் பளிச்சென்ற நிறங்களில் பொருத்தி எப்படி இருந்திருக்கும் என்று கற்பனை செய்து பார்க்கிறேன். துறவியர்களின் அன்றாட வாழ்க்கையில் கலந்துவிட்ட ஒரு துறவியாகவும் என்னைக் கற்பனை செய்துகொள்கிறேன்.

பெரிய வெண்கல சேகண்டிகளில் தடியால் அடிக்கும்போது ஏற்படும் மணியோசை, மந்திரங்களை அனைவரும் ஏற்ற - இறக்கங்களுடன் உச்சாடனம் செய்யும் பாராயண ஒலி, குருமார்களை இளம் துறவிகள் சந்திக்கும்போது செய்யும் வந்தனங்கள், குருமார்களின் ஆசியொலிகள், குருமார்களிடம் இளம் துறவிகள் தங்களுக்குள்ள சந்தேகங்களைப் போக்கிக் கொள்ள நடத்தும் விவாதங்கள் என்று மடாலயம் முழுவதும் உற்சாகமான, ஆனால் ஒழுங்கான ஓசைகள் கேட்டுக்கொண்டே இருக்கின்றன.

மடாலயத்தின் பின்புறத்தில் சமையல்கட்டில் காய்கறிகள் வேகும் மணமும் தாளிதமும் மசாலாப் பொருள்களை உப்பு போட்டுச் சேர்ப்பதால் ஏற்படும் வாசனையும் பூஜையறைகளில் ஏற்றப்படும் வத்திகள், தூப - தீபங்களின் நறுமணங்களும் மடாலயத்தை நிறைக்கின்றன. மூட்டி தைக்கப்படாத துறவாடைகள் கொடிகளில் தொங்கியபடி வெயிலில் காய்கின்றன. துறவிகளில் சிலர் பிரார்த்தனையில் ஈடுபடுகின்றனர். வேறு சிலர் உரையாடிக் கொண்டிருக்கின்றனர். கழிப்பறைகளைப் பயன்படுத்த வரிசையில் நிற்கின்றனர். மடாலயங்களுக்கே உரிய ஓசைகளும் காட்சிகளும் ஒவ்வொன்றாக மனக்கண்ணில் தோன்றி

மறைகின்றன. மிகப்பெரிய பிரசங்க மேடையைச் சுற்றி மற்றவர்கள் அமைதியாகவும் கவனத்தைக் குவித்தவர்களாகவும் அமர்ந்திருக்கின்றனர். அங்கே கடைசி வரிசையில் யாராவது இளந்துறவி தூக்கக் கலக்கத்தில் கண் அயர்ந்தால் குரு அவர் மீது துண்டு சாக்பீஸை எறிவாரோ?

ஒவ்வொரு நாள் காலையும் இளந்துறவி மாணவர்கள் தங்களுடைய குரு இருக்குமிடம் சென்று தலைதாழ்ந்து தரையில் படும்படி குனிந்து காலை வந்தனம் செய்வார்கள். குரு இரவில் நன்றாகத் தூங்கினாரா, நலமாக இருக்கிறாரா என்று விசாரிப் பார்கள். பல் தேய்ப்பதற்கு ஆலம் - வேலம் குச்சியைத் தந்து, கொப்பளிப்பதற்காக நீருடன் பாத்திரத்தை அவர் முன்னதாக வைத்து, முகம் துடைக்க சிறிய துண்டையும் அருகில் வைப்பார்கள். குருநாதர் நீராடும்போது அவருக்கு முதுகைத் தேய்த்துவிடுவார்கள், அவருடைய துணிகளை மடித்துக் கொடுப்பார்கள், அவர் இருக்கும் அறையைப் பெருக்கிச் சுத்தம் செய்வார்கள், சிலசமயம் அவருடைய அறை இருக்கும் வளாகத்தையே கூட்டிச் சுத்தம் செய்வார்கள். ஆசிரியர் குடிப்பதற்காக அன்றாடம் புதிய நீரை தூய்மையாக எடுத்துவந்து வைப்பார்கள். ஆசிரியருக்குத் தேவைப்படும் இதர சேவை களையும் தாங்களாகவே விரும்பிச் செய்வார்கள்.

ஆசிரியர்களும் தங்கள் பங்குக்குத் தாங்கள் நடத்த வேண்டிய பாடங்களை மட்டும் கற்றுத்தராமல் அவர்களுக்கு எழும் பிற சந்தேகங்களுக்கும் விடை அளிப்பார்கள். அவர்களுடைய கற்றலில் உள்ள குறைகளைச் சுட்டிக்காட்டி திருத்திக்கொள்ளச் சொல்வார்கள். அவர்களுடைய நடத்தைகளிலும் ஏதேனும் திருத்த வேண்டியிருந்தால் செய்வார்கள். மாணவர்கள் தங்களுடைய உரிமையைத் தவறான வழியில் பயன்படுத்தினால் எச்சரித்து அறிவுரை கூறுவார்கள். மாணவர்களுக்கு உடல்நலக் குறைவு ஏற்பட்டால் மருந்து தந்து, தக்க ஆலோசனைகளையும் அளித்து, அருகிலிருந்து தங்களுடைய குழந்தையைப்போலப் பார்த்துக்கொள்வார்கள்.

'(இந்தியாவில்) குளங்களை வெட்டுவது உன்னதமான சேவை. குளங்களைச் சுற்றி நாலாபுறங்களிலும் சால் மரக் கன்றுகள் நடப்பட்டு வளர்க்கப்பட்டன. மழை நீர் குளங்களில் சேகரிக்கப் பட்டது. குளத்து நீர் ஆற்றுநீரைப்போலவே தூய்மையாக இருந்தது. நாளந்தா மடாலயங்களைச் சுற்றி பத்துக்கும் மேற்பட்ட குளங்கள் இருந்தன. தினமும் காலையில் நீராடுவதற்கான

நேரத்தை நினைவூட்டும் வகையில் மணி அடிக்கப்பட்டது. துறவிகள் இடுப்பில் சுற்றிய துணியுடன் கும்பல் கும்பலாக நீராட வருவார்கள். உடலில் சிறு துணிகூட இல்லாமல் நீராடக் கூடாது என்று புத்தர் போதித்திருப்பதால் யாரும் நிர்வாணமாகக் குளிக்கமாட்டார்கள்' என்று பதிவு செய்திருக்கிறார் யிஜிங். இந்தக் குளங்கள் மிகுந்த கவனமுடன் அமைக்கப்பட்டன. கரைகள் இடிந்து சிதைந்திருந்தாலும் இப்போதும் மழைக்காலங்களில் இவற்றில் நீர் நிரம்பிவிடுகிறது.

அன்றாட வாழ்க்கை நிகழ்ச்சிகளை, தண்ணீர் கடிகாரம்தான் அக்காலத்தில் ஒழுங்கு செய்தது. செப்புப் பாத்திரங்களில் தகுந்த வகையில் துளைகள் இட்டு ஒவ்வொரு விநாடியும் ஒரு சொட்டு தண்ணீர் சிந்தும்படி அமைத்திருப்பார்கள். ஒவ்வொரு மணிக்கும் வெவ்வேறு விதமாக ஓசை வரும்படி முரசு அறைவார்கள் அல்லது சங்குகளை ஊதுவார்கள். ஒவ்வொரு பொது நிகழ்ச்சி அல்லது சேவை அல்லது சடங்குகளைத் தொடங்குவதற்கு முன்னால், தொங்கும் உலோக வட்டில்மீது (சேகண்டி) சுத்தியல் அல்லது கம்பால் அடித்து ஓசை எழுப்புவார்கள். நிகழ்ச்சி முடிந்துவிட்டது என்பதைக் குறிக்கவும் மணி அடிப்பார்கள். உடலுக்குப் பயிற்சி தருவதற்காக எல்லாத் துறவிகளும் நடுப்பகலில் அல்லது பிற்பகலின் கடைசிப் பகுதியில் சிறிது நேரம் நடைப்பயிற்சி மேற்கொள்வார்கள்.

பிற்பகலின் கடைசிப்பகுதியில் அல்லது மாலை நேரத் தொடக்கத்தில் துறவிகள் அனைவரும் மூன்று பகுதிகளைக் கொண்ட பிரார்த்தனை சேவையில் ஈடுபடுவார்கள். பௌத்த பூசாரிகள் இதை முன்னின்று நடத்துவார்கள். மடாலயத்தின் வாயிலில் உள்ள ஸ்தூபத்தை (கம்பம்) மூன்றுமுறை வலம் வருவார்கள், அதற்கு மலர்களையும் வாசனை பத்திகளையும் சமர்ப்பிப்பார்கள். அனைவரும் முழந்தாளிட்டுக்கொள்வார்கள்.

நல்ல குரல் வளம் உள்ளவர் புத்தரின் புகழைப் பாடும் பாடல்களை முதலில் ஒவ்வொரு அடியாகப் பாடுவார். இனிமையான, பிசிறில்லாத, கேட்பவர் மனதை ஈர்க்கும் குரலில் பாடுவார். பிறகு பத்து அல்லது இருபது ஸ்லோகங்களையும் இசைப்பார். புனித நூல்களில் உள்ள பாக்களும் ஸ்லோகங்களும் கூட ஓதப்படும். மிக உயர்ந்த லட்சியங்களைக் கூறும் இந்தப் பாடல்கள் மாத்ரிகேத என்பவரால் இயற்றப்பட்ட இலக்கியங்களாகும். 'அவருக்கு அசாத்திய இலக்கியப் புலமை இருந்தது. மிக நீண்ட காலத்துக்கு முன்னர் அவர் வாழ்ந்திருந்தார். அவருக்குப் பிறகு பாடல்களைப்

உள் அறை வடிகால் வசதி

பொது சமையல் அடுப்பு

புனைந்தவர்கள் அவருடைய பாணியையே பெரிதும் பின்பற்றினர். அவரை இலக்கியப் பிதாமகன் என்றே கருதினர்' என்று யிஜிங் எழுதியிருக்கிறார்.

சடங்கு முடிவுற்ற பிறகு மற்ற துறவிகள் அனைவரும் ஒருமித்த குரலில், 'சுபாஷிதா!' 'சாது!' என்று வாழ்த்துவார்கள். (நன்றாகப் பேசினீர்கள், நன்றாக இருந்தது). நாளந்தாவின் மக்கள் தொகை அப்போது அதிகமாக இருந்ததால் எல்லோராலும் ஒரே ஆலயத்தில் கூடமுடியவில்லை. எனவே பிரார்த்தனைகளைச் செய்யும் குழு ஒவ்வொரு மடாலயமாகச் செல்லும், முழு சடங்கின் சுருக்க வடிவம் மற்ற மடாலயங்களில் பாடப்படும்.

இந்தச் சடங்குகளிலிருந்து எத்தனை துறவிகள் ஒதுங்கி இருந்தார்கள், ஏற்றுக்கொள்ள மறுத்தார்கள் என்று சீன யாத்ரிகர்கள் யாரும் பதிவிடவில்லை. சடங்குகளும் உருவ வழிபாடும் கூடாது என்று புத்தர் போதித்ததுடன் எச்சரித்தும் இருந்தார். தன்னைப் பின்பற்றுகிறவர்கள் எந்தவித அடையாளங் களும் உணர்வுபூர்வமான செயல்பாடுகளும் இல்லாமல் போதனைகளைக் கடைப்பிடிப்பார்கள் என்று அவர் ஒரேயடியாக நம்பிக்கை வைத்திருந்தார். நம்மில் பெரும்பாலானவர்களைப் போல துறவிகளும் தங்களுடைய சிந்தனைகளைத் தனித் தனியாகப் பகுத்துக்கொள்ளப் பழகியிருந்தனர். மதநம்பிக்கைகள் என்ற சந்தையில் இப்படி உருவ வழிபாட்டையும் சில மதச்சின்ன அடையாளங்களையும் வைத்துக்கொள்ள அனுமதிப்பதன் மூலம்தான் புதிதாகப் பலரை மதம் நோக்கி ஈர்க்க முடியும் என்பதை அவர்களும் உணர்ந்திருந்தனர்.

மடாலயங்கள் தங்களுக்கான உணவைத் தாங்களே சமைத்துக் கொண்டன. அதற்காக பெரிய சமையலறைகள் இருந்தன என்று எழுதியிருக்கிறார் யிஜிங். ஒவ்வொரு சமையலறைக்கும் வெளியே 'மஹாகாலா' என்ற தாந்த்ரீகத் தேவதையின் மரச் சிற்பம் சிறிய பீடத்தில் அமைக்கப்பட்டு தொடர்ந்து எண்ணெய் பூசி, கருப்பாக்கப்பட்டிருந்தது. மக்களுடைய வாழ்க்கையில் துர் சம்பவங்கள் ஏதும் நடக்காமல் காப்பவர் மஹாகாலா. உணவருந்துவதற்கு முன்னால் நறுமண ஊதுபத்திகள் மஹாகாலா தேவதைக்கு முன்னால் ஏற்றி வைக்கப்படும். சமைத்த உணவு முதலில் அத் தேவதைக்குப் படைக்கப்படும். இருட்டிய பிறகு எண்ணெய் விளக்கேற்றி வைப்பார்கள். உணவு சாப்பிடும்போது துறவிகள் பிரம்பால் பின்னப்பட்ட மணை போன்ற சிறிய ஆசனத்தில் அமர்ந்து சாப்பிடுவார்கள். சாப்பிடும்போது ஒரு துறவி

இன்னொரு துறவியிடமிருந்து ஒன்றரை அடி விலகியிருக்க வேண்டும். ஒருவரை ஒருவர் தொட்டால் அது தீட்டாகக் கருதப்பட்டது. சாப்பிடும்போது பேச மாட்டார்கள்.

இளைய துறவிகள் உயரம் குறைவான மர ஆசனங்களில் அமர்ந்துகொள்வார்கள். சாணத்தாலும் இலைகளாலும் நன்கு பூசி மெழுகப்பட்ட தரையில் உணவு வகைகளை மரத்தட்டுகளில் கொண்டுவந்து துறவிகளுக்கு முன்னால் வைப்பார்கள். முதலில் உப்பு கலந்த இஞ்சித் துண்டுகள் ஓரிரண்டு அனைவருக்கும் பரிமாறப்பட்டிருக்கும். அதைச் சாப்பிட்டுத்தான் தொடங்கு வார்கள். அடுத்ததாக உலர்ந்த அரிசிக் கஞ்சி, சூப் பரிமாறப்படும். சாப்பாட்டில் வெண்ணெய் சேர்த்துக்கொள்வார்கள். சாப்பாட்டை விரல்களால்தான் பிசைந்து சாப்பிடவேண்டும். காய்கறிகள், நெய், தேன், சர்க்கரை, நவதானியங்களில் செய்த ஆப்பம் ஆகிய வற்றுடன் கோடைப் பருவங்களில் மாம்பழமும் இலையில் பரிமாறப்படும். காய்கறிகளை வேகவைத்தோ, வதக்கியோ சமைத்த பிறகே உண்பார்கள். காய்கறிகளுடன் பெருங்காயம், உருக்கிய நெய், எண்ணெய் அல்லது மசாலா பொருள்கள் சேர்த்துச் சமைப்பார்கள். வேகவைத்த பார்லி அல்லது பட்டாணி, நெருப்பில் வாட்டிய சோளம், பல்வேறு கிழங்குகள், தண்டுகள், இலைகள், மலர்கள், பழங்கள், சிலவேளைகளில் இறைச்சி ஆகியவையும் பரிமாறப்படும். சாப்பாட்டுக்காக பிராணிகளைக் கொல்ல மாட்டார்கள். ஆனால் இறந்த பிராணிகளின் இறைச்சியை மட்டுமே சமைப்பார்கள். சமையலில் சிலவகைக் காய்கறிகளைச் சமைக்கும்போது, வேறு சில வகைகளை ஒதுக்கிவிடுவார்கள். சாப்பிடுவதற்கு வலது கையை மட்டுமே இந்தியர்கள் பயன்படுத்துகிறார்கள். செப்புப் பாத்திரங்களில் விரும்பிச் சமைக்கிறார்கள். வசதி இல்லாதவர்கள் மண் பாண்டங்களையே நாடுகின்றனர். இதனால் இப்போதும் இந்திய ரயில் நிலையங்கள் அருகில், உடைந்த பானையோடுகள், மண் குவளைகள் ஆங்காங்கே குவிந்து கிடக்கின்றன.

புத்தத் துறவிகள் ஒவ்வொருநாள் காலையிலும் - ஒவ்வொரு வேளை உணவு உண்ட பிறகும் தங்களுடைய வாயையும் நாக்கையும் சுத்தம் செய்ய ‘தந்த்காஷ்தா’ என்கிற மெல்லிய குச்சியை வாயில் போட்டுச் சவைப்பார்கள். இவை ஆலமரம், வேலமரம் போன்றவற்றிலிருந்தும் சில மரங்களின் வேர்கள் அல்லது இலைத் தண்டுகளிலிருந்தும் பெறப்படும். இவை துவர்ப்பு அல்லது உறைப்புச் சுவை உள்ளவை. இவை பற்களுக்கு

இடையில் சிக்கியிருக்கும் உணவுத் துகள்களை அப்புறப் படுத்துவதுடன், ஈறுகளைப் பலப்படுத்தி, வாய் துர்நாற்றத்தையும் போக்கும். ஈறுகள் பலமாவதால் பற்கள் உறுதியாகும். அத்துடன் செரிமானத்துக்கு உதவுவதுடன், நெஞ்செரிச்சலிலிருந்தும் நிவாரணம் தரும்.

ஆண், பெண் துறவிகளுக்கான ஆடைகளில் கூட எதை, எப்படி அணியவேண்டும் என்ற விதிகளைக் கட்டாயம் கடைப்பிடித்தாக வேண்டும். உள்ளாடைகளுக்கும் இது பொருந்தும். எந்த மாதிரியான துணிகளில் ஆடைகளைத் தைக்கவேண்டும், இடுப்பைச் சுற்றிய துண்டு எப்படியிருக்கவேண்டும், அதற்கான துணி எப்படி வெட்டப்பட்டிருக்க வேண்டும், அவற்றை எப்படித் தைக்கவேண்டும், அது என்ன நிறத்தில் இருக்கவேண்டும், துறவியரின் உடலில் எந்தெந்தப் பகுதி வெளியே தெரியலாம், எந்த இடத்தில் ஆடையில் கச்சம் இருக்கவேண்டும், எங்கே சுற்றிக்கொள்ள வேண்டும், எங்கே ஆடையைப் பிடித்துக்கொள்ள வேண்டும், உட்காரும்போது பெண் துறவியர் எப்படி உட்கார வேண்டும் என்பதெல்லாம் வரையறுக்கப்பட்டிருந்தன. கழிவறையில்கூட பெண் துறவியரின் தோள் தெரியக்கூடாது என்று அறிவுறுத்தப்பட்டனர்.

தனிப்பட்ட சுகாதாரம், உண்பது, குளிப்பது, ஆடைகளை அணிவது, வழிபடுவது, மற்றவர்களுக்கு வணக்கம் கூறி வரவேற்பது, தூங்குவது என்று ஒருவரின் தனிப்பட்ட விஷயங்கள்கூட விதிகள் மூலம் கட்டுப்படுத்தப்பட்டது யிஜிங்கை மிகவும் கவர்ந்து விட்டது. எனவே விரிவாக எழுதியிருக்கிறார். வயிற்றிலிருக்கும் (மல சலம்) கழிவுகளை வெளியேற்றுவது தொடர்பான விதிகளைக்கூட குறிப்பிட்டிருக்கிறார். இவையெல்லாம் உண்மையிலேயே நாளந்தாவில் கடைப்பிடிக்கப்பட்டனவா அல்லது ஆர்வம் காரணமாக யிஜிங் இவற்றை விவரித்துள்ளாரா என்பதும் ஆராயப்பட வேண்டியதே. சீனர்கள் கவனமுடன் படிக்கவேண்டும் என்பதற்காக, இவையெல்லாம் 'புத்தரே வகுத்தவை' என்றும் குறிப்பிட்டிருக்கிறார். வயிற்றுக் கழிவுகள் தொடர்பான விதிகளை புத்தரே உருவாக்கினார் என்பதைப் படித்துத் திகைக்கிறேன்.

ஒவ்வொரு கோடைக்காலத்துக்குப் பிறகும் அவரவர்களுடைய தவறுகளைத் தெரிவித்து அவற்றுக்காக பிராயச்சித்தம் தேடும் சடங்கு நடைபெறும். இந்தத் தவறுகள் அல்லது பாவங்கள் ஒவ்வொருவராலும் உணரப்படுவது அல்லது மற்றவர்களால்

சுட்டிக்காட்டப்படுவது. இந்தச் சடங்கின் நோக்கமே, உண்மையான உணர்வுடன், தங்களுடைய கடந்தகாலத் தவறுகளை நினைவுகூர்ந்து, அவை தவறென்று உணர்ந்து, அதற்காக மன்னிப்புக் கோருவதுடன் கடந்தகால நடத்தையைக் கைவிட்டு, எதிர்காலத்தில் பழுதற்ற நடத்தையுடன் வாழ வேண்டும் என்பதற்காகத்தான்.

தவறு செய்யும் இளம் துறவிகளுக்கு அவர்களுடைய தவறுகளைச் சுட்டிக்காட்ட வேறு வழிகளும் கடைப்பிடிக்கப்பட்டன. ஒரு துறவி தன்னைப்பற்றி உயர்வாகச் சொல்லிக்கொண்டாலோ, அடுத்தவர்களுக்கு உரிய பொருளை அவருக்குத் தெரியாமல் பயன்படுத்தினாலோ அவரைக் கேலி செய்யும் விதமாக 'குலபதி' என்று அழைப்பார்கள். குலபதி என்றால் இல்லறத்தான் என்று பொருள். துறவியை, இல்லறத்தான் என்று அழைப்பது அவமானமாகக் கருதப்பட்டது. நடத்தை நெறிமுறைகள் மிக மோசமாக மீறப்பட்டால் மடாலயத்தைவிட்டே வெளியேற்று வதும் நடந்தது. ஆனால் சீன யாத்ரிகர்கள் இதற்கு உதாரணங் களைக் கூறவில்லை.

ஒரு துறவி அல்லது பூசாரி இறக்கும்போது அவருடைய உடல், பாடை கட்டி எரிமேடைக்கு தூக்கிச்செல்லப்படுகிறது. உடல் எரியும்போது நண்பர்கள் திரண்டு ஒரு பக்கமாக அமர்ந்து கொள்கிறார்கள். கற்றுத்தேறிய மூத்தத் துறவி, வாழ்க்கையின் நிலையாமைபற்றிய வாக்கியங்களை வாசிக்கிறார். ஒவ்வொருவரும் தங்களுடைய வாழ்க்கையின் அநித்திய நிலை குறித்துச் சில நிமிஷங்கள் தியானிக்கின்றனர். சடங்கு முடிந்த பிறகு அனைவரும் ஒரே சமயத்தில் குளத்தில் நீராடுகின்றனர். பிறகு மடாலயத்தில் தங்களுடைய அறைக்குத் திரும்பி சாணப்பொடியால் தரையைச் சுத்தம் செய்கின்றனர். இறந்தவர் மதிப்புக்குரியவராகவோ மிகவும் விரும்பப்பட்டவராகவோ இருந்தால் அவருடைய அஸ்தியின் சிறு பகுதியை வைத்து நினைவுத்தூண் எழுப்புகின்றனர். இப்படி ஓர் ஆலயத்தின் முற்றத்தில் ஏராளமான சிறுவடிவக் கற்களும் செங்கல்லில் செய்யப்பட்ட ஸ்தூபங்களும் இருந்தது அகழ்வின்போது வெளிப்பட்டது.

பல கேள்விகளுக்கு விடைகளே கிடைக்கவில்லை. நாளந்தாவில் எத்தனைப் பெண் துறவிகள் படித்தனர், அவர்கள் எப்படி வாழ்ந்தனர். அவர்களுக்குத் தேவைப்பட்ட அனைத்து அடிப்படை

வசதிகளையும் செய்துகொடுத்தவர்கள் யார்? பெண் துறவியர்களுக்கு யார் சமைத்துப்போட்டார்கள், யார் தலையை மழித்தார்கள், யார் அறைகளைப் பெருக்கிச் சுத்தம் செய்து கொடுத்தார்கள், யார் அவர்களுக்காகச் சிற்பவேலைகளைச் செய்தார்கள், யார் துணி தைத்துக் கொடுத்தார்கள், யார் அவர்களுடைய துணிகளைத் துவைத்துக் கொடுத்தார்கள் - அப்படிச் செய்தவர்களும் பிற துறவிகளா என்று அறிஞர் பிரடெரிக் எம். அஷர் கேட்கிறார். இரவில் அவர்கள் நாளந்தாவின் மடாலய வளாகத்திலேயே தங்கினார்களா அல்லது அருகில் இருந்த வீடுகளுக்குப் போய்த் தங்கினார்களா? நாளந்தாவுக்குள் இருந்த கோவில்களில் வழிபட பாமர மக்களுக்கு அனுமதி இருந்ததா என்று தெரியவில்லை.

மஹாவிஹாரத்தைச் சுற்றி பெரிய மதில் சுவர் எழுப்பப் பட்டிருந்ததால் மற்றவர்களுடைய வருகை கட்டுப்படுத்தப் பட்டது என்பது தெரிகிறது. மதில் சுவர்களுக்கு வெளியே இருந்த ஆலயங்களில் மட்டுமே பாமர மக்கள் வழிபட அனுமதிக்கப் பட்டிருக்க வேண்டும் என்று தோன்றுகிறது. வளாகத்துக்குள் இருந்த ஆலயங்களில் வழிபட பண்டிகைக் காலங்களில் மட்டும் அனுமதிக்கப்பட்டிருக்கலாம். இந்தத் துறவிகளின் வசதியான வாழ்க்கைக்குத் தங்களுடைய பொருள்களையும் சேவைகளையும் வரியையும் கொடுத்த கிராம மக்களுக்கு, துறவிகள் பதிலுக்கு என்ன கொடுத்தனர் என்பது தெளிவாக எங்கும் குறிப்பிடப்பட வில்லை.

துறவிகளின் வாழ்க்கையும் அப்படியொன்றும் இடைவிடாத எளிமையான வாழ்க்கையாக இருந்ததாகத் தெரியவில்லை. ஆட்டக் காய்கள் கிடைத்திருப்பதால் துறவிகள் பொழுது போக்கியும் இருக்கிறார்கள் என்பது தெரிகிறது. உட்கார்ந்து விளையாடுவது மட்டுமல்லாமல் ஓடியாடி விளையாடியும் இருக்கிறார்கள். கல்லவக்க உரைகளிலிருந்து, ஆரம்பகால பௌத்த சன்னியாசிகள் கட்டம் கட்டமாக வரைந்து விளையாடும் தாயம், ஆடு-புலி ஆட்டம், சொக்கட்டான், பாம்பு-ஏணி, சதுரங்கம், கோலிகுண்டு விளையாட்டுகளையும் குதிரையேற்றம், வாள் சண்டை, சிலம்பம் போன்றவற்றையும் பொழுது போக்குகளாகக் கொண்டிருந்திருக்கிறார்கள் என்று அறிய முடிகிறது. அவர்களே அப்படியிருக்கும்போது அவர்களுடைய காலத்துக்குப் பிந்தைய காலத்தைச் சேர்ந்த நாளந்தா துறவிகளும் ஏன் விளையாடியிருக்கமாட்டார்கள்?

சுவரில் செதுக்கப்பட்ட சிலைகள்

சில சடங்குகளின்போது சிறு குழுவாக பெண்கள் இசைத்திருப்பதையும் யிஜிங் குறிப்பிட்டிருக்கிறார். ஆனால் பிற விவரங்கள் மறைக்கப்பட்டுள்ளன. நாளந்தாவில் துறவிகளாகச் சேர்ந்த பிறகு இயற்கையாக ஏற்படும் பாலுணர்வு உந்த, எத்தனைத் துறவிகள் குற்றவுணர்ச்சிகளோடு வாழ்ந்திருப்பார்கள் என்று எண்ணிப்பார்க்கிறேன். எத்தனை பேர் மடாலய வாழ்க்கையைப் பாதியிலேயே உதறிவிட்டு இல்லறத்தில் ஈடுபடுவதற்கோ, துறவற்ற இயல்பு வாழ்க்கைக்கோ திரும்பி இருப்பார்கள் என்றும் நினைத்துப் பார்க்கிறேன். நாளந்தாவின் சமூக வாழ்க்கையின் மறைக்கப்பட்ட அம்சங்கள் குறித்து நாமாக எதையேனும் ஊகித்துக்கொள்ளலாம். பாலியல் அத்துமீறல், தனிப்பட்ட பொறாமைகள், அரசியல் போட்டாபோட்டிகள் அவற்றில் சில.

துறவிகள் படித்தது என்ன?

மொழிமீது நிலையான ஆர்வம், அன்றாட வாழ்க்கையுடன் மொழியை இணைத்துப் பார்க்கும் நோக்கம் ஆகியவைதான் இந்திய கல்விசார் சிந்தனையின் மையக் கருவாக முதலாவது ஆயிரமாண்டின் இடைப் பகுதியில் இருந்திருக்கிறது. உலகை நாம் புரிந்துகொள்வதில் மொழியின் கட்டமைப்பு எப்படி செல்வாக்குச் செலுத்துகிறது? விருப்பு வெறுப்பற்ற, சிந்தனையைத் தாண்டிய சுதந்திரத்துடன் ஒன்றை அணுக மொழி இடம் கொடுக்கிறதா? எந்த அடிப்படையில் நாம் உண்மைகளை நிறுவுவது? இவ்வாறாக, மொழியியலின் வெவ்வேறு பகுதிகள் குறித்து நம்முடைய அக்கறை குவியவேண்டும். அது மொழியியல் பற்றியதாக, ஒலிக்குறிப்புகளை ஆய்வு செய்வதாக, வார்த்தைகளைப் படிப்பதாக, சரியான பொருளைத் தெரிந்து கொள்வதாக, மனித அறிவின் எல்லைமூலத்தைக் காண்பதாக, மீமெய்யியலை உணர்வதாக, தர்க்கவியலுக்குப் பொருந்துவதாக, தார்மிக நெறிமுறைகளுக்கேற்றதாக இருக்கவேண்டும்.

ஆனால் பௌத்த மடாலயங்களில் பயின்ற இளம் துறவிகளுக்கான பாடதிட்டங்களில் அரசியல், ஜியோமிதி, கணிதம், இயற்பியல் ஆகிய பாடங்களுக்கு இடமோ, முக்கியத்துவமோ தரப்பட வில்லை. பண்டைய எகிப்தில் நடந்தபடி அப்படிப் பாடங்களாக கற்றுத்தரப்பட்டிருந்தால் 'பொருள்களின் மூல இயல்பை'

உணர்ந்துகொள்ள வழியைத் திறந்துவிட்டிருக்கும். ஆனால் வேறு அறிவியல் பாடங்கள் கற்றுத்தரப்பட்டன. ஆயுர்வேதம் என்ற மருத்துவ அறிவியல் பாடமானது தாவரவியல், விலங்கியல், வேதியியல் ஆகியவற்றை உள்ளடக்கியிருந்தது. உடலுக்கு ஏற்படும் நோய்களைத் தீர்ப்பதுடன், நீண்ட நாள் வாழ ஆயுர்வேதம் உதவுகிறது. பௌத்தவியல் சிந்தனைகள் கடவுள் மறுப்புச் சிந்தனையின் கட்டமைப்பிலேயே உருவாக்கப்பட்டது. பிராமணீய சனாதன மெய்யியல் சிந்தனைக்கு எதிராக இது நிறுத்தப்பட்டதால், மிகுந்த அழுத்தத்துக்கும் போட்டிக்கும் ஆளானது.

> 'புத்தரின் போதனைகள் அடிப்படையில் மெய்யியல் விளக்கங்கள் பெற, வெளியூர்களிலிருந்தும் வெளிநாடுகளில் இருந்தும் வந்த இளம் துறவிகளுக்கு ஒவ்வொரு நாளும் அன்றைய பாடங்களைப் படிக்கப் போதவில்லை. பகலில் தொடங்கும் விவாதங்கள் இரவுவரையில் நீடிக்கும். முதியவர்களும் இளைஞர்களும் பரஸ்பரம் இதில் உதவிக் கொள்வார்கள். திரிபீடகம் தொடர்பாகக் கேள்விகளைக் கேட்க முடியாதவர்கள் வெட்கப்பட்டு தலைமறைத்துக் கொள்வார்கள். நன்கு படித்த மாந்தர்கள் பல்வேறு நகரங்களிலிருந்து வந்திருப்பார்கள். அவர்கள் கேள்விகள் கேட்டும், கேள்வி களுக்கு விடைகளை விவாதங்களின்போது அளித்தும் பாராட்டுப் பெறுவார்கள். இப்படி நாளந்தாவில் விவாதங்கள் மூலம் அறியப்படும் அறிஞர்களின் புகழ் அவர்களுடைய ஊர்களில் மட்டுமல்ல அனைத்து நாடுகளிலும் பரவும்' என்று யுவான் சுவாங் பதிவு செய்திருக்கிறார்.

அந்தக் காலத்தில் பௌத்தர்கள் தங்களுடைய கல்வி ஞானத்தை வளர்த்துக்கொள்ள, ஐந்து முக்கிய அடிப்படைகளைக் கற்றுக் கொள்ள வேண்டும். அவை, 1. சப்த வித்யா - இலக்கணம், அகராதியியல். 2. சில்பஸ்தான வித்யா - கலைகள், 3. கிகிட்ச வித்யா - மருத்துவம், 4. ஹேது வித்யா - தர்க்கவியல், 5. அத்யாத்ம வித்யா - மெய்யியல் அல்லது பிரபஞ்சத்தின் ஆன்மாவை அறியும் அறிவியல். இவைபோக வேதங்கள், சாங்கியங்களும் பயில வேண்டும். இந்தத் தலைப்புகளில் படிக்கவேண்டிய முக்கியமான சில புத்தகங்களின் பெயர்களையும், நூலாசிரியர்கள் பெயர் களையும் மட்டுமே யிஜிங் குறிப்பிட்டுள்ளார். அனைத்து நூல்களையும் ஆசிரியர்களையும் அவர் குறிப்பிட்டுவிடவில்லை. நாளந்தாவில் பயிலவரும் இளம் துறவிகளுக்கு குறைந்தபட்சம் 20

வயது ஆகியிருக்கவேண்டும், பௌத்தம் தொடர்பாக ஏற்கெனவே அடிப்படைக் கல்வி பயின்றிருக்கவேண்டும் என்பதால் உயர் கல்வி பெறுவதில் அவர்களுக்கு இடர் இருக்கவில்லை.

'பாணினியின் சூத்திரங்கள்தான் எல்லா இலக்கண அறிவியல் களுக்கும் அடிப்படை' என்கிறார் யிஜிங். சூத்திரங்கள் என்பவை இலக்கண விதிகளின் சுருக்கமான வடிவம். பாணினி சிறந்த சிவ பக்தர், பழைய இலக்கிய, இலக்கண நூல்களைக் கற்றுத் தேர்ந்தவர். அவருடைய சூத்திரங்கள் ஆயிரம் சுலோகங்களாக எழுதப்பட்டுள்ளன. குழந்தைகள் எட்டு வயது முதலே பாணினியின் இலக்கண சூத்திரங்களைப் படிக்கத் தொடங்கு கின்றனர். அவர்கள் தாது என்பவரின் நூலையும், மூன்று கிலாக்கள் என்ற புத்தகத்தையும் பாணினியின் இலக்கணத்தோடு சேர்த்துப் படிப்பார்கள். பாணினியின் சூத்திரங்களைப் புரிந்து கொள்ள, பதஞ்சலி என்பவர் எழுதிய விருத்தி-சூத்ரம், குர்மி ஆகியவற்றையும் படிப்பார்கள். நன்கு கற்றறிந்த அறிஞர்களுக்கு மூன்று ஆண்டுகள் போதும்.

ராஜா பர்த்ருஹரி என்ற சிறந்த சிந்தனையாளர் துறவியாகவும் இல்லறத்தானாகாவும் மாறி மாறி வாழ்ந்தவர். அவர் எழுதிய நூல் பர்த்ருஹரி சாஸ்திரம் என்று அழைக்கப்படுகிறது. இது 25,000 ஸ்லோகங்களைக் கொண்டது. மனித வாழ்க்கையின் லட்சியங்கள் குறித்தும் இலக்கண அறிவியல் குறித்தும் அவர் எழுதி இருக்கிறார். பர்த்ருஹரியே வாக்ய-விரிவுரை என்ற நூலையும் எழுதியிருக்கிறார். அனுமானத்தினாலும், தூண்டி பெறக்கூடிய முடிவுகளாலும் அறியக்கூடியவைபற்றிய ஆய்வுக் கட்டுரை இந்நூல். அடுத்து 3,000 ஸ்லோகங்களில் பெய்னா என்ற நூலை ராஜா பர்த்ருஹரி எழுதியிருக்கிறார். அதற்கு தர்மபாலர் விளக்கம் எழுதியிருக்கிறார். அது சொர்க்கம் - பூமி ஆகியவற்றின் ஆழ்ந்த ரகசியங்களையும், மனிதர்களுடைய சித்தாந்தங்கள்பற்றியு மானது. இந்த நூல்களைப் படிக்கும் துறவிகளும் சாதாரண மனிதர்களும் இலக்கண நூல்களைக் கற்றுத் தேர்ந்தவர்களாகக் கருதப்பட்டு இலக்கணம் தெரிந்தவர்களாக ஏற்றுக்கொள்ளப் படுவார்கள்.

இலக்கண அறிவியல் நூல்கள் குறித்து எழுதிய யிஜிங், இளம் துறவிகள் பயிலவேண்டிய வேறு நூலாசிரியர்களின் நூல்களையும் பட்டியலிடுகிறார். 'புத்திசாலியான மாணவர்கள் தங்களுடைய கல்வியினால் முன்னேற்றம் அடைந்தாலும், அந்தப் படிப்பில்

கரைகண்டவர்களாக இருப்பதுடன் அதை மேலும் முன்னெடுத்துச் செல்லவே விரும்புகின்றனர் என்று எழுதுகிறார் யிஜிங். உதாரணத்துக்குத் தர்க்க சாஸ்திரத்தை (ஹேது வித்யா) நன்கு கற்றுத் தேறுவதுடன் அதில் புகழ்வாய்ந்தவராகத் திகழ்ந்த கினா (தர்க்கவியலை சீர்திருத்தியவர்) போல தாங்களும் வர வேண்டும் என்றே விரும்புகின்றனர். இல்லாமை அல்லது இல்லா நிலைமை என்ற நிலையை விளக்கும்போது நாகார்ஜுனரை அப்படியே அடியொற்றி தங்களுடைய வாதங்களை முன்வைக்கின்றனர்' என்று பதிவு செய்கிறார் யிஜிங்.

பௌத்தத்தின் மிகச் சிறந்த இரண்டு பிரிவுகளின் மெய்யியல் தத்துவங்களை இளந்துறவிகள் நாளந்தாவில் பயின்றனர். மகாயானத்தின் மாத்யாமகம், யோககாரம் ஆகியவற்றைப் பயின்றனர். பிறகு தேரவாதத்தின் 18 வித சிந்தனைகளைப் பயின்றனர். 'பாலா' மன்னர்கள் காலத்தில் வஜ்ராயனம் என்கிற தாந்த்ரீக வகை மகாயானம் படிக்கப்பட்டது. இது திபெத்தில் நிலைபெற்றது. விடுதலை அல்லது மோட்சம் அடைவதே லட்சியம் என்றாலும் திரிபீடகத்தின் வெவ்வேறு பிரிவுகள் மற்றதிலிருந்து வேறுபட்டன என்று எழுதுகிறார் யிஜிங். துறவிகள் அணியும் கீழாடையின் அடிப்பகுதி நேராக வெட்டப்படவேண்டுமா அல்லது ஒழுங்கற்ற வகையில் வெட்டப்பட வேண்டுமா என்பதிலும் அவற்றுக்கிடையே கருத்து வேறுபாடுகள் நிலவின என்கிறார். நாளந்தாவில் பயின்ற சில மாணவர்கள் தங்களுடைய சக தோழர்களைவிட அதிகம் பேசப்பட்டு பௌத்த அறிஞர்களாக பிற்காலத்தில் புகழ் பெற்றனர், மக்களிடையே மரியாதையையும் பெற்றனர்.

நாளந்தாவின் நட்சத்திரங்கள்

நாளந்தா கல்விக்கூடமானது ஈர்க்கக்கூடிய புதிய கருத்துகளையும் மதம் சாராத ஞானத்தையும் அகிலத்துக்கு வழங்கியது. எதையும் கேள்வி கேட்பது அவசியம் என்பதை புத்தர் வலியுறுத்தினார். அதிகாரத்தில் இருப்பவர் அல்லது மக்களிடம் பிரபலமாகி விட்டவர் சொல்கிறார் என்பதற்காக ஏற்காமல், அவர் சொல்வது சரிதானா என்று திருப்தி ஏற்படும்வரையில் உரசிப் பார்க்குமாறு புத்தர் தனது போதனைகளில் வலியுறுத்திக்கொண்டே வந்தார். நாளந்தா தனக்கு ஈடு இணையில்லாத கல்வி நிலையங்களே

இல்லை என்ற அளவுக்கு மிக உயரிய நிலையை எட்டியது. அனைத்து மெய்யியல் கருத்துகளும் ஆழ்ந்து பரிசீலிக்கப்பட்டு, விவாதிக்கப்பட்டு, குறைகள் களையப்பட்டு, வகைமைக்கு உள்படுத்தப்பட்டு, பதிவு செய்யப்பட்டு அங்கே கற்றுத்தரப் பட்டன. கற்றறிந்த புலவர்களும் ஆசான்களும் நிரம்பிய கல்விச் சாலையாக நாளந்தா திகழ்ந்தது.

பல்கலைகளையும் கற்றுத்தரும் இடமாக அது விளங்கிய போதிலும் இன்றைய பல்கலைக்கழகங்களில் இருந்து அது வெகுவாக மாறுபட்டிருந்தது. அது சாமானிய மாணவர்களைப் படிப்பில் சேர்த்துக்கொள்ளவில்லை. பௌத்தத் துறவிகளை அதுவும் தங்களுடைய வாழ்நாள் முழுக்க தங்கிப் பயிலக்கூட தயாராக இருந்தவர்களையே சேர்த்துக்கொண்டது. பட்டத்தை வாங்கிக்கொண்டு தகுந்த வேலைவாய்ப்பை நாடுவோரை அது சேர்த்துக்கொள்ளவில்லை. மாறாக, பொது வாழ்வுக்குச் செல்வோரைத்தான் சேர்த்துக்கொண்டது. (இங்கு பயின்றவர்கள் மக்களிடம் திரும்பிச் செல்ல எந்தத் தடையும் இல்லை; இங்கு பயின்றவர்களில் பலர் அதைத்தான் செய்தனர். இன்னொரு மடாலயத்தில் சென்று பயில்வதையும் தடுக்கவில்லை; வாழ்நாள் முழுக்க துறவியாகவோ, ஆசிரியராகவோ தொடர்வதையும் அது தடுக்கவில்லை. அங்கே பயில வந்த துறவிகளுக்கும் எதிர் பார்ப்புகள் வெவ்வேறாகவே இருந்தன). பௌத்தத்தின் அடிப்படைகளை நன்கு அறிந்தோருக்கு, பிரம்மச்சரியத்தைக் கடைப்பிடிக்கத் தயாராக இருந்தவர்களுக்கு, துறவு வாழ்க்கைக்குச் சம்மதிப்போருக்கு அங்கே கல்வி பயில இடம் தரப்பட்டது. பழங்கால இந்தியாவில் நிலவிய குரு-சிஷ்ய பாவனை முறையிலேயே அங்கு கற்றுத்தரப்பட்டன. இத்தனை அம்சங்களுடன் உலகின் முதல் பல்கலைக்கழகமாக நாளந்தா இருந்தது என்று நாம் கருதுவது நியாயமே.

இந்திய மெய்யியலின் பல்வேறு பேராசான்களுக்கு இடம் தந்தது நாளந்தா. அவர்களில் திக்நாகர் (480 - 540) குறிப்பிடத்தக்கவர். தர்க்கவியலுக்கும், குணங்கள்பற்றிய ஆய்வுக்கும் புதிய கருது கோள்களுக்கான அடிப்படையை அவர் வகுத்தார். ஒன்றைப் பார்க்கும் கண்ணோட்டமும், பார்த்ததிலிருந்து ஒரு முடிவைப் பெறுவதும்தான் அறிவு என்று அடிப்படையை அவர் விளக்கினார். அவருடைய அறிவார்ந்த மாணவரான தர்மகீர்த்தி (550 - 610) அவருடைய கருத்துகளை மேலும் ஆழமாக ஆராய்ந்து அடுத்தக் கட்டத்துக்குக் கொண்டு சென்றார். அவ்விருவரும்

இணைந்து பௌத்தர்கள் அல்லாத போட்டியாளர்களுடன் மிகவும் நுட்பமான, முக்கியத்துவம் வாய்ந்த விவாதங்களுக்கு வழிகோலினர். பிரபஞ்சங்களின் அங்கங்கள், தர்க்கவியல் - மொழி தொடர்பான மெய்யியல் கருத்துகள், எதையும் நியாயம் என்று ஏற்பதில் உள்ள பிரச்னைகள் ஆகியவை குறித்து விவாதங்கள் நடைபெற்றன. நவீன ஐரோப்பிய மெய்யியல் சிந்தனையாளர்கள் பிற்காலத்தில் மேற்கொள்ளப்போகும் ஆக்கங்களையும் எதிர்பார்த்ததைப்போல இருந்தன அவர்களுடைய பங்களிப்புகள்.

திக்நாகருடைய இன்னொரு அறிவார்ந்த சீடர் தர்மபாலர். இவர் யோககார சிந்தனைக் குழுமத்தைச் சேர்ந்தவர். இக்குழுவினர் மகாயான பௌத்தர்கள். (எட்மண்ட் ஹுஸர்ல், மௌரிஸ் மெர்லி - பான்டி ஆகியோரின் ஆக்கங்களை நினைவுபடுத்தும் சித்தாந்தம் இது). உணர்வுநிலை மட்டுமே மெய்யியலில் முக்கியம் என்று கருதுவோர் இவர்கள். மனம் மட்டுமே உண்மையானது என்று வாதிட்டார் தர்மபாலர். அனைத்து உண்மைகளையும் தெரிந்து கொள்ள உணர்வுநிலை மட்டுமே இறுதியான மூலம் என்றார். அனைத்துமே உண்மைதான் என்ற சர்வஸ்திவாதத்துக்கு இது முற்றிலும் நேர்மாறானது. சர்வஸ்திவாதம் என்பது தேரவாத பௌத்தத்தின் அங்கம். (இம்மானுவேல் கான்டின் வாதமும் கிட்டத்தட்ட இதுவேதான்).

'மனம்தான் உண்மையானது', 'அனைத்துமே உண்மையானது' என்ற இரு நிலைகளுக்கு இடைநிலையாக இருப்பது மத்யாமகம் அல்லது இடைப்பட்ட வழி என்ற சித்தாந்தமாகும். இது மகாயான பௌத்தப்பிரிவு - நாகார்ஜுனருடன் தொடர்புள்ளது. அவர் 'சார்நிலை மூலம்' என்ற கருத்தை முன்வைக்கிறார். பொருள்களுக்கு நிலையான அல்லது உள்ளார்ந்த தன்மை என்று எதுவும் கிடையாது; புலனார்ந்த உணர்வுகள் ஒன்றுக்கொன்று தொடர்புள்ளவை, மனதுக்கு அப்பாற்பட்ட, புறநிலை உண்மை எதுவும் நம்மால் அணுகப்பட முடியாதவை என்கிறார். (இக்கருத்து லுட்விக் விட்ஜென்ஸ்டைன் கருத்துகளை நினைவு படுத்துகின்றன).

ஏழாவது நூற்றாண்டின் இறுதியிலும் எட்டாவது நூற்றாண்டின் முற்பகுதியிலும் வாழ்ந்த சாந்திதேவா, மத்யாமகக் கருத்தியல் ஆதரவாளர்.

> 'அச்சமும் துயரங்களும் வெறுக்கப்படத்தக்கன
>
> என்னாலும் - மற்றவர்களாலும் சமமாக எனில்,

எனக்கு மட்டும் என்ன தனிச்சிறப்பு,
என்னை மட்டும் காக்க வேண்டும் - மற்றவர்களைக் காக்கக் கூடாது என்பதற்கு?'

என்று சாந்திதேவா கேட்கிறார்.

பாரபட்சமற்ற கொடைத்தன்மைக்கு ஆதரவாக பெரும் வாதத்தை சாந்திதேவா முன்வைக்கிறார். நம்முடைய சொந்த நல்வாழ்வுக்கு இணையானது மற்றவர்களின் நல்வாழ்வும் என்று ஒவ்வொருவரும் கருதவேண்டும் என்கிறார் சாந்திதேவா. இக்கருத்து பெந்தாம், மில், சிங்கர் போன்ற அறிஞர்களின் கருத்துக்கு முன்னோடியாகவே இருக்கிறது. பிராணிகள் மக்களுடன் கலந்து பழகும் தன்மையுள்ள உணர்ச்சிகளைக் கொண்டவை என்பதால் சாந்திதேவாவின் அறநெறிகளில் அவற்றுக்கு முக்கியத்துவம் தருகிறார். பிராணிகளிடம் அன்பு செலுத்துங்கள், அவற்றுக்கு தீங்கு செய்யாமல் காப்பாற்றுங்கள் என்கிறார். ஆனால் அதேவேளையில் தன்னுடைய சொந்த வாழ்க்கையில் ஆடவர் - மகளிர் இருவருக்கும் நல்வாழ்வில் சமமான முக்கியத்துவம் அவசியம் என்று வலியுறுத்தத் தவறிவிடுகிறார்.

சாந்தரக்ஷிதா (725 - 88) மத்யாமக வாதத்துக்கு வலு சேர்த்த இன்னொரு ஆசான். அவர் மனதின் அடர் மெய்யியல் அடுக்குகள் குறித்து ஆய்வு செய்தார். உடலுக்கும் உணர்வுக்கும் உள்ள தொடர்பை விளக்கிய அவர், இந்தத் தொடர்புதான் உணர்வு களுக்கும் புலன்களின் செயல்பாடுகளுக்கும் காரணம் என்றார். உலகாயத கருத்துகளை வலியுறுத்திய சார்வாகர்களுடன் வாதிட்டார். அவர்கள் உணர்வு என்பது உடலில் தோன்றுவது, உடலுக்குச் சொந்தமானது என்று வாதிட்டனர். அவர்களுடைய தத்துவம் 'இயற்பியல் மெய்யியல்' என்று அழைக்கப்படுகிறது. உடல், உயிரைத் தவிர ஆன்மா போன்றவற்றுக்கு அவர்கள் முக்கியத்துவம் தருவதில்லை. உடலுக்குத் தேவைப்படுவதை பூர்த்தி செய்துகொள்வதே வாழ்க்கை என்பது அவர்களுடைய வாதம். புறத்தில் ஏற்படும் மாறுதல்களுக்கு அல்லது புறத்தில் நிலவும் சூழல்களுக்கு அல்லது தேவைகளுக்கு ஏற்ப உடல் செயல்படுகிறது - வேறு காரணங்கள் இல்லை என்பது அவர்களுடைய கருத்து. மனித உடலையும் மனதையும் செயல்பட வைக்கும் உணர்வுகளை வெறும் உடல் எதிர்வினையாக மட்டும் சுருக்கிவிட முடியாது என்பது சாந்தரக்ஷிதாவின் கருத்து.

இந்திய நாகரிகம் | 219

திபெத்தில் ஏழாவது நூற்றாண்டில் புத்த மதம் அறிமுகப்படுத்தப் பட்டது, ஆனால் பிறகு தேய்வடைந்தது. பிறகு திபெத்திய மன்னரின் அழைப்பை ஏற்று சாந்தரக்ஷிதா அங்கு சென்று மடாலய பல்கலைக்கழகத்தை நிறுவி அதன் தலைமை நிர்வாகியாக சேவைபுரிந்தார். நாளந்தாவின் செயல்பாடுகள் வெளிநாடு களுக்கும் பரவ, திபெத் மடாலய பல்கலைக்கழகத்தை அவர் பயன்படுத்தினார். அங்கு திபெத், சீனம் ஆகிய மொழிகளில் தேர்ச்சி பெற்றவர்கள் பௌத்தக் கருத்துகளைப் பயின்று மேலும் பல நாடுகளுக்குப் பரப்பலாயினர்.

கமலசீலா, சந்திரபாலா, குணமதி, ஸ்திரமதி, பிரபாமித்ரா, ஆதிச தீபாம்கரா மற்றும் பலர் நாளந்தாவில் பயின்று உலகப் புகழ் பெற்றனர். யுவான் சுவாங் மேலும் பலருடைய பெயர்களையும் குறிப்பிட்டிருக்கிறார். நாளந்தா கல்விக் கழகம் யுவான் சுவாங்கையும் கௌரவித்தது. அங்கேயே அவர் தொடர்ந்து தங்க வேண்டும் என்பதற்காகப் பல்வேறு பட்டங்களையும் பரிசு களையும் அளித்து வேண்டினர். ‘அனைத்து நாடுகளுக்கும் பரவ வேண்டும் என்பதற்காகத்தான் புத்தர் தனது போதனைகளை அனைவருக்கும் பொதுவாக்கினார். அதைத் தன்னந்தனியே அனுபவிக்க வேண்டும் என்று எவர்தான் விரும்புவார், இதுவரை புத்தரின் போதனைகளையே கேள்விப்படாதவர்களை அவர் எப்படி மறப்பார்’ என்று கூறி, தன்னை நாளந்தாவிலேயே தொடர்ந்து தங்குமாறு கோரியதைப் பண்போடு நிராகரித்து விட்டார். யுவான் சுவாங் சீனத்துக்குத் திரும்பிவிட்டாலும் இந்தியர்கள் அவரை மறக்கவில்லை. அவருடைய சீன ரகக் காலணிகள், கரண்டி, அரிசிச்சோறு சாப்பிடும் குச்சிகள் ஆகியவற்றுடன் வண்ண மேகங்களில் அவர் பயணிப்பதைப் போல இந்திய ஆலயங்களில் ஓவியமாக வரைந்துள்ளனர்.

ஃபாஹியான் வழி பௌத்த சிந்தனை பள்ளிக்கூடத்தை யுவான் சுவாங் நிறுவினார். அவருடைய சிந்தனைகள் ஜப்பானிய பௌத்தத்தில் இடம் பெற்றுள்ளன. யோககார பள்ளியின் சித்தாந்தப்படி அது மனஉணர்வுக்கு முக்கியத்துவம் அளிக்கிறது. உலகம் என்பது மனதின் பிரதிநிதியே என்பது அதன் உள்ளடக்கம். டாங் வம்சத்தைச் சேர்ந்த சக்ரவர்த்தி காவோஜாங் பௌத்தத்தைத் தழுவினார். அவர் யுவான் சுவாங்கின் தேடல்களைப் பெரிதும் ஆதரித்தார். அவருக்காக தனிக் கோயிலையும் கட்டினார். யுவான் சுவாங் மொழிபெயர்த்த புத்தகங்கள் ஜியானின் புதிய வாத்து கோவிலில் இன்றும் பத்திரமாகப் பாதுகாக்கப்படுகின்றன. அந்தச்

சிறிய ஆலயத்தின் நுழைவாயிலில் அவருடைய சிலை அழகுற அமைக்கப்பட்டிருக்கிறது. யுவான் சுவாங்கின் மரணச் செய்தி கேட்டு வருத்தம் அடைந்த சக்ரவர்த்தி, மூன்று நாள்களுக்குத் தனது பொது நிகழ்ச்சிகள் அனைத்தையும் ரத்து செய்துவிட்டு துக்கம் காத்தாராம்.

இந்தியாவில் பௌத்தத்தின் வீழ்ச்சி

கி.பி. ஏழாவது நூற்றாண்டு தொடங்கியே புத்த மதம் இந்தியாவில் வீழ்ச்சிகாணத் தொடங்கியது. இடிந்துவிழும் நிலையிலும் கைவிடப்பட்ட நிலையிலும் பல பௌத்த மடாலயங்கள் இருப்பதை சீன யாத்ரிகர் யுவான் சுவாங்கே பதிவு செய்திருக்கிறார். அடுத்து எட்டாவது நூற்றாண்டில் ஆதி சங்கரரின் வருகைக்குப் பிறகு இந்தச் சரிவு மேலும் தீவிரம் பெற்றது. அவர் வைதீக பிராமணீயத்தையும் அத்வைத வேதாந்த சித்தாந்தத்தையும் வலுவாக எடுத்துரைத்தார். பௌத்த மடாலயங்களுக்குப் போட்டியாக, மடங்களையும் வேத பாடசாலைகளையும் நிறுவினார். கண்ணுக்குத் தெரியாத கடவுளை, ஒரே பிரம்மத்தை விஷ்ணு, சிவன், சக்தி, கணபதி, சூரியன், கௌமாரன் என்று எந்த வடிவிலும் வணங்கலாம் என்றார். இந்த ஆறுவகை வழிபாட்டு முறைகளை நெறிப்படுத்தி அவற்றை 'ஷண் மதங்கள்' என்று அழைத்தார். புராணங்களின் அடிப்படையில் நடைபெற்ற வழிபாட்டுமுறைகளைச் சிறப்பாகத் தன்வயப்படுத்தி, ஐக்கியப் படுத்தி பிராமணீய வழிபாட்டு முறைகளின் கீழ் கொண்டுவந்தார். அன்றைக்கு ஏற்பட்ட மிகப்பெரிய சமூக சக்தி, மக்களிடையே தோன்றிய பக்தி இயக்கமாகும். மக்களால் கையாளப்பட்ட வழிபாட்டு முறைகளும் தாந்த்ரீக வழிமுறைகளும் வேத - பிராமணீய வழிபாட்டு முறைகளைவிட்டு விலகி தனித்துக் காணப்பட்டன. எளிமையான பக்தி இயக்கம் அதிக வரவேற்பைப் பெற்றதாலும் பௌத்தம் வீழ்ச்சியுறலாயிற்று. தாந்த்ரீகம், சாக்தம் ஆகியவை மக்களிடையே பரவலாயின என்கிறார் ரொமிலா தாப்பர்.

பிராமணீயத்திலிருந்து விலகி அடுத்தக் கட்டமாக இந்துத்துவம் என்ற நிலைக்கு மதம் சார்ந்த நடைமுறைகள் மாறின. மக்களால் வணங்கப்பட்ட மானுட தேவதைகளும் புராணக் கடவுளர்களும் சம நிலை கண்டனர். மத நம்பிக்கைகளும், பக்தி மார்க்கங்களும்

பெருகின. யோகாசன அடிப்படையிலான பாலுறவுகளும், தாந்த்ரீக வழிமுறைகளும் பிராமணீய வழிபாட்டு முறைகளில் இருந்து மாறுபட்டு இருந்தாலும் மக்களால் அங்கீகரிக்கப்பட்டன. இவையெல்லாம் சேர்ந்து இந்துத்துவம் என்ற புதிய வடிவைப் பெற்றன. (இது பிரிட்டிஷ் காலனி ஆட்சிக்காலத்தில் சூட்டப்பட்ட பெயர் என்றாலும், காலத்தைப் பின்னோக்கித் தள்ளிவிட்டு பயன்படுத்தப்பட்டது). இந்த இந்துத்துவம் தீவிரமானது ஆனால் மரபுசாராதது. பௌத்தத்தின் சிறப்புகளைத் தன்னகத்தை எடுத்துக்கொள்ளும் அளவுக்குப் பரந்த சிந்தையுள்ளது. மடாலய பாணி வழிபாட்டு முறை, புலால் உண்ணாமை, பிராணிகளை வேள்வியில் பலியிடுவதை நிறுத்துவது, சாதி ஆதிக்கத்துக்கு எதிர்ப்பு ஆகியவை இந்த இந்துத்துவத்தின் அம்சங்கள். அது புத்தரை, விஷ்ணுவின் ஒன்பதாவது அவதாரமாகக்கூட ஏற்றுக்கொண்டது.

பௌத்தத்தின் வீழ்ச்சி அல்லது இந்துத்துவத்தின் வளர்ச்சி என்ற இந்தக் கட்டத்தை வேறுவிதமாகவும் சொல்லலாம். மதங்களுக்கான சந்தையில், பயனாளிகளுக்கு இலகுவான இந்துத்துவம் ஆதரவு அதிகம் பெற்றது. பின்பற்றுவதற்குக் கடினமானதும் கவர்ச்சிகரமான அம்சங்கள் அதிகம் இல்லாததுமான பௌத்தம் செல்வாக்கை இழந்தது. பௌத்த சடங்குகள் உற்சாகக் களிப்பு அதிகம் இல்லாதவை, அதன் நடைமுறைகள் மிகவும் சிக்கனமானவை. அதன் தலைமைப் பூசாரி வர்க்கமோ மடாலய நடைமுறைகளுக்கும் அறிவுப்பூர்வமான தேடல்களுக்குமே முக்கியத்துவம் தந்தது. மக்களிடையே புகழ்பெறத்தொடங்கிய புதிய இந்துமதப் பிரிவுகளும் வழிபாட்டுக் குழுக்களும் பக்தி இயக்கங்களும் அனைத்துவகை வழிபாடுகளிலிருந்தும் கவர்ச்சிகரமான அம்சங்களை கைக்கொள்ளத் தொடங்கின. இது, பௌத்த மத ஆதரவாளர்களாக இருந்த பாமர மக்கள் இந்துத்துவம் நோக்கி சாய வசதியாக இருந்தன. பௌத்தத்திலும் இந்து மதத்திலும் பெரும்பாலான சடங்குகளும் வழிபாட்டுமுறைகளும் ஒன்றாகவே இருந்தன.

இந்துக்களும் பௌத்தர்களும் தாங்கள் வழிபடும் அர்ச்சாவதார மூர்த்திகளைத் தயிர், பால், தேன், சர்க்கரை, நெய் ஆகியவற்றில் ஒரே மாதிரியாக நீராட்டுகின்றனர் என்று திபெத்திய யாத்ரிகர் தர்மாஸ்வமின் (1197 - 1264) பதிவு செய்திருக்கிறார். உண்மையான ஆனால் சிக்கலான மெய்யியல் கருத்து வேறுபாடுகள் குறித்துப் பாமர மக்கள் அதிகம் அலட்டிக்கொள்ளவில்லை. பல

தலைமுறைகளுக்குப் பிறகு இந்துக் கடவுளர்களில் குறிப்பிட்ட சில கடவுளர்களை மட்டுமே வழிபடும்முறைக்கு பௌத்த ஆதரவாளர்கள் பலர் மாறினர். தங்களுடைய அன்றாட வாழ்க்கையின் பிரச்னைகளைத் தகுந்த வகையில் தீர்ப்பவர் என்று தாங்கள் கருதிய தேவதைகளையும் தெய்வங்களையும் அவர்கள் வணங்கத் தொடங்கினர். மக்கள் இப்படி இந்து மதம் நோக்கித் திரும்பியதால் ஆட்சியாளர்களும் தங்களுடைய ஆதரவை பௌத்தத்திடமிருந்து விலக்கி இந்துத்துவ சனாதனிகளுக்கு வழங்கினர்.

நாளந்தாவும் பிற இடங்களின் மடாலயங்களும் குப்தர்கள் காலம் முதல் மன்னர்களிடமிருந்தும் புரவலர்களிடமிருந்தும் தொடர்ந்து பெற்ற அளவுக்கு மிஞ்சிய நிலக் கொடைகள்தாம் அவர்களுடைய வீழ்ச்சிக்குக் காரணம் என்று பல அறிஞர்கள் சுட்டிக் காட்டுகின்றனர். நிலங்களிலிருந்து கிடைக்கும் விளைச்சல்களும் வருவாய்களும் போக, வரிகளும்கூட மடாலயங்களுக்கு அளிக்கப் பட்டன. பொருளாதாரத்தில் தன்னிறைவு பெற்ற மடாலயங்கள் எந்த சாமானிய மக்களின் ஆன்ம விடுதலைக்காக ஏற்பட்டனவோ அந்தக் கடமைகளையே மறந்து, நில உடைமையாளர்களாக மாறின. மக்களுடைய கவலைகளைப் போக்குவதற்குப் பதிலாக மக்களுடைய கவலைகளையே அறியாதவர்களாக அவர் களுடனான நேரடித் தொடர்பை இழந்தனர். மக்களுடன் அன்றாடம் கலந்து பழகுவதைக் கைவிட்டனர். தங்களை மக்களிடமிருந்து தனிமைப்படுத்திக்கொண்டு மடாலய முற்றங்களிலேயே காலத்தைக் கழித்தனர். மக்கள் மடாலயங்களுக்குள் எளிதில் வர முடியாதபடிக்குக் கனமான, உயரமான மதில் சுவர்களைக் கட்டியதல்லாமல் பெரிய கதவுகளையும் அமைத்து மக்களைத் தடுத்து நிறுத்திவிட்டனர். மற்றவர்களிடமிருந்து தனித்திருந்து வாழும் உருவக நிலையை உண்மையாகவே கடைப்பிடித்தனர்.

ஆரம்பகால மடாலயங்களில் இருந்த நிலைக்கு இது முற்றிலும் நேர்மாறானது. அப்போதெல்லாம் மக்கள் ஆலயங்களுக்கு மட்டும் செல்லாமல் துறவியர்கள் இருந்த மடாலயங்களுக்கும் சென்று உரையாடியும் சந்தேகங்களுக்கு விளக்கம் பெற்றும் தியானம், யோகம் குறித்து நேரடியாகப் பாடங்கள் கேட்டும் தெளிவு பெற்றனர். இப்போதும்கூட இமாசலப் பிரதேசத்தில் உள்ள தர்மசாலாவில் தலாய் லாமாவின் வளாகம் துறவிகளின் குடியிருப்புகளுக்கு அருகிலேயே இருப்பதால் மக்களால்

அவர்களுடன் எளிதில் உரையாட முடிகிறது. இது மக்களுடைய நம்பிக்கையைத் துறவிகள் பெறவும் துறவிகளுக்கு மக்கள் நேரடியாகக் காணிக்கைகளைச் செலுத்தி அவர்கள்மீது அன்பு செலுத்தவும் வழி செய்கிறது. துறவிகள் மடாலயங்களில் பூஜைகளையும் சடங்குகளையும் மக்களுக்காகச் செய்து அருளாசிகளை வழங்குகின்றனர். அதிலும் குறிப்பாக யாத்திரைத் தலங்களில் இந்தத் தொடர்பு இன்றைக்கும் வலுவாகவே இருக்கிறது. துறவிகள் தங்களுடைய ஆன்மிகத் தேடல்களையும், சமூகத்தினரின் ஆன்மிகத் தேவைகளையும் சம நிலையில் வைத்துச் செயல்பட முடிகிறது. அசோகரின் மறைவுக்குப் பிறகு சாஞ்சியில் துறவிகளின் வாழ்க்கைக்கு மன்னரின் கருவூலத்திலிருந்து கிடைத்துவந்த உதவிகள் குறைந்தன. ஆனால் சாமானிய மக்கள் அதிலும் குறிப்பாகப் பெண்கள், காணிக்கைகளை அதிகம் வழங்கி மடாலயத்தின் சேவைகள் தொடர உதவினர். தொல்லியல் அறிஞர் லார்ஸ் ஃபோகலின் கூறுகிறார்:

> ‘முதலாவது ஆயிரமாவது ஆண்டில் பௌத்த சங்கம் (மடாலயம்) மக்களுடனான தொடர்பை படிப்படியாகக் குறைத்துக்கொண்டது. மக்களும் அதற்கேற்ப, போட்டி யாளரான இந்து மதத்தின்பால் தங்களுடைய கவனத்தைத் திருப்பி அங்கே சென்று வழிபடத் தொடங்கினர். பௌத்தர்களின் கட்டடக்கலை அம்சங்கள், சடங்குகள், கொள்கைகள் ஆகியவற்றை இந்துமதம் அப்படியே உள்வாங்கிக் கொண்டதால், தனக்குள் மாற்றமடைந்து கொண்டிருக்கும் இந்து மதத்தின் சடங்குகளும் விதிகளும் தங்களுக்கு முழுத் திருப்தியைத் தருவதாகப் பாமர மக்கள் உணர்ந்தனர். இப்படித்தான் முதலாவது ஆயிரமாவது ஆண்டின் இறுதியில் இந்தியாவின் பெரும்பகுதி மக்கள் பௌத்தத்தைக் கைவிட்டுவிட்டனர்’.

துருக்கியர்கள் இந்தியாவைக் கைப்பற்றுவதற்கு முன்னதாகவே கங்கைச் சமவெளியிலும் தென்னிந்திய தீபகற்பத்திலும் பௌத்தம் வீழ்ச்சியடைந்துவிட்டது என்கிறார் தாபர். பௌத்தம், பிராமணீய மதம் ஆகிய இரண்டுக்குமே அரசர்களின் ஆதரவு தேவைப் பட்டது. இந்திய மன்னர்கள் முழுக்க முழுக்க பிராமணீய சித்தாந்தங்கள்பால் ஈர்க்கப்பட்டனர். வங்கத்தை ஆண்ட ‘பாலா’ வம்ச மன்னர்களைத் தவிர முதலாவது ஆயிரமாண்டின் கடைசி கால்பகுதியில் உருவான புதிய அரசுகள் அனைத்துமே – கார்கோடகர்கள், பிரதிஹராக்கள், சண்டேலர்கள், ராஷ்ட்ர

பௌத்த பிக்குக்களின் அறைகள்

பௌத்த பிக்குக்களின் அறைகளுக்கு உள்ளும் வெளியும் விளக்கு மாடம்

கூடர்கள், பாண்டியர்கள், பல்லவர்கள் – என்று அனைவருமே பிராமணீய மதத்தை ஆதரித்தனர், அவர்களுக்கு பௌத்தம்மீது நாட்டமே இல்லை. இந்திய துணைக் கண்டத்தின் மத்தியப் பகுதியை ஆண்ட சண்டேலர்கள் (831 - 1308) ஆட்சியின்போது பௌத்தமும் அதன் மடாலய அமைப்புகளும் முற்றாக மறைந்துவிட்டன. ஒரு காலத்தில் மௌரியர்கள் (சாஞ்சி, பார்ஹட்டை கட்டியவர்கள்) குப்தர்கள், ஹர்ஷர்களால் முழுதாக ஆதரிக்கப்பட்டது பௌத்தம்.

இந்தியாவை ஆண்ட கடைசி பௌத்த வம்சம் வங்கத்தை ஆண்ட 'பாலா' மட்டுமே. துருக்கியர்கள் இந்தியாமீது படையெடுத்த போது பாலா மன்னர்கள் ஆட்சியைவிட்டு அகன்றுவிட்டனர். வங்காளமும் பிஹாரும் பிராமணீய மதத்தை ஆதரித்த 'சேன' வம்சத்தால் ஆளப்பட்டன. அவர்கள் குலினியம் என்ற நடைமுறையைக் கொண்டுவந்தனர். சாதியப் படிநிலையையும் மேல்சாதி ஆதிக்கத்தையும் அதன் மூலம் நிறுவினர். பௌத்தர்களை அவர்கள் அடையாளம் கண்டு துன்புறுத்தத் தொடங்கினர். இதனால் பௌத்தர்கள் வங்காளத்துக்குத் தப்பி ஓடிவிட்டனர். 'இறுதியாக முஸ்லிம்கள் படையெடுத்தது, பௌத்தர்களுக்கு மரண அடியாக மாறியது. மக்களுடைய ஆதரவும் இல்லாமல், மன்னவர்கள் ஆதரவும் இல்லாத நிலையில் அதன் மையப்படுத்தப்பட்ட மடாலய நிர்வாக அமைப்பு எந்தவகையிலும் உதவிகரமாக இல்லை' என்கிறார் அறிஞர் கைல் ஓம்வேத்.

மன்னர்களும் புரவலர்களும் ஆதரிக்காத நிலையில் கிழக்கு இந்தியாவில் பௌத்த மையங்கள் பிற மதத்தவர்களால் கைப்பற்றப்பட்டன. ஏராளமான பௌத்த மடாலயங்களும் ஆலயங்களும் ஆள்கள் வராமல் பாழாகத் தொடங்கின. புத்த கயையில் உள்ள மகாபோதி ஆலயம் சிவன் ஆலயமாக மாற்றப்பட்டது. உத்தண்டபுராவில் இருந்த மடாலயத்தின் செங்கற்களைப் பிரித்தெடுத்து இஸ்லாமியர்களின் மசூதி கட்டப்பட்டது. 'இரண்டாவது ஆயிரமாண்டின் நடுப்பகுதியில் பௌத்தச் சடங்குகளில் மிகச் சில மட்டுமே போட்டி மதங்களில் கடைப்பிடிக்கப்பட்டது' என்கிறார் ஃபோகலின். 1660-களில் இந்தியாவிலேயே பத்தாண்டுகள் தங்கியிருந்த பிரெஞ்சுக்காரர் பிரான்சுவா பெர்னியர், பௌத்தம்பற்றிக் கேள்விப்பட்டதுகூட இல்லை. இந்து மதத்தின் ஏழாவது பிரிவு என்று பௌத்தத்தைக் குறிப்பிடும் பெர்னியர், பௌத்தத்தைப் பின்பற்றுவோர் வெறுக்கத்தக்கவர்களாகவும் இழிந்தவர்களாகவும், மத

ஆச்சாரங்களுக்கு அப்பாற்பட்டவர்களாகவும், நாத்திகவாதிகளாகவும், தங்களுக்குள்ளேயே வினோதமாக வாழ்கிறவர்களாகவும் பார்க்கப்பட்டனர் என்கிறார். அடுத்த இரு நூற்றாண்டுகளில் இப்படியிருந்த மிகச் சில ஆதரவாளர்களும் மறைந்தேவிட்டனர்.

பண்டைய இந்தியர்களுக்கு வரலாற்றை எழுதிவைப்பதில் ஆர்வமில்லை, அவர்களுடைய பழையகால பதிவுகளும் தொன்மங்களும் பிரிக்க முடியாதவை என்று கூறப்படுவதுண்டு. ஆனால் இத்தகைய கூற்றுகளே முழு உண்மையாகிவிடாது. இலங்கையிலிருந்து கிடைத்த பாளி மொழி குறிப்புகளிலிருந்து தெரிவது என்னவென்றால் இந்திய பௌத்தர்கள்கூட கடந்த கால வரலாற்றைப் பதிவு செய்து வைத்துள்ளனர். பிராமணீய நிகழ்ச்சித் தொகுப்புகளைவிட இவை சரியான வரலாறு என்ற நிலைக்கு மிகவும் நெருக்கமானவை. ‘இந்தியாவிலிருந்து பௌத்தம் மறைந்ததால், மிகவும் மதிப்புவாய்ந்த இந்திய வரலாற்றுப் பதிவுகளும் மறைந்துவிட்டன. பிராமணீயத்துக்கு ஆதரவான கருத்துகளே பிற பதிவுகளில் ஆழமாகப் பதிந்துவிட்டன’ என்கிறார் ஓம்வேத்.

நாளந்தாவின் வீழ்ச்சி

பல வரலாற்று நூல்களும் இணையதள ஆய்வேடுகளும் பொது நூற்றாண்டு 1200-ல் இந்தியாமீது படையெடுத்த பக்தியார் கில்ஜி, நாளந்தாவுக்கு கொடூரமான - உடனடியான முடிவு கட்டினார் என்று கூறுகின்றன. (இவரையும் அலாவுதீன் கில்ஜியையும் குழப்பிக்கொள்ளக் கூடாது. பக்தியாருக்கு ஒரு நூற்றாண்டுக்குப் பிறகு வந்தவர் அலாவுதீன். 2018-ல் வெளியான ‘பத்மாவதி’ இந்தி திரைப்படத்தில் வருகிறவர் அலாவுதீன்.) பக்தியார் கில்ஜி (1206), குத்புதீன் ஐபெக் (1150 - 1210) ஆட்சியில் துருக்கி ராணுவத்தில் தளபதியாக இருந்தார். பிஹாரையும் வங்காளத்தையும் கைப்பற்றுமாறு குத்புதீன் அவரை அனுப்பிவைத்தார். அவர் நாளந்தா மஹாவிஹாரத்தை சூறையாடி, அதைத் தீயிட்டுக் கொளுத்தியதுடன் ஆயிரக் கணக்கில் துறவிகளையும் மக்களையும் கொன்று குவித்தார். அரசு அங்கீகாரம் பெற்ற வழிகாட்டிகள், நாளந்தாவுக்கு வரும் சுற்றுலாப் பயணிகளுக்கு இதைப்பற்றிக் கூறும்போது, நாளந்தாவின் நூலகம் ஆறு மாதங்களுக்கு

இடைவிடாமல் கொழுந்துவிட்டு எரிந்துகொண்டிருந்தது என்று உணர்ச்சிகரமாக விவரிப்பார்கள். துரதிருஷ்டவசமாக இத்தகைய தகவல்களுக்கு ஆதாரம் ஏதும் இல்லை என்பதே உண்மை.

நாளந்தாவை கில்ஜிதான் அழித்தார் என்பது மூன்று மூலங்களிலிருந்து அறியப்படுகிறது. முதலாவது, மடாலயத்தின் சில சுவர்களில் பெருந்தீயில் அவை சூடேறி நாசமானதைக் காட்டுகிறது. பிற பகுதிகளிலும் ஒரு மடாலயத்தின் முற்றத்திலும் தொல்லியல் அறிஞர்கள் சாம்பலையும் எரிந்த கரியையும் சேகரித்தனர். அந்தக் காலத்தில் உணவு சமைக்க, அறையின் வெப்ப நிலையைப் பராமரிக்க, விளக்குகளை எரிக்கத் தொடர்ந்து தீ மூட்டப்பட்டு வந்தது. கில்ஜியின் வருகைக்கு முன்னதாகவோ, பின்னதாகவோகூட மடாலயங்களில் தீ விபத்து ஏற்பட்டு கூரையும் மற்றவையும் எரிந்து கருகியிருக்கலாம். நாளந்தாவின் வரலாற்றில் அப்படிப் பலமுறை தீப்பிடித்து எரிந்ததும் பதிவாகியிருக்கிறது. முதலாவது மகாபாலரின் பதினோராவது ஆண்டுக்காலத்தில் பொறிக்கப்பட்ட கல்வெட்டு, தீயில் நாளந்தா எரிந்ததையும் பிறகு அதற்குப் புத்துயிர் அளிக்கப்பட்டதையும் குறிப்பிடுகிறது.

நாளந்தா தீக்கிரையானது குறித்த அடுத்த மூலாதாரச் செய்தி பாரசீக நாட்டு வரலாற்று அறிஞர் மின்ஹாஜ் அல்-சிராஜ் எழுதிய குறிப்புகளிலிருந்து பெறப்படுகிறது. நாளந்தாமீது கில்ஜி படையெடுத்தபோது மின்ஹாஜ் சிறு குழந்தையாக இருந்தார். மற்றவர்கள் சொல்லக் கேட்டு நாற்பதாண்டுகளுக்குப் பிறகு அதை அவர் எழுத்துப்பூர்வமாகப் பதிவு செய்திருக்கிறார். அப்போதும் அவர் நாளந்தாவின் பெயரைக் குறிப்பிடவில்லை. 'பிஹாரின் நன்கு அரண் செய்யப்பட்ட நகரை கில்ஜி தாக்கினார், ஏராளமான பெருஞ்செல்வத்தைக் கைப்பற்றினார். அந்த நகருக்கு உள்ளே ஏராளமான புத்தகங்களுடன் ஒரு கல்லூரி இருந்தது. உள்ளே தலை மழிக்கப்பட்ட பிராமணர்கள் பலர் இருந்தனர். இத்தனை பேர் என்று சொல்ல முடியாத அளவுக்கு அவர்கள் அனைவரும் கில்ஜியின் படையினரால் வெட்டிக் கொல்லப்பட்டனர்' என்று எழுதியிருக்கிறார்.

மின்ஹாஜ் குறிப்பிட்டிருப்பது பிஹார்ஷெரீஃப் என்ற இடத்தில் இருக்கும் உத்தாண்டபுரா மடாலயம்தான் என்று சில அறிஞர்கள் வாதிடுகிறார்கள். (கில்ஜியும் அவருடைய சேனையினரும் தலையை மொட்டையடித்துக்கொண்டிருந்த புத்த பிக்குகளை

பிராமணர்கள் என்றும் அந்த மடாலயத்தை கல்லூரி என்றும் தவறாக ஊகித்திருக்கலாம். கில்ஜி துருக்கியிலிருந்து இந்தியாமீது படையெடுத்தபோது இந்தியாவின் வடமேற்கு பிராந்தியத்தில் பௌத்த மதத்தின் செல்வாக்கு முடிவுக்கு வந்துவிட்டிருந்தது.)

பிஹார்ஷெரீஃப் என்ற நகரம் பல்வேறு நதிகள் பாயும் வளமான பிரதேசம். எனவே நாட்டின் அரசியல், பொருளாதார மையமாகவும் திகழ்ந்தது. பிஹார்ஷெரீஃப்பில் தங்கியிருந்த போது உத்தாண்டபுரம் சென்றேன். அந்தக் கோட்டையின் செல்வமும் பாதுகாப்பில் அதற்கிருந்து பலமும், நாடு பிடிக்கும் ஆசையில் வந்த துருக்கியர்களை மிகவும் ஈர்த்திருக்க வேண்டும். அந்தக் கோட்டையும் மடாலயமும் பிற்காலத்தில் முஸ்லிம் மன்னரால் தங்களுடைய தேவைக்கேற்ப திருத்தியமைக்கப்பட்டு பயன்படுத்தப்பட்டிருக்கிறது.

பிஹார்ஷெரீஃப்பைப்போல அல்ல நாளந்தா. அதற்கு அரசியல், பொருளாதார முக்கியத்துவம் கிடையாது. அரசர்கள் போட்டி போட்டு ஆதரிக்கும்வகையில் அது இருந்ததும் கிடையாது. அதற்கு மாறாக, சேனா வம்சத்தவர்களின் விரோதமான அணுகுமுறையால், பிழைத்திருக்கவே அது மிகவும் போராட வேண்டியிருந்தது. நாளந்தா ஒருவகையில் அதிருஷ்டமான மையம். காரணம் அது டெல்லியிலிருந்து வங்காளம் செல்லும் பிரதான பாதையில் இல்லை. நாளந்தாவுக்குச் செல்ல வேண்டும் என்றால் வழக்கமான பெரிய பாதையை விட்டுவிட்டு தனியே படை நடத்திச் செல்ல வேண்டும். சுற்றிச் செல்வதற்கு 12 அல்லது 15 கிலோ மீட்டர் பெரிய தொலைவல்ல என்றாலும் அங்கு செல்ல பெரிய காட்டைக் கடக்க வேண்டும். நாகங்களும் புலிகளும் கருப்பு கரடிகளும் மிகுந்து நிரம்பிய காட்டுக்குள் ராணுவம் நுழைவது அதன் வீரர்களின் உயிர்களுக்கு நல்லதல்ல.

நாளந்தாவின் தீ விபத்துக் குறித்த மூன்றாவது மூலாதாரம், தர்மாஸ்வமின் என்ற அறிஞரின் தன் வரலாற்று நூலில் கிடைக்கிறது. நாளந்தாவில் 1234 - 36 காலத்தில் தங்கிப் படித்துவிட்டு திபெத் திரும்பிய தர்மாஸ்வமின், அப்போது நடந்தவற்றைத் தன்னைப்பற்றிய வரலாற்று நூல் எழுதியவரிடம் வாய்மொழியாகப் பல தகவல்களைத் தெரிவித்தார். அதைக் கேட்ட அவர், தனது சொந்த வார்த்தைகளில் வரலாறாக எழுதிவிட்டார். முக்கியத்தும் குறைந்திருந்தாலும் தர்மாஸ்வமின் காலத்திலும் நாளந்தா இயங்கிக்கொண்டிருந்தது.

தர்மாஸ்வமின் கில்ஜியைப் பெயர் சொல்லிக் குறிப்பிடவில்லை. நாளந்தாவின் பல மடாலயங்கள் துருக்கியர்களால் தாக்கி சேதப்படுத்தப்பட்டதாகவும் தங்களுடைய தேவைகளைப் பூர்த்தி செய்ய அங்கே யாருமே இல்லையென்றும், காணிக்கை செலுத்துவோரும் இல்லை என்றும், பல மடாலயங்கள் சேதப்படுத்தப்படாமல் விடப்பட்டன என்றும் கூறியிருக்கிறார். நாளந்தாவுக்கு அப்போது மகத நாட்டை ஆண்ட, பௌத்த மதப் பற்றாளர்தான் புரவலராகவும் இருந்தார். புத்த கயையிலிருந்து அவர் ஆட்சி செய்ததால் துருக்கியர்களின் தாக்குதலிலிருந்தும் அவர்களுடைய பிராந்திய மேலாண்மையிலிருந்தும் தப்பினார். (இப்படி வந்தவர்கள் தலைமுறை தலைமுறையாக அவர்களின் இனம் சார்ந்து துருஷ்கா என்றோ துருக்கர்கள் என்றோ அழைக்கப் பட்டனர். இரண்டாவது பட்சமாகத்தான் அவர்களுடைய மதத்தையொட்டி முஸ்லிம்கள் என்று அழைக்கப்பட்டனர்.)

தர்மாஸ்வாமினின் வரலாறும் பிற வரலாற்று மூலங்களும் நாளந்தா எப்படி படிப்படியாகத் தன்னுடைய முக்கியத்துவத்தை இழந்தது, அங்கிருந்த மக்கள் எப்படி வெளியேறினர் என்பதைக் கூறுகின்றன. இதற்குப் பல காரணங்கள் உள்ளன: (1) பாலா வம்ச மன்னர்களும் மற்ற கொடையாளர்களும் நாளந்தாவுக்குக் கொடுத்து வந்த தொகையைக் கணிசமாகக் குறைத்துவிட்டனர். (2) சேனா வம்ச அரசர்கள் புத்த பிக்குகளையும் ஆதரவாளர் களையும் கடுமையாக அலைக்கழிக்கத் தொடங்கினர். (3) பக்தியார் கில்ஜியின் படையைச் சேர்ந்தவர்களும், டெல்லி சுல்தானாக இருந்த அல்டமிஷ் மற்றும் பிற சேனாதிபதிகளுக்கு எதிராகக் கிளர்ந்தெழுந்த துருக்கிப் படையின் கிளர்ச்சி யாளர்களும் அவ்வப்போது நாளந்தாவை தாக்கி கிடைத்ததைப் பறித்துக்கொண்டனர். (இந்தக் கலகக்காரர்கள் அடக்கப்பட்ட போது பிஹாரும் நாளந்தாவும் தில்லி சுல்தானின் ஆட்சியின் கீழ் வந்துவிட்டது, 1250).

நாளந்தாவின் கதை இத்துடன் முடிந்துவிடவில்லை. துருக்கியர்களின் தாக்குதல்களுக்குப் பிறகு நாளந்தா பழுது பார்க்கப்பட்டது. பிறகு பிராமண யாசகர்களுக்கும் பிக்குகளுக்கும் பெரிய கைகலப்பு ஏற்பட்டது. அப்போது நடந்த தீ வைப்பில் நாளந்தாவின் மூன்று பெரிய நூலகங்களில் ஒன்றான ரத்னதோதி எரிந்து நாசமானது என்று பதினெட்டாவது நூற்றாண்டின் தொடக்கத்தில் எழுதப்பட்ட திபெத்திய வரலாற்றில் கூறப் பட்டிருக்கிறது. இது உண்மையோ பொய்யோ தெரியாது, நாளந்தாவைப்பற்றிய கடைசி வரலாற்றுக் குறிப்பு இதுதான்.

அப்படியென்றால் நாளந்தாவின் மறைவுபற்றிய உண்மைதான் என்ன? நாளந்தாவை பக்தியார் கில்ஜி தலைமையிலான படைகள் தாக்கி அழித்திருக்கும் என்பதை நிராகரித்துவிட முடியாது என்றாலும், அப்படி அழித்ததற்கான தெளிவான சான்றுகளையும் அது அளிக்கவில்லை. அப்படியிருக்க கில்ஜிதான் நாளந்தாவை நாசப்படுத்தினார், துருக்கியர்கள்தான் இந்தியாவில் பௌத்தத்தை அழித்தனர் என்று ஏன் பலரும் கூறுகின்றனர். நாளந்தாவின் நாசத்துக்கும் பௌத்தத்தின் அழிவுக்கும் ஏற்கும்படியான வேறு காரணங்களும் இருந்திருக்கலாம். இதற்குக் காரணம் நல்லவர்கள்-கெட்டவர்கள் என்ற வகையில் வரலாற்றை எழுத முற்படுவது தான் என்று வரலாற்று அறிஞர் ஜோஹன் எல்வர்ஸ்கோஜ் குறிப்பிடுகிறார். வரலாறு என்ற ஆடையின் பல இழைகள்மீது களங்கம் வராமல் தவிர்க்க வேண்டும் என்ற எண்ணம்தான் காரணம் என்கிறார்.

இன்னொரு சிக்கலான காரணம் பிரிட்டிஷ்காரர்கள் கடைப்பிடித்த இந்தியவியல் அணுகுமுறை. இஸ்லாத்துக்கு எதிராக நீண்ட காலமாக ஐரோப்பியர்கள் கொண்டிருந்த எதிர்ப்புணர்வின் அடிப்படையில், 'தங்களுடைய காலனி ஆட்சி மிகுந்த மனிதாபிமானமும் பகுத்தறிவும் கொண்டது என்ற எண்ணத்தை விதைக்க, முஸ்லிம்களின் காட்டுமிராண்டித்தனத்தையும் முரட்டுத்தனமான நிர்வாக நடைமுறைகளையும் நாசங்களுக்குக் காரணங்களாகப் பதிவு செய்துகொண்டே வந்தனர். முஸ்லிம்கள் ஆட்சியில் சூழ்ந்த இருளையும் தங்களுடைய ஆட்சியில் ஏற்பட்ட ஒளியையும் அவர்கள் சுட்டிக்காட்டத் தவறியதே இல்லை. முஸ்லிம்களின் ஆட்சியில் ஏற்பட்ட அந்தகாரத்தை தங்களின் சத்தியமும் விவேகமும் நிரம்பிய முழு ஒளி நீக்கிவிட்டதாக பிரிட்டிஷார் கூறிக்கொண்டனர். முஸ்லிம்கள் தொடர்பான இந்தக் கருத்தைப் புதிதாக உருவாகிக்கொண்டிருந்த இந்து தேசிய வாதிகள் அப்படியே ஏற்றனர். இதனால் பிரிட்டிஷ் காலனிய அறிஞர்களும் இந்து தேசியவாதிகளும் எழுதிய வரலாற்று நூல்களில் முஸ்லிம் படையெடுப்பாளர்கள்தான் பௌத்த மடாலயங்களையும் ஆலயங்களையும் தாக்கி அழித்தனர் என்றே பதிவாகியது' என்கிறார் ஃபோகலின்.

தன்னுடைய இறப்புக்கு முன்னால் பௌத்த மதத்தைத் தழுவிய அம்பேத்கரும், பௌத்தம் வீழ்ச்சியுற்றதற்கு (நாளந்தா குறிப்பாக) முஸ்லிம் படையெடுப்பாளர்களும் இஸ்லாமிய மதமும்தான் காரணம் என்று குற்றஞ்சாட்டியுள்ளார். அம்பேத்கரும் சிறப்பு வாய்ந்த வரலாற்றாய்வாளர் பாஷம்

போன்றவர்களும் பௌத்தம் வீழ்ச்சி அடைந்ததற்குக் காரணம் இஸ்லாம்தான் என்று இந்துத்துவர்கள் ஏற்படுத்திய கருத்தாய்வுப் பொறியில் சிக்கிவிட்டனர்' என்கிறார் ஓம்வேத். அதுவல்லாமல் சமகாலத்தவர்கள் பௌத்தத்தையும் இஸ்லாத்தையும் ஒப்பிட நேர்ந்தபோதெல்லாம் பௌத்தத்தை அமைதி, சமாதானம், அகநோக்கு ஆகியவற்றுக்கு உதாரணமாகவும் இஸ்லாத்தை வன்முறை, குழப்பம், அராஜகம், கண்மூடிய பக்தி ஆகியவற்றுக்கு உதாரணமாகவும் கூற முற்பட்டது வரலாற்றுத் திரிபுக்குக் காரணங்களாகிவிட்டன.

நாளந்தாவைத் தாக்கிச் சூறையாடியதுதான் பிஹாரிகளின் கலாச்சார நினைவுகளில் ஆழப்பதிந்துவிட்டது என்று சாமானிய யாத்ரிகர் வேண்டுமானால் நினைக்கலாம். கில்ஜியின் தலைமையில் நாளந்தா நேரடியாகவே கொள்ளையடிக்கப் பட்டிருந்தாலும் பிஹாரிகளின் நினைவுகளில் இத்தனைக் காலம் அது அழியாத பதிவாக இருந்திருக்காது. பௌத்தம் என்பது பிஹாரிலிருந்து மட்டுமல்ல இந்தியாவிலிருந்தே ஒட்டு மொத்தமாக விலக்கப்பட்டுவிட்டது. அதன் நினைவுச் சின்னங்கள் அப்படியே பூமியில் புதையுண்டு மறைய அனுமதிக்கப்பட்டது. புத்தரின் வரலாறு மறந்துவிட்டது. (திபெத், லடாக், லாஹூல், ஸ்பிட்டி ஆகியவற்றைச் சுற்றியுள்ள வடமேற்குப் பகுதியில் மட்டும் பௌத்தம் பசுமையாக நினைவில் உள்ளது.)

ஜவஹர் சர்க்கார் எழுதுகிறார்: 'இந்தியாவுக்கு வெளியே பௌத்தம் செழித்து வளர்ந்தது. அது பிறந்த தொட்டிலிலும், வளர்ந்த நாற்றங்கால்களிலும் துடைத்தெறியப்பட்டுவிட்டது. உருவ அளவில் மட்டுமல்ல, வரலாற்றில், கல்வியில், மக்களுடைய பொது நினைவுகளிலிருந்துகூட பௌத்தம் அகற்றப் பட்டது. தலைமுறை தலைமுறையாக நாளந்தாவின் பழைய கட்டடங்களிலிருந்து செங்கற்களைப் பெயர்த்து வீட்டுக்குப் பயன்படுத்தும் மக்களுக்குக்கூட அந்தக் கட்டடம் என்னவாக இருந்தது என்ற அக்கறையோ, அதைப்பற்றிய உணர்வோ, கவலையோ இல்லை. அரசிடம் பயிற்சிபெற்ற வழிகாட்டிகளின் நாளந்தாவின் அழிவுபற்றிய புலம்பல்கள்கூட, சமூக நினைவை ஒரு திசையில் கட்டமைப்பதற்குத்தான். குறுகிய எண்ணமும், இருபதாவது நூற்றாண்டு இந்து தேசியவாதிகளின் செயல் திட்டங்களும் இவற்றை வழிநடத்துகின்றன.

நவீன மறுமலர்ச்சி?

நாளந்தாவிலிருந்து 15 கிலோ மீட்டர் தொலைவில் உள்ள ராஜ்கிர் என்ற இடத்தில் சர்வதேச பல்கலைக்கழகத்தை நிறுவும் பெருந்திட்டம் செயல்படுத்தப்பட்டு வருகிறது. சிங்கப்பூர், ஜப்பான், சீனா, இந்தியா ஆகியவை இதில் ஈடுபட்டுள்ளன. ஒரு காலத்தில் நிதி நிறைந்த மன்னர்கள் நாளந்தாவை ஆதரித்ததைப் போல இத்திட்டத்தை இவை ஆதரிக்கின்றன. இந்திய நாடாளு மன்றம் 2010-ல் நாளந்தா மசோதாவை நிறைவேற்றியது. இதன் மூலம் புதிய பல்கலைக்கழகம் சட்டப்பூர்வமாக உயிர்கொண்டது.

புத்தம் புதிய பல்கலைக்கழக வளாகம், கற்பித்தலில் புதுமையான முறைகளைப் பின்பற்றவிருக்கிறது. பலகலைக்கழகத்தின் புதிய கட்டுமானம் நாளந்தா மஹாவிஹாரம் இருந்ததைப்போலவே, சுற்றுச்சூழலுக்கு ஏற்ப கழிவுநீர் மறுசுழற்சி, காற்று மற்றும் சூரிய ஒளியிலிருந்து மின்னாற்றல் தயாரிப்பு மூலம் தன்னிறைவு உள்ளிட்ட வசதிகளுடன் கட்டப்படும். அத்துடன் நடப்பதற்கும் சைக்கிள் உள்ளிட்ட இரு சக்கர வாகனங்களில் செல்வதற்கும் தனிப்பாதைகள் அமைக்கப்படும். ஆங்காங்கே சிறு குளங்கள் ஏற்படுத்தப்படும். 2018-ன் நடுப்பகுதியில் அந்த இடங்களைப் பார்த்தபோது, 2025-ல் இது முழுமை பெற அதிருஷ்டம் வேண்டும் என்றே தோன்றியது. இது முதுகலை பட்டப்படிப்புக்கான உள்ளுறைக் கல்வி நிலையமாக இருக்கும். புத்தரைப்பற்றிய ஆய்வுகளுக்கும் மெய்யியல் மற்றும் பிற மதங்களுடன் ஒப்பிடக் கூடிய ஆய்வுகளுக்கும் இடமுண்டு. வரலாற்றுப்பூர்வமான ஆய்வுகள், சர்வதேச உறவுகள் - சமாதானம், மொழிகள், இலக்கியம் ஆகிய பல்வேறு துறைகள் இப்பல்கலைக்கழகத்தில் இடம்பெறும்.

கழிமுகத்தில் இருக்கும் இந்தப் புதிய இடம் மாணவர்களை ஈர்க்குமா? நாளந்தாவைப்போல சர்வதேசப் புகழ் பெறுமா? நாளந்தா செய்த தவறுகளைத் தவிர்க்குமா? இதன் கட்டமைப்பில் குறுக்கீடு செய்துகொண்டிருக்கும் இந்துத்துவ தேசியவாதத்தின் அரசியலில் இருந்து தப்புமா? இந்தப் பல்கலைக்கழகம் நிறுவப்படுவதற்கான லட்சியம் என்னவென்றால் ஆசிய சமூகம் என்ற கருத்துக்கு வலு சேர்த்து அதை மேலும் முன்னெடுப்பது, மேலும் பழைய உறவுகளைக் கண்டுபிடிப்பது. யுவான் சுவாங், யிஜிங் இன்றைக்கு இருந்தால் நிச்சயம் இந்த லட்சியத்தை அங்கீகரித்திருப்பார்கள்.

அத்தியாயம் 6

அல்பெரூனியின் இந்தியா

கார்த்திகை மாத அமாவாசையில் தீபாவளி என்ற பண்டிகையை இந்துக்கள் கொண்டாடுகின்றனர் என்று பொது ஆண்டு 1030-ல் எழுதினார் பாரசீக நாட்டு யாத்ரிகர் அல்பெரூனி. 'மக்கள் அன்று அதிகாலையிலேயே எழுந்து நீராடுகின்றனர், புத்தாடைகளை விழாக்கால உற்சாகத்துடன் அணிகின்றனர். உறவினர்களுக்கும் நண்பர்களுக்கும் வெற்றிலை பாக்குடன் சேர்த்துத் தின்பண்டங்களையும் பிற பொருள்களையும் பரிசுகளாக அளித்து மகிழ்கின்றனர். அன்றைய தினம் அனைவரும் குடும்பம் குடும்பாக ஆலயங்களுக்குச் சென்று காணிக்கைகளைச் செலுத்திவிட்டு மற்றவர்களுடன் உற்சாகமாகப் பேசியும் விளையாடியும் பொழுதைக் கழிக்கின்றனர். இரவில் ஆலயங்கள், வீடுகள், வீதிகள் என்று எல்லா இடங்களிலும் தீபங்களை ஏற்றி வழிபடுகின்றனர்'.

'இந்த விழாவை ஏன் கொண்டாடுகின்றனர் என்றால் அன்றுதான் மகாலட்சுமி - அதாவது வாசுதேவரின் மனைவி - விரோகணனின் மகனான பலி (சக்ரவர்த்தி) என்பவரை ஏழாவது (பாதாள) லோகத்தில் சிறைப்பட்ட நிலையிலிருந்து மீட்டு விடுவித்து அனுப்புகிறார். பலி அன்று உலகுக்கு வெளிப்படுகிறார். கிருதயுகத்தில் (சத்ய யுகம்) அவர் வெளிப்பட்ட காலம் மக்களுக்குப் பல்வேறு அதிருஷ்டங்களை வரவழைத்தது

என்பதால் ஆண்டுதோறும் அந்த நாளை மகிழ்ச்சியோடு கொண்டாடுகின்றனர். அல்பெரூனியின் காலத்தில் இந்தத் திருவிழா ஒரு பெண், சிறைப்பட்டிருந்த ஆணை விடுவித்த நாளாகத்தான் கொண்டாடப்பட்டிருக்கிறது. சிறைப்பட்டிருந்த மனைவியை (சீதை) கணவன் மீட்டு வந்து நாளாக கொண்டாடப்படவில்லை. சாந்தோக்ய உபநிஷத்தில் இந்தச் சிறை மீட்ட கதை சொல்லப்பட்டிருக்கிறது.

சிவராத்திரி என்ற திருவிழா குறித்தும் அல்பெரூனி எழுதியிருக்கிறார். 'மகாதேவரை இரவு முழுவதும் வழிபடுகின்றனர், தூங்காமல் கண்விழிக்கின்றனர், படுக்கையில் படுப்பதில்லை. பூக்களையும் நறுமணப் பொருள்களையும் அளித்துப் பூஜிக்கின்றனர்' என்று எழுதியிருக்கிறார். இந்துக்கள் காலையில் எழுந்தவுடன் தங்களுடைய காலைக் கடன்களை முடித்துவிட்டு நீராடுவதற்காக அனைத்து ஊர்களிலும் கட்டியிருக்கும் குளங்கள் குறித்தும், படிகளுடன் அழகாகக் கட்டப்பட்டிருக்கும் பொதுக் கிணறுகள் குறித்தும் வியந்தும் மகிழ்ந்தும் புகழ்ந்தும் எழுதியிருக்கிறார். 'இப்படி கலைநயம் மிக்க கிணறுகளையும் குளங்களையும் கட்டியதன் மூலம் இந்துக்கள் கலைகளில் மிக உயர்ந்த நிலையில் தேர்ச்சி பெற்றுள்ளனர். நம்மவர்கள் (முஸ்லிம்கள்) இந்தக் குளங்களையும் கிணறுகளையும் பார்க்கும்போது ஆச்சரியப் படுகின்றனர், விவரிக்க முடியாமல் திணறுகின்றனர், ஆனால் இதைப்போல நம் ஊர்களிலும் கட்ட வேண்டும் என்ற எண்ணமில்லாமல் இருக்கின்றனர் என்றும் எழுதியிருக்கிறார். இந்தியாவில் தான் கண்ட அபூர்வமான காட்சிகள் குறித்தும் குறைகள் குறித்தும் சிறிதும் கூட்டல் - குறைத்தல் இல்லாமல் நடுநிலையுடன் நேர்மையாகப் பதிவு செய்திருக்கிறார் அல்பெரூனி. இந்தியக் கலாச்சாரம் குறித்தும் சமூகம் குறித்தும் அவர் எழுதியவை இன்றைக்கும் சிந்தனைகளுக்கு உரியவை.

அல்பெரூனியின் வாழ்க்கை

கிவா (இப்போது உஸ்பெகிஸ்தான்) என்ற பிரதேசத்தை மமுனி வம்சத்தைச் சேர்ந்த மன்னர் பொது ஆண்டு 1017-ல் ஆண்டு வந்தார். அவருடைய அரசவையில் அகவை 44 நிரம்பிய பாரசீக அறிஞரும், பல கலைகளில் வித்தகருமான அல்பெரூனி இடம்

பெற்றிருந்தார். அந்தப் பிரதேசத்தைச் சேர்ந்தவரான அல்பெரூனி, மன்னருக்கு அரசியல், வானியல், சோதிடவியல் ஆலோசகராக இருந்தார். நடமாடும் அகராதியைப்போல எல்லாத் துறைகள் குறித்தும் விரிவான ஞானமும், சுய சிந்தனையும் கொண்டவராகத் திகழ்ந்தார். ஐந்து மொழிகளில் சரளமாகப் பேச, படிக்க, எழுதத் தெரிந்தவர் அவர். கணிதவியல், இயற்பியல், கனிமவியல், மருத்துவம், மெய்யியல், வரலாறு, புவியியல் இன்னும் பல இயல்களில் ஆழ்ந்த அறிவு பெற்றிருந்தார்.

அல்பெரூனியின் வாழ்க்கையில் தலைகீழான திருப்பம் அந்த ஆண்டு நேர்ந்தது. அவர் வசித்த நாட்டுக்கு ஆயிரம் மைல் தொலைவில் - இன்றைய ஆப்கானிஸ்தான் - கஜினி என்ற பிரதேசத்தை, முகமது என்ற மன்னன் ஆண்டார். அவருக்கு எப்போதும் போரிலேயே நாட்டம். மமுனி மன்னருக்கு உறவினர் கிவா நாட்டை ஆண்டார். அந்த நாட்டைக் கைப்பற்ற சதி செய்துகொண்டிருந்தார் கஜினி முகமது. சுன்னி துருக்கர்கள் பிரிவில், முகமது கஸ்னவி என்ற அரச வம்சத்தைச் சேர்ந்தவர் கஜினி முகமது. அது பாரசீகக் கலாச்சாரத்தில் வளர்ந்த வம்சம். அப்பாஸ் என்ற கலிபாவின் ஆட்சிப் பகுதியில் வட - கிழக்கு எல்லையைக் காக்க தனியாக உருவாக்கப்பட்ட காஜிகள் என்ற ராணுவப் படைப்பிரிவின் மரபில் வந்தவர்கள். 1017-ம் ஆண்டின் கோடைக்காலத்தில் கிவா பிரதேசத்தின்மீது படையெடுத்த கஜினி முகமது அதைச் சூறையாடியதுடன் ஏராளமான செல்வங் களையும் அந்த நாட்டு அரசவையை அலங்கரித்த அறிஞர் களையும் முதுமக்களையும் கைதிகளாகப் பிடித்துக் கொண்டு நாடு திரும்பினான். அவர்களில் அல்பெரூனியும் ஒருவர்.

கஜினி முகமது என்றாலே இந்தியர்கள் முகம் சுளிக்கும் அளவுக்கு 1001 முதல் தொடர்ந்து ஆண்டுதோறும் இந்தியா மீது படையெடுத்து இந்தியர்களின் செல்வங்களைக் கொள்ளையிட்டுச் சென்றார். பக்தர்களிடமிருந்தும் ஆலய நிலங்களிலிருந்து கிடைத்த வருமானங்களிலிருந்தும் பெறப்பட்ட தங்கம், வெள்ளி, நவரத்தினம் உள்ளிட்ட செல்வங்கள் அந்தந்த ஆலயங்களிலேயே குவித்து வைக்கப்பட்டிருக்கும். கஜனி முகமது இவற்றையே குறிவைத்து கொள்ளையடித்து வந்தார். இந்து மன்னர்களே பிற நாட்டின்மீது படையெடுக்கும்போது அது இந்துக் கோயிலாக இருந்தாலும் கொள்ளையடிப்பார்கள். ஆனால் கஜினி முகமது கொள்ளை அடிப்பதுடன் சிற்பங்களையும் சிலைகளையும் அடித்து உடைத்து நாசப்படுத்திவிட்டும் செல்வார்.

கஜினி முகமது தீவிர இஸ்லாமியர் என்பதால் பிற மதங்களின் சின்னங்களையும் கோயில்களையும் தாக்கத் தயங்கியதில்லை. அத்துடன் இஸ்லாத்திலேயே, மதத் தூய்மையாளர்கள் ஏற்க மறுத்த குழுக்களையும், புதிய பிரிவுகளையும் கடுமையாக வெறுத்தார். எனவே அவற்றையும் இதேபோல தாக்கினார். இந்துக்களின் புனிதத் தலங்களான மதுரா, தாணேஸ்வர், கனோஜ், சோம்நாத் ஆகியவற்றை முற்றுகையிட்டு கொள்ளையடித்தார். தா'வூத் என்ற முஸ்லிம் ஆட்சி செய்த மூல்தான்மீது இரண்டுமுறை படையெடுத்துக் கடுமையாக சேதம் விளைவித்தார் கஜினி முகமது. காரணம் அவர் இஸ்மைலி என்ற புதிய பிரிவை ஆதரித்தவர். மூல்தானில் ஷியாக்கள் வழிபட்ட மசூதியை அடித்து உடைத்து அப் பிரிவைச் சேர்ந்த முஸ்லிம்களை அதிக எண்ணிக்கையில் கொன்று குவித்தார். இதனால் இந்துக்கள் மட்டுமல்ல முஸ்லிம்களுமே அவரை வெறுத்தனர்.

கஜினி முகம்மதின் செயல்களை அல்பெரூனி வெறுத்தாலும் அவருடைய ஆலோசகராகவும் கல்வியாளராகவும் தொடர்ந்தார். (பிர்தௌசி என்ற பெரிய கவிஞரும் அல்பெரூனியின் சமகாலத்தவர். அவரும் கஜினி முகமது அரசவையில் இடம் பெற்றிருந்தார். ஆனால் அல்பெரூனி அரசவைக்கு வருவதற்கு சில காலம் முன்னால் கஜினி முகமதுடன் கருத்து வேறுபாடு கொண்டு அவரிடம் சொல்லிக்கொள்ளாமலேயே நாட்டைவிட்டு ஓடிவிட்டார்).

கஜினி முகம்மதின் இந்தியப் படையெடுப்புகள் ஏற்படுத்தித் தந்த வாய்ப்பால் அல்பெரூனி இந்தியாவுக்கு வந்தார். அவர் எப்படி வந்தார் என்பதில் தெளிவு இல்லை. முகம்மதின் கிவா பகுதி இளவரசருக்குத் துணையாக அல்பெரூனி அனுப்பப் பட்டாரா என்று தெரியவில்லை. அல்பெரூனி இந்தியா வரும்வரை துருக்கி - பாரசீக - அரபு உலகுக்கு இந்தியாபற்றியும் இந்துக்கள்பற்றியும் கடுமையான விமர்சனத்துக்கும் ஆய்வு களுக்கும் உள்ளாகாத, கதம்பமான, கைச்சரக்கு கலந்த தகவல்களே கிடைத்துவந்தன. அல்பெரூனி அந்தக் குறையைப் போக்கினார்.

அல்பெரூனி இந்தியாவுக்கு வந்தவுடனேயே சமஸ்கிருதம் பயின்றார். பல பகுதிகளுக்கும் சென்றார். அடுத்த 13 ஆண்டுகள் இந்தியர்கள் மற்றும் அவர்களுடைய சமூக சிந்தனைகள் குறித்து நேரில் பார்த்தும் படித்தும் கேள்விகேட்டும் விளக்கங்கள்

பெற்றார். 1030 வாக்கில் இந்தியா குறித்து மிகப் பெரிய நூலை எழுதினார். இந்தியர்கள் குறித்துச் சொல்லப்பட்ட அனைத்தையும் நேரில் பார்த்து உறுதி செய்துகொண்டதையும், அவற்றில் நியாயமானதையும் நியாயமற்றதையும் எழுதியிருப்பதாக அந்நூலைப்பற்றிக் கூறினார். அரபு மொழியில் எழுதப்பட்ட அந்நூலை எட்வர்ட் சி. சச்சாவ் 1888-ல் ஆங்கிலத்தில் மொழி பெயர்த்தார். ' அல்பெரூனியின் இந்தியா' என்பது அந்நூலின் பெயர். அந்த ஒரு மொழிபெயர்ப்பு நூல் மட்டுமே இப்போது கிடைக்கிறது.

அல்பெரூனி இறைநம்பிக்கை கொண்ட மிதவாதி. ஷியா பிரிவைச் சேர்ந்தவராக இருக்கக்கூடும். இஸ்லாத்தின் பாரசீகக் கலாச்சாரம் குறித்து மிதமான பெருமிதமும் உள்ளவர். நன்றாகப் படித்தவர். பரந்த மனதுடையவர். அறிவியல், பகுத்தறிவுள்ள பார்வை, ஆதாரங்கள் மீது நம்பிக்கை உள்ளவர். 'மத விஷயத்தில் பொய்யுரைகளைக் கூறி அவரை ஏமாற்றிவிட முடியாது. ரசவாதம் குறித்து நன்கு அறிவார். பித்தளையைப் பொன்னாக்குவேன், முதுமையை விரட்டி காயகல்ப பஸ்பம் மூலம் இளைஞனாக்கி விடுவேன் என்ற பொய் பித்தலாட்டங்கள் குறித்து அரபு மொழியில் அவர் எழுதியவற்றில் பொங்கிய கேலியை என்னால் ஓரளவுதான் ஆங்கிலத்தில் மொழிபெயர்க்க முடிந்தது' என்று சச்சாவ் குறிப்பிட்டிருக்கிறார்.

அல்பெரூனியின் குடும்பம் குறித்தோ பிறப்பு குறித்தோ நமக்கு ஏதும் தெரியாது. தகப்பனாரை இழந்த அவர் வாழ்நாள் முழுவதும் திருமணம் செய்துகொள்ளவில்லை. 'இஸ்லாத்தின் பொற்காலம்' என்று அழைக்கப்பட்ட காலகட்டத்திலே அவர் வாழ்ந்தார். பாக்தாத் நகரிலும் மேற்காசிய நாடுகளிலும் அறிவியல் நோக்கும், அனைத்துப் பிரிவு மக்களும் சுமுகமாக இணைந்துவாழும் கலாச்சாரமும் நிலவிய நேரம் அது. அவிசென்னா, உமர் கயாம் போன்றோர் கிட்டத்தட்ட அவருடைய சமகாலத்தவர்கள். நிறைய எழுதினார். தன்னுடைய அறுபதாவது வயதில் தான் எழுதிய நூல்களின் பட்டியலை அவரே தயாரித்திருக்கிறார். அதற்குப் பிறகும் அவர் எழுதினார். எழுபத்தைந்து வயதுவரையில் வாழ்ந்தார். சராசரியாக 90 பக்கங்கள் என்ற அளவில் 146 தலைப்புகளில் எழுதிய புத்தகங்களே கிடைத்துள்ளன. அவற்றிலும் சரி பாதி வானவியல், கணிதம் ஆகியவையே என்கிறார் அறிஞர் ஜார்ஜ் சலிபா. அவற்றிலும் 22 தான் பிழைத்துள்ளன. அவற்றில் பாதி பிரசுரமாகியுள்ளன.

இந்தியாபற்றிய விரிவான நூலைப்போல, ‘கால வரிசையில் பண்டைய தேசங்கள்’ என்ற தலைப்பில் ஒரு நூலையும் எழுதியிருக்கிறார். மறைந்த, இப்போதும் வாழ்ந்து கொண்டிருக்கிற வெவ்வேறு கலாச்சாரங்கள்பற்றிய மானுடவியல் வரலாறு அதில் விவரிக்கப்பட்டிருக்கிறது. யூதர்களின் பஞ்சாங்கம் அல்லது ஆண்டுக் கணக்குப்பற்றி விரிவாக, அறிவியல் பூர்வமாக ஆராய்ந்து எழுதியிருப்பது மிகச் சிறப்பு. ‘இவ்விரண்டு நூல்களும் நவீன காலத்துக்கு முந்தைய இரண்டு கலாச்சாரங்கள் குறித்த தகவல்களை மிக நுட்பமாகப் பத்திரப்படுத்திவிட்டன’ என்கிறார் சலிபா. மூன்றாவது சமன்பாடு கணக்குகளுக்காகப் புதிய அல்ஜீப்ரா நுட்பங்களை அல்பெரூனி மேம்படுத்தியிருக்கிறார். மத அறிஞர்கள் கணித அறிவியலைக் கண்டித்தபோது, மெக்காவின் திசையைக் கண்டுபிடிக்க ‘கோள முக்கோணவியல்’ எப்படிப் பயன்படுகிறது என்று விளக்கினார். அவர் தலைசிறந்த வானவியல் நிபுணர் என்றாலும் அரசவையில் அவரைச் சோதிடராகக் கருதி, குறைந்த சன்மானமே அளித்து வந்தனர். சோதிடவியலில் அவருக்கு ஆர்வம் அதிகமில்லை. எனவே சுவாரசியமின்றித்தான் அவர் அரண்மனை கேட்டபோதெல்லாம் சோதிடம் பார்த்திருக்கிறார்.

வானவியலில் அவர் சிறந்து விளங்கினார். பூமி தன்னுடைய அச்சில் எப்படி சூரியனைச் சுற்றி வருகிறது என்பதைக் கூறி அட்சரேகை, தீர்க்கரேகைகளைத் துல்லியமாகக் கணித்தார். இயற்பியலிலும் 18 அரிய நவரத்தினக் கற்கள் மற்றும் உலோகங்களின் எடையை மிகத் துல்லியமாகக் கணித்தார். புவியியலிலும் சிறந்து விளங்கிய அவர்தான் முதல் முறையாக, ‘சிந்துசமவெளிப் பிரதேசம் ஒரு காலத்தில் கடல்படுகையாக இருந்தது’ என்று துணிச்சலுடன் கூறினார்.

கஜினி முகமது இறந்து அவருடைய மகன் 1030-ல் மன்னரானபோதுதான், ‘இந்தியா’ புத்தகத்தை அல்பெரூனி வெளியிட்டார். சர்வாதிகாரிகள் மாறியதால் அவருடைய அதிருஷ்டமும் திடீரென மேம்பட்டது. கலையையும் அறிவியலையும் கஜினி பிரதேசத்தில் காப்பாற்றத் தவறினார் முகமது என்று துணிந்து கூறினார். மதுரா, சோம்நாத் மீது கஜினி முகமது மேற்கொண்ட படையெடுப்புகளால் அந்தப் பகுதிகளின் வளத்தை அழித்ததல்லாமல், முஸ்லிம்கள் என்றாலே அப்பகுதியினர் வெறுக்கும் அளவுக்கு நடந்துகொண்டார் என்று கண்டித்தார். நாம் கைப்பற்றிய இடங்களிலிருந்து இந்துக்களின்

அறிவியலாளர்கள் வெளியேறி, நம்மால் எளிதில் அடைய முடியாதபடிக்குக் காஷ்மீரம், பனாரஸ் (காசி) மற்றும் பிற தொலைதூரப் பகுதிகளுக்குச் சென்றுவிட்டனர் என்றும் அவர் குறிப்பிட்டிருக்கிறார். கஜினி முகமதுமீது அவருக்கு மதிப்போ, அன்போ இல்லை என்பதை இப்படி வெளிப்படுத்தியிருக்கிறார்.

இந்தியாவில் தனது பேரரசை நிறுவ கஜினி முகமது முயற்சிக்கவே இல்லை. இந்தியாமீது படையெடுப்பு நடத்தி, கொள்ளையடித்த செல்வங்களைக் கொண்டு மத்திய ஆசிய நாடுகள்மீது படையெடுக்கவும் கஜினியை மிகச் சிறந்த நகரமாக்கவும் பயன்படுத்திக்கொண்டார். கஜினியில் மிகப் பெரிய மசூதியைக் கட்டிய முகமது, பிற நாடுகளில் கொள்ளையின்போது எடுத்துவந்த புத்தகங்களைக் கொண்டு நூலகம் ஒன்றையும் அந்நகரில் நிர்மாணித்தார். அவருடைய மறைவுக்குப் பிறகு இந்தியா மீதான கஜ்நவிகளின் படையெடுப்பு ஓய்ந்தது. அவருடைய படையெடுப்புகள்பற்றிய தகவல்கள் அனைத்துமே நமக்கு துருக்கி - பாரசீக நூல்களிலிருந்தும் அல்பெரூனியிடமிருந்தும் மட்டுமே கிடைக்கின்றன.

'1025-ல் குஜராத்தில் உள்ள சோமநாதபுரத்தின்மீது கஜினி நடத்திய மிகக் கொடூரமான படையெடுப்பு குறித்துகூட உள்ளூர் இந்துக்களின் நூல்களிலோ வேறு ஆவணங்களிலோ சிறு குறிப்புகூட எழுதப்படவில்லை. அந்தத் தாக்குதல்களால் மக்கள் மன அமைதியிழந்து வேதனைப்பட்டதாகக்கூட எதுவும் காணப்படவில்லை. இந்து தேசியவாதிகள் கூறிக்கொள்வதைப் போல, இந்துக்கள் அந்தப் படையெடுப்புகளை மறக்க வில்லையென்றால் அது அடிக்கடி ஏதாவது ஒரு வகையில் நினைவுகூரப்பட்டிருக்கும். ஆனால் உள்ளூர் நூல்களைப் படித்தால் சமூக - பொருளாதார வாழ்க்கை நிலை மீண்டும் பழைய நிலைக்குத் திரும்பிவிட்டதாகவும் மக்கள் அதை மறந்து விட்டார்கள் என்றுமே கூறுகின்றன. அந்தத் தாக்குதல் நடந்த 12 ஆண்டுகளுக்குப் பிறகு கோவா பிரதேசத்திலிருந்து ஒரு மன்னர் சோமநாதபுரத்துக்கு யாத்திரை செல்கிறார். அவரும் முகம்மதின் படையெடுப்பு குறித்து ஏதும் குறிப்பிடவில்லை' என்று வரலாற்றாசிரியர் ரொமீலா தாப்பர் சுட்டிக்காட்டுகிறார்.

சோமநாதபுரம் மீதான படையெடுப்பை இந்துக்கள் கசப்பான அனுபவமாகக் கருதியதால் அதுபற்றி தொடர்ந்து மௌனமாக இருந்தார்கள் என்றும் தாபர் கூறுகிறார். சோமநாதபுரம் என்பது

குஜராத்தின் மிகப் பெரிய துறைமுகமான வெராவலுக்குச் சமீபத்தில் இருக்கிறது. இரண்டு நூற்றாண்டுகளுக்குள் பாரசீக, அரபு வியாபாரிகள் உள்ளூர் இந்து மன்னருடன் வர்த்தக உறவை பெருக்கிக் கொண்டுவிட்டனர். சோமநாதர் ஆலயத்துக்குச் சமீபமாகவே மசூதியைக் கட்டிக்கொள்ள அவர்களுக்கு மன்னரும் நிலத்தை அளித்திருக்கிறார். ஆலயப் பூசாரிகளும் மசூதி அமைய உதவியிருக்கிறார்கள். பழைய கசப்பான சம்பவங்களை நினைவில் வைத்திருப்பதைவிட வியாபார லாபங்கள் அவர்களுக்கு ஈர்ப்பாக இருந்திருக்க வேண்டும்! 'சோமநாதபுரம் மீது கஜினி முகமது படையெடுத்ததை துருக்கி - பாரசீக நூல்களிலிருந்து பிரிட்டிஷ் அறிஞர்கள் 19-வது நூற்றாண்டில் கண்டுபிடித்து - இந்துக்களுக்கும் முஸ்லிம்களுக்கும் அதைத் தனித்தனி கோணங்களில் விளக்கிய பிறகே, அந்தக் கசப்பான சம்பவங்கள்பற்றிய சமூக நினைவுகளை இந்து தேசியவாதிகள் மறு கட்டமைப்பு செய்தனர்' என்கிறார் ரொமீலா தாப்பர்.

> 'சோமநாதபுர படையெடுப்பு இந்துக்களுக்குக் கசப்பான நினைவுகளைத் தந்துவிட்டது என்ற கூற்று முதல் முறையாக இந்தியாவில் அல்ல பிரிட்டனில்தான், அதுவும் நாடாளுமன்றத்தின் மக்கள் அவையில் 1843-ல் நடந்த விவாதத்தின் போது பதிவு செய்யப்பட்டது. முகமதுவின் படையெடுப்பு இந்தியர்களை வேதனைக்குள்ளாக்கியது, அந்தக் காயப்பட்ட உணர்வுகள், இந்துக்களிடையே கிட்டத்தட்ட ஆயிரம் ஆண்டுகளாக ஆறாமல் தொடர்ந்தன என்று பேசினர். இதற்குப் பிறகு, இந்துக்களுக்கு ஏற்பட்ட மனஉளைச்சல்பற்றி தொடர்ந்து பதிவு செய்யப்பட்டுக்கொண்டே வந்தது'. (இவை அனைத்தும் என்னுடைய அழுத்தமான கருத்துகள்.)

உலக மாந்தருக்கு முகமது பெரிய தீங்குகளைச் செய்தார், கூடவே தன்னையறியமால் அல்பெரூனியை மிகப் பெரிய வரலாற்றுப் பதிவைச் செய்யவும் வழிவகுத்தார். 'இந்தியாவில் அப்போது நிலவிய சமூக்கக் கட்டமைப்புகள், சமூக நியதிகள், மதம் ஆகியவை தொடர்பாக அல்பெரூனியின் கண்ணோட்டம் மிகச் சரியாக இருந்திருக்கிறது. இந்தியாவுக்கு வந்தவர்களிலேயே அவருடைய கண்ணோட்டம்தான் எல்லாவற்றையும் துல்லியமாக எடைபோட்டிருக்கிறது' என்கிறார் தாப்பர். 'இந்தியாவின் வடக்கு, மேற்கு, மத்திய மாகாணங்களில் கிட்டத்தட்ட 13 ஆண்டுகள் வாழ்ந்த அல்பெரூனி அல்பெரூனி ஒரு

சந்தர்ப்பத்தில்கூட பௌத்தத்தையோ அதன் பிக்குகளையோ சந்திக்கவேயில்லை. பௌத்தம் அப்போது இந்தியாவின் கிழக்கு மாநிலங்களுக்கு இடம்பெயர்ந்துவிட்டது. அல்பெரூனியைப் பொருத்தவரை இந்தியா பௌத்த ஆதிக்கத்தில் இல்லை, பிராமணீய ஆதிக்கத்தில்தான் இருந்தது என்கிறார் சச்சாவ். பௌத்தம் குறித்து அவருக்கு லவலேசமும் தெரியவில்லை, அப்படித் தெரிந்துகொள்வதற்கான வசதிகளும் அவருக்கு இருந்திருக்கவில்லை. துருக்கியர் - பாரசீகர் படையெடுப்பு களுக்கு இன்னும் முன்னதாகவே பௌத்தம் இந்தியாவில் மறைந்துவிட்டது என்பது இதிலிருந்து தெளிவாகிறது. இது நாளந்தாபற்றிய முந்தைய அத்தியாயத்திலும் கூறப்பட்டது.

அல்பெரூனி பார்வையில் இந்தியா

'பிராமணர்கள் எதைச் சிந்திக்கிறார்களோ, எதை நம்புகிறார்களோ அதுவே இந்து உலகச் சிந்தனையின் மையக் கருவாக இருந்தது; இந்து மதத்தைக் காப்பதற்கும் மேலாண்மைச் செய்வதற்கும் அவர்களுக்கு சிறப்புப் பயிற்சி அளிக்கப்பட்டிருந்தது. பிராமணர்களின் நம்பிக்கை எது என்ற அடிப்படையில் நாம் இதை மேலும் விவரிப்போம்' என்கிறார் அல்பெரூனி. இந்தியாபற்றி எழுதும்போது சமூகத்தின் எந்தப் பிரிவைப்பற்றி அவர் அதிகம் கூறுகிறார், அதன் எண்ணங்கள், நம்பிக்கைகள், அது காப்பாற்ற விரும்பிய விழுமங்கள் என்று எவற்றைப் பட்டியலிடுகிறார் என்பதுதான் இந்தியாபற்றிய விவரணையாக இருக்கிறது.

'அறிவியலின் எல்லாக் கிளைகள் தொடர்பாகவும் இந்துக்களிடம் கணக்கில்லாத புத்தகங்கள் இருக்கின்றன. தங்களுடைய மதம் தொடர்பான சட்டங்கள், மெய்யியல் தொடர்பானவை, துறவறம் குறித்தவை, கடவுளாக மாறுவதற்கான நடைமுறைகள், உலகப்பற்றிலிருந்து விடுதலை பெறுவதற்கான வழிகள் என்று எல்லா துறைகள்பற்றியும் புத்தகங்கள் இருக்கின்றன. சாங்கியம், மீமாம்சம், நியாயம், யோகம், லோகாயுதம் இன்னும் இவைபோல பல தலைப்புகளில் புத்தகங்கள் உள்ளன. எப்படி ஒருவரால் எல்லாப் புத்தகங்களின் தலைப்புகளையும் தெரிந்துகொண்டுவிட முடியும் - அதுவும் அவர் இந்துவாக இல்லாமல், வெளி நாட்டவராக இருக்கும்போது' என்று உணர்ச்சி வசப்பட்டுக் கேட்கிறார் அல்பெரூனி.

ஆனால் அல்பெரூனி எளிதில் விட்டுக்கொடுப்பவர் அல்ல. சட்டையை மடித்து விட்டுக்கொண்டு களத்தில் குதிக்கிறார். சமஸ்கிருத புத்தகங்களை வாங்கப் பணம் கொடுக்கவோ, அலையவோ அவர் தயங்கியதே இல்லை. புத்தகங்களைத் தனக்கே சொந்தமாக வாங்கவும், நாட்டின் எந்த மூலையில் இருந்தாலும் படித்த இந்து அறிஞர்களை நாடிச் சென்று அந்தப் புத்தகம் குறித்து அவர்களிடமிருந்தே பாடம் படிக்கவும் அவர் முற்படுகிறார். சமஸ்கிருதம் படிக்கிறார். அரபி மொழியைப் போலவே அதனுடைய ஆழமும் நுட்பமும் இருப்பதால் படிப்பது எளிதாக இல்லை என்கிறார். வட இந்தியாவில் இந்துக்கள் சமஸ்கிருதத்தை இரு வழிகளில் பேசுகின்றனர். ஒன்று வட்டார வழக்காக இருக்கிறது, மற்றொன்று இலக்கணத் தூய்மையோடு இருக்கிறது என்கிறார். இப்படி இலவசமாகப் படிக்கும் வாய்ப்புக்கு நான் கொடுத்து வைத்தவன் என்று கூறும் அல்பெரூனி அதற்காகக் கடவுளுக்கு நன்றி கூறுகிறார்.

இந்துக்களின் மத நூல்கள், மெய்யியல் நூல்கள், வானசாத்திர நூல்கள் ஆகியவற்றை உரிய காலத்தில் படிக்கிறார் அல்பெரூனி. இந்தியாவின் பெரும்பகுதி, பிராமணீய நூல்களுக்கும் நடைமுறைகளுக்கும் கட்டுப்பட்டதாக இருப்பதைக் காண்கிறார். கீதையின் முக்கிய பகுதிகள், உபநிஷதங்கள், பதஞ்சலியின் யோக சாஸ்திரம், நான்கு வேதங்கள், ஆரியபட்டர், பிரம்ம குப்தர், வராகமிகிரர் ஆகியோரின் அறிவியல் கருத்துகள் ஆகியவற்றை அவர் தனது நூல்களில் நிறைய மேற்கோள் காட்டுகிறார். இலக்கணத்தை இந்துக்கள் எப்படி அளவிட்டு நெறிப்படுத்தி எழுதியிருக்கின்றனர் என்று விவரிக்கிறார். அவர்களுடைய சமூகப் பழக்கங்களையும் படிநிலைகளையும் விளக்குகிறார். இந்துக்களின் சிந்தனைகளை கிரேக்கத்தின் சாக்ரடீஸ், பித்தாகரஸ், பிளேட்டோ, அரிஸ்டாட்டில், கலென் ஆகியோருடைய சிந்தனைகளுடன் ஒப்பிடுகிறார். சூஃபிக்களின் போதனைகளையும் இடையிடையே ஒப்புமைப்படுத்துகிறார்.

இந்துக்களும் நம்மைப்போலவே கணித எண்களை, அதே பாணியிலேயே பயன்படுத்துகின்றனர் என்று எழுதுகிறார். (நூறு ஆண்டுகளுக்கு முன்னதாக பூஜ்யம் என்ற எண்ணும், தசம ஸ்தான முறைகளும் முஸ்லிம் உலகத்தால் ஏற்கப்பட்டு பிறகு ஐரோப்பாவுக்கு அரபு எண்களாகக் கடத்தப்பட்டது). இந்தப் பாடத்தில் இந்துக்கள் நம்மைவிட எந்த அளவுக்கு முன்னேற்றம் கண்டிருக்கிறார்கள் என்ற ஆய்வுக் கட்டுரையையும்

எழுதியிருப்பதாகக் குறிப்பிடுகிறார். இந்தியாவில் படித்தவற்றை வைத்து இரண்டு புத்தகங்களை அவர் அரபு மொழியில் எழுதியிருக்கிறார். அதில் ஒன்று உலகின் தோற்றம்பற்றியது. இன்னொன்று உடலிலிருந்து ஆன்மா விடுதலை பெறுவது குறித்துப் பதஞ்சலி யோக சாத்திரத்தில் எழுதியது.

பிராமணீய நூல்களையும் சமூகத்தையும் ஆழ்ந்து கவனித்த பிறகு இந்துக்கள் குறித்தும் இந்து சமூகம் குறித்தும் தன்னுடைய கருத்துகளை இந்தியா என்ற நூலில் எழுதுகிறார் அல்பெரூனி. 'கடவுள் ஒருவரே, முகமது அவருடைய தூதர் என்று இஸ்லாம் கூறுவதைப்போல, பிதா - சுதன் - ஆவி என்ற மூவர்பற்றி கிறிஸ்துவம் கூறும் புனித திரித்துவம்போல, சபாத் என்ற விடுமுறைநாள்பற்றி யூத மதம் கூறுவதைப்போல, சரீரம் மட்டுமே மரிக்கும் - ஆன்மா மீண்டும் புது உடலைப் பெறும் என்று இந்து மதம் கூறுகிறது. இதை ஏற்காதவர்கள் இந்துவாகக் கருதப்படவில்லை' என்கிறார்.

இந்துக்களும் முஸ்லிம்களும் மத விஷயத்தில் இரு துருவங்கள். இந்துக்கள் தங்களுக்குள் விவாதித்துக் கொள்கிறார்கள், மெய்யியல் கருத்து வேறுபாடுகளுக்காக அவர்கள் கைகலப்பில் ஈடுபடுவதில்லை. ஆனால் அவர்களுடைய மூர்க்கத்தனம் அனைத்தும் 'மிலேச்சர்' என்று அவர்கள் கருதும் அன்னியர்கள்மீது திருப்பிவிடப்படுகிறது என்கிறார் அல்பெரூனி. மிலேச்சர்கள் அசுத்தமானவர்கள், அவர்களுடன் இந்தியர்கள் எந்த வகையிலும் தொடர்பு கொள்ளக்கூடாது என்று அறிவுறுத்தப்படுகின்றனர். மிலேச்சர்கள் அருகில் உட்காரக்கூடாது, சாப்பிடக்கூடாது, பானங்களை அருந்தக்கூடாது, ஏனென்றால் அவற்றைச் செய்வர்களும் தூய்மையை இழந்துவிடுவார்கள் என்கின்றனர். இந்துக்களுக்கும் இஸ்லாமியர்களுக்கும் மிகப் பெரிய இடைவெளிக்கு இதுவே காரணம் என்கிறார்.

முஸ்லிம்களின் படையெடுப்புகளாலும் கொள்ளையடிப்பு மற்றும் ஈவிரக்கமற்ற செயல்களாலும் மிலேச்சர்கள் என்றாலே இந்தியர்களுக்கு ஒவ்வாமை ஏற்பட்டுவிடுகிறது. இந்துக் களுக்கும் முஸ்லிம்களுக்கும் இடையே தடுப்புச்சுவர் ஏற்பட இந்த ஒன்று மட்டுமே காரணம் அல்ல. இந்துக்களின் வினோதமான தேசிய குணங்களும் ஆழப் பதிந்துவிட்ட பழக்கங்களும், எல்லோரிடமும் பரவியதும் இதர காரணங்கள் என்கிறார். அவற்றை அவர் உதாரணங்களுடன் விவரிப்பது இந்துக்களைப் பற்றிய எள்ளலாகவே இருக்கிறது –

'இந்துக்கள் தங்களுடைய நாட்டைப்போல (சிறந்தது) வேறில்லை, தங்களுடைய மன்னரைப்போல வேறொருவர் இல்லை, தங்களுடைய அறிவியல் அறிவுக்கு இணையாக வேறொன்றில்லை, தங்களுடைய மதத்தைப்போல உயர்வான தில்லை என்றே நினைக்கின்றனர். அகம்பாவம் பிடித்தவர்கள், தாங்கள்தான் உயர்ந்தவர்கள் என்று கர்வம் கொண்டவர்கள், இறுமாப்புள்ளவர்கள், அதே சமயம் எளிதில் கிளர்ச்சி அடையாதவர்கள். தங்களுக்குத் தெரிந்ததை தங்கள் குழுவைத் தவிர மற்றவர்களுக்குச் சொல்லித்தர வேண்டும் என்ற எண்ணம் இல்லாதவர்கள், தங்களுடைய மக்களிலேயே கீழ்ச் சாதியினருக்கு எதுவும் தெரிந்துவிடக் கூடாது என்று மறைப்பதில் அக்கறையாக இருப்பவர்கள், வெளிநாட்டவர் களுக்கு அறவே தெரியக்கூடாது என்று நினைப்பவர்கள்.'

அல்பெரூனி இந்தியர்களுடனான தன்னுடைய அனுபவத்தை மிகவும் பவ்யமாக இப்படித் தொடங்குகிறார். 'ஓர் ஆசானிடம் மாணவன் எப்படி அடக்கமாக இருப்பானோ அப்படியே நானும் அவர்களிடம் வானவியல் பாடங்களைக் கற்பதற்காக நின்றேன். வெகு விரைவிலேயே வானவியல் சாஸ்திரம் எந்த உண்மைகளின் அடிப்படையில் இருக்கிறது என்பதை அவர்களுக்கு விவரிக்க ஆரம்பித்தேன். விண்மீன்களின் தோற்றத்தை வைத்து எப்படிச் சில முடிவுகளை அனுமானிக்கலாம், கணக்குப் போடும் அறிவியல் உத்திகள் ஆகியவற்றை விவரித்தேன். பிறகு இந்தியாவின் எல்லாப் பகுதிகளிலிருந்தும் அவர்கள் வந்து என்னைச் சூழ்ந்துகொண்டனர். என்னிடமிருந்து கற்க ஆர்வம் காட்டினர். எனக்கு எப்படி இதெல்லாம் தெரிந்தது என்று வியந்தனர். எந்த இந்து ஆசான் எனக்கு இவற்றையெல்லாம் கற்பித்தார் என்றும் கேட்டனர்' என்று அல்பெரூனி பதிவு செய்திருக்கிறார். இந்தக் கேள்விதான் அவரை உசுப்பிவிட்டது. இதனால் இந்துக்களின் பொதுவான இயல்பு குறித்துத் தனது கண்ணோட்டத்தை நிறையப் பதிவு செய்திருக்கிறார் –

'அவர்களுடைய நம்பிக்கைப்படி, இயற்கையால் படைக்கப் பட்ட எந்த உயிரினத்துக்கும் – இந்துக்களைத் தவிர – ஞானம் கிடையாது. இந்துக்களுக்குத் தெரியாத அறிவியல் கிடையாது என்பது அவர்களின் அதீத நம்பிக்கை. அவர்களுக்குத் தெரியாத அறிவியல் உண்மைகள்பற்றியோ, கொராசான் அல்லது பெர்சிஸ் நகர அறிவியல் அறிஞர்கள்பற்றியோ நீங்கள் பேசினால் உங்களை அறிவிலி என்றோ, பொய்யர் என்றோ

நினைப்பார்கள். அவர்களே வெளிநாடுகளுக்குப் பயணம் மேற்கொண்டிருந்து பலரைச் சந்தித்திருந்தால் இந்த எண்ணம் அவர்களுக்கு ஏற்பட்டிருக்காது. ஆனால் இப்போதைய தலைமுறையினருக்கு முந்தைய இந்துக்கள், இவர்களைப் போல குறுகிய மனத்தவர்களாக இருந்ததில்லை.

இதுதான் இன்றைய இந்தியாவின் நிலை. அறிவியல் தொடர்பான தேடலில் பிராமணர்கள் தங்களுடைய தூய்மைவாதத்தையும் சேர்த்துக் கடைப்பிடிக்கப் பார்க்கிறார்கள். அவர்களுடைய உண்மையான மதிப்பு என்ன என்று அவர்களுக்கு உணர்த்தினேன். இவர்களைவிட நாம் எவ்வளவோ மேல் என்ற எண்ணமே எனக்கு ஏற்பட்டது. வானவியல் பாடத்தில் அவர்களுக்குப் போதிய பயிற்சி இல்லை. வானவியல் தொடர்பாக சரியான கருத்துகளும் இல்லை. பூமி நிலையாக நிற்கிறது என்றே இந்தியர்கள் நம்புகின்றனர். (ஐந்நூறு ஆண்டுகளுக்கு முன்னால் ஆரியபட்டர், பூமி தனது அச்சில் அன்றாடம் சுழல்கிறது என்று வாதிட்டார். அவரது கருத்துகள் மேற்கத்திய நாடுகளுக்குப் பரவி அங்கிருந்து முஸ்லிம் வானியல் ஆய்வாளர்களால் ஏற்கப்பட்டது. ஆனால் வராகமிகிரர், பிரம்மகுப்தர் உள்ளிட்ட இந்திய வானியல் அறிஞர்கள் ஆரியபட்டரின் கருத்தை நிராகரித்தே வந்தனர். இந்த விஷயத்தில் இந்திய வானியல் பின்னடைவையே சந்தித்தது.)

யூக்ளிட், டாலமி ஆகியோரின் நூல்களை இந்தியர்களுக்காக அல்பெரூனி சமஸ்கிருதத்தில் மொழிபெயர்த்தார். பூமி எப்படி தன்னைத்தானே சுற்றிக்கொண்டு சூரியனைச் சுற்றி வருகிறது என்பதைத் தெரிந்துகொள்வதற்கான கருவியை (அஸ்ட்ரோலேப்) எப்படி வடிவமைப்பது என்றும் சொல்லிக்கொடுத்தார். அறிவியலைப் பரப்ப வேண்டும் என்ற ஒரே நோக்கத்தில் இதைச் செய்ததாக அல்பெரூனி குறிப்பிட்டுள்ளார். (இந்தியர்கள் அல்லாதவர்களின் அறிவியல் கருத்துகளை ஏற்கக்கூடாது என்பதில் சமஸ்கிருத அறிவியல் இலக்கியகர்த்தாக்கள் பிடிவாதமாக இருந்திருப்பதை நவீன ஆராய்ச்சியாளர்களும் கண்டுபிடித்துள்ளனர். இதனால் இந்தியாவைப்போல பிற நாடுகளில் நடைபெற்ற அறிவியல் ஆய்வுக் கருத்துகள் இந்தியர்களுக்கு எட்டாமலேயே போய்விட்டன. பாரசீகக் கலாச்சாரமும் மொழியும் இந்தியாவில் பரவத் தொடங்கிய பிறகு இந்த நிலை மாறியது).

‘வேத மந்திரத்தின் பொருள் என்ன என்று தெரியாமலேயே பிராமணர்கள் அவற்றை ஓதுகின்றனர். மிகச் சிலரால்தான்

பொருளைக் கூற முடிகிறது. மெய்யியல் ரீதியிலான வாக்குவாதம் என்பதால் எதிர்வாதம் செய்ய பிராமணர்களில் மிகச் சிலர்தான் முன்னுக்கு வருகின்றனர். வேதத்தை எழுத்துப்பூர்வமாகப் பதிவு செய்ய அவர்கள் அனுமதிப்பதே இல்லை. குறிப்பிட்ட ஸ்வர ஏற்ற இறக்கங்களுடன் ஓதவேண்டும் என்பதால் வாய்மொழியாகத்தான் கற்க வேண்டும் என்கின்றனர். வேதத்தை பிராமணர்கள் க்ஷத்திரியர்களுக்குக் கற்றுத்தருகின்றனர். ஆனால் வைசியர்கள், சூத்திரர்கள், சாதி விலக்கப்பட்ட மற்றவர்கள் வேதம் ஓதப்படுவதைக் கேட்கக்கூடக் கூடாது என்று தடுக்கின்றனர். இதனால் உச்சரிப்பது, பாராயணம் செய்வது போன்றவற்றுக்கு வாய்ப்பே கிடையாது. வேற்று ஜாதிக்காரன் யாராவது வேதத்தை ஓதியதாகத் தெரிந்தால் நியாயஸ்தலத்தின் முன் கொண்டு நிறுத்தப்படுவார். அதற்காக அவர் கடுமையாக தண்டிக்கப் படுவார் அல்லது நாக்கை அறுத்துவிடுவார்கள்.

வேதத்தின் சில பகுதிகளை பிராமணர்கள் தாங்கள் வசிக்கும் வீடுகளிலேயே ஓதமாட்டார்கள். அந்த ஸ்வரம் கர்ப்பிணிகளின் கருவில் உள்ள சிசுக்களையும் பசுவின் கருவையும் சிதைத்துவிடும் என்று அஞ்சுகிறார்கள். எனவே அவற்றைப் படிப்பதற்கும் பாராயணம் செய்வதற்கும் திறந்த வயல்வெளிகளுக்குச் செல்கிறார்கள். இப்படிப்பட்ட அச்சமூட்டுகிற நிபந்தனைகள் இல்லாமல், ஒரு சின்ன செய்யுளைக்கூட வேதத்திலிருந்து மற்றவர்களால் ஓதிவிட முடியாது' என்று பதிவு செய்திருக்கிறார் அல்பெரூனி. நான்கு வேதங்கள் எதைப்பற்றியவை என்றும் அவை எப்படி ஓதப்படுகின்றன என்றும் விவரித்திருக்கிறார். 'சாமவேதம் என்பது பலியிடல், கட்டளைகள், தடை செய்யப்பட்டவைகள் ஆகியவற்றைக் குறிப்பது. சாமம் என்றால் இனிமையாக இசையோடு ஓதுவது. எனவே அந்த வேதத்துக்கு அதுவே பெயரானது' என்கிறார். சாமவேதம் குறித்த தொன்மக் கதை ஒன்றையும் இத்துடன் பதிவு செய்திருக்கிறார்.

இந்தியாவில் அப்போது நடைமுறையில் இருந்த சதுர் வர்ண முறை அல்பெரூனினியின் நெஞ்சில் ஆழப்பதிந்திருக்கிறது. ஒரு வர்ணத்தைச் சேர்ந்தவர் பிற வர்ணத்தவருடன் சேர்ந்து உணவு உண்ணக்கூடாது என்று தடை விதிக்கப்பட்டிருந்தது. இந்த நான்கு வருணத்துக்கும் கீழே 'அந்த்யஜா' என்ற ஐந்தாவது படிநிலையில் பலர் இருந்தனர். இவர்கள் நான்கு வருணத்தாரும் வசிக்கும் நகரங்களுக்கும் கிராமங்களுக்கும் வெளியே வாழ்ந்தனர். நகரசுத்தி, இறந்த பிராணிகளை அகற்றுவது, புலால் விற்பது, மீன்

விற்பது போன்ற தொழில்களைச் செய்தனர். இவை மிகவும் இழிவான தொழில்களாகக் கருதப்பட்டன. ஹாடி, டோமா, சண்டாளா, படாடாவ் என்று அழைக்கப்பட்டவர்கள் இந்தப் பிரிவைச் சேர்ந்தவர்களாக இருந்தனர். பிராமணப் பெண்ணுக்கும் சூத்திரத் தந்தைக்கும் பிறந்த குழந்தைகள் முறையற்ற உறவில் பிறந்தவர்களாகக் கருதப்பட்டு, இவ்விதம் ஊர்களிலிருந்து ஒதுக்குப்புறமாக வாழுமாறு துரத்தப்பட்டனர்' என்று பதிவு செய்திருக்கிறார் அல்பெரூனி.

நான்கு வருணத்தை தாமே சிருஷ்டித்ததாகப் பகவத் கீதையில் பகவான் கிருஷ்ணர் கூறியதாக வரும் சுலோகத்தை மேற்கோள் காட்டுகிறார் அல்பெரூனி. 'அவரவர் வருணத்துக்குரிய தொழில்களையும் கடமைகளையும் விட்டுவிட்டு இன்னொரு வருணத்துக்குரிய தொழில்களையும் கடமைகளையும் செய்வதால் ஒருவருக்குச் சமூகத்தில் கௌரவம் கிட்டினாலும் அது பாவமாகும். காரணம் வருணங்களுக்கான விதிகளை மீறுவது கூடாது' என்று கிருஷ்ணர் கூறியிருக்கிறார். இந்த விஷயத்தில் இந்துக்களும் முஸ்லிம்களும் எதிரெதிர் நிலையில் நிற்கின்றனர். இஸ்லாத்தில் எல்லா மக்களும் சமமாகவே மதிக்கப்படுகின்றனர். அங்கு வருண, சாதி ஏற்றத்தாழ்வுகள் கிடையாது. தனிநபரின் சிறப்புத் தகுதிகளால் உயர்வு பெற்றாலும், ஏற்றத்தாழ்வுகளை வலியுறுத்தும் சமூக நிறுவனங்களைக் கண்டிக்கிறார் அல்பெரூனி. இப்படி சமூக அமைப்பிலேயே பெரிய வித்தியாசம் இருப்பதால்தான் இந்துக்களுக்கும் முஸ்லிம்களுக்கும் இடையில் ஒற்றுமையையோ, புரிந்துணர்வையோ ஏற்படுத்த முடியவில்லை என்கிறார்.

எல்லாவற்றையும் வகைப்படுத்தி பட்டியலிடுவதில் இந்துக்கள் பெருவிருப்பம் கொண்டவர்கள். உயிர்வாழ்வனவற்றை மூன்று வர்க்கங்களாகவும் 14 இனங்களாகவும் பிரித்துள்ளனர். நரகத்தில் 88,000 விதங்கள் இருப்பதாக எழுதிவைத்துள்ளனர். இப்படி இந்துக்களின் கணக்குகளில் அவர்கள் கூறும் எண்ணிக்கை எல்லாம் மனம்போன போக்கில் கூறப்படுபவை. அவர்கள்தான் எண்ணிக்கைகளையும் பெயர்களையும் கற்பிக்கின்றனர், அவர்களைக் கட்டுப்படுத்த யார் இருக்கிறார்கள்' என்று பதிவு செய்துள்ளார் அல்பெரூனி.

'இந்துக்கள் பயிலும் பள்ளிக்கூடங்களில் மாணவர்கள் கருப்புநிற சிலேட்டில் வெள்ளை நிறம்கொண்ட ஒரு பொருளால்

இடமிருந்து வலமாக எழுதுகின்றனர். வயது வந்தவர்கள் கடிதங்களையும் புத்தகங்களையும் மரத்தின் பட்டைகளில் எழுதுகின்றனர். அதற்கும் முன்னால் அதற்கு எண்ணெய் போட்டுத் தேய்க்கின்றனர். முழுப் புத்தகமும் ஒரு துணியால் மூடிவைக்கப்படுகிறது. இரண்டு சிலேட்டுகளுக்கு (பலகை) நடுவில் புத்தகம் கட்டிவைக்கப்படுகிறது. புத்தகத்தை புத்தி (புஸ்தா, புஸ்தகா) என்றும் அழைக்கின்றனர். நான் படிக்கும் சமஸ்கிருத புத்தகங்களை எழுதியவர்கள், பிழையில்லாமல் நன்கு தொகுக்கவேண்டும் என்ற அக்கறை இல்லாமல் இருந்திருக்கிறார்கள். இதனால் இந்நூல்களை அடிப்படையாக வைத்து எழுதுகிறவர்களுக்குப் பணிச்சுமையும் மன அயர்ச்சியும் அதிகமாகிறது. புரிந்துகொள்வதும் கடினமாக இருக்கிறது' என்று எழுதியிருக்கிறார் அல்பெரூனி.

இந்தியர்கள் விளையாடிய பல விளையாட்டுகளையும் அவர் குறிப்பிட்டுள்ளார். சில சமயங்களில் தான் சொல்ல வந்ததை விளக்கக் கதைகளையும் பயன்படுத்தியுள்ளார். 'படித்தவர்கள் எல்லாம் பணக்காரர்கள் வீட்டுக் கதவைத் தட்டுவதற்குப்போய் நிற்கிறார்கள், ஆனால் பணக்காரர்கள் படித்தவர்கள் வீட்டுக்கு வந்து காத்திருப்பதில்லையே இது ஏன்?' என்று ஒரு முனிவரிடம் சிலர் கேட்டார்களாம். படித்தவர்களுக்குப் பணத்தை எப்படிப் பயன்படுத்த வேண்டும் என்று தெரியும், பணக்காரர்களுக்கு அறிவியலின் மேன்மை தெரியாதே' என்று முனிவர் பதில் அளித்தாராம்.

'விவசாயிகளும் பக்தர்களும் ஏராளமான நிலங்களைப் பயன்படுத்துவதற்கான வரியை மன்னருக்குச் செலுத்துகிறார்கள். அதுவல்லாமல் தங்களுடைய விளைச்சலிலிருந்து கிடைக்கும் மகசூல் மதிப்பில் ஆறில் ஒரு பங்கை மன்னருக்குக் காப்பு வரியாகச் செலுத்துகிறார்கள். மக்களுடைய உடைமைகளையும் குடும்பங்களையும் எதிரிகளிடமிருந்து காப்பாற்றுவதற்காக இந்த வரி. இதேபோன்ற கடமை மற்ற சாமானிய மக்களுக்கும் உண்டு. ஆனால் அவர்கள் தங்களுடைய நிலத்தில் விளைச்சல் போத வில்லை என்றோ, தங்களுடைய உடைமைகளிலிருந்து வருமானம் ஏதும் வரவில்லை என்றோ பொய் சொல்லி, ஏமாற்றிவிடுவார்கள். வியாபாரிகள்கூட அரசுக்கு வரி செலுத்துகின்றனர். பிராமணர்களுக்கு மட்டுமே எல்லாவித வரிகளிலிருந்தும் முழு விலக்குத் தரப்பட்டிருந்தது' என்கிறார் அல்பெரூனி.

வழக்கம்போல பிராமணர்கள் எல்லாவித சலுகைகள் உரிமைகளுடன் வாழ்ந்திருப்பதை அல்பெரூனியின் பதிவுகள் தெரிவிக்கின்றன. நாட்டின் சட்டங்கள்கூட பிராமணர்கள்மீது கடுமையாக இல்லாமல் வளைந்தே கொடுத்தது. கொலை செய்தால்கூட தண்டனையிலிருந்து அவர்களால் தப்ப முடிந்தது. தவறுகள் அல்லது குற்றங்களுக்குத் தண்டனையாக உண்ணாவிரதம், பிரார்த்தனை அல்லது ஏழைகளுக்குத் தானம் - தருமம் ஆகியவற்றைச் செய்துவிட்டால் அவர்களுடைய குற்றங்கள் மன்னிக்கப்பட்டன. அதேகுற்றங்களுக்குப் பிற ஜாதிகளைச் சேர்ந்தவர்கள் கடுமையாக தண்டிக்கப்பட்டனர். அரச கட்டளையின்படி அல்ல, ஜாதிக்கட்டுப்பாட்டை மீறிய குற்றங்களுக்காகவே பிராமணர்கள் அதிகம் தண்டிக்கப்பட்டனர். 'சாதாரண நாள்களில் ஒரு பிராமணர் ஒரு சூத்திரர் வீட்டில் சாப்பிட்டால், அவர் ஜாதியிலிருந்து விலக்கப்படுவார். மீண்டும் ஜாதியில் சேர்த்துக்கொள்ளப்படவே மாட்டார்' என்று எழுதுகிறார் அல்பெரூனி.

பரத்தமையை (விபச்சாரம்) தண்டிப்பதில் இந்துக்கள் கடுமையாக இருப்பதில்லை என்கிறார் அல்பெரூனி. இந்தப் பரத்தையரில் சிலர் ஆலயங்களில் பாடுவது, நடனமாடுவது, நாடகங்களில் நடிப்பது ஆகியவற்றுக்குக்கூட அனுமதிக்கப்படுகின்றனர் என்று எழுதியிருக்கிறார். தேவதாசிகளைப்பற்றியே இப்படிக் குறிப்பிட்டிருக்கிறார். அரசர்கள்தான் வேண்டுமென்றே இதை அனுமதிக்கின்றனர். உல்லாசமாக இருப்பதற்காக மக்களை நகரங்களுக்கு ஈர்க்கப் பரத்தையர் ஊக்குவிக்கப்படுகின்றனர். பரத்தையர் தொழில் வாயிலாகக் கிடைக்கும் வருமானத்தை அரசர்கள் பயன்படுத்திக்கொள்கின்றனர். இத்தொழிலில் இருப்போருக்கு வரி அல்லது அபராதம் விதித்து, ராணுவச் செலவுக்கான நிதியை மன்னர்கள் திரட்டிக்கொள்கின்றனர் என்கிறார்.

'இந்துக்கள் கவர்ச்சியையும் மனதை வசீகரிக்கும் மந்திர உச்சாடனங்களையும் மிகவும் விரும்புகிறவர்கள். எனவே இவ்விரண்டுக்கும் ஆதரவாகவே எப்போதும் இருப்பார்கள். இந்து ஆண்கள், பல்வேறு காரியங்கள் சித்தியடைய உண்ணாமல் விரதம் இருக்கின்றனர். எதிரிகளை நாசம் செய்ய, கடன் தீர்ந்து செல்வம் பெருக, படிப்பில் சிறந்து விளங்க, உடல் நலத்துடன் திகழ, தாங்கள் விரும்பும் பெண் தங்களை நாட என்று பல்வேறு காரணங்களுக்காக விரதம் அனுஷ்டிக்கின்றனர்.

ஆண்டுக்கொருமுறை விரத நாளில் பசுவின் சாணத்தை உடல் முழுவதும் பூசிக்கொள்கின்றனர். பசுவின் சாணம், சிறுநீர், பால், தயிர், நெய் ஆகியவற்றைச் சேர்த்துத் தயாரிக்கும் பஞ்சகவ்யத்தை அருந்தி விரதத்தை முடித்துக்கொள்கின்றனர் என்று எழுதியிருக்கிறார். தான தருமம் செய்வது பாவங்களைத் தீர்க்கும் என்று நம்புவதால் தங்களுடைய வருமானத்தில் 10% வரையில் தருமத்துக்குச் செலவிடுகின்றனர் என்பதையும் சுட்டிக்காட்டி இருக்கிறார்.

'இந்துக்கள் மிக இளம் வயதிலேயே திருமணம் செய்து விடுகின்றனர். இதனால் வாழ்க்கைத் துணையை பெரியவர்கள் தான் தேடித் திருமண ஏற்பாடுகளைச் செய்கின்றனர். பரிசுப்பொருள்களைத் திருமணத்தின்போது பரிமாறிக்கொள்வ தில்லை, ஆனால் கணவன், மனைவிக்குப் பரிசு தருகிறார். அந்தப் பரிசு அவளுக்கு உரிமையாகிவிடுகிறது. பிற்காலத்தில் கணவனுக்குக்கூட அதில் உரிமை இல்லை. திருமணத்துக்குப் பிறகு மணவிலக்கு என்ற பேச்சுக்கே இந்து மதத்தில் இடமில்லை, மரணம் மட்டுமே இருவரையும் பிரிக்க முடியும். மாதவிலக்குக் காலங்களில் மனைவியுடன் கணவன் சேரக்கூடாது. அதுமட்டுமல்ல அவள் அருகில்கூட செல்லக்கூடாது.

மாதவிலக்கான பெண்கள் வீட்டின் முக்கிய பகுதிகளிலிருந்து விலகியிருக்கவேண்டும். அவர்கள் அசுத்தமானவர்களாக அப்போது கருதப்படுகிறார்கள். இந்து ஆண் ஒன்று முதல் நான்கு மனைவியர்வரை மணந்துகொள்ளமுடியும். அந்த எண்ணிக்கை அவரவர் ஜாதியைப் பொருத்தது. பிராமணர்கள் நான்கு மனைவியரையும், க்ஷத்திரியர்கள் மூன்று மனைவியரையும், வைசியர் இரண்டு மனைவியரையும் மணந்து கொள்ளலாம். சூத்திரர்கள் ஒரு மனைவியை மட்டும்தான் மணந்துகொள்ள வேண்டும். ஒவ்வொருவரும் அவருடைய ஜாதியில் அல்லது அவர்களுடைய ஜாதிக்கு அடுத்த நிலையில் இருப்பதிலே பெண்களைத் தேர்ந்தெடுத்துக் கொள்ளலாம். எந்த ஜாதியினரும் தங்களுடையதைவிட மேலானதாக இருக்கும் ஜாதியைச் சேர்ந்த பெண்ணைத் திருமணம் செய்துகொள்ளக்கூடாது.

திருமணத்துக்குப் பிறகு மனைவி இறந்துவிட்டால், கணவன் இன்னொரு திருமணம் செய்துகொள்ளலாம். கணவன் இறந்துவிட்டால் மனைவி இன்னொருவரை மணம் செய்து கொள்ளக்கூடாது. கணவனை இழந்த பெண்கள் விதவைக் கோலம் அணிந்து, விதவையருக்கென்று விதிக்கப்பட்ட விரத

வாழ்க்கையை ஏற்கலாம் அல்லது கணவருடைய சிதையிலேயே இறந்துவிடலாம். கணவர் இறந்தபிறகு விதவைக்கோலத்தில் வாழ்வதைவிட சிதையில் சேர்ந்து இறப்பதே நல்லது என்று பலவிதங்களிலும் கூறப்பட்டது. கணவனை இழந்த பெண்ணை குடும்பத்தாரும் சமுதாயமும் மனிதாபிமானத்துடன் நடத்துவதில்லை என்பதால் அவர்கள் இறப்பதே மேல் என்று பலரால் நியாயப்படுத்தப்பட்டது. விரும்பினாலும் விரும்பாவிட்டாலும் 'சதி' என்ற உடன்கட்டையை ஏற்கவேண்டும் என்று பெண்கள் கட்டாயப்படுத்தப்பட்டனர். அவர்கள் அதற்கு சம்மதிக்காவிட்டால் கணவனுக்கு விசுவாசமில்லாதவள் என்று பெண்ணைத் தூற்றினர். மிகவும் வயதான பெண்ணாக இருந்தால் உடன்கட்டையிலிருந்து விலக்குத் தந்தனர். அதேபோல வயதுவந்த மகன் இருந்தால் சதியிலிருந்து விலக்கு அளித்தனர். தாயைக் காக்க மகன் இருப்பதால் இச்சலுகை.

ஓர் இந்து இறந்துவிட்டால் அவருடைய வாரிசுகள் அவருடைய உடலை நீராட்டி, தைலங்களைப் பூசி இறுதிச் சடங்குக்குத் தயார்படுத்தவேண்டும். பிறகு உடலை கோடித்துணியில் வைத்து மூடுவார்கள். காட்டில் விறகுகளை அடுக்கி அதில் வறட்டிகளை வைத்து எரியூட்டுவர். இதற்காக சந்தன மரங்களையும் வாசனைதரும் பிற மரங்களையும் நாடுவர். தகனம் முடிந்தபிறகு அன்றும் அதற்கு மறுநாளும் அனைவரும் தலைக்குக் குளிப்பதுடன் துணிகளையும் தோய்த்து உலர்த்தி உடுத்துவர். இறந்தவர் உடலைத் தொட்டால் தீட்டு ஏற்பட்டுவிடுவதால் இரண்டு நாள்கள் தொடர்ந்து குளிக்கவேண்டும், துணிகளை எல்லாம் தோய்க்க வேண்டும் என்று வலியுறுத்தினர்.

இறந்தவரின் அஸ்தியை (சாம்பலை) கங்கையில் கரைக்க முடியாவிட்டால் அருகில் இருக்கும் நீர்நிலைகளில் கட்டாயம் கரைத்துவிட வேண்டும். இறந்தவருக்கு மகன் இருந்தால் அவர் அந்த ஆண்டு முழுவதும் துக்கம் காக்கவேண்டும். அதற்கேற்ற நிறத்தில் ஆடை அணியவேண்டும். இறந்தவரின் சடங்குகள் அனைத்தும் நிறைவேறும்வரையில் மனைவியுடன் உடலுறவு கூடாது. இறந்தவரின் சொத்துகள் ஆணாதிக்கக் குடும்ப வழிமுறைப்படியே பிரித்தளிக்கப்படும். அப்பாவின் சொத்தில் மகளுக்கு 25%தான் உரிமை. இறந்தவர் சொத்துகளையே விட்டுவைக்காவிட்டாலும் கூட, அவருடைய கடன்களை அவருடைய வாரிசுகள் அடைத்தாகவேண்டும். கணவனை இழந்த மனைவிக்கு சொத்தில் பங்கு இல்லை. கணவன் இறந்த பிறகு

உடன்கட்டை ஏற மனைவி மறுத்துவிட்டால், மகனோ இறந்தவரின் வாரிசோ அந்தப் பெண்ணுக்கு அவர் இறக்கும் வரையில் உணவு, துணி ஆகியவற்றை அளித்தாகவேண்டும். அப்படி அவர்களுக்கு மகன் இல்லாவிட்டால் இதர உறவினர்களில் ஆண்களை அவர் நம்பியிருக்க வேண்டும்.

அல்பெரூனி இந்தியாவை யாத்ரிகராக அல்லாமல் நன்கு படித்த பத்திரிகையாளரைப்போலத்தான் பார்த்திருக்கிறார். அவரை இந்தியாவைப்பற்றி முழுதாக ஆராய்ந்த இந்தியவியலாளர் என்றே அழைக்கலாம். முந்தைய யாத்ரிகர்களைப்போல அவர் தன்னைப்பற்றி பேசவே இல்லை. இந்தியா என்றால் எப்படி இருக்கும், இந்தியர்கள் எப்படிப்பட்டவர்கள் என்ற தகவல்களை மட்டுமே தனது வாசகர்களுக்கு அவர் முன்வைத்தார். இந்தியா குறித்து அவர் எழுதிய நூல், நேர்த்தியான, ஆவலைத் தூண்டுகிற, நேர்மையான பங்களிப்பாகும். இந்த நூலை அவர் முடிக்கும்போது எழுதிய வாசகம் கண்டிப்பாகக் கவனிக்கப்பட வேண்டும். 'கடவுளே எம்மை மன்னியும், எங்களுடைய எல்லா வார்த்தைகளும் உண்மையானவை அல்ல' என்றிருக்கிறார்.

அத்தியாயம் 7

கஜுராஹோ என்னும் புதிர்

இது பிப்ரவரி மாதம், நான் கஜுராஹோவில் அதன் ஆயிரம் ஆண்டுக்கால பழமையான - மன்மதக் கலையை நினைவூட்ட - அழகாகவும் வெளிப்படையாகவும் செதுக்கப்பட்ட சிற்பங் களைப் பார்ப்பதற்காக வந்திருக்கிறேன். வருடாந்திர சிவராத்திரி உற்சவத்துக்கு முன்னதாக ரயில் மூலம் வந்துவிட்டேன். அக்கம் பக்கத்துக் கிராமங்களிலிருந்து ஆயிரக்கணக்கான பக்தர்கள் திருவிழாவுக்காக கஜுராஹோ வருவார்கள். சிவராத்திரியன்று பக்தர்கள் முதலில் வருடாந்திர மேளா நிகழ்ச்சியில் பங்கேற்பார்கள். நூற்றுக்கணக்கான கடைகள், தின்பண்டச் சாலைகள், வீடுகளுக்குத் தேவைப்படும் சாதனங்களை விற்கும் அங்காடிகள், பொழுதுபோக்கு விளையாட்டுக் கடைகள், ராட்சத ரங்கராட்டினம் ஆகியவை பகல் பொழுதெல்லாம் பக்தர்களை ஈர்க்கும்.

அதற்குப் பிறகு சிவன், பார்வதி ஆகியோரின் திருமண ஊர்வலம் கோலாகலமாகத் தொடங்கும். ஊர்வலத்தின் முகப்பில் ஏராளமானோர் முரசுகளை அடித்துக்கொண்டே செல்வார்கள், நகரைச்சுற்றி பாம்பு ஊர்வதைப்போல ஊர்வலம் வளைந்து வளைந்து மெதுவாகச் செல்லும். ஆயிரமாண்டுகள் பழமையான மாதங்கேஸ்வர சிவன் கோயில் எதிரில் ஊர்வலம் முடிவுக்கு வரும். அங்கு திருமணக் காட்சிகள் அரங்கேறும். சக்தியும் சிவனும்

சேர்வதைப்போல மக்களும் இணைந்து புத்திர சந்தானங்களைப் பெருக்கி, உலகை வாழ்விக்கவேண்டும் என்பதே இந்தத் திருவிழாவின் நோக்கம்.

இந்த ஊர்வலத்தில் ஏராளமான அலங்கார ஊர்திகளைப் பக்தர்கள் தயாரித்து ஓட்டி வருவார்கள். அதில் ரெப்ரிஜிரேட்டர் அளவுக்கு மிகப் பெரிய பெட்டி ஒலிபெருக்கிகளைப் பொருத்தி, செவிப்பறை கிழியும் வண்ணம் இந்தியத் திரைப்படங்களில் இடம் பெற்ற பாடல்களை இசைத்துக்கொண்டே வருவார்கள். அந்த ஊர்திகளுக்குப் பின்னால் இளைஞர்களும் சிறுவர்களும் இசைக்கேற்ப ஆடுவார்கள். சிறுமிகளோ, பெண்களோ இந்த ஊர்வலத்தில் ஆடமாட்டார்கள். இதில் ஆடினால் அவர்களுடைய வருங்கால வாழ்க்கைத் துணைக்குப் பிடிக்காது என்ற தயக்கமோ என்னவோ. இந்த ஒலி மட்டுமில்லை, சாலையை அடைத்துக் கொண்டு ஊர்வலம் செல்வதால் வழிகேட்கும் பிற வாகனங்களின் ஹாரன் ஒலியும், ‘பம் பம் போலோ...’ என்று சிவனின் பெயர்களைத் தொடர்ந்து ஒலிக்கும் வழிபாட்டுக் கோஷங்களும், பட்டாசுகளின் வேட்டுச் சத்தமும், இவற்றையெல்லாம் பார்த்துக் கலவரமாகி தெரு நாய்கள் இடைவிடாமல் குரைக்கும் ஓசையும், வீதிகளில் இருக்கும் கழுதைகளும் பிற கால்நடைகளும் அலறும் ஓசையும் நகரையே நிறைத்துவிடும்.

ஊர்வலத்தின் கடைசிப் பகுதியில் வரும் வாகனத்தில் சிவன், பார்வதியைப்போல ஒப்பனைகளுடன் உடையணிந்த சிறுவனும் சிறுவனும் நெடுநேரமாக உட்கார்ந்தே வந்த களைப்பில், சுரத்தின்றி வேடிக்கை பார்ப்பார்கள். வேறு துணைக் கடவுளர் களின் வேடம் தரித்தவர்கள் ஊர்வலத்தின் இறுதிப் பகுதியில் வாகனங்களில் வருவார்கள். கடவுளர்களாக வேடமிட்டவர்கள் அணிந்திருக்கும் உடைகளும் செய்துகொள்ளும் ஒப்பனைகளும் சிரிப்பையே வரவழைக்கும். ஆனால் இந்த மாதிரியான திருவிழாக்களில் கலந்துகொள்ளவேண்டும் என்ற அவர்களுடைய ஆர்வமும் பக்தியும் அல்லவா, தரமான உடை ஒப்பனைகளைவிட முக்கியம்? இந்தத் திருவிழாவும் ஊர்வலமும் நெடுங்காலமாக நடந்து வருகின்றன. பிரிட்டிஷ் தொல்லியல் அறிஞர் சர் அலெக்சாந்தர் கன்னிங்ஹாம் 1865-ல் இதைப் பார்த்ததாகப் பதிவு செய்திருக்கிறார். ஆயிரம் ஆண்டுகளுக்கு முன்னால் கஜுராஹோவின் உச்சகட்ட நேரத்தில் இந்த ஆலயங்கள் கட்டப்பட்டபோதே திருவிழாவும் திருமண நிகழ்ச்சியும் மிகச் சிறப்பாக நடந்துள்ளன என்று சோபித புஞ்சா என்ற எழுத்தாளர்

இந்திய நாகரிகம் | 255

கூறுகிறார். ஆனால் அதற்குக் கொஞ்சம்கூட ஆதாரம் இருப்பதாகத் தெரியவில்லை.

ஆனால் உலகம் முழுக்கப் பார்வையாளர்களை ஈர்க்கும் இந்த ஆலயத்தின் தனிச்சிறப்பு இவ்வாலயத்தில் இடம் பெற்றுள்ள மோகனம் ததும்பும் சிலைகள்தான் என்றால், இல்லையென்று யாருமே மறுக்க மாட்டார்கள். இந்த ஆலயத்துக்கு வரும் ஒவ்வொரு பார்வையாளரும் இச்சிலைகளைப் பார்த்து, இந்தக் கலை வடிவங்கள் எதற்காக இப்படியொரு கோவிலில் இடம்பெற வைக்கப்பட்டன? எப்படிப்பட்ட மனிதர்கள் இந்தச் சிலைகளை வடிக்கக் காரணமாக இருந்தனர்? கோவில் சுவரில் ஏன் இப்படி அந்தரங்கக் காட்சிகளைச் சிலைகளாக வடித்து வைத்துள்ளனர், அதுவும் அவர்கள் வழிபடும் கடவுளர் சிலைகளுக்கு அருகிலேயே? எளிமை, தவம், துறவு ஆகியவற்றை வலியுறுத்தும் இந்து மதக் கோவில்களில் ஆண்-பெண் பாலுறவுக் காட்சிகளை அப்பட்டமாக வெளிப்படுத்தும் சிலைகளும் இடம் பெறுவது ஏன்? இதை மும்பையைச் சேர்ந்த தேவாங்கண தேசாய் 1960-களின் பிற்பகுதியிலேயே ஆராய்ச்சி செய்யத் தொடங்கினார். இந்தக் கேள்விகள்தான் என்னையும் கஜுராஹோவுக்கு அழைத்து வந்துள்ளன. நான் அறிந்தவரை இந்தக் கேள்விக்கான விடை திட்டவட்டமாகவும் இல்லை, தெளிவாகவும் இல்லை. படித்த இலக்கியகர்த்தாக்களாலும் ஆன்மிக அறிஞர்களாலும் வரலாற்று ஆசிரியர்களாலும்கூட பதில் கூற முடியவில்லை. யுனெஸ்கோ என்கிற சர்வதேச நிறுவனம் இதை உலகப் பாரம்பரியச் சின்னமாக அங்கீகரித்திருக்கிறது. இதற்கான விடையை நான்தான் கண்டுபிடிக்க வேண்டும்.

சிவராத்திரி திருவிழாக்கள் காலத்துக்கும் வெகு முன்னதாக, அதாவது ராமாயண, மகாபாரத காலந்தொட்டே உள்ளதாக இந்தப்பகுதி பற்றி வேதங்களில் பேசப்பட்டிருக்கிறது. இந்த இடத்துக்கு அருகில் உள்ள வனத்தில்தான் பாண்டவர்கள் தங்களுடைய அஞ்ஞாத வாசத்தை தொடங்கியுள்ளனர். கஜுராஹோ இடம் பெற்றுள்ள விந்திய மலைப்பிரதேசம் ஆரிய வர்த்தத்தின் தென்பகுதி நீட்சியாக ஒரு காலத்தில் விளங்கியது. எனவே இங்கு வட, தென் இந்திய கலாச்சாரங்கள் இணைந்தே காணப்பட்டன. இந்தப் பிரதேசத்துக்கு தெற்கில்தான் மிலேச்ச பழங்குடிகளும் ராட்சசர்களும் காளி போன்ற உக்ர தேவதைகளும் வனங்களில் வசிப்பதாக அந்தக் காலத்தில் வாழ்ந்த மேட்டுக்குடிகள் கற்பனை செய்திருந்தார்கள். இந்தப் பகுதியில்

கந்தரிய மகாதேவ் மற்றும் தேவி ஜகதம்பா கோவில் வளாகம், கஜுராஹோ

வாமனர் கோவில் சுவர் சிற்பங்கள், கஜுராஹோ

சிவன் கொலுவீற்றிருந்ததும் மிக மிகப் பழைய காலமாகும். சிவன் இங்குதான் இருந்தார் அல்லது தோன்றினார் என்பது குறித்துச் சர்ச்சையும் இருக்கிறது. ஆனால் இப்பகுதிக்கே உரிய தேவதைகளுடன் சிவனும் இருந்திருக்கிறார் என்று கொள்ளலாம்.

ஆரிய தெய்வங்களுக்கு இல்லாத சில அடையாளங்களும் சிவனுக்கு உண்டு. அவர் கருத்த திருமேனியுள்ள காட்டுவாசி. நோய்களைக் குணப்படுத்தவல்ல வைத்தியர். பிராணிகளின் தலைவர் (பசுபதி). ஊழித் தாண்டவம் புரியும் நாட்டியக்காரர். டமரு உள்ளிட்ட தோல் வாத்தியங்களைத் திறம்பட வாசிப்பவர். நீண்ட ஜடாமுடி அணிந்தவர். புலித்தோலை இடையில் அணிந்திருப்பவர். நாகங்களையே மாலையாக அணிந்தவர். இவருடைய காலத்துக்குப் பிறகு சிவனுக்கு மேலும் சில சிறப்புகள் சேர்ந்தன. அவர் இமாலயத்தில் கைலாசங்கிரியில் வாழ்பவர். மூன்றாவதாக நெற்றிக் கண்ணை உடையவர். ஆக்குவதற்காக அழிக்கும் சக்தி பெற்ற ருத்திரன். இன்னும் பல. புத்தரை பிராமணீய இந்துமதம் சுவீகரித்ததைப்போல சிவனும் காளியும்கூட பிற்காலத்தில் ஏற்கப்பட்டுவிட்டனர்.

புராணங்களில் கூறப்பட்ட வனங்கள் இப்போது இல்லை. ஜான்சியிலிருந்து கஜுராஹோவுக்கு நான் சென்ற ரயில், காய்ந்த புதர்வெளி நிலங்கள் வழியாகச் சென்றது. ஆங்காங்கே பாசன வசதிபெற்ற விளைநிலங்களும் கிராம வீடுகளும் வந்து கொண்டேயிருந்தன. வழியெங்கும் இடையர்கள் ஆடும் கோழிகளும் வளர்ப்பதைக் கண்டேன். பருப்பு வகைகள், கோதுமை, கடுகு, கரும்பு பயிரிடப்பட்ட பசுமையான வயல்களைப் பார்த்தேன். அவை பெரும்பாலும் நிலத்தடி நீரால் பாசன வசதி பெற்றவை. இப்பகுதி நிலத்தின் குறைந்த உற்பத்தித்திறன், சமீபத்தில் மழைப் பொழிவு குறைந்ததால் மேலும் மோசமாகிவிட்டது. இதனால் வறட்சிகளும் ஏற்பட்டன. இதனால் வறுமை அதிகரித்து இப்பகுதி இளைஞர்கள் வேலை தேடி நகரங்களுக்குச் செல்வது அதிகமாகிவிட்டது.

மீண்டும் கண்டுபிடிக்கப்பட்ட கஜுராஹோ

சிதிலமடைந்த நிலையில் இருந்த கஜுராஹோ ஆலயம் குறித்து முதலில் தகவல் அறிந்தவர் ‘பெங்கால் என்ஜினியர்ஸ்’ படைப் பிரிவின் கேட்பன் டி.எஸ். பர்ட். 1838-ம் ஆண்டு பர்ட் அந்த

வழியாகச் சென்றுகொண்டிருந்தார். அப்போது அருகில் உள்ள காட்டில், பாதி மண்ணில் புதைந்துள்ள கோவிலில் பாலியல் உறவுக் காட்சிகளைச் சித்தரிக்கும் சிற்பங்கள் நிறைய இருப்பதாக சிலர் பேசுவதைக் கேட்டு திகைப்படைந்தார். கஜுராஹோ என்று அழைக்கப்படும் அந்த மலைப் பகுதிக்கு 44 கிலோ மீட்டர் தன்னை டோலியில் வைத்துத் தூக்கிச் செல்ல சில வலுவான ஆண்களை அமர்த்திக்கொண்டார். மிகவும் அடர்த்தியான காடு அந்தக் கோவிலைச் சூழ்ந்திருந்தது. தரையில் படர்ந்திருந்த புதர்களையும் காட்டுக்கொடிகளையும் நீக்கிவிட்டு ஆலயத்தின் அருகில் சென்றபோது மிகவும் அற்புதமாக வடிக்கப்பட்ட, காம ரசம் சொட்டும் சிற்பங்களைப் பார்த்து மகிழ்ச்சியடைந்தார். அன்றைக்கு நடந்த ஒரு சம்பவத்தை எந்த ஓர் உள்நோக்கமும் இல்லாமல் பின்வருமாறு பதிவு செய்திருக்கிறார் பர்ட்:

'கஜுராஹோவில் மிக அழகாகவும் கலைநயத்துடனும் எழுப்பியிருந்த ஏழு பெரிய இந்துக் கோவில்களைச் சிதிலம் அடைந்த நிலையில் கண்டுபிடித்தேன். இந்தக் கோவிலின் சிற்பி, தான் வடித்த சிற்பங்களைத் தேவைக்கும் அதிகமாகவே மோக வெறியில் ஆழ்த்தியிருக்கிறார். சில சிற்பங்களைப் பார்க்கும் போது மிகவும் விரசமாகவும், பார்ப்போரை சினம் கொள்ள வைக்கும் அளவுக்கும் இயற்கைக்குப் புறம்பானவையாகக் காட்சி தருகின்றன. மதத்தின் நெறிகளுக்கு உள்பட்டு மக்களுக்குப் பக்தியை வளர்ப்பதற்காகக் கட்டப்படும் கோவில்களில் இப்படிப்பட்ட ஆண்-பெண் உறவுக் காட்சிகளை முதல் முறையாகப் பார்த்து மிகவும் அதிர்ச்சிக்கும் ஆச்சரியத்துக்கும் உள்ளானேன். இயல்பு கடந்த காமக் காட்சிகளை சிற்பங்களாக வடித்துத்தான் பக்தர்களை ஈர்க்க வேண்டும் என்றால் இந்து மதம் மிகவும் தூய்மையான மதம் என்று கொள்ள முடியாது. ஆனால் என்னை டோலியில் தூக்கி வந்தத் தொழிலாளர்களோ அந்தச் சிற்பங்களைப் பார்த்து மகிழ்ச்சி அடைந்தது அல்லாமல், அதில் சில ஏற்கத்தக்கப் புதுமைகளாகவும் இருப்பதாக சிலாகித்ததுடன் அங்கிருந்த எல்லோருக்கும் விளக்கியும் கூறினர்' என்று பதிவு செய்துள்ளார்.

1850-களில் தொல்லியல் அறிஞர் அலெக்சாந்தர் கன்னிங்ஹாம் அந்தக் கோவில்களையும் சிற்பங்களையும் ஆவணப்படுத்தினார். அவருமே அந்தச் சிற்பங்கள் மிகவும் ரசக்குறைவாக இருப்பதாகக் கருதினார். 'அருவருப்பு தரும் அளவுக்கு ஆபாசம், அநாகரீகம், வெட்கங்கெட்டத்தனம்' என்றெல்லாம் அவற்றுக்கு அடை

மொழி தந்தார். எல்லா இடங்களிலும் பெண்களின் உருவங்களில் ஆடைகள் அவிழ்ந்த நிலையில் உள்ளன, வேண்டுமென்றே அவர்களுடைய உடல்களைக் காட்டும் விதத்தில் சிற்பங்கள் உள்ளன என்று கண்டிக்கும் தொனியில் குறிப்பிட்டிருக்கிறார்.

பர்ட், கன்னிங்ஹாம் இருவருமே சிலைகளைக் குறித்து அதிர்ச்சியும் வியப்பும் கலந்து எழுதியிருந்தாலும் இருவருமே சற்றே மிதமாகவும் அச்சம் கலந்தும் தங்களுடைய கருத்துகளைத் தெரிவித்துள்ளனர். விக்டோரியா மகாராணி ஆட்சிக்குரிய கண்ணியம் அவற்றில் வெளிப்பட்டாலும் நவீன இந்தியர்கள் இடையே இன்று காணப்படும் ஒருவகை வெட்க உணர்வும் அவற்றில் கலந்துள்ளன. இந்துமதத்தைப்பற்றி எழுதுவது, சொல்வதென்றால் தூய்மைப்படுத்தப்பட்ட, வரம்புக்குட்பட்ட, மரியாதை தரும் விதத்தில்தான் இருக்கவேண்டும் என்று மரபுவாதிகள் விரும்புகின்றனர். காதலர் தினக் கொண்டாட்டங் களை வெறுப்பவர்கள் இந்தப் பாலியல் சிற்பங்கள் இந்துக்களுக்கு அவமானம் என்றே கருதுகின்றனர். பாரத தேசத்தின் பழம்பெருமையைப் பெரிதாக நினைத்துக்கொண்டிருக்கும் போது இப்படிப்பட்ட அனாச்சாரங்களும் பேசப்படுகின்றனவே என்று அஞ்சுகின்றனர்.

கடந்த ஆண்டு காதலர் தினத்தன்று மலர்க்கொத்து கொடுப்பது, வாழ்த்து அட்டை தருவதுபோன்ற, ஜோடிகளின் நாகரீகமான செயல்களைக்கூட இந்து வலதுசாரி அமைப்பான பஜ்ரங் தளம், ‘நம்முடைய மரபுக்கு எதிரானது’ என்று சொல்லித்தான் தடுத்தது! இந்துக் கோவில்களுக்கு வெளியே காமசூத்திரம் என்ற புத்தகத்தை விற்பதற்குக்கூட இந்த அமைப்புகள் எதிர்ப்பு தெரிவித்தன. முஸ்லிம்களுடனும் ஐரோப்பியர்களுடனும் ஏற்பட்ட தொடர்புக்குப் பிறகே, பாலுறவு தொடர்பான இந்தியர்களின் கண்ணோட்டத்திலும் மாற்றம் ஏற்பட்டுவிட்டது, அவற்றை ஆபாசமாகக் கருதத் தொடங்கிவிட்டனர் என்று சிலர் கூறுகின்றனர். இந்துக்களிடையே ஏற்பட்டிருக்கும் சித்தாந்தப் பிளவுகளின் விளைவுதான் இந்த மறுப்பும், அவமானமும் என்று கூறுவேன். இக்கால இந்துக்களுக்குக் கஜுராஹோ என்பது நெஞ்சில் சிக்கிவிட்ட நெருஞ்சி முள்போலக் குத்துகிறது.

கஜுராஹோ கோவில் சிற்பங்களை இப்போதைய கலாச்சாரம் பாலியலில் வெட்கப்படும் அம்சங்களைக் கொண்டிருப்பதாகக் கருதப்படுகிறது. ஆனால் அந்தக் கலைவடிவம் சவால்களை

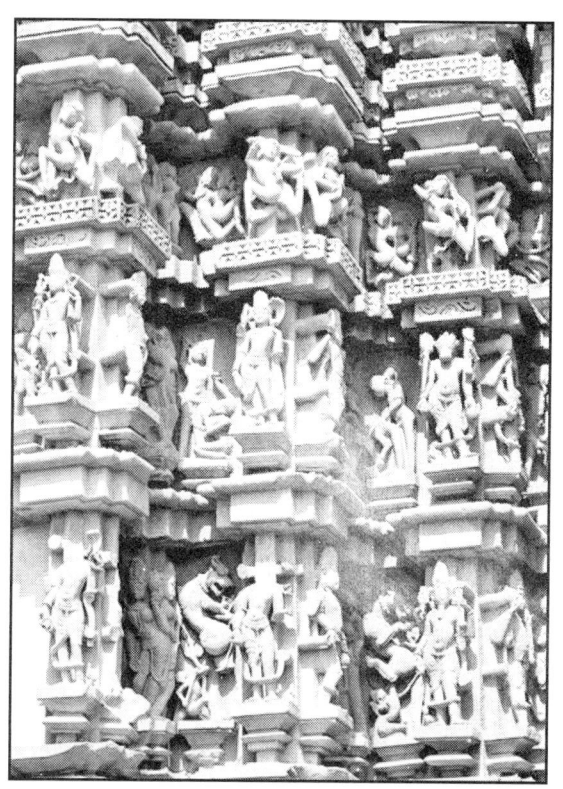

தூலாதேவ் கோவில் சுவர் சிற்பங்கள், கஜுராஹோ

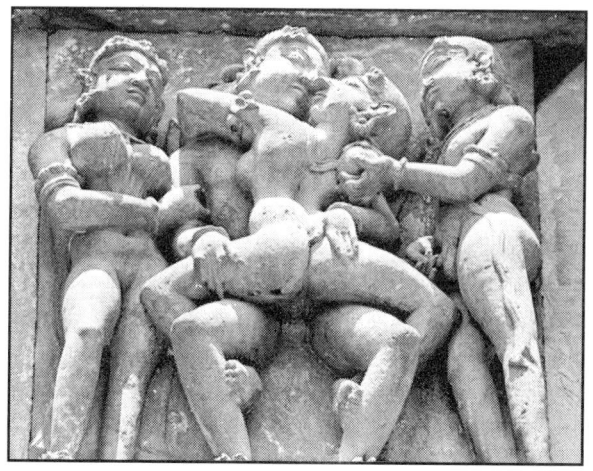

விஷ்வநாதர் கோவில் சுவர் சிற்பம், கஜுராஹோ

விடுப்பதுடன், நிலைகொள்ளாமல் தவிக்க விடுகிறது. விக்டோரியா மகாராணியுடைய கலாச்சாரத்துக்கும் இந்தியக் கலாச்சாரத்துக்கும் அதே கதிதான். கலைகள், அழகியல் உணர்ச்சிகள், ஒழுங்கான மத பாவனைகள், காலம்காலமாகத் தொடரும் மதவுணர்ச்சிகள் ஆகியவை குறித்து நாம் கொண்டிருக்கும் நிலைகளை அது சற்றே ஆட்டிப்பார்க்கிறது. கூட்டுப்பாலுறவு, மிருகங்களைப்போலப் புணர்தல், கர மைதுனம், ஜோடிகளை மாற்றிக்கொண்டு உறவு கொள்வது, கும்பல் கும்பலாக அருகருகே பாலுறவு கொள்வது, வாய்வழி பாலுறவுச் செய்கைகள், ஆண் - பெண் இருவரும் அவரவர் பாலினத்தவருடன் உறவில் கலப்பது, வெளிப்படையாக உணர்ச்சிகளையும் உடலையும் காட்டுவது, சம்மதம் பெறாமலேயே வன்புணர்ச்சி செய்வது, பெண்களுடைய அடிமைநிலையைப் பயன்படுத்தி பாலியல்ரீதியாகச் சுரண்டுவது என்று அனைத்துக் காட்சிகளும் சிற்பங்களாக வடிக்கப் பட்டுள்ளன. (ஆயுதங்களுடன் ஒரு கும்பல் ஒரு பெண்ணுடன் உறவு கொள்வதைப்போல ஒரு சித்திரம் செதுக்கப் பட்டிருக்கிறது).

அந்தச் சித்திரக் காட்சிகளில் உயர் வகுப்பினரும், ராஜ வம்சத்தைச் சேர்ந்தவர்களும், ரிஷிகளைப் போன்றவர்களும் உறவில் ஈடுபடுவதாக சிற்பங்கள் காட்டுகின்றன. அதில் உள்ள ஆடவர்கள், மகளிர் ஆகியோரின் உடலமைப்பு, அலங்காரம் ஆகியவை இவற்றை உணர்த்துகின்றன. ரிஷிகள் மீசை, தாடி, ஜடாமுடியுடனும் உயர் வகுப்பார் நன்கு மழிக்கப்பட்ட முகங்களுடனும், பானை வயிறுடனும், ருத்ராட்ச மணிகள் அணிந்தும், காதில் குண்டலங்களுடனும் உறவில் ஈடுபடு கின்றனர் அல்லது உறவில் இருப்போருக்கு அருகில் உதவுவதைப்போல நிற்கின்றனர். துறவிகள், ரிஷிகள் என்றாலே தவம் செய்தும் வேள்விகள் நடத்தியும் மோட்சத்துக்குப் போகிறவர்கள் என்ற பிம்பத்தைக் கற்பித்துக்கொண்டுள்ள நவீன காலத்தவர்களுக்கு இந்தச் சிற்பங்கள் அதிர்ச்சியை அளிக்கின்றன. கூடலில் ஈடுபட்டுள்ளவர்களுக்கு உற்சாகமளிக்க நாட்டியக் காரர்களும் இசைக் கருவி இசைப்பவர்களும் ஆடலையும் தாளத்தையும் உச்சத்துக்குக் கொண்டு செல்வது காட்சியாக சித்தரிக்கப்பட்டுள்ளது. நவீன தட - களப் போட்டிகளுக்காக வீரர்கள் செய்யும் சில பயிற்சிகளைப்போன்று, இளமை பொங்கும் உடல்களுடன் சிற்பங்கள் செதுக்கப்பட்டுள்ளதுதான் அதிகம்.

கஜுராஹோ ஆலயச் சுவர்களில் உள்ள மொத்தச் சிற்பங்களில் இத்தகைய பாலுறவுக் காட்சி சிற்பங்களின் எண்ணிக்கை வெறும் 10%தான். புராணங்கள், கதைகளில் வரும் பெருந்தெய்வங்களும் ஆங்காங்கே மக்கள் வணங்கும் கிராமத் தேவதைகளும் சிறு தெய்வங்களும் வட்டார தெய்வங்களும் நிறைய உள்ளன. அத்துடன் ராமாயணம், மகாபாரதம் மற்றும் நளன் சரித்திரம்போல பல கதைகளில் வரும் காட்சிகளும் கதாபாத்திரங்களை அப்படியே நினைவுக்குக் கொண்டுவரும் வகையில் வடிக்கப்பட்டுள்ளன. அப்படி காவியங்கள், நாடகங்கள், கதைகளில் வரும் மாந்தர்கள்கூட மோகவசப்பட்டு நிற்கும் காட்சிகளும் பல உள்ளன. சுரசுந்தரிகள் என்று அழைக்கப்படும் அழகான நளினமான இளம் பெண்களின் சிற்பங்களும் பல உள்ளன. சாதாரண மனித மனங்களில் எழும் எண்ணங்களும் செயல்களும் காட்சிகளாகியுள்ளன - பெண்களின் ஆடைகள் களையப் படுகின்றன, வாயைத் திறந்து கொட்டாவி விடுகின்றனர், அரிப்பு நீங்க முதுகைச் சொறிந்துகொள்கின்றனர், தங்களுடைய ஸ்தனங்களைத் தொட்டுப் பார்க்கின்றனர், ஈரம்படிந்த தலை முடியிலிருந்து தண்ணீரை வடிக்க தலையை ஆற்றிக் கொள்கின்றனர், காலில் குத்திய முள்ளை ஒயிலாகக் குனிந்து, எழில் கொஞ்ச எடுக்கின்றனர்.

சின்னக் குழந்தையைக் கையில் எடுத்துக் கொஞ்சுகின்றனர். பச்சைக்கிளி, குரங்கு போன்ற வீட்டில் வளர்க்கும் பறவை, பிராணிகளுடன் விளையாடுகின்றனர். காதலருக்கு அன்பும் நாணமும் பொங்கக் கடிதம் வரைகின்றனர். புல்லாங்குழல், வீணை போன்ற வாத்தியங்களை இசைக்கின்றனர். காலுக்கு நலங்கிடுதல்போல வண்ணங்களைத் தீட்டிக்கொள்கின்றனர். அதற்கும் முன்னால் சுவரில் வண்ணங்களைத் தீட்டிப் பார்க்கின்றனர், கண்ணுக்கு மையிடுகின்றனர். கண்ணாடியில் தங்களுடைய முகத்தைப் பார்த்து ஒப்பனை பொருந்தியிருக்கிறதா என்று சோதிக்கின்றனர். கையில் தாமரைப் பூ அல்லது ஜாடியை எடுத்துச் செல்கின்றனர். நாட்டியமாடுகின்றனர். துறவியின் நீண்ட தாடியை எடுத்து அதில் முடிச்சுப் போட்டு அவரைச் சீண்டுகின்றனர். கையில் சுவடியுடன் எழுதத் தயாராக இருக்கின்றனர். மாணவர்கள் எதிரில் அமர்ந்திருக்க ஆசான் போதிக்கிறார். நாட்டியப் பெண்கள் நடனமாட வாத்தியக்காரர்கள் அருகில் உட்கார்ந்து வாசிக்கிறார்கள். துறவிகளின் சிற்பம், ராஜாக்களின் வனவேட்டை, போருக்கு நடைபோட்டுச் செல்லும் சேனை, போர்க்களக் காட்சிகள், யானைகள், கிளிகள், கரடிகள்,

பாம்புகள், சிங்கத்தின் முதுகில் அமர்ந்து செல்லும் மனிதன், போர் வீரனைப் பின்னாலிருந்து தாக்கும் மற்றொரு வீரன், கற்பனையாக சிருஷ்டிக்கப்பட்ட வினோத மிருகங்கள் என்று மதம் சாராத பல சிற்பங்கள் இடம் பெற்றுள்ளன. சில சிற்பங்களைப் பார்த்தால் அங்கே என்ன நடக்கிறது என்றே தெரியவில்லை!

இந்தப் பகுதியில் சிற்பங்கள் செய்வதற்கு ஏற்றபடி மஞ்சள், பழுப்பு, சிவப்பு ஆகிய நிறங்களில் மணல்பாறைகள் நிறைய உள்ளன. இவற்றில் நினைத்தபடி உருவங்களைச் சிற்பமாக வடிக்கலாம். உளிகொண்டு அதிகம் பொளியாமல், நேர்த்தியான சிலைகளை வடித்துவிடலாம். எனவே நுண்ணிய வேலைப்பாடுமிக்க நகைகள் போன்ற ஆபரணங்களைக்கூட சிலைகளுக்குச் செதுக்க முடிந்திருக்கிறது. மெல்லிய விரல்களின் பவழம் போன்ற நகங்கள், அலைக்கற்றையென விரியும் சுருள் கேசங்கள், தோல்களை தொட்டுக்கொண்டிருக்கும் ஆடைகள், வெவ்வேறு விதமான முகபாவங்கள் என்று எல்லாவற்றுக்கும் இந்தக் கல் பெரிதும் கைகொடுக்கிறது. மகிழ்ச்சி பொங்கும் பெண்கள், குறும்பு கொப்பளிக்கும் பெண்கள், சாந்தம் தவழும் முகங்கள் என்று அனைத்தையும் இங்கு பார்க்க முடிகிறது. மிகப் பெரிய சிற்பக்கூடத்தில் தலைமை ஆயனச் சிற்பிகள் ஆங்காங்கே இளம் சிற்பிகளை குழுவாகப் பிரித்து முதல் கட்டத்தில் - இப்படிச் செதுக்கு. அடுத்து இப்படி உருவத்தை ஏற்படுத்து. அப்புறம் இந்த அணிகலன்களைப் பூட்டு. முகத்தில் இப்படியான பாவத்தை வரவழை என்றெல்லாம் - கட்டளையிட்டு வேலைவாங்கியிருக்க வேண்டும்.

நீண்ட மூங்கில் போன்ற கழிகளில் சிற்பம் செதுக்குவதற்கான கற்பாளங்களைத் தொழிலாளர்கள் தூக்கிச் செல்வதைப்போல ஒரு சிற்பம் கஜுராஹோ அருங்காட்சியகத்தில் இருக்கிறது. அதைப் பார்த்தவுடன் நம்முடைய நினைவுகள் பின்னோக்கிச் செல்வது நிச்சயம். இந்த ஆலய நிர்மாணத்தில் ஈடுபட்ட சிற்பிகள் தங்களுடைய அனுபவம் கூடக்கூட, செய்த சிற்பங்களின் எண்ணிக்கையும் அழகும் அதிகரிக்க அதிகரிக்கப் புதிய புதிய பட்டப் பெயர்களையும் பெற்றார்கள் என்று இங்குள்ள செப்புப் பட்டயம் கூறுகிறது. நன்கு தேர்ச்சிபெற்ற கலைஞர் 'சில்பி' என்று அழைக்கப்பட்டார். 'சில்பி' என்ற பெயருடன் பல உருவங்கள் தனியாகச் செதுக்கப்பட்டுள்ளன. இன்னும் தேர்ச்சி பெற்றவர்கள் 'விஜானனன்' என்று அழைக்கப்பட்டனர். மிகச் சிலருக்கு 'வைதாக்தி விஸ்வகர்மன்' என்ற பட்டம் தரப்பட்டது. அவர்கள்

சிற்பம் செய்யும் தொழில்நுட்பத்தைக் கற்றுக்கொண்டதல்லாமல், கற்பனை வளம் கலந்து மிகுந்த அழகியல் சிந்தனைகளுடன் மாபெரும் சிலைகளை வடித்தவர்கள். சிற்பக் கலைஞர்கள் சிற்பங்களை வடித்ததுடன் தங்களுக்கு மட்டுமே புரியும் வகையில் பூடகமாக சிலேடைகள், உவமைகள், உருவகக் கதைகள், மறை பொருள்கள், இரட்டை அர்த்தங்கள் ஆகியவை வரும்வகையில் சிற்பங்களை வடித்துள்ளனர். சிற்பக்கலை சாத்திரம் பயின்றும், சிற்பிகளின் அந்தரங்க உரையாடல்களைக் கேட்டும் ஆராய்ந்தும் பார்த்த அறிஞர்கள் இச்சிலைகளைப் பார்த்தவுடன் இவற்றைக் கூறிவிடுகின்றனர். சண்டேள மன்னர்கள் ஆட்சிக்காலத்தில்தான் இக்கோயிலும் சிற்பங்களும் வடிக்கப்பட்டன. அவர்களுடைய காலத்தில் இதே உத்தியை, கவிஞர்கள் தங்களுடைய கவிதைகளில் கையாண்டுள்ளனர்.

கஜுராஹோ கலையின் மர்மம்

ஐயோ, மகா ஆபாசம் என்று இக்காலத்திலேயே பெரும்பாலானவர்கள் பார்த்தவுடன் தலையில் அடித்துக்கொள்ளக்கூடிய இந்தச் சிற்பங்களை எந்த மாதிரியான கலாச்சாரம் கோவில்களில் இடம்பெற அனுமதித்தது? இந்தச் சிற்பங்களைப் பார்த்து அந்தக் காலத்தில் வாழ்ந்த கஜுராஹோ நகர ஆண்களும் பெண்களும் வெட்கத்தில் முகம் சுளித்தார்களா? காமக் கலையை அப்படியே பிரதிபலிக்கும் இந்தச் சிற்பங்களை இடம்பெறச் செய்யக் காரணமாக இருந்தது அன்றைய ஆட்சியாளர்களின் ரசனையா, புரவலர்களின் பொது ஈடுபாடா, பொது மக்களின் பொழுது போக்கா? அல்லது நிஜ வாழ்க்கைக்கும் கலை வாழ்க்கைக்கும் உள்ள இடைவெளியைக் காட்டும் அலங்காரமான சின்னங்களா? (இன்றையத் திரைப்படங்களில் இடம்பெறும் நடனக் காட்சிகளும் சண்டைக் காட்சிகளும்போல, கற்பனைகளில் மட்டுமே சாத்தியம் – நிஜவாழ்க்கையில் அல்ல என்பதைப் போன்ற சித்தரிப்பா?)

சிலைகள் வடிக்கப்பட்ட சண்டேளர்கள் ஆட்சிக்காலத்தைச் சேர்ந்த கல்வெட்டுகளும் செப்புப் பட்டயங்களும் இந்தக் கலைவடிவங்களுக்குக் காரணம் என்ன என்று எதையும் கூறவில்லை. சில சமஸ்கிருத கல்வெட்டுகளிலிருந்தும், பிரபோதசந்திரோதயா என்ற மெய்யியல் நாடகத்திலிருந்தும்,

இந்தியாவின் பிற பகுதிகளில் கிடைத்த தரவுகள் சிலவற்றில் இருந்தும் நாம் ஊகிக்கக் கூடிய சில தகவல்கள் கிடைக்கின்றன. கோவில் சுவர்களில் கவர்ச்சிகரமான பாலுறவுக் காட்சி சிற்பங்கள் ஏன் என்ற காரணத்தையும் அதன் பொருளையும் விளக்கும் பல கருத்துகள் கடந்த சில பத்தாண்டுகளாக உலவிக்கொண்டிருக் கின்றன. 1. இறைவன், இறைவி ஆகியோரின் திருமணக் கோலத்துக்கான ஊர்வலம் நகரைச் சுற்றி வந்துகொண்டிருந்த போது கஜுராஹோ வாசிகள் என்ன செய்துகொண்டிருந்தார்கள் என்பதை சிற்பிகள் கல்லில் வடித்ததுதான் இந்தக் காட்சிகள் என்று சிலரும், இறைவனும் இறைவியும் திருமணம் செய்துகொள்வதை உணர்த்தும் காட்சிகளே சிற்பங்கள் என்று சிலரும் கூறுகின்றனர். 2. சண்டேலா நாட்டு மக்களுக்குப் பாலியல் கல்வி புகட்டத்தான் இப்படிச் சிற்பங்கள் வடிக்கப்பட்டன என்பது சிலரின் ஊகம். 3. ஆண்-பெண் என்ற கூடுகையைக் கொண்டாடுவதற்கே இத்தைய சிற்பங்கள் என்பது சிலரின் கருத்து. 4. வாத்ஸ்யாயனர் எழுதிய காமசூத்திரத்தில் விவரிக்கப்பட்ட சில தோற்றங்களின் சிலா ரூபமே இந்தச் சிற்பங்கள் என்பது சிலரின் நம்பிக்கை. 5. சண்டேள மன்னர்கள் சுதந்திரமான சிந்தனைகளை ஊக்கு வித்தவர்கள், சீர்திருத்தவாதிகள். அவர்கள் தந்த சுதந்திரத்தால் சிற்பிகள் வடித்தவையே இந்தச் சிற்பங்கள் என்பது சிலரின் ஆய்வு முடிவு. 6. இன்பம் அடைவதே வாழ்க்கையின் ஒரே லட்சியம் என்ற இன்பவாதிகளின் எண்ணிக்கை அதிகமாகிவிட்டது, சண்டேள சமூகத்தில் கலாச்சார நசிவு தொடங்கிவிட்டது என்பதைக் காட்டவே இந்தச் சிற்பங்கள் என்பது பலரின் தீர்மானமான முடிவு.

மிகவும் அடிப்படையான ஒரு கேள்வியை எழுப்பினால் இந்த ஊகங்கள், முடிவுகள், கணிப்புகள் அனைத்துமே தவிடுபொடியாகி விடுகின்றன. விரிவானவகையில் பாலுறவு தொடர்பான அனைத்துச் செயல்களுமே வரிசையாகக் கற்சிலைகளாக வடிக்கப்படவேண்டிய அவசியம் என்ன? ஆண்-பெண் புணர்ச்சியை நேரடியாக இப்படி அப்பட்டமாக வெளிப் படையாகக் காட்டாமல், குறியீடாகக் காட்டியிருக்கலாமே? புத்திர சந்தான உற்பத்தியை ஊக்குவிப்பதற்கும், கருவுறும் தன்மைக்கும் சிற்பங்களில் இடம் பெற்றுள்ள தன்பாலினச் சேர்க்கை சிற்பங்களுக்கும் தொடர்பு அல்லது பொருள்தான் என்ன? கஜுராஹோவின் பாலுணர்வுச் சிற்பங்களைக் காமசூத்திர நூலில் இடம்பெற்றுள்ளவற்றின் காட்சி விளக்கங்களாகக்

கருதப்படக்கூடாது என்று ஆய்வாளர் தேவாங்கண தேசாய் கூறுகிறார். ஆனால் இங்குள்ள சுற்றுலா வழிகாட்டிகள், சிற்பங்களைப் பார்க்க வரும் அப்பாவிப் பயணிகளுக்கு இரண்டையும் இணைத்துத்தான் விளக்கம் அளிக்கின்றனர்.

காமப் பரவசமூட்டும் இந்தச் சிற்பங்களும் காமசூத்திரமும் ஒன்றல்ல. பெண்களை எப்படி வசப்படுத்த வேண்டும், எப்படி உடலுறவு கொள்ளவேண்டும், எந்த வயதுள்ள பெண்ணைத் திருமணம் செய்யவேண்டும் எத்தனை வழிகளில் ஒரு பெண்ணின் மனதைக் கவரலாம் என்றெல்லாம் விவரிக்கும் வழிகாட்டி நூல் காமசூத்திரம். கஜுராஹோவில் மட்டுமல்ல புவனேஸ்வரம், கொனார்க் மற்றும் பல இந்தியக் கோவில்களில் வெவ்வேறு பாணி சிற்பக் கலைஞர்களால் கையாளப்பட்டுள்ள சிற்பங்கள் தாந்த்ரீகம் என்ற வழிபாட்டு முறையும் உலக இன்பங்களை அனுபவிக்கும் நடைமுறைகளும் பின்னிப் பிணைந்ததன் விளைவுகள்தான் இச்சிற்பங்கள். இன்பமே இறுதி லட்சியம் என்ற காமுகர்களின் வேட்கையும், சண்டேள மன்னர்களின் ஆட்சிக்காலத்தில் ஏற்பட்ட கலாச்சாரச் சீர்கேடுகளும்தான் இந்தச் சிற்பங்களுக்குக் காரணம் என்றும் கூறிவிட முடியாது. அப்படியே மன்னர்கள் இந்தச் சிற்பங்களை விரும்பினார்கள் என்றாலும் அதை அவர்களுடைய அந்தப்புரங்களில், காமக் கோட்டங்களில் மட்டும் இடம் பெற்றிருக்கச் செய்யலாமே? ஏராளமானோர் வந்து செல்லும் ஆலயங்களைத் தேர்வு செய்யவேண்டிய அவசியம் என்ன? சில நூற்றாண்டுகளுக்குப் பிறகு இந்தக் கோவிலும் சிற்பங்களும் மண்மூடிப் போகக் காரணம் என்ன?

கஜுராஹோ கோவிலுக்கு வெளியே இருக்கும் 'அதிகாரப்பூர்வ வழிகாட்டிகள்', இவைபற்றிய மிகவும் தவறான கதைகளுக்கு மூல மூர்த்திகளாக வலம் வருகிறார்கள். காமப் பரவசமூட்டும் இந்தச் சிற்பங்கள் குறித்து அரைவேக்காட்டுத்தனமான, புத்திசாலித்தனமே இல்லாத பல கதைகளை சுற்றுலாப் பயணிகளிடம் கூறித் திரிகின்றனர். மிகவும் நகைப்புக்கிடமான ஒரு காரணம் இப்படிச் சொல்லப்படுகிறது: 'இந்தச் சிற்பங்கள் வடிக்கப்படுவதற்கு முன்னால் மிகப் பெரிய போர் நடந்தது. அதில் ஏராளமான ஆண்கள் இறந்துவிட்டனர். மற்றவர்கள் வாழ்க்கையை வெறுத்துச் சன்னியாசிகளாகும் முயற்சிகளில் கும்பல் கும்பலாக ஈடுபட்டனர். பலர் புத்த மதத்தைத் தழுவி சாமியார்களானார்கள். மேலும் பலர் காடுகளுக்குச் சென்று வாழ முற்பட்டனர். (சண்டேளர்கள் காலத்தில் புத்த மதமே

லட்சுமணன் கோவில் சுவர் சிற்பம், கஜுராஹோ

இந்தியாவிலிருந்து விடைபெற்றுவிட்டது. ஆதி சங்கரரின் உபதேசங்களும் அவர் நிறுவிய மடங்களும் பௌத்த மடாலயங்கள் மூடுவதற்குக் காரணங்களாகிவிட்டன). ஆண் மக்கள் மடிவதும் சன்னியாசிகளாகப் போவதும் சண்டேள மன்னர்களுக்கு அவமானத்தையும் வருத்தத்தையும் தந்தது. மக்கள் திருமணம் செய்துகொண்டு குழந்தைகளைப் பெறாவிட்டால் சமூகமே சுருங்கிவிடும், 'எவ்வளவு பெரிய சிக்கல்' என்று ஒரு வழிகாட்டி சற்றே எகத்தாளமாக அப்பிரச்னை குறித்துக் கூறினார். எனவே ஆலயத்துக்கு வரும் ஆண் பக்தர்கள் சுவர்களில் உள்ள இந்தக் காமப் பரவசமூட்டும் சிற்பங்களைப் பார்த்து உணர்ச்சி மேலிட்டு வீடுகளுக்குப் போய் புத்திர சந்தானங்களை உருவாக்குவார்கள் என்று திட்டமிட்டு இச்சிலைகளை நிர்மாணித்தனர், மன்னர்களின் இந்த உத்தி கைமேல் பலன் தந்தது என்று வழிகாட்டிகள் கூற, வந்தவர்கள் அதைக் கேட்டு நாணம் பொங்கச் சிரித்தனர்.

வழிகாட்டிகள் இன்னொரு கதையையும் இச்சிலைகளுக்குக் காரணமாகக் கூறினர். கோவில் சிலைகளை வடிப்பதில் சிற்பி களுக்கு சுதந்திரம் வழங்கப்பட்டது. ஆலயத்தையே உலகமாகக் கற்பனை செய்த சிற்பிகள், உலகில் உள்ள நல்லவைகளையும் கெட்டவைகளையும் அழகையும் அசிங்கத்தையும் அதில்

இடம்பெறச் செய்து, அவற்றின் வித்தியாசங்களை மக்களே பகுத்துப் பார்த்து உணரட்டும் என்று விட்டுவிட்டனர் என்றனர். மிருகத்தனமான புணர்ச்சி சிற்பங்களுக்கு அவசியம் என்ன என்று கேட்டேன், 'அசிங்கமான செயல்களில் அதிகம் ஈடுபடாதீர்கள், எல்லை மீறினால் எதுவுமே ஆபத்தில் கொண்டுபோய்விடும் என்று எச்சரிக்கவே அத்தகைய சிற்பங்கள்' என்றனர். உப்பு சப்பில்லாத இன்னொரு விளக்கமும் கூறப்படுகிறது. மக்களுடைய வாழ்வியலில் மிகவும் முக்கியமான நான்கு அம்சங்களான அர்த்தம், காமம், தர்மம், மோட்சம் ஆகியவற்றைக் குறிப்பிடவே இச்சிற்பங்கள் என்றனர். காமத்தைக் குறிப்பிட இவ்வளவு வெளிப்படையான சிற்பங்கள் ஏன், குறியீடுகளாகவே காட்டியிருக்கலாமே என்ற கேள்விக்கு அவர்களிடம் விடையில்லை.

வழிகாட்டிகளின் பொருந்தாத விளக்கங்கள் இத்துடன் நிற்கவில்லை. பர்ட் இந்தக் கோவில்களையும் சிற்பங்களையும் கண்டுபிடித்தபோதே பல சிற்பங்களும் விஷமிகளின் தாக்குதல்களாலும் மின்னல் பாய்ந்தும், மரங்கள் படர்ந்து வளர்ந்ததாலும், காலம்செல்லச் செல்ல கற்களுக்குள் ஏற்படும் மாற்றங்களாலும் சிதைவுற்றிருந்தன. இருந்தும் ஒரு வழிகாட்டி, ஔரங்கசீப் காலத்தில்தான் சிற்பங்களை உடைத்து நொறுக்க தில்லியிலிருந்து கட்டளைகள் வந்தன என்று பயணிகளிடம் கூறிக் கொண்டிருந்தார். ஔரங்கசீப்பின் காலத்துக்கு மிகவும் முன்னதாகவே ஆலயங்கள் வனத்தால் சூழப்பட்டு மண் மேடுகளில் புதைந்துவிட்டன. இதை நான் அந்த வழிகாட்டியிடம் சுட்டிக்காட்டியபோது, இல்லை ஐயா, ஔரங்கசீப்பின் காலத்தில் இக்கோவில்கள் நன்றாகத்தான் இருந்தன என்று திட்டவட்டமாக மறுத்தார். வழிகாட்டிகள் இப்படித் தங்களுக்குத் தெரிந்ததை, அல்லது தெரிவிக்கப்பட்டதையே உண்மையென்று நம்பி மக்களையும் நம்ப வைக்க முயல்கின்றனர். சில சிற்பங்களைப் பற்றி தொல்லியல் துறையினருக்கும் சிற்பக்கலையில் தேர்ச்சிபெற்ற பலருக்குமே எதுவும் புரியவில்லை என்றாலும் வழிகாட்டிகள் தங்களுக்குத் தோன்றியதைக் கூசாமல் சொல்லி விளக்குகிறார்கள்! 'எனக்கு இது தெரியாது' என்று ஒரு வழிகாட்டிகூடச் சொல்வதில்லை. அப்படிச் சொல்வதே தங்களுடைய சுயமரியாதைக்கு இழுக்கு என்று கருதுகின்றனர்.

ஒரு நாள் பிற்பகலில் சில வழிகாட்டிகளை அழைத்துப் பேசிவிட்டு, கிழக்கே உள்ள கோவில்களுக்குச் சென்றேன்.

இந்திய நாகரிகம் | 269

அங்கிருந்து தந்த்லா குன்றுகளைத் தெளிவாகப் பார்க்க முடியும். வயதான முதியவர்களின் சொத்தைப் பல்போல தெரிவதால் அந்தக் குன்றுகளுக்குத் தந்த்லா என்று பெயர். (தந்த் என்றால் பல்). இந்தக் குன்றுகளும் கஜுராஹோவும் புந்தேல்கண்ட் வரிப்பாறை இணைவுகளுக்கு மேலே அமைந்துள்ளன. இதுதான் இந்தியாவின் மிகப் பழமையான கல்படுக்கை. அது பிப்ரவரி மாதம் என்பதால் பகல் பொழுது அதிகம், வெப்ப நிலையும் வெதுவெதுப்பானது, காற்றில் அசுத்தமும் குறைவு. இரவுகளில் சந்திரன் ஆரஞ்சும் மஞ்சளும் கலந்த நிறமாக அல்லாமல் வெண்மையாகத் தெரிந்தது. டெல்லியில் பார்ப்பதைவிட அதிக நட்சத்திரங்களைப் பார்க்கும் அளவுக்கு வானம் தெளிவாகக் காட்சியளித்தது.

உள்ளூர் சிறுவன், தானாகவே எனக்கு வழிகாட்டியாக என் கூடவே நடந்து வந்தான். அங்கே பூத்திருந்த இரு மரங்களைக் காட்டினான். பளிச்சென்ற ஆரஞ்சு-சிவப்பு வண்ணங்களில் பூத்த பலாச (குருகிலை, முருக்கி, வனச் சுடர்) மலர்களையும், இலுப்பைப் பூக்களையும் காட்டினான். இலுப்பைப் பூக்கள் காய்ந்தால் அத்தியைப்போல சுவையாக இருக்கும். அதிலிருந்து தான் கள் தயாரிக்கிறார்கள். இந்தப் பூக்கள் வாடும்போது ஏற்படும் வாசனையால் ஈர்க்கப்பட்டு மான்கள், குரங்குகள், கரடிகள், யானைகள் வருவதுபோல கிராமப்புறங்களில் பல கதைகள் உண்டு.

இரவு உணவின்போது, சுற்றுலா வழிகாட்டுகளுடனான எனது சந்திப்புகளை அசைபோட்டேன். முதலில் எனக்குக் கோபம் வந்தது. காமப் பரவசமூட்டும் சிலைகள் என்பதால் கீழ்த்தரமாகவும் உண்மையைத்தெரிந்துகொள்ள வேண்டும் என்கிற நாட்டம் இல்லாமலும் பேசுவதற்காக வழிகாட்டிகள்மீது கோபம் ஏற்பட்டது. பிறகு அறைக்குத் திரும்பியவுடன், இந்தியக் கல்வி முறையிலேயே உள்ள குறைபாடுகள் குறித்து யோசித்தேன். எதையும் நடுவுநிலையில் இருந்து ஆராயவேண்டும் என்பது கற்பிக்கப்படாதது குறித்தும், வரலாற்றைப் படிக்கையில் கற்பனை வளம் இல்லாமல் படிக்க நேர்வதும் மனதை உறுத்தியது. அருகிலிருந்த திருமண மண்டபத்திலிருந்து பழைய இந்தி திரைப்படப் பாடல்கள் இசைக்கப்படுவது கேட்டது. தூக்கம் வரும்வரை மனது பழைய நினைவுகளை அசைபோட்டது.

சண்டேளர்களின் ஆட்சி எல்லை

சண்டேள வம்ச ஆட்சி (831 - 1308) எப்போது தொடங்கியது என்பது தெளிவில்லை. அவர்களுடைய பழங்குடித் தொடர்புகள் குறித்து சில வரலாற்றாசிரியர்கள் அடையாளம் கண்டுள்ளனர். மணியா தேவி என்ற பழங்குடி தேவதையைத்தான் அவர்கள் வழிபட்டுள்ளனர். கோண்டுகள், பார் ஆகிய பழங்குடிகளுடன் குடும்ப உறவுகள் வைத்துள்ளனர். இப்படிப் பழங்குடிகளாக இருந்தால் நாட்டை ஆளும் உரிமை தங்களுக்குக் கிடைக்காது என்பதால் க்ஷத்திரிய வழித்தோன்றல்களாக தங்களுடைய அடையாளத்தைத் தேடினர். சந்திரவம்சத்தைச் சேர்ந்த ராஜபுத்திரர்கள் என்று தங்களை அடையாளப்படுத்திக் கொண்டனர். இதற்கொரு தொன்மக் கதையைக் கையாண்டனர். ஒரு கல்வெட்டு அவர்களுடைய மூதாதையர் சந்திர ஆத்ரேயர் என்பவர் என்கிறது. இவர் வேதகால ரிஷி அத்ரியின் மகன். சந்திரன் என்கிற கடவுளுக்கும் ஹேமவதி என்ற பிரமிப்பூட்டும் அழகுள்ள பிராமணப் பெண்ணுக்கும் பிறந்தவர்தான் அத்ரி.

ஏழாவது நூற்றாண்டின் முற்பகுதிவரையில் அந்தப் பிரதேசம் குப்தப் பேரரசின் (319-605) ஆட்சியின் கீழ் இருந்தது. புதிய பாணியிலான கோவில் கட்டும் கலைகள், பொறியியல், நிர்வாகம், மதம், மதம் சாராத கலாச்சாரம் ஆகியவை குப்தர்களிடமிருந்து இப்பகுதிக்கு வந்தன. சண்டேள மன்னர்கள் இவற்றை அப்படியே உள்வாங்கிக் கொண்டனர். குப்தர்கள் காலத்துக்குப் பிறகு இந்தப் பிரதேசத்தின் நிர்வாகம் கனோஜை ஆண்ட ஹர்ஷ வம்சத்தவரிடம் (606-47) சென்றது. அவர்களிடமிருந்து கூர்ஜர - பிரதிஹாராக்களின் வசமானது. சண்டேளர்கள் முதலில் கூர்ஜர - பிரதிஹார மன்னர்களின் பண்ணைப் பாளையங்களாகத்தான் சேவகம் செய்து கொண்டிருந்தனர். அந்த வம்சத்தில் ஏழாவதாக, பத்தாவது நூற்றாண்டின் மத்தியில் பொறுப்புக்கு வந்த யஷோவர்மன், தன்னை இறையாண்மையுள்ள தனியரசனாக அறிவித்துக் கொண்டார். இந்த வெற்றியைக் கொண்டாட வைகுண்ட வாசியான விஷ்ணுவின் சிலையை கூர்ஜர - பிரதிஹாரர்களின் கோவிலிலிருந்து எடுத்துவந்து கஜுராஹோ நகர கோவிலில் நிறுவிவிட்டான். சண்டேளர்களின் ஆட்சிக்குட்பட்ட பகுதி வாரணாசி முதல் விதிஷா வரையில் 700 கிலோ மீட்டர் நீளம் பரவியது. யமுனை, நர்மதை, சம்பல், டோன்ஸ் ஆகிய நான்கு

ஆறுகள் அந்தப் பிரதேசத்துக்கு எல்லைகள் ஆயின. சண்டேளர்களின் ஆட்சிப் பிரதேசம் ஜீஜாகாபுக்தி என்று அழைக்கப்பட்டது.

யஷோவர்மன் தொடங்கி வைத்த பொற்கால ஆட்சி நூறு ஆண்டுகளுக்குத் தொடர்ந்தது. அப்போது அமைதியும் செழிப்பும் நிலவியது. நிர்வாகம் நிலையானதாக இருந்தது. சிற்பக்கலை, கட்டடக் கலை, இலக்கியம், நாடகம், நாட்டியம், இசை ஆகியவை வளர்ச்சி பெற்றன. எல்லாக் கலைகளையும் யஷோவர்மனும் அவருக்கு அடுத்து ஆட்சிக்கு வந்தவர்களும் ஆதரித்தனர். சண்டேள வம்சத்தைச் சேர்ந்த இருபது மன்னர்கள் ஆட்சி செய்துள்ளனர். அவர்களில் பெண் யாரும் இல்லை.

பொற்காலம் என்று சொல்வதெல்லாம் மிகச் சிலருக்கு மட்டும்தான் பொருந்தும். பொது ஆண்டு நாலாவது நூற்றாண்டான குப்தர்கள் ஆட்சிக்காலம் முதல் பெரும்பாலான விவசாயிகள் வட இந்தியாவில் நிலப்பிரபுக்களின் கட்டுப் பாட்டில்தான் வாழ்ந்தனர். நிலத்தில் கடுமையாகப் பாடுபட்டு பிரபுக்களுக்கு வரி செலுத்தினர். அந்த முறைக்கு ‘சமந்தா’ என்று பெயர். கிராமப் பிரபு தொடங்கி நாட்டின் மன்னர்வரையில் பலருக்கும் அவர்கள் வரி கொடுக்கவேண்டும். இந்த நிலப் பிரபுத்துவம் அடிப்படையிலான அதிகார வர்க்கமுறை, பிரதேசங்களை விரிவுபடுத்தவும் கட்டுப்பாடுகளை இறுக்க மாக்கவும் உதவியது. இந்து மதத்தின் அங்கமான வருணாசிரமம், சமூக அந்தஸ்துகளை ஜாதிக்கேற்ப பராமரிப்பதில் அக்கறை செலுத்தியது. இதனால் மதத்தை வளர்க்க நிலங்களைத் தானம் அளிக்கும்முறையும் கோவில்களைக் கட்டும் வழக்கமும் ஏற்பட்டன. இத்தகைய சமூகப் பின்னணியில்தான் சண்டேள வம்சத்து ராஜாக்களும் தங்களுடைய சமூக அந்தஸ்துக்கேற்ப கோவில்கள், குளங்கள் கட்டுவதையும் பிராமணர்களுக்கு நிலங்களைத் தானமாக அளிப்பதையும் மேற்கொண்டனர். இப்படிச் செய்வதன் மூலம் அரசன் பல கீர்த்திகளைப் பெற்று நீண்ட காலம் ஆட்சி செய்வான் என்பது புராணங்களின் கூற்று.

பிற சமஸ்தானங்களில் அரசு நிர்வாகத்தில் எந்தெந்த சமூக வழக்கங்கள் கடைப்பிடிக்கப்பட்டனவோ அவற்றையே சண்டேளர்களும் தங்களுடைய ஆட்சிப் பகுதியில் கடைப் பிடித்தனர். மாயமந்திரத்திலும் மனிதர்களின் ஆற்றலுக்கும் அப்பாற்பட்ட சக்திகள்மீதும் அவர்களுக்கு ஆழ்ந்த நம்பிக்கை

இருந்தது. இதனால் ஆலயப் பூசாரிகளுக்கு நிலங்களைத் தானமாகக் கொடுத்து அவற்றுக்கு வரி செலுத்துவதிலிருந்து விலக்குகளும் அளித்தனர். காலப்போக்கில் ஆலயங்களின் அதிகாரிகள் நில உடமையாளர்கள் ஆனார்கள். ஆலயங்கள் வளமாகவும் வலுவாகவும் நிலப் பிரபுக்களின் அதிகார மையங் களாகவும் மாறின. நில உடைமையாளர்கள், நிலங்களுக்குச் சொந்தக்காரர், விவசாயிகளுக்கு வேலை தரும் எஜமான், விவசாயிகள் விளைவிக்கும் பொருள்களை விலைக்கு வாங்கிக் கொள்ளும் நுகர்வோர், அவர்களுடைய சேவையைப் பெறும் வாடிக்கையாளர் ஆயினர். அத்துடன் வங்கிகள், பள்ளிக்கூடம், அருங்காட்சியகம், மருத்துவம், நாடக அரங்கம் ஆகியவற்றை நிர்வகிக்கும் பொறுப்பை ஏற்று ஆதிக்கம் செலுத்தத் தொடங்கினர். மேல்தட்டு மக்கள் ஆடம்பரமாக உடைகளை, நகைகளை அணிவது, வாகனங்களில் செல்வது, விழாக்களுக்கு அலங்கரித்துக்கொள்வது, அரிய பண்டங்களை வாங்குவது, வாய்க்கு ருசியான சத்துள்ள உணவுகளையே அதிகம் உண்பது என்று வாழ்ந்தனர். மற்றவர்களைவிட தாங்கள் அதிகம் புகழப்படவேண்டும், கோவில் தொடர்பான வேலைகளில் ஈடுபட்டு தங்களுடைய முன்னோர்கள், தங்களுடைய சமகாலத்தவர்களைவிட அதிகம் சாதித்ததாகப் புகழப்பட வேண்டும் என்று தீவிரம் காட்டினர்.

கஜுராஹோவில் மறு கண்டுபிடிப்புக்குப் பிறகு பழைய நிலைமைக்கு திருப்பணிகள் செய்ய செப்பனிடப்பட்ட 25 கோவில்கள் இந்தப் பொற்காலத்தில் உதயமானவைதான். இது பொது ஆண்டு 950-ல் தொடங்குகிறது. 900 முதல் 1150 வரையிலான 250 ஆண்டுகளில் இப்படி எண்பத்தைந்து கோவில்கள் கட்டப்பட்டுள்ளன. இந்தக் கோவில்களை அரசர்கள் மட்டுமல்ல, அரசிகளும், அரசவையில் இருந்த சேனாதிபதிகள் போன்ற தலைக்கட்டுகளும், சமண வியாபாரிகளும் கட்டியுள்ளனர். அழகான பல ஏரிகளைக் கொண்ட இந்த நகருக்கு அப்போது என்ன பெயர் இருந்தது என்று தெரியவில்லை. 'கஜுரவாஹக' அல்லது 'கஜுரா' மாவட்டம் என்று ஒரு குறிப்பு கூறுகிறது. (கஜுரா என்றால் பேரீச்சம்பழம். இந்தப் பகுதியில் அம்மரங்கள் அப்போது நிறைய இருந்தன). ஜாஜாஹுதி என்ற ஆட்சிப் பிரதேசத்தின் தலைநகரம் கஜுராஹா என்று அல்பெரூனி 1030 பொது ஆண்டில் எழுதியிருக்கிறார். ஆனால் வேறு விவரங்களை அவர் தரவில்லை.

தூலாதேவ் கோவில், கஜுராஹோ

சண்டேளர்கள் ஆரம்ப காலத்தில் வைணவர்களாகவும் பிற்காலத்தில் சைவர்களாகவும் இருந்திருக்கின்றனர். கஜுராஹோவில் உள்ள பெரிய கோவில்களில் 10 விஷ்ணுவுக்கும் அவருடைய அவதாரங்களான வராகர், வாமனர், வைகுண்டர் ஆகியோருக்கானவை. எட்டு கோவில்கள் சிவனுக்குரியவை. சூரியருக்கும் 64 யோகினிகளுக்கும் தலா ஒரு கோவில். (யோகினிகள் என்பார் தாந்த்ரீக தேவதைகள், சக்தி, காளி ஆகியோருக்கு உதவி செய்கிறவர்கள்), ஜைன தீர்த்தங்கரர்களுக்கு ஐந்து கோவில்கள் உள்ளன. இங்கே புத்தருக்கு ஒரு கோவில்கூட இல்லை. அவ்வளவு ஏன் அவருடைய ஒரு சிலைகூட இங்கு இடம் பெறவில்லை. ராமர், சீதை, கிருஷ்ணர், பலராமர், பார்வதி, லட்சுமி, சரஸ்வதி, பிரம்மா, நரசிம்மர், அர்த்தநாரீஸ்வரர், மத்ஸ்யர், நந்தி, பைரவர், சதாசிவர், ஹனுமான், பரசுராமர், கல்கி, ரதி - மன்மதன், கணேசர், இந்திரன், அக்னி, குபேரன், விஸ்வகர்மா ஆகியோரின் சிலைகளும் சன்னதிகளும் உள்ளன. தாந்த்ரீகக் கடவுளர்களான சாமுண்டா தேவி, மாத்ரிகா இன்னும் சிலருக்கும் சன்னதிகளும் சிலைகளும் உள்ளன. இந்தக் கடவுளர்களின் வாகனங்களான பறவைகள், பிராணிகள், விலங்குகளுக்குக்கூட சிலைகள் வடிக்கப்பட்டுள்ளன.

‘ஆலயங்கள் வாஸ்து சாஸ்திரப்படி கட்டப்பட்டுள்ளன. புனிதமான நிலவமைப்பு ஆகியவற்றுடன் ஜியோமிதி கோணங்கள், வானியல் அம்சங்கள், மற்றும் பிரபஞ்ச அமைப்பு ஆகியவற்றுக்கும் முக்கியத்துவம் தரப்பட்டுள்ளது. ‘நகரா’ பாணியில் கோவில்கள் மிகச் சிறப்பாகக் கட்டப்பட்டுள்ளன. விண்ணை நோக்கிய கூரான கோபுரமும் இதே போன்று கர்ப்ப கிரகங்களிலும் விண்ணை நோக்கிய உள்கூரையமைப்புகளும் ‘நகரா’ பாணியாகும். கைலாசத்தை நினைவுபடுத்தும்வகையில் கோவில்கள் இருக்கும். அனைத்துத் தரப்பு மக்களும் இந்த ஆலயத்துக்கு வந்து வழிபடுவதுடன், கலாச்சார நிகழ்ச்சிகளில் பங்குகொண்டு, தலைநகரத்தின் உற்சாகம் பொங்கும் வாழ்க்கையைத் தாங்களும் அனுபவிப்பார்கள். ஆலயங்களின் உள் மண்டபங்களில் புனித நூல்களிலிருந்து வேதங்களோ, ஸ்லோகங்களோ ஓதப்படும். பாட்டுக் கச்சேரி, நாட்டியங்கள் இடம் பெறும். ஆலயத் திருவிழாக்களில் அரங்கேற்றம் செய்வதற்காகவே புராணக் கதைகளையும், நகைச்சுவை நாடகங்களையும் தயாரிப்பார்கள்’ என்கிறார் தேவாங்கண தேசாய்.

முதலாவது ஆயிரமாண்டின் பிற்பகுதிகளில் பிராமணீயத்திலிருந்து நன்கு வேறுபட்ட, மக்களிடையே மிகவும் பிரபலமான - மறைமெய்ம்மை சார்ந்த நம்பிக்கைகளும் வழிபடும் குழுக்களும் ஏற்படலாயின. அவர்களுடைய நம்பிக்கைகள் பெரும்பாலும் பாமரத்தனமாகவும், ஆவியுலகக் கோட்பாடுகளை நம்புவதாகவும் இருந்தன. அவர்கள் வேத மரபு, வழிபாடுகளுக்குப் புறத்தே இருந்தனர். வேதம் சார்ந்த சடங்குகளிலும், உயிரைப் பலி கொடுக்கும் வேள்விகளிலும் ஆர்வம் இல்லாதவர்களாக இருந்தனர். இந்தக் குழுவினர், கடவுள்மீது தனிப்பட்ட முறையில் நேரடி பக்திகொண்டால் போதும் என்றனர். உருவங்களை வீட்டில் வைத்து வழிபட்டனர். வேதங்களில் இடம் பெறாத தெய்வங்களையும் தேவதைகளையும் வழிபட்டனர். புராணங்களிலும் ஆகமங்களிலும் கூறப்பட்ட கதைகள் பால் ஈர்க்கப்பட்டவர்களாக இருந்தனர். இப்படி மக்களுடைய கடவுள் நம்பிக்கைகள் ஒன்றிணைய ஆரம்பித்ததால், சைவ, வைணவ, சாக்த-தாந்த்ர என்ற மூன்று பெரும் பிரிவுகள் உருவாயின. பௌத்தத்திலிருந்தும் வைதீக பிராமணீயத்திலிருந்தும் விலகிய மேல்தட்டு பக்தர்களும் இவற்றில் இணைந்தனர்.

புராண இந்துத்துவம் என்று அழைக்கப்பட்ட இந்தப் புதிய மதம் பலவகைத் தெய்வங்களையும், தங்களுடைய பிரதான

தெய்வங்களின் அவதாரங்கள் என்றே ஏற்கும் இளக்கமான அணுகுமுறையைக் கொண்டிருந்தது. இந்தப் பிரிவுகள் மூன்றும் தங்களுடைய பக்தர்களுக்குத் தனி அடையாளத்தைக் கொடுத்திருந் தாலும் அவர்களுடைய உண்மையான நம்பிக்கைகளும் வழிபடும் முறைகளும் பெரும்பாலும் இணைப்பையும், பன்மைத் தன்மையையுமே கொண்டிருந்தன. பிற்கால சண்டேளர்கள் தாந்த்ரீக வழிமுறைகளுடன் சிவனை வழிபடும் வழிக்கு ஆதரவு தந்தனர். இந்தப் புராணப் பிரிவுகள் வேதாந்த பிராமணீயத்தையும் உள்வாங்கிக் கொண்டது. அதன்படி சடங்குகளைச் செய்தது, நூல்களை வாசித்தது, சாதிகளுக்கான விதிகளை உருவாக்கியது, அத்வைத கருத்துகளை ஏற்றது. இவையெல்லாம் இணைந்து, அறிஞர்கள் கூறுகிற இந்துத்துவம் என்கிற முழுமை ஏற்பட்டது. இப்படி இந்துத்துவமும் ஜைனத்துவமும் இணைந்துதான் கஜுராஹோவுக்கான மதம்சார்ந்த தளம் உருவானது. அதில் பௌத்தம் சிறிதளவும் கலக்கவில்லை. அது நாட்டின் கிழக்குப் பகுதி மாநிலங்களில் மட்டும் பின்பற்றப்பட்டது.

சண்டேளர்கள் போர்களின் விசித்திரங்களால் அடிக்கடி பாதிக்கப் பட்டனர். ஜபல்பூரின் சேடிகள், குஜராத்தின் சாளுக்கியர்கள், ஆஜ்மீரின் ராஜபுத்திர மன்னர் பிருதிவிராஜ் சௌஹான் ஆகியோருடன் போர் புரிந்துள்ளனர். 1022-ல் கஜினி முகமதுவின் படைகளை எதிர்த்து வெற்றிகரமாகப் போரிட்டு அவரை முறியடித்தனர். இதைக் கொண்டாடும்விதமாக, கண்டாரியா மகாதேவர் ஆலயத்தை மிகப் பெரியதாக நிர்மாணித்தனர். இரண்டு நூற்றாண்டுகளுக்குப் பிறகு 1202-ல் டெல்லி சுல்தானான குத்புதீன் ஐபெக்கின் படையிடம் தோல்வி அடைந்தனர். பிறகு அவர்களுக்குக் கப்பம் கட்டும் அரசர்களாக அடங்கினர். அதற்குப் பிறகு சண்டேளர்களின் வலிமை ஒடுங்கியது. பதிமூன்றாவது நூற்றாண்டில் கிட்டத்தட்ட கஜுராஹோவை விட்டு அவர்கள் காலி செய்துவிட்டனர். காலிஞ்சர் என்ற இடத்தில் குன்றின்மீது அமைந்திருந்த தங்களுடைய பழைய கோட்டைக்குத் திரும்பிவிட்டனர். அந்த இடம் சிவனுடைய தொடர்புள்ளது என்று தொன்மக் கதைகள் கூறுகின்றன.

அரசியல்ரீதியாக தனது முக்கியத்துவத்தை கஜுராஹோ இழந்துவிட்டதால் துருக்கிய - ஆப்கன் படைகளும் பிறகு டெல்லி சுல்தான்களாக விளங்கிய இந்திய - முஸ்லிம் மன்னர்களும் (1206 - 1526) அதைக் கவனிக்கவில்லை. இதனால்தான் கஜுராஹோ கோவில்களும் புறக்கணிக்கப்பட்ட நிலைக்குச் சென்றன. 1335-ல்

மொராக்கோ நாட்டிலிருந்து இந்தியாவுக்கு வந்த பயணியான இபின் பதூதா, கஜுராஹோ குறித்து எழுதியுள்ள குறிப்பில், கோவில் சிலைகளை முஸ்லிம்கள் சேதப்படுத்தியதாகப் பதிவு செய்துள்ளார். ஆனால் அதற்கான அடையாளங்கள் இல்லை. கஜுராஹோ பகுதியில் ஜடாமுடி அணிந்த யோகிகளும் வைத்யர்களும் தொழுநோய், யானைக்கால் வியாதிகளையும் குணப்படுத்துவதாகவும் எழுதியிருக்கிறார் பதூதா. முகலாயர்கள் வருகைக்கு வெகு காலத்துக்கு முன்னதாகவே, கஜுராஹோ என்கிற பெரிய கோவில் நகரம் வரலாற்றின் நினைவுகளிலிருந்து மறைந்து, வளர்ந்து வந்த வனப்பகுதியால் சூழப்பட்டு பார்வையிலிருந்து மறைந்தேவிட்டது.

இப்போது, ஆலயங்களைச் சூழ்ந்த அந்த அடர் வனம் இல்லை. அந்த இடங்களைப் புதர்களும் கிராம வீடுகளும் விவசாய நிலங்களும் ஆக்கிரமித்துவிட்டன. சற்றுத் தொலைவில் பன்னா தேசிய பூங்கா தொடர்கிறது. (கஜுராஹோவிலிருந்து ஒருநாள் பன்னா தேசியப் பூங்கா சென்றேன். அங்கே மூன்று புலிகளையும் ஒரு சிறுத்தையையும் பார்க்கும் அதிருஷ்டம் எனக்கு ஏற்பட்டது.) பதிமூன்று ஆண்டுகளுக்கு முன்னால் பார்த்ததைவிட கஜுராஹோவில் பெரிய மாற்றங்கள் ஏதும் ஏற்பட்டுவிட வில்லை. அதன் மக்கள் தொகை சற்றே உயர்ந்து 28,000 ஆனது. 2001-ல் 0-6 வயது வரையுள்ள குழந்தைகளில் ஆண்-பெண் விகிதம் 91% ஆக இருந்தது 2011-ல் 89% ஆகக் குறைந்தது.

இப்போதும் பழமை மாறாமல் இருக்கிறது அந்த ஊர். நாய்களும் கால்நடைகளும் வீதிகளில் சுற்றி வருகின்றன. போக்குவரத்து விதிகள் அபூர்வமாகத்தான் கடைப்பிடிக்கப்படுகின்றன. தேவையில்லாமல் வாகனங்களில் ஒலிப்பான்களை அலற விடுகின்றனர். அதிகாலை அல்லது இரவு தூங்கும் நேரங்களில் ஒலி பெருக்கிகளை உச்ச ஸ்தாயியில் வைக்கின்றனர். நகரின் எந்தப் பகுதியில் பார்த்தாலும், சுவரில் ஆண்கள் சிறுநீர் கழிப்பது மரபாகத் தெரிகிறது. முரட்டுப் பன்றிகள் குப்பைகளைக் கிளறிப்போட்டு மேய்கின்றன. ஓர் இடம்கூட பார்க்க அழகாக இல்லை. ஆனால் மக்கள் நல்லவர்கள், விருந்தோம்பல் மிக்கவர்கள். வேலைக்குப்போய் நன்றாகச் சம்பாதிக்கிறார்கள்.

சுற்றுலாப் பயணிகளுக்குப் பாதுகாப்பான ஊர். உண்பதற்கு நல்ல ஹோட்டல்கள் இருக்கின்றன. சொகுசு ஹோட்டல்களைத் தவிர வேறு எங்கும் பார்கள் கிடையாது. ஆனால் ஹோட்டல்களில்

கேட்டவுடன் அன்னிய வகை மதுபானங்களை வரவழைத்துத் தருகிறார்கள். 'எதற்கும் கவலைப்படவேண்டாம் சார், இது இந்தியா' என்று ஹோட்டல் பையன் சிரித்துக்கொண்டே சொல்கிறான். நானும் அதை மகிழ்ச்சியுடன் ஆமோதிக்கிறேன்.

பன்னாட்டு சுற்றுலா வளர்ச்சியும் உலகமயமும் நிச்சயமாகப் பல மாற்றங்களை ஏற்படுத்தியிருக்கிறது. நான் தங்கியிருந்த ஹோட்டலின் சுவரில் புரட்சி வீரர் சே குவேரா, ஜமைக்காவின் பாடகர் பாப் மார்லி ஆகியோரின் சித்திரங்கள் பெரிதாக, அழகாக வரையப்பட்டுள்ளன. ஹோட்டலின் மொட்டை மாடியில் வாசிக்கப்படும் இசையை 'மேற்கத்திய யோகா பாப்' என்றுதான் அழைக்க முடியும். தொட்டியில் கஞ்சா செடியை நட்டிருப்பதைப் பார்த்து லேசாகத் துள்ளினேன். அந்த ஹோட்டலின் இளம் உரிமையாளர் ஏழு ஆண்டுகளுக்கு முன்னால் ரஷிய சுற்றுலாப் பயணியைச் சந்தித்தார், அவரைக் கடந்த ஆண்டுதான் திருமணம் செய்துகொண்டார். மணவிலக்குச் செய்துகொள்ளமாட்டோம் என்று இருவரும் ஒப்புக்கொண்ட பிறகே தாக்கூர் ஜாதியைச் சேர்ந்த அவருடைய வீட்டார் சம்மதம் தெரிவித்தனராம். இருவரும் கஹுரஹோவில்தான் வசிக்கின்றனர். கோடை விடுமுறையை ரஷியாவில் கழிக்கின்றனர். தன்னுடைய சகோதரியின் திருமணத்துக்கு ரூ.35 லட்சம் செலவானது, அதில் பெரும்பகுதி வரதட்சிணை என்ற தகவலையும் அவர் தெரிவித்தார். வரதட்சிணை கூடாது என்பதுதான் அவருடைய நிலையும். ஆனால் தங்களுடைய கட்டுப்பெட்டியான ஜாதியில் அது ஊறிவிட்டது என்பதால் ஏற்றுக்கொள்ள நேர்ந்தது என்றார். சண்டேளா காலத்தில் நீங்கள் வாழ்ந்திருந்தால் பெண்ணுக்கென்று பெரிய தொகையை மாப்பிள்ளை வீட்டாருக்குக் கொடுத்திருப் பார்கள் என்று சொன்னபோது வியப்படைந்தார்.

ஆண்டுதோறும் ஒரு வாரத்துக்குக் கஜுராஹோ நாட்டிய விழாவை மத்தியப் பிரதேச அரசு நடத்துகிறது. நான் சென்ற ஆண்டு 44-வது விழாக்காலம். மாநில ஆளுநர் ஆனந்திபென் பாட்டீல் தொடங்கி வைத்தார். அவர் குஜராத் முன்னாள் முதலமைச்சர். அவரும் அவரைச் சேர்ந்தவர்களும் நிகழ்ச்சிக்கு ஒரு மணி நேரம் தாமதமாக வந்து சேர்ந்தனர். நிகழ்ச்சிக்கு வந்தவர்கள் பொறுமையாகக் காத்திருந்தனர். இந்த நிகழ்ச்சியைவிட நான்தான் முக்கியம் என்ற எண்ணத்தில் தலைமை விருந்தினர் வந்தது, சண்டேளா வம்ச மன்னர்களுக்கே உரிய குணம் என்று மனதுக்குள் சொல்லிக்கொண்டேன்.

இன்னொருநாள் மாலையில் 'ஹாஸ்ய கவி சம்மேளன்' என்ற நகைச்சுவை கவியரங்கத்துக்குச் சென்றேன். வழக்கமான இந்தியுடன் புந்தேல்கண்ட் இந்தியையும் கலந்து கவிதை வாசித்தனர். புந்தேல்கண்ட் இந்தி எனக்குப் புரியவில்லை. சண்டேளா மன்னர்களுக்கு நகைச்சுவை உணர்ச்சி எப்படியிருந்திருக்கும் என்று சிந்தித்துப் பார்த்தேன். இந்தக் கவியரங்கத்தில் சொல்லப்பட்ட துணுக்குகளுக்கு அவர்கள் சிரித்திருப்பார்களா என்று கேட்டுக்கொண்டேன்.

காமக் கலைவடிவங்களின் மத வேர்கள்

காமப் பரவசமூட்டும் பாலுணர்வுக் காட்சிகளையும் மதத்தையும் கலப்பது, உலகின் பல பகுதிகளிலும் பல்வேறு மதங்களிலும் நிகழ்ந்திருக்கிறது. மக்களால் ஆராதிக்கப்படும் மதங்களில் புதிய உயிர்ப்பையும் சக்தியையும் ஊட்ட மாயமந்திரம் சார் மதக் குறியீடுகளையும் செயல்களையும் கையாளுகின்றனர். இந்தியாவில் ஹரப்பர்கள் காலத்தில் அப்படி நிகழ்ந்திருக்கிறது. தோலாவிராவில் ஆண்குறியுருவச் சிற்பங்கள் பொதுவெளியில் நிறுவப்பட்டிருந்தன. மௌரியர்கள் காலத்தில், சந்தான பாக்கியம் அருளும் ஸ்ரீ என்ற பெண் தெய்வத்துக்குக் காணிக்கையாகச் செலுத்த பாலுறவுக் காட்சி சுடுமண் பொம்மைகளாக வடிக்கப்பட்டன. இவை ஆண் - பெண் கலப்பு உருவங்களாக இருந்தாலும் காமக் கிளர்ச்சியூட்டும்வகையில் இருப்பதில்லை. மாறாக இந்தச் சிற்பங்கள் வீட்டில் இருப்பது நன்மையைப் பெருக்கும், வளங்களைச் சேர்க்கும் என்ற நம்பிக்கையையே ஏற்படுத்தின. (யோனி - லிங்கம் இணைந்த பழைய உருவங்களும் அப்படியான உணர்வுகளைத்தான் ஏற்படுத்தின).

பொது ஆண்டு தொடங்கிய பிறகு இத்தகைய வடிவங்களும் உருமாற்றம் பெற்றன. யதார்த்தமாக உணர்வுகளை வெளிப்படுத்தும் சிற்பங்கள் வடிக்கப்பட்டன. காமப் பரவசத்தில் ஆழ்ந்த ஜோடிகளும், புணரும் ஜோடிகளும் முகங்களில் உணர்ச்சிகளுடனும் மற்றவை மறைத்தும் வடிக்கப்பட்டன. இந்தச் சிற்பங்களும் பக்தர்களால், தங்களுடைய வேண்டுதல்கள் நிறைவேறியதால் காணிக்கையாக அளிக்கப்பட்டவையே. இவற்றில் அலங்காரக் கலை வேலைப்பாடுகளை அதிகம் செய்துள்ளனர்.

பாலுறவையும் மதத்தையும் கலந்து கல்லில் சிற்பம் வடிப்பதை இந்திய துணைக் கண்டத்தில் பௌத்த நினைவுச் சின்னங்கள் நிரம்ப உள்ள சாஞ்சியிலும் பார்ஹட்டிலும் முதலில் தொடங்கினர். (கி.மு. இரண்டாவது நூற்றாண்டு). இந்தச் சிற்பங்கள் பார்த்தவுடனேயே கிளர்ச்சியூட்டுபவையோ, காமப் பரவசத்தை உண்டாக்குபவையோ அல்ல. இந்தச் சிற்பங்களுக்கான உந்துதல், உடலுறவை வெறுத்த புத்தரிடமிருந்து வரவில்லை என்று நிச்சயம் சொல்லிவிடலாம். புத்தரின் போதனைகளைக் கேட்டதோடு யட்சிகளையும் ஸ்ரீ என்ற பெண் தெய்வங்களையும் வழிபட்டுப் பழகிப்போன கட்டுநர்களின் கூட்டுக் கலவையான பக்தி ரசத்தால் இத்தகையச் சிற்பங்கள் புத்தர் தொடர்பான நினைவுச் சின்னங்களிலும் இடம்பெற்றன.

அடுத்து வந்த நூற்றாண்டுகளில் கிரேக்க-காந்தார கலைச் சிற்பங்களால் கவரப்பட்ட இந்திய ஆயனச் சிற்பிகளும் ஸ்தபதிகளும் கல்தூண்களிலும் சிற்பங்களிலும் தத்ரூபமான காட்சிகளையும் உணர்ச்சிகளையும் முழுமையாகக் கொண்டு வருவதில் திறமையை வளர்த்துக்கொண்டே வந்தனர். எல்லா மதங்களுக்கும் பொருந்தும் வகையிலும் உலகில் மக்களுடைய அன்றாட வாழ்வுடன் தொடர்புள்ள செயல்களையும் கற்சிற்பங்களாக வடித்தனர்.

மதுபானம் அருந்துவது, நாட்டியம் ஆடுவது, இசைப்பது ஆகியவை கடவுளர்களின் சிலை வடிவங்களுக்கு அருகே தூண்களில் கட்டம் கட்டமாக இடம்பெறலாயின. இனப் பெருக்கத்தை வலியுறுத்தும் காட்சிகள் இப்போது பல ஜோடிகளின் கூட்டுக் களியாட்டமாக இடம் பெற்றன. முத்தமிடுவது, ஆரத் தழுவுவது, கலவிக்கு முன்னதாக உடலையும் மனதையும் உற்சாகப்படுத்தும் விதமாக தூண்டல்களில் ஈடுபடுவது ஆகியவை சிலைகளாக வடிக்கப்பட்டன. உலகைத் தொடர்ந்து இயங்க வைப்பதில் சிற்றின்பத்துக்கு உள்ள முக்கியத்துவத்தை உணர்த்தும்வகையில் சிற்பக் காட்சிகள் அடையாளப்படுத்தப்பட்டன. சிலை வடிப்பில் அழகியல் உணர்ச்சிகளும், தொடு உணர்ச்சிகளும் போட்டிபோட்டு முக்கியத்துவம் பெற்றன. முதலாவது ஆயிரமாண்டின் தொடக்க நூற்றாண்டுகளில் இந்தியாவின் எல்லாக் கோவில்களிலும் மடாலயங்களிலும் அலங்காரமாக வடிக்கப்பட்ட ஜோடிகளின் சிற்பங்கள் மங்கலச் சின்னங்களாக தவறாமல் இடம் பெற்றன.

சித்திரகுப்தர் கோவில் சுவர் சிற்பங்கள், கஜுராஹோ

'அன்றைக்கிருந்த சமூக மனநிலையானது மதம்சார்ந்த கலை வடிவங்களில்கூட சிற்றின்பச் சிற்பங்களுக்கு இடம் தருவதாக இருந்திருக்கவேண்டும்' என்கிறார் ஆய்வாளர் தேவாங்கண தேசாய். மேல்தட்டு மக்களின் ரசனைதான் இப்படிப்பட்ட கலை வடிவங்களுக்கு வடிவம் தருகிறது என்றாலும் ஆலயங்களுக்குத் தொடர்ந்து வரும் நகரவாசிகளும் கிராமவாசிகளும் தங்களுடைய மரபுக்கு ஏற்பவே இச்சிற்பங்கள் இருப்பதாகக் கருதியிருக்க வேண்டும். காமப் பரவசத்தில் இருக்கும் ஜோடிகளின் சிற்பங்கள் இப்போது மேலும் பட்டவர்த்தனமாக, யதார்த்தமான காட்சியாகவே துல்லியமாகியிருந்தாலும் இவையெல்லாம் இயற்கை அழகு, கடவுளின் ஆணை, பொங்கிச் செழிக்கும் செல்வத்துக்கு அடையாளம், மங்கலகரமானது, புத்திரசந்தானம் பல்கிப் பெருக உதவுவது, தேவ கணங்களுக்கு திருப்தியைத் தரவல்லது என்ற எண்ணங்கள் ஏற்பட்டதால்தான் இவை ஆபாசமாகவோ, தேவையற்றதாகவோ, தவறானதாகவோ பார்க்கப்படாமல் இருந்திருக்கவேண்டும். இன்னொருவகையில் சொல்வதானால் 'இந்தச் சிற்பங்கள், ஆலயத்துக்கு வரும் அலையும் மனங்களுக்கு அமைதியைத் தருவதற்காக - மனங்களை அலைபாய விடுவதற்காக அல்ல' என்ற தெளிவு ஏற்பட்டிருக்க

வேண்டும். (மக்கட்பேறு, புத்திர சந்தானத்துக்கான சக்தி ஆகியவற்றைக் குறிக்கும்வகையில் கர்ப்பிணிகள், குழந்தையைப் பிரசவிக்கும் தாய், குழந்தைகளுடன் தாய் போன்ற சிற்பங்கள் வடிக்கப்படாதது வியப்பாக இருக்கிறது.)

மத நினைவுச் சின்னங்களில் ஆண்-பெண் பாலுறவுக் காட்சிகள் இடம்பெற்றது பொது ஆண்டின் முதல் பாதியாண்டுகளில்தான் ஆரம்பித்தது. குறைந்த எண்ணிக்கையிலும் எவர் கண்ணிலும் சட்டென்று பட்டுவிடாத இடங்களிலும் இவை நிறுவப்பட்டன. மதுரா, மைசூரு, அஜந்தா, எல்லோரா, பாதாமி, ஐஹோளே, பட்டடக்கல், புவனவேசுவரம் உள்ளிட்ட பல ஊர்களிலும் குஜராத்திலும் இவை இடம்பெற்றன. நாளாக நாளாக இதன் வடிவங்களும் நுட்பங்களும், ஆலயச் சுவர்களில் பாலுறவுக் காட்சிகள் மையப்படுவதும் அதிகரித்தன. தாந்த்ரீகம் என்ற வழிபாட்டு மரபு வளர வளர இதுவும் இணையாக வளர்ந்தது. ஆண்-பெண் சேர்க்கை என்பதை விவரிப்பது ஆலயச் சிற்பங்களில் மட்டுமல்லாது கவிதைகளிலும் அதிகரித்தது. இது அந்நாளைய மேல்தட்டு மக்களுடைய கருத்துகளைக் கவர்ந்து ஆதரவைப் பெற்று வளர்ந்தது. இந்தக் கருத்து கீத கோவிந்தத்திலும் கஜுராஹோ சிற்பங்களிலும் அப்படியே எதிரொலிக்கிறது.

இவைபற்றி ஆராய்ச்சி செய்த தேவாங்கண தேசாய் கூறுவதாவது: பெண் குறியை நாவால் நக்கித் தூண்டும் சிற்பம் ஐஹோளேவில் ஆறாவது நூற்றாண்டில் இடம் பெற்றது. மிருகத்தைப்போல புணரும் சிற்பம் புவனேஸ்வரத்தில் எட்டாவது நூற்றாண்டில் இடம் பெற்றது. கூட்டு பாலுறவுக் காட்சி, பட்டடக்கல் என்ற ஊரில் எட்டாவது நூற்றாண்டில் இடம் பெற்றது. எனவே கஜுராஹோ சிற்பங்கள் கருத்தைக் கவர்வதற்குக் காரணம் இவை மட்டும்தான் தனித்துவம் வாய்ந்தது என்பதால் அல்ல. இந்தச் சிலைகளின் வகைகள், எண்ணிக்கை, அளவு, உணர்ச்சிகரமான எல்லாக் கட்டங்களையும் காட்டியிருப்பது, அவற்றைச் சித்தரிப்பதில் எடுத்துக்கொண்ட துணிவு, கலைநயம், விதவிதமான சிந்தனைகளுடனான சித்தரிப்புகள், கோவில் சுவருக்கு வெளியேயும் உள்ளேயும் இவை வடிக்கப்பட்டுள்ள விதம், கருவறையிலும் இடம்பெறச் செய்திருக்கும் புதுமை ஆகியவைதான் வியக்க வைக்கின்றன. ஆலயச் சுவர்களில் இப்படிப்பட்டச் சிற்பங்களை இடம்பெற வைக்கும் ஆதிக்கத்தைத் தாந்த்ரீக மரபு எப்படிப் பெற்றது.

வெளிப்படையாக இப்படி பாலுறவுக் காட்சிகளைச் சிற்பங்களாக ஆலயச் சுவர்களில் இடம் பெற வைத்தவர்கள் ஏன் இப்படிச் செய்தார்கள் என்பதைப் புரிந்துகொள்ள நாம் அவர்களுடைய உலகத்தில் நுழைந்து அவர்களைப்போலவே கற்பனை செய்ய வேண்டும். இதைச் செய்வதற்கு நாம் எளிதான, சர்ச்சைகள் அற்ற மூன்று நிலைகளை அனுமானமாகப் பார்ப்போம்.

முதலாவதாக, இத்தகைய சிற்பங்களை ஆலயச் சுவர்களில் இடம்பெறச் செய்தவர்கள், புனிதமான இறைவனுடன் இக்காட்சிகளும் இடம்பெறுவது ஏற்புடையதே என்று கருதினர். இரண்டாவதாக, இந்த ஆலயங்கள் பொது வழிபாட்டிடங்கள், பொது நினைவுச் சின்னங்கள். இதை நிறுவியவர்கள் மன்னர்கள். மக்களை அதிர்ச்சியில் ஆழ்த்துவதோ, குழப்பம் அடையச் செய்வதோ அவர்களுடைய நோக்கங்களாக இருந்திருக்க முடியாது. வாழ்க்கை குறித்து நிலையான கண்ணோட்டத்தை மக்களுக்கு அளிக்கவும் இச்செயல்களுக்குத் தகுதியிருக்கிறது என்று காட்டவும், இதனால் புகழடையவும் இதற்கு சட்டப்பூர்வ அங்கீகாரம் வழங்கவும் இப்படிச் செய்திருக்கலாம். மூன்றாவதாக, இந்த ஆலயங்கள் தொடர்ந்து 250 ஆண்டுகளாக வெவ்வேறு மன்னர்களால் கட்டப்பட்டதால், சீர்திருத்தம் செய்ய விரும்பிய ஒரு சிறு குழு மட்டுமே இதைச் சாத்தியப்படுத்தியிருக்க முடியாது.

அப்போது சண்டேளர்களின் ஆட்சிப் பகுதிகளில் நிலவிய அழகியல் உணர்ச்சிகளை வெளிப்படுத்தும் கலையாகவே இது இருந்திருக்கவேண்டும். சிற்பிகளுக்கு மட்டுமல்ல மக்களுக்கும் இதில் ஈடுபாடு இருந்திருக்கவேண்டும். இந்தச் சிற்பங்களின் எண்ணிக்கை, வடிவம், அளவு ஆகியவற்றைப் பார்க்கும்போது இதற்காக ஏராளமாக நிதி திரட்டப்பட்டிருக்க வேண்டும். அதில் நாட்டின் அனைத்து வர்க்க மக்களும் ஆர்வத்துடன் ஈடுபட்டிருந்தால்தான் இது சாத்தியம்.

இந்த மூன்று அனுமானங்களையும் நாம் ஏற்பதாக இருந்தால் இப்படிப்பட்ட அழகியல் உணர்ச்சிகளுக்கு ஆதாரங்களாகவும் தூண்களாகவும் இருந்தவை எவை என்ற கேள்வி எழுகிறது. டி.எஸ். பர்ட் வார்த்தைகளில் கூறுவதானால், இயற்கை கடந்த இந்த அழகியல் எழுச்சி குறித்து உலக மாந்தரின் கருத்து என்னவோ?

குப்தர்கள் முதல் சண்டேளர்கள் காலம்வரையில் பாலுறவும் கஜுராஹோவும்

நவீன தாராள சிந்தையர்களுக்குக் கஜுராஹோவின் காமக் களியாட்டச் சிற்பங்கள் கொண்டாடத்தக்கதாக இருக்கலாம். இளமை ததும்பும் உடல்களும் அவற்றின் பாவங்களும் அவர்களுக்கு மிகவும் பிடித்தமானதாக இருக்கலாம். கஜுராஹோவின் கலாச்சாரக் கலவை என்பது நம்முடைய காலத்திலிருந்து முற்றிலும் வேறுபட்டது. அதனுடைய தார்மிகக் குணங்களை ஆராய்வதென்றால் அதன் சமூக - அதிகார உறவுகளையும் அது பெண்களுக்குச் சமூகத்தில் அளித்திருந்த இடத்தையும் நாம் தெரிந்துகொள்ள வேண்டும். வரலாற்றில் இருந்து கிடைக்கும் தரவுகள் ஒட்டுப்போட்ட கந்தலாகவும், பல பொருள்களைத் தரும் வகையிலும் இருந்தாலும், அது எப்படிப்பட்டதாக இருந்திருக்கும் என்பதை ஊகிக்கப் பல தகவல்களும் கிடைத்துள்ளன.

கஜுராஹோவின் கலாச்சாரம் என்பது சிற்றின்ப வேட்கைக்குப் பெருமளவு ஆதரவானதாகவே இருந்திருக்கிறது. அதன் மேட்டுக்குடி மக்களும் மேல்தட்டு வர்க்கமும், பெரும்பாலான இந்திய சமூகத்தவர்களைப்போலவே, பாலுறவையும் அதனுடன் தொடர்புள்ள செயல்களையும் காமசூத்திரம் எழுதிய வாத்ஸ்யாயனர் காலத்திலிருந்தே தனிக் கலையாகப் பயின்று வந்துள்ளது. பழங்கால இந்தியாவில் காமம் அல்லது மன்மதக் கலைக்காக தனி புத்தகமே எழுதியவர் வாத்ஸ்யாயனர்.

குப்தர்களின் காலத்துக்கு வெகு முன்னதாகவே 'கஜுரவாஹக' என்ற நூல் எழுதப்பட்டது. ஆனால் காமசூத்திரமோ ஆயிரமாண்டுகளுக்கு மிகவும் வாசிக்கப்பட்டதாகவும், மக்களிடம் ஆதிக்கம் செலுத்துவதாகவும் இருந்தது. நாட்டின் எல்லாப் பகுதிகளிலும் நகரங்களில் வாழ்ந்த மேட்டுக்குடியினர் காமசூத்திரத்தை வாசித்திருந்தனர். குழந்தைகளைப் பெறுவதற்காக மட்டுமல்ல பாலுறவு, ஒவ்வொருவரும் மிகவும் ரசித்து அனுபவிப்பதற்காகவும் அவசியம் என்ற கருத்து காமசூத்திரத்தில் வலியுறுத்தப்படுகிறது.

காமசூத்திரம் என்பது உலகாயத இன்பவாதம். வாழ்க்கையை எப்படி ரசனையோடு வாழவேண்டும், வாழ்க்கைத் துணையை எப்படித் தேர்ந்தெடுக்கவேண்டும், திருமண வாழ்க்கையில்

தங்களுடைய ஆதிக்கம் தொடர என்னென்ன செய்ய வேண்டும், கூடுதல் இன்பத்துக்காக பிறன் மனையையும் எப்படி வசப்படுத்த வேண்டும், மண உறவு இல்லாமலேயே தோழமையை எப்படித் தொடரவேண்டும், உச்சம் தொட வேண்டுமென்றால் எந்தெந்த போதை மருந்துகளை எப்படி உட்கொள்ளவேண்டும், எந்தெந்தக் கோணங்களில், நிலைகளில் உறவுகொள்ளவேண்டும் என்றெல்லாம் விவரிக்கிறது காமசூத்திரம். 'கலவியில் இன்பம் என்பது அனுபவத்தின் பேரில் நாளாக நாளாக வளர்த்துக் கொள்வதே. பாலுறவு என்பது தனி கலாச்சாரம். அந்தக் கலாச் சாரமும் இயற்கையானதே' என்று காமசூத்திரம் விவரிக்கிறது. பாலுறவுக்கான துணையை முதலில் அதற்குத் தயார்படுத்துவது, உறவின்போது கடைப்பிடிக்கவேண்டிய நாகரிகமான நடை முறைகள், தோழமைக்காக விட்டுக்கொடுக்கவேண்டிய முறைகள், கலவிக்குப் பிறகு ஓய்ந்துவிடாமல் உரையாடலைத் தொடரவேண்டியதன் அவசியம் என்று வாத்ஸ்யாயனர் அனைத்தையும் விவரித்துள்ளார்.

காமசூத்திரம் என்ற நூல் ஆணாதிக்கத்துக்காகவே எழுதப்பட்ட தனித்துவமான ஆய்வு நூல். அதன் பல யோசனைகள் நவீன வாசகர்களை ஆத்திரம்கொள்ளச் செய்யும். தூண்டுவது, தனக்குச் சாதகமாக இணங்கச் செய்வது ஆகியவற்றை வழிமுறையாகப் படிக்கும்போது மிகவும் பிற்போக்கான யோசனைகளாக இருக்கின்றனவே என்ற ஆத்திரம் வரும். எப்படிப்பட்ட வாழ்க்கைத் துணையைத் தேட வேண்டும், எந்த வகையில் பெற வேண்டும், சிலவகைப் பெண்களைத் தாங்களே நேரடியாக அணுகவேண்டும், ஆணின் ஆசைக்கு பெண் வெறுமனே கட்டுப்படுவதால் உச்சபட்ச இன்பம் கிடைக்காது, உடன்பட்டு துணைநிற்கும் போக்கும் அவசியம் என்றெல்லாம் வலியுறுத்துகிறார். இந்தப் புத்தகம் ஆண்களுக்கான கையேடு மட்டும் அல்ல, பெண்களுக்கும் இது யோசனைகளைக் கூறுகிறது. திருமணமாகாத கன்னிகள், அழைக்கும்போது வந்து செல்வோர், மனைவியர், மனைவியாக இல்லாமல் துணைவியாக இருப்பவர்கள் என்று அனைவரையுமே மிகவும் உற்சாகமூட்டும் சமூக விளையாட்டின் சகாவாகவே பார்க்கிறது.

காமசூத்திரம் பெண்கள் பால் அனுதாபப்படுகிறது. முழு திருப்தியைத் தராத கணவர்களின் மனைவியர்மீது அந்த அனுதாபம் இருக்கிறது என்று டோனிகர், கக்கர் குறிப்பிடு கின்றனர். 'பெண்களின் உணர்ச்சிகளுக்கும் உணர்வுகளுக்கும் அது

முக்கியத்துவம் தருகிறது. பாலுறவின்போது முழுமையான இன்பத்தைப் பெறவேண்டும் என்றால் பெண்ணும் அதை உணர்ந்து அனுபவிக்கும் நிலை வேண்டும். இருவரும் இணைந்து முற்படும்போதுதான் உச்சபட்ச இன்பம் சாத்தியம் என்று வலியுறுத்துகிறது. கலவியின்போது மகிழ்ச்சியடையும் பெண் அதைப்போல பல மடங்கு இன்பத்தைக் கணவனுக்கு வழங்க முடியும் என்கிறது. இந்தியாவில் காமசூத்திர நூலை வாசிப்போர் அதிகமில்லை. கிட்டத்தட்ட புறக்கணித்துவிட்டனர்.

மிகப் பழைய சமஸ்கிருத நூலாக இருப்பதால் இதைக் கொண்டாடுவதில் அர்த்தமில்லை என்று இன்றைய சமூகம் கருதுகிறது என்கின்றனர் டோனிகர், கக்கர். இதைப் போன்றதொரு நூல் இக்காலத்தில்கூட எழுதப்படவில்லை. இது எழுதப்பட்ட காலத்திலோ அச்சமூட்டும்வகையில் இது மிகவும் நவீனமானதாக இருந்திருக்கிறது. திருமணங்களின் இறுதி லட்சியம் கணவன், மனைவி இடையே அன்பு பெருகவேண்டும் என்பதுதான். எனவே காதல் திருமணங்களே திருமண வகை களிலேயே உயர்வானது என்று தன் காலத்திலேயே எழுதியிருக்கிறார் வாத்ஸ்யாயனர்.

சண்டேளர்களின் ஆட்சி தொடங்குவதற்கு முந்தைய ஐந்நூறு ஆண்டுகளில் பலதார மணமும் பிறன்மனை விழைதலும் மேல்தட்டுச் சமூகங்களிலேயே சகஜமாக இருந்திருக்கிறது. ராஜாக்கள், பிரபுக்கள், பணக்காரர்கள் தங்களுடைய சமூக அந்தஸ்து, நிதி நிலைக்கு ஏற்ப அதிகப் பெண்களைத் திருமணம் செய்துகொண்டனர். அவர்களுடைய மனைவிமார்களும் வாய்ப்பு கிடைத்தபோதெல்லாம் ஆண் சிநேகிதர்களை அரவணைக்கத் தவறவில்லை. மன்னர் அளிக்கும் விருந்துகளில் பரிமாறப்படும் மதுவை அளவுக்கதிகமாக அருந்தும் பிரபுக்களும் மேல்தட்டு மக்களும் பிறகு ஜோடி மாற்றம் செய்துகொள்வார்கள். அன்றைய காலத்தில் விபச்சாரம் சட்டப்படி செல்லத்தக்கத் தொழிலாகும். விபசாரத்துக்கு வரி விதிப்பும் இருந்தது. விபச்சாரிகளுக்கு ஒருவகையிலான சட்டப் பாதுகாப்பும் அளிக்கப்பட்டது. அதேசமயம் வன்புணர்ச்சியில் ஈடுபடுவோருக்குப் பலதரப்பட்ட தண்டனைகள் வழங்கப்பட்டன, சில வேளைகளில் அவர்களுக்குக் கடுமையாக சூடு கூட வைக்கப்பட்டது.

பணமும் செல்வாக்கும் மிக்க மக்கள் வேசிகளுடன் இருக்க விரும்பினார்கள். வேசிகள் படித்தவர்களாகவும், கலாச்சாரம்

அறிந்தவர்களாகவும், மேல்தட்டு வர்க்கத்துடன் எளிதில் கலந்து பழகுகிறவர்களாகவும், இசை - நாட்டியம் உள்பட ஏராளமான கலைகளில் வல்லவர்களாகவும் அச்சமற்றவர்களாகவும் சுதந்திரர்களாகவும் இருந்தனர். நகரின் தனிப்பட்ட இடங்களில் மிகப் பெரிய மாளிகைகளில் வசித்த அவர்கள் தங்களுக்கு வேண்டிய வாடிக்கையாளர்களைத் தாங்களே தேர்ந்தெடுத்துக் கொண்டார்கள். அவர்களுக்கு வீடுகளை மன்னர் ஒதுக்கினார் அல்லது அவர்களே தங்களுடைய வருமானத்திலிருந்து அமர்த்திக் கொண்டனர். அது வயிற்றுப் பாட்டுக்காக விபச்சாரம் செய்யும் சிவப்பு விளக்குப் பெண்களின் குடியிருப்புபோல அல்லாமல், கலைகள் தவழும் கவின்கலைக் கூடமாகத் திகழ்ந்தன.

ஆன்மிகப் பெரியவர்களும் நல்லோர்களும் வசைபாடினாலும் அன்றைய விலைமாதர்களை ஊரே அறிந்திருந்தது. அவர்களைப் பார்க்கவும் பேசவும் மக்களிடையே ஆர்வமும் போட்டியும்கூட இருந்தன. ராஜாக்களும் பிரபுக்களும் அவர்களைத் தங்களுடைய காமக்கிழத்திகளாக வைத்துக்கொண்டனர். வன வேட்டை, சிற்றுலா, கோடை வாசஸ்தலம், நீர் விளையாட்டுக்கான நதி தீரங்கள், சிறு சண்டைகள் போன்றவற்றுக்கும் அவர்களை அழைத்துச் சென்றனர். அழைத்துச் செல்லும் மன்னர் அல்லது பிரபு ஆகியோரின் நண்பர்களையும் உற்சாகப்படுத்தும் கடமையும் காமக்கிழத்திகளுக்கு இருந்தது.

சில மேட்டுக்குடியினர் தங்களுடைய வீட்டுப் பணிப் பெண்களுடனும் ரகசியாக உடலுறவு வைத்துக்கொண்டனர். அடுத்தவர் மனைவிகளுடனும் கூடினர். சண்டேளர்கள் காலத்தில் இந்திய ஆடவர்களிடையே, அடுத்தவர் மனைவியுடன் கள்ள உறவு கொள்வது வாழ்க்கையின் 'உயர்ந்த அனுபவமாக' பார்க்கப்பட்டது. பிறன் மனையை விழையக்கூடாது, சொந்த மனைவியை சோரம் போகாமல் பார்த்துக்கொள்ளவேண்டும் என்ற அறிவுரையுடன் எழுதப்பட்டுள்ள காமசூத்திரத்திலேயே, அடுத்தவர்களுடைய மனைவியைக் கவர்வது எப்படி என்பதும் மொத்தமுள்ள ஏழு பிரிவுகளில் ஒன்றில் விவரிக்கப்பட்டுள்ளது. கண்ணியமுள்ள பெருமகனாக எப்படி இதைச் செய்வது என்பதில் ஆரம்பித்து ஒழுக்கமே இல்லாத போக்கிரியைப்போல எப்படி நடந்துகொள்வது என்பதுவரை விளக்கப்பட்டுள்ளது. மன்னர்களும் நிலப்பிரபுக்களும் தங்களிடம் பணிபுரிவோரின் மனைவியரை அடைவதில் எவருக்கும் கட்டுப்படாதவர்களைப் போலவே நடந்துகொண்டனர். இந்தியாவின் மேற்கு

இந்திய நாகரிகம் | 287

மாகாணத்தைச் சேர்ந்த ஒருவர் தனது அழகிய மனைவியை மன்னருக்கும் அமைச்சர்களுக்கும் அவ்வப்போது 'காதல் பரிசாகவே' அனுப்பிவைப்பாராம்.

அரசர்களை, 'சிருங்கார ரசனைமிக்கக் காதலர்' என்று அடிக்கடி புகழ்ந்துரைப்பது அக்கால மரபாகவே இருந்தது. குஜராத்தின் ஓர் அரண்மனைக்கு அழகிய பெண்கள் தாங்களாகவே தனியாகவோ, குழுவாகவோ சென்று மன்னரின் அந்தப்புர சுந்தரிகளோடு சேர்ந்து மன்னருக்குக் கட்டில் சுகம் அளிப்பார்கள் என்று வாத்ஸ்யாயனர் தனது நூலில் எழுதியிருக்கிறார். மன்னர்கள் மற்றும் பெரும் பணக்காரர்களுடைய இத்தகைய அந்தப் புரங்களில் இந்தியாவின் அனைத்துப் பகுதிப் பெண்கள் மட்டுமின்றி ஆப்பிரிக்கா, அரேபியா போன்ற நாடுகளைச் சேர்ந்தவர்களும் இருப்பார்களாம். நாட்டின் வெவ்வேறு பெண்கள் எப்படிச் சுகம் தருவார்கள் என்று சமஸ்கிருத கவிஞர்களும் காமசாஸ்திர எழுத்தாளர்களும் போட்டி போட்டு வர்ணித்துள்ளனர்.

அந்தப்புரத்திலேயே அரசரால் கவனிக்கப்படாமல் தனித்து விடப்படும் பெண்கள் பாலுறவுக்கு ஈடான இன்பம் தரும் பொம்மைகளைப் பயன்படுத்துவார்களாம். அரண்மனையைக் காவல் காப்போர், பணியாளர்கள், சிற்பிகள், தச்சர்கள் உள்ளிட்டோருடனும் ரசகிய உறவு கொள்வார்களாம். இதற்காக அவர்கள் பெண்களைப்போல வேடமிட்டு அந்தப்புரத்துக்கு இருட்டிய பிறகு செல்வார்களாம். கஜுரவஹாகாவுக்கு தெற்கில் விதர்பா பிரதேசத்தில் மன்னரின் அந்தப்புரத்தில் இருக்கும் பெண்கள் அவர்களுக்குத் தெரிந்த கிராமப்புற அழகிகளைத் தங்களுடன் வந்து இரு வாரங்களோ ஒரு மாதமோ தங்கியிருக்க அனுமதிப்பார்களாம். விதர்பா பிரதேச இளவரசன் அந்தப்புரத்தில் தனது தாயைத் தவிர பிற மாதர்களைச் சுகித்திருக்கிறாராம். இந்தியாவின் கிழக்குப் பிரதேசங்களில் மலர்களைக் கொடுப்பதற்காக அந்தப்புரத்துக்குச் செல்லலாம் என்ற அனுமதியை பிராமணர்கள் பெற்றிருந்தார்களாம். சில வேளைகளில் பிராமணர்களுக்கான அனுமதியை அரசர்களின் மனைவியரே வழங்குவதும் உண்டாம். காமக்கிளர்ச்சியைத் தூண்டுகிற உணவுகளுக்கும் கஷாயங்களுக்கும் அரசவையில் நிறையத் தேவைகள் இருந்தனவாம்.

இப்படிப்பட்ட இச்சமூகத்தில் பாலுணர்வைத் தூண்டும் கலைக்கு ஆதரவு இருந்ததில் ஆச்சரியமென்ன என்று கேட்கிறார்

வாமணர் கோவில் சுவர் சிற்பம்   ஜகதம்பிகா கோவில் சுவர் சிற்பம்

தேவாங்கண தேசாய். இந்தக் காமரசம், சிற்பங்கள் - கவிதைகளோடு நின்றுவிடவில்லை. இருபாலரும் தலை சீவிக் கொள்ளப் பயன்படுத்தும் சீப்புகள், குளியலறைக்கு வாசனைப் பொடிகளை எடுத்துச் செல்லும் தட்டுகள், சுவரோவியங்கள், அறைகலன்கள் ஆகியவற்றிலும் வடிக்கப்பட்டன. முதலாவது ஆயிரமாண்டின் இரண்டாவது பாதியிலிருந்து கவியரங்கங்களில் காமரசம் சொட்டும் கவிதைகளுக்கு அமோக வரவேற்பு ஏற்பட்டது. மேட்டுக்குடியல்லாதவர்கள், தாந்த்ரீக நடை முறைகளில் நாட்டம் கொண்டவர்கள் போன்றோருக்கும் பாலுறவு தொடர்பான சிற்பங்கள்பற்றியோ பிற மாதருடன் கூடுவது குறித்தோ சிறிதும் தயக்கமோ, தவறு என்ற குற்ற உணர்ச்சியோ இப்போதுள்ள மேட்டுக்குடிகளைப்போல இருந்ததில்லை. காமனுக்கு நடத்தப்படும் பண்டிகைகள் போன்ற திருவிழாக்களில் மது அருந்தும் ஆடவர்களும் பெண்களும் கட்டுக்காவல்களை அறுத்தெறிந்துவிட்டு விரும்பியவர்களுடன் கூடி விடிய விடியச் சுகித்திருந்தனர். திருமணமான பெண்கள் அத்தகையத் தருணங்களில் தாங்கள் இதுவரை சந்தித்தே இராத ஆண்களை இதற்காகத் தேர்வு செய்வார்களாம்.

இந்திய நாகரிகம் | 289

நாட்டின் எல்லாப் பகுதிகளிலும் கஜுராஹோ நகரிலும் பெரிய ஆலயங்களில் தேவதாசிமுறை வழக்கமாக இருந்தது. இவர்கள் கடவுளுக்கு ஊழியம் செய்பவர்கள். சண்டேளா அரசியொருவர் விஷ்ணு ஆலயத்துக்கு தேவதாசிகளை அர்ப்பணித்தது குறித்துக் கல்வெட்டுக் குறிப்புகள் கிடைத்துள்ளன. இது எந்த அளவுக்கு அப்போது புழக்கத்தில் இருந்தது என்று தெரியவில்லை. சிறுமிகளாக அல்லது சிறுவயதுப் பெண்களாக இருக்கும்போதே கடவுளர்களுடைய சேவகர்களாக பொட்டுக் கட்டி விடப்படும் இவர்கள் நாட்டியம், இசைபோன்ற கலைகளைக் கற்றுக்கொண்டு ஆலயங்களில் நடைபெறும் விழாக்களின்போது அனைவரையும் மகிழ்விப்பார்கள். அவர்கள் சாதி வேறுபாடுகளைக் கடந்தவர்கள் என்று தாப்பர் குறிப்பிடுகிறார். அவர்கள் பிள்ளை பெற்றுக் கொள்ள மறுக்கலாம், ஒருவருக்கு மட்டுமே வாழ்க்கைப்பட வேண்டும் என்ற நியதியை நிராகரிக்கலாம், சுதந்திரமாக தங்களுக்கென்று வருமானம் பெற்று அதைச் சேர்த்து வைத்துக் கொள்ளலாம். ஒரு பெண் பிறந்தவுடன் தகப்பனுக்கும், திருமணத்துக்குப் பிறகு கணவனுக்கும், வயதான காலத்தில் மகனுக்கும் கட்டுப்பட்டு நடக்கவேண்டும் என்ற மனு சாஸ்திரத்தை நடைமுறையில் மீறியவர்கள் அவர்கள்.

தேவதாசிகளில் பெரும்பாலானவர்கள் ஆலயப் பூசாரிகள், அரசவை அதிகாரிகள், ஆலயப் புரவலர்கள், ராஜ குடும்பத்தைச் சேர்ந்தவர்கள் ஆகியோருக்குக் காமக்கிழத்திகளாகவும் இருந்துள்ளனர். தேவதாசிகள் எவ்வளவு அழகாகவும் கவர்ச்சிகர மாகவும் இருப்பார்கள் என்று நாட்டின் வெவ்வேறு பகுதிகளிலும் கிடைத்த நூல்களும் கல்வெட்டுகளும் தெரிவிக்கின்றன. சமீபத்திய நூற்றாண்டுகளைவிட ஒரு காலத்தில் தேவதாசி போன்றோர் குறித்துச் சமூகத்தில் குற்ற உணர்ச்சியோ, அவமானமோ, அருவருப்போ இருந்ததில்லை என்று கொள்ளலாமோ, அவர்களைச் சுரண்டுவதும் குறைவாகவே இருந்தது என்றும் கருதலாமோ? மேல்சாதிப் பெண்களில் பலரும் விரும்பியே தேவதாசிகளாகியிருக்கிறார்கள். திருமணமான பெண்ணை அரசன் விரும்பினால் - அதை அந்தப் பெண்ணும் ஏற்றுக்கொண்டால் - தாற்காலிகமாக அவள் தேவதாசியாவார். அதன் பிறகு மன்னருக்கு அவரை அணுகும் உரிமை கிடைத்துவிடும், சமூகமும் அதைத் தவறென்று நிராகரிக்காது. சில தேவதாசிகள் தங்களுக்கென்று நீண்ட கால நண்பர்களைத் தேர்வு செய்துகொள்வார்கள், அவர்கள் விபச்சாரத்தில் ஈடுபட

மாட்டார்கள். சிலர் தங்களுடைய துணைவர்களின் செல்வாக்குக் காரணமாக பணக்காரிகளாகவும் சமூக அந்தஸ்து உள்ளவர்களாகவும் வாழ்ந்தனர். மிகப் பெரும்பாலானவர்கள், பாலுறவுக்காகத் தங்களை வேட்டையாட விரும்பும் பணக்காரர்களைத் தவிர்க்கவே வாழ்நாள் முழுவதும் போராடியுமிருக்கின்றனர். ஆலயத்துடன் தொடர்புள்ளவர்களில் பெரும்பாலானவர்களுக்குக் கடவுளைக் கும்பிடுவது என்ற ஆன்மிகம் மட்டுமே லட்சியமாக இருந்திருக்கவில்லை. கஜுராஹோ கோவில் சுவர்களில் சிற்பமாக இருக்கும் சுரசுந்தரிகளில் சிலர் தேவதாசிகளே. அவர்கள் துறவியர் களுடனும் மன்னர் குடும்பத்தவருடனும் பிரபுக்களுடனும் பிற பெண்களுடனும் கூடியிருந்ததையே சிலையாக வடித்துள்ளனர் சிற்பிகள்.

முதலாவது ஆயிரமாண்டின் பிற்பகுதியில் - சண்டேளர்கள் ஆட்சிக்காலம் உள்பட - இந்திய உயர் சமூகமானது, மேல்தட்டு மக்களால் - மேல்தட்டு மக்களே உருவாக்கிக்கொண்டது. அதன் குறிப்பிடத்தக்க அம்சம் எதுவென்றால் பாலுணர்வுக்கு ஆதரவாக அது இருந்ததுதான். அப்போதைய பெண்களுக்குப் பாலுறவுத் தேர்விலும் படிப்பிலும் சுதந்திரம் அளிக்கப்பட்டிருந்தது. மேல்தட்டு ஆடவர்களுக்கு என்ன பிடிக்குமோ அதை அறிந்து, அதில் தேர்வதில் அவர்கள் கவனம் செலுத்தினார்கள். சாதிகளுக்கான விதிகளோடு ஆணாதிக்க சமூகமாகத்தான் அன்றைய மேல்தட்டுச் சமூகம் இருந்தது.

சண்டேளர்களின் மதமும் அதன் தாந்த்ரீக அடிமூலக்கூறும்

‘கஜுராஹோவில் உருவானது இரண்டு மதங்களின் கலவையான முறைமைகள். அவை தாந்த்ரீகம், புராணியம். இவ்விரண்டும் கலந்த கலவை (மிஸ்ரம்) புது மதமானது. அதில் வேத மந்திரங்களும் சாதியப்படிநிலைகளும், தாந்த்ரீக முறைப்படியான வழிபாடும் அங்கங்களாயின’ என்கிறார் தேவாங்கண தேசாய். முதலாவது ஆயிரமாவது ஆண்டின் நடுப்பகுதியில் வட இந்தியாவில் தாந்த்ரீக முறை முக்கியத்துவம் பெற்றது. அதன் வேர்கள் வரலாற்றுக்கும் முந்தைய காலத்தில் வழிபடப்பட்ட, சூல்கொண்ட அன்னை தெய்வ வழிபாட்டில் தொடங்குகின்றன.

திட்டவட்டமான வரையறைகளை அது ஏற்க மறுத்தது. காரணம் அது எப்போதுமே கோர்வையான நடைமுறையாகத் தொடர்ந்ததில்லை. குடும்ப அடையாளங்களுடன் எண்ணங்கள் - நடைமுறைகளின் தொகுப்பாகவே அது தொடர்கிறது. தாந்த்ரீகம் என்பதே மேற்கத்திய அறிஞர்கள் சூட்டிய வார்த்தை. இந்துத்துவம் என்ற வார்த்தையைப்போலத்தான் இது. இது இந்தியாவின் உள்நாட்டு மரபு அல்ல.

இருபதாவது நூற்றாண்டின் பிற்பகுதியில் தாந்த்ரீகம் புதியகால கலாச்சாரமாக மேற்கத்திய நாடுகளில் நுழைந்து, ஓஷோ போன்ற குருஜிக்களால் போஷாக்கு பெற்றது. மேற்கத்திய நாடுகளில் தாந்த்ரீகம் என்றாலே பாலியல் இன்பங்களை அதிகப்படுத்திக் கொள்ளத்தான் என்ற எண்ணம் படிந்துவிட்டது. தாந்த்ரீகமும் இவ்வாறாக சுருங்கிவிட்டது. தாந்த்ரீகம் என்ற மரபு இந்தியாவில் விரிவானது, வெறும் பாலியல் உறவுகளுக்கான வழிமுறை மட்டுமல்ல.

மிகப் பழங்காலத்தில் தாந்த்ரீக முறைகளைக் கடைப் பிடித்தவர்கள், தங்களுடையது வேத மரபுக்கு முற்றிலும் மாறுபட்டது என்பதை உணர்ந்திருந்தார்கள். வேதங்கள், வேதமல்லாதவை ஆகியவற்றில் காணப்படும் நம்பிக்கைகள், சைவம், வைணவம், சாக்தம், பௌத்தம், ஜைனம் ஆகிய எல்லாவற்றிலும் பல அம்சங்களை உள்ளடக்கியது தாந்த்ரீகம். பொது ஆண்டு 500 முதல் 1300 வரை வைணவர்கள், சைவர்கள் என்று தங்களைக் கூறிக்கொண்டவர்கள், பிராமணீய பக்தி முறைகளையும் யோக தத்துவங்கள் அடிப்படையிலான வழிமுறைகளையும், தாந்த்ரீக நடைமுறைகளையும் ஒரே சமயத்தில் கடைப்பிடித்தனர். மக்களால் கையாளப்பட்ட மத நடைமுறைகள் மெய்யியலாளர்கள் வகுத்த எல்லைகள், நுண்ணிய வேறுபாடுகள் ஆகியவற்றைப்பற்றிச் சிறிதும் கவலைப் படவில்லை. தங்களுடைய வாழ்வியல் தேவைகளுக்கும் ஆன்மிகத் தேடல்களுக்கும் பலன்களையும் திருப்தியையும் தரும் அம்சங்களை எல்லாவற்றிலிருந்தும் தங்களுக்குத் தேவைப்பட்ட அளவுக்கு எடுத்துக் கலந்து, எளிமையான முறையில் நடைமுறைக்குக் கொண்டு வந்தனர். உலகாயதமான பலன்கள், சமூகப் பிணைப்பு, ஒரு செயலுக்கான இலக்கு, அதை அடைவதற்கான வழிமுறை, கவலைகளிலிருந்தும் பிரச்னைகளிலிருந்தும் விடுதலை, துயரங்களிலிருந்து மீட்சி, ஆறுதலான உணர்வு, தங்களுடைய தேவைகளை நியாயப்

படுத்தும் அம்சங்கள் ஆகியவற்றோடு புதிய வகை வழிபாடு களையும் நியதிகளையும் ஏற்படுத்திக்கொண்டனர்.

பிராமணீயம், பௌத்தம், ஜைனம் (சமணம்) ஆகியவற்றிலிருந்து தாந்த்ரீகம் எந்தவகையில் வேறுபட்டது? உலகாயதமான ஆசைகள், ஏக்கங்கள், உடலின் தேவைகள் ஆகியவை ஆன்ம வளர்ச்சிக்கும் அறிவொளி பெறலுக்கும் தடை என்பதே மூன்று மதங்களின் மையக் கருத்தாகும். எனவே அவை துறவு வாழ்க்கையையும் ஆசைகளைத் துறத்தலையும் வலியுறுத்தின. நாளந்தாவில், துறவியர்களுக்கென்று விதிக்கப்பட்ட வாழ்க்கை நடைமுறைகளை மீறும் வகையில் எந்தத் துறவியாவது தனக்கென்று ஏதாவது பொருளையோ, கருவியையோ, தின்பண்டத்தையோ ஒதுக்கிக்கொண்டால் அல்லது எண்ணத் தலைப்பட்டால் அவரை மற்றவர்கள் 'குலபதி' (குடும்பஸ்தன்) என்று கேலி செய்வது வழக்கம்.

ஆனால் தாந்த்ரீகமோ, ஆன்ம வளர்ச்சிக்கும், பிரம்மத்துடன் ஆன்மா சேரவேண்டும் என்ற கருத்துக்கும் ஆதரவு தெரிவிக்கும் அதேவேளையில் உலகாயதமாக சில வெற்றிகளும் மனிதர்களுக்கு அவசியம் என்கிறது. ஆன்ம வளர்ச்சியும் அன்பும் ஒன்றுக்கொன்று ஒத்திசைவானது - எதிரெதிரானது அல்ல என்று கருதியது. தங்களுடைய லட்சியங்களை அடைய தாந்த்ரீகர்கள் பயன்படுத்திய வழிமுறைகள் வித்தியாசமானது. 'தாந்த்ரீகத்தைக் கடைப்பிடிப்பவர்கள் தங்களை இந்த உலகெங்கும் பரந்து பாயும் சக்தியுடன் இணைத்துக்கொள்கிறார்கள், அத்துடன் தங்களுடைய உடலையும் பிணைத்துவிடுகிறார்கள், அந்தச் சக்தி என்பது பெண் சக்தி' என்று ராபர்ட் எல். பிரௌன் அதைப்பற்றி எழுதுகிறார். தாந்த்ரீகத்தின் இறுதி ஆயுதம் மனித உடல்; கைகள், நாக்கு, இதயம், பிறப்புறுப்புகள், மனம் ஆகிய உடற்கூறுகளுடன் யோகநிலைப்படி சக்கரங்கள், நாடிகள் ஆகியவையும் தாந்த்ரீகத்தில் அடக்கம். உடலைக்கட்டுப்படுத்தி பிரபஞ்ச சக்தியுடன் இணையும்போதுதான் சாதகரால் தன்னுடைய லட்சியங்களை அடைய முடியும் என்பது தாந்த்ரீக வழிமுறை என்று பிரௌன் சுட்டிக்காட்டுகிறார்.

'தாந்த்ரீகம் என்பது உடலும் மனமும் சேர்ந்து, ஆன்மிகப் பயிற்சியில் முழு உடலாக இணையும் நடைமுறையே' என்று அசாமைச் சேர்ந்த நவீனகால தாந்த்ரீகர் விளக்குகிறார். இந்து தாந்த்ரீகர்கள் உண்மையின் இரு துருவங்களை சிவன் - சக்தி என்று

கற்பனை செய்துகொண்டு, அவற்றை இணைக்க முற்படு கின்றனர். ஒவ்வொரு உடலிலும் ஆண் - பெண் ஆகிய இருபால் அம்சங்களும் இடம்பெற்றுள்ளன. அவ்விரண்டின் பிணைவால் எல்லையில்லாப் பேரானந்தத்தை அடைய முடியும். அதற்கு குண்டலினி யோக முறை தெரிந்திருக்கவேண்டும். அடிக்கடி பாலுறவு கொள்வதன் மூலம், மகிழ்ச்சியை அடைய அல்ல - அதைவிடப் பெரிய பேரின்பத்தை விழிப்புணர்வால் அடைய முடியும் என்பது தாந்த்ரீகத்தின் அடிமூலக்கூறு. தாந்த்ரீக வழிபாடானது, தொன்மக் கதைகளிலும் தெய்வங்களைப் பற்றிய விவரணைகளிலும் அதிக ஈடுபாடு கொள்ளாது. இந்து மதத்தில் கூறுகிறபடி கடவுளிடம் அளவு கடந்த பக்தி கொள்வதும் அதன் தன்மையல்ல. பௌத்தம் போதிக்கிறபடி தீவிரமான தார்மிகங்களை வலியுறுத்துவதும் அல்ல. ஆலயங்களுக்குச் செல்வது, பூசாரிகளின் ஆசிகளை வேண்டுவது ஆகியவற்றையும் வலியுறுத்துவதல்ல.

'இதற்கு மாறாக, தாந்த்ரீகம் என்பது காமத்தை (ஆசையை) வளர்ப்பது என்று கொள்ளலாம். இங்கே காமம் என்பது பாலுறவை நோக்கமாகக் கொண்டதல்ல. ஏக்கம், அன்பு, காதல், விருப்பத்துக்குரிய பொருள், உல்லாசம், அனுபவித்தல், பாலுறவின் மூலமான அன்பு, தொடுவுணர்ச்சிகளால் பெரும் இன்பம் ஆகியவை இதன் அம்சங்கள். உலகாயதமான செல்வாக்கு அல்லது சக்தியைப் பெறுவது, ஆன்மிகரீதியாக விடுதலை பெறுவது ஆகிய இரண்டுக்கும் காமத்தைப் பயன்படுத்துவதே தாந்த்ரீகம். பாலியல் வேட்கையைத் தீர்த்துக்கொள்வது மட்டுமே இறுதி லட்சியம் அல்ல, காமத்தையே கடப்பதற்கான வழிமுறை தாந்த்ரீகம். உல்லாசமே காமத்தின் முக்கிய நோக்கம் அல்ல, உடலிலும் உலகிலும் மறைந்துகிடக்கும் சக்தியை விழிக்கச் செய்து இணைப்பதுவே காமம்' என்கின்றனர் தாந்த்ரீகர்கள்.

காஷ்மீரைச் சேர்ந்த அபிநவகுப்தர் (950 - 1016 பொது ஆண்டு) காஷ்மீரைச் சேர்ந்த சைவ மெய்யியலாளர், பல்துறை வித்தகர். அவரை ஆய்வு செய்த நவ ஆய்வாளர் பால் இ. முல்லர் - ஆர்டேகா. அழகியல் குறித்துப் பல கருத்துகளைத் தெரிவித்துள்ள அபிநவகுப்தர் தந்த்ரலோகா என்ற ஆய்வு நூலை எழுதியிருக்கிறார்.

இந்து தந்த்ர மரபு வழக்கமான மெய்யியல் விவாதங்களை, பிரம்மத்தை அடைய கோட்பாட்டு அடிப்படையில் முன்

வைக்கப்படும் வறட்டுத் தத்துவங்களை நிராகரிக்கிறது. துறவியல் வாழ்வுநெறியை ஏற்று தன்னைப் பிறவற்றுக்கு வெளிப் படுத்தாமல் மூடிக்கொண்டு எல்லாவற்றையும் துறக்கும் அல்லது வெறுக்கும் போக்கை ஏற்கவில்லை. உலகத்தின் துயரங்களில் சிக்காமல் இருக்க, ஆசைகளை விட்டுவிட்டு தனித்திருக்க வேண்டும் என்ற துறவியல் சிந்தனையை அது விரும்பவில்லை. மரபுவழி சிந்தனை, தார்மிக நெறிகள் என்ற இரட்டைத் தன்மையைக் கடந்து கண்ணுக்கு மெய்யாகத் தெரியும் எல்லாவற்றிலிருந்தும் இன்பத்தைத் தழுவி மகிழ்ச்சியாக இருக்கவே விரும்புகிறது. தாந்த்ரீகத்தை ஏற்கும் கதாநாயகன் சாகசங்களில் ஈடுபடத் தயங்குவதில்லை. ஆன்மிகத்தேடலிலும் கூட ஏகரசம் என்று சொல்லப்படும் உணர்வால் ஒன்றிவிடும் நிலையின் வெவ்வேறு ரகங்களையும் பரவசத்துடன் அனுபவித்து சுவைக்க முற்படுகிறான் என்கிறார் பால் முல்லர் ஆர்டேகா.

தாந்த்ரீக சடங்குகள் வேத பிராமணீயத்துக்கு முரணானவை மட்டுமல்ல, மேல் சாதியினரின் பழக்க வழக்கங்களை வேண்டுமென்றே தலைகீழாகச் செய்யும் போக்கு என்கிறார் ரொமீலா தாப்பர். ‘தாந்த்ரீகம்’ எல்லா சாதியினரையும், பெண்களையும் இணைத்துக்கொள்கிறது. பெண் கடவுளர்களுக்கு அதிகபட்ச மரியாதையும் மகத்துவமும் தரப்படுகிறது. தேவி அல்லது பெண் கடவுள் அவருடைய தனித்தன்மைக்காகவே போற்றப்படுகிறார், வணங்கப்படுகிறார்; ஆண் தெய்வத்துக்கு வாழ்க்கைத்துணை என்ற ஒரு காரணத்துக்காக மட்டுமல்ல. இந்தக் கருத்து பிராமணீய ஆணாதிக்க மனோபாவத்துக்கு ஏற்றதாக இல்லை. தாந்த்ரீகத்தில் பெண்கள் தங்களுக்கென்று ஆசிரமத்தை நிறுவிக்கொள்ளவும், பூசாரிகளாகவும் குருவாக விளங்கவும் அனுமதி உண்டு.

கணவன் இறந்தால் மனைவியும் உடன்கட்டையேறவேண்டும் என்ற ‘சதி’ கோட்பாட்டை தாந்த்ரீகம் ஏற்கவில்லை. இறந்த கணவனுடன் மனைவியையும் சிதையில் வைத்து எரிக்கக்கூடாது. ஒவ்வொரு பெண்ணுமே தேவியின் அம்சம். தவறான கற்பிதத்தின்பேரில் கணவனின் சிதையில் ஏறி உயிர்விடும் பெண் நரகத்துக்குத்தான் போவாள் என்று ‘மகாநிர்வாண தந்த்ரம்’ கூறுகிறது. பிராமணர்கள் உருவாக்கிய இந்துமதக் கொள்கைகள் குறித்து எதுவும் தெரியாத, புதிதாக தலையெடுக்கத் தொடங்கிய அடுத்தநிலை சமூகங்கள் தாந்த்ரீகத்துக்கு ஆதரவு தர ஆரம்பித்தன. சண்டேளர்களும் இப்படிப்பட்ட சமூகங்களைச் சேர்ந்தவர்களாக

இருந்திருப்பின் உளவியல் ரீதியாக அவர்களுக்குத் தாந்த்ரீக நடைமுறைகளின் மேலேயே அதிகப் பற்று இருந்திருக்கும் என்கிறார் தாப்பர்.

குரு உதவியோடுதான் தாந்த்ரீக மரபில் சேர முடியும். அதற்கான சடங்கு ஐந்து விஷயங்களைக் கைவிடுவதாக உறுதி கூறுவதில் தொடங்குகிறது. மதுபானம் அருந்துவது, மீன் உண்பது, மாமிசங்களைச் சாப்பிடுவது, சைகைகளைப் பயன்படுத்துவது, உடலுறவு ஆகியவற்றைக் கைவிட்டுவிடவேண்டும். இவற்றைக் கடைப்பிடித்து தூய்மை நிலையடைந்த பிறகு எல்லாமும், எல்லோரும் சமம். இந்தச் சடங்குகளைச் செய்ய 'ரகசிய சந்திப்புகள்' அவசியம். தாந்த்ரீகச் சடங்குகளை மற்றவர்கள் ஏற்க மறுத்ததால் ரகசியமாகச் சந்தித்தனர். நாளாக நாளாக இதில் இடங்கை, வலங்கை என்று இரண்டு பிரிவுகள் ஏற்பட்டன. இடங்கையாளர்கள் இந்த நடைமுறைகளைச் சோதனை செய்து பார்த்தனர். வலங்கையாளர்கள் யோகாசனம், பக்தி ஆகிய வற்றோடு நிறுத்திக்கொண்டுவிட்டனர். தாந்த்ரீகத்தின் நடை முறைகள் பிராமணீயத்துக்கு நேர் எதிராக இருந்ததால் கண்டிக்கப்பட்டாலும் பிராமணீயத்தின் ஆதிக்கத்தை எதிர்ப்பவர் களுக்கு நல்ல கருவியாக மாறியது.

உலகம் மாயை அல்ல உண்மைதான் என்ற நம்பிக்கையிலும் இன்பம் பெறுவதே வாழ்க்கையின் லட்சியம், வாழ்க்கையில் வெற்றி முக்கியம் என்பனவற்றில் சார்வாகர்களோடு தாந்த்ரீகர்கள் இணைந்திருந்தார்கள். ஆனால் உலகாயதமான வாழ்க்கைபற்றிய கருத்துகளில் வேறுபட்டு நின்றார்கள். தாந்த்ரீகர்கள் தெய்வங்களை வழிபட்டார்கள் (அதில் பெண் தெய்வங்கள் அதிகம்), மாயமந்திரச் சடங்குகளைச் செய்தார்கள், யோகாசனம் - தியானம் ஆகியவற்றையும் கையாண்டார்கள். உலகம் இரட்டைத் தன்மையுடையதல்ல என்ற கருத்துள்ள மாந்த்ரீகர்கள் சமூகக் கட்டுப்பாடுகள் என்ற சுவர்களை உடைத்தெறிந்தார்கள். அதை, அடுத்தவர் கையாளும் முறைகளைக் கையாள்வதன் மூலமே செய்தார்கள். அவர்கள் மத நம்பிக்கையுள்ளவர்கள் ஆனால் ஜாதிப் பிரிவினைகளையும் ஆணாதிக்கத்தையும் எதிர்க்கும் குணம் கொண்டிருந்தார்கள். மெய்யியல் கோட்பாட்டில் கருத்து வேறுபாடுகள் இருந்தாலும் மிதவாதத் தாந்த்ரீகர்கள், சார்வாகர்களுடன் இணக்கமாகவே இருந்தார்கள்.

தாந்த்ரீகத்திலும் நம்பிக்கைகள் - நடைமுறைகள் அடிப்படையில் பல பிரிவுகள் உண்டாகின: பாசுபாத, கௌலல, கலாமுக, நாதபந்தி,

சித்தாந்த, சஹாஜிய, காணாபத்ய, காபாலிக என்பவை சில. பல முனைகளில் அவற்றுக்கிடையே வேறுபாடுகள் நிலவின. சில குறைந்த சடங்குகளையும் சில அதிகபட்ச சடங்குகளையும் கையாண்டன. மாயாஜாலத்திலும் ரசவாதத்திலும் இதுபோல சில குறைவாகவும் சில அதிகமாகவும் ஈடுபட்டன. பாலுறவு - யோகாசன நடைமுறைகளிலும் சில குறைவாகவும் சில மேலதிகமாகவும் ஈடுபட்டன. மது அருந்துதல் - மாமிசங்களைச் சாப்பிடுவது ஆகியவற்றிலும் இதே வித்தியாசங்கள் நிலவின. எனவே அவர்களை மிதமானவர்கள், நடுத்தரமானவர்கள், தீவிரமானவர்கள் என்று வகைப்படுத்தலாம்.

பெண் தெய்வ வழிபாடு, தியானப் பயிற்சிகள், தாந்த்ரீக சிந்தனைகள் ஆகியவற்றில் மிதமாக இருந்தவை இந்து, பௌத்தம், ஜைனம் என்று மூன்று மதங்களிலும் பரவலாகக் கலந்தன. தாந்த்ரீகப் பிரிவு சைவ சித்தாந்தம் எனப்பட்டது. அதன் ஆராதனைக் கடவுள் சதாசிவம். சிவனின் ஒரு வடிவமே இது. கஜுராஹோவில் பிரதானமாக உள்ளவர் சதாசிவமே. அதன் ஆலயச் சுவர்களிலும் அதிகம் இடம் பெற்றிருக்கிறார். மிதமான தாந்த்ரீகர்கள் சமூகரீதியாக அனைவரிடமும் நன்கு கலந்து பழகினர், வெகு ஜன மக்களுடன் தொடர்பில் இருந்தனர். சைவ காபாலிகர்கள் தீவிரப் பிரிவைச் சேர்ந்தவர்கள். அந்தப் பிரிவைச் சேர்ந்தவர்கள் மற்றவர்களுடன் சேராமல் தனித்து ஒதுங்கி இருந்தனர். பிராமணர்களை அறவே வெறுத்தனர். இறந்த பிராமணர்களின் மண்டையோட்டை (கபாலம்) பிட்சை வாங்குவதற்கான பாத்திரமாகவோ உண்ணும் கலமாகவோ பயன் படுத்தினர். பிராமணர்கள் அவர்களைப் பதிலுக்கு வெறுத்தனர் என்பதில் வியப்பேதும் இல்லை. காபாலிகர்கள் சுடுகாட்டு நடைமுறைகளை பூஜைகளில் பயன்படுத்தினர். பாலுறவு, இறப்பு ஆகியவற்றுடன் தொடர்புள்ளவற்றை அவர்கள் அசுத்தப் படுத்தினர். சடங்குகளைச் செய்வதில் எல்லை மீறினர். பிராணிகளை (சமயங்களில் மனிதர்களையே) பலி கொடுத்தனர். இறைச்சியை உண்டனர். போதை மருந்துகளை உட்கொண்டனர். பாலுறவின்போது பெருகும் திரவங்களை உறிஞ்சினர் அல்லது உட்கொண்டனர்; இன்னும் பல தீவிரமான செய்கைகளில் ஈடுபட்டனர் (இப்போது அகோரிகள் என்று அழைக்கப்படும் பிரிவினர் காபாலிகர்களிலிருந்து தோன்றியவர்கள்). இப்படி எல்லைமீறிய பழக்கமுள்ள இவர்களை சமூகத்துக்கு எதிரான சூனியக்காரர்கள், மனம்போன போக்கில் செயல்படுகிறவர்கள் என்றே கருதி மக்கள் அஞ்சினர், வெறுத்தனர்.

விஷ்வநாதர் கோவில் சுவர் சிற்பம், கஜுராஹோ

தாந்த்ரீக மரபு பாலுறவுடனும் மாயமந்திர சக்திகளுடனும் தொடர்புள்ளது என்பதால் பெரும் பணக்காரர்களும் அரச குடும்பத்தைச் சேர்ந்தவர்களும் அதன் குருமார்களை நாடினர். மனிதர்களுக்கும் அப்பாற்பட்ட சக்திகளைக்கொண்ட தாந்த்ரீகக் குருமார்களால் தங்களுக்குப் பாலுறவில் முழுத் திருப்தி ஏற்படும், இளமை திரும்பும் என்று நம்பினர். குருமார்களுக்குள்ள ரசவாத ஞானம், பாலுறவுக்குத் தேவைப்படும் ஊக்க மருந்துகளைத் தயாரிப்பதில் உள்ள தேர்ச்சி, பெண்களைத் தங்கள்பால் வசியம் செய்துவைக்கக்கூடிய ஆற்றல் பெற்றவர்கள் என்பதால் அவர்களை நாடினர். தாந்த்ரீகத்தில் பாலுறவு என்பது சிற்றின்பம் மூலம் பேரின்பத்தை அடையும் வழியாகவே பார்க்கப்பட்டது. ஆனால் மேட்டுக்குடிகளும், ராஜ குடும்பத்தைச் சேர்ந்தவர்களும் பெண்களுடன் சுகித்திருந்தாலே போதும், பேரின்பம்பற்றிக் கவலைப்பட வேண்டாம் என்ற நிலையில் இருந்தனர். குருமார்களும் அவர்களுடைய ஆசையைப் பூர்த்தி செய்யும் சேவையிலேயே ஈடுபட்டனர். இதனால் அது அதிகபட்ச சிற்றின்பத்துக்கான நடைமுறை என்றாகிவிட்டது (அமெரிக்காவில் அது இன்றைக்கு விளக்கப்படுவது முற்றிலும் வேறுமாதிரியாக இருக்கிறது).

போலிச் சாமியார்கள் தங்களைத் தாந்த்ரீகக் குருமார்களாகக் காட்டிக்கொண்டு, மிகக் குறுகிய காலத்திலேயே பெரும்

பணக்காரர்களாகவும் செல்வாக்கு மிக்கவர்களாகவும் வலம் வருகின்றனர். வைணவ சித்தாந்தம், சைவ சித்தாந்தம் ஆகிய வற்றைச் சேர்ந்த மிதமான போக்குள்ளவர்கள் மேட்டுக் குடியினரிடமும் ராஜ குடும்பத்தவரிடமும் அதைப் பரப்பி, கஜுராஹோ ஆலயங்களை நிர்மாணித்தனர் என்கிறார் ஆய்வாளர் தேவாங்கண தேசாய். சில தாந்த்ரீகர்கள் மன்னர்களுக்கு ஆலோசகர்களாக விளங்கினர். நாட்டின் பல பகுதிகளில் ஆலய நிர்வாகத்தில் அவர்களிடம் முக்கியப் பொறுப்புகளை மன்னர்களும் ஒப்படைத்தனர். கஜுராஹோ கோவில் சிற்பங்களில் கூட்டு பாலுறவுக் காட்சிகளில் அரச குடும்பத்தவர்களுக்கு அருகில் மழித்த முகங்களுடன் அல்லது தாடிகளுடன் இருப்பவர்களும், நீண்ட முடிகளுடன் காணப்படும் துறவிகளும் சந்தேகத்துக்கு இடமின்றி தாந்த்ரீகர்களே என்கிறார் தேசாய்.

வேறு வார்த்தைகளில் சொல்வதானால், இந்தியாவில் ஆதிக்கம் செலுத்திய மதச் சிந்தனைகளிலிருந்து முற்றிலும் வேறுபட்டது தாந்த்ரீகம். வெகுஜனங்களிடமும் மேல்தட்டு மக்களிடமும் பரவியிருந்த பாலுறவுபற்றிய எண்ணங்களே கஜுராஹோவிலும் நாட்டின் பல பகுதிகளிலும் ஆலயங்களில் பாலுறவுக் காட்சிகள் சிற்பங்களாகவும் ஓவியங்களாகவும் வடிக்கப்படக் காரணங்களாக இருந்தன.

மதத்தில் பொருந்திய காமம்

தாந்த்ரீகம் என்பது பிராமணர்களுக்கு அடுத்த ஜாதீயப் படிநிலையில் இருந்தவர்களால் அதிகம் கடைப்பிடிக்கப்பட்டது. வேதத்தை அடிப்படையாகக் கொள்ளாதது. இனப்பெருக்கத்தை ஊக்குவிக்கும் வழிபாட்டு முறைகளுடன் நெருங்கிய தொடர்புள்ளது. காமப்பரவசமூட்டும் குறிகளையும் சின்னங் களையும் கொண்டது. மாயமந்திரம், ரசவாதம், யோக முத்திரைகள் கலந்த பாலுறவுக் கோலங்களை நடைமுறையாகக் கொண்டது. பெண்களுக்கு அதிக உயர்வு தருவது. இந்தியாவின் பல்வேறு பகுதிகளிலும் பொது சகாப்தத்தின் முதலாவது ஆயிரமாண்டின் மத்திய காலத்திலிருந்து இளவரசர்கள், சமஸ்தான அதிகாரிகள், பெருநிலக்கிழார்கள், தன வணிகர்கள், ஆன்மிகத் தொண்டர்கள், கலைஞர்கள், தாந்த்ரீகத்தையும் புராண நம்பிக்கை களையும் கலந்து பின்பற்றும் புதிய தொண்டர்கள் ஆகியோரால்

பெரிதும் ஆதரிக்கப்பட்டது தாந்த்ரீகம் என்பதை நினைவில் கொள்வோம்.

பாலுறவும் மதமும் எதிரெதிரான துருவங்கள் அல்ல என்ற உலகியலாளர்களின் கருத்தை சற்றே வலியுறுத்திய அல்லது புதிதாக அளித்த ஆன்மிகப் பிரிவு தாந்த்ரீகமே. தாந்த்ரீகத்தில் பிரம்மத்தை அடையும் வழிமுறையாக பாலுறவு சொல்லப் படுகிறது. தெய்வங்களைத் திருப்திப்படுத்த பாலுறவை மாயமந்திரங்களோடு பயன்படுத்துவது மோட்சத்துக்கான சுருக்கமான அல்லது எளிமையான வழியாக உபதேசிக்கப் பட்டது. இந்துக்களின் பிராமணீயக் கோட்பாடுகளும் புத்தரின் உபதேசங்களும் ஆசைகளைத் துறந்து, உடலையும் மனதையும் வருத்தி, உடலுறவை விலக்கினால் மோட்சம் பெறலாம் என்றதற்கு சரியான போட்டியாக வந்தது தாந்த்ரீகம். யோகிகள், ஆசார்யர்கள், துறவிகள் - ஆண், பெண் இருபாலரும் - இறைவனுடன் ஐக்கியமாவதற்கு வழி என்ன என்று நிம்மதி இழந்து தேடியலையும் வேளையில், சிற்றின்பமே பேரின்பத்துக் கான வழி என்று தாந்த்ரீகம் எளிமைப்படுத்திவிட்டது.

கோவில் கட்டும் மேட்டுக்குடி மக்கள் மாயமந்திர - மதத் தன்மைகளுடன் தாந்த்ரீகப் பாலுறவை, பாலுறவுக்கு ஆதரவான தங்களுடைய போக்கால் இணைத்துவிட்டார்கள். தாந்த்ரீகத்தின் ஈர்ப்பும், குறிகளும் புராணங்களின் மீதுள்ள நம்பிக்கைகளும் மக்களுடைய மனங்களில் ஆழப் பதிந்திருக்கின்றன. எனவே இத்தகைய சிற்பங்கள் சுருதி பேதங்களாக அல்லாமல், இயல்பான ஒன்றாகவே பார்க்கப்பட்டன. விளைவு, காமப் பரவசமூட்டும் சிற்பங்கள் கோவில் சுவர்களில் அலங்காரமாக இடம்பெற்று விட்டன.

ஆனால் இந்தச் சிற்பங்கள் எதுவும் தாந்த்ரீக மரபில் கையாளப் படும் பாலுறவுச் சடங்குகளைக் காட்சிப்படுத்திவிடவில்லை. அவையெல்லாம் ரகசியமாக வைத்துக் காப்பாற்றப்பட வேண்டியவை என்பதில் கவனத்துடன் இருந்திருக்கிறார்கள் என்று சுட்டிக்காட்டுகிறார் தேவாங்கண தேசாய். தாந்த்ரீகத்தின் சித்தாந்தத்தால் உந்தப்பட்டு சிலைகள் வடிக்கப்பட்டாலும், அதனுடனான நடைமுறை உறவு ஏதும் இதில் வெளிப்படாமல் பார்த்துக்கொள்ளப்பட்டிருக்கிறது. தாந்த்ரீகத்தின் செல்வாக்கால், பாலுறவுக்கு இடம் கொடுக்கும் போக்கு சமூகத்தில் ஏற்பட்டிருக்கிறது. பாரம்பரிய இந்து மரபுகளிலும் ஆரம்பகால

ஜகதம்பிகா கோவில் சுவர் சிற்பம், கஜுராஹோ

பௌத்த மரபுகளிலும் பாலுறவு என்பது மதச் சடங்குகளுக்கு ஒவ்வாதது என்றே கண்டிக்கப்பட்டிருக்கிறது.

ஓரிடத்தில் ஆலயச் சுவர்களில் பாலுறவுக் காட்சிகள் இடம்பெறத் தொடங்கியவுடன் அது மேலும் பல திசைகளில் அத்தகைய சிற்பங்களை நிறுவத் தூண்டுதலாயிற்று. பாலுறவுக் காட்சிகளால் ஆலயங்களுக்கு வருவோரின் எண்ணிக்கையும் அதிகமானது. தங்களுடைய ஆலயங்களுக்கு அதிகம் பேர் வர வேண்டும், கௌரவம் கூடவேண்டும், நிதி குவியவேண்டும் என்று ஆலயங்களுக்கிடையே போட்டி ஏற்பட்டது. எனவே இத்தகைய சிற்பங்களால் ஆலய நிர்வாகத்துக்கு லாபம்தான். 'மதம் என்பது நல்ல பொழுதுபோக்கும்கூட. மக்கள் மகிழ்ச்சியடைவதற்காக இத்தகைய காட்சிகளைச் சிற்பங்களாக வடிக்கலாம்' என்று ஒடிசா மாநிலத்தில் கண்டெடுக்கப்பட்ட சிற்ப சாஸ்திர நூலில் தெரிவிக்கப்பட்டிருக்கிறது. மதமும் பாலுறவும் கலப்பதால் தீங்கு இல்லை என்று தாந்த்ரீக மரபு நிரூபித்த பிறகு, அதிக மக்களைக் குஷிப்படுத்த அதிகக் கோவில்களில் இத்தகைய சிற்பங்கள் இடம்பெறலாயின. மக்களிடையே இது பிரபலமாகிறது என்றதும்

சிற்பக் கலைஞர்களுக்குள்ளேயே இதை மேலும் எப்படி கவர்ச்சிகரமாக வடிப்பது என்பதில் போட்டி ஏற்பட்டது. எனவே வரம்பு கடந்த பாலுறவு நிலைகளும் வடிவங்களாகிவிட்டன. உடலழகைக் காட்டுவது, கரமைதுனம், தன்பாலினச் சேர்க்கை, கூட்டுப் பாலியல் காட்சிகள், மிருகங்களைப்போல சேர்வது என்பவை இதில் அடங்கும். இந்தச் சிற்பங்கள் என்ன என்று நம்மால் இழக்கப்பட்டுவிட்ட கதைகளும் குறியீடுகளும் விளக்கியிருக்கும். நம்முடைய மூதாதையர்கள் தூய்மையான, உயர்வான, ஆன்மிகக் கருத்துகளை மட்டுமே கலைகளில் பிரதிபலித்திருக்கவேண்டும் என்று ஏன் விரும்புகிறோம்? நம்முடைய செயல்களில் அத்தகைய உயர்வான, தூய்மையான, ஆன்மிகத்தை நாம் தவிர்த்துவிடுகிறோமே ஏன்?

ஆலயச் சுவர்களிலிருந்து பாலுறவுச் சிற்பங்கள் மறைந்தது ஏன்?

முதலாவது ஆயிரமாண்டு முழுக்கப் பாலுறவும் பிரம்மச்சரியமும் முரண்பட்ட, அதேசமயம் இணைந்து விளங்கிய இரு லட்சியங்களாக இந்திய மதங்களில் விளங்கின. சண்டேளர்கள் காலத்தில் தாந்த்ரீகமானது பாலுறவைப் புனிதமாக்கி தூக்கிப் பிடித்தது. பிராமணீய இந்து மத பக்திமார்க்கத்தில் பிரம்மச் சரியம் புனிதமென்று வலியுறுத்தப்பட்டது. ஆதி சங்கரரின் காலத்துக்குப் பிறகு (8ம் நூற்றாண்டு) பாலுறவில் புனிதத் தன்மை, ஆணாதிக்க நடைமுறைகள் ஆகியவற்றின்பால் இந்து மதம் அதிகமாகச் சாய்ந்தது. இதற்குக் காரணம் இந்துத்துவத்தில் ஏற்பட்ட அக மாறுதல்களும், போராட்டங்களும்தான்.

கஜுராஹோ ஆலயம் இத்தகைய மாறுதல்களின் மையமாக இருந்தது என்பதை சண்டேளா காலத்து அரசவை நாடகம் 'பிரபோதசந்திரோதயா' மூலம் அறியலாம். கிருஷ்ண மிஸ்ரா என்பவர் ஆறு காட்சிகளாக எழுதிய மெய்யியல் உருவக நாடகம் இது. பொது ஆண்டு 1065-ல் அரங்கேற்றப்பட்ட இந்நாடகம் வாரணாசி (காசி) நகரில் நடப்பதாக எழுதப்பட்டது. அத்வைத சித்தாந்தத்தையும் விஷ்ணு பக்தியையும் ஆதரித்து எழுதப்பட்ட இந்நாடகத்தில் விவேகன் என்ற நல்ல மன்னனுக்கும் மகா மோகன் என்ற தீய அரசனுக்கும் ஏற்பட்ட போட்டி விளக்கப்படுகிறது. வேத மரபுப் படியான புராதன சக்திகள் ஒன்று

சேர்ந்து, வேத மரபுக்கு எதிரான - இன்பமே லட்சியம் என்ற தீய சக்திகளை வெல்வதாக நாடகம் முடிகிறது. தீய சக்திகள் முதலில் ஆதிக்கம் பெறுவதுபோலவும் நாடகத்தில் காட்டப்படுகிறது. காபாலிகரின் தாந்த்ரம், ஜைன - பௌத்த யாசகர்கள், உலகாயத வாழ்வே முக்கியம் என்று பேசும் நாத்திக சார்வாகர்கள், வேத வழிபாட்டை இழிவுபடுத்தும் பிற பிரிவினர் ஆகியோரைச் சாடுகிறது நாடகம். குப்தர்கள் காலத்திலிருந்து சண்டேளர்கள் காலம்வரையில் கலை, இலக்கியத் துறைகளில் இப்படிப்பட்ட மோதல்கள் நடந்துள்ளன என்கிறார் தேவாங்கண தேசாய்.

இதற்கு இணையாக பக்தி இயக்கம் வளர்ந்து, தாந்த்ரீக மதத்தின் அடிமூலத்தை வேரறுத்தது. இறைவன்மீது பக்தி கொள்ள வேண்டும், உலகாயத விருப்பங்களைத் துறந்து சரணடைய வேண்டும் என்று வலியுறுத்தியது. கோயில்களில் நடைபெறும் சடங்குகள்மீது அவநம்பிக்கையை வெளிப்படுத்தியது. ஜாதிகள் கூடாது, சடங்குகள் கூடாது, மகளிருக்கு எதிரான கண்ணோட்டம் கூடாது என்று தாந்த்ரீகம் கூறியதை பக்தி இயக்கமும் ஏற்றுக்கொண்டது. நாமதேவர், ஜனாபாய், ரவிதாசர், கபீர், துக்காராம் ஆகியோரும் இதைப் பின்பற்றினர். அவர்களுமே இன்பமே இறுதி லட்சியம் என்று உபதேசித்த சண்டேளர் காலத்துத் தாந்த்ரீக ஆசார்யர்களின் கருத்துகளை ஏற்கவில்லை. ஆன்ம விடுதலைக்கு வழி யோகாசனம் கலந்த பாலுறவு அல்ல, தூய்மையான பக்திதான் என்று பக்தி இயக்கம் வழிகாட்டியது. பாலுறவு கலாச்சாரத்துக்குத் தாந்த்ரீகம் அளித்திருந்த முக்கியத்துவத்தை தவிடுபொடியாக்க பக்தி இயக்கமே உதவிற்று.

வேறு வழிகளில் கூறுவதானால் இந்திய மதச் சந்தையில் பிராமணீயம் புத்துயிர் பெற்றதுடன் பக்தி இயக்கத்தையும் வளர்த்தது. இவ்விரண்டுமே பாலுறவுக்கு முக்கியத்துவம் தராத, தூய்மைவாத இரட்டையர்கள் என்பது குறிப்பிடத்தக்கது. இஸ்லாம் இந்தியாவில் வலுப்படுவதற்கு வெகு முன்னதாகவே இந்த மாற்றங்களும் புராணகால நம்பிக்கைகளுக்கு இந்துமதம் திரும்புவதும் நடைபெற்றன. இஸ்லாமியர்கள் இந்தியாவில் நுழைந்தவுடன் இந்த மாற்றம் வெகு துரிதமாக நடந்தது. பாலுறவுத் தூய்மையை வலியுறுத்தியதில் பிராமணீயமும் பக்தியும் இணைந்து செயல்பட்டதைப்போல இஸ்லாமும் சூபியிசமும் இணைந்து செயல்பட்டன.

இதன் விளைவாக பொது ஆண்டு 1400 வாக்கில் இந்தியாவின் பெரிய கோவில்களில் பாலுறவைத் தூண்டும் சிற்பங்கள் மதில்

சுவர்களில் இடம்பெறுவது அறவே நின்றுவிட்டது. பாலுறவுக்கும் மதத்துக்குமான வெளிப்படையான சங்கிலி உடைக்கப்பட்டுவிட்டது. முஸ்லிம்கள் ஆட்சியில் ஆலயங்களுக்குக் கிடைத்துவந்த நிவந்தங்களும் ஆதரவும் வற்றி விட்டதால் ஆலயங்களின் பங்களிப்பும் செயல்பாடுகளும்கூட மாறிவிட்டன. சாதாரண மக்கள் தரும் காணிக்கைகள் மூலம்தான் ஆலயங்களை நிர்வகிக்க முடியும் என்ற நிலையால் அவை வெறும் வழிபாட்டுத் தலங்களாக மாறின. அதுமட்டுமல்ல, வேறு கலாச்சார மாற்றங்களும் நிகழ்ந்தன.

மிகச் சில இந்துக்கள்தான் காமசூத்திரத்தை படித்தனர். பாலுறவை மனைவியைத்தவிர மற்ற பெண்களிடம் வைத்துக்கொள்வதும் மிகச் சிலர்தான் என்றாயிற்று. காமரசம் சொட்டும் கவிதைகளை எழுதுவோரும், தங்களுடைய ஜாதிக்கு அப்பால் வேறு ஜாதிகளில் திருமணம் செய்வோரும் அருகிவிட்டனர். பாலுறவு என்பது புத்திர சந்தானத்துக்காக மட்டுமே என்று முதலாவது நூற்றாண்டில் மனுஸ்மிருதி சொன்னது அப்படியே பின்பற்றப் பட்டது. பெண்களின் பாலுறவு வேட்கைக்குக் கட்டுப்பாடுகள் அதிகமாயின. ஜாதி மறுப்புத் திருமணங்கள் கூடாது என்று பெண்கள் தடுக்கப்பட்டனர். இந்த நூற்றாண்டில் இருந்து கொண்டு சண்டேளர்கள் காலத்துப் பெண்களின் சுதந்திரத்தைப் பார்க்கும்போது, மிகப் பெரிய அளவில் சுதந்திரம் தரப்பட வில்லை என்றாலும் - அதற்கு முன்பிருந்ததைவிட அது மோசமாகத் தொடங்கிற்று.

துளசிதாஸ், சூர்தாஸ், மீராபாய், ஏக்நாத், சைதன்ய மகாபிரபு ஆகியோரின் பக்தி மார்க்க கூட்டங்களுக்கு மக்கள் பெருந்திரளமாக வரத் தொடங்கினர். தாந்த்ரம் சுருங்கி விடை பெறத்தொடங்கியது. தாந்த்ரீகம் மறைந்தவுடன் இந்து மதமும் கலாச்சார ரீதியாக வெகுவாக மாறியது. ஸ்வாமி விவேகானந்தர் போன்றோர் தோன்றி மக்களை நல்வழிப்படுத்தினர். இந்துப் பெண்களின் உதாரண மனுஷியாக சீதையை அறிவித்தார் விவேகானந்தர். மகாத்மா காந்தியின் கருத்துகளும் முக்கியத்துவம் பெறலாயிற்று.

எனவேதான் கஜுராஹோ சிற்பங்கள் உருவாகக் காரணமாக இருந்த கலாச்சாரத்துடன் இன்றைய இந்துக்களால் ஒன்றிப்போக முடியவில்லை. இதனால்தான் இந்து வலதுசாரி குழுக்கள், தன்னுடைய காதலனுடன் செல்லும் இளம் பெண்களை மறித்துத் தாக்குகின்றன அல்லது மதுக் கடைக்குச் செல்லும் காதலரை

வசைபாடித் திருப்புகின்றன. இந்துக் கடவுளரை நிர்வாணம்போல வரைந்ததற்காக ஓவியர் எம்.எஃப். ஹுசைன் வேட்டையாடப் பட்டார். ஆடையில்லாத பெண்ணின் பிட்டத்தின்மீது கிருஷ்ணர் அமர்ந்திருப்பதைப்போல ஓவியம் வரைந்த டோனிகர் கடுமையாகக் கண்டிக்கப்பட்டார். இத்தகைய தூய்மைவாதங்கள் சண்டேளா காலத்து மேட்டுக்குடிகளிடம் ஏளனச் சிரிப்பையே வரவழைத்திருக்கும்.

இரண்டுவித எதிர்வினைகள் இன்று ஆதிக்கம் செலுத்துகின்றன: இந்திய சமூகத்தில் பாலுறவில் தூய்மை இருக்க வேண்டும் என்ற தங்களுடைய பிடிவாதத்தில் தவறேதும் இல்லை என்று இந்து மத மரபியலாளர்கள் வலியுறுத்துகின்றனர். இது நல்லது மட்டுமல்ல இதுதான் சனாதன தர்மத்தின் சாரமும் என்கின்றனர். தங்களைச் சுற்றியுள்ளப் பாலியல் வேட்கைக்குக் காரணம் மேலைநாட்டு மோகமும் கலாச்சாரமும் என்று குற்றஞ்சாட்டு கின்றனர். ஒரு காலத்தில் இந்தியா எப்படிப்பட்ட ஆரோக்கியமான பாலுறவுக் கண்ணோட்டத்தைக் கொண்டிருந்தது என்பதைப் பார்க்க மறுக்கின்றனர். இந்துமதம் எப்போதுமே தூய்மையை வலியுறுத்தியது, காம உணர்வுகளுக்கு எதிரானது, துறவு மனப்பான்மையே அதன் மரபு என்று கூறுகின்றனர். ஆனால் இந்து மதத்தைச் சேர்ந்த தாராள சிந்தனாவாதிகள் காமசூத்திரத்தையும் கஜுராஹோ சிற்பங்களையும் வடித்தெடுத்த பண்டைய இந்து மதம் குறித்துப் பெருமையாகப் பேசுகின்றனர். அவர்களுடைய எண்ணிக்கை மிகவும் குறைவுதான். அப்படிப்பட்ட தங்கள் மதத்தில் இத்தகைய தூய்மைவாதம் எங்கிருந்து வந்தது என்று மூளையைக் கசக்கிக்கொள்கின்றனர். இஸ்லாத்தின் வருகையையும் ஐரோப்பிய புராட்டஸ்டண்ட் மதத்தையும் இதற்குக் காரணங்களாக்கி குற்றஞ்சாட்டுகின்றனர்.

'முஸ்லிம்களையும் பிரிட்டிஷாரையும் குற்றஞ்சாட்டுவது உள்நாட்டிலேயே இந்துக்களிடையே எழுந்த எதிர்ப்பை அலட்சியம் செய்வதாகும். ஒருகாலத்தில் பாலுறவு விஷயத்தில் மக்களுடைய உணர்வுகளுக்கு முக்கியத்துவம் கொடுத்தவர்கள் பிறகு அதற்கு எதிராகத் திரும்பினார்கள் என்பதுதான் உண்மை' என்கிறார் டோனிகர். 'முஸ்லிம்கள், பிரிட்டிஷ் ஆட்சி இரண்டுமே காரணம் என்பது ஓரளவுக்கு உண்மையே என்றாலும் அடிப் படையான எதிர்ப்பும் நிராகரிப்பும் இந்து கலாச்சாரத்திலிருந்தே தோன்றியது' என்று ஒப்புக்கொள்கிறார் கக்கர். அவர் மேலும் கூறுகிறார்:

‘காமசூத்திர பாரம்பரியத்துக்கு எதிரான நிலையைத் தோற்றுவித்தது இந்து மதத்தின் துறக்கும் பண்பாடுதான். காமப் பரவசமும் காமம் உள்பட அனைத்தையும் துறப்பதும் இந்துக் கலாச்சாரத்தின் இரட்டைத் தன்மைகள். வரலாற்றின் ஒவ்வொரு கட்டத்தில் இந்த இரண்டில் ஏதாவது ஒன்று தலைதூக்கும்; அதே சமயம் மற்றொன்று முற்றாக மறைந்து விடாது. காமசூத்திரம் எழுதப்பட்ட அதே காலத்திலேயே துறவு வாழ்க்கை குறித்தும் பிரம்மச்சரியம், ஆன்மிக முன்னேற்றம் ஆகியவை குறித்தும் பல புத்தகங்கள் எழுதப்பட்டன. அனைத்தையும் துறப்பதே லட்சியம் என்று போதிக்கத் தொடங்கி பிறகு அதுவே தூய்மைவாதமாக முற்றிவிடும். அதேபோல காமப் பரவசத்துக்கு ஆதரவாகவும் பிறகு வாதிட்டுச் செயல்படும். இதுவே இந்தியாவின் ஆன்மா. கடந்த இரண்டு நூற்றாண்டுகளாகப் பாலியல் விஷயங்களில் இந்தியா தரிசு நிலமாகக் கிடந்ததற்கு ஒரு காரணம் பிரிட்டிஷாரின் தடை மனப்பான்மை என்றாலும் மேல் சாதியினர் அதை அப்படியே கைக்கொண்டதும் இன்னொரு காரணம். ஆக்கிரமிப்பாளர் என்ன நினைக்கிறாரோ அதையே நாமும் செய்ய வேண்டும் என்ற மனப்பான்மையும் பிராமணர்களின் துறவுச் சிந்தனைகள் தொடர்பான நம்முடைய உரசல்களும் இதற்குக் காரணங்கள்.’

டோனிகரும் மற்றவர்களும் சுட்டிக்காட்டியபடி இந்தியர்களின் கடந்த கால வரலாறை ஐரோப்பியர்கள் மறு கட்டமைப்பு செய்ததை அடியொற்றித்தான் இந்துக்கள் தங்களைப்பற்றிய ஞானத்தைப் பெற்றனர். நவீன இந்துக்கள் தங்களுடைய வரலாறு, கலாச்சாரம் பற்றி தங்களை அடிமைப்படுத்தியவர்களின் கண்களின் வழியாக, அவர்களுடைய கருத்துகளை அடியொற்றி, அவர்களுடைய வகைப்படுத்தலின் அடிப்படையில் அவர் களுடைய கணிப்புகளுக்கேற்ப தெரிந்துகொண்டனர்.

அதே காலத்தில் கீழை நாடுகளுக்கு வந்த பிரிட்டானியர்கள் விக்டோரியா மகாராணியார் ஆட்சிக்குரிய விழுமியங்கள், கிறிஸ்தவர்களின் தார்மிகப் பாலுறவுக் கொள்கை, இந்துக்கள் தடுத்த பாலுறவுச் செயல்பாடுகள், உள்நாட்டு பிராமணீயத் தகவலாளர்கள் அளித்த தரவுகள் அடிப்படையில் தங்களுடைய கருத்துகளைத் கட்டமைத்தனர். அதில் அவர்கள் வேதங்களின் எளிமையான கருத்துகளையும் பகவத் கீதையிலிருந்து

வாசகங்களையும் மனுஸ்மிருதியிலிருந்து கட்டளைகளையும் பெயர்த்தெடுத்துப் பதித்தனர். இதனால் தாந்த்ரீகம் உள்பட இந்தியாவின் வெகுமக்கள் பெரும்பாலோரின் ஆன்மிக உணர்வையும் நடைமுறைகளையும் மட்டம்தட்டி மதிப்பில்லா தவைகளாக்கிவிட்டனர். இந்தியக் கதையில் மிகச் சிறிய பகுதிக்கு அவர்கள் முக்கியத்துவம் அளித்தனர்.

கஜுராஹோவிலிருந்து புறப்படுவதற்கு முன் கடைசி நாள் பிற்பகலில், அமெரிக்க சுற்றுலாப் பயணி ஒருவர் கஜுராஹோ கோவிலைப் பார்த்து வியப்பில் கூச்சலிட்டார். 'என்ன நடக்கிறது இங்கே?' என்று கேட்டார். அவர் அமர்த்திக்கொண்ட சுற்றுலாப் பயண வழிகாட்டிக்காக நான் வருத்தப்பட்டேன். அந்த வழிகாட்டியாக நான் இருந்திருந்தால், என்ன சொல்லியிருப்பேன் என்று நினைத்துக்கொண்டேன். 'இந்தியக் கலை, சிற்பக்கலை வரலாற்றிலேயே கஜுராஹோ காலம்தான் அற்புதமான அத்தியாயம்' என்று கூறியிருப்பேன். நம்முடைய கடந்த காலம் குறித்தும் நிகழ்காலம் குறித்தும் சாதாரணமான சமாதானங்களை நாம் ஏற்கவேகூடாது என்பதற்குக் கஜுராஹோ எப்போதும் நினைவுச் சின்னமாகவே இருக்கும்.

அத்தியாயம் 8

மார்க்கோ போலோ கண்ட இந்தியா

தாய்நாட்டுக்குத் திரும்புவதற்காக பொது ஆண்டு 1292-ல் சீனத்திலிருந்து கப்பலில் பயணித்த மார்க்கோபோலோ, சோழமண்டலக் கடற்கரைக்கு, அறுபது தனியறைகளும் முன்னூறுக்கும் மேற்பட்ட கப்பல் பணியாளர்களும் உள்ள மிகப் பெரிய வணிகக் கப்பலில் வந்திறங்கினார். இப்போதைய தஞ்சாவூருக்கு அருகில், பாண்டியர்கள் ஆட்சிக்குள்பட்ட துறைமுக நகரில் நுழைந்தார். அங்கு தான் கண்ட காட்சிகளைப் பதிவு செய்திருக்கிறார்.

அரசரும் அவருடைய அரசவை உறுப்பினர்களான பிரபுக்களும் தங்களுடைய வழக்கப்படி தரையில் உட்கார்ந்திருந்தனர். 'உங்களுடைய பதவிகளுக்கேற்ப கௌரவமான இருக்கைகளில் அமரலாமே' என்று அரசரைப் பார்த்துக் கேட்டார் மார்க்கோ போலோ. 'தரையில் உட்காருவதே கௌரவமானதுதான். இந்த மண்ணிலிருந்துதான் வந்தோம், இறப்புக்குப் பிறகு இந்த மண்ணுக்குத்தான் திரும்பப் போகிறோம்' என்று பதில் அளித்தார் அரசர். 'எனது பயணங்கள்' (தி டிராவல்ஸ்) என்ற தன்னுடைய நூலில் இந்த உரையாடலைப் பதிவு செய்திருக்கிறார். அத்துடன் கடலோர இந்தியா அன்றைக்கு எப்படி இயற்கை வளத்துடனும் நல்ல கலாச்சாரத்துடனும் செழிப்பாக இருந்தது என்பதையும் விவரித்திருக்கிறார்.

கடற்கரையோரப் பகுதிகளில் பருவநிலை மிகவும் வெப்பமாக இருந்தது. ஆண்களும் பெண்களும் குறைந்தபட்ச ஆடைகளையே அணிந்திருந்தனர். ஆடவர்கள் பெரும்பாலும் சிறு துண்டு அல்லது கோவணம் ஆகியவற்றை மட்டுமே இடுப்பில் அணிந்திருந்தனர். மன்னரும் எளிமையான ஆடைதான் அணிந்திருந்தார். ஆனால் மாணிக்கம், பவழம், மரகதம், நீலக்கல் உள்ளிட்ட நவரத்தினக் கற்களை அணிகலன்களாக அணிந்திருந்தார். உலகிலேயே மிகவும் செல்வச் செழிப்பானதும் அற்புதமானதுமான நாடு சோழ மண்டலக் கடற்கரைதான். சோழமண்டலமும் இலங்கையும் சேர்ந்து உலகெங்கும் புகழ் பெற்றுள்ள முத்துக்களையும் பவழங்களையும் அதிக எண்ணிக்கையில் விளைவிக்கிறது என்று குறிப்பிட்டுள்ளார்.

'வர்த்தகர்களும் உற்பத்தியாளர்களும் அதிகம். நாட்டின் சட்டத்தைவிட, தான் உயர்ந்தவன் என்று அரசர் கருதுவதில்லை. சட்டத்துக்குக் கட்டுப்பட்டு அனைவரும் நடக்கின்றனர். விலையுயர்ந்த நவரத்தினக் கற்களுடன் இரவில்கூட அச்சமின்றிப் பயணம் செய்ய முடிகிறது. கொலை, கொள்ளை அல்லது வேறு எந்தக் குற்றம் செய்தாலும் குற்றவாளிகளுக்குச் சட்டப்படி உரிய தண்டனைகள் வழங்கப்படுகின்றன. இங்கே சாகுபடியாகும் ஒரே தானியம் அரிசி. இங்குள்ள மக்கள் உணவைச் சாப்பிடுவதற்கு வலது கையை மட்டுமே பயன்படுத்துகின்றனர். இடது கையை உடல் சுகாதாரத்துக்கு மட்டும் பயன்படுத்துகின்றனர். அசுத்தமான இடங்களைத் தொடும் கைகளால் உணவை அவர்கள் தொடுவ தில்லை. தண்ணீரோ, பானமோ அவரவர் கூஜாக்களிலிருந்துதான் குடிக்கிறார்கள். குடிக்கும்போது உதட்டில் வைத்துச் சப்பிக் குடிப்பதில்லை. வாயிலிருந்து சிறிது உயரத்தில் தூக்கி வைத்து, அண்ணாந்து குடிக்கிறார்கள். வெற்றிலை போடும் வழக்கம் அனைவரிடமும் இருக்கிறது. அத்துடன் கற்பூரம், பாக்கு, எலுமிச்சை மற்றும் ஏலம், கிராம்பு போன்ற நறுமணப் பொருள்களையும் சேர்த்து போட்டுக்கொள்கிறார்கள். அடிக்கடி எச்சில் துப்புகிறார்கள். சிலவேளைகளில், எதிராளி குற்றம் செய்துவிட்டால் அவருடைய முகத்தில் காறி உமிழ்கிறார்கள். இதனால் இனச் சண்டைகளும்கூட மூளுகின்றன' என்று பதிவு செய்திருக்கிறார்.

'உலகிலேயே, நிமித்தங்களுக்கு அதிக முக்கியத்துவம் தருகிறவர்கள் சோழமண்டலக் கடற்கரையில் வசிக்கும் மக்கள்தான். நல்ல சகுனம் எது, கெட்ட சகுனம் எதுவென்று அறிவதில் திறமை மிக்கவர்களாக இருக்கிறார்கள். சோதிடர்கள்

சொல்வதில் அதிக நம்பிக்கை வைத்திருக்கிறார்கள். அனைத்து வகையான மிருகங்கள், பறவைகள் ஆகியவற்றுக்கு எதிராக மந்திரங்களை உச்சாடனம் செய்து மயக்கும் பிராமணர்களும் உதவிக்கு இருக்கிறார்கள். கடலில் மூழ்கி முத்தெடுக்கும் முத்துக் குளியர்களை, சுறா போன்ற கடல் மீன்கள் வந்து தாக்காமலிருக்க மந்திரங்களை உச்சரிக்கும் பிராமணர்கள் உதவுகிறார்கள். இதற்காக அவர்கள் குளியர்கள் எடுக்கும் 20 முத்துகளுக்கு ஒன்று என்ற வீதம் பெற்றுக்கொள்கிறார்கள். மக்கள் அன்றாடம், சில மணி நேரங்கள் நல்ல காரியங்களைச் செய்யாமல் சும்மா இருக்கிறார்கள். இந்த (ராகு காலம், எம கண்டம்) நேரம் கிழமைக்கு கிழமை வேறுபடுகிறது.'

'எருதுகளையும் பசுக்களையும் வழிபடுகின்றனர். மாட்டுக் கறி சாப்பிடுவதில்லை. சமூகத்தில் குறைந்த அந்தஸ்து உள்ள பிரிவினர் மட்டும் பசுக்கள் இயற்கையாக மரணம் அடைந்த பிறகு அவற்றின் இறைச்சியை உண்கின்றனர். அவர்களைப் புனிதமான இடங்களுக்குள் மற்றவர்கள் அனுமதிப்பதில்லை. கணவன் இறந்துவிட்டால் அவனுடைய மனைவி அந்த சிதையில் பாய்ந்து உயிரை விடுகிறாள். இப்படி உயிரிழக்கும் பெண்களை சமூகம், உயர்வாகக் கொண்டாடுகிறது. மக்கள் தங்களுடைய வீடுகளை மாட்டுச் சாணத்தால் மெழுகுகிறார்கள். போரில் அவர்கள் வாளையும் கேடயங்களையும் பயன்படுத்துகின்றனர். விலங்கு களையும், பறவைகளையும் வேட்டையாடிக் கொல்வதில்லை. உணவுக்குத் தேவைப்பட்டால் தங்களுடைய மதத்தைச் சேராதவர் களையோ, தங்களுடைய ஆட்சிக்கு உட்படாதவர்களையோதான் அவ்வாறு கொன்று இறைச்சியைத் தருமாறு கேட்கிறார்கள். முஸ்லிம்களை இதற்காக நாடுகின்றனர். ஆண்கள் பெரும்பாலும் மது அருந்தும் வழக்கமில்லாதவர்களாக இருக்கிறார்கள். மது குடிப்பவர்களையும், வெளிநாடுகளுக்குக் கப்பலில் செல்பவர் களையும் சாட்சியாகவோ, கடனுக்குப் பிணையாளாகவோ சேர்க்கும் வழக்கம் அவர்களிடம் இல்லை. இருவகையினரும் நம்பத்தகாதவர்கள் என்று கருதுகின்றனர். கப்பலேறி கடலில் செல்கிறவன் உள்நாட்டில் வேலைபார்க்கத் துப்பில்லாமல் விரக்தியின் எல்லைக்கே போனவன் என்ற கண்ணோட்டம் அவர்களிடம் இருக்கிறது. அதேவேளையில், எந்தவகையிலான பாலுறவையும் அவர்கள் பாவமாகக் கருதுவதில்லை.'

'அவர்களுடைய கோவில்களில் ஆண் - பெண் தெய்வங்கள் இருக்கின்றன. ஆண் - பெண் தெய்வங்கள் தங்களுக்குள்

கலப்பதுண்டு என்றாலும் பாலுறவு கொள்வதைத் தவிர்த்து விடுகின்றனர். ஆனால் அவை இப்படி இருந்தால் மனித குலத்துக்கு நல்லதல்ல என்பதால், திருமணமாகாத கன்னிப் பெண்கள் ஒவ்வொரு மாதமும் சில நாள்கள் கூடி, பிராணிகளின் இறைச்சிகள் உள்பட அறுசுவை உணவு சமைத்துக் கடவுளர் களுக்குப் படையல் போடுகின்றனர். பாடல்களைப் பாடியும் நடனம் ஆடியும் கடவுளர்களை மகிழ்விக்கப் பார்க்கின்றனர். தாவியும் துள்ளியும், உருண்டும், கால் பெருவிரலை மட்டும் தரையில் ஊன்றி சுழன்றும், கால்களைக் கழுத்துவரைக் கொண்டு சென்றும் நடனமாடுகின்றனர். அவர்கள் படைக்கும் உணவைக் கடவுளர்கள் சாப்பிட்ட பிறகு, படைத்த அவர்களும் உற்சாகமாக உண்டு மகிழ்கின்றனர். மாலையில் நடைபெறும் விழாக்களுக்குப் பிறகு, ஆலயச் சுவர்களிலிருக்கும் கடவுளர்கள் இரவில் இறங்கி வந்து மகிழ்ச்சியுடன் திருப்பள்ளி கண்டனர் என்று பூசாரிகள் அடுத்த நாள் காலையில் கூறியதைக் கேட்டதும், மகிழ்ச்சியும் திருப்தியும் அடைகின்றனர். இறைவனின் திருமுன்பு நடனமாடும் இந்த இளம் பெண்களின் உடல் வைரம் பாய்ந்ததைப்போல இருக்கிறது. யாரும் அவர்களைத் தொட்டு இழுக்கவோ, கிள்ளவோ முடியாது. யாராவது பரிசு கொடுத்தால் தங்களைக் கிள்வதற்கு அனுமதிக்கிறார்கள்' என்கிறார் மார்க்கோ போலோ. இப்படி எல்லோரும் செய்கிறார்களா, அவர் கிள்ளினாரா என்றெல்லாம் சொல்லவில்லை.'

'தோல் கறுப்பாக இருப்பதையே மக்கள் விரும்புகின்றனர். குழந்தை பிறந்தவுடன் வாரத்துக்கு ஒருமுறை நல்லெண்ணெய் தேய்த்துக் குளிப்பாட்டுகின்றனர். இதனால் தோல் மேலும் கறுப்பாகி மின்னுகிறது. இங்கே அதிக கறுப்புள்ள ஆணுக்குத்தான் மதிப்பு அதிகம். மற்றவர்களைவிட அவர் திறமைசாலி என்றும் மக்கள் கருதுகின்றனர். இதனால்தான் அவர்கள் வழிபடும் கடவுளர்கள் அனைவரும் கறுப்பாக இருக்கிறார்கள். பிசாசுகள் எல்லாம் வெண்பனி நிறத்தில் தோலுடனோ ஆடையுடனோ இரவில் வலம் வருகின்றன' என்கிறார் மார்க்கோபோலோ. இந்தத் தகவல் படிக்க சுவையாக இருக்கிறது. நல்லெண்ணெய் தேய்த்துக் குளித்தால் உடலின் சூடு தணிந்து, தோலின் வறட்சி நீங்குமே தவிர நிறம் கறுப்பாகாது. வேறொரு எண்ணெயை நினைத்து, நல்லெண்ணெய் குறித்து இப்படித் தவறான தகவலைப் பதிவு செய்திருக்கிறார். இந்திய - ஆரியர்கள் அதிக எண்ணிக்கையில் தென்னிந்தியாவுக்கு இடம்

பெயர்ந்த பிறகே சிவப்புத் தோல்மீது மக்களுக்கு ஈர்ப்பு வந்திருக்கிறது, அதற்கு முன்னால் கருமை நிறம்தான் மிகவும் விரும்பப்பட்டிருக்கிறது. உயர்ந்த வர்ணம், ஜாதி என்று கூறப்படுவோரில் பெரும்பாலானவர்கள் சிவப்பு அல்லது வெண்மை நிறத்தவர்களே. கால ஓட்டத்தில் கலாச்சாரமும் மாறிவிட்டது. இப்போது அதே சோழமண்டல கடற்கரைப் பகுதியில் 'மேனி சிவப்பழகுக்கு ஃபேர் அண்ட் லவ்லி பயன்படுத்துங்கள்' என்ற விளம்பரம் அதிகமாகிவிட்டது.

'சோழமண்டலக் கடற்கரையில் வசிக்கும் யோகிகள் மிகவும் குறைந்த அளவே உண்கின்றனர், அதிக ஆயுளுடன் வாழ்கின்றனர். சிலர் 200 ஆண்டுகள் வரையில்கூட வாழ்ந்து வருகின்றனர். ஒரு மதப் பிரிவினர் (ஜைனர்கள்) உடலில் சிறிதளவைக்கூட ஆடையால் மறைக்காமல் முழு நிர்வாணர்களாக வாழ்கின்றனர். அவர்கள் கடுமையான விரதங்களை மேற்கொள்கின்றனர். சாப்பிடுவதும் மிக மிகக் குறைவு. தங்களுக்குத் தரப்படும் உணவை, காய்ந்த பெரிய இலைகளில்தான் வாங்கிக் கொள்கிறார்கள். 'உங்கள் அந்தரங்க உறுப்புகளையாவது மூடிக்கொள்ளலாமே, எதற்கு இந்த முழு நிர்வாணம்' என்று கேட்டால், 'இந்த உலகில் பிறக்கும்போது ஆடையின்றித்தானே நிர்வாணமாகப் பிறந்தோம்' என்று பதில் சொல்கின்றனர். ஆடைகளை உடுப்பது என்ற ஆசையைக்கூட துறந்துவிட்டோம் என்கின்றனர். கை விரல்களை ஆடைகளால் மூடுகிறோமா, அதைப்போலத்தான் மற்ற உறுப்புகளும். பாவம் செய்யாததால், வெட்கத்தலம் என்று எதையும் நாங்கள் கருதுவதில்லை என்கின்றனர். இப்படி உள்ள சமயத்தில் சேருவோரில், பாலியல் வேட்கையையும் வென்றவர்களே திகம்பரர்களாகின்றனர். திக்கையே (திசையையே) ஆடையாக அணிந்தவர்கள் என்று பொருள். உருவங்களை வழிபடும் இவர்கள், தங்களுடைய வழிபடும் முறைகளில் கண்டிப்பாகவும், மூட நம்பிக்கைகளில் பிடிவாதக்காரர்களாகவும் இருக்கின்றனர்' என்கிறார் மார்க்கோ போலோ.

'திகம்பரர்கள் இப்படியிருக்க, மன்னரோ வேறு தகுதிகளை எட்டும் முயற்சியில் இருக்கிறார். அவருக்கு மனைவியர், வைப்பாட்டிகள் என்ற எண்ணிக்கை ஐந்நூறைத் தாண்டுகிறது. அழகான பெண்களையோ, கன்னிகைகளையோ பார்த்தால் அவர்களை அடையும் ஆசை அவருக்கு வந்துவிடுகிறது. பக்கத்து நாட்டை ஆளும் தனது சகோதரனின் அழகிய மனைவிமீது இவருக்கு ஒரு

கண்; அந்த மன்னருக்கும் பல மனைவியர். ஒரு நாள் இந்த மன்னர், தான் விரும்பிய பெண்ணைக் கவர்ந்து வந்துவிட்டார். இதையடுத்து இரு மன்னர்களுக்கும் இடையில் போர் மூள்கிறது. ஏற்கெனவே சிலமுறை மூண்டதைப்போலவே. அவர்களைப் பெற்ற அன்னை அப்போது கையில் கத்தியுடன் வந்து அவர்களைத் தடுக்கிறார். 'இருவரும் சண்டை போட்டால் என் முலைகளை அறுத்துக்கொள்வேன் - இதிலிருந்துதான் நீங்கள் இருவருமே பால் குடித்தீர்கள்' என்கிறாள். உணர்ச்சிகரமான அவளுடைய மிரட்டலுக்குப் பலன் கிடைக்கிறது. அழகிய மனைவியை இழந்த சகோதரன் அந்த அவமானத்தை மென்று விழுங்கி, போர் செய்யாமல் திரும்பிப் போய்விடுகிறான். இந்தச் சமாதானம் சில காலம்தான் நீடிக்கும். மனைவியை இழந்தவன் மீண்டும் போருக்கு வருவான், தாயின் மறைவுக்கு முன்னதாகவே இருவரும் போரிட்டு நாசமடைவார்கள்' என்று தன்னுடைய கருத்தையும் பதிவு செய்கிறார் மார்க்கோ போலோ.

சோழமண்டலக் கடற்கரையில் குதிரைகளின் இனப்பெருக்க மில்லை. ஏடன் நகரிலிருந்தும் அதற்கு அப்பாலிருந்தும்தான் இறக்குமதி செய்கிறார்கள். ஒவ்வோராண்டும் 2,000 குதிரைகள் கப்பல்களில் வந்து இறங்குகின்றன. ஓராண்டுக்குள் அவற்றில் 100 குதிரைகளைத் தவிர மற்றவை முறையான பராமரிப்பு, உணவூட்டல், நோய் தீர்த்தல் இல்லாமல் இறந்துவிடுகின்றன. குதிரைகளை அனுப்பும் வெளிநாட்டுத் தரகர்கள், குதிரைகளைப் பராமரிக்க ஆள்களையோ, கால்நடை மருத்துவ நிபுணர்களையோ அனுப்புவதில்லை. குதிரைகள் அதிகம் செத்துப்போனால் நமக்கு நல்ல லாபம்தான் என்று நினைப்பதால், அப்படி யாரும் சோழமண்டலம் போய்விடக் கூடாது என்பதிலும் கவனம் செலுத்துகிறார்கள். இந்தப் பகுதிக்கும் வடக்கில் - இப்போதைய சென்னைக்கு அருகில் - ஏசுவின் அப்போஸ்தலர்களில் ஒருவரான புனித தோமையரின் சமாதி இருக்கிறது. அந்தப் பகுதியைச் சேர்ந்த கிறிஸ்தவர்களும் பிற மதத்தவர்களும் அங்கு சென்று பிரார்த்தனை செய்துகொள்கின்றனர். இதைக் குறித்துள்ள மார்க்கோ போலோ, மகாபலிபுரத்துக்கும் சென்றிருக்கிறார் என்று அனுமானிக்கத் தோன்றுகிறது. அவர் கொண்டு சென்ற வரைபடத்தில் மகாபலிபுரம் அடையாளமிடப்பட்டிருக்கிறது, ஆனால் அதைப் பற்றி அவர் எதையும் எழுதவில்லை.

'இதற்கும் சில நூறு மைல்கள் வடக்கில் மோட்டுப்பள்ளி இருக்கிறது. மிகவும் புத்தி சாதுர்யமுள்ள ஒரு பெண் ஆட்சி

செய்யும் பகுதியில் அடங்கியதுதான் மோட்டுப்பள்ளி. அவள் ஆட்சி செய்த நாற்பதாண்டு காலங்களிலும் நாட்டு மக்கள் அனைவரும் சமத்துவமாக நடத்தப்பட்டனர், நீதி நிர்வாகம் சிறப்பாக இருந்தது. அவளைப்போல எந்த அரசரும் - ஏன் கடவுளும்கூட மக்களால் அப்படிக் கொண்டாடப்பட்டதில்லை' என்கிறார் மார்க்கோ போலோ. இப்போதைய தெலங்கானாவின் வாரங்கல் பகுதியை ஆண்ட காகதீய வம்சத்தின் ருத்ரமா தேவியைத்தான் அப்படிப் பாராட்டுகிறார். இந்தப் பிரதேசத்தில் தான் அதிக வைரங்கள் வெட்டியெடுக்கப்படுகின்றன, மிகவும் தரம் வாய்ந்த பருத்தி விளைகிறது. மக்கள் மிகச் செழிப்பாக வாழ்கின்றனர். அரிசி, இறைச்சி, பால், மீன், பழங்களுக்கு இந்தப் பகுதியில் குறைவே இல்லை என்கிறார்.

கிழக்குக் கடற்கரைப் பகுதிக்குப் பிறகு மேற்கில் உள்ள மலபார் கடற்கரைக்கும் சென்றார் மார்க்கோ போலோ. ஆனால் அங்கே அவர் பார்த்த காட்சிகள் குறைவு. கொய்லானில் (கொல்லம்) சில கிறிஸ்தவர்களும் யூதர்களும் வசிக்கின்றனர். பேரீச்சம் பழத்திலிருந்து மிகவும் சுவை மிகுந்த மதுவைத் தயாரிக்கின்றனர். திராட்சையிலிருந்து தயாரிக்கப்படும் ஒயினைக் காட்டிலும் இதில் சீக்கிரமே போதை உண்டாகிறது. இப்பகுதியில் திறமை வாய்ந்த ஜோதிடர்களும் மருத்துவர்களும் அதிக எண்ணிக்கையில் உள்ளனர். மக்களை நீண்ட ஆயுளுடன் நோயின்றி வாழவைக்க இவர்கள் உதவுகின்றனர் என்கிறார். குமரிமுனை, கண்ணூர் குறித்தும்கூட லேசான குறிப்புகளை எழுதியிருக்கிறார்.

மலபார் கடற்கரையின் தாவரங்கள், பூக்கள், பறவைகள், பிராணிகள், விலங்குகள் குறித்து வியந்து எழுதியிருக்கிறார். 'மலபார் கடற்கரைப் பகுதியில் இருக்கும் எதுவுமே நம் நாட்டில் (வெனிஸ்) இருப்பதைவிட வித்தியாசமாகத்தான் இருக்கின்றன. அழகிலும் உருவத்திலும் பெரிதாகவே உள்ளன. சிங்கங்கள், சிறுத்தைகள், மயில்கள், புறாக்கள் அதிகம். உலகின் வேறு எந்தப் பகுதியிலும் இத்தகைய அழகிய காட்சிகளைக் காண்பது அரிது. இப்பகுதியின் குரங்குகள் தனிச் சிறப்பாக இருக்கின்றன. முதலில் இவற்றைப் பார்க்கும்போது மனிதர்களோ என்றுகூட எண்ணத் தோன்றுகிறது.

'இங்கே மிளகும் அவுரிச் செடிகளும் சாகுபடியாகின்றன. பேரீச்சையிலிருந்து தயாரிக்கப்படும் மருந்து நல்ல பானமாக இருக்கிறது. இதற்கும் வடக்கில் உள்ள குஜராத்தில் தொழில் பட்டறைகளில் பருத்தியாடைகளும் தோலினால் ஆன

பொருள்களும் தயாராகி கப்பல் கப்பலாக மேலை நாடுகளுக்கு ஆண்டு முழுக்க ஏற்றுமதியாகின்றன. விலையுயர்ந்தப் பொருள்கள் கப்பல்களில் கொண்டு செல்லப்படுவதால் கடல் கொள்ளைகளும் அதிகம். ஏடன் நகரில், இந்தியாவிலிருந்து வரும் கப்பல் சரக்குகள் சிறு கப்பல்களுக்கு மாற்றப்பட்டும் ஒட்டகங்கள் மூலமும் நைல் நதி வழியாகவும் பிற ஆறுகள் மூலமும் அலெக்சாண்ட்ரியா உள்ளிட்ட நகரங்களுக்குக் கொண்டு செல்லப்பட்டு விற்கப்படுகின்றன. அழகிய தோலால் செய்யப் பட்ட தரைவிரிப்புகள், இருக்கைகள் - கட்டில்களுக்குப் போடப்படும் குஷன்கள் இந்தியாவிலிருந்து வருகின்றன. தரைவிரிப்புகளில் பறவைகள், மிருகங்கள் படம் பதிக்கப்பட்டு தங்கம், வெள்ளிக் கம்பிகளை அவற்றைச்சுற்றி கட்டங்களாக அமைத்து மிகுந்த கைவேலைப்பாடுகளுடன் தயாரிக்கின்றனர். உலகின் வேறெந்தப்பகுதியிலும் தயாரிக்கப்படாத இவற்றைக் கையில் வைத்துக்கொண்டு பார்த்துக்கொண்டேயிருக்கலாம். சோம்நாத் பிரதேசத்தில் நேர்மையான மக்கள் தொழில், வர்த்தகம் ஆகியவற்றில்தான் ஈடுபட்டுள்ளனர்' என்ற குறிப்புகளோடு மார்க்கோ போலோவின் இந்தியப் பயணக் குறிப்புகள் கிட்டத்தட்ட முடிவுக்கு வந்துவிடுகின்றன.

அடுத்த இரு நூற்றாண்டுகளில் வந்த பயணிகள் மலபார் கடற்கரை குறித்து மேலதிகத் தகவல்களை எழுதியுள்ளனர். அவர்கள் பலதரப்பட்டவர்கள்: மொராக்கோவைச் சேர்ந்த இபின் பதூதா, சீனத்தைச் சேர்ந்த மா ஹுவான், பெர்சியாவைச் (பாரசீகம்) சேர்ந்த அப்துர் ரசாக், இத்தாலியின் நிகோலோடி கோன்டி, ரஷியாவைச் சேர்ந்த அஃபானசி நிகிடின்.

'முஸ்லிம், கிறிஸ்தவர், யூதர் அல்லாத மதத்தைச் சேர்ந்த 12 மன்னர்கள் (மலபார்) இப்பகுதியை ஆட்சி செய்கின்றனர். அவர்களில் சிலர் ஐம்பதாயிரம் போர் வீரர்களை வைத்திருக்கும் அளவுக்குச் சக்தி வாய்ந்தவர்கள். வேறு சிலர் மூவாயிரம் பேரை மட்டுமே வைத்துள்ளனர். இருந்தும் அவர்களுக்குள் கசப்போ, பகையோ இல்லை. மிகக் குறைவான வீரர்களை வைத்திருப்பவரிடமிருந்து ஆட்சியைப் பறிக்க பெரிய மன்னர் நினைப்பதில்லை. கோவாவிலிருந்து கொல்லம் வரையில் சாலை வழியாகச் சென்றால், வழி நெடுக மர நிழல் தொடர்கிறது. ஒவ்வொரு அரை மைலுக்கும் மர பெஞ்சு போட்டிருக்கிறார்கள். முஸ்லிம்களானாலும் வேறு எவரானாலும் அங்கே உட்கார்ந்து இளைப்பாறலாம். ஒவ்வோரிடத்திலும் கிணறும், தண்ணீர் தரவும்

ஒருவர் இருக்கிறார். அவர்களுடைய மதத்தைச் சேர்ந்தவர் என்றால் பாத்திரத்தில் தண்ணீர் தருகிறார். முஸ்லிம்கள் என்றால் கைகளைக் குவித்துப் பிடித்துக்கொண்டால் தண்ணீரை ஊற்றுகிறார். மலபாரில் எந்த முஸ்லிமும் மற்றவர்களுடைய வீடுகளுக்குள் நுழையக்கூடாது, அவர்களுடைய பாத்திரங்களில் இருந்து எதையும் வாங்கிச் சாப்பிட முடியாது. அப்படி பாத்திரங்களைத் தொட்டுவிட்டால் அதை அவர்களுக்கே கொடுத்து விடுகிறார்கள். மண் கலயம் என்றால் போட்டு உடைத்துவிடுகிறார்கள். இந்தச் சாலையில் முஸ்லிம்களின் வீடுகளும் இருக்கின்றன. அங்கே முஸ்லிம் யாத்ரிகர்கள் தங்குகின்றனர். தங்களுக்கு வேண்டியவற்றை சக முஸ்லிம் களிடமே வாங்கிக்கொள்கின்றனர். தங்கள் மதத்தாரின் வீடுகள் வழியில் இல்லாவிட்டால் முஸ்லிம்களால் மலபாரில் பயணம் செய்யவே முடியாது' என்று பதிவு செய்கிறார் பதூதா.

காலிகட்டுக்கு (கோழிக்கோடு) வணிகக் கப்பலில் வருகிறார் பதூதா. உலகில் உள்ள பெரிய துறைமுகங்களில் காலிகட்டும் ஒன்று என்கிறார். சீனா, சுமத்ரா, சிலோன், மாலத்தீவுகள், யேமன், பெர்சியா (பாரசீகம்) ஆகிய நாடுகளிலிருந்து காலிகட்டுக்கு அன்றாடம் கப்பல்கள் வந்தவண்ணம் இருந்தன. உலகின் எல்லா பகுதிகளிலிருந்தும் வியாபாரிகள் அங்கு வந்தனர். பதூதா வந்தபோது ஜாமோரின் என்ற பகுதியை ஆண்ட மன்னர் அவர்களுடைய கப்பலை கேரளத்துக்கே உரிய மேள தாளங்களுடன் சிறப்பாக வரவேற்றார். முரசுகளும் கொம்பு வாத்தியங்களும் குழல் வாத்தியங்களும் அளித்த வரவேற்பு, கப்பலில் வந்தவர்களை மகிழ்ச்சியின் உச்சத்துக்கே கொண்டு சென்றது. அரசரின் விருந்தினராகவே தங்கினார் பதூதா.

காலிகட்டில் ஏராளமான அரபு வியாபாரிகளைப் பார்த்துவிட்டு காலிகட் நகரம் முழுவதுமே முஸ்லிம்களுடையது என்று முடிவு கட்டிவிட்டார் சீனத்தின் மா ஹுவான். காலிகட்டிலேயே மலையாளத்தைத் தாய்மொழியாகக் கொண்ட மாப்பிளா முஸ்லிம்களும் உண்டு. (ஒன்பதாவது நூற்றாண்டு முதலே கேரளத்தில் முஸ்லிம்கள் வசிக்கின்றனர்). காலிகட் துறை முகத்தில் நிறுத்தப்பட்டிருந்த விதவிதமான சீனக் கப்பல்களை விவரிக்கிறார் பதூதா. சில நான்கு அடுக்குகள் கொண்டவை, மிகப் பெரிய அறைகள், கழிப்பறைகள் உள்ளவை. ஆயிரம் பேர்கள்வரை இதில் வசதியாகப் பயணிக்கலாம். மிகப் பெரிய வியாபாரிகள் தங்களுடைய அடிமைப் பெண்களுடனும்,

மனைவியர்களுடனும் கப்பலில் பயணம் செய்வார்கள். அப்போதைய காலகட்டத்தில் கப்பல் போக்குவரத்து பெருமளவு சீனர்களின் கட்டுப்பாட்டில் இருந்தது. அவர்கள்தான் மிகப் பெரிய கப்பல்களை ஓட்டினர். சீனர்களைவிட இந்த உலகில் பணக் காரர்கள் இல்லை என்று பதூதா அப்போதே எழுதிவைத்தார்.

ஒரு நூற்றாண்டுக்குப் பிறகு 1443-ல் காலிகட் வந்தார் அப்துர் ரசாக். ‘இங்கே அரசனிலிருந்து ஆண்டிவரை ஒரே மாதிரியாக இடுப்புத் துணி உடுத்துகின்றனர். மேலே சட்டையோ கூடுதல் ஆடையோ கிடையாது. காலிகட்டைச் சேர்ந்தவர்கள் துணிச்சலான கடலோடிகள். அவர்களுடைய கப்பல்கள் மெக்கா செல்கின்றன, மிளகு அதிகம் கொண்டு செல்லப்படுகிறது. பசுக்களை மிகவும் மதிக்கின்றனர். அவற்றின் சாணியை எரித்துக் கிடைக்கும் சாம்பலை நெற்றியில் பூசிக்கொள்கின்றனர். இங்கு யாராவது பசுவைக் கொன்றால், அது கண்டுபிடிக்கப்பட்டால் அவருக்கு மரண தண்டனையே வழங்கப்படுகிறது. இங்கே பெண்வழிச் சமுதாய வாழ்க்கை (மறுமக்கள் தாயம்) முதன்மையாக இருக்கிறது. ஒரே பெண் பல கணவர்களை மணந்துகொள்ளும் முறையும் இருக்கிறது. அரசன் இறந்தால் அவனுடைய சகோதரி மகன் அடுத்து அரசன் ஆகிறான். இறந்தவனின் மகனோ, சகோதரனோ அல்லது அவர்களுடைய குடும்பத்தைச் சேர்ந்த வேறு ஆணோ அந்தப் பதவிக்கு நியமிக்கப்படுவதில்லை. மன்னர் ஒரு குறிப்பிட்ட பிரிவைச் சேர்ந்தவராக இருக்கிறார். அந்த வீட்டுப் பெண்களுக்குப் பல கணவர்கள். அவர்கள் ஒவ்வொரு வருக்கும் குறிப்பிட்ட வேலையும் பொறுப்பும் தரப்படுகிறது. இரவையும் பகலையும் கணவர்களுக்கு வெவ்வேறு நேரங்களாகப் பிரித்துத் தருகிறார்கள். ஒவ்வொரு கணவரும் அவருக்கு ஒதுக்கப்பட்ட நேரத்தில் மட்டுமே மனைவி இருக்குமிடத்துக்குச் செல்லலாம். மனைவியுடன் ஒரு கணவர் இருந்தால், அந்த அறைக்குள் மற்றவர்களுக்கு அனுமதி இல்லை. இந்தப் பகுதி ஆட்சியாளர்கள் தங்களுடைய ஆட்சி உரிமையை சகோதரி மகன்களுக்கே மாற்றித் தருகிறார்கள், தங்களுடைய மகன்களை அறவே விலக்கிவிடுகின்றனர். கேரள இந்துக்களைப் போலவே மாப்பிளா முஸ்லிம்களும் ஆட்சியுரிமையை சகோதரியின் மகன்களுக்கே விட்டுத்தருகின்றனர்’ என்று பதிவு செய்திருக்கிறார் அப்துர் ரசாக்.

அஃபானசி நிகிடின் 1470-ல் மலபார் கடற்கரைக்கு வருகிறார். அவரும் ஆண்கள் அனைவரும் அரையில் சிறு துணியை மட்டுமே

இந்திய நாகரிகம் | 317

உடுத்தியிருக்கும் எளிமையைப் பதிவு செய்கிறார். பெண்கள் தலையை மூடுவதில்லை, மார்பகத்தை துணியால் மறைப்பதில்லை. ஏழு வயது வரை ஆண் - பெண் சிறார், சிறுமிகளுக்கு ஆடை அணிவிக்காமல் அம்மணமாகவே திரியவிடுகின்றனர், வெட்கத் தலத்தை மறைப்பதில்லை. காலிகட்டில் இரண்டு விதமான முஸ்லிம்கள் வாழ்கின்றனர், இரண்டு பெரிய மசூதிகள் இருக்கின்றன. வெள்ளிக்கிழமைகளில் தொழுகை நடக்கிறது. வெளிநாட்டிலிருந்து வரும் வியாபாரிகள் வரும் வழிகளில் உள்ள விடுதிகளில் தங்குகிறார்கள். விடுதியின் சொந்தக்காரப் பெண்ணே உணவு சமைத்துத் தருகிறார். அவரே படுக்கையும் விரித்து, புதியவருடன் படுக்கையைப் பகிர்ந்துகொள்கிறார். அறிமுகமாகி விட்டால் தயங்காமல் தங்களுடைய விருப்பத்தைத் தெரிவிக்கின்றனர். வெள்ளைநிற வெளிநாட்டவர்களைப் பெண்கள் மிகவும் விரும்புகின்றனர்' என்கிறார் நிகிடின்.

நிகிடின் ரஷ்ய மொழியில் எழுதிய நூலின் சில பகுதிகளை வெய்ல்ஹார்ஸ்கி ஆங்கிலத்தில் மொழி பெயர்க்கவில்லை என்பது பிறகு தெரிந்தது. அதில் மிகவும் சுவாரசியமான சில தகவல்கள் இருக்கின்றன. அதுமட்டுமல்ல, மேலே தெரிவித்த தகவலுக்கு அது கூடுதல் வலு சேர்க்கிறது. 'இந்தியாவில் பெண்களை ஒப்பந்த அடிப்படையில் பெறலாம். அந்தத் தொகை மிகவும் அற்பமானது. இரண்டு சிடலுக்கு (சிடல் என்பது செலாவணி மதிப்பு) உடலுறவு கொள்ளலாம். நாலு சிடல் கொடுத்தால் அழகான பெண் துணைக்குக் கிடைப்பார். அதுவே ஐந்து என்றால் அழகான, கருப்பு நிறமுள்ள, சிறிய - அழகிய முலைகளுடன் பெண் கிடைப்பாள்' என்று எழுதியிருக்கிறார். தான் இஸ்லாத்துக்கு மதம் மாறியதாக நிகிடின் எழுதியதையும் வெய்ல்ஹார்ஸ்கி மொழி பெயர்க்கவில்லை. நிகிடினை இந்தியாவில் முஸ்லிமாகப் பார்த்தார்களா என்பது தெளிவாகக் குறிப்பிடப்படவில்லை. ஆனால் தூய்மையற்ற முஸ்லிம்களைக் கண்டு இந்தியர்கள் வெறுத்தார்கள் என்று எழுதியிருக்கிறார். தாங்கள் சமைக்கும் பாத்திரங்களையோ சாப்பாட்டையோ முஸ்லிம்கள் பார்த்துவிடக்கூடாது என்பதில் கவனமாக இருந்தார்கள். அப்படி நடந்துவிட்டால் அன்றைக்குச் சாப்பிடவே மாட்டார்கள். எனவே சாப்பிடும்போது துணியைப் போட்டு மூடிக்கொண்டு சாப்பிடுவார்களாம்.

மார்க்கோ போலோ எப்படிப்பட்டவர்?

மார்க்கோ போலோ எப்படிப்பட்டவர்? வெனிஸ் என்ற வர்த்தக நகர நாட்டில், பலதரப்பட்ட மக்கள் வசிக்கும் கலாச்சாரத்தில் வளர்ந்தவர். அந்த நகரின் கலாச்சாரத்தை உள்வாங்கிக் கொண்டதுடன் வியாபாரிகளுக்கே உரிய யதார்த்தமான கண்ணோட்டத்துடன் உலகை வலம் வந்தார். அவருடைய தந்தையும் இன்னொரு உறவினரும் நகரிலேயே பெரும் பணக்காரர்கள், பயண முன்னோடிகள். ஆனால் அவர்களைப் பற்றிய குறிப்புகள் ஏதும் இல்லை. உலகைச் சுற்றிவரும் பயணத்தில் முதல்முறை ஈடுபட்டபோது மார்க்கோ போலோவுக்கு வயது 17 மட்டுமே. முப்பதுகளின் பிற் பகுதியிலும், இன்னும் சில ஆண்டுகள் கழித்து 1290 - லும் அவர் உலகப் பயணத்தில் ஈடுபட்டார். கடைசிமுறை பிசா நகரைச் சேர்ந்த ருஸ்டிசெல்லோ என்ற காதல் கதை எழுத்தாளருடன் பயணித்தார். வெனிஸ் நாட்டைச் சேர்ந்தவர்கள் பார்த்திராத நாடுகளுக்கெல்லோம் போலோ சென்றார்.

அவருடைய புத்தகத்தை மொழி பெயர்த்த ரொனால்ட் லேத்தம் கூறுகிறார்: பாரசீகர்கள், துருக்கியர்கள், தார்த்தாரியர்கள், சீனர்கள், திபெத்தியர்கள், இந்தியர்கள் என்று அனைவருமே களங்கப்பட்டு நிற்கின்றனர். அவர்களுடைய உள் மனச் சிந்தனைகள், உணர்வுகள் என்ன என்று எழுதிவிடவில்லை என்றாலும் அவர்களுடைய நடை, உடை, பாவனை, கலாச்சாரம், பழக்க வழக்கங்கள் ஆகியவற்றைப்பற்றி, தான் பார்த்ததை அப்படியே எழுதி விட்டதால் அந்த நிலை ஏற்பட்டிருக்கிறது. தான் சந்தித்த மக்கள் தொட்டில் குழந்தையாக இருந்தது முதல் சுடுகாட்டுக்குச் செல்வதுவரை என்னவெல்லாம் செய்வார்கள் என்று பதிவு செய்திருக்கிறார் மார்க்கோ போலோ.

தான் சென்ற பகுதியின் புவியியல் அமைப்பு, அங்குசெய்யும் தொழில்கள், அங்கே கிடைக்கும் இயற்கை வளங்கள், பறவைகள் - விலங்குகள், பருவநிலை - தாவரங்கள், உணவு - பானங்கள் என்று முக்கியமான அனைத்தையும் எழுதியிருக்கிறார். உள்ளூர் கலைகள், கைவினைகளையும் பார்த்திருக்கிறார். அவற்றின் வணிக மதிப்பு என்ன என்று வெனிஸ் நகரத்தாருக்கு கோடி காட்டியிருக்கிறார். அவருடைய காலத்தில் கலாச்சாரம் என்பது மதம் சார்ந்து வகைப்படுத்தப்பட்டது. எனவே உள்ளூர் மக்களை கிறிஸ்தவர்கள், யூதர்கள், முஸ்லிம்கள், உருவ வழிபாடு

செய்கிறவர்கள் (தார்த்தாரியர்கள், பௌத்தர்கள், இந்துக்கள், ஜைனர்கள் மற்றும் பிறர்) என்று அடையாளப்படுத்துவார். சட்டத்தை மதிக்கிறவர்களையும் கடுமையாக உழைக்கிறவர் களையும் பாராட்டுவார். சோம்பேறிகளையும் சட்டத்துக்குக் கட்டுப்படாதவர்களையும் கடுமையாகச் சாடுவார். தனிப்பட்ட முறையில் அவருக்கேற்பட்ட அனுபவங்கள் எதுவும் புத்தகத்தில் இல்லை. சமூக வாழ்க்கை குறித்து அவர் எழுதியவைதான் மிகவும் மதிப்பு வாய்ந்தவை.

தார்த்தாரியர்கள் போருக்குத் தயாராகும்போது கூடாரங்களை எப்படி அமைப்பார்கள், மான்களிடமிருந்து மத்திய ஆசிய மக்கள் எப்படி கஸ்தூரியைப் பெறுகிறார்கள், கத்தாய் பகுதியில் திருமணத்துக்கு முன்னதாக ஒரு பெண்ணின் கன்னித்தன்மை எப்படி சோதிக்கப்படுகிறது, திபெத்தில் ஏன் பாலுறவில் முன் அனுபவம் உள்ள பெண்களையே தேர்ந்தெடுத்துத் திருமணம் செய்கிறார்கள், செங்கிஸ்கான் எப்படி தபால் சேவையை தனது ஆட்சியில் சிறப்பாக அமல்படுத்தினார் என்பதையெல்லாம் எழுதியிருக்கிறார்.

மார்க்கோ போலோ படித்த அறிஞர் அல்ல. வரலாறு, மெய்யியல், மொழி ஆகியவற்றில் அவருக்கு, குறைந்த ஆர்வமே இருந்தது. அவர் தீவிர கிறிஸ்துவர், அதே சமயம் இரக்க சிந்தனையுடனான பிற மத வெளிப்பாடுகளை மனம் திறந்து பாராட்டுவார். மாய மந்திரம், மந்திர உச்சாடனம் ஆகியவற்றால் ஈர்க்கப்பட்டார். கடல் கொந்தளிப்பையும் சூறாவளிகளையும் ஜோதிடர்கள் நினைத்தால் அடக்கிவிட முடியும் என்பதையெல்லாம் அவர் நம்பினார். பலவற்றை மிகைப்படுத்தி எழுதியிருக்கிறார். (ஹாங்ஷ ு நகரில் 12,000 பாலங்கள் இருந்தன. செங்கிஸ்கான் வேட்டைக்குச் செல்லும்போது 10,000 ராஜாளிப் பறவை களுடன்தான் செல்வார். சீனக் கடலின் 7448 தீவுகளில் உள்ள ஒவ்வொரு மரமும் சுண்டியிழுக்கும், விரும்பத்தக்க வாசனைகளை வெளியிடுகின்றன என்பதெல்லாம் மிகைப்பட எழுதியவை).

மற்றவர்கள் சொல்வதை உண்மையென்று நம்பிவிடும் அப்பாவியும்கூட. ராட்சதப் பறவைகள் யானையையே அலகால் கொத்தி தூக்கிச் சென்றுவிடும், நாய்க்கு இருப்பதைப்போல அடர்த்தியான வால் உடைய மக்களும் வாழ்கின்றனர், ஆசியாவை பிரெஸ்டர் ஜான் என்ற கிறிஸ்தவப் பேரரசன் ஆள்கிறார்

என்றெல்லாமும் எழுதியிருக்கிறார். (இதில் சிலவற்றில் ருஸ்டிசெல்லோவின் கைவண்ணமும் இருக்குமோ?) மனித உறவுகளை எடைபோடுவதில்கூட அப்பாவியாக இருந்திருக்கிறார். மேலோட்டமாகத் தெரியும் தோற்றத்தை வைத்து எழுதிவிடுகிறார். தார்த்தார் தலைக்கட்டுகளுக்குள்ள அத்தனை மனைவிகளும் பூசல்களே இல்லாமல் மகிழ்ச்சியாக ஒரே குடும்பமாக வாழ்கின்றனர் என்று எழுதியிருக்கிறார்.

இலங்கையைப்பற்றி எழுதும்போது புத்தரைப்பற்றி மிகவும் விதந்தோதுகிறார். அவர் மட்டும் கிறிஸ்தவராக இருந்திருந்தால், ஏசு நாதருடன் சிறந்த ஞானியாக விளங்கியிருப்பார் என்று குறிப்பிட்டிருக்கிறார். உருவங்களை வழிபடுவோரைப்பற்றி சகிப்புத்தன்மையுடன், அதிலும் செல்வாக்குள்ளவர்களைப்பற்றி எழுதும்போது, பாராட்டியும் எழுதும் மார்க்கோ போலோ, முஸ்லிம்களுக்கு எதிராக வெறுப்பைக் கக்கியுள்ளார். முஸ்லிம்களைவிட கிறிஸ்தவர்கள் வீரம் மிக்கவர்கள் என்கிறார். சாரக்கென் (முஸ்லிம்) நாய்கள் கிறிஸ்தவர்களுக்குக் கட்டளையிடுவது தகுதியான செயல் அல்ல என்று ஓரிடத்தில் பொரிந்து தள்ளுகிறார். ‘ஜான்ஜிபார் பெண்களைப் பார்த்தாலே பற்றிக்கொண்டு வருகிறது, தார்த்தாரியர்கள் காட்டு மிராண்டிகளைப்போல, படைக்கும் உணவைத் தங்களுடைய கடவுள் சிலைகளின் வாயில் அப்பிவிடுகின்றனர். இந்தியர்கள் அற்பப் பிறவிகள், ஆன்மிக உணர்வு குறைந்தவர்கள்’ என்றெல்லாமும் எழுதியிருக்கிறார். பாராட்டி எழுதியவற்றின் எண்ணிக்கை இதைவிட அதிகம் என்பதால் பொருட்படுத்தத் தேவையில்லை. இந்நூலை எழுதுவதற்கு அவருக்கு முன்னோடியில்லை என்பதால் புத்தகம் மிகவும் சுவாரசியமாக இருக்கிறது.

மார்க்கோ போலோ இந்தியாவில் பல மாதங்கள் தங்கியிருந்தார். பெரும்பாலும் கடற்கரையோரம்பற்றித்தான் எழுதியிருக்கிறார். உள்நாட்டைப்பற்றி அதிகம் எழுதவில்லை, எழுதினால் அது மிகப் பெரியதாக இருக்கும் என்று பூடகமாக முடித்திருக்கிறார். அப்படி அவர் பெரிதாக எழுதியிருந்தாலும் நாம் மகிழ்ச்சியாகப் படித்திருப்போம்.

அத்தியாயம் 9

ஹம்பியில் விஜயநகரப் பேரரசின் கண்டுபிடிப்புகள்

விஜயநகரப் பேரரசை ஆண்ட மாமன்னர் கிருஷ்ணதேவராயர், அவருடைய மதியூகி அமைச்சர் தெனாலிராமன் குறித்து என்னுடைய தலைமுறையைச் சேர்ந்த பிற குழந்தைகளைப் போல, சித்திரப்படக் கதைகள் பலவற்றைப் படித்து மகிழ்ந்திருக்கிறேன் (அவர்கள் அக்பர் - பீர்பால் ஜோடியைப் போன்றவர்கள்). ஒருநாள் இரவு தெனாலிராமன் வீட்டுக்குத் திருடர்கள் வந்துவிடுவார்கள். திருடர்கள் வீட்டில் எதையும் திருடிவிடாமலிருக்க அவர் ஒரு தந்திரம் செய்வார். 'வீட்டு பொக்கிஷங்களையெல்லாம் பெட்டியில் போட்டு கிணற்றில் இறக்கிவிட்டதால் நிம்மதியாகத் தூங்க முடிகிறது' என்று திருடர்கள் காதில் விழும்படியாக, மனைவியிடம் உரக்கச் சொல்வார். இதைக் கேட்கும் திருடர்கள் கொல்லைப்புறம் சென்று கிணற்று நீரை இறைத்துப் பெட்டியை எடுக்க முயற்சி செய்வார்கள். விடிவதற்குள் தெனாலிராமனின் வீட்டுத் தோட்டத்து அத்தனை செடிகளுக்கும் தண்ணீர் பாய்ந்துவிடும். தெனாலிராமன் தங்களை ஏமாற்றி, தோட்டத்துச் செடிகளுக்குத் தண்ணீர் இறைக்க வைத்ததால் ஏமாற்றமும் வெட்கமும் அடையும் திருடர்கள் ஓடிவிடுவார்கள். இப்படி தெனாலிராமன் தனது நகைச்சுவையான பேச்சாலும், புத்திசாலித்தனமான செயல்களாலும் தனக்கு வரும் சோதனைகளையே சாதனைகளாக

மாற்றிவிடுவார். இந்தக் கதைகள் புத்திசாலித்தனத்தை வளர்க்கக் கூடிய கதைகள்தானா என்று இன்றைய தலைமுறையினர் கேட்கக்கூடும், ஆனால் சிறுவனாக இருந்தபோது இக்கதைகளை மிகவும் படித்து ரசித்திருக்கிறேன்.

பல ஆண்டுகளுக்குப் பிறகு 2005ல், வட கர்நாடகத்தில் இருக்கும் ஹம்பி நகருக்குச் சென்றேன். அங்குதான் சாம்ராஜ்யத்தின் தலைநகரமாக விளங்கிய விஜயநகரத்தின் இடிபாடுகள் இன்னமும் இருக்கின்றன. கி.பி. 1336 முதல் 1565 வரையில் அந்த நகரம் மிகப் பெரிதாக வளர்ந்து முக்கியத்துவம் பெற்றது. கிருஷ்ண தேவராயர் ஆட்சிக்காலத்தில் அதனுடைய செல்வ வளம், போர்த்திறம், பல சமூக - சமய மக்களும் வந்து ஒற்றுமையாக வாழமுடிந்த அதன் கலாச்சாரம் அனைவராலும் புகழப்பட்டது. மிகச் சிறந்த ராஜதந்திரியும் ராணுவ நிபுணருமான கிருஷ்ண தேவராயர் கலைகளையும் கலாச்சாரங்களையும் மிகச் சிறப்பாகப் பேணி வளர்த்தார். கிருஷ்ணா நதிக்கு தெற்கில் உள்ள பிரதேசங்களில் பெரும்பாலானவற்றை அவர் நீண்ட காலம் ஆட்சி செய்தார். (கிட்டத்தட்ட இரண்டரை கோடி மக்கள் அவர் ஆட்சியில் இருந்தனர். அப்போது துணைக் கண்டத்தின் மொத்த மக்கள் தொகை 15 கோடி).

ஹம்பிக்கு மீண்டும் 2018-ல் பெங்களூருவிலிருந்து ஹோஸ்பெட் (ஹொசப் பேட்டை - புதுப் பேட்டை) ரயிலில் சென்றேன். ஹோஸ்பெட்டுக்கு, 16-வது நூற்றாண்டில் நாகலாபுரம் என்ற பெயர். டொமிங்கோ பயஸ் இதைப் பதிவு செய்திருக்கிறார். கிருஷ்ணதேவராயர் தன்னுடைய காதல் மனைவிக்காகக் கட்டிய அன்றைய துணை நகரம் இது. அரசவையில் ஆடல் மகளிராக இருந்த அவரை, சிறுவனாக இருந்த காலத்திலிருந்தே கிருஷ்ணதேவராயர் காதலித்தார். விஜயநகரத்தைச் சுற்றி அன்றைக்கு எழுப்பப்பட்டிருந்த அடுத்தடுத்த ஏழு மதில் சுவர்களில் ஏழாவதுக்குள் இருக்கிறது ஹோஸ்பெட். மேற்குப் பகுதியிலிருந்து நகருக்குள் நுழைய பெரிய கதவுகளுடன் வாயில்புறம் இருக்கிறது. வீதியின் இருபுறமும் மரங்கள் வரிசையாக நடப்பட்டுள்ளன. இந்த வீதியில் ஒரு காலத்தில் வீடுகளும் கடைகளும் இருந்தன. இந்த வீதியில் 'எல்லாவற்றையும்' விற்கிறார்கள் என்று அன்றைய ஐரோப்பியப் பயணி தனது பயணக் குறிப்பில் வியந்து எழுதியிருக்கிறார். மத்தியகால நாகலாபுரமும் அதன் சுவர்களும் கதவுடன் கூடிய வாயிலும் இப்போது இல்லை. ஹோஸ்பெட் இப்போது புழுதி

மிகுந்த, இரைச்சலான நகரம். திட்டமிடாத நகர வளர்ச்சியாலும் போக்குவரத்து நெரிசலாலும் திணறிக்கொண்டிருக்கிறது.

ஹோஸ்பெட்டுக்குப் போய்ச்சேர்ந்த முதல் நாள் காலை, நான் தங்கியிருந்த ஹோட்டலிலிருந்து 13 கிலோ மீட்டர் தொலைவில் இருந்த ஹம்பிக்கு நகரப் பேருந்தில் சென்றேன். 40 நிமிடப் பயணம் அது. எல்லா தென்னிந்திய ஊர்களைப்போல இங்கும் வட இந்திய நகரங்களைவிட பெண்கள் அதிக எண்ணிக்கையில் பயணிப்பதைக் கண்டேன். எல்லாப் பெண்களும் அன்று பறித்த பூக்களைத் தொடுத்துத் தலையில் வைத்துக்கொண்டிருந்தனர். விஜயநகர சாம்ராஜ்ய காலத்திலும் இதுதான் வழக்கம். பேருந்து சில கிராமங்களையும் பசுமை பூத்துக் குலுங்கும் தென்னந் தோப்புகளையும் வாழைத் தோப்புகளையும், கரும்பு வயல்களையும் நெல் கழனிகளையும் கடந்து செல்கிறது. விஜயநகர காலத்தில் கட்டப்பட்டு இடிபாடுகளில் சிக்கியுள்ள ஆலயங்களையும் மண்டபங்களையும், ஒரு காலத்தில் இந்த மாநகருக்குக் குடிநீர் வழங்கிய மிகப் பெரிய ஏரியையும் - இப்போதும் உபயோகத்தில் உள்ளது - கடக்கிறோம். ஹம்பிக்கு அருகில் உள்ள சுற்றுலா கிராமமான காமலாபூரை அடைகிறோம். இங்கே இந்தியத் தொல்லியல் துறையின் அருங்காட்சியகம் இருக்கிறது. இந்த இடத்திலும் இடிபாடுகளைப் புகைப்படம் எடுக்கக் கூடாது என்று துறையினர் அர்த்தமற்றத் தடையை அமல்படுத்துகின்றனர்.

சிதிலமான நிலையில்கூட விஜயநகரம் பிரம்மாண்டமாகவே இருக்கிறது. 30 சதுர கிலோ மீட்டர் பரப்பளவு. உற்சாகமற்ற துங்கபத்திரை நதிக்கு தெற்கில் ஆங்காங்கே கற்பாறைகள் சிதறிக் கிடக்கின்றன. பொங்கிப் பாய்ந்த இந்த நதியின் மேல்பகுதியில் ஹோஸ்பெட் அருகில் மிகப் பெரிய அணையைக் கட்டி நீரைத் தேக்கிவிட்டதால் துங்கபத்திரை வேகமோ, அழகோ இன்றி ஓடிக்கொண்டிருக்கிறது. மிக முக்கியமான இரு பகுதிகளில் கல் கட்டடங்கள் வெவ்வேறுவிதமான பழுதுபார்ப்புகளால் தாக்குப் பிடிக்கின்றன. புனிதமான வடக்கு மையம், தெற்கின் நகர்ப்புறம் என்பவையே அவை. நகர்ப்புறத்தில் ராஜகுடும்பம் வசித்த மையமும் அடங்கும். இரு பகுதிகளுக்கும் சுற்றுலாப் பயணிகள் படையெடுத்துச் செல்கின்றனர். அங்கே கனமான மதில்களும், வாயில் கதவுகளும், கண்காணிப்புக் கோபுரங்களும் உள்ளன. அவற்றில் பல, அந்த நாளையக் கடை வீதிகளுக்கும் அரங்க மண்டபத்துக்கும் அருகிலேயே இருக்கின்றன. விருபாட்சநாதர்

விருபாட்சநாதர் கோவில் எதிரே ஹம்பி கடை வீதி

விருபாட்சநாதர் கோவில்

கோவில், விட்டலர் கோவில், கிருஷ்ணர் கோவில், அச்சுதராயர் கோவில் இன்னும் பல. நகர்ப்புற மையத்தில் அரண்மனைகள், மக்கள் கூடும் அரங்கங்கள், வசதியானவர்கள் வாழ்ந்த கல் வீடுகள் உள்ளன. மற்றவர்கள் எளிதில் உடைந்து நொறுங்கும் சாதாரண வீடுகளிலேயே வசித்துள்ளனர். நகர்ப்புற மேட்டுக்குடிகள் குளிக்கும் குளியலறைகள், குளங்கள், தண்ணீர் தொட்டிகள் இங்கு அதிகம். மகாராணியின் குளியல் தொட்டி, மகாநவமி மேடை ஆகியவை முக்கியமானவை. ஆயிரம் ராமர் கோவில், மசூதிகள் என்று சிறிய வழிபாட்டு இடங்களும்கூட உண்டு. நகர்ப்புறப் பகுதியில் ராணுவ வீரர்களின் பாசறையும் குதிரை லாயமும் இருக்கின்றன.

விஜயநகரத்தை நன்குதெரிந்துகொள்ள அதன் பரந்துவிரிந்த பகுதியில் நாள் முழுக்க நடப்பதுதான் சிறந்த வழி என்று முடிவு செய்தேன். சுற்றுலாப் பயணிகள் முக்கியம் தந்து பார்க்கும் இடங்கள் மட்டுமல்லாமல் பிற இடங்களையும் பார்க்க அந்தப் பகுதியின் வரைபடம், குடிநீர் போத்தல் ஆகியவற்றுடன் நடக்கத் தொடங்கினேன். (பாரம்பரியப் பெருமையைப் பேசும் புத்தகங்களை வாங்கவில்லை, அவற்றில் எல்லாவற்றையும் புகழ்ந்துதான் எழுதியிருப்பார்கள், அதன் குறைகளையும் பலவீனங்களையும் எழுதாமலேயே மறைத்திருப்பார்கள்.) இந்த இடத்தை மிகவும் பொறுமையாகவும் ஆழ்ந்தும் பார்க்க வேண்டும். நாள்கணக்கில் இங்கே தங்கினால்தான் கடந்த காலங்களை நினைவில் கொண்டுவரவும் அதிலேயே மூழ்கவும் முடியும். அதற்குப் பிறகு அதன் சிற்பங்களும் நகர அமைப்பும் புதிய பொருள்களையும் கதைகளையும் உங்களுக்கு உணர்த்தும். புகழின் உச்சத்தில் இருந்தபோது இந்த நகரம் எப்படி ஜொலித்தது என்பது புரியும். அதன் பொது இடங்கள், சமூக வாழ்க்கை, எண்ணங்கள், அங்கே நிலவிய ஒழுங்கு, அழகு ஆகியவற்றை ரசிக்க முடியும்.

விஜயநகரத்தின் காவல் அரண்களையும் வட்டவடிவிலான அதன் மதில் சுவர்களையும் பார்க்கும்போதே அங்கே குடியிருந்தவர்கள் எத்தகைய போர் ஆபத்துகளை எதிர்கொண்டு வாழ்ந்திருப்பார்கள் என்பது தெரிகிறது. அந்நகரின் குறுக்கும் நெடுக்குமாக வாய்க்கால்கள் ஓடுகின்றன. குளங்களுடன் கூடிய அந்த இடத்தில் ஏராளமான பூந்தோட்டங்களும் பழத்தோட்டங்களும் இருந்திருக் கின்றன. பேரரசின் புனிதமான நகரமாகவும் வணிக மையமாகவும் விஜயநகரம் இருந்தது என்பதை வரலாறாகப் படிப்பது வேறு,

அதன் கோவில்களின் எண்ணிக்கையையும், கடை வீதிகளின் பிரம்மாண்டத்தையும் நேரில் பார்த்து வியப்பது வேறு. நீண்ட வீதிகளின் ஒரு பக்கத்தில் இரண்டு அடுக்குக் கல் மண்டபங்கள் மிகவும் அழகாகத் திட்டமிட்டுக் கட்டப்பட்டுள்ளன.

விஜயநகர மக்கள் மிகச்சிறந்த கட்டுமானக் கலைஞர்கள். கட்டடங்களைக் கட்டுவது என்றாலே நிறையப் பேர் தேவை. கட்டடத் தொழிலாளர்கள், அவர்களிடம் வேலைவாங்கும் மேஸ்திரிகள், சிற்பங்களை உருவாக்கும் சிற்பிகள், கல் தூண்களையும் விதானங்களையும் சரியாக அளந்து பொருத்தும் கல் தச்சர்கள், மிகப் பெரிய பாறைகளிலிருந்து சுத்தியலையும் உளியையும் கொண்டு கற்களைத் தேவைக்கேற்ற அளவில் வெட்டியெடுக்கும் தொழிலாளர்கள், கற்களைப் பார வண்டிகளில் ஏற்றும் தொழிலாளர்கள், வண்டிகளை ஓட்டும் அனுபவமிக்க வண்டியோட்டிகள், பாறைகளைக் கைக் கருவிகளால் கச்சிதமாக, வீணடிக்காமல் வெட்டும் வெட்டுநர்கள், பாறைகளை நேரம் பார்த்து அகழ்ந்தெடுக்கும் தொழில்நுட்பம் தெரிந்த மூத்தவர்கள், முதுகை உடைக்கும் வகையில் வலியிருந்தாலும் இடைவிடாது வேலைகளைச் செய்யும் உழைப்பாளிகள் என்று விஜயநகரம் முழுக்க எல்லாப் பக்கங்களிலும் உழைப்பவர்களின் தலைகளையே பார்க்கிறேன்.

சுத்தியல் - உளி, கயிறு - பாறாங்கல்லை உயரத்துக்குக் கொண்டு செல்ல சாய்வு மேடை, முறுக்கேறிக் கிடக்கும் மனித தசைகள், பார வண்டிகளை இழுக்கும் கல்லைப் பெயர்த்து வந்து போட்டும் உதவும் பிராணிகளின் முறுக்கேறிய தசைகள் என்று எல்லாம் ஜோடி ஜோடியாகக் கண் முன் தோன்றுகின்றன. கட்டட வேலையின்போது நேரிட்ட விபத்துகளில் ஏராளமானோர் உயிரிழந்திருக்கவும் கூடும். இவ்வளவு பெரிய கட்டுமானங்களுக்குக் கல்லுக்காக அலைய வேண்டியத் தேவையின்றி அங்கேயே ஏராளமான கல் குன்றுகளும் பாறைகளும் இருக்கின்றன. இந்திய துணைக் கண்டப் பகுதியிலேயே மழை, பனி, வெயில், காற்று ஆகியவற்றால் அதிகம் பாடம் செய்யப்பட்ட கல் இங்குதான் இருக்கிறது என்று புவியியல் வல்லுநர்கள் (ஜியாலஜிஸ்ட்) தெரிவிக்கின்றனர். அந்த நகரம் சிதிலமடைந்த பிறகும் எப்படி ஆயிரக்கணக்கானவர்களைத் தன்பால் ஈர்க்கிறதோ அதேபோல அன்றைக்கும் ஆயிரக் கணக்கானவர் களைத் தன்பால் ஈர்த்தது. அன்றைக்கு தேவலோகம் போலவே காட்சியளித்தது.

ஹம்பி ஆற்றுக்கு அருகில் ஆனேகுண்டி கிராமத்துக்குச் சமீபத்தில், வரலாற்றுக்காலத்துக்கும் முந்தைய பெருங்கற்கால புதைவிடங்கள் உள்ளன. இறந்தவர்களை அடக்கம் செய்யும் வழக்கமே அன்றைக்குப் பரவலாக இருந்தது என்பதை இது உறுதிப்படுத்துகிறது. மூவாயிரம் ஆண்டுகளுக்கு முன்னதாகவே இங்குள்ள குகைகளில் ஓவியங்கள் தீட்டப்பட்டுள்ளன. அவை இப்போது தெளிவாகத் தெரியவில்லை. பொது சகாப்தத்தின் ஏழாவது நூற்றாண்டில், ஆற்று தேவதையான பம்பா என்பவரை மையமாகக்கொண்டு உள்ளூர் கலாச்சாரம் தலையெடுத்தது.

'பம்பா' என்ற பெயர் கன்னடத்தில் 'ஹம்பே' என்று அழைக்கப் பட்டிருக்கலாம். (பாலு - ஹாலு, பசு - ஹசு, பள்ளி - ஹள்ளி). அந்த ஹம்பேவும் நாளடைவில் 'ஹம்பி' என்றாகிவிட்டது. அந்த ஹம்பியின் கணவர் ஒரு கடவுள், பெயர் விருபாட்சன். பனிரெண்டாவது நூற்றாண்டில் இவ்விரு தெய்வங்களுக்குமான பிரம்மாண்ட கோவில், சுற்றியும் குடியிருப்புகளுடன் எழுந்தது. உருவமுள்ள எந்தத் தெய்வத்தையும் தனக்குள்ளே இழுத்துக் கொள்ளும் இந்துமதம், பம்பா சமேத விருபாட்சரையும் சமஸ்கிருதப்படுத்தி இழுத்துக்கொண்டுவிட்டது.

பம்பா என்பவர் பிரம்மாவின் மகள் என்று கருதப்பட்டார். விருபாட்சரைத் திருமணம் செய்துகொள்ள விரும்பி பம்பா கடும் தவத்தில் ஈடுபட்டார். விருபாட்சர் யார், சிவனின் இன்னொரு வடிவம். சிவன் அவருடைய தவத்தை மெச்சி திருமணம் செய்து கொண்டார். பம்பா - விருபாட்சர், பார்வதி - சிவன் ஆகிவிட்டனர். பிராமணீயத்தின் ஆணாதிக்க சமுதாய முறைமையில் விருபாட்சரின் செல்வாக்கு உயர்ந்தது. பம்பை அவருக்கு அடங்கிய வாழ்க்கைத் துணைவியானார். ஆணாதிக்கம் எல்லா காலத்திலும் இப்படித்தான் பெண்மையைத் தனக்குள் கட்டுப்படுத்திக்கொள்கிறது.

ராமாயண காலத்தில் இந்த ஹம்பி பிரதேசம்தான் கிஷ்கிந்தையாக இருந்திருக்கிறது. வாலி என்ற வானர மன்னன் வசித்த இடம் இது. தன்னைக் கொன்றுவிட்டு ராஜ்யத்தைக் கைப்பற்ற தம்பி சுக்ரீவன் சதி செய்கிறான் என்று சந்தேகப்பட்ட வாலி, நம்பிக்கைத் துரோகத்துக்காக சுக்ரீவனைத் தன்னுடைய நாட்டைவிட்டுத் துரத்திவிடுகிறான். அப்போது சுக்ரீவனுக்குத் துணையாக இருந்தவர் ஹனுமான். இந்தக் காலத்தில்தான் இலங்கை மன்னன் ராவணன், காட்டிலிருந்த சீதையை ராமருக்குத் தெரியாமல்

கடத்திச் சென்றுவிடுகிறான். புஷ்பக விமானத்தில் செல்லுகையில் தன்னுடைய நகைகளையெல்லாம் களைந்த சீதை அவற்றை கீழே தெரிந்த கிஷ்கிந்தையில் வீசிவிடுகிறாள். வானரங்கள் அதை சுக்ரீவனிடம் கொண்டுபோய் கொடுக்க, அதை அவன் பத்திரமாகக் குகையில் வைத்துப் பாதுகாக்கிறான். பிறகு ராம-லட்சுமணர்கள் கிஷ்கிந்தைக்கு வரும்போது சீதையின் நகைகளை சுக்ரீவன் எடுத்துத் தருகிறான். அதற்குப் பிறகு நடந்தது தொன்ம வரலாறு.

இந்த இடம்தான் கிஷ்கிந்தை, இங்குதான் சீதையின் நகைகள் விழுந்தன என்பதையொட்டி, ராமாயணத்தின் பல காட்சிகள் இங்கே நடந்ததாக உள்ளூர்வாசிகள் களத்தை உருவாக்கி உள்ளனர். சீதையின் நகைகள் விழுந்த குளம், சுக்ரீவன் அந்த நகைகளை மறைத்து வைத்த குகை, ராமரும் லட்சுமணரும் தங்கிய குகை, வாலியை வதம் செய்ய ராமர் நின்றுகொண்டு அம்பெய்திய தொங்கு பாறை, கல்லில் பதிந்த ராமரின் மிகப் பெரிய திருப்பாதம் என்று பலவற்றைக் காட்டுகிறார்கள். உள்ளூர் கதாநாயகனான ஹனுமான் விஜயநகரச் சிற்பிகளுக்கு மிகவும் பிடித்தமான தேவதை. எனவே கையை உயர்த்திய நிலையில், தலைக்கும் மேல் தொங்கும் வாலுடன் அவரது உருவத்தை ஏராளமான இடங்களில் செதுக்கி வைத்திருக்கிறார்கள். ஆஞ்சநேயநாத்ரி குன்றின் உச்சியில் ஆனேகுண்டியில் இருக்கும் கோவில்தான் ஹனுமான் பிறந்த இடம் என்று உள்ளூர்வாசிகள் கூறுகின்றனர்.

இடிபாடுகளைத் தொடர்ந்து பார்த்துக்கொண்டே வந்தபோது, உள்ளூர்வாசி ஒருவரைச் சந்தித்து உரையாடினேன். விஜயநகர சாம்ராஜ்யத்தின் மன்னர் வம்சத்தைச் சேர்ந்தவர் ஹோஸ்பெட் நகரில் இப்போதும் வசிக்கிறார் என்கிற அரிய தகவலை அவர் தெரிவித்தார். அவரை இப்போதும் ஆனேகுண்டி ராஜா என்றே மக்கள் அழைக்கின்றனர். பல தடங்கல்களுக்கும் அப்பால் முக்கியமான வீதியில் உள்ள அவருடைய வீட்டைக் கண்டு பிடித்துவிட்டேன். நாற்பதுகளின் தொடக்கத்தில் இருக்கும் அவரிடம் அவருடைய உதவியாளர் என்னைக் கூட்டிச் சென்றார். அறிமுகப் படுத்திக்கொண்டதும் என்னுடைய கையைப்பற்றிக் குலுக்கினார். அவருடைய பெயர் - நீங்கள் ஊகித்தது சரி - கிருஷ்ண தேவராயர்! வரலாற்றில் இடம்பெற்ற கிருஷ்ண தேவராயருக்குப் பிறகு 18-வது தலைமுறையைச் சேர்ந்தவர் இவர். உங்களைப்பற்றியும் உங்களுடைய குடும்ப வரலாற்றையும் எழுதலாமா என்று கேட்டபோது, இப்போது முக்கிய

வேலையிருக்கிறது, நாளை ஆனேகுண்டி கிராமத்தில் எங்களுடைய மூதாதையர் வீட்டுக்கு வாருங்கள் பேசலாம் என்று பதில் அளித்தார்.

விஜயநகரத்தின் எழுச்சி

கி.பி. பதிமூன்றாவது நூற்றாண்டில் தென்னிந்தியாவை ஆண்ட மன்னர்கள் அடிக்கடி தங்களுக்குள் சண்டையிட்டதால் நாடுகளின் எல்லைகள் மாறிக்கொண்டேயிருந்தன. தென்னிந்தியாவை ஆண்ட மன்னர்களில் பெரியவர்கள் கர்நாடகத்தின் ஹொய்சாளர்கள், ஆந்திரத்தின் காகதீயர்கள், தமிழ்நாட்டை ஆண்ட பல்லவர்கள், சோழர்கள், பாண்டியர்கள், கேரளத்தை ஆண்ட சேரர்கள். போர்களால் இவர்கள் தங்களையே பரஸ்பரம் அழித்துக்கொண்டனர். தென்னிந்திய அரசுகள் இப்படித் தங்களுக்குள் சண்டையிட்டபோதுதான், டெல்லியை ஆண்ட சுல்தான்கள் பதினான்காவது நூற்றாண்டில் வலுப்பெற்று தங்களுடைய எல்லைகளைப் பெருக்க தென்பகுதி மீது கவனம் செலுத்தினர். துருக்கிய - ஆப்கன் கலப்பான அலாவுதீன் கில்ஜி, துருக்கிய அடிமைத் தந்தைக்கும் அவருடைய இந்து வைப்பாட்டிக்கும் பிறந்த முகமது பின் துக்ளக் இதில் முதன்மையாக இருந்தனர். அவர்களுடைய குதிரைப்படைகள் மிகவும் தொழில் நேர்த்தியுடனும் ஈவிரக்கம் இன்றியும் எதிரிப்படைகளைத் துவம்சம் செய்தன. இதில் தென்னிந்திய அரசர்களையும் அவர்கள் மிஞ்சிவிட்டனர்.

அடுத்தடுத்து வந்த பத்தாண்டுகளில் ஆங்காங்கே மிகப் பெரிய சண்டைகள் நடந்தன. அரசுகள் எழுவதும் விழுவதுமாக இருந்தன. பதினான்காவது நூற்றாண்டின் மத்திய பகுதியில் புழுதி அடங்கியபோது தென்னிந்தியாவின் அரசியல் வரைபடம் வெகுவாக மாறிவிட்டது. பாமன் ஷா என்ற மன்னர் தோற்றுவித்த பாமனி சுல்தானிய அரசு தென்னிந்தியாவில் இறையாண்மை மிக்க முதல் முஸ்லிம் அரசை உருவாக்கியது. இவர் முகமது பின் துக்ளக் சேனையில் கட்டுக்கடங்காத தளபதியாக இருந்தார். இந்த அரசு இஸ்லாமிய மதத்தையும் தன்னுடைய ஆட்சிக்குட்பட்ட நகரங்களில் பாரசீக மொழியையும் கலாச்சாரத்தையும் வளர்த்தது. இது பலருக்குக் கலாச்சாரத் துண்டிப்பையும் பலருக்குப் புதிய வாய்ப்புகளையும் அளித்தது. அதற்கும் தெற்கில் புதிய,

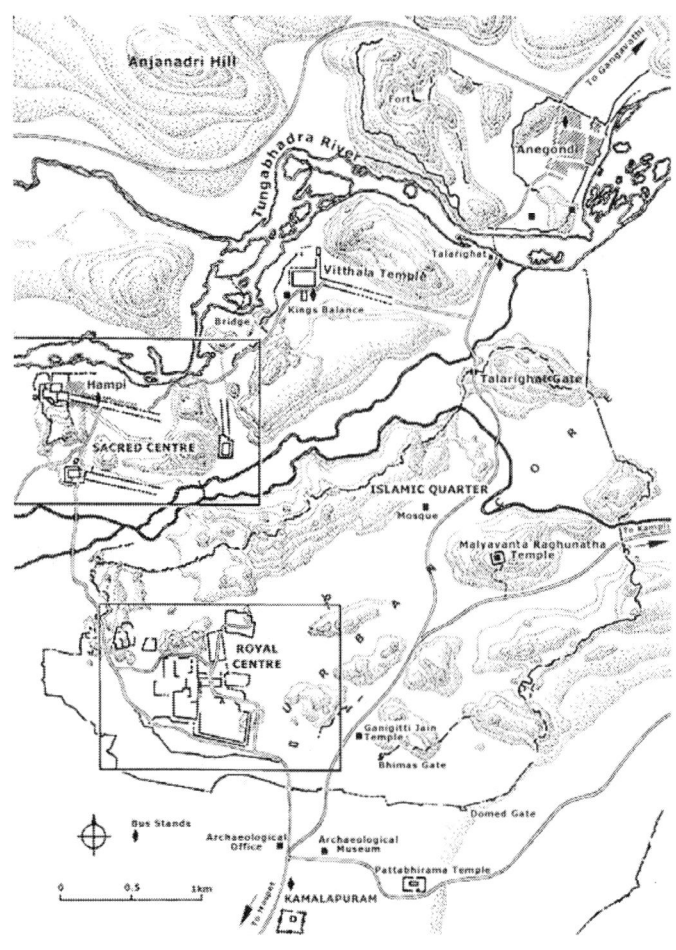

ஹம்பி தள வரைபடம்

(Courtesy of John M. Fritz and George Michell, Vijayanagara Research Project)

வலிமையான, ராணுவ பலம் மிக்க, எல்லைகளைப் பெருக்குவதில் ஆர்வம் கொண்ட விஜயநகரப் பேரரசு உருவானது. அந்த அரசை உருவாக்கியவர்கள் இரண்டு சகோதரர்கள், இருவரும் போர் வீரர்கள். சங்கமா என்ற தெலுங்கு போர்ப்படைத் தளபதிக்குப் பிறந்த ஹக்கா, புக்கா என்ற அந்த இருவரையும் சிலர் கன்னடியர்கள் என்கின்றனர்.

இந்த இரண்டு சகோதரர்கள் எப்படி புதிய நகரத்தை நிர்மாணித்தனர்? இதற்கும் இருவேறு கதைகள் இருக்கின்றன. முதல் கதை இது: இரு சகோதரர்களும் காகதீய மன்னரின் படையில் இருந்தனர். இவர்களை துக்ளக், போரில் கைதியாகப் பிடித்து டெல்லிக்கு அழைத்துச் சென்றார். அங்கே இருவரும் முஸ்லிமாக மதம் மாறினர். துக்ளக்குடன் சில ஆண்டுகள் உதவியாக இருந்து போர் தந்திரங்களையும் நிர்வாக நடைமுறை களையும் கற்றனர். அவருடைய நம்பிக்கைக்குரியவர்களாக இருந்ததால் இருவரையும் தெற்கில் தன்னுடைய பிரதேசங்களுக்கு நிர்வாகிகளாக இருக்குமாறு பணித்தார் துக்ளக்.

ஒருநாள் இரு சகோதரர்களும் வேட்டைக்குச் சென்றனர். அப்போது வேட்டை நாய்கள் சில ஒரு முயலைத் துரத்தின. முயல் உயிரைக் காப்பாற்றிக்கொள்ள மரண பீதியுடன் ஓடியது. ஓர் எல்லைக்குள் சென்ற பிறகு முயல் திடீரென ஆவேசமாகத் திரும்பியது. தன்னைத் துரத்திய வேட்டை நாய்களை அவற்றைவிட ஆக்ரோஷமாக எதிர்த்தது. தப்பித்தால் போதும் என்று வேட்டை நாய்கள் ஓடி மறைந்தன. சகோதரர்கள் இருவரும் வியப்பு நீங்காமல் அந்தக் காட்சியையே நினைத்துக் கொண்டிருந்தனர். அப்போது வித்யாரண்யர் என்ற ரிஷி அவர்கள் எதிரில் தோன்றி, 'இது மேலிருப்பவர்கள் காட்டும் நல்ல அறிகுறி. இந்த இடத்தில் மிகப் பெரிய நகரத்தை நிர்மாணித்துப் புதிய ஆட்சியை நடத்துங்கள்' என்று ஆலோசனை கூறினார். சகோதரர்கள் இருவரும் துக்ளக்கிடமிருந்து விலகினர். இஸ்லாமிய மதத்திலிருந்து தாய் மதம் திரும்பினர். 'விஜய நகரம்' (வெற்றிக்கான நகரம்) என்ற பெயரில் புதிய தலைநகரத்தை உருவாக்கினர். அப்போது பொது ஆண்டு 1336. டெல்லி சுல்தான் துக்ளக் இவ்விருவர் செய்த நம்பிக்கைத் துரோகத்தைத் தடுக்க பெரிய அளவில் ஏதும் செய்யவில்லை. அவருக்கிருந்த உடனடியான பெரிய பிரச்னைகளைக் கவனிக்கவே நேரம் போதவில்லை. இதைப் பயன்படுத்திக்கொண்டு சகோதரர்கள் வளர்ந்தனர்.

இதைவிட அசுவாரசியமான கதையும் இருக்கிறது: துக்ளக்கால் தோற்கடிக்கப்பட்ட காம்பிளி தேச மன்னரிடம் சகோதரர்கள் இருவரும் சேவை செய்தனர். பிறகு அங்கிருந்து ஓடி ஹொய்சாள மன்னரின் படையில் சேர்ந்துவிட்டனர். துங்கபத்திரா நதிக் கரையில் ஆனேகுண்டி என்ற ஊரில் இருந்த காம்பிளி மன்னரின் கோட்டையைக் கைப்பற்றினர். புதிதாக ராணுவத்தை உருவாக்கினர். அதில் கூலிப்படையினராக முஸ்லிம்களைச் சேர்த்தனர். பிறகு எல்லைகளைப் பெருக்கினர். நதிக்கு அக்கரையில் புதிய தலைநகரத்தைக் கட்டினர். அங்கே ஏற்கெனவே பம்பா - விருபாட்சர் கோவிலைச் சுற்றி குடியிருப்புகள் இருந்தன. தங்களுடைய அந்தஸ்தை நியாயப்படுத்த, இந்தக் கோவிலின் நிர்வாகத்தை ஏற்றனர். சைவக் கோயிலை ஏற்றவர்கள் பிறகு வைணவக் கோயில்களையும் ஆதரிக்கத் தொடங்கினர். ராமர், கிருஷ்ணர் ஆலயங்களுடன் திருப்பதி பாலாஜி ஆலயத்துக்கும் திருப்பணிகள் செய்தனர். அத்துடன் ஜைனர்களின் கோவில் களையும் பராமரித்தனர். 1439-ல் தங்களுடைய கட்டுப்பாட்டில் இருந்த விஜயநகரத்தில் முஸ்லிம்களுக்கென்று அகமது கான் மூலம் மசூதியையும் கட்டித் தந்தனர். மசூதியின் இடிபாடுகளும், சமாதிகளும் இன்னமும் இருக்கின்றன.

இவ்விரு கதைகளுக்கும் மாற்றாக வேறு சில கதைகளும் கூறப்பட்டாலும் ஹக்கா என்கிற ஹரிஹரனும் (1336 - 56), புக்கா என்கிற புக்க ராயரும் (1356 - 77) மிகப் பெரிய தலைநகரமும் பேரரசும் அமையக் காரணங்களாக இருந்தனர். புக்கராயர் காலத்தில் பேரரசு மேலும் விரிவடைந்ததுடன் எதிரிகளால் தாக்கப்படாமலும் பெரும்பாலும் நிம்மதியாகவே கழிந்தது. வளமான மாமன்னர், எதிரி ராஜாக்களுக்குக் காலன், இந்து மன்னர்களிடையே சுல்தான், வார்த்தை தவறிய மன்னர்களுக்கு எமன், கிழக்கு - மேற்கு சமுத்திரங்களுக்கு இந்திரன், சகுன சக்ரவர்த்தி என்றெல்லாம் அவருக்குப் பட்டங்களைச் சூட்டினர்.

பேரரசுகளிடையே கூட்டணிகள் மாறுவதும், அதிருஷ்டம் மாறுவதும் இடம் பெறத் தொடங்கின. இந்து, முஸ்லிம் மன்னர்களுக்கு இடையே தீவிரமான போர்கள் நடந்தன. ஆட்சிக் கவிழ்ப்பும் ஆட்சிக்கு எதிரான கிளர்ச்சிகளும் தோன்றின. பரஸ்பரம் அழித்துக்கொள்ளக்கூடிய போர்களில் வேற்று மதத்தவர்களைத் துணைக்கு அழைத்துக் கொண்டு, சொந்த மதத்தவரையே அழிப்பது இந்து, முஸ்லிம் ஆகிய இரு மத

மன்னர்களுக்கிடையேயும் நடந்தது. படுகொலைகளுக்கும் பஞ்சம் இருக்கவில்லை. அடுத்து வந்த காலங்கள் அரசு நிர்வாகத்தில், கலைகளில், கலாச்சாரத்தில், போர்த் தந்திரங்களில், போர் செய்யும் முறைகளில், போர்க் கருவிகளைப் பயன் படுத்துவதில் புதுப்புது கண்டுபிடிப்புகளுக்கு இடம் தந்தன. ராணுவத்தின் கட்டமைப்பும் அதிகாரப் படிநிலையும் மாறின. மக்கள் தங்களுடைய பகுதியைவிட்டு அமைதியான, வளமான இடங்களை நோக்கி இடம் பெயர்ந்தனர். பொருளாதார ரீதியாக முன்னேற அதிக வாய்ப்புகள் ஏற்பட்டன. விஜயநகரத்தில் கலை, இலக்கியம், கலாச்சாரத்தில் செறிவான, பலதரப்பட்ட வளமான வளர்ச்சி ஏற்பட்டது. கர்நாடக சங்கீதம் என்றமுறை பிறந்தது. பதினாறாவது நூற்றாண்டின் தொடக்கத்தில் 2,50,000 மக்களுடன் உலகின் மிகப் பெரிய நகரங்களில் ஒன்றானது விஜயநகரம். விஜயநகர சாம்ராஜ்யத்தை நான்கு பெரிய வம்சங்கள் ஆண்டன. சங்கம (1336 - 1485), சாளுவ (1485 - 1505), துளுவ (1505 - 1570), அரவீடு (1570 - 1652) என்பவை அவை.

அன்றைய வரலாற்றைப் பதிவு செய்தவர்கள் கூறுகிறார்கள், விஜயநகரத்துக்கும் பாமனி சுல்தான்களுக்கும் இடையில் மிகவும் கடுமையான போர்கள் நடந்தன என்று. துங்கபத்திரைக்கும் கிருஷ்ணாவுக்கும் இடையிலான வளமான நிலங்களைக் கைப்பற்ற இந்தப் போர்கள் நடந்தன. இதனால் அப்பகுதியில் உள்ள கோட்டை நகரமான ராய்ச்சூர் அடிக்கடி கைமாறிக் கொண்டிருந்தது. பாமனி சுல்தான்களை கிருஷ்ணதேவராயர் தோற்கடித்த பிறகுகூட ரத்தக்களரி அடங்கவில்லை.

பாமனி சுல்தான் பிரதேசத்தை, கிருஷ்ணதேவராயர் 1518-ல் கோல்கொண்டா, பிஜப்பூர், பீதர், பேரார், அகமது நகர் என்று ஐந்தாகப் பிரித்தார். இந்தப் போர்களில் மதங்கள் முக்கியப் பங்காற்றின. ஆனால் இது மதங்களுக்கு இடையிலான போரில்லை. இந்தப் போர்களில் முஸ்லிம்களே முஸ்லிம்களுக்கு எதிராகவும் இந்துக்கள் இந்துக்களுக்கு எதிராகவும் போரிட்டனர். இந்துக்கள் முஸ்லிம்களோடு சேர்ந்து இந்துக்களை எதிர்த்தனர். முஸ்லிம்கள் இந்துக்களோடு சேர்ந்து முஸ்லிம்களை எதிர்த்தனர். தக்காண சுல்தான்களுடைய பகுதிகளை நிர்வகிப்பதில் பிராமணர்களுக்கு முக்கிய இடம் தரப்பட்டது.

விஜயநகரத்தின் சேனையில் ஏராளமான முஸ்லிம்கள் இருந்தனர். 1430-ல் இரண்டாவது கிருஷ்ண தேவராயர் துருக்கியிலிருந்து

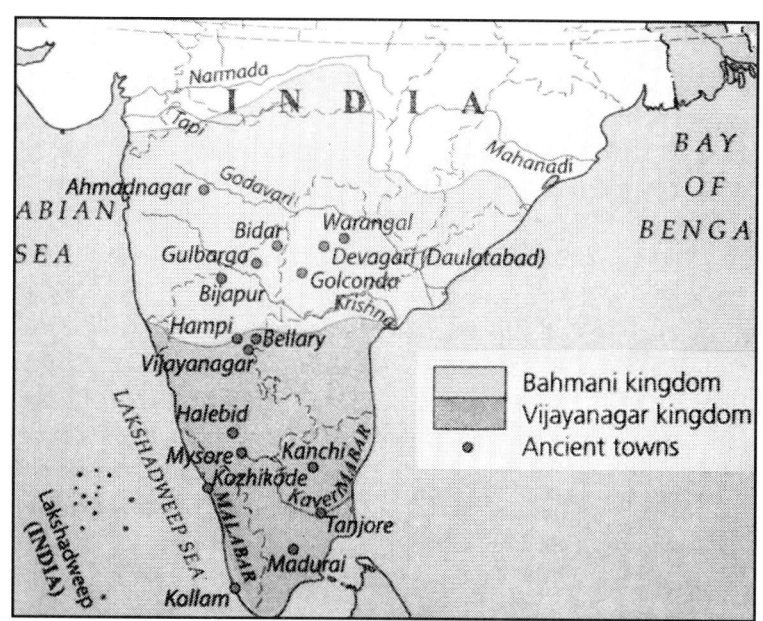

விஜயநகர சாம்ராஜ்ஜியம்

10,000 குதிரைப்படை வீரர்களைத் தருவித்தார். போர்த்துக்கீசிய படை வீரர்களின் உதவியுடன் ராய்ச்சூரை *1520*-ல் கிருஷ்ண தேவராயர் வென்றார். போர்த் தளபதிகளாக இருந்த இந்துக்கள், முஸ்லிம்கள், கிறிஸ்தவர்கள் அடிக்கடி பணம், பதவிக்காக அணி மாறிக் கொண்டே இருந்தனர். நிலம், மதம், இனத்துக்காக போரிட்டவர்களைவிட பணம், குடும்பம், தங்களுக்கு அதிக சலுகைகளை அளித்தவர்களுக்காகப் போரிடுவதே பெரிதாகப் பலருக்கு இருந்தது என்று எழுதுகிறார் ரிச்சர்ட் எம். ஈட்டன். அவர் தக்காணத்தின் சமூக அறிவியல் குறித்து ஆராய்ந்து புத்தகம் எழுதியிருக்கிறார். அதிகாரம், எல்லைப் பிரதேசம், கனிம வளங்கள் ஆகியவற்றைக் கைப்பற்றுவதற்காகத்தான் இப்போதும் போர்கள் நடக்கின்றன. அத்துடன் மதம், சித்தாந்தம் ஆகியவையும் சேர்ந்துகொள்கின்றன.

வெளிநாட்டுப் பயணிகள் விஜயநகரத்தில் கண்டது என்ன?

உலகத்திலேயே எல்லா வசதிகளும்கொண்ட ஒரே நகரம் விஜயநகரம் என்று ஒரு வெளிநாட்டுப் பயணி எழுதியிருக்கிறார். அளவிலும் மக்கள் தொகையிலும் மிக மிகப் பெரியது என்றார் இன்னொருவர். விஜயநகரம் குறித்துப் பல்வேறு மூலங்களில் இருந்து நாம் தகவலைப் பெற முடிகிறது. கல்வெட்டுகள், செப்புப் பட்டயங்கள், தொல்லியல்துறை சேகரித்த தகவல்கள், இலக்கியங்களில் இடம் பெற்றுள்ள குறிப்புகள், கோவில் களுக்கான நில மானியப் பட்டயங்கள், வர்த்தக உடன்பாடுகள் ஆகியவை அதில் அடங்கும். விஜயநகர சாம்ராஜ்யம் முடிவுக்கு வந்து ஒரு தலைமுறைக் காலத்துக்குப் பிறகு, தக்காண சுல்தான்களால் அமர்த்தப்பட்ட பாரசீக வரலாற்றுப் பதிவாளர் முகமது காசிம் ஃபிரிஷ்டா நிறைய எழுதியிருக்கிறார். ஆனால் அவையெல்லாம் நம்பத்தகாததாகவும், பூடகமாகவும் இருக்கின்றன. அதிலும் குறிப்பாக, போர் சம்பவங்கள் குறித்து அவர் எழுதியிருப்பவை அத்தகையத் தன்மைகள் கொண்டவை. வரலாற்றுக் குறிப்புகளை எழுத பணம் தந்தவர்களுக்குச் சார்பாகவும் அவர்களுடைய வெற்றியைப் புகழ்ந்தும் எழுதியிருக்கிறார். விஜயநகரத்தை வெவ்வேறு காலகட்டத்தில் நேரில் பார்த்த வெளிநாட்டவர்களின் குறிப்புகளிலிருந்து நாம் நிறையத் தெரிந்துகொள்ள முடிகிறது.

விஜயநகரம் குறித்த குறிப்புகளில் பின்வருவோர் எழுதியவைதான் ஓரளவுக்கு இன்றளவும் தாக்குப்பிடிக்கின்றன. வெனீஸ் நாட்டைச் சேர்ந்த வியாபாரி நிக்கோலோ டி கோன்டி *(1420)*, பாரசீக அறிஞர், தூதர், அப்துர் ரசாக் சாமர்கண்டி *(1443)*, போர்த்துக்கீசிய நாட்டு அதிகாரி துவார்தே பர்போஸா *(1515)*, போர்த்துக்கீசிய நாட்டைச் சேர்ந்த வியாபாரிகளும் - சாகசக்காரர்களுமான டொமிங்கோ பயஸ் *(1520)*, பெர்னாவோ நூனிஸ் *(1535-37)*.

இவர்கள் எழுதியவற்றில் பெரும்பாலானவை உண்மையானவை, பலனுள்ளவை. சிலவற்றில், மொழிப்புலமை போதாமை தெரிகிறது. சிலவற்றில், கலாச்சாரம்பற்றி அறியாததால் சரியாகப் புரிந்துகொள்ளவில்லை என்பதும் வெளிப்படுகிறது. அனைவருமே தங்களுடைய சொந்த நாட்டு மக்களுக்காகத்தான் எழுதியுள்ளனர். பெரும்பாலும் மற்றவர்கள் கூறுவதை நம்பியே

எழுதியுள்ளனர், தாங்களாகப் பார்த்ததை அதிகம் எழுதவில்லை. இந்திய துணைக் கண்டத்து மக்களை விக்கிரக ஆராதனை செய்கிறவர்களாகவும், தங்களுடைய மத நூலையும் தாங்கள் வணங்கும் கடவுளையும் ஏற்காத காட்டுமிராண்டிகளாகவுமே பார்த்துள்ளனர். புதுமையானதாகவும் அதிர்ச்சிதரக்கூடியதாகவும் தாங்கள் கருதியதையே மிகைப்பட எழுதியுள்ளனர். அப்படிப்பட்ட ஒன்றுதான் 'சதி' என்று ரொமிலா தாப்பர் எழுதுகிறார். எனவே அவர்களுடைய வார்த்தைகளுக்கு அர்த்தம் எழுதும்போது மிகவும் கவனமாகச்செயல்பட வேண்டும்.

வெளிநாட்டவர்களின் பதிவுகளிலிருந்து விஜயநகர மன்னர்கள் எப்படிப்பட்டவர்கள், பொருளாதாரமும் வர்த்தகமும் எப்படி மகோன்னதமாக இருந்தது, சமூகத்தில் நிலவிய பழக்க வழக்கங்கள் என்ன, எப்படிப்பட்ட விழாக்கள் கொண்டாடப் பட்டன என்பதையெல்லாம் அறியமுடிகிறது.

நிக்கோலோ டி கோன்டி

விஜயநகரத்துக்கு வந்துசென்ற சில ஆண்டுகளுக்குப் பிறகு இத்தாலிய வர்த்தகரான நிக்கோலோ டி கோன்டி, தனது ஆசியப் பயணம் குறித்து அறிஞரும் எழுத்தாளருமான நண்பரிடம் விவரித்தார். 'முதலாவது கிருஷ்ண தேவராயர் காலத்தில் விஜயநகரத்தின் சுற்றளவு மட்டும் அறுபது மைல்கள். அந்த நகரில் போர் செய்வதற்கான பயிற்சிகள், உடல் தகுதிகளுடன் 90,000 பேர் தயாராக இருந்தனர். இந்தியாவில் உள்ள எல்லா மன்னர் களையும்விட விஜய நகர மன்னர் வலிமை வாய்ந்தவராக இருந்தார். அவருக்கு 12,000 மனைவிகள். அவர் எங்கு போனாலும் அவர்களில் 4,000 பேர் அவருடன் நடந்தே போவார்கள். அவர்கள் அனைவரும் சமையல் வேலையை மட்டுமே பார்த்துக் கொள்வார்கள். இவர்களைவிட அழகான 4,000 பேர் குதிரைகளில் சவாரி செய்து உடன் செல்வார்கள். எஞ்சியவர்கள் அலங்கார வண்டிகளிலும் மூடு பல்லக்கிலும் செல்வார்கள். போரிலோ வேறு வகையிலோ மன்னர் இறந்தால் அவருடன் உடன் கட்டையேற வேண்டும் என்ற கண்டிப்புடன் அவர்கள் தேர்வு செய்யப்பட்டனர்' என்று கோன்டி கூறியிருக்கிறார்.

அவர் விவரிக்கும் ஆலயச் சடங்குகள் இன்றளவும் அப்படியே பின்பற்றப்படுகிறது. தேர்த்திருவிழாவின்போது விலையுயர்ந்த

ஆபரணங்களை அணிந்துகொண்டு இளம் பெண்கள் இறைவனைப்பற்றிய பாடல்களைப் பாடியபடியே செல்வர். மேலும் சிலர் பக்தி வெறியில் பிரம்மாண்டமான தேரின் முன்னால் விழுந்து தங்களையே பலி கொடுப்பார்கள். இத்தகைய மரணத்தைக் கடவுளே ஏற்பார் என்றும் இதன் மூலம் நேரடியாக மோட்சத்துக்குப் போகலாம் என்றும் சிலர் கூறுவர். மத்திய இந்தியாவிலும் விஜயநகரத்திலும் காணப்பட்ட ஒரு காட்சி மனிதர்களை அடிமைகளாக விலைக்கு வாங்கி விற்பது என்கிறார். கடன் வாங்கியவர் அதைத் திருப்பி அடைக்க முடியாவிட்டால் கடன் கொடுத்தவருக்கு உரிமைப் பொருளாகிவிடுகிறார் என்கிறார். கொத்தடிமை முறையைத்தான் கூறுகிறார் என்று தெரிகிறது. உலகம் முழுவதும் இப்படியொரு வழக்கம் அக்காலத்தில் இருந்திருக்கிறது.

'விஜயநகரத்தில் திருமணத்தின்போது உற்சாகமாகப் பாடுகின்றனர். அறுசுவை விருந்து தடபுடலாக நடக்கிறது. முரசு, புல்லாங்குழல் உள்ளிட்ட கருவிகளை இசைக்கின்றனர். நம்முடைய (வெனிஸ்) நாட்டுத் திருமணங்களைப்போலத்தான் இவர்களும் கொண்டாடுகின்றனர். ஆண்டுக்கொருமுறை ஒரு பண்டிகையை அனைவரும் கொண்டாடுகின்றனர். அன்றைக்கு அவர்களுடைய ஆலயங்களிலும் வீடுகளின்மீதும் வீட்டு வாசல்களிலும் வீதிகளிலும் எண்ணெய் விளக்குகளை மாலையில் ஒரே சமயத்தில் ஏற்றி வைக்கின்றனர். இன்னொரு திருவிழாவின் போது மஞ்சளும் சுண்ணாம்பும் கலந்த தண்ணீரை பெரிய பெரிய பாத்திரங்களில் நிரப்பி வீதிநெடுக வைத்துவிடுகின்றனர். அந்தப் பக்கமாக போவது அரசரும் அரசியுமாக இருந்தால்கூட அவர்களுடைய ஆடைகள்மீது இந்தச் சாயத் தண்ணீரைத் தெளிக்கின்றனர். அவர்களும் ஏதும் சொல்லாமல் சிரித்துக் கொண்டே செல்கின்றனர். தண்ணீரைத் தெளிப்பவர்களும் அதற்கு ஆட்படுகிறவர்களும் இதில் உற்சாகம் காட்டுகின்றனர்' என்று கோன்டி குறிப்பிட்டிருக்கிறார்.

இப்படி தான் கண்டிராத காட்சிகளையே அதிகம் பதிவு செய்கிறார். மிகவும் கவனத்தை ஈர்ப்பதாக இருந்தாலும் பாராட்டும்படியாக இருந்தாலும் அவை எல்லாவற்றையும் அவர் பதிவு செய்துவிடவில்லை. கொள்ளை நோய்பற்றி இந்தியர்களுக்கு எதுவும் தெரியவில்லை என்று அவர் எழுதியிருப்பது வினோதமாக இருக்கிறது. இந்தியாவில் இருக்கும்போது சந்தித்த பெண்ணைத் திருமணம் செய்துகொண்டு அவர் மூலம் நான்கு குழந்தைகளைப்

பெறுகிறார் கோன்டி. அவர்களுடனேயே எங்கும் பயணிக்கிறார். இந்தியாவிலிருந்து புறப்பட்டு எகிப்தில் இருந்தபோது கொள்ளை நோய்க்கு இரண்டு குழந்தைகளைப் பலி கொடுக்கிறார். கடைசியாக வெனிஸுக்கு, எஞ்சிய இரு குழந்தைகள், மனைவியுடன் சென்று சேர்கிறார். தனது மனைவிக்கு கொள்ளை நோய்பற்றித் தெரியவில்லை என்பதால் இந்தியர்களுக்கே தெரியவில்லை என்ற முடிவுக்கு வருகிறார்.

அப்துர் ரசாக்

அப்துர் ரசாக் 1443-ல் பாரசீகத்திலிருந்து வருகிறார். விஜயநகரத்தின் பரப்பளவு, அதன் மக்கள் தொகை ஆகியவற்றைப் பார்த்து மூர்ச்சை அடைகிறார். இவ்வளவு பெரிய நகரத்தைச் சுற்றி ஏழு மதில் சுவர்கள் கற்களால் கட்டப்பட்டுள்ளதையும் பலமான கட்டுக்காவல்களுடன் நகரம் இருப்பதையும் பார்த்து வியக்கிறார். நகருக்கு வெளியே இருக்கும் புற மதில்சுவர்கள் வலுவான கதவுகளுடன் மூடப்படுகின்றன. அங்கே ஆயுதம் ஏந்திய காவலாளிகள் மிகுந்த கவனத்துடன் காவல் காக்கின்றனர். ஏதாவது சிறிய அசைவு சந்தேகத்தை ஏற்படுத்தினாலும் உடனே வந்துவிடுகின்றனர். இந்த நகரத்துக்குள் பழத்தோட்டங்கள், பூந்தோட்டங்கள், குடியிருப்புக் கட்டடங்கள், மாட - மாளிகைகள், கடைகள், மிகப் பெரிய கடைவீதிகள் என்று அனைத்தும் இருக்கின்றன. இப்போது ஆட்சி செய்யும் மன்னர் இரண்டாவது கிருஷ்ண தேவராயர். மிகச் சிறந்த ஆட்சி, மிகச் சிறந்த அதிகாரப் படிநிலை. முன்னூறுக்கும் மேற்பட்ட துறைமுகங்கள் இந்த ஆட்சியின்கீழ் இருக்கின்றன. ஆயிரத்துக்கும் மேற்பட்ட யானைகளும் பதினோரு லட்சம் வீரர்களைக்கொண்ட மிகப் பெரிய சேனையும் இருக்கும் என்று நம்புகிறேன். இந்துஸ்தானத்திலேயே இவரைவிட யதேச்சாதிகாரியான மன்னர் இன்னொருவர் இல்லை. இவருடைய ஆட்சியில் பிராமணர்களுக்குத்தான் அதிக அந்தஸ்து தரப்பட்டுள்ளது' என்று எழுதியிருக்கிறார்.

ரசாக்கை மிகச் சிறப்பான விருந்தினர் இல்லத்தில் தங்க வைக்கிறார்கள். மன்னரைச் சந்திக்கும்போது அவருக்குப் பரிசாக ஐந்து சிறந்த குதிரைகளையும் பட்டு, சாட்டின் ஆகிய துணிகளையும் அளிக்கிறார் ரசாக். வயதில் இளையவரான

மன்னர், பட்டால் ஆன ஆடையையும் விலையுயர்ந்த முத்துக்களைக் கோர்த்த கழுத்தணிகலனையும் அணிந்திருக்கிறார். விஜயநகர பண்பாட்டின்படி வெற்றிலையையும் பாக்கையும் ரசாக்குக்கு அளிக்கிறார். இவ்விரண்டும் பல்லுக்கு வலிமையைத் தரும், ஆண்மைச் சக்தியை அதிகரிக்கும். அத்துடன் அவர் நகரில் தங்கியிருக்கும் வரையில் தினமும் இரண்டு செம்மறியாடு, நான்கு ஜோடி காட்டுக்கோழிகள், ஐந்து மணங்கு அரிசி, ஒரு மணங்கு சமையல் எண்ணெய், ஒரு மணங்கு சர்க்கரை, இரண்டு தங்க வராகன் நாணயங்களை அளிக்குமாறு உத்தரவிடுகிறார்.

'மன்னருக்கு மனைவியர், காமக்கிழத்தியர் என்று மொத்தம் எழுநூறு பேருக்கும் மேல். அவர்கள் அனைவரையும் அவர் கட்டுப்பாட்டில் வைத்திருக்கிறார். மனைவியர் மற்றும் காமக்கிழத்தியருக்குப் பிறக்கும் குழந்தைகள் பத்து வயது வரையில் மட்டுமே அந்தப்புரத்தில் தாயாருடன் தங்கியிருக்க முடியும். தன்னுடைய ஆட்சிக்குட்பட்ட பகுதியில், அழகான பெண்களைப் பார்த்துவிட்டால் அவளைத் தன்னிடத்தில் அனுப்பிவிடுமாறு அவளின் பெற்றோர்களிடம் கூறி சம்மதிக்க வைத்துவிடுவாராம். அவருடைய அந்தப்புரத்துக்கு வரும் பெண்களைப் பிறகு யாராலும் பார்க்க முடியாது. ஆனால் அவர்களை மகிழ்ச்சியாகவும் கௌரவமாகவும் மன்னர் நடத்துவார்' என்று பதிவு செய்திருக்கிறார் ரசாக்.

'கடைவீதிகள் நீளமாகவும் அகலமாகவும் இருக்கின்றன. பூ விற்பவர்கள் தங்கள் கடைகளுக்கு முன்னால் உயரமான மேடையைக் கட்டிக்கொண்டிருக்கிறார்கள். தொடர்ந்து மணம் வீசும் பூக்கள் பூத்துக் கொண்டேயிருக்கின்றன. எப்படி நம்மால் சாப்பாடு இல்லாமல் இருக்க முடியாதோ, அப்படியே இம் மக்களுக்கு பூ இல்லாமல் இருக்க முடியாது. ஒரே மாதிரியான தொழில் செய்கிறவர்கள் கடைகளை அருகருகில் வைத்துக் கொள்கிறார்கள். நகை வியாபாரிகள் முத்துக்கள், வைரங்கள், மாணிக்கங்கள், பச்சைக் கற்கள் ஆகியவற்றைத் திருடர்கள்பற்றிய அச்சம் இல்லாமல் கடைக்கு வெளியே திறந்த வெளியில் வைத்து விற்கிறார்கள். இந்தப் பகுதியைச் சேர்ந்த பெரிய மனிதர்கள், சாமானியர்கள், கைவினைஞர்கள் என்று அனைவருமே முத்துக்களால் செய்த நகைகளைக் காதுகளிலும் கழுத்திலும் கைகளிலும், மணிக்கட்டுகளிலும் விரல்களிலும் அணிந்துள்ளனர்.'

'இங்கே பொது மகளிர் இருக்கும் மாளிகைகள் அலங்காரமாக உள்ளன. அவர்களுடைய அழகு, அணிந்துள்ள நகைகள்,

ஆடைகள், அவர்களுடைய எழில், முக வசீகரம், அவர்களுடைய பாந்தமான நடவடிக்கைகள் ஆகியவற்றை விவரிக்கும் ஆற்றல் எனக்கில்லை. விலையுயர்ந்த முத்துகளைப் பதித்த நகைகளையும் மெல்லிய, அழகிய வேலைப்பாடுகள் அமைந்த ஆடைகளையும் அணிந்துள்ள இப்பெண்கள் வயதில் மிகவும் இளையவர்களாகவும் மிக மிக அழகாகவும் இருக்கின்றனர். ஒவ்வொரு பெண்ணுக்கும் பக்கத்தில் அவருக்குப் பணிவிடை செய்யும் இரு பெண்களும் இருக்கின்றனர். அனைவரும் வந்து செல்லும் சாலைகளில் வீடுகளில் இருக்கும் இவர்கள், தங்களுடைய வாடிக்கையாளருக்காக வீட்டு வாசலில் இதற்கென்றே வரிசையாக அமைத்துள்ள அறைகளில் இருக்கின்றனர். அந்த அறைகளை மிகவும் தூய்மையாக வைத்திருக்கின்றனர். இத்தொழிலுக்கு விதிக்கப்படும் வரியைக் கொண்டுதான் நகர காவல் சேவை நடைபெறுகிறது. இந்த நகரில் பொருள்கள் ஏதேனும் திருடுபோய், திருடனைக் கண்டுபிடிக்கமுடியவில்லை என்றால் திருட்டுப் போன பொருளின் மதிப்புக்குப் பணத்தைக் கொடுத்துக் காவல்துறையே ஈடு செய்கிறது. இதை நேரிலேயே பார்த்தேன்' என்று ரசாக் எழுதியிருக்கிறார்.

ரசாக்குடன் வந்த ஒருவர் சில அடிமைகளை விலை கொடுத்து வாங்கி வந்தார். நகரில் அவர் தங்கியிருந்தபோது அடிமைகள் தப்பியோடிவிட்டனர். அவர்களைப் பிடித்துத் தருமாறு காவல் துறையிடம் அவர் புகார் செய்தார். அடிமைகளைப் பிடிக்க முடியவில்லை என்பது உறுதியானதும் புகார் கொடுத்தவர் எவ்வளவு பணம் கொடுத்து வாங்கியிருந்தாரோ அதை காவல்துறை தந்து ஈடு செய்துவிட்டது.

விஜயநகரத்தில் மகாநவமித் திருவிழாவையும் ரசாக் பார்த்திருக்கிறார். மன்னருடைய அரண்மனையையொட்டி சில நாள்களுக்குத் திருவிழா நிகழ்ச்சிகள் நடைபெறும். விழா மைதானத்தில் பல அடுக்குக் காட்சியரங்குகள் எழுப்பப்பட்டன. இளம் பெண் பாடகிகள் அற்புதமாகப் பாடினர், நாட்டியத் தாரகைகள் மிக அற்புதமாக ஆடினர். கவிதைகளை எதுகை, மோனையோடு காது குளிர வாசித்தனர். யானைகள் வட்டமாகச் சுற்றி வந்து பல்வேறு வேடிக்கையான செயல்களைச் செய்து காட்டின. எல்லோருக்கும் தாராளமாகப் பரிசுகள் வழங்கப் பட்டன. நாட்டின் எல்லாப் பகுதிகளையும் ஆளும் ஆளுநர்களும் ராஜப் பிரமுகர்களும் அவரவர் பதவிக்கேற்றவாறு அழகிய ஆடைகளை அணிந்து கலந்துகொண்டனர். அவர்கள் கொண்டு வந்த யானைகள் பிளிறிக்கொண்டும், அங்குமிங்கும் ஆடிக்

கொண்டும், அடிக்கடி இடி முழக்கம்போல ஓசையெழுப்பிக் கொண்டும், தங்கள்மீது அமைக்கப்பட்டிருந்த அம்பாரிகளை வேகமாக அசைத்துக் கொண்டும் முறம்போன்ற காதுகளை அசைத்துக் கொண்டும் எல்லோருடைய கவனங்களையும் தொடர்ந்து ஈர்த்தன. யானைகளின் தலை, உடல், காதுகளில் அழகிய சித்திரங்களை வரைந்திருந்தனர்.

விஜயநகரத்திலிருந்து காலிகட்டுக்கு (கோழிக்கோடு) புறப்பட்ட ரசாக், மன்னர் கிருஷ்ணதேவராயரைக் கொல்ல நடந்த முயற்சி குறித்து வழியில் கேட்டு அதிர்ச்சி அடைந்தார். மன்னரைக் கொல்ல முயன்றது அவருடைய சொந்த சகோதரரே. திருவிழாவுக்காக ஏற்பாடு செய்யப்பட்டிருந்த முரசொலிகளின் ஓசை, வேட்டு வெடிக்கும் சத்தம், யானைகளின் பிளிறல் இவற்றுக்கு இடையில் திடீரென மன்னர் மீது பாய்ந்து அவரைக் கத்தியால் சிலர் குத்தினர். ஆனால் மன்னர் உடனே சுதாரித்தார். அவரது மெய்க்காவலர்களும் படை வீரர்களும் மின்னல் வேகத்தில் செயல்பட்டு மன்னரைக் காப்பாற்றினர். ஆனால் அவருக்குப் பலமான கத்திக்குத்து விழுந்துவிட்டது. அதற்குப் பிறகு, சதிகாரர்களை அடையாளம் கண்டு தண்டனை விதிக்கப்பட்டது. ஏராளமானோர் வெட்டிக்கொல்லப்பட்டனர் அல்லது தீ வைத்து உயிரோடு எரிக்கப்பட்டனர். அவர்களுடைய குடும்பத்தினரும் ஒருவர் விடாமல் கொல்லப்பட்டனர். சதி திட்டத்தின் ஒரு பகுதியாக திருவிழா அழைப்பிதழை மன்னரிடம் அளித்தவர் கடுமையான சித்திரவதைக்கு ஆளானார் என்று ரசாக் பதிவு செய்திருக்கிறார்.

மன்னர்களைக் கொல்ல முயல்வதும் ஆட்சியைக் கைப்பற்ற முனைவதும் அப்படிப்பட்டவர்களை அடையாளம் கண்டு அவர்கள் சதியை நிறைவேற்றுவதற்கு முன்னாலேயே தாக்கி அழிப்பதும் மன்னர்களுக்கு தொழில்நிமித்தமாக ஏற்படும் தொடர் இன்னல்கள். விஜயநகர சங்கம வம்சத்தில் மட்டும் ஆட்சியைக் கைப்பற்றுவதற்காக இப்படி ஐந்து படுகொலைகளும் நான்கு ஆட்சிப் பறிப்புகளும் நடந்துள்ளன. விருபாட்ச ராய (1465-85) என்ற மன்னர் தன்னிடம் ஆளுநராக இருந்த ஒருவரை வரவழைத்துத் திடீரென அவருக்கு மரண தண்டனை விதித்து நிறைவேற்றினார். காரணம் என்னவென்றால் அந்த ஆளுநர், மன்னரைக் கொல்வதற்காக அவருடைய அறைக்குள் நுழைந்தாராம் - ஒரு நாள் கனவில்!

துவார்தே பர்போஸா

போர்த்துக்கீசிய நாட்டைச் சேர்ந்த அதிகாரி துவார்தே பர்போஸா இந்தியாவில் 15 ஆண்டுகள் தங்கியிருந்தார். விஜயநகருக்கு அவர் 1515-ல் வந்தார். அப்போது கிருஷ்ணதேவராயர்தான் மன்னர். மிகப் பெரிய அரண்மனைகள், கட்டடங்கள், குளங்கள் ஆகிய வற்றைப் பார்த்து வியந்ததாகக் கூறும் பர்போஸா, அந்தக் குளம் நிறைய மீன்கள் இருந்ததை விசேஷமாகக் குறிப்பிட்டிருக்கிறார். நகரப் போக்குவரத்து நெரிசலையும், வணிகர்களும் பணக் காரர்களும் தொடர்ந்து அந்த நகரத்துக்கு வந்தவண்ணம் இருப்பதையும் வியப்போடு பார்க்கிறார். யார் வேண்டுமானாலும் நகருக்கு வந்து போகலாம் என்று மன்னர் அனுமதித்திருப்பதால் கிறிஸ்தவர்கள், யூதர்கள், மூர்கள், பிற மதத்தவர்கள் என்று எல்லோரும்வந்து போகிறார்கள் என்கிறார் பர்போஸா.

கடைவீதியில் வைரங்கள், முத்துக்கள் அதிக அளவில் விற்பனையாகின்றன. இரும்பு, செம்பு, பாதரசம், குங்குமம், அபினி, வாசனையேற்றப்பட்ட நறுமணப் பொருட்கள், மிளகு, மெல்லிய பருத்தித் துணிகள், ஜரிகை வைத்து தைக்கப்பட்ட பட்டுத்துணிகள் சீனத்திலிருந்தும் அலெக்சாண்டிரியாவிலிருந்தும் கொண்டுவரப்பட்டு விற்கப்படுகின்றன. மேட்டுக்குடி மக்கள் தங்களுடைய மேனியை அழகாக வைத்திருக்க சந்தனம், அகில், கற்பூரம், கஸ்தூரி, குங்குமப்பூ ஆகியவற்றைப் பன்னீரில் கரைத்து அரைத்து உடலில் பூசிக்கொள்கின்றனர். பருத்தியில் நெய்த வேட்டியை தொடையைச் சுற்றி இரு கால்களுக்கும் நடுவில் வருமாறு கச்சம் வைத்துக் கட்டிக்கொள்கின்றனர். பருத்தி அல்லது பட்டால் ஆன மிகச் சிறிய சட்டையை மேலுக்கு அணிகின்றனர். தலைக்கு டர்பன்கள் அல்லது தொப்பி அணிகின்றனர். காதில் தோடு அல்லது கடுக்கன் தங்கம், முத்துக்களால் செய்யப்பட்டு அணிகின்றனர். கைவிரல்களில் மோதிரங்கள் அணிகின்றனர். சட்டையை மார்பக்கம் மூடுவ தில்லை. இந்த ஆடவர்கள் நடந்து செல்லும்போது அவர் களுடைய உதவியாளர்கள் உருவிய வாளுடன் மெய்க்காவலர் போலச் செல்கின்றனர் அல்லது வெயில் - மழைக் காலங்களில் பட்டு அல்லது சாதாரண துணிகளால் ஆன குடைகளைப் பிடித்துச் செல்கின்றனர்.

மேல்தட்டு குடும்பத்துப் பெண்கள் ஐந்துகெஜம் புடவையை வெள்ளை நிறப் பருத்தியிலோ அல்லது வெவ்வேறு நிறப்

விருபாட்சநாதர் கோவில் எதிரே காணப்படும்
ஹம்பி நகரத்து இரண்டடுக்கு கடைகள்

பட்டிலோ வாங்கி உடுத்துகின்றனர். புடவையின் ஒரு பகுதி இடுப்பைச் சுற்றி சில சுற்றுகள் சுற்றப்படுகிறது. இன்னொரு பகுதியான தலைப்போ, மார்பின்மீது மூடப்பட்டு ஒரு தோளின்மீது தொங்கவிடப்படுகிறது. அதற்கு எதிர்ப்புறம் உள்ள தோள் திறந்தே விடப்படுகிறது. காலுக்குப் பட்டுத் துணிவைத்து தைக்கப்பட்ட தோல் காலணிகளையும். கழுத்தில் சங்கிலி, கைகளில் வளையல், மூக்கில் மூக்குத்தி, காதுகளில் தோடு அல்லது தொங்கட்டான் ஆகியவற்றை தங்கம், நவரத்தினங்கள், மாணிக்கம், பவளம் அல்லது முத்துக்களால் செய்து அணிகின்றனர். தலைகளை துணியால் மூடி மறைப்பதில்லை. தலை முடியை வாரி, அழகாகப் பின்னி, அதில் வாசனை தரும் பூக்களை வைத்துக்கொள்கின்றனர்.

சிறு வயது முதலே பெண்களுக்குப் பாடவும் ஆடவும் வீட்டில் கற்றுத்தருகின்றனர். பனிரெண்டு வயதில் இளம் சிறுமி தன்னுடைய கன்னித்தன்மையை ஒரு சடங்கு மூலம் நீக்கிக்கொள்கிறாள்' என்று எழுதுகிறார் பர்போஸா.

'மன்னருக்கு மிகப் பெரிய அந்தப்புரம் இருக்கிறது. அழகான, நோயற்ற பெண்கள் அந்த சாம்ராஜ்யம் முழுவதுமிருந்து

தேடிகொண்டுவந்து அதில் சேர்க்கப்படுகிறார்கள். அப்படி வரும் பெண்கள் நல்ல வசதியுடன் வாழ்வது உத்தரவாதப் படுத்தப்படுகிறது. அந்தப்புரத்துப் பெண்கள் தினமும் நீராட அழகிய குளங்களுக்குச் செல்வார்கள். அப்போது மன்னர் அப்பக்கமாகச் சென்று அவர்களிலேயே மிகவும் அழகானவரைத் தேர்ந்தெடுப்பார். அன்றிரவு அந்தப் பெண் மன்னரின் பள்ளியறைக்குச் செல்வார். மன்னரின் கண்ணையும் கருத்தையும் கவர்ந்துவிட வேண்டும் என்று அந்தப்புர ராணிகளுக்கிடையே போட்டியும் பொறாமையும் தொடர்ந்து இருக்கும். இதில் சிலர் தனக்குப் போட்டியாகக் கருதும் பெண்ணை விஷம் வைத்துக்கூடக் கொன்றுவிடுவார்களாம். வேறு சிலர், மன்னர் தன்னை அழைக்கவில்லையே என்று விரக்தியால் தற்கொலை செய்துகொண்டுவிடுவார்களாம்.

'போர்க்காலத்தில் மன்னர் ஒரு லட்சம் வீரர்களுக்குப் பணம் கொடுத்து போருக்கு அழைத்துச் செல்வார். ஐந்தாயிரம் முதல் ஆறாயிரம் வரை ஆடல் மகளிரும் போர்க்களங்களுக்கு உடன் அழைத்துச் செல்லப்படுவார்கள். பெண்கள் இல்லாமல் போரில் வெல்ல முடியாது என்று அதற்குக் காரணம் கூறப்படுமாம். இந்தப் பெண்கள் ஆடவும் பாடவும் கற்றவர்கள். திருமணம் செய்துகொள்ளாதவர்கள், கயிற்றின்மீது நடப்பது போன்ற ஜால வித்தைகளும் கற்றவர்கள், மிக விரைவாகவும் நளினமாகவும் எந்தச் செயலையும் செய்வார்கள். இவர்களில் சிலர் வாள் வீச்சிலும் வல்லவர்கள்.

'போர் செய்யும் குலத்தைச் சேர்ந்த ஆண்கள் மாட்டுக் கறி தவிர பிற எல்லா பிராணிகளின் இறைச்சிகளையும் உண்பார்கள். தங்களுடைய வசதிக்கேற்ப எத்தனை பெண்களை வேண்டு மானாலும் திருமணம் செய்துகொள்வார்கள். இக்குலத்தைச் சேர்ந்தவர்கள், போரில் கணவர் இறந்துவிட்டால் அவருடைய சிதையில் தாங்களும் ஏறி உயிரை மாய்த்துக் கொள்வார்கள். இறந்த வீரரின் பதவிக்கேற்ப ஆற்றங்கரையில் சில சடங்குகளைச் செய்த பிறகு, உடன்கட்டை ஏறுவது நிகழும். வெறுக்கத்தக்க இந்தச் சடங்கு இப்பகுதியில் சாதாரணம். பெரிய மன்னர் இறந்தால் அவருடன் 400 முதல் 500 வரையிலான பெண்கள் உடன்கட்டை ஏறுவர். உடன் கட்டையேற மறுக்கும் பெண் கடுமையான ஏச்சுக்கு ஆளாவார். அவருடைய குடும்பத்தால் ஒதுக்கி வைக்கப்படுவதும் உண்டு. கணவனை இழந்தவர் இளம் பெண்ணாக இருந்தால் சில வேளைகளில் ஆலயங்களில் சேவை

செய்ய அனுப்பிவிடுவார்கள். அவர் தனது உடலை விற்று தனக்குத் தேவையான பணத்தைச் சம்பாதித்துக்கொள்வார்.

'பிராமணர்கள் இறைச்சி சாப்பிடுவதில்லை, ஒரேயொரு மனைவியுடன் வாழ்கின்றனர். அவர்களுக்கு அதிக மரியாதையும் சுதந்திரமும் தரப்படுகிறது. அவர்கள் எப்படிப்பட்ட தவறு செய்தாலும் மரண தண்டனை விதிக்கப்படுவதில்லை. (நூனிஸ் கூட இதையே சொல்கிறார்). அவர்களுக்கு நிறைய பிட்சை இடப்படுகிறது. பலருக்குச் சொந்தமாக நிலங்களும் உண்டு. ஆலயங்களிலும் மடங்களிலும் கைங்கரியம் செய்வோர் அதற்கு வரும் வருவாயில் பங்கு பெறுகின்றனர். பிராமணர்களில் பலர் நன்றாகச் சாப்பிடுவார்கள், சாப்பிடுவதைத் தவிர பெரிய வேலை எதையும் செய்வதில்லை.

இங்குள்ள ஜாதிப் படிநிலையில் மூன்றாவது நிலையில் இருப்பவர்கள் முட்டை அளவுள்ள சிறு கற்களைத் தங்களுடைய கழுத்தில் தொங்க விட்டுக்கொண்டுள்ளனர், அவர்களும் இறைச்சி சாப்பிடுவதில்லை, வர்த்தகத்தில் ஈடுபடுகின்றனர். இவர்களும் ஒரு பெண்ணைத்தான் திருமணம் செய்துகொள்கின்றனர். கணவன் இறந்துவிட்டால், மனைவி ஆழமான குழியில் இறங்கிவிடுகிறார். மற்றவர்கள் மண்ணை அள்ளிக்கொட்டி குழியை நிரப்பிவிடுகின்றனர். இருபதாண்டுகள் கழித்து இதையே நூனிஸ் என்பவரும் தனது பயணக் குறிப்பில் பதிவு செய்கிறார். ஆனால் தெலுங்கர்களில் ஒரு பிரிவினர் மட்டுமே இப்படிச் செய்வதாகக் கூறுகிறார். கணவன் இறந்துவிட்டால் மனைவியும் இறப்பதுதான் கௌரவம், குடும்பத்தின் பெருமையைக் காக்க அதுதான் வழி என்று இப்பெண்கள் நினைப்பது மிகவும் பாராட்டத்தக்கது என்றே பர்போஸா குறிப்பிடுகிறார்.

பர்போஸா குறிப்பிடும் சமூகப் பழக்க வழக்கங்கள் அனைத்தும் அன்றைய மேல்சாதியினர் கடைப்பிடித்தவையாகும். கூரை வீடுகளில் குடியிருந்திருக்கக்கூடிய ஏழைகளுடன் அவர் கலந்து பழகினாரா என்று தெரியவில்லை. இந்து சமூகப் பிரிவுகளை ஐரோப்பியச் சமூகப் பிரிவுகளோடு மிகப் பெருமையாக அவர் ஒப்பிட்டிருக்கிறார். விஜயநகரத்தில் இருந்த ஜாதியமைப்பையும் தீண்டாமையையும் அவர் பார்த்ததாகவே தெரியவில்லை. இதிலும் வியப்படைய ஏதுமில்லை. பெரும்பாலான வெளி நாட்டவர்கள் மொழிப் பிரச்னை காரணமாகவும் வேறு காரணங்களாலும் இந்திய சமூகத்தின் அனைத்துப் பிரிவு

மக்களையும் சந்தித்து அவர்களுடைய நிலையை ஆராயவில்லை. இந்தியாவிலிருந்த 15 ஆண்டுகளில் பெரும் பகுதியை, கேரளத்தின் கடலோரப் பகுதியில் உள்ளூர் அரசருக்கு மொழி பெயர்ப்பாளராகவும் எழுத்தராகவும்தான் பணியாற்றி கழித்திருக்கிறார் பர்போஸா.

1519-ல் பர்போஸா தனது உறவினரான பெர்டினான்ட் மெகல்லனுடன் கப்பலில் உலகைச் சுற்றிவரும் சாகசப் பயணத்தில் சேர்ந்துகொண்டார். பயணத்தைப் பூர்த்தி செய்யும் முன்னரே பிலிப்பைன்ஸில் இறந்துவிட்டார்.

டொமிங்கோ பயஸ்

டொமிங்கோ பயஸ் 1520-ல் விஜயநகரத்துக்கு வந்தபோது கிருஷ்ணதேவராயரின் ஆட்சிக்காலம் பாதியைத் தாண்டி இருந்தது. அதிகம் அஞ்சப்பட்ட, எல்லாவகையிலும் சரியான மன்னர் என்று அவரை வர்ணிக்கிறார் பயஸ். 'மிகவும் நியாயஸ்தர். ஆனால் கடுமையான கோபக்காரர். வெளிநாட்டவர்களை நன்கு கௌரவிப்பவர். அவருக்குச் சட்டப்பூர்வமாகப் பனிரெண்டு மனைவிகள். அவர்களில் மூன்று பேர் முக்கியமானவர்கள். ஒவ்வொரு மனைவியும் தனித்தனி வீடுகளில் பணிப் பெண்களுடனும் காவல் பெண்களுடனும் வசித்தனர். பெண் காவலர்களுக்கு வாள்வீச்சு தெரியும். கையில் வாள், கேடயம் ஆகியவற்றுடன் இருப்பார்கள். மல்யுத்தமும் அவர்களுக்குத் தெரியும். இந்தப் பெண்களை எந்த ஆணாலும் பார்த்துவிட முடியாது. இப்பெண்கள் வெளியே செல்ல விரும்பினால் மூடு பல்லக்கில்தான் நூற்றுக்கணக்கான மூன்றாம் பாலின காவலர்களுடன் அழைத்துச் செல்லப்படுவார்கள்.

'கிருஷ்ண தேவராயர் காலையில் எழுந்ததும் 350 மில்லி லிட்டர் எண்ணெயைக் குடிப்பார். பிறகு அதையே உடலுக்கும் தேய்த்துக் கொள்வார். எடை தூக்குவது, மல்யுத்தம், வாள் சண்டை, குதிரையேற்றம் ஆகிய பயிற்சிகளில் ஈடுபடுவார். ஒரு பிராமணர் வந்து அவருடைய உடலைத் தேய்த்துக் குளிப்பாட்டுவார். பிறகு பூஜைசெய்துவிட்டு தனது அரசவைக் கடமைகளில் ஈடுபடுவார் மன்னர். அவருடைய அரண்மனை மிகவும் பலமான கோட்டைச் சுவரால் பாதுகாக்கப்படுகிறது. அருகிலேயே உள்ள கோவிலில்

அன்றாடம் பல செம்மறியாடுகள் பலி கொடுக்கப்படுகின்றன. இந்த ஆலயம் இருக்கும் தெருவில் நகை வியாபாரிகள், துணி வியாபாரிகள், குதிரை வியாபாரிகள் மற்றும் இந்த உலகில் நீங்கள் வாங்க நினைக்கும் அத்தனை பொருள்களையும் விற்பவர்கள் குடியிருக்கின்றனர். இந்த நகரின் கடைவீதிகளில் பொருள்களை வாங்கவும் விற்கவும் ஏராளமான வியாபாரிகள் வெளிநாடு களிலிருந்தும் தினமும் வருகின்றனர். அவர்களில் பலர் இவ்வூரில் சித்திரங்களிலும் சிற்பங்களிலும் அச்சு அசலாக இடம் பெற்றுள்ளனர்.

விஜயநகரத்தில் முஸ்லிம்களுக்கென்று உள்ள பகுதியில் ஏராளமான சுதேசி முஸ்லிம்கள் வாழ்கின்றனர். அரசரின் மெய்க்காவல்படையில் உள்ள அவர்களுக்கு மன்னர் சிறப்பாக சம்பளம் கொடுக்கிறார். நகரைப் பார்ப்பதற்காக தினமும் அருகில் உள்ள மாதங்கா குன்றின்மீது ஏறுகிறார் மன்னர். ரோமாபுரியைப் போல பெரிதாகவும் அழகாகவும் இருக்கிறது விஜயநகரம். தோப்புகளும் மரங்கள் அடர்ந்த சோலைகளும் பூந்தோட்டங் களும், பழத்தோட்டங்களும் ஏரிகளும் குன்றிலிருந்து பார்க்கப் பார்க்க உற்சாகம் தருகின்றன. இப்போதைய இடிபாடுகளுக்கு இடையிலும் தென்னந்தோப்புகளும் வாழைத் தோட்டங்களும் வளம் குன்றாமல் தொடர்கின்றன.

உலகிலேயே, தேவைப்படும் எல்லாமும் கிடைத்த நகரம் விஜயநகரம். போதுமான அளவுக்கு உணவு தானியங்கள், பருப்பு வகைகள், எண்ணெய் வித்துகள், கால்நடைகள், பறவைகள், ஆட்டுக்கறி, பன்றிக்கறி, மீன், வெண்ணெய், எண்ணெய், பால், மாம்பழம், ஆரஞ்சு, எலுமிச்சை, மாதுளம், பலா, திராட்சை ஆகிய பழங்கள், காய்கறி, முள்ளங்கி மற்றும் கீரைகள் என்று எதுவேண்டுமானாலும் கணக்கில்லாமல் இருப்பில் வைக்கப் பட்டிருந்த வளமான நகரம் அது. இப்போது ஹம்பி நகரில் இறைச்சியைப் பார்ப்பது அரிது. சுற்றுலாப் பயணிகள் வந்து தங்கியிருக்கும் ஹோட்டல்களில்கூட இறைச்சி கிடையாது.

‘விஜயநகரத்தில் ஒரு கணேசர் ஆலயம் இருக்கிறது. இந்தச் சிலைக்கு தினமும் நைவேத்தியம் செய்கின்றனர். அப்போது ஆடல் மகளிர் அவர் முன் நாட்டியம் ஆடுகின்றனர். இந்தப் பெண்களும் இவர்களுக்குப் பிறக்கும் பெண்களும் ஆலயத்துக்குச் சொந்தமானவர்கள். நகரின் மிகச் சிறந்த வீதிகளில் இவர்கள் வசிக்கின்றனர். அரசவையில் இருப்போருக்குச் சமமாக நடத்தப் படுகின்றனர். மரியாதைக்குரிய நகரப் பிரமுகர் எவரும்

இவர்களுடைய வீடுகளுக்குத் தயக்கமில்லாமல் சென்று வருவார்கள், அவர்களை இதற்காக யாரும் குற்றம் சொல்வதில்லை.

ஆலயப் பூசாரிகளாக பிராமணர்கள்தான் இருக்கின்றனர். பிராமணர்களில் சிலர் அரசு அலுவலக ஊழியர்களாக நகரிலும் சிறு நகரங்களிலும் நியமிக்கப்படுகின்றனர். வியாபாரிகளுக்குச் சொந்தமாக நிலங்களும் வீடுகளும் பிற சொத்துகளும் உண்டு. அவர்கள் விவசாயத்திலிருந்தும் வருமானம் பெறுகின்றனர். தங்களுடைய நிலங்களில் பழச் சாகுபடிகளையும் அவர்கள் மேற்கொள்கின்றனர்.

விஜயநகரத்தில் நடைபெறும் ஒன்பது நாள் தசரா விழாவை பயஸ் விவரிக்கிறார். 'அரசாட்சியைச் சேர்ந்த அனைத்துத் தலைமை நிர்வாகிகளும் குறு நிலங்களின் தலைவர்களும், ஆடல் மகளிரும் இதில் பங்கேற்கின்றனர். வயிறாரவும் விதம் விதமாகவும் சாப்பிடுவதற்கு இது காலம். சடங்குகள், பிரார்த்தனை, ஆடல் - பாடல், சர்க்கஸ் போன்ற சாகச விளையாட்டுகள், போர்க்கலைப் பயிற்சிகள், அணிவகுப்புகள், மல்யுத்தம், இதர விளையாட்டுகள், வாண வேடிக்கைகள், பரிசுகளைத் தருவது என்று திருவிழா ஏகப்பட்ட நிகழ்ச்சிகளுடன் விமரிசையாக இருக்கும். அவர்களுடைய மல் யுத்தம் நம்முடையதைப்போல அல்ல. குத்தினால் பல் உடைகிறது, கண் பிதுங்கி வெளியே வருகிறது. முகமே கிழிந்து, எலும்பு நொறுங்கி மாறிவிடுகிறது. அடிபட்டவர்களை அவர்களுடைய நண்பர்கள் விரைவாக மருத்துவரிடம் எடுத்துச் சென்றுவிடுகின்றனர். 'ஒன்பது நாள்களும் மக்கள் பகல் பொழுதில் விரதம் இருந்துவிட்டு நள்ளிரவில் உண்கின்றனர். அவர்கள் உண்பதற்கு முன்னதாக 24 பொலி காளைகள் பலியிடப்படுகின்றன, 150 செம்மறியாடுகளையும் வெட்டுகின்றனர். ஒரே வெட்டில் தலைகளை வெட்டுகின்றனர் என்பது குறிப்பிடப்பட வேண்டியது.'

'திருவிழாவுக்குப் பிறகு மன்னர் தன்னுடைய படைகளை நகருக்கு வெளியே வழிநடத்திச் செல்கிறார். அவருடைய அரசின் முக்கியத் தலைவர்கள், பிரபுக்கள், ஆளுநர்கள், படை வீரர்கள், அலங்கரிக்கப்பட்ட குதிரைகள், யானைகள் அனைத்தும் எல்லாவித ஆயுதங்களுடன் வாகனங்களுடன் அணிவகுத்து நிற்பது கண்கொள்ளாக்காட்சி. மன்னரின் ராணுவ வலிமை பார்க்கவே கம்பீரமாகவும் அழகாகவும் உற்சாகமும் பெருமிதமும்

இந்திய நாகரிகம் | 349

தருவதாகவும் எதிரிகளுக்குக் குலைநடுங்கச் செய்வதாகவும் இருக்கும்' என்கிறார் பயஸ்.

பெர்னாவோ நூனிஸ்

போர்த்துக்கீசிய வியாபாரியும் குதிரைத் தரகருமான பெர்னாவோ நூனிஸ் விஜயநகரத்தில் (1535 - 37) மூன்று ஆண்டுகள் தங்கியிருந்தார். விஜயநகரப் பேரரசின் தொடக்கக் காலம் அது. அவருடைய பதிவுகள் நம்பத்தக்கவை. ஒடிஷாவின் கஜபதி மன்னர்களுக்கு எதிரான போரில் 1513-ல் கிருஷ்ண தேவராயர் பெற்ற வெற்றியை அவர் பதிவு செய்திருக்கிறார். இந்த வெற்றியைக் கொண்டாட மிகப் பெரிய கிருஷ்ணர் ஆலயத்தைக் கட்டினார். ஒடிஷாவிலிருந்து கவர்ந்து வந்த குழந்தை கிருஷ்ணர் விக்ரகத்தையே அதில் பிரதிஷ்டை செய்தார். ராய்ச்சூரில் கிருஷ்ணதேவராயருக்கும் பிஜப்பூர் சுல்தான் ஆதில் ஷாவுக்கும் இடையில் 1520-ல் நடந்த போரையும் நூனிஸ் விவரமாக எழுதியிருக்கிறார். போரில் ஈடுபட்ட யாரிடமிருந்தோ விவரங்களைக் கேட்டிருக்கிறார்.

ராய்ச்சூரையும் அதைச் சுற்றியுள்ள வளமான விளைநிலப் பகுதியையும் கைப்பற்ற விரும்பிய கிருஷ்ணதேவராயர், நாற்பதாண்டுகளாக நிலவிய சமாதானத்தை முறித்துக்கொண்டு, அற்பமான காரணங்களைக் கூறி பிஜப்பூர் சுல்தானுடன் போருக்குச் செல்கிறார். தன்னுடைய பிரதேசத்துத் தளபதிகள், ஸ்தானிகர்கள் ஆகியோரை சேனையுடன் வரச் சொல்லி ராய்ச்சூரை நோக்கி 5 லட்சம் காலாட்படை வீரர்கள், வில் வீரர்கள், வாளும் கேடயமும் ஏந்தியவர்கள், ஈட்டிக்காரர்கள், துப்பாக்கி ஏந்திய வீரர்கள், 32,000 குதிரைப்படை வீரர்கள், 500 யானைகள் ஆகியவற்றுடன் செல்கிறார். இந்தப் படையுடன் சடங்குகள், பலிதானங்கள் செய்ய பிராமணர்களும், முரசு அறைவோரும், இசைக்கருவி வாசிப்போரும், ராணுவ வீரர்களை ஆடல் - பாடல்களால் மகிழ்விக்க 20,000 பெண்களும் சென்றனர்.

படை தங்கிய முகாமே சின்னஞ்சிறு வீதிகளாகப் பிரிக்கப்பட்டு, தேவைப்படுவோருக்கு தேவைப்படும் பொருள்கள் கடை வீதிகளாக உருவாக்கப்பட்டவற்றில் விற்கப்பட்டன. ஏராளமாக பிராணி இறைச்சிகள், நவதானியங்கள், காய்கறிகள்

விற்கப்பட்டன. அந்தக் கடை வீதியில் நகைகள், துணிகள் கூட விற்கப்பட்டனவாம். கூடாரங்களுக்கான துணிகளும் இதர சாதனங்களும் நூற்றுக்கணக்கான மாட்டு வண்டிகளில் எடுத்துச் செல்லப்பட்டன.

ஆதில் ஷாவால் 1,20,000 காலாட்படை வீரர்கள், 18,000 குதிரைப்படை வீரர்கள், 150 யானைகள் கொண்ட படையைத்தான் திரட்ட முடிந்தது. அவரிடமிருந்த பீரங்கிப் படை விஜயநகரப் படை பீரங்கியணியைவிடச் சிறப்பானது. கொடூரமான போரில் ஆதில் ஷா தோல்வியடைந்து தப்பியோடினார். தக்காண சுல்தான்களிடம் நிலவிய பகை காரணமாக மற்றவர்கள் அவருடைய உதவிக்கு வரவில்லை. விஜயநகரப் படையில் 16,000 பேர் இறந்தனர். ஓர்முஸ் ஜலசந்தி வழியாகக் கொண்டுவரப்பட்ட நாலாயிரம் குதிரைகளையும் நூற்றுக்கும் மேற்பட்ட யானைகளையும் நானூறுக்கும் மேற்பட்ட பீரங்கிகளையும் ஆதில் ஷாவின் படையிடமிருந்து விஜயநகரப் படை கைப்பற்றியது. ராய்ச்சூர் நகருக்குள் கிருஷ்ண தேவராயர் நுழைந்தபோது, அதன் குடிமக்கள் தேவைக்கும் அதிகமாகவே வாழ்த்துக் குரல் எழுப்பி அவரை வரவேற்றனர். ஏராளமானோர் கண்ணீர்விட்டு அழுது தங்களை மன்னிக்குமாறும், தண்டனை ஏதும் தரவேண்டாம் என்றும் கோரினர். மன்னர் கண்டித்தும்கூட விஜயநகரப் படை வீரர்கள் ராய்ச்சூரை சூறையாடினர்.

போரில் தோற்ற நகரை, வென்ற படை வீரர்கள் சூறையாடுவது வழக்கம். போருக்கு வரும் வீரர்களுக்கான ஊக்கப் பரிசு இது என்றும் கருதப்பட்டது. ஆதில் ஷா சமாதானத்துக்குத் தூது விட்டு, ராய்ச்சூரை தன்னிடமே ஒப்படைக்கவேண்டும் என்றார். ஆதில் ஷா நேரில் வந்து தன் காலை முத்தமிட்டால் ராய்ச்சூரைத் திருப்பித் தந்துவிடுவதாக கிருஷ்ண தேவராயரும் பதில் அளித்தார். பிறகு பிஜப்பூருக்குள் நுழைந்த கிருஷ்ணதேவராயர் அதை நாசமாக்கிவிட்டுத் திரும்பினார். தக்காணத்தில் இருந்த நகரங்களிலேயே மிகவும் அழகானது பிஜப்பூர் என்று சொல்லப்பட்டது.

கிருஷ்ணதேவராயர் தன்னுடைய மூதாதையருக்கு வந்த அதே நோயால் கடுமையாகப் பாதிக்கப்பட்டார். இடுப்பும் தொடையும் இணையும் அரை என்று அழைக்கப்படும் இடத்தில் கடுமையான வலியால் அவர் பாதிக்கப்பட்டார். மன்னர்களின் மனைவியர், காமக் கிழத்தியர் எண்ணிக்கையையும் அவர்களுடைய கட்டில் விளையாட்டுகளைப்பற்றியும் படிக்கும்போது பால்வினை நோய்

முற்றித்தான் அவர்கள் இறந்துள்ளனர் என்பது வெளிப்படை. கிருஷ்ணதேவராயருக்கு அடுத்துப் பட்டத்துக்கு வந்த அச்சுத ராயருக்கும் ஐந்நூற்றுக்கும் மேல் மனைவியர். அவர்களில் பெரும்பாலானவர்கள் மன்னரிடம் பணிபுரிந்த நிலப்பிரபுக்கள், பிரதேச ஆளுநர்கள் போன்றோரின் மகள்கள். செல்வாக்கான குடும்பத்தைச் சேர்ந்தவர்கள்கூட தங்களுடைய மகள்களை ஏன் இப்படி மன்னருக்கு மணம் முடித்தார்கள் என்பதை நூனிஸ் எழுதவில்லை. மன்னர் இறந்தால் இந்த மனைவியர் அனைவரும் சிதையில் சேர்த்து எரிக்கப்படுவார்கள் என்பதை மட்டும் எழுதியிருக்கிறார்.

'தங்க ஜரிகை போட்டு தைத்த பட்டுத்துணிகளையே அச்சுதராயர் அணிவார். ஒருமுறை அணிவதை பிறகு அணியவே மாட்டார்' என்று நூனிஸ் எழுதியிருக்கிறார். 'மன்னர்களும் அரசவைப் பிரமுகர்களும் தங்களை முழுதாக மறைக்கும் ஆடைகளால் அலங்கரித்துக் கொள்ளும்போது நாட்டு மக்களோ இடையில் சிறு அரைத்துணியைத் தவிர முக்கால்வாசி உடம்பைத் திறந்தவாறே இருந்தனர்' என்று இத்தாலிய சுற்றுலாப் பயணி லுடோவிசோ டி வர்தேமா (1502-08) எழுதுகிறார். 'விஜய நகரத்தில் கொசுக்கள் படுத்தும்பாடு சொல்லி மாளாது. அரசர் எங்கு சென்றாலும் கூடவே வெள்ளிச் சட்டத்தில் பொருத்திய கொசு வலையை எடுத்துச் செல்கின்றனர் என்கிறார் நூனிஸ். நாட்டின் அனைத்து நிலங்களும் மன்னருக்கே சொந்தம். அவருடைய பிரதேச ஆளுநர்களுக்கு வாடகையும் வரியும் வசூலிப்பதும்தான் வேலை. தசரா சமயத்தில், இவர்கள் தாங்கள் வசூலிக்கும் தொகையில் பாதியை மன்னருக்குத் தந்துவிடுகின்றனர். எஞ்சியதைத் தங்களுக்கும் ராணுவச் செலவுக்கும் வைத்துக்கொள்கின்றனர். இதனால் சாமானிய மக்கள் சொல்ல முடியாத வேதனையில் தவிக்கின்றனர். நிலம் அரசனுக்கு உரியது என்பதால் கடுமையாக வேலை வாங்குகின்றனர்' என்று எழுதியிருக்கிறார் நூனிஸ்.

மேலும், 'நகருக்குள் வரும் அனைத்துச் சரக்குகள்மீதும் வரி விதிக்கப்படுகிறது. நகரில் விற்கப்படும் பொருள்களில் பெரும் பாலானவை வெளியிலிருந்துதான் கொண்டு வரப்படுகின்றன. தினந்தோறும் இரண்டாயிரத்துக்கும் மேற்பட்ட எருது வண்டிகளில் சரக்குகள் வருகின்றன. சில வண்டிகளுக்கு மட்டுமே வரியிலிருந்து விலக்குத் தரப்படுகிறது. ஒரு வியாபாரி அரசரைப் பார்க்கவேண்டும் என்றால் அவரிடம் இருப்பதிலேயே மிகச் சிறந்ததை மன்னருக்குப் பரிசாகத் தர வேண்டும். அது

தலரிகட்டா நகரத்து நுழை வாயில்

ஜவுளியாகவும் இருக்கலாம், துணியாகவும் இருக்கலாம். மன்னருக்குக் கொடுத்தால் மட்டும் போதாது, சில அதிகாரிகளுக்கும் தந்தால்தான் வேலை நடக்கும் என்கிறார் நூனிஸ். தங்களுக்கு ஆதாயம் இல்லாத வேலைகளில் அதிகாரிகள் ஆர்வம் செலுத்துவதில்லை. சில கலாச்சாரப் பழக்கங்கள் நம்முடைய சமுதாயத்தில் ஆழமாக வேரோடிப்போனவை என்று தெரிகிறது', என்கிறார் நூனிஸ்.

'விஜயநகர மக்கள் பசுக்களையும் எருதுகளையும் வழிபடுகின்றனர், எனவே இறைச்சிக்காக அவற்றைக் கொல்வதில்லை. ஆனால் அவர்கள் ஆட்டிறைச்சி, பன்றியிறைச்சி, முயல், புறா, காடை, கௌதாரி ஆகிய பறவைகளின் இறைச்சியையும், அணில், எலி, பூனை, பல்லி ஆகியவற்றையும்கூட உண்கின்றனர். காவல்துறை சிறப்பாகச் செயல்படுகிறது, கொள்ளைச் சம்பவங்கள் குறைவு. திருடினால் திருடியவருடைய ஒரு காலையும் கையையும் வெட்டி விடுகின்றனர். திருட்டு பெரிதென்றால் தூக்கில் போடுகின்றனர். பாலியல் வல்லுறவு போன்ற குற்றங்களுக்கும் கடுமையான தண்டனைகள் வழங்கப்படுகின்றன. அரசருக்கு துரோகம் செய்பவர்கள் வயிற்றில் கூரான சூலத்தை ஏற்றி ரத்தம் வடிந்து வெளிறிப்போய் சாகுமாறு

பகிரங்கமாக தண்டனையை நிறைவேற்றுகின்றனர். கீழ்ச் சாதியினர் செய்யும் குற்றங்களுக்கும் கொலைகளுக்கும் மரண தண்டனை விதிக்கப்படுகிறது. எப்போதாவது மன்னர் விரும்பினால், தூக்குத் தண்டனைக் கைதியை யானைகள் முன்போட்டு அவற்றின் கால்களால் இடற வைத்துக் கொல்கின்றனர்'. நூனிஸ் இதையெல்லாம் போகிற போக்கில் சாதாரணமாகச் சொல்கிறார். காரணம் மத்திய கால ஐரோப்பாவிலும் இதே போன்ற கொடூரமான தண்டனைகள்தான் விதிக்கப்பட்டன.

விஜயநகரத்தின் அரசியல் பொருளாதாரம்

ஹம்பிக்கு முதலில் சென்றபோது எனக்குள் பல கேள்விகள் எழுந்தன: வியநகர மன்னர்கள் எப்படி அவ்வளவு பரந்து விரிந்த சாம்ராஜ்யத்தை, பல்வேறு மொழிகளும் கலாச்சாரங்களும் கொண்ட மக்களை, வெவ்வேறு அரசுகளால் ஆன பிரதேசத்தை கிட்டத்தட்ட மூன்று நூற்றாண்டுகளுக்கு ஆண்டார்கள்? வெளிநாட்டுப் பயணிகள் வியந்து போற்றும்படி எப்படி அவ்வளவு பெருஞ்செல்வம் அவர்களுக்குத் திரண்டது? எப்படிப்பட்ட அரசியல், பொருளாதார ஏற்பாடுகள் இந்த அளவுக்குச் செல்வங்களைக் கொண்டுவந்து சேர்த்தன? தென்னிந்திய சமூகத்தில் மிகப்பெரிய மாற்றங்களை விஜயநகர சாம்ராஜ்யம் கொண்டு வந்ததா?

பர்டன் ஸ்டெய்ன் என்ற அறிஞர் 'புதிய கேம்பிரிட்ஜ் இந்திய வரலாறு: விஜயநகரா (1989)' என்ற நூலில் இந்தக் கேள்விகளுக்கு விடைதருகிறார். விஜயநகர சாம்ராஜ்யத்தின் அரசியல், சமூகம், பொருளாதாரம் எப்படிப்பட்டவை என்று விளக்குகிறார். விஜயநகர சாம்ராஜ்யம் உருவாவதற்கு முன்னால், பதிமூன்றாவது நூற்றாண்டில் இரண்டுவிதமான மக்கள் குடியேற்றமுறை தென்னிந்தியாவில் ஏற்பட்டது. கடற்கரையோரம் நதிகள் சங்கமிக்கும் பகுதிகளில் விவசாயம் செழித்தது. மக்கள் தொகை அங்கே அதிகரித்தது. தரை வழியிலும் கடல் வழியிலும் வியாபாரம் பெருகியது. சோழர்களும் பாண்டியர்களும் ஆட்சி செய்த பகுதி இதற்கு நல்ல உதாரணங்கள். மத்திய தீபகற்பமானது பீடபூமி. இத்தகைய மலையகங்களிலும் உயர் நிலங்களிலும் வறட்சியே நிலவியது. விவசாயம் ஓரளவுக்குத்தான் கை

கொடுத்தது. இதனால் மக்கள் நெருக்கமும் குறைவு. இக்காரணங்களால் பொருளாதார அடிப்படையும் வலிமையற்றே இருந்தது. இத்தகைய பகுதிகளைத்தான் காகதீயர்களும் ஹொய்சாளர்களும் ஆண்டனர்.

இயற்கையான இந்த அசமத்துவத்தால்தான், கடற்கரையோர சமவெளிப்பகுதியின் வளங்களைக் கைப்பற்ற, தீபகற்ப பீடபூமியை ஆண்ட மன்னர்களுக்குத் தூண்டுதல் ஏற்பட்டது என்கிறார் ஸ்டெய்ன். அத்துடன் அரசு நிர்வாகத்துக்கு ஏற்பட்ட உயர் செலவும், அடிக்கடி போர் செய்யவேண்டிய சூழலும் பீடபூமியை ஆண்டவர்களுக்கு ஏற்பட்டன. பதிமூன்றாவது நூற்றாண்டில் மழைப்பொழிவு குறைந்ததால் போதிய தண்ணீர் கிடைக்காமல் பல்வகைப்பயிர்ச் சாகுபடியை மேற்கொள்ள முடியாமல் வேலையிழந்தனர் விவசாயிகள். இதனால் போர்ப் படையில் சேர்ந்து வருமானம் ஈட்ட வேண்டிய நிலைக்குத் தள்ளப்பட்டனர். ஏற்கெனவே கால்நடை மேய்ப்போருடனும் வனங்களில் வசிப்போருடனும் சண்டையிட்டு அனுபவம் பெற்றிருந்தனர்.

ஆந்திரப் பிரதேசத்தின் ரெட்டிகளும் வெலமாக்களும் தமிழ்நாட்டின் வன்னியர்களும் போர்க்கலையிலும் தேர்ச்சிபெற்ற விவசாயிகளாக இருந்தனர். முஸ்லிம்களின் குதிரைப்படை ஆற்றலும் வாள் மற்றும் ஈட்டிகளைக் கொண்டு செய்யும் போர்த்திறனும் தீபகற்பத்தில் வசித்த மக்களுடைய போர் ஆற்றலைவிட பலமாகவும் வீரியமிக்கதாகவும் இருந்தன. எனவே வளமான விவசாய நிலப்பகுதிகளையும் வியாபாரத்தலங்களைக் கொண்ட குடியிருப்புகளையும் முஸ்லிம்களிடம் இழக்க நேர்ந்ததல்லாமல் அரசியல்ரீதியாகவும் அவர்களுக்கு அடங்கி நடக்கவேண்டிய நிலை ஏற்பட்டது. அவர்களுடைய சூறையாடல்களையும் தடுக்க முடியவில்லை.

விஜயநகரமும் தீபகற்ப குடியேற்றப் பகுதிகளில் மலையகமாகத்தான் இருந்தது. முஸ்லிம்கள் தங்களுடைய ஆட்சிப்பரப்பை விரிவுபடுத்தவேண்டும் என்று நினைத்த பகுதியில் தலையாயதாக விளங்கியது. சங்கம சகோதரர்களும் அவர்களுக்கு அடுத்த தலைமுறையினரும் தெற்கில் விஜயநகரத்தின் ஆட்சிப்பரப்பை விரிவுபடுத்தியபோது தங்களுடைய ஆதிக்கத்தை வலுப்படுத்த புதிய உத்திகளைக் கையாண்டனர். தங்களுடைய ஆட்சிப் பகுதிகளை நிர்வகிக்க ‘நாயக்’ (ஆளுநர்) என்ற அதிகாரியை

நியமித்தனர். அவர்கள் அரசனுடைய கட்டளைகளை அமல் படுத்துவதுடன், அரசருக்குச் சேர வேண்டிய வரி, குடிவாரம், அபராதம் ஆகியவற்றை வசூலிப்பார்கள். நாயக்குகளாக அரசரின் குடும்பத்தைச் சேர்ந்த நெருங்கிய உறவினர்களும் படைத் தலைவர்களும், முக்கியப் பிரமுகர்களும் நியமிக்கப்பட்டனர். சில பகுதிகளில், பகுதியளவு சுயாட்சி அதிகாரமும் அவர்களுக்குத் தரப்பட்டன. சில பிரதேசங்கள் மன்னருடைய நேரடி ஆட்சியின் கீழ் வந்தன. நாயக்குகளாக நியமிக்கப்பட்டவர்கள் தாங்கள் வசிக்கும் தொகையில் சரிபாதியை மன்னருக்கு அளித்துவிட்டு எஞ்சியவற்றை படைகளின் செலவுக்கும் நிர்வாகத்துக்கும் வைத்துக்கொண்டனர். மிகச் சிலர் மட்டுமே பெரும் பகுதியைத் தங்களுக்கு எடுத்துக்கொண்டு எஞ்சியவற்றை அரசருக்குக் கொடுத்துவிட்டுச் சக்திமிக்கவர்களாகி தொல்லை தந்தனர்.

துறைமுகங்களில் வசூலிக்கப்படும் சுங்கம் மூலமும் அரசுக்குக் கணிசமான வருவாய் கிடைத்தது. துறைமுகங்கள் அனைத்தும் மலபார் (மலையாள) கடற்கரையிலும், சோழமண்டலக் கடற்கரையிலும் நீண்ட, பெரிய அகலமான சாலைகளால் இணைக்கப்பட்டிருந்தன. அந்தச் சாலைகளை முறையாகப் பராமரித்ததுடன் கள்வர்கள், வழிப்பறி செய்வோர் பெருகாதபடி கட்டுக்காவல்களும் போடப்பட்டன. இதற்காகும் செலவு களுக்காக, துறைமுகம் வழியாக ஏற்றுமதியாகும் சரக்குகளுக்கும் இறக்குமதியாகும் சரக்குகளுக்கும் சுங்கக் கட்டணம் விதிக்கப்பட்டது. அரேபியாவிலிருந்து போர் குதிரைகள் ஆண்டுதோறும் 13,000-க்கு மேல் ஹோர்முஸ் துறைமுகம் மூலமும், எஞ்சியவை ஏடன் மூலமும் இறக்குமதியாகும். விஜயநகர சாம்ராஜ்யத்துக்கு அதிக வரி வருவாய் தந்தவர்கள் உள்ளூர் வியாபாரிகள், வெளிநாடுகளுடன் வர்த்தக உறவுள்ள பெரும் தன வணிகர்கள், தொழில்பிரிவுகள் மூலம் உற்பத்தி செய்வோர் ஆகியோர்.

அவர்கள் நாட்டுக்கும் பொருளாதாரத்துக்கும் எந்த அளவுக்கு முக்கியமானவர்கள் என்பதை கிருஷ்ணதேவராயரே கூறி இருக்கிறார்: ‘ஒரு நாட்டை ஆளும் மன்னர் துறைமுகங்களை மேம்படுத்தவேண்டும், அத்துடன் கடல்வழி வாணிபத்தையும் ஊக்குவிக்கவேண்டும். நம் நாட்டிலிருந்து யானைகளை வாங்கிக்கொண்டு நமக்கு குதிரைகளைக் கொண்டுவந்து தரும் வெளிநாட்டு வியாபாரிகள் நம் நாட்டில் வசதியாகவும் கௌரவமாகவும் தங்குவதற்கு, நகரங்களானால் நல்ல

குடியிருப்புகளையும் தேவைப்பட்டால் கிராமங்களையும் ஒதுக்கவேண்டும். அவர்களை அரசனும் அரசப் பிரமுகர்களும் அன்றாடம் சந்தித்து, அவர்களுக்குக் கோரிக்கைகள் இருந்தால் கேட்டு நிவர்த்தி செய்யவேண்டும், அவர்களுக்குப் பரிசுகளை அளிக்கவேண்டும், நியாயமான அளவுக்கு அவர்கள் லாபம் சம்பாதித்துக்கொள்ளவும் அனுமதிக்கவேண்டும். அதன் பிறகு முக்கியமான அந்தச் சரக்குகள் நம்முடைய எதிரிநாடுகளுக்குக் கிடைக்காமல் போகும்' என்று சூட்சுமத்தைத் தெரிவித்திருக் கிறார். இது வெறும் வரவு - செலவுக்கான வியாபாரம் மட்டுமல்ல என்பதை அவர் நன்கு புரிந்துகொண்டிருக்கிறார்.

விஜயநகரத்தில் மையப்படுத்தப்பட்ட அரசு நிர்வாகம் உருவானது. அது பதினாறாவது நூற்றாண்டின் தொடக்கத்தில் கிருஷ்ணதேவராயரால் செம்மைப்படுத்தப்பட்டது. அவரது ஆட்சிக் காலத்தில் அது உச்சத்தைத் தொட்டது. பர்போஸா, பயஸ் போன்ற வெளிநாட்டவர்கள் பதிவு செய்ததில் விஜய நகரத்தின் செல்வச் செழிப்பும் மகோன்னதமும் வெளிப்பட்டன. ஆனால் ஸ்டெய்ன் அந்த ஆட்சியை, 'அட்டைப் பூச்சியைப்போல மக்களுடைய உற்பத்தித் திறனையும் வணிக உற்பத்தியையும் உறிஞ்சிக் கொழுத்துக்கொண்டு, பதிலுக்கு மக்களுக்கு எதையும் தராத அரசு' என்று வர்ணித்தார். இந்த வர்ணனைக் கடுமையாக இருந்தாலும் பெரும்பாலும் சரியானதாகவே இருக்கிறது. ஜான் ஃபிரிட்ஸ், ஜார்ஜ் மிச்செல் போன்ற விஜயநகர அரசை ஆராய்ந்த நிபுணர்கள், 'விஜயநகரம் இயல்பான வர்த்தக மையம் அல்ல, செயற்கையாக அரசால் உருவாக்கப்பட்ட விற்பனைக் கூடம், அரசின் தொடர் ஆதரவால் அப்படி வணிக நகரமாகத் திகழ்ந்தது. இதற்காக அரசின் செல்வமும் உழைப்பும் வீணாகத் திருப்பி விடப்பட்டன' என்கின்றனர்.

நீலகண்ட சாஸ்திரி கூறியதைப்போல, விஜயநகரம், போர் செய்யும் அரசாக இருந்ததையும் காண முடியும். போர்த் தளபதிகளால் உருவாக்கப்பட்டு ஆளப்பட்ட அரசு என்பதால், தனது எதிரிகளுக்கு எதிராக அதிக ராணுவ பலத்தைக் காட்ட வேண்டியதாக இருந்தது. அந்த எதிரிகள் முஸ்லிம்கள் மட்டுமல்ல இந்துக்களுமாகவே இருந்தார்கள். பிரதேசங்களை அடக்கி ஒடுக்க மிருகத்தனமான முறையில் வெறிகொண்டு தாக்கினர். 1544-ல் விஜயநகரத்தை ஆண்ட மன்னர் ராம ராயர், திருவிதாங்கூரை ஆண்ட மன்னர் உன்னி வர்மாவை தண்டிக்க பெரும் படையை அனுப்பினார். வணிகம் மூலம் கிடைத்த வருவாயை விஜய

நகரத்துக்கு அனுப்பத் தவறினார் உன்னி வர்மா. பதினாறாவது நூற்றாண்டில் விஜயநகரம் நிலப்பிரபுத்துவப் பரம்பரை பேரரசாகிவிட்டது. இந்த அமைப்புக்குள் அரசியல், பொருளாதார கீழ்ப்படிதல் எந்த நிலையில் இருந்தது என்ற விவாதம் அறிஞர்களுக்கிடையே இன்றுவரை நீடிக்கிறது.

பேரரசின் பிரதிநிதிகளான ஆளுநர்கள், ஆளுகைக்குள்பட்ட பகுதியல்லாத புறப் பகுதியைச் சேர்ந்தவர்களாகத்தான் இருந்திருக்கிறார்கள். தமிழ் பேசும் பகுதிகளுக்கு தெலுங்கு அல்லது கன்னடம் பேசுவோர் ஆளுநர்களாகவோ, அரசப் பிரதிநிதிகளாகவோ நியமிக்கப்பட்டனர். வெறும் அதிகாரத்தைக் கொண்டு அவர்களால் ஆள முடியாது, அதுவும் நீண்ட காலத்துக்கு அப்படி ஆள்வது சாத்தியமே இல்லை. எனவே உள்நாட்டு மக்களுக்குப் பல நன்மைகளைச் செய்ய வேண்டும். அவர்களுடைய சுக - துக்கங்களில் பங்குகொள்ள வேண்டும். நல்ல தொடர்புகளை வளர்த்துக்கொள்ள வேண்டும். இதற்காகவே, தாங்கள் ஆளும் பிரதேசத்தின் பாசனத் திட்டங்களிலும் குளம் அமைப்பது, அணை கட்டுவது போன்றவற்றிலும் பலரும் ஈடுபட்டனர். அத்துடன் தரமான, நேர்மையான நிர்வாகத்தை அளிப்பதும் அவசியமானது. உள்ளூர் மக்களும் தங்களுடைய விளைபொருள்களுக்கான சந்தை பெரிதானதால் நல்ல விலைக்கு விற்க முடிந்தது. இதை மாட்டு வண்டிகள் மூலம் நிலவழியாகவோ, படகுகளைக் கொண்டு ஆற்றின் வழியாகவோ செய்தனர்.

வெளிப் பிரதேசத்தைச் சேர்ந்த இந்த ஆளுநர்கள் தாங்கள் ஆளும் பகுதிகளில் இருந்த கோவில்களை மானியம் தந்து ஆதரித்தனர். தேவைப்பட்ட இடங்களில் புதிய கோவில்களைக் கட்டித் தந்தனர். இதனால் அவர்களுடைய பகுதிகள் நகரங்களாகின. அதன் விளைவாக கைவினைஞர்கள் பெருகினார்கள். கைவினைப் பொருள்கள் உற்பத்தி அதிகரித்தன. கலாச்சார வளர்ச்சிக்கும் உதவினர். ஆலயங்கள் தங்கள் வருமானத்திலிருந்து வாய்க்கால் வெட்டுதல், குளம், கிணறு அமைத்தல் ஆகிய பொதுப் பணிகளுக்குச் செலவிட்டு பொதுச் சொத்துகளைப் பெருக்கின. ஆளுநர்கள் அல்லது அரசப் பிரதிநிதிகள் பூசாரிகளுக்கும் மடாலயங்களுக்கும் நிலங்களையும் மானியங்களையும் நிறைய அளித்தனர். கோவில்களுடன் இணைப்பு பெற்ற பெரிய மடாலயங்களுக்கு அளித்த நன்கொடைகள் மூலம் மடாலயத் தலைவர்களின் ஆசியையும் ஆதரவையும் பெற்றுக்கொண்டனர்.

பரம்பரையாக வந்த நாயக்கர்களுக்கு மட்டுமே வழங்கப்பட்ட ஆளும் உரிமையை, விஜயநகரப் பேரரசில், அரசால் நியமிக்கப்பட்ட பிரமுகர்களும் அவர்களுக்குக் கீழ் பணியாற்று வோரும் பூசாரிகள், மடாலயத் தலைவர்களின் ஆசிகளால் பெறத்தொடங்கினர். அதற்கும் முன்னால் வேறு பிரதேசத்தைச் சேர்ந்தவர்கள் தங்கள் பகுதியை ஆள்வதை மக்கள் வெறுத்தனர். விஜயநகரத்துக்குத் தொலைவில் இருக்கும் பகுதியை ஆண்டவர்கள், கிட்டத்தட்ட சுயேச்சையாகவே செயல்பட்டனர். பரம்பரையாக தங்களுக்கிருந்த உரிமைகளைத் தொடர்ந்து நிலைநாட்டினர். தங்களை ஆளும் மன்னர்களுக்கு மரியாதை செலுத்துவது, ஆயுதங்கள் வாங்கவும் அரசின் செலவுகளுக்கும் நிதியளிப்பது போன்றவை மூலம் அவர்கள் தொடர்ந்து தங்கள் பிரதேச மன்னர்களாகவே நீடித்தனர்.

சில பகுதிகளில் ஆளுநர்களைக் கேள்வி கேட்க தலைவர்களே கிடையாது. அங்கே உள்ளூர் அதிகாரம் பரவலாக்கப்பட்டிருந்தது. நில உடைமையாளர்கள் குடும்பங்களிடம் (தமிழ்நாட்டில் பிராமணர்கள், வெள்ளாளர்கள் - தெலுங்கு பேசும் நாட்டில் கம்மா, ரெட்டியார்கள்) அதிகாரம் பிரித்துக்கொள்ளப்பட்டது. உள்ளூர் இயற்கை வளங்களையும் செல்வத்தையும் அவர்கள் ஏகபோகமாக அனுபவித்தனர். உணவையும் குடியிருக்கக் குடிசைகளையும் கொடுத்துவிட்டு தீண்டப்படாத சாதியினர் என்று ஒதுக்கி வைத்திருந்தவர்களிடம் உழைப்பைச் சுரண்டினர். மேட்டுக்குடி மக்களும்கூட, தான்தோன்றித்தனமாக நடந்துகொண்ட ராஜப் பிரமுகர்களையும் ஆளுநர்களையும் எதிர்த்தனர். சிலர் தங்களுடைய உரிமைகளை விட்டுக்கொடுத்துப் புதியவர்களிடம் வேறு சலுகைகளை அல்லது பதவிகளைப் பெற்றனர். செலாவணியைக் கையாளும் காசாளர்களாகவும் அரசு நிர்வாக எழுத்தாளர்களாகவும், கணக்காளர்களாகவும் தொடர்ந்தனர் (பிரிட்டிஷ்காரர்கள் தலைமையிலான காலனி ஆட்சியிலும் இப்படிப்பட்ட பதவிகளிலேயே நீடித்தனர்).

விஜயநகர சாம்ராஜ்யத்தின் இந்துக் கடவுளர்கள் வரிசையில், கிராமப்புற தேவதைகளும் அறுவடை மற்றும் மக்கள் பேறுக்கான தெய்வங்களும் சமஸ்கிருதமுறை வழிபாட்டுக்குட்படுத்தப்பட்டு சேர்த்துக்கொள்ளப்பட்டனர். பழைய சடங்குகளைச் சற்றே மாற்றிப் பின்பற்றுவதும் அரசியல் நோக்கில் பொருளாதார வளங்களைக் கையகப்படுத்துவதும் பிரிட்டிஷ் காலத்திலும் அதற்குப் பிறகும்கூட நீடிக்கிறது.

சாம்ராஜ்யத்தின் ஆளுநர்கள் (நாயகர்கள்) காவல் அரண்மிக்க கோட்டைகளில் அல்லது ராணுவப் பாசறைகளில், தயார் நிலையிலுள்ள ராணுவப் படைப்பிரிவுகளுக்குத் தலைமை தாங்கி நிர்வாகத்தை நடத்தினர். விஜயநகரத்திலிருந்து எப்போது அழைப்பு வந்தாலும் ராணுவப் படைகளை அனுப்ப வைத்திருந்தனர். அவற்றுக்குத் தேவைப்படும் ஆயுதங்கள், உணவு, கூடாரம் உள்ளிட்ட இதர சாதனங்களுடன் புறப்படத் தயாராக இருந்தனர். வேற்று நாட்டின்மீது மட்டுமல்லாமல், உள்நாட்டிலேயே மன்னரின் கட்டளைக்குப் பணிய மறுக்கும் கலகக்கார நாயக்கர்களை அடக்கவும் தயாராக இருக்குமாறு அவர்களுக்கு அறிவுறுத்தப்பட்டிருந்தது. விஜயநகரத்திலிருந்து வெகு தொலைவில் இருந்த பகுதியைச் சேர்ந்த நாயகர்கள் சிலர் இப்படி தன்னாட்சியை நிறுவி மன்னரின் பகைமையைச் சம்பாதித்துக் கொண்டனர். 1565-ல் விஜயநகரம் வீழ்ந்ததும் பல நாயக்கர்கள் இப்படி தனியரசுகளை நிறுவலாயினர். (பாமனி சுல்தான்களின் ஆட்சி உடைந்து சிதறியதைப்போலவே இதுவும் நடந்தது). மைசூரு, இக்கேரி, செஞ்சி, தஞ்சாவூர், மதுரை நாயக்கர்கள் இப்படிப் பிரிந்து தனியாட்சி செய்தனர். 'இப்படி இடையூறுகளும், தொடர்ச்சிகளுமாக விஜயநகர சகாப்தம் இருந்தகாலத்தில், தென்னிந்திய சமூகம் மத்தியகால வாழ்க்கை முறையிலிருந்து நவீன எதிர்காலத்தில் அடி எடுத்து வைத்தது' என்று எழுதுகிறார் ஸ்டெய்ன்.

பின்னிப்பிணைந்த மதமும் அரசவை வாழ்வும்

1530-களில் கட்டப்பட்ட அச்சுதராய ஆலய வளாகத்துக்குள் ஒரு நாள் காலை, வெகுதூரம் வரை சென்றேன். அழகிய குன்றுகளின் நடுவில் உள்ள பள்ளத்தாக்கில் அந்த இடம் இருக்கிறது. கடைவீதியின் ஒரு பக்கம் முழுவதும் சிதிலம் அடைந்த நிலையில் அங்காடிகளும், மிகப் பெரிய குளமும் உள்ளன. அந்த வீதி அழகிய வாயில்புறத்துக்கு இட்டுச் செல்கிறது. கடவுளர் சன்னதிகள், அரங்கங்கள், முற்றங்கள் அங்கே காணப்படுகின்றன. அவை அனைத்தும் திருவெங்கலநாதர் என்ற விஷ்ணு ஆலய வளாகமாகும். அங்குள்ள சிற்பங்கள் மதம் மட்டும் சார்ந்தவை அல்ல, அன்றாட வாழ்க்கைச் சித்திரங்களைக் காட்டுபவை. அனைத்துமே அழகாகவும் புதிராகவும் இருப்பவை. நாட்டியத் தாரகைகள், இசை வாணர்கள், துறவிகள் மட்டுமல்லாமல் இந்த

அச்யுத்தாரய்யா கோவில் வளாகத்தில்
அன்றாட வாழ்க்கைச் சித்திரங்களைக் காட்டும் சிற்பங்கள்

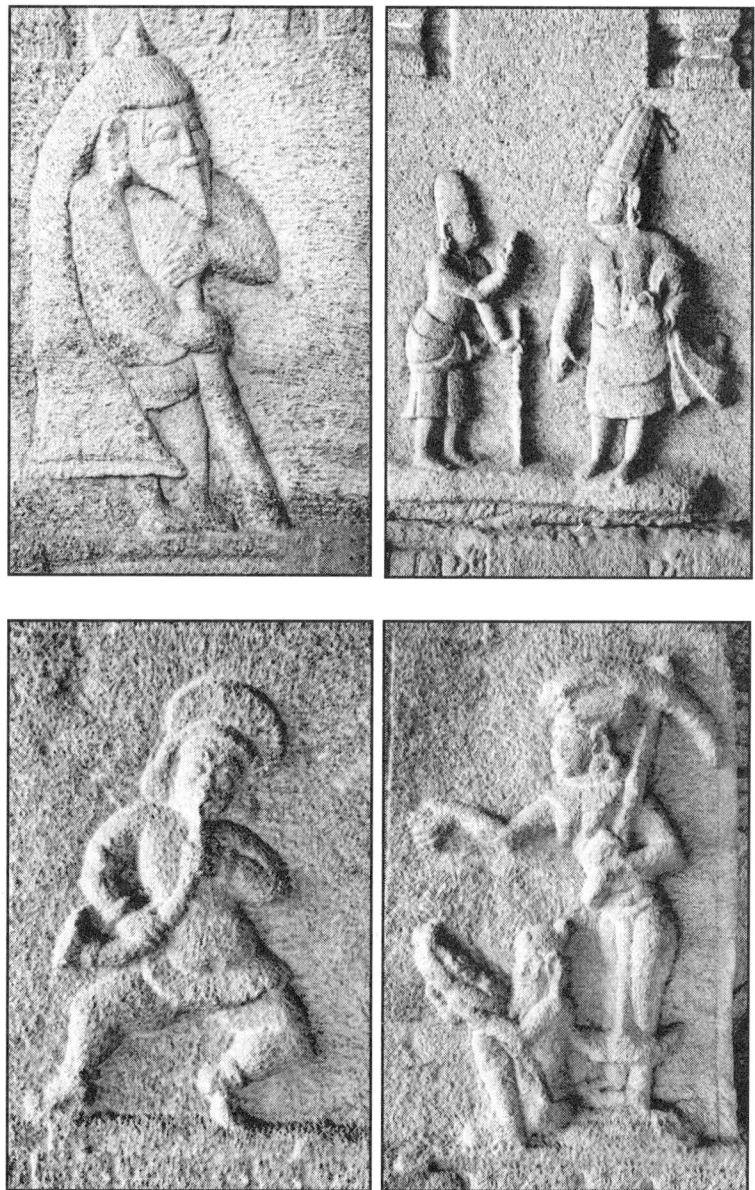

நாட்டு மக்கள் அணியும் ஆடைகளைப்போல அல்லாமல் விசித்திரமாகத் தொப்பியும் உடையுமணிந்த வேற்று நாட்டவர் சிற்பங்களும் அங்கு இருக்கின்றன. அராபியர்கள், துருக்கர்கள், பாரசீகர்கள், போர்த்துக்கீசியர்கள், ராஜப் பிரதிநிதிகள், தூதர்கள், வர்த்தகர்கள் அவற்றில் இருக்கின்றனர். வித்தியாசமான சிகை அலங்காரம், தாடிகள், ஆடை ஆபரணங்கள் ஆகியவற்றைப் பார்க்கப் பரவசமூட்டுகின்றன. (இப்படி வெளிநாட்டவர்களின் சிற்பங்கள் மகாநவமி மேடையிலும் அரசவை மையத்திலும் இதர நினைவுச் சின்னங்களிலும் இடம் பெற்றுள்ளன).

இப்போது கட்டப்படும் மிகப் பெரிய, அழகிய ஆலயங்களில் கூட விஜயநகர காலத்தில் இடம்பெற்றதைப்போல வேற்று மொழி, மத, கலாச்சாரங்களை அடையாளப்படுத்துவோரின் சிற்பங்கள் அமைக்கப்படுவதில்லையே என்ற எண்ணம் ஏற்படுகிறது. தமிழ்நாட்டுக்கு உரிய தனித்துவமான ஆலய அமைப்பு என்று அதன் வானளாவிய கோபுரங்களைக் கூறலாம். அதை அப்படியே விஜயநகர சாம்ராஜ்யமும் உள்வாங்கி, தனது ஆட்சிக்குள்பட்ட பகுதிகளில் கட்டிய கோவில்களில் அழகுற இடம்பெறச் செய்திருக்கிறது. பிரமிடைப்போல ராஜ கோபுரங்களுடன் கூடிய கோவில்களைக் கட்டுவது தென்னிந்தியா முழுக்கப் பரவியது. இந்தக் கோபுரங்கள் கடவுளர்களின் பெருமையை வலியுறுத்துவதுடன், மன்னருடைய வலிமையை அவர் தம் ஆட்சியில் உள்ள மக்களுக்கும், பக்கத்து நாட்டு மன்னர்களுக்கும் உணர்த்துவதற்காகவே அமைக்கப்பட்டன.

விஜயநகரம் எந்தவகையிலான இந்துத்துவக் கொள்கையை ஆதரித்தது? பல்வேறு இன மக்களைக் கொண்ட வெற்றிகரமான பேரரசுகள் அனைத்துமே பொதுவான, அனைவரையும் அரவணைத்துச் செல்லும் மதக் கொள்கைகளையே கடைப்பிடித்து வருகின்றன. விஜயநகர மன்னர்களும் பன்மைத்துவ ஆதரவாளர்களே. மன்னர்களுடைய பிரதான வழிபடும் தெய்வமான விருபாட்சர் ஆலயத்தை ஆதி சங்கரரின் மடாலயத்தைச் சேர்ந்தவர்களே நிர்வகித்தனர்.

ஆதி சங்கரர் எட்டாவது நூற்றாண்டில் அத்வைத வேதாந்த தத்துவத்தை எடுத்துரைத்து மக்களிடையே பரப்பினார். பரமாத்மா வேறு, ஜீவாத்மா வேறு என்ற துவைதக் கருத்தை மறுத்து, இரண்டும் ஒன்று (இரண்டல்ல ஒன்று) என்ற வேதாந்தக் கருத்தை நிலைநிறுத்தினார். அத்துடன் உலக வாழ்வில் உள்ள பற்றைத்

துறக்கும் துறவை ஆதரித்து, துறவிகளுக்கான இல்லமாக மடங்களை நிறுவினார். பதினான்காவது நூற்றாண்டில் விஜயநகர அரசவையில் இருந்த தர்க்க சாஸ்திர நிபுணர் கன்னிபட்டர், அத்வைத வேதாந்தத்தை ஆதரித்து ஆய்வு நூல் எழுதினார்.

அத்வைத சித்தாந்தத்தைத்தான் விஜயநகர அரசு ஏற்றுக் கொண்டது. ஆனால் அதற்கு எதிர்க் கருத்தான துவைத வேதாந்தத்தை வலியுறுத்திய கருத்துகளை வெளியிடவும் அரசவை ஆதரவு தந்தது. பரமாத்மா வேறு, ஜீவாத்மா வேறு. இரண்டும் ஒன்றல்ல, பரமாத்மாவுக்கு ஜீவாத்மாவை இணை வைக்க முடியாது என்பதுதான் துவைதம். கிருஷ்ண தேவராயருக்கு ராஜ குருவாக இருந்தவரும், மாத்வ மடங்களை ஸ்தாபித்தவரும், சிறந்த அறிஞரும், கவிஞரும், பக்திப் பாடல்களை இசைப் பவருமான வியாசதீர்த்தர் (1460-1539) துவைத கருத்துகளையே வலியுறுத்தினார்.

வியாச தீர்த்தரின் சீடர்களில் ஒருவரான புரந்தர தாஸர் (1484 - 1564) மிகப் பெரிய நகை வியாபாரி, செல்வந்தர். பகவான் கிருஷ்ணரின் லீலைகளால் ஆட்கொள்ளப்பட்டு தனது சொத்துகளையெல்லாம் விட்டுவிட்டு புரந்தர விட்டலரைப்பற்றியே பாடிக்கொண்டு அவருடைய தாஸராகிவிட்டார். பக்திப் பாடகராகப் புகழ்பெற்ற அவர் பாடல்களை இசைப்பதன் மூலம் கிருஷ்ண பக்தியைப் பரப்பினார். அவர் இயற்றிய கர்நாடக இசையமைப்பிலான பாடல்கள் மக்களால் ஏற்கப்பட்டு அந்த இசைப்பிரிவு வளர்ச்சி கண்டது. கர்நாடக இசையின் தந்தை என்றே புரந்தர தாஸர் அழைக்கப்படுகிறார். நாரதரின் கலியுக அவதாரமே புரந்தர தாஸர் என்பவரும் உண்டு. தன்னுடைய வாழ்நாளின் பிற்பகுதியில் விஜயநகரத்தில் வாழ்ந்த அவர் விட்டலரின் மேல் பாடல்களைப் புனைந்துபாடினார். ஆற்றங்கரையில் மிகப் பெரிய தூண்களுடன் கூடிய திறந்தவெளி மண்டப வீட்டில் இருந்தபடியே பாடினார். அந்த இடம் இப்போது புரந்தரதாஸர் மண்டபம் என்று அழைக்கப்படுகிறது. ஆண்டுதோறும் இந்த இடத்தில் இசை விழா நிகழ்ச்சிகள் நடைபெறுகின்றன.

அனைத்தையும் துறக்கும் துறவறம், இறைநிலையுடன் கலந்த பக்திமார்க்கம் ஆகிய இரண்டும் இந்துத்துவத்தின் அடிமூலக் கூறு; இது மதத்தில் ஏற்பட்டுக்கொண்டிருந்த மாபெரும் மாற்றத்தின் ஒரு பகுதி. விஜயநகர ஆலயச் சுவர்களில் ஏன் காமப்பரவசமூட்டும் சிற்பம் ஒன்றுகூட இல்லை என்பதற்கு இதுதான் காரணம். அங்கிருந்த ஆயிரக் கணக்கிலான

சிற்பங்களையும் சிலைகளையும் கவனமாக ஆராய்ந்தேன். பத்து சதவிகிதத்துக்கும் குறைவானவையே சிருங்கார ரசம் சொட்டும் சிற்பங்கள். தேய்வடைந்துவரும் ஒரு போக்கு, காட்சிப்படுத்தலில் மிகச் சிறிதளவே இடம் பிடிக்கும் வகைமை என்ற அளவுக்கு அவை முக்கியத்துவம் இழந்துவிட்டன.

விஜயநகரத்தில் உள்ள ஆலயக் கலைச் சின்னங்களாகட்டும், கடைப்பிடித்த இந்து மத வழிபாட்டுமுறைகளாகட்டும், இந்துக்கள் இன்று தங்களுடன் அடையாளப்படுத்திக்கொள்ளும் ஆரவாரமற்ற, தூய்மையான இந்து அடையாளங்களாகவே இருந்துள்ளன. முகமது கஜினி படையெடுத்த பொதுஆண்டு ஆயிரத்துக்கும் முன்னதாகவே இந்து மதம் இந்த நிலையை, ஆதிசங்கரரின் போதனைகளாலும் பக்தி இயக்கத்தினாலும் எட்டிவிட்டது. இந்தியாவின் வடமேற்கிலிருந்து படையெடுத்து வந்த இஸ்லாமியர்களின் சுன்னி, ஷியா, சூஃபி நெறிகளும், பிறகு விக்டோரியா மகாராணி காலத்து ஆங்கிலோ - சாக்ஸன் மரபுகளும் இந்துத்துவத்தில் ஏற்பட்ட மாற்றங்களை மேலும் வலுப் படுத்தவே உதவின. (இந்திய ஆலயங்களிலிருந்து காமப் பரவச மூட்டும் சிற்பங்கள் ஏன் மறைந்துவிட்டன என்பதைக் கடந்த அத்தியாயத்திலேயே விரிவாகப் பார்த்தோம்.)

இந்து மதத்தின் வெவ்வேறு பிரிவுகளுக்கிடையே போட்டியை உருவாக்கத்தான் ஆலயங்களிலும் மடாலயங்களிலும் பன்மைத் துவத்தை விஜயநகரப் பேரரசு நாயக்க ஆளுநர்கள் மூலம் ஆதரித்தது என்று சில அறிஞர்கள் கருதுகின்றனர். நோக்கம் எப்படிப்பட்டதாக இருந்தாலும் அது பரந்துபட்ட இந்துத்துவ அடையாளத்தையே வளர்த்தது.

விஜயநகர அரசின் ஆட்சிமொழி தெலுங்கு. கன்னடம், சமஸ்கிருதமும்கூட பொதுவானதாக இருந்தது. தென்னை ஓலைகளைப் பாடம் செய்தும் மெல்லிய துணிகளைக்கொண்டும் மக்கள் எழுதினர் என்று ரசாக் குறிப்பிட்டிருக்கிறார். துணிகளில் எழுதியவை நீண்ட கால ஆவணங்களாகப் பயன்பட்டுள்ளன. இளவயதில் போர் செய்வதில் தீவிரம் காட்டிய கிருஷ்ண தேவராயர் ஐம்பதுகளுக்குப் பிறகு இலக்கியங்களில் கவனத்தைச் செலுத்தினார். தமிழ்நாட்டைச் சேர்ந்த ஆழ்வாரான ஆண்டாள் நாச்சியார் விஷ்ணுவையே கணவராக அடைய பாவை நோன்பிருந்து பாடிய திருப்பாவைப் பாடல்களை 'ஆமுக்தமால்யதா' என்ற பெயரில் தெலுங்கில் பாடினார் கிருஷ்ண தேவராயர். அவருடைய அரசவையில் அல்லசானி

பெத்தண்ணா உள்பட எட்டு பெருங்கவிஞர்கள் இருந்தனர். பெத்தண்ணாவை, 'தெலுங்குக் கவிதையின் பாட்டனார்' என்று புகழ்கின்றனர். தெனாலியைச் சேர்ந்த ராமகிருஷ்ணர், தெனாலி ராமன் என்ற பெயரில் புகழ்பெற்ற அரசவை விகடகவி. நகைச் சுவை உணர்வு மிக்க அவரும் நன்கு கற்றவர். வட இந்தியாவில் வசித்த என் போன்ற சிறுவர்களுக்கு அவர் ஹாஸ்ய நாயகர்.

விஜயநகர காலத்தில் மிகவும் புகழ்பெற்ற பெண் கவிஞர் ஆட்டுகுரி மொல்லா. அவர் பானை வனையும் குலாலர் மரபினர். ராமாயணத்தை தெலுங்கில் அவர் இயற்றியிருக்கிறார். கிருஷ்ணதேவராயர் அரசவையில் அதை அரங்கேற்றி புலவர்களின் பாராட்டுதல்களையும் பரிசுகளையும் பெற்றார். விஜயநகரத்துக்கு அருகிலேயே கனகதாசர் என்ற ஆட்டு இடையர் கவி பாடும் ஆற்றலுடன் கிராமத்தில் வாழ்ந்துவந்தார். சாதியைக் காரணம் காட்டி அவரை ஆலயத்துக்குள் அனுமதிக்க மறுத்தனர். சாதியைக் காரணம் காட்டும் இந்த மடமையை அவர் தனது கவிதையில் சுட்டிக்காட்டிக் கண்டிக்கிறார்.

'எந்த ஜாதியில் பிறந்தது ஆன்மா?
வாழ்க்கையும் காதலும் எந்த ஜாதிக்கு உரியன?
ஐம்புலன்களும் எந்த ஜாதிக்கு உரியவை?
ஆன்மாக்களின் ஆன்மாவான கடவுளுடன் ஆன்மா
ஒன்றுமானால், ஜாதிக்கு அங்கே என்ன வேலை?'

என்று அறிவார்த்தமாக கேட்கிறார்.

'விஜயநகரம் இந்துப் பேரரசு. அதன் மேட்டுக்குடிகள் தக்காணத்தில் வாழ்ந்த முஸ்லிம் மேட்டுக்குடிகளிடமிருந்து பல வழிகளில் வித்தியாசமாக இருந்தார்கள். மதம் என்பது முதலாவது அடையாளம். ஆனால் பல முஸ்லிம்கள் பல தலைமுறைகளாக தக்காணத்தில் வசித்த பிறகும்கூட, தங்களுடைய துருக்கி - ஆப்கானிஸ்தானத்து வேர்களைச் சொல்லி அடையாளப்படுத்திக் கொண்டார்கள். பாரசீக மொழியையும் கலாச்சாரத்தையும் தங்களுடையது என்று சொந்தம் கொண்டாடினார்கள். விஜய நகரத்தைச் சேர்ந்த இந்து மேட்டுக்குடிகள்கூட மதம் மாறாமலேயே, பாரசீக அடையாளங்களைத் தமதாக்கிக் கொண்டனர்' என்கிறார் பிலிப் பி. வேகனர். தக்காணத்தின் உலகாயத, அரசியல் கலாச்சாரத்தை ஆழ்ந்து ஆராய்ந்தவர் இவர். விஜயநகர மக்கள் மனதளவில் பாரசீகர்களாகிவிட்டனர் என்கிறார்.

நல்ல உதாரணம் வேண்டுமென்றால், பாரசீகர்கள் அணியும் நீண்ட கை வைத்த, மார்புப் பக்கம் திறப்பு உள்ள கபாயி என்ற மேல் சட்டையை இந்துக்களும் அணிந்துகொண்டு அரசவைக்குச் சென்றனர். அத்துடன் தலைக்கு 'குல்லாயி' அணிய ஆரம்பித்தனர். இது வட்ட வடிவமான கூம்பை தலைமீது கவிழ்த்ததைப்போல இருக்கும். குல்லாயில் மடிப்புகளோ வரிகளோ இருக்காது. தலையில் ஒரு பக்கமாகக் குஞ்சலம் இருக்கும். தென்னிந்தியாவின் பிற இந்து அரசர்கள் இப்படிச் சட்டையோ, குல்லாயோ இல்லாமல் இடையில் வேட்டி அணிந்ததோடு சரி. திறந்த மார்போடுதான் அவர்கள் சாமானிய மக்களைப்போல ஆடைகள் அணிந்தனர் என்கிறார் ரசாக். பாரசீகர்களின் ஆடை நாகரிகப்படிப் பார்த்தால் தென்னிந்திய ராஜாக்கள் கண்ணியக் குறைவாகவும் காட்டுமிராண்டிகளைப்போலவும் உடலைச் சரியாக மூடாமல் திரிந்தார்கள் என்றே சொல்லவேண்டும். வட இந்தியாவை ஆளும் முஸ்லிம் சுல்தான்களும் மேற்காசிய நாடுகளைச் சேர்ந்த வியாபாரிகளும் அரசப் பிரமுகர்களும் தங்களை மதிக்கவேண்டும் என்ற ஒரே நோக்கத்துக்காக விஜயநகர மேட்டுக்குடிகள் அவர்களைப்போலவே ஆடைகளை, குறிப்பாக மேல் சட்டைகளை அணிந்தனர் என்கிறார் வேகனர்.

பாரசீகக் கலாச்சாரத்தை விஜயநகர ஆட்சியாளர்கள் தாங்களாகவே விரும்பி ஏற்றனர் என்கிறார் வேகனர். அரசவையின் உலகாயதமான விஷயங்கள் மட்டுமின்றி ராணுவத் தொழில் நுட்பம், வியூக உத்தி, அரசியல் - நிர்வாக அமைப்புகள் ஆகியவற்றிலும் கட்டடக் கலையிலும் பாரசீகர்களின் - குறிப்பாக முஸ்லிம்களின் - பாணியை விஜயநகரம் பின்பற்றியது. பெருநகர விஜயநகரத்தில் அதிலும் குறிப்பாக அரண்மனை மையத்தில் பாரசீக ஆதிக்கம் அதிகமாகிவிட்டது. அரண்மனைக் கட்டடத்தின் மேல் முகப்புகள், கூரைகள், விதானங்கள், தாழ்வாரங்கள், முற்றங்கள், சாளரங்கள், கைப்பிடிச் சுவர்கள், நடைபாதைகள், மூலை முடுக்குகள், அமரும் ஆசனங்கள் என்று எல்லாமே பாரசீக மயம்தான். கட்டடத்தின் மேல்பூச்சுகூட அச்சு அசலாகப் பாரசீகத்தில் உள்ளபடியே மேற்கொள்ளப்பட்டன. ராணி ஜலக்கிரீடை செய்யும் நீராடும் துறை, ஆனைகளின் லாயங்கள், லோட்டஸ் மகால் என்றழைக்கப்படும் தாமரை மலர் வடிவ அரங்கம் மற்றும் இதர கட்டடங்கள் அனைத்தும் பாரசீகப் பாணிதான். அந்தப்புரம்கூட பாரசீகப் பெயரிலேயே அழைக்கப் பட்டது. இது இஸ்லாமியப் படையெடுப்பால் ஏற்பட்ட கலப்பு

அல்ல. பிற நாடுகளோடு தொடர்பை பெருக்கிக்கொள்ள இந்தக் கலாச்சாரப் பரிமாற்றம் உதவும் என்று மிகச் சிலரால் நன்கு திட்டமிடப்பட்டு உள்வாங்கப்பட்டது என்கிறார் வேகனர்.

பிஜப்பூர் சுல்தான் அரண்மனையில் கலாச்சாரப் பரிமாற்றம் இரு வழியிலும் நடந்தது. இந்து கலாச்சாரப்படியான மனித உருவங்களை வரையும் ஓவியங்கள் பிஜப்பூர் அரண்மனையில் இடம் பெறலாயின. பிஜப்பூரை ஆண்ட இரண்டாவது இப்ராஹிம் ஆதில்ஷா, சைவக் கோவில்களுக்கும் நாத யோகிகளின் மடாலயங்களுக்கும் மரியாதை நிமித்தம் சென்றார். பாரசீக மொழியைவிட அவருக்குச் சமஸ்கிருதம் அதிகம் தெரியும் என்கிறார் வரலாற்றாசிரியர் வில்லியம் டேல்ரிம்பிள்.

விஜயநகர அரசவை மையத்தைச் சுற்றிவந்தபோது எனக்குத் தோன்றிய இன்னொரு பாரசீகக் கலாச்சார செல்வாக்கு, அரசவைப் பெண்களுக்கு அது விதித்தக் கட்டுப்பாடுகள். அரை நிர்வாணர்களாக சட்டையோ, குல்லாயோ அணியாத பிற தென்னிந்திய மன்னர்கள் தங்களுடைய மனைவியரையும் காமக் கிழத்தியரையும் பெரிய சுவர் எழுப்பி தனிமைப்படுத்தி கட்டடங்களுக்குள், யாரும் பார்க்காமல் அடைத்து வைக்கவில்லை. விஜயநகரத்துப் பெண்கள் பிற ஆடவர்கள் கண்ணில் படாதபடிக்கு அந்தப்புரத்தில் அடைக்கப்பட்டனர். அவர்களை எப்போதும் மூன்றாம் பாலினர் கையில் வாள்கள், ஈட்டிகளுடன் காவல்காத்தனர். வெளியில் செல்வதாக இருந்தால் அரண்மனையின் ஏற்பாட்டின்பேரில் மூடு பல்லக்கில் மட்டுமே செல்ல முடியும். பொது வாழ்வில் அவர்களுக்குப் பங்கேதும் கிடையாது. சிறு வயதிலேயே குழந்தைகளுக்குத் திருமணம் செய்துவைக்கும் வழக்கம் பிராமணர்களிடையேயும் பிற உயர்சாதியினரிடையேயும் அப்போது வழக்கமாக இருந்தது. அத்துடன் 'சதி' என்கிற உடன்கட்டையேறும் வழக்கமும் தொடர்ந்தது. அரசவையில் மட்டுமல்ல மேட்டுக்குடிகளுக்கிடையிலும் பெண்களின் நிலைமை மத்திய கால இந்தியாவில் நிலவியதைவிட மோசமாகவே இருந்திருக்கிறது.

பாரசீகக் கலாச்சாரத் தொடர்பு காரணமாக தென்னிந்தியாவில் ஏற்பட்ட இன்னொரு மாற்றமாக, விஜயநகரப் படை கையாண்ட வன்மம் மிக்க தாக்குதல்களைப் பார்க்கிறேன். டெல்லி சுல்தான் படைகளில் இருந்த துருக்கிய - ஆப்கானிஸ்தானத்துக் குதிரை வீரர்கள் எதிரிகள்மீது காட்டிய ஆக்ரோஷம் - ராணுவப் பயிற்சி,

இந்திய நாகரிகம் | 367

கட்டுப்பாடு, போர்க் களத்தில் வெற்றிக்காகக் கண்டுபிடித்த போர்முறை உத்திகள் ஆகியவற்றின் கலவையாக இருந்தது. எனவே அவர்களை எதிர்க்கும் இந்துக்களும் இதைக் கடைப்பிடித்தால்தான் மீள முடியும் என்கிற நிலை ஏற்பட்டது. தங்களுடைய நாட்டின் நலனைக் காக்கவும் இதே உத்திகளைக் கடைப்பிடிக்கவேண்டும் என்பதால் விஜயநகரப் படைகளும் போரில் மூர்க்கமாகவே நடந்துகொண்டன.

விஜயநகரத்தின் வீழ்ச்சி

விஜயநகரப் படைகளுக்கும் தக்காணத்தின் நான்கு சுல்தானியப் படைகளுக்கும் 1565-ல் தலிகோட்டாவில் மிகப்பெரிய உக்கிரமமான போர் நடந்தது. விஜயநகரப் படைத் தளபதிகள் ஒருவரின் மகனான ராம ராயர் (1484 - 1565) இதை முன்னின்று நடத்தினார். இதே ராம ராயர் 1512-ல் தன்னுடைய இளம் வயதில் கோல்கொண்டா சுல்தானின் படையில் அதிகாரியாக சேர்த்துக்கொள்ளப்பட்டார். அப்போது விஜயநகரப் படைகளுக்கு பெருத்த போட்டியாளர் கோல்கொண்டா படைகள்தான். மதம் வேறாக இருந்தாலும், திறமையான தளபதிகளை இரு மதத்துப் படைகளும் மாறி மாறி தங்களுக்கு சேவையாற்ற எடுத்துக் கொண்டன என்பதையே இது காட்டுகிறது. விஜயநகரத்துக்கு வந்த ராமராயர், கிருஷ்ண தேவராயரின் மகளை மணந்துகொண்டு ஒரு பிரதேசத்தின் அறிவிக்கப்படாத அரசராக 1543-ல் உயர்ந்தார். அடுத்த இருபதாண்டுகளுக்கு அவர், சுல்தான்களில் சிலருடன் சேர்ந்துகொண்டு மற்றவர்களுடன் போர் செய்வார். இப்படி அவர்களை ஒருவரோடு ஒருவரை மோதவிட்டார். ‘போர்த் தந்திரமும் ஆணவமும் ஒருசேர அவரை ஆக்கிரமித்தன. இதை சுல்தான்களுக்கு எதிராக அவ்வப்போது பயன்படுத்தி வந்தார்’ என்கிறார் ஸ்டெய்ன். ‘தன்னுடைய தவறான கணிப்புகளுக்கு மாபெரும் விலையை அவர் கொடுக்க நேர்ந்தது. தலிகோட்டாவில் அவர் மேற்கொண்ட போர், விஜயநகர சாம்ராஜ்யத்தின் வீழ்ச்சிக்கு நேரடியாகக் கதவைத் திறந்துவிட்டது’ என்கிறார் நீலகண்ட சாஸ்திரி.

1558 - 59-ல் பிஜப்பூர் சுல்தானுடன் சேர்ந்துகொண்ட ராமராயர் அகமது நகர், கோல்கொண்டா சுல்தான்களைத் தோற்கடித்தார். அந்தப் போரில் விஜயநகர சேனை, சுல்தான்களின் படைகளுக்கு

எதிராக எந்தவிதக் கொடூரங்களையும் விட்டுவைக்காமல் கையாண்டது என்கிறார் ஃபிரிஷ்டா. முஸ்லிம் பெண்களின் மாண்பைக் குலைத்தனர். மசூதிகளை நாசப்படுத்தினர். புனித நூலான குரானைக்கூட விட்டுவைக்கவில்லை' என்று சுட்டிக் காட்டுகிறார் ஃபிரிஷ்டா. ஃபிரிஷ்டா அந்தப் போர்குறித்துப் பகுதியளவு மட்டும் சொன்னாரா அல்லது சிலவற்றை மறைத்தாரா தெரியவில்லை. அந்தப் போரில் விஜயநகரப் படைகள் நிகழ்த்திய அட்டூழியம் முஸ்லிம்களுக்கு அழியாத நினைவுகளை ஏற்படுத்தியது என்பதை நீலகண்ட சாஸ்திரி ஒப்புக்கொள்கிறார். 'இந்துப் படைகள் முஸ்லிம்களுக்கு எதிராகவும் அகமது நகர், கோல்கொண்டா ஆகிய நகரங்களின் புனிதத்தலங்கள்மீதும் கடுமையான தாக்குதல்களை நடத்தின. அதனால் முஸ்லிம்களுக்கு ராமராயர்மீது அளவில்லாத வெறுப்பும் பகைமையும் ஏற்பட்டன' என்கிறார் சாஸ்திரி. ராமராயருடன் சேர்ந்து போரிட்ட பிஜப்பூர் முஸ்லிம்கள்கூட இந்த அட்டூழியங்களைப் பார்த்துவிட்டு அவருக்கு எதிராகத் திரும்பினர்.

இந்தத் தாக்குதலும் வேறு சில அரசியல் நிகழ்வுகளும், தங்களுக்குள் ஒற்றுமை அவசியம் என்பதை சுல்தான்களுக்கு உணர்த்தின. தனித்தனியாக இருந்தால் ராமராயரைத் தோற்கடிக்க முடியாது என்பதை தக்காணத்துச் சுல்தான்கள் புரிந்து கொண்டனர். ராமராயரிடம் ஏராளமான செல்வமும் மிகப் பெரிய படை பலமும் இருந்தது. சுல்தான்களில் இருவர் முதலில் தங்களுக்குள் சமாதான ஒப்பந்தம் செய்துகொண்டனர். உறவை வலுப்படுத்த திருமணத்தைப் பயன்படுத்தினர். பேரார் தவிர எஞ்சிய நான்கு சுல்தான்களும் ராணுவக் கூட்டு ஏற்படுத்திக் கொண்டனர். இதை ராமராயரும் தெரிந்துகொண்டார். இரு தரப்புகளிலும் மிகப் பெரிய போருக்கான ஏற்பாடுகள் நடந்தன. சுல்தான்களைவிட தன்னிடம் படைபலம் அதிகம் என்பதால் வெற்றி நிச்சயம் என்றே ராமராயர் கணித்தார். சமீபத்திய ஆண்டுகளில் சுல்தான்கள் தங்களுடைய பீரங்கிப் படைகளை நவீனப்படுத்தி அதிக எண்ணிக்கையில் பீரங்கிகளைத் தயார் செய்துகொண்டனர். இதுதான் ராமராயரின் படைக்கும் சுல்தான்களின் படைக்கும், மிகப் பெரிய வேறுபாடாக அமைந்தது.

தலிகோட்டாவில் மிகக் கடுமையான போர் நடந்தது. பீரங்கிகளால் சுடுவதுடன் நிறுத்தாமல் போர் வீரர்கள் நேருக்கு நேர் கைகலந்தும் வழக்கம்போல போரிட்டனர். விஜயநகரப்

படையில் 3,5000 போர்த்துக்கீசியர்கள் போரிட்டனர். விஜய நகரத்தின் பீரங்கிப் படை வீரர்கள் பெரும்பாலும் போர்த்துக்கீசியர்களாகவோ முஸ்லிம்களாகவோதான் இருந்தனர். மிகச் சிலர்தான் இந்துக்கள். சுல்தான்களின் படையில் குதிரைப் படையிலும் காலாட்படையிலும் மராட்டியர்கள்தான் பெரும்பாலும் இருந்தனர். தொடக்கத்தில் ராமராயர்தான் (வயது 80) வெல்வதைப் போலத் தெரிந்தது. சூறாவளி வேகத்தில் செயல்பட்ட சுல்தான்களின் பீரங்கிப் படைகள், விஜயநகரப் படையை தங்களுடைய குதிரைப்படை மூலம் பிளந்துகொண்டு ராமராயரை நெருங்கிவிட்டனர். மேற்கொண்டு போரிட முடியாமல் அவரை வெட்டிய அப்படையினர், அவரது தலையை மட்டும் தனியே வெட்டி எடுத்து ஓர் ஈட்டி முனையில் சொருகி, எல்லோரும் பார்க்கும்படியாக உயர்த்திக் காட்டினர். இதைப் பார்த்து பீதியடைந்த விஜயநகரப் படை வீரர்கள் களத்தைவிட்டு ஓடினர்.

ஆனால் இத்தாலியர் ஒருவர் இந்தப் போரையே வேறுவிதமாகப் பதிவு செய்திருக்கிறார். ராமராயரின் படையில் இருந்த இரண்டு முஸ்லிம் தளபதிகள் போர்க்களத்தில் அவருக்குத் துரோகமாக நடந்துகொண்டனர். இதனால் அங்கே குழப்பம் நேரிட்டது. இதைப் பயன்படுத்திக்கொண்டு சுல்தான்களின் குதிரைப்படைகள் ராமராயரை நெருங்கி, அவரது அங்கங்களை வெட்டிவிட்டு அவருடைய தலையைக் கொய்து ஈட்டிமுனையில் சொருகி அனைவரும் பார்க்குமாறு காட்டினர் என்கிறார். இதில் யார் சொல்வது உண்மை என்று இப்போது கண்டுபிடிப்பது கடினம். வரலாற்றாசிரியர்கள் இதில் ஏதாவது ஒன்று உண்மை என்று தேர்வு செய்வதற்கு சொந்தக் காரணங்கள் இருக்க முடியும். எப்படி இருந்தாலும் விஜயநகரப் படைகள் போரில் பெருந்தோல்வி கண்டன. அந்தப் படையிலிருந்தவர்களில் பெரும்பாலானவர்கள் விரட்டி விரட்டிக் கொல்லப்பட்டனர். போர் நடந்த இடத்துக்கு அருகிலிருந்த ஆற்றில் பிறகு ரத்தம்தான் தண்ணீருக்குப் பதில் ஓடியது என்கிறார் ஃபிரிஷ்டா. இந்தப் போரின்போது கோல்கொண்டா சுல்தானுக்கு ஆதரவாகப் போரிட வந்த இந்து தெலுங்கு வீரர்கள் கடைசிவரையில் அவருக்கு விசுவாசமாகவே போரிட்டுள்ளனர்.

ராமராயர் இறந்தார் என்ற கெட்ட செய்தி நகருக்குள் தீயாகப் பரவியது. எஞ்சிய படை வீரர்களும் தளபதிகளும், தானைத் தலைவர்களும் கிடைத்த வாகனத்திலோ அல்லது குதிரையிலோ

அல்லது நடந்துகொண்டோ, கையில் கிடைத்த விலையுயர்ந்தப் பொருள்களுடன் குடும்பம் குடும்பமாக வேகமாக வெளியேறினர். சில மணி நேரங்களுக்கெல்லாம் ராஜ குடும்பத்தைச் சேர்ந்தவர்கள் தங்கம், வெள்ளி, வைரங்கள், நவமணிகள் உள்ளிட்ட விலையுயர்ந்தப் பொக்கிஷங்களை யானைகள்மீதும் குதிரைகளிலும் ஏற்றிக்கொண்டு தப்பியோடினர். போருக்கு ஓட்டிச் செல்லாத மாட்டு வண்டிகளைப் பலர் பயன்படுத்தினர். இது சாதாரண தோல்வியல்ல பெரும் வீழ்ச்சி என்பதை நகரின் சாமானிய மக்களும் உணர்ந்தனர். கிட்டத்தட்ட இரண்டு நூற்றாண்டுகளாக விஜயநகரத்தில் எந்த எதிரியும் ஊடுருவியதில்லை. இப்போது நகர வாயிலில் காவலுக்குக்கூட யாருமில்லை. சில தனவந்தர்கள் கடைசி நேரத்தில் தங்களுடைய செல்வங்களை பூமிக்கடியில் புதைத்து வைத்தனர். பலர் உயிர் பிழைத்தால் போதும் என்று தப்பி ஓடிவிட்டனர். மிகச் சிலரோ, நல்லது நடக்கும் யாராவது காப்பாற்றுவார்கள் என்ற நம்பிக்கையில் தப்பிக்கத் தெரியாமல் அங்கேயே தங்கிவிட்டனர்.

போரில் விஜயநகரப் பேரரசு தோற்றுவிட்டது, மக்கள் நகரத்தை விட்டு வெளியேறுகின்றனர் என்ற செய்தி கிடைத்தவுடன் அந்நகரத்துக்கு அருகில் வசித்து வந்த பழங்குடிகளான பிரிஞ்சாரிகள், லம்பாடிகள், குருபர்கள், கால்நடைகளை மேய்க்கும் நாடோடியினர் நகர சந்தைக்கு வந்து கைக்குக் கிடைத்ததை எடுத்துக்கொண்டு வெளியேறினர். சமயம் பார்த்து நகருக்குள் புகுந்து அவர்களும் சூறையாடும் அளவுக்குத்தான் நகரம் அவர்களுடன் சமூகத் தொடர்பில் இருந்திருக்கிறது. எதிரிப் படைகள் விஜயநகரத்துக்குள் நுழைந்து கிட்டத்தட்ட ஐந்து முதல் ஆறு மாதங்கள் வரையில் தங்கியிருந்து சூறையாடியது. நகரைப் பாழ்படுத்திவிட்டோம் என்று தெரிந்துகொண்டபிறகே அங்கிருந்து புறப்பட்டனர். விஜயநகர அரண்மனையிலும் சுற்றியிருந்த மாளிகைகளிலும் எதுவும் மிஞ்சவில்லை. மரத்தூண்கள் வைத்துக் கட்டப்பட்டிருந்ததால் அவற்றுக்குத் தீ வைத்து எரிப்பது சுலபமாயிருந்தது. எரியாமல் மிஞ்சியவையும் காலப்போக்கில் கரையான் அரித்து நொறுங்கி விழுந்தன.

விஜயநகரப் பேரழிவு தொடர்பாகக்கூட அறிஞர்களிடையே (ஹெர்மென் குல்கெ, டீட்மார் ராதர்மண்ட்) கருத்து வேறுபாடுகள் நிலவின. 'போரில் வென்ற சுல்தானியப் படைகள் விஜயநகரத்தை முழுதாக அழித்தன. 1520 போருக்குப் பிறகு பாமனி சுல்தான்களின்

கோட்டையான குல்பர்காவை கிருஷ்ணதேவராயரின் படைகள் அழித்ததற்குப் பழிவாங்கும் விதத்தில் விஜயநகரம் அழிக்கப் பட்டது. திடீரென ஒரு பெரும் படைக்கு இப்படியொரு தோல்வி ஏற்படுவதற்கும் பிறகு அதன் தலைநகரம் அழிக்கப்படுவதற்கும் வரலாற்றில் முன் உதாரணங்களே இல்லை. தைமூரின் படைகள் டெல்லியை நாசப்படுத்தியதைவிட விஜயநகரம் திட்டமிட்டு நாசமாக்கப்பட்டது' என்றனர்.

ஆனால் வரலாற்றாசிரியர் ஜான் கீ சுட்டிக்காட்டுவது கவனிக்கத்தக்கது. 'ஐந்து மாதங்கள் திட்டமிட்டுச் சேதப் படுத்தினார்கள். ஒட்டுமொத்தமாகக் கண்ணில் பட்டவர்களை வெட்டிக் கொன்றார்கள். உருவ வழிபாடு கூடாது என்பதற்காகக் கண்ணில் பட்ட சிற்பங்களையும் கட்டுமானங்களையும் உடைத்துத் தகர்த்தார்கள். இப்போது எஞ்சியிருப்பதெல்லாம் வெறும் இடிபாடுகளே என்றெல்லாம் எழுதியிருந்தாலும் அங்கே நடந்தது, விலையுயர்ந்தப் பொருள்கள் கிடைக்குமா, பூமியில் ஏதேனும் புதைத்து வைத்திருப்பார்களா, வழியில் ஏதாவது சிதறவிட்டுப் போயிருப்பார்களா என்ற தேடல்கள்தான். அவையெல்லாம் முடிந்த பிறகு அக்கம் பக்க கிராமங்களிலும் குடியிருப்புகளிலும் வாழ்ந்தவர்கள் தங்களுடைய வீட்டைப் பெரிதாகக் கட்டிக்கொள்ள இந்த இடத்திலிருந்து செங்கல், மரம், கருங்கல் ஆகியவற்றைப் பெயர்த்தெடுத்துச் சென்றனர். படையெடுத்து வந்தவர்களுக்கு ஆலயங்களும் உருவ வழிபாடும் பிடிக்காது. ஆனால் விஜயநகரத்தில் ஒரு கோவில்கூட சேதமாகவில்லை, ஒரு சிலையும் பின்னப்படுத்தப்படவில்லை, அதிசயத்தக்க வகையில் அவையெல்லாம் அப்படியே இருந்தன.' இடிபாடுகளுக்கு மத்தியிலும் சில கட்டடங்கள் இடிந்து விழாமல் கட்டியபடியே நிற்கின்றன. இங்கிருந்து அகற்றப்பட்ட சிலைகள், சிற்பங்கள், கைவினைப் பொருள்கள் உள்ளிட்டவை காமலாபூர் தொல்லியல்துறை அருங்காட்சியகம் உள்பட வேறு சில இடங்களில் பத்திரமாக வைக்கப்பட்டுள்ளன. மேலும் பல தனியாரால் வாங்கப்பட்டு அவரவருடைய சொந்த அருங்காட்சியகங்களில் காட்சியளிக்கின்றன. இதிலிருந்து தாக்குதல் குறித்த தகவல்களிலும் அதிக உண்மையில்லை என்பது தெரிகிறது.

அவர்களுடைய மிகப் பெரிய நகரம் கைவிட்டுப் போய் விட்டாலும் ராமராயரின் வாரிசுகள் மேலும் சில பத்தாண்டு களுக்கு பெனுகொண்டா என்கிற இடத்திலிருந்து ஆட்சி

செய்தனர். இது விஜயநகரத்திலிருந்து தென் கிழக்கில் சில நூறு கிலோ மீட்டர்கள் தொலைவில் இருக்கிறது. தலிகோட்டா போருக்குப் பிறகு, பாமனி சுல்தான்களிடையே ஏற்பட்ட ராணுவக் கூட்டணியும் முறிந்துவிட்டது. அவர்களுக்கிடையே மீண்டும் சண்டைகளும் பிறகு சமாதானங்களும் ஏற்பட்டன. அடுத்த நூற்றாண்டில் அவர்கள் அனைவரையும் டெல்லியின் மொகலாய சாம்ராஜ்யம் வீழ்த்தி தனக்குக் கீழ்ப்படிந்து நடக்கவைத்தது.

தலிகோட்டா போர் முடிந்த இரண்டு ஆண்டுகளுக்குப் பிறகு 1567-ல் சிசரோ பெடரிசி என்ற இத்தாலியப் பயணி அங்கு சென்றார். 'விஜயநகரம் முற்றாக அழிந்துவிடவில்லை. வீடுகள் அப்படியே இடிபடாமல் நிற்கின்றன, ஆனால் வீட்டுக்குள் யாருமில்லை. சில வீடுகளில் குடியிருக்கிறார்கள் என்று யாரோ கூறியது தவறு. புலி, ஓநாய் போன்ற காட்டு விலங்குகள்தான் யாருமில்லாத வீடுகளில் வசிக்கின்றன' என்று பதிவு செய்தார். அதற்குப் பிறகு மேலும் இரண்டு நூற்றாண்டுகள் கழித்து 1799-ல் காலின் மெக்கன்ஸி என்பவர் சர்வே பணிக்காக ஹம்பி வந்தார். வன விலங்குகள் நகருக்குள் அப்போதும் சுற்றித் திரிந்தன. அவரும் அவருடன் வந்தவர்களும் விருபாட்சர் ஆலயத்திலேயே தங்கினர். இரவு நேரத்தில் பாதுகாப்பாக இருக்க அங்கு மட்டும்தான் கதவை உள்பக்கம் தாழிட்டுக்கொள்ள முடிந்தது. ஐந்து நூற்றாண்டுகளுக்கு முன்னால் இந்த ஆலயம் இருந்த இடத்தைச் சுற்றித்தான் விஜயநகர சாம்ராஜ்யம் முகிழ்த்தது.

இஸ்லாத்துக்கு எதிரான காவல் அரணா?

விஜயநகரம்பற்றிய நவீன ஆய்வுகள், ராபர்ட் செவல் எழுதிய 'எ ஃபர்காட்டன் எம்பயர்' (1900) என்ற புத்தகத்துக்குப் பிறகு பெருகின. பயஸ், நூனிஸ் ஆகியோரின் குறிப்புகள் முதன் முதலாக ஆங்கிலத்தில் மொழிபெயர்க்கப்பட்டன. முகம்மதியர்களின் படையெடுப்புகளுக்கு எதிராக இந்து மதத்தைக் காக்கும் அரணாக விஜயநகரப் பேரரசு இருந்தது. அதன் போர்த்திறம் மிக்க மன்னர்கள் இரண்டரை நூற்றாண்டுகளாக தென்னிந்தியாவை இஸ்லாமியரின் ஆதிக்கத்திலிருந்து தடுத்தனர் என்று அவர் எழுதினார். செவலின் காலத்தில் இந்திய துணைக் கண்டத்தில் நாகரிகம் பரவியது. மத புத்துயிர்ப்பு ஏற்பட்டது, சாதி - மத

உணர்வுகள் தலைதூக்கின, அரசியல் விழிப்புணர்வும் சேர்ந்து கொண்டது. இந்தப் பின்னணியில் செவலின் எழுத்து, மேல்சாதி இந்து தேசியவாதிகளின் கற்பனையைக் கிளறிவிட்டது. 'இஸ்லாமிய இருளை எதிர்த்து நின்ற பாரம்பரிய இந்து மத, கலாச்சாரத்தின் தீரம் மிக்க, இறுதி அரசு விஜயநகரம்' என்று அவர்கள் போற்றலாயினர். எழுத்தாளர் வி.எஸ். நைபால் உள்பட பலர் இந்தச் சித்தாந்த சட்டகத்தை ஏற்றுக்கொண்டனர். இப்படி மதம் சார்ந்த எதிரெதிர் பகுப்பு, வரலாற்று நூல்களிலும் கண்ணோட்டங்களிலும் இன்றுவரை எதிரொலிக்கின்றன. அதிலும் இந்து தேசியவாதிகள் தீவிரமாகச் செயல்படுகின்றனர்.

உண்மை என்னவோ மிகவும் சிக்கலானது. இன்றைக்கு அறிஞர்களிடையே செவலின் கருத்துகளுக்கு அதிக வரவேற்பு இல்லை. வாகனர் எழுதியபடி, 'தென்னிந்திய அரசியல் மோதல்களும் போர்களும் வெறும் இந்து முஸ்லிம் மோதலாகப் பார்த்துப் புரிந்துகொள்ள முடியாது. தெற்காசியாவின் வரலாற்று அட்லஸ் சுட்டிக்காட்டுவதைப்போல, இந்துக்களும் முஸ்லிம்களும் தங்களுக்குள்ளும் போரிட்டனர், தங்களுக்கு எதிராக இருந்த சுய மதக்காரர்களுடனும் போரிட்டனர்.' 'வட இந்தியா முஸ்லிம் ஆதிக்கத்துக்குள்ளும் தென்னிந்தியா இந்து ஆதிக்கத்துக்குள்ளும் என்ற அக்கால நிலையிலும்கூட, தக்காணத்தில் யாரும் ராமராயரை இந்துக்களுக்காகப் போரிடுகிறவர் என்று நினைக்கவில்லை' என்கிறார் ஈட்டன். பிற்காலத்தில் வந்த வரலாற்று ஆசிரியர்களால் திணிக்கப்பட்டதே இந்தக் கண்ணோட்டம்.

நாம் ஏற்கெனவே பார்த்தபடி விஜயநகரத்தின் இந்து சமுதாய மேட்டுக்குடிகளே பாரசீகக் கலாச்சாரங்களையும் வாழ்வியல் முறைகளையும் தாங்களாகவே விரும்பிக் கடைப்பிடித்தனர். போர் செய்வதற்குக் கூட துருக்கியிலிருந்து வீரர்களையும் தளபதிகளையும் தருவித்தனர். அதேபோல தக்காணத்துச் சுல்தான்கள் இந்து மதத் தளபதிகளையும் போர் வீரர்களையும் தங்களுடைய படையில் சேர்த்துக்கொண்டனர். 'நீதிமன்ற நடைமுறைகள், நிதிநிர்வாகக் கட்டமைப்புகள், ஏகாதிபத்திய கட்டமைப்பு ஆகியவற்றில் பாமனி சுல்தான்களின் பாணியைத்தான் விஜயநகரம் அப்படியே கடைப்பிடித்தது. பிறகு பிஜப்பூர், கோல்கொண்டா சுல்தான்களின் நிர்வாக நடை முறைகளும் கைக்கொள்ளப்பட்டன. பல்லவர்கள், சோழர்கள் போன்ற சக இந்து மன்னர்களின் நிர்வாக நடைமுறைகள்

விஜயநகரத்தில் பின்பற்றப்படவில்லை. அரசியல் ரீதியாக விஜயநகர ஆட்சியாளர்கள் சுல்தான்களை எந்த அளவுக்கு எதிர்த்தார்களோ, அந்த அளவுக்கு அவர்களோடு சேர்ந்தும் செயல்பட்டிருக்கிறார்கள்' என்று வரலாற்றாசிரியர் சஞ்சய் சுப்ரமண்யம் கூறுகிறார். 'ஒடிசாவின் கஜபதி மன்னர்களைத்தான் விஜயநகர மன்னர்கள் தங்களுடைய போட்டியாளர்களாகவும் எதிரிகளாகவும் பார்த்திருக்கிறார்கள்.'

'விஜயநகர ராஜாக்களுக்கும், தக்காணச் சுல்தான்களுக்கும் இடையிலான போட்டியில் மதம் ஓர் அம்சமாக இருந்ததே தவிர, அதுவே முக்கியமான காரணியாக இருக்கவில்லை. இன்றைய அரசியல்வாதிகள் செய்வதைப்போலவே மதத்தை உணர்ச்சி பூர்வமாக மக்களை ஒற்றுமைப்படுத்தவும், படையெடுப்புக்கும் பிற செயல்களுக்கும் ஒன்று திரட்டவும், மேல் பூச்சாகப் பயன் படுத்தினர். அவர்களுடைய உள்நோக்கம் ஆட்சியதிகாரத்தைக் கைப்பற்றுவதாக மட்டுமே இருந்தது. 1360-ல் பாமனி சுல்தான்களின் ஆட்சியிலிருந்து மதுரையை விஜயநகரப் பேரரசு கைப்பற்றியது. முஸ்லிம்களின் ஒடுக்குமுறையிலிருந்து காப்பாற்றவே மதுரை கைப்பற்றப்பட்டதாக விஜயநகரம் அறிவித்தது.'

விஜயநகர ஆட்சியில் இந்து மதமும் நிறுவனங்களும் அதிகம் அரவணைக்கப்பட்டன என்பது உண்மையே. அதேபோல, சுல்தான்களின் ஆட்சியின்போது இஸ்லாமும் முஸ்லிம்களும் அதிகம் அரவணைக்கப்பட்டனர். இந்து மதத்துக்கு அரசு ஆதரவு இல்லையே என்று மேல் சாதியினர்தான் அதிகம் உணர்ந்தனர். கீழ் ஜாதியினர், ஜாதிக்குப் புறம்பானவர்கள், பழங்குடிகள் என்று ஒதுக்கப்பட்டவர்கள் தாங்கள் பின்பற்றிய மக்கள் சார்ந்த மதத்தை அப்படியே பின்பற்றினார்கள் அல்லது முஸ்லிமாக மதம் மாறினார்கள். பிராமணீய இந்து மதத்தை அவர்கள் பின்பற்ற வில்லை. தொடர்ச்சி, இடையில் தடங்கல், புதுப்பிப்பு ஆகிய அனைத்துமே இருந்தன. நவீன தேசியவாதிகள் - வழக்கமாக மேல் ஜாதி இந்துக்கள் - கற்பனை செய்துகொள்வதைப்போல நடக்கவில்லை. விஜயநகர மன்னர்கள் இஸ்லாத்துக்கு எதிராக இந்து மதத்தைத் தாங்கிப்பிடிக்கவில்லை, தங்களுடைய சாம்ராஜ்யத்தை பிற சாம்ராஜ்யங்கள் - அது முஸ்லிமோ இந்துவோ - தாக்கிவிடக்கூடாது என்பதில் மட்டுமே கவனமாக இருந்தார்கள்.

✧

இந்திய நாகரிகம்

ஆனேகுண்டியின் நவீன ராஜா

ஹோஸ்பெட்டில் இன்றைய தலைமுறையின் கிருஷ்ண தேவராயரைச் சந்தித்த மறுநாள், படகு மூலம் துங்கபத்திரை ஆற்றைக் கடந்து அக்கரையில் இருந்த அவருடைய மூதாதையர் இல்லமுள்ள ஆனேகுண்டிக்குச் சென்றேன். புழுதி மிக்க அக்கிராமத்தில் சுமார் 4,000 பேர் வசிக்கிறார்கள். இருநூறு ஆண்டுகளுக்கு முன்னால் கட்டப்பட்ட இந்த வீடு, பாழடைந்த கோட்டை அரண்மனை ஆகியவற்றுக்கு அருகில் இருக்கிறது. இந்த இடத்திலிருந்துதான் சங்கம சகோதரர்கள் எழுநூறு ஆண்டுகளுக்கு முன்னால் தங்களுடைய சாம்ராஜ்ய கனவைத் தொடங்கினார்கள்.

இளம் கிருஷ்ண தேவராயர் என்னை அன்போடு வரவேற்றார். நடுத்தர உயரம், மென்மையான பேச்சு. நீலநிற ஜீன்ஸூம் வெள்ளை நிற டீ சர்ட்டும் அணிந்திருந்தார். அடர்த்தியான மீசை, நெற்றியில் சிவப்பு நிறத்தில் திலகம், சாவதானமான தோற்றமும் தீவிரமான அணுகுமுறையும் உள்ளவர். அவருடைய அறை இன்னொரு சகாப்தத்தைச் சேர்ந்த வாசனைகளோடு மிகவும் அழகாகப் புதுப்பிக்கப்பட்டிருக்கிறது. திவான்போன்ற இருக்கைகளில் பேசுவதற்கு வசதியாக அமர்ந்துகொண்டதும், தேநீர் கொண்டுவருமாறு ஒரு பெண்ணிடம் கூறினார்.

அவருடைய சொந்த வரலாறே வித்தியாசமாகத்தான் இருக்கிறது. இந்தக் கிராமப்புறத்தில் வளர்ந்தவர் தாவணகரே நகரில் இயந்திரவியலில் பொறியியல் பட்டம் பெற்றார். அவருடைய இருபதுகளின் தொடக்கத்திலேயே திருமணம் செய்துவைக்கப் பட்டது. அமெரிக்காவுக்கு எச் - 1பி, எச் - 4 விசாக்களில் சென்றார். 2001 - 08 வரையில் வாஷிங்டன் டி.சி.யில் குடியிருப்பு கட்டுமானப் பிரிவில் பணியாற்றினார். வேலைவாய்ப்பைப் பொருத்த வரையில் ஏற்ற - இறக்கங்களைக் கண்டார். அவருடன் கூடப் பிறந்த சகோதரி அமெரிக்காவின் கிழக்குக் கடற்கரையோ மாநிலமொன்றில் வசிக்கிறார். 2008-ல் தந்தையாரின் மறைவுக்குப் பிறகு ஹோஸ்பெட் - ஆனேகுண்டிக்குத் திரும்பிவிட்டார். தாய், மனைவி, 18 வயது மகன், 12 வயது பெண்கள் (இரட்டையர்) உடன் வசிக்கின்றனர். யாருமே மூதாதையர் இல்லத்தில் வசிக்க வில்லை. பெண் குழந்தைகள் ஹோஸ்பெட்டில் வாசிக்கின்றனர், மகன் பெங்களூருவில் உயர்நிலைப் பள்ளியில் படிக்கிறார்.

கிருஷ்ண தேவராயரின் இரட்டை மாடி வீடு

வளரும்போது இந்திய வரலாறு குறித்தோ தமது ராஜ பரம்பரை குறித்தோ சிறிதும் அக்கறைப்படவில்லை அவர். ராஜ குடும்பத்தைச் சேராத, தனக்குச் சிறு வயது முதலே தெரிந்த சாதாரணப் பெண்ணையே திருமணம் செய்துகொண்டார். இவருக்கு முந்தைய தலைமுறைவரை ராஜ குடும்பத்தவர்களையே தேடிப்பிடித்துத் திருமணம் செய்துகொண்டனர். இவருடைய தாய் மத்திய பிரதேசத்தில் உள்ள நரசிங்கட் என்ற ஊரின் ராஜ குடும்பத்தைச் சேர்ந்தவர். போஜ ராஜரின் வழித் தோன்றல்கள் அவர்கள். அமெரிக்காவிலிருந்தபோதுதான் தனது குடும்பத்தின் பாரம்பரியம் குறித்தும் விஜயநகர சாம்ராஜ்யம் குறித்தும் தெரிந்துகொள்ளவேண்டும் என்ற ஆர்வம் அவருக்கு ஏற்பட்டிருக்கிறது. தன்னுடைய வேர் எது என்பதை அறிந்தவுடன் தன்னுடைய வாழ்க்கைக்குப் புதிய அர்த்தம் ஏற்பட்டதைப் போலவும் புதிய பாதை ஏற்பட்டுவிட்டதாகவும் உணர்ந்தார்.

தன்னுடைய இரட்டை மாடி வீட்டை எனக்குக் காண்பித்தார். அமெரிக்காவிலிருந்து திரும்பிய சில ஆண்டுகளுக்குப் பிறகே இந்த வீட்டைப் புதுப்பித்திருக்கிறார். பாரம்பரியமான கட்டமைப்பும், கட்டடக் கலையின் சிறப்புகளும், மேற்கத்தியப் பாணிக் குளியலறைகளும், கூரையில் விளக்குகளும், நவீன

சமையலறையும், வீட்டுக்குள்ளேயே திரைப்படம் பார்க்கும் நவீன ஹோம் - தியேட்டர் வசதிகளும் உள்ள வீடு. நன்கு கடையப்பட்ட தேக்கு மரத் தூண்கள், உத்திரங்கள், கதவுகள் ஆகியவற்றுடன் உயர் தொழில்நுட்ப சாதனங்களும் ஸ்மார்ட் போனின் கட்டுப்பாட்டில் செயல்படும் விளக்குகளும் உள்ளன. வாஸ்துப்படியான அமைப்புகளுக்கும் இடம் தந்திருக்கிறார். அத்துடன் சூரிய ஒளி மின்சார பேனல்கள், இன்வர்ட்டர் பேட்டரிகள், ரிவர்ஸ் ஆஸ்மாஸிஸ் தண்ணீர் சுத்திகரிப்பு ஆகியவையும் இடம் பெற்றுள்ளன. அவருடைய வீட்டு நூலகத்தில் அமெரிக்க அறிவியல் புனைகதை புத்தகங்கள், கற்பனைக்கதை நாவல்கள் குழந்தைகளுக்காக வாங்கப் பட்டுள்ளன. ஆன்மிகம், விஜயநகர வரலாறு நூல்களைத்தான் கிருஷ்ணா படிக்கிறார்.

அவருக்குப் பாரம்பரிய சொத்தாக 40 ஏக்கர் நிலம் கிடைத்தது. அதில் நெல், கரும்பு, வாழை பயிரிட்டுள்ளார். தென்னந் தோப்புகளும் மாந்தோப்புகளும் உள்ளன. சுத்தமான பாலுக்காக வீட்டிலேயே இரண்டு நாட்டுப் பசு மாடுகளை வளர்க்கிறார். குடும்பம் செய்துவந்த கனிம வளப் பணியையும் பார்த்துக் கொள்கிறார்.

ஆனேகுண்டியின் மையப் பகுதியில் பெரும்பகுதி, கிருஷ்ண தேவராயர் குடும்பத்துக்குச் சொந்தமானது. கோட்டையையும் அரண்மனையையும் என்ன செய்வது என்று முடிவெடுத்தாக வேண்டும். பாரம்பரிய ஹோட்டலாக மாற்றலாமா என்பது ஒரு யோசனை. அருங்காட்சியகமாகவும் மாற்றலாம். அல்லது ஹம்பி பற்றிய தகவல் மையமாக்கலாமா என்று மற்றொரு யோசனை. ஓரளவுக்கு சீரமைக்கப்பட்ட அரண்மனையின் ஒரு மூலையில் ராமதேவராயா (75) வசிக்கிறார். கிருஷ்ண தேவராயருடைய தந்தையின் சகோதரர். நினைவாற்றல் அபாரமாக இருக்கிறது. தன்னுடைய வீட்டு வராந்தாவிலிருந்துகொண்டே இடிபாடுகளை நாளின் பெரும்பகுதி நேரம் பார்த்தவண்ணம் இருக்கிறார். தங்களுடைய அரவீடு வம்சம் குறித்துப் பேசிய அவர் கிருஷ்ணாவைத் தங்களுடைய பிரதான வாரிசாகவும் மக்கள் தொடர்பாளராகவும் முன்நிறுத்தி இருப்பதாகக் குறிப்பிட்டார்.

கிருஷ்ணா மிகவும் பக்தியுணர்வு மிக்க பணிவான மனிதர். ஷத்திரிய ராஜபுத்திர வம்சம் தங்களுடையது, விருபாட்சர்தான் தன்னுடைய இஷ்ட தேவதை, குல தேவதை திருப்பதி பாலாஜி

என்றார். விருபாட்சருக்குக் கட்டுப்பட்டவர்தான் தான் என்று கூறிக்கொண்ட அவர் அவருடைய அனைத்துக் கட்டளைகளையும் பின்பற்றுவதாகக் குறிப்பிட்டார். கிருஷ்ண தேவராயருக்கு இப்போது ஒரு குரு இருக்கிறார். மனதில் உள்ளதை அப்படியே கிரகித்துக் கூறும் ஆற்றல், நோய்களைத் தீர்க்கும் சக்தி, எதிர்காலத்தில் நடக்கப் போவதைக் கூறும் திறமை ஆகியவை அவருக்கு இருப்பதாகக் கூறுகிறார் கிருஷ்ண தேவராயர்.

ஆனேகுண்டி கிராமம் பின்தங்கியிருக்கிறது. விவரமான விடலைப் பையன்களாக இருந்தால் கிராமத்தைவிட்டு வெளியேற வாய்ப்பு கிடைத்தால் ஓடிவிடுவார்கள். ஆனால் கிருஷ்ண தேவராயரின் வம்சத்தில் உதித்த இவர் வித்தியாச மானவர். உள்ளூர் மக்களுக்கு இவர் இப்பொழுதும் ராஜாதான். எங்கு போனாலும் மரியாதை தருகின்றனர். நம்மவர் என்று வாஞ்சையுடன் பார்க்கின்றனர். அந்தஸ்து, உரிமைகள் ஆகிய வற்றைக் கேட்காமலேயே வழங்குகின்றனர். அமெரிக்காவில் இருந்திருந்தால் இதெல்லாம் கிடைத்திருக்காது. இங்கே இவர்தான் திருவிழாக்களைத் தொடங்கி வைக்கிறார். கோவிலில் சடங்குகளை இவர் வந்த பிறகுதான் தொடங்குகின்றனர். இவர் கொடி காட்டிய பிறகே தேர் புறப்பட்டு, வீதி வலம் வருகிறது (உள்ளூர் தேவதை தேரில் எடுத்து வரப்படுகிறார்). தன்னுடைய பரம்பரையின் பாரத்தை, பல்வேறு பொறுப்புகள், கடமைகள் வழியாக உணர்கிறார். இவற்றை உள்வாங்கச் சிரமப்படுகிறார். காலம் தனக்கிட்ட கட்டளைப்படி அரச குடும்ப வாரிசு என்ற பொறுப்பை நிறைவேற்ற உறுதியாக இருக்கிறார்.

ஏப்ரல் மாதத் திருவிழாவில் விருபாட்சநாதர் ஆலய தலைமைப் பூசாரிக்கு, ராஜ வம்சம் அணிவிக்கும் கிரீடத்தை வாங்கிச் சூட்டுகிறார். பெரிய திருவிழாக்கள் முடிந்தபிறகு பழைய பாணியில் கிராமத்தவர்கள் மன்னரைத் தரிசித்து ஆசி பெற வருகின்றனர். அவர்களில் முஸ்லிம்களும் உண்டு. மொத்த மக்கள் தொகையில் முஸ்லிம்கள் இப்போது 10% முதல் 15% வரை உள்ளனர். அவருடைய வீட்டுக்குள் உள்ள கண்ணாடிப் பேழையில் உடைவாள்களும் கத்திகளும் காட்சிப்படுத்தப் பட்டுள்ளன. தசரா பண்டிகையின்போது கிராமத்தவர்கள் வந்து இவற்றுக்கு பூசைகள் செய்கின்றனர். வேலைமுடிந்து வீட்டுக்குச் செல்லும் மூன்று பணிப்பெண்கள், முன்தலை தரையில் படும் அளவுக்கு அவரை விழுந்து வணங்குகின்றனர். அவரும் ஆசி வழங்கும் நிலையில் கையை வைத்துக்கொள்கிறார்.

இப்போதைக்கு அவருக்கு தீவிர அரசியலில் ஆர்வம் இல்லை, எதிர்காலத்தில் இருக்காது என்று கூறவும் முடியாது என்கிறார். எல்லா அரசியல் கட்சிகளிலும் பணம் சம்பாதிப்பதுதான் நோக்கமாக இருக்கிறது என்று பொருமுகிறார். நல்லவர்கள் அரசியலுக்கு வராவிட்டால் கெட்டவர்கள்தான் ஆட்சி செய்வார்கள் என்றும் கூறுகிறார். கடந்த இரண்டு தலைமுறையில் அவருடைய உறவினர்கள் கர்நாடக சட்டப் பேரவை உறுப்பினர்களாகியிருக்கின்றனர். 1990-களில் அவருடைய தந்தை பாஜக சார்பில் போட்டியிட்டுத் தோற்றார்.

இப்போதைக்கு ஆனேகுண்டி அறக்கட்டளை என்ற சுற்றுச்சூழல் காப்புக்கான தன்னார்வத் தொண்டு அமைப்புப் பணியில் மகிழ்ச்சியாக இருக்கிறார். ஹம்பி நகரைச் சுத்தமாக வைத்திருப்பதும் உள்ளூர் சமுதாய நலத் திட்டங்களும் இப்போது மேற்கொள்ளப்படுகின்றன. பிளாஸ்டிக்கைத் தவிர்க்கவேண்டும் என்ற விழிப்புணர்வை மக்களிடம் ஏற்படுத்தவேண்டும் என்று வலியுறுத்துகிறார். திடக் கழிவுகளை ரகம் பிரிப்பது, மறு சுழற்சி மூலம் பயன்பாட்டுக்குக் கொண்டு வருவது, புதுப்பிக்கக் கூடிய ஆற்றல்களை மின்னுற்பத்திக்குப் பயன்படுத்துவது, சுற்றுச் சூழலைக் காப்பது ஆகியவை அறக்கட்டளையின் நோக்கம். பாரம்பரிய கட்டடங்களையும் சின்னங்களையும் மீட்டுருவாக்கம் செய்வதிலும் ஆர்வம்கொண்டிருக்கிறார். பழைய கட்டடங்களைச் சீர்படுத்த சுண்ணாம்புக் காரைக்கு மெனக்கெடாமல், சிமென்ட் கலவையால் பூசும் தொல்லியல் துறையின் குறுக்கு வழிகள் குறித்துக் கவலைப்படுகிறார்.

நம்முடைய கலாச்சாரம், பாரம்பரியம் குறித்து நாம் பெருமைப்பட வேண்டும் என்கிறார். அந்த 'நாமில்' யாரைச் சேர்க்க விரும்புகிறார், யாரை விலக்க விரும்புகிறார் என்று வியக்கிறேன். விரைவிலேயே அதற்கும் விடை கிடைத்து விடுகிறது. இந்தியாவுக்கு மேற்கத்திய நாடுகள்தான் உதாரணமாக இருக்க முடியும் என்பவர்களுடன் உடன்பட மறுக்கிறார்.

நம்முடைய நாடு ஒரு காலத்தில் மகோன்னதமாக இருந்தது. மொகலாயர்களாலும் பிரிட்டிஷாராலும் நாம் பின்னடைவுக்கு ஆளானோம். நாம் அப்போது ஊழல்வாதிகளாக இல்லை. ஒரு காலத்தில் நம்முடைய வர்க்கப் பிரிவினை என்பது தரம், முன்னேற வேண்டும் என்ற துடிப்பின்பாற்பட்டு இருந்தது. இப்போதோ ஜாதிப் பெருமை, பிராமணர்களின் பெருமை, இட ஒதுக்கீடு

உள்ளிட்ட முட்டாள்தனங்களே நம்மை ஆக்கிரமித்துள்ளன. ஒரு காலத்தில் நாம் சிறந்து விளங்கக் காரணங்களாக இருந்தவற்றை மீட்கவேண்டும், அக்காலத்தில் செய்த தவறுகளைத் தவிர்த்து விடவேண்டும் என்கிறார். அவர் எந்தத் தவறுகளை மனதில் நினைக்கிறார் என்று மீண்டும் வியப்பு ஏற்படுகிறது. நம்முடைய வரலாற்றின் மீதும் சாதனைகள் மீதும் நமக்குப் பெருமிதம் ஏற்படவேண்டும் என்கிறார்.

தென்னிந்தியாவில் வாழும் நாம் ஏன் முகலாயர்கள் குறித்தும் டெல்லி சுல்தான்கள் குறித்தும் படிக்கவேண்டும். நம்முடைய வரலாற்று நூல்களில் விஜயநகரம் குறித்து மிகக் குறைவாகத்தான் எழுதப்பட்டிருக்கிறது. முகலாயர்களையும் பிரிட்டிஷாரையும் தான் அது நிறையப் புகழ்கிறது. நாம் மிகச் சிறந்த நாகரிகமுள்ளவர்களாக இருந்தோம், விஜயநகரம் போன்ற மாபெரும் நகரங்களை அந்நாள்களிலேயே படைத்தோம். 'வேட்டை எப்படிப்பட்டது என்று சிங்கம் பேசாவிட்டால், வேட்டைக் கதைகள் அனைத்துமே வேட்டைக்காரனைத்தான் புகழ்ந்துகொண்டிருக்கும்' என்ற ஆப்பிரிக்கப் பழமொழி கதையாகிவிடும் என்கிறார். இதில் விந்தை என்னவென்றால், அவருடைய முன்னோர்கள்தான் சில நூற்றாண்டுகளுக்கு தென்னிந்தியாவின் வேட்டைக்காரர்களாக இருந்திருக்கிறார்கள்.

ஹம்பி நகரத்தின் இடிபாடுகளை அடிக்கடி பார்க்கும் போதெல்லாம், அங்கே என்ன நடந்தது என்ற சிந்தனையும் வியப்பு கலந்த உணர்வுகளும், அந்நாளில் இருந்திருந்தால் தான் என்னவாக இருந்திருப்போம் என்ற கேள்வியும் அவருக்குள் எழுகின்றன. சில வேளைகளில் அவர் அங்கே சென்று உயரமான பாறைமீது ஏறி அமர்கிறார் அல்லது ஆற்றங்கரையோரம் சென்று ஏதோ நினைவலைகளில் தன்னையே மறக்கிறார். இப்படிச் செய்வதன் மூலம் ஒருவித அமைதியும் திருப்தியும் சில வேளைகளில் மகிழ்ச்சியும்கூட அவருக்கு ஏற்படுகிறது. மாலை வந்துவிட்டது. நான் புறப்படுவதற்குத் தயாராகிறேன். கிராமத்துக் கூரைகளின்மீது தவழ்ந்தபடி, மசூதியிலிருந்து தொழுகைக்கான அழைப்பு ஒலிபெருக்கி மூலம் வருகிறது.

அத்தியாயம் 10

பிரான்சுவா பெர்னியர் கண்ட இந்தியா

'இந்துஸ்தானத்தில் வெயில் அதிகம், ஒருவர்கூட – மன்னர் உட்பட – உள்ளாடைகள் அணிவதில்லை' என்று பிரான்சிலிருந்த தனது நண்பருக்கு எழுதிய கடிதத்தில் வியந்திருந்தார் பிரான்சுவா பெர்னியர் (1625 - 88). 1660-களில் எழுதப்பட்டது அந்தக் கடிதம். ஆண்டில் ஆறு மாதங்கள் அனைவரும் மேலே போர்வைகூட இல்லாமல் திறந்தவெளியில்தான் தூங்குகின்றனர். சாமானிய மக்கள் வீதியோரத்திலேயே படுக்கின்றனர். வியாபாரிகளும் சற்று அந்தஸ்து உள்ளவர்களும் தங்களுடைய வீட்டு முற்றங்களிலும் தோட்டங்களிலும் படுக்கின்றனர். சில சமயம் வீட்டு மொட்டை மாடிகளில்கூட படுக்கின்றனர். அதற்கும் முன்னதாக மாலையிலேயே தண்ணீர் ஊற்றி தரையைக் குளிர்விக்கின்றனர் என்றும் விவரித்திருக்கிறார். முகலாயர்களின் புதிய தலைநகரமான டெல்லியில், ஷாஜஹானாபாத் என்ற இடத்தில் மாளிகையில் வசித்த அவர் ஔரங்கசீப்பின் அரசில் ஐரோப்பிய மருத்துவராக இருந்தார்.

உலகத்தைச் சுற்றிப்பார்க்க வேண்டும் என்று ஆசைப்பட்ட பெர்னியர், 1654-ல் பிரான்சிலிருந்து புறப்பட்டார். சிரியா, பாலஸ்தீனம், எகிப்து ஆகிய நாடுகளில் சில ஆண்டுகள் தங்கியிருந்தார். 1658-ல் குஜராத்தில் உள்ள சூரத் நகருக்கு வந்து சேர்ந்தார். இந்தியாவில் அவர் 12 ஆண்டுகள் தங்கியிருந்தார். பேரரசர் ஷாஜஹானின் மூத்த மகன் தாரா ஷிகோவுக்குத் தனி

மருத்துவராக நியமிக்கப்பட்டார். ஆட்சியுரிமைக்காக ஷாஜஹானின் புதல்வர்கள் தங்களுக்குள் கடுமையாக மோதிக் கொண்ட சமயத்தில் அவர் டெல்லியில் இருந்தார். நான்கு மகன்களில் ஒருவரான ஔரங்கசீப் இறுதியில் அரசரானார். தந்தை ஷாஜஹானையே அவர் சிறையில் அடைத்தார். இந்தச் சம்பவங்களையெல்லாம் பெர்னியர் தன்னுடைய நண்பருக்கு எழுதிய கடிதத்தில் விவரித்திருக்கிறார்.

ஔரங்கசீப்பின் தர்பாரில் இருந்த டேனிஷ்மண்ட் கான் என்பவரிடம் அப்போது பெர்னியர் வேலைபார்த்து வந்தார். அவர் வெளியுறவுத்துறை அதிகாரியாக இருந்தார். அவரை பெர்னியர், 'என்னுடைய ஆகா' என்றே கடிதங்களில் குறிப்பிட்டிருக்கிறார். பெர்னியரின் கடிதங்கள் 'முகலாயப் பேரரசில் பயணங்கள்' என்ற பெயரில் பின்னர் புத்தகமாக வெளியிடப்பட்டது. 'ஆசியாவிலேயே அதிகம் படித்தவர் 'ஆகா', அவருடைய அறிவுத் தாகத்துக்கு எல்லையே இல்லை, இடைவிடாமல் படித்துக் கொண்டே இருப்பார், பிற்பகல் நேரங்களில் மெய்யியல், வானியல், புவியியல், உடற்கூறுயியல் ஆகியவற்றை விரும்பிப் படிப்பார். கசாண்டி, டிகார்ட் ஆகியோரின் நூல்களையும் ஆர்வத்துடன் வாசிப்பார்' என்கிறார்.

இந்தியக் கட்டடங்கள் மேற்கத்திய நாடுகளில் இருப்பதைவிட அழகில் குறைந்தவை என்று ஐரோப்பியர்கள் கூறுவதைக் கண்டிக்கிறார் பெர்னியர். 'வெவ்வேறு பருவநிலைகளுக்கு வெவ்வேறு விதமான கட்டட வகைகள்தான் வசிக்க உகந்ததாக இருக்கும் என்பதை மறந்துவிடக்கூடாது. பாரீஸ், லண்டன், ஆம்ஸ்டர்டாம் ஆகிய நகரங்களில் பயன்படக்கூடியதும், முறையானது என்று கருதப்படக்கூடியதுமான கட்டட அமைப்பு வெப்ப நாடுகளில் பயன் தராது. விசாலமான, காற்றோட்டமான, எல்லா பக்கங்களிலிருந்தும் காற்றும், வெளிச்சமும் வரக் கூடியதான கட்டடங்கள் இயல்பிலேயே அழகானதாகும். இந்துஸ்தானத்தில் நல்ல வீடு என்றால் அதில் முற்றங்கள், தோட்டங்கள், மரங்கள், நீர்த்தொட்டிகள், நுழைவு வாயிலிலோ உள் கூடத்திலோ தண்ணீரைத் தொடர்ந்து தெளித்துக் கொண்டிருக்கும் நீரூற்றுகளோ இருக்கும். அழகிய நவீனக் குடியிருப்புகளில் மிகப் பெரிய மின்விசிறியைப் பொருத்தி பிற்பகல் முதல் மாலை 5 அல்லது 6 மணி வரையில் வீட்டுக்குள் வெப்பம் கூடாமல் தடுக்க முடியும். எந்த அழகிய வீட்டிலும் மொட்டை மாடியில் குடும்பமே இரவு படுத்துறங்க

வழுவழுப்பான தரையை அமைக்காமல் இருக்க முடியாது. வீட்டுக்குள்ளே தரை விரிப்புகள், அழகிய ஓவியங்கள் தீட்டப்பட்ட கூரைகள், பூந்தொட்டிகள் ஆகியவையும் இருக்கும். டெல்லியிலேயே ஜும்மா மசூதி, கேரவான்சராய் (19-வது நூற்றாண்டில் இடிக்கப்பட்டுவிட்டது) ஆகியவை பாரீஸ் நகரில் உள்ள மன்னரின் அரண்மனைக்கு இணையான கம்பீரமும் கட்டட அமைப்பும் உள்ளவை. பாரசீகம், உஸ்பெக் உள்ளிட்ட நாடுகளின் பணக்கார வியாபாரிகள் பாரீஸ் அரண்மனைக்குச் செல்லாமல் இருக்கமாட்டார்கள். ஐரோப்பிய நாடுகளில் உள்ள மாட மாளிகைகளைப்போல இருக்காது என்றாலும் அழகிய கட்டடங்கள் இல்லாத அனாதை அல்ல டெல்லி' என்று சற்றே ஆவேசமாகவே இந்தியக் கட்டடங்களுக்காகப் பரிந்து எழுதியிருக்கிறார் பெர்னியர். எகிப்தின் பிரமிடுகளைவிட ஆக்ராவின் தாஜ்மகால் மிக மிக அழகானது. உலக அதிசயங்களிலேயே இடம்பெற வேண்டியது என்றும் முன்மொழிந்திருக்கிறார்.

'பாரீஸ் நகர மக்கள் தொகைக்கு டெல்லி மக்கள் தொகை குறைந்ததல்ல. பிரபுக்கள், படை வீரர்கள் 35,000 பேர் - அவர்களுடைய குடும்பத்தார் எண்ணிக்கையே ஆயிரக்கணக்கில் வந்துவிடும். பழைய, முகலாயர் தலைநகரமான ஆக்ராவைப் போல டெல்லி வீதிகள் குறுகலானவையோ நெரிசலானவையோ அல்ல. டெல்லி மாநகரில் வீதிகள் அனைத்தும் சொல்லி வைத்தார்போல அகலமாகவும் நீளமாகவும் மரங்களுடன் கம்பீரமாகக் காட்சியளிக்கின்றன. டெல்லி சாலைகளில் சில வாகனங்கள்தான் எப்போதாவது போகின்றன. ஆனால் உம்ராக்களும் (பிரபுக்கள்), ராஜாக்களும் சொகுசான வாகனங்களில் போய் வருகின்றனர். சிலர் குதிரைகளிலும் சிலர் யானைகளிலும்கூட சவாரி செய்கின்றனர். பெரிய வீட்டுப் பெண்களை மூடு பல்லக்கில் வைத்து ஆறு பேர் தூக்கிச் செல்கின்றனர். அந்தப் பல்லக்கு உள்ளேயேயும் வெளியேயும் நன்கு அழகுபடுத்தப்பட்டுள்ளது. உள்ளே பட்டுத்துணியில் ஜரிகை வேலைப்பாடுடன் கூடிய தலையணையும் திண்டும் இருக்கிறது. பட்டுத்துணியால் ஆன மெல்லிய திரை இரண்டு பக்கமும் தொங்குகிறது. உள்ளே அழகிய, இளம்பெண் வாயில் வெற்றிலைத் தாம்பூலத்தைத் தரித்தபடி குறுகுறுத்த கண்களோடு இரண்டு பக்கமும் வேடிக்கை பார்த்துக்கொண்டே வருகிறாள். வெற்றிலையுடன் சேர்த்துப்போடும் நறுமணப் பொருள்கள்

வாய்க்கு சுவையைக் கூட்டுவதுடன் உதட்டையும் சிறப்பாக்கு கிறது' என்று கவித்துவப் பாணியில் வர்ணித்திருக்கிறார் பெர்னியர்.

'கோடைக்காலங்களில் டெல்லியில் உள்ள பெரிய கடைவீதியில் விலையுயர்ந்த உலர் பழங்கள் பாரசீகம், பால்க், பொகாரா, சாமர்கண்ட் ஆகிய நகரங்களிலிருந்து வந்து குவிகின்றன. பாதாம், பிஸ்தா, வாதுமை, பேரீச்சை, உலர் திராட்சை, கொடிமுந்திரி ஆகியவை அந்தப் பழங்கள். குளிர்காலத்தில் புதிய இளம் திராட்சை, ஆப்பிள், பேரிக்காய், முலாம்பழம் போன்றவை கிடைக்கின்றன. திராட்சைகளில் கருப்பு, வெள்ளை இரண்டுமே கிடைக்கும். முலாம்பழம் குளிர்காலம் முழுக்கக் கிடைக்கும். பாபர் இருந்திருந்தால் இந்தக் கடைவீதியை மிகவும் விரும்பியிருப்பார். புகாராவிலிருந்தும் சாமர்கண்டிலிருந்தும் திராட்சையும் முலாம்பழமும் கிடைக்காமல் பல சமயம் அவர் வருந்தியிருக்கிறார். இந்தியாவிலேயே அவற்றைச் சாகுபடி செய்ய முயற்சி எடுத்து, சில இடங்களில் அவை விளைந்தபோது மிகவும் மகிழ்ச்சி அடைந்தார். 'இந்துஸ்தானத்தில் திராட்சையும் முலாம் பழமும் விளைந்தபோது என்னுடைய மனம் திருப்தியால் மகிழ்ச்சியடைந்தது' என்று பாபர் நாமா என்ற தன்னுடைய நூலில் குறிப்பிட்டிருக்கிறார். அவரும் அவருடைய வழிவந்தவர்களும் இந்துஸ்தானத்து மண்ணில் திராட்சைகளையும் முலாம் பழத்தையும் சாகுபடி செய்ய முடியாமல் அந்தக் காலத்தில் வாடியிருக்கிறார்கள்.

'ஒருவரை முகலாயர் என்று கருத வேண்டுமென்றால் அந்த வெளிநாட்டவரின் முகம் வெள்ளையாக இருக்க வேண்டும், அவர் இஸ்லாத்தைப் பின்பற்றுபவராக இருக்க வேண்டும் - அது போதும்' என்கிறார் பெர்னியர். முகலாயர் என்ற வார்த்தை பாரசீகர்கள், துருக்கியர்கள், அரபுக்கள், உஸ்பெக்குகள் அவர்களுடைய வழித்தோன்றல்கள் என்று அனைவரையுமே குறிக்கும். பாரசீகர்கள் பெரும்பாலும் ஷியா பிரிவு முஸ்லிம்கள். ஏனைய நாடுகளில் உள்ளவர்கள் பெரும்பாலும் சன்னி (சுன்னி) பிரிவினர். முகலாயர்களுக்கும் மற்றவர்களுக்கும் வேறுபாடு தோலின் நிறம்தான் என்கிறார் பெர்னியர். பிற ஜாதியினர்தான், முகலாயர் அல்லாதவர்கள் என்கிறார். (யூத, கிறிஸ்தவ, இஸ்லாமிய மதங்களைச் சேராதவர்கள் பிற ஜாதியினர் என்று கருதப்படுகிறார்கள்). மக்களை இன வாரியாகவும் மத வாரியாகவும் அடையாளப்படுத்துகிறார்கள். ஆனால் இந்தியன்

என்கிற அடையாளம் யாருக்கும் தரப்படவில்லை. முகலாயர்களே பேரரசில் முக்கியப் பதவிகளை வகிக்கும் வகையில் ஆட்சியதிகாரப் படிநிலை கட்டமைக்கப்பட்டிருக்கிறது. மிகச் சில இந்து ராஜபுத்திரர்களும் முக்கியப் பதவிகளில் அமர்த்தப்படுவர்.

மன்னரின் கட்டுப்பாட்டில் இருக்கும் குதிரைப்படையில் 2 லட்சத்துக்கும் அதிகமான குதிரைகள் உண்டு. இது விஜயநகரம் மட்டுமல்லாது பிற பிரதேசங்களையும் சேர்த்த கணக்கு. அதேபோல 3 லட்சத்துக்கும் மேற்பட்ட காலாட்படையினரும் உண்டு. இவர்களில் பணியாளர்கள், வர்த்தகர்கள், பாசறை அங்காடியாளர் (படை வீரர்களுக்குப் பொருள்களை விற்பவர்கள்), பொது வர்த்தகர்கள், கூடாரங்கள், சமையல் பாத்திரங்கள், மளிகைச் சாமான்கள், கட்டில் நாற்காலி போன்ற அறைகலன்களை விற்பவர்கள் படைகளுடன் செல்வர். பெண்களும் அழைத்துச் செல்லப்படுவர். யானைகள், ஒட்டகங்கள், குதிரைகள், எருதுகள் ஆகியவற்றுடன் சுமை தூக்குபவர்களும் அழைத்துச் செல்லப்படுவர். இவ்வளவு பெரிய சேனை போருக்காகச் செல்லாவிட்டாலும் இதன் ஒரு பகுதி சென்றாலே பார்ப்பவர்களுக்குக் கண்கொள்ளாக் காட்சியாக இருக்கும். அத்துடன் மற்றவர்கள் தங்களுடைய வேலைகளை விட்டு இதையே பார்த்துக்கொண்டும் பேசிக்கொண்டும் இருப்பார்கள். உள்ளூர்க்காரர்கள் உள்பட அனைவருக்குமே பொருளாதார ரீதியாக முதலில் வருமானம் ஏற்படும்.

டெல்லி சுல்தானியம் என்று அழைக்கப்படும் பேரரசின் செல்வ வளம் குறித்து பெர்னியர் விவரிக்கிறார். ‘அவர்களுடைய மிகப் பெரிய அரசவை, மிகப் பிரம்மாண்டமான ஊர்வலங்கள், நவரத்தினக் கற்கள் பதிக்கப்பட்ட நகைகள், செங்கோட்டையில் உள்ள மக்கள் அரங்கம், மயிலாசனம், வெள்ளி, தங்க சட்டம் போட்ட ஆசனங்கள், பட்டும், சாட்டினும் வைத்து தைத்த குஷன்கள் என்று அனைத்துமே விமரிசையாக இருக்கும். அங்கே காரணமே இல்லாமல் மன்னரைப் புகழ்வார்கள், யார் அதிகம் புகழ்வது என்பதில் போட்டிகளும் உண்டு, எல்லாப் பிரிவினரும் இந்தப் புகழ்பாடலில் ஈடுபடுவார்கள்’ என்று தனது அதிருப்தியையும் காட்டுகிறார் பெர்னியர்.

இஸ்லாமிய மன்னர்களின் அந்தப்புரங்களில் வாழும் மகளிர் எல்லாவித ஆடம்பரங்களையும் அனுபவிக்கின்றனர். ஆனால், உள்ளறைத் திரைமாடத்தில் பூட்டி வைக்கப்பட்ட கைதிகளாகவே

வாழ்கின்றனர். ஆடல் - பாடல்களில் சிறந்த மகளிரை ஷாஜஹான் தனது அந்தப்புரத்துக்கு வரவழைப்பார். இரவு முழுவதும் அவர்களைத் தங்க வைத்து அவர்களுடைய குறும்பான பேச்சுகளையும் செயல்களையும் ரசிப்பார். அவர்களுடன் பேசி அவர்களுடைய அறியாமையையும் அப்பாவித்தனத்தையும் தெரிந்துகொண்டு களிப்பார். ஔரங்கசீப்புக்கு இதெல்லாம் கட்டோடு பிடிக்காது. அவர் தன்னுடைய தந்தையைவிட உண்மையான முஸ்லிமாக வாழவேண்டும் என்ற எண்ணம் கொண்டவர். அவருடைய சகோதரர் தாரா ஷிகோ மிகவும் பரந்த மனமுடையவர். உபநிஷதக் கருத்துகளைப் பாரசீக மொழியில் மொழி பெயர்த்தவர். ஔரங்கசீப்பை 'நமாஸி' என்று கேலி செய்வார். எப்போதும் தொழுகையிலேயே இருப்பவர் என்று பொருள். தாரா ஷிகோவிடமும் பலகுறைகள் இருந்தன. காரணமின்றிச் சட்டென்று கோபமடைவார். அச்சுறுத்தும் வகையில் நடப்பார். வாய்க்கு வந்தபடி வசைபாடுவார். மிகப் பெரிய பிரபுக்களைக் கூட அவமதித்துவிடுவார். அறிவுமிக்க பெரியவர்களின் யோசனைகளை, குறைத்தே மதிப்பிடுவார். ஔரங்கசீப்போ தீர்மானிப்பதில் வல்லவர். தனக்குப் பணிந்து நடக்க விசுவாசமும் திறமையும் உள்ளவர்களை அடையாளம் காண்பதில் கெட்டிக்காரர். தன்னுடைய மக்களிலேயே ஔரங்கசீப்தான் அரசு நிர்வாகத்துக்கு ஏற்றவர் என்ற எண்ணம் ஷாஜஹானுக்கே உண்டு.

'சாமானியர்களின் வாழ்க்கை வேறுவிதமானது. டெல்லியில் நடுத்தர வர்க்கம் என்ற ஒன்றே கிடையாது. ஒன்று பெரிய அதிகாரியாக - செல்வாக்குள்ளவராக இருப்பார்கள், இல்லா விட்டால் பரம ஏழையாக இருப்பார்கள். பாரீஸ் நகர வீதியில் நடக்கும் பத்து பேரில் எட்டு பேர் நன்றாக உடையுடுத்தி பணக்காரராக இருப்பார். டெல்லியில் ஏழைகள் எண்ணிக்கை பத்துக்கு ஏழு முதல் எட்டுவரை இருக்கும். அவர்கள் அழுக்கடைந்த கந்தல் ஆடைகளைத்தான் அணிந்திருப்பார்கள். டெல்லி, ஆக்ரா, கான்ஸ்டான்டிநோபிள் என்று எல்லா ஊர்களின் அழகையும் ஒப்பிட்டுவிட்டுப் பார்த்தால், பாரீஸ்தான் உலகிலேயே மிகவும் சிறந்த, பணக்கார, முதன்மையான உலக நகரம்' என்கிறார் பெர்னியர்.

நாட்டைவிட்டு வெளியே வந்ததில் அவருடைய மிகப் பெரும் இழப்பு என்பது பிரெஞ்சு நாட்டில் அவருக்குக் கிடைத்த ரொட்டி. 'டெல்லியில் ரொட்டி சுடுவோர் ஏராளம். இங்குள்ள அடுமனை

அடுப்புகள் நம்முடையதைப்போல அல்ல. இவற்றில் பல குறைகள் உள்ளன. ரொட்டி வேகாமல் மாவாகவே இருக்கிறது, அல்லது தீய்ந்து கரிந்துவிடுகிறது. சுவையும் சரியில்லை. இந்நாட்டில் மதுபானம் குடிக்க அனுமதியில்லை. இஸ்லாமியச் சட்டம் மட்டுமல்ல இந்துக்களின் சட்டமும் குடியைத் தடை செய்துவிட்டது. ஆனால் மக்கள் ரகசியமாக மதுபானம் குடிக்கிறார்கள். திராட்சை ரசம் (ஒயின்) அபூர்வமாகக் கிடைக்கிறது. டச்சுக்காரர்கள் இறக்குமதி செய்யும் சரக்கு நன்றாக இருக்கிறது, ஆனால் அதிக விலை. நம் ஊரில் சொல்வார்கள், 'குடியின் ருசியை, விலை கெடுத்துவிட்டது' என்று. சில கிறிஸ்தவர்கள் மட்டுமே துணிச்சலாக மதுபானம் குடிக்கிறார்கள், அதைச் சாராயம் என்று அழைக்கிறார்கள். அதைக் குடிப்பதற்கே கடுமையாக இருக்கிறது, வயிற்றில் சென்றதும் பற்றியெரிகிறது' என்கிறார் பெர்னியர்.

இந்துஸ்தானத்தின் சமூக, பொருளாதார நிலை

'பரந்துபட்ட இந்த நாட்டின் பெரும்பாலான பகுதி மிகவும் வளமானவை. வங்காளத்தில் உள்ள அரசு, எகிப்தைவிடப் பெரியது. அரிசி, மக்காச்சோளம்போன்ற உணவுக்குத் தேவையான தானியங்களுடன் வணிகரீதியாக மிகவும் பயன்படக்கூடிய வற்றை - எகிப்தில் விளையாதவற்றை - விளைவிக்கிறது. பட்டுத்துணிகள், பருத்தி, சாயம் தயாரிக்கப் பயன்படும் அவுரி ஆகியவை முக்கியமானவை. தரைவிரிப்புகள், ஜரிகை வேலைப் பாடு செய்த துணிகள், பூ வேலை செய்த துணிகள், தங்கம் வெள்ளி இழைகளில் நெய்த ஆடைகள், பல்வேறு வகையிலான பட்டு, பருத்தித் துணிகள் தயாராகின்றன. இவை உள்நாட்டில் விற்கப்படுவதுடன் வெளிநாடுகளுக்கும் ஏற்றுமதியாகின்றன' என்று எழுதுகிறார் பெர்னியர்.

'நாட்டின் அனைத்து நிலங்களும் மன்னருக்கே சொந்தம். (மௌரியர் காலத்தில் இந்தியா வந்த மெகஸ்தனீஸூம் இதைக் கூறியிருக்கிறார்.) மன்னர் இந்த நிலங்களுக்கெல்லாம் உள்ள உரிமையை விட்டுக்கொடுத்து அதை மக்களுக்கு அளித்தால், நம் நாட்டில் இருப்பதைப்போல சொத்துரிமையைத் தனியாருக்குக் கொடுத்தால் இந்தியாவுக்கு நன்மை விளைவிக்காதா? சொத்துரிமையை அளித்த ஐரோப்பிய நாடுகளுடன், அப்படி

மக்களுக்கு நிலவுடைமை உரிமையை அளிக்காத நாடுகளுடன் கவனமாக ஒப்பிட்டேன் அப்படி அளிக்காமல் இருப்பது நாட்டின் இறையாண்மைக்கே நல்லதல்ல என்பதையே என்னுடைய ஆய்வு தெரிவிக்கிறது. நிலம் நம்முடையது இல்லை என்பதால் அதில் அதிகம் முதலீடு செய்ய மக்கள் ஆர்வம்காட்டுவதில்லை. இதனால் அவர்களுடைய வீடுகளை வறுமையே சூழ்ந்திருக் கிறது. விவசாய நிலமோ, வீட்டு மனையோ எப்போது வேண்டுமானாலும் அரசால் பறிக்கப்பட்டு இன்னொருவர் வசம் ஒப்படைக்கப்படலாம் என்பதால் அதை மேம்படுத்தவேண்டும் என்கிற ஆசை அவர்களுக்கு இருப்பதில்லை. இது வரி வருவாயைப் பாதிக்கிறது. மக்கள் விவசாயத்திலும் மற்றத் தொழில்களிலும் தங்களுக்குக் கிடைக்கும் உண்மையான வருவாயை அரசுக்குத் தெரிவிக்காமல், அந்த வருவாயில் தங்கம், வெள்ளி போன்றவற்றை வாங்கி யாருக்கும் தெரியாமல் பூமிக்குள் புதைத்து வைக்கின்றனர்' என்று எழுதியுள்ளார். (பெர்னியர் காலத்தில் ஐரோப்பாவில் தனியுரிமைகள் அதிகரித்து நிலப்பிரபுத்துவம் செல்வாக்கிழந்தது. இதனால் அங்கே உற்பத்தி பெருகி, பொருளாதார - கலாச்சாரம் எழுச்சியுற்றது)

சர்வாதிகாரியின் அதிகாரமும், தனிச் சொத்துரிமை இல்லாத நிலையும் சேர்ந்த பரிதாபகரமான நிர்வாக முறை, முகலாயர்கள் ஆட்சியில் மட்டுமல்ல, ஆசிய நாடுகள் முழுவதும் நிலவியது. பெர்னியர் குறிப்பிடுவது குப்தர்கள் காலத்தில் தொடங்கிய நிலவுடைமை முறை. அது தகப்பன் - அவருடைய காலத்துக்குப் பிறகு அவருடைய மகனுக்கு என்று உரிமை கைமாறாது. அரசர் யாருக்குத் தருகிறாரோ அவருக்கு மட்டுமே உரிமை. இதனால் குடியிருக்கும் இடம் கூட நமக்குச் சொந்தம் இல்லை என்பதால் மக்கள் மண்சுவர்களை எழுப்பி சாதாரண மரங்கள் ஓலைகள் போன்றவற்றால் வீடுகளைக் கட்டிக்கொண்டனர். ஆசிய நாடுகளின் வளம் குன்றத் தொடங்கியது. ஐரோப்பிய நாடுகள் புதிய நாடுகளையும் கண்டங்களையும் கண்டுபிடிக்கவும் அவற்றைத் தங்களுடைய காலனிகளாகவும் மாற்றிக் கொண்டிருந்ததால் அவை வளங்களைப் பெருக்கிக்கொண்டன.

இந்துஸ்தானத்தில் மக்களைச் சுரண்டும் ஆட்சிமுறை அமைப்பால் செல்வம் முழுக்க மேலிருப்பவர்களிடம் மட்டுமே குவிந்தன. லட்சக்கணக்கிலான வீரர்களைக் கொண்ட நிரந்தர சேனைக்குச் செலவிடவும், அரச குடும்பத்தைச் சேர்ந்தவர்கள், உயர் அதிகாரிகள் ஆகியோரின் குடும்பங்களுக்குத் தரவும் அரசுக்கு

நிறையப் பணம் தேவைப்பட்டது. அத்துடன் சுல்தானின் மாபெரும் அந்தப்புரத்தின் தேவையைப் பூர்த்தி செய்வது பெரிய சவாலாக இருந்தது. பட்டு, சாட்டின் என்ற உயர்ந்த துணி வகைகளும் தங்கம், வெள்ளிக் கம்பிகளால் நெய்யப்பட்ட ஆடைகளும், பூ வேலை செய்த துணிகளும் வெவ்வேறு விதமான பட்டுத்துணிகளும், அந்தப்புரத்தில் உள்ளவர்கள் அணிய முத்துக்கள், வைரங்கள், வைடூரியங்கள், மாணிக்கங்கள் போன்றவைகளும் அவர்கள் உண்ண பழ வகைகளும் இனிப்புகளும் பாதாம், பிஸ்தா போன்றவையும் கஸ்தூரி, குங்குமப்பூ போன்ற விலையுயர்ந்தப் பொருள்களும் ஏலம், கிராம்பு, முந்திரி போன்றவைகளும் ஏராளமாகத் தருவித்துத் தரவேண்டியிருந்ததால் அரசின் செலவு அதிகமானது. இப்படி நாடு முழுவதும் மன்னர் தரும் ஊதியத்தை மட்டுமே நம்பி லட்சக்கணக்கானவர்கள் இருந்தனர். கட்டுக்கடங்காத செலவு களைக்கொண்ட அரசுக்கு வருவாயை ஈட்டுவது மிகப் பெரிய சவால். முகலாயர்களின் சொத்து மதிப்பு எவ்வளவு என்பதையும், இந்துஸ்தான் எப்படி வினோதமாக நிர்வகிக்கப்படுகிறது என்பதையும் அவர்கள் மறந்துவிட்டனர்' என்று பதிவு செய்கிறார் பெர்னியர்.

உலகத்தின் பல நாடுகளைப் பார்க்கும்போது இந்தியாவின் பணக்காரர்கள்கூட ஏழைகளைப்போலத்தான் காட்சி தந்தார்கள் என்கிறார் பெர்னியர். இவ்வாறு இந்தியாவில் மிகப் பெரிய கோடீஸ்வரர்கள் சிலராகவும், தரித்திர நாராயணர்கள் கோடிக்கணக்கிலும் இருந்தார்கள் என்பதை பதினைந்தாவது நூற்றாண்டில் இந்தியாவுக்கு வந்த ரஷியர், அதனாசியஸ் நிகிடின் என்பவரும் உறுதிப்படுத்துகிறார். 'கிராமங்களில் வசித்தவர்களின் நிலைமை மிகவும் பரிதாபகரமாக இருந்தது. பிரபுக்களோ மிகவும் வசதியாகவும் ஆடம்பரமாகவும் சுகபோகங்களில் திளைத்தார்கள். காலனியாவதற்கு முன்னால் இந்தியா அனைத்து வளங்களும் பெற்று 'தங்கக் குருவி' போல சுதந்திரமாகவும் வளமாகவும் இருந்தது என்கிறார்கள். வெளிநாடுகளிலிருந்து வந்த சுற்றுலாப் பயணிகள், வியாபாரிகள், அரசப் பிரதிநிதிகள் இந்தியாவில் அப்போதிருந்த ராஜப் பிரமுகர்களுடன் அதிகாரிகளுடன் பணக்காரர்களுடன் கலந்து பழகினார்கள். எனவே அவர் களுடைய சமூக, கலாச்சாரப் பழக்க வழக்கங்களையும் அவர்கள் வைத்திருந்த சொத்துகளையும் இதர உடைமைகளையும் அறிந்து கொண்டார்கள். உலகின் பெரும்பாலான மக்கள் வறுமையில்

ஆழ்ந்திருந்தபோது இந்தியப் பிரமுகர்கள் செல்வத்தில் திளைத்ததை வைத்தே, இந்தியாவை தங்கக் குருவி என்றார்கள்.

இந்தியாவின் செல்வம் என்று மற்றவர்கள் குறிப்பிட்டதெல்லாம் அவர்களிடமிருந்த தங்கம், வைரம், முத்துக்கள், நவரத்தினங்கள் உள்ளிட்டவைதான். இவை எல்லா வடிவங்களிலும் அளவுகளிலும் தரத்திலும் ஏராளமாக இருந்தன. உலகின் வேறு எந்தப் பேரரசரும் இந்த அளவுக்குச் செல்வத்தை வைத்திருப்பார்களா என்பது சந்தேகமே. காரணம் இந்தியாவில் மட்டும்தான் ராஜ குடும்பத்து செல்வங்கள் நன்கு பராமரிக்கப்பட்டு, காப்பாற்றப் பட்டு அடுத்தடுத்த தலைமுறையிடம் ஒப்படைக்கப்பட்டது. அத்துடன் ஆண்டுதோறும் இந்த செல்வம் வளர்ந்துகொண்டே வந்தது. ஆனால் போர் போன்ற நெருக்கடி வரும்போது மன்னரால் திடீரென குறைந்த அளவுக்குக்கூட நிதியைத் திரட்ட முடியாமல் இருந்தது என்பதையும் பெர்னியர் சுட்டிக்காட்டுகிறார்.

'எனவே இத்தகைய ஆட்சியின் கீழ் கலைகள் வளரவில்லை என்பதில் வியப்பேதும் இருக்க முடியுமா, இதைவிட நல்ல நிர்வாகமுள்ள அரசில் - பிரான்சில் இருப்பதைப்போல - வளர்வதைப்போல கலைகள் இங்கே வளர முடியுமா என்று கேட்கிறார் பெர்னியர். இப்படி ஏழைகள் அதிகமுள்ள அல்லது பணக்காரர்களாக இருந்தாலும் ஏழைகளைப்போலவே வாழ்கின்ற நாட்டில், ஒரு கலைஞனால் தன்னுடைய கற்பனையை விரித்து அழகியல் உணர்ச்சி பொங்க ஆக்கப்பூர்வமாக எதையாவது செய்ய முடியுமா? அவரால் அழகையும் உன்னதமான திறமையையும் ரசிக்க முடியாது. ஒரு பொருள் எவ்வளவு மலிவாக இருக்கிறது என்று வியந்து பார்க்கத்தான் முடியும் என்கிறார் பெர்னியர். டெல்லி சுல்தானும் பிரபுக்களும் தங்களுடைய சொந்தப் பணத்திலிருந்து கலைஞர்களை ஆதரிக்காமல் போயிருந்தால் இந்தியாவில் கலைகளும் கலைஞர் களும் வெகு காலத்துக்கு முன்னரே மறைந்திருக்கக் கூடும் என்கிறார் பெர்னியர்.

'(இந்திய) சமூகம் இப்படி ஆழ்ந்த - பரந்துபட்ட அறியாமையில் மூழ்கிக் கிடப்பதாலும் கலைகளும் கலைஞர்களும் ஏற்றம் பெறவில்லை. இந்துஸ்தானத்தில் கல்வியைச் செழிக்கச் செய்வது சாத்தியமா, கல்லூரிகளை நிதியொதுக்கி பராமரித்திட முடியுமா, கல்விக்கூடங்களை நடத்துவதற்குக் கல்வியாளர்களுக்கு நாம் எங்கே போவது, அப்படியே கல்லூரிகளை நடத்த ஆள்கள் கிடைத்தாலும் கற்றுத்தருவதற்கு அறிஞர்களை எங்கே தேடுவது,

கடைசியாக இதைப் பெற்று பயனடைய பயனாளிகளாவது இருப்பார்களா, வேலைவாய்ப்பு கிடைக்குமா, கல்வி அறக்கட்டளை அலுவலகங்கள்மீது மக்களுக்கு நம்பிக்கை ஏற்படுமா, அவை கண்ணியமாகச் செயல்படுமா, அறிவியல் - தொழில்நுட்பங்களைக் கற்றுத்தரும் ஆற்றல் அவற்றுக்கு இருக்குமா, இவற்றையெல்லாம் கற்றுக்கொள்ள ஆசைப்படும் இளம் மாணவர்களின் எண்ணங்களை அவை பூர்த்தி செய்யுமா என்றெல்லாம் இந்தியா குறித்த சமூக மானுடவியலை ஆராய்ச்சி செய்த பெர்னியர், ஆடம் ஸ்மித் உலக வாணிபம் குறித்து ஆராய்ந்து பிற்காலத்தில் கூறியதை, முன்கூட்டியே எதிர் பார்த்ததைப்போலப் பேசுகிறார். பெர்னியர் 1688-ல் இறந்த 35 ஆண்டுகள் கழித்துப் பிறந்தார் ஆடம் ஸ்மித்.

'ஐரோப்பாவில் நாம் பார்ப்பதைப்போல ஒரு நாட்டின் வாணிபத்தை துடிப்பாகவும் வெற்றிகரமாகவும் பிற நாடுகளால் நடத்தமுடியாது. மிகச் சிலர்தான் தாங்களாக முன்வந்து கடுமையாக உழைப்பார்கள், கவலைப்படுவார்கள், ஆபத்தை எதிர்கொள்வார்கள், இன்னொரு மனிதனுக்கு நன்மை கிடைப்பதற்காகப் பாடுபடுவார்கள். எந்த ஊக வியாபாரத்திலும் கிடைக்கும் லாபத்தை தனக்காகவே எடுத்துக்கொள்வது ஆளுநரின் இயல்பாக இருந்தாலும் வாணிபம் செய்வார்கள். நிலம் தனியாருக்குச் சொந்தமானது என்ற ஏற்பாட்டை நீக்கினால் - அடக்குமுறை, அடிமைத்தனம், அநீதி, பிச்சையெடுத்தல், காட்டு மிராண்டித்தனம் ஆகியவை சமூகத்தில் நிலவும். நிலங்களை உழுது பயிரிட்டு லாபம் சம்பாதிக்கும் ஆர்வம் இருக்காது. பல இடங்களில் நிலம் தரிசாகிவிடும். இது அரசர்களின் அழிவுக்கும் நாடுகளின் நாசத்துக்குமே வழிவகுக்கும். நம்பிக்கை மூலம்தான் மனிதனை இயங்க வைக்க முடியும். தன்னுடைய உழைப்பினால் விளையும் பலன்களை அனுபவிக்கலாம், அவற்றை அப்படியே அடுத்த சந்ததியினருக்குக் கொடுக்கலாம் என்ற நிலை இருந்தால் மட்டுமே நிலம் சார்ந்த செயல்களில் மக்களுக்குப் பிடிப்பு ஏற்படும். உலகம் முழுவதும் உள்ள மன்னராட்சிகளை ஆராய்ந்தால், மக்களுக்கு நில உரிமையை அளித்த அரசுகள் வலுப்பெற்று வளர்ந்ததையும் அதை மறுத்த அரசுகள் சுருங்கிக் குன்றியதையும் காண முடியும். சுருக்கமாகச் சொல்வதென்றால் இந்த ஒரு கொள்கையை ஆதரிப்பதும் நிராகரிப்பதும்தான் உலக நாடுகளின் முகங்களை மாற்றியமைத்துள்ளது' என்கிறார் பெர்னியர்.

காஷ்மீரத்தில் உள்ள கோடைவாசஸ்தலத்துக்கு ஔரங்கசீப்பின் ராஜகுடும்பம் தங்கச் சென்றபோது பெர்னியரும் உடன் சென்றார். உலகத்திலேயே மிகவும் அழகான நாடு என்றே அதைக் குறிப்பிடுகிறார் பெர்னியர். 'காஷ்மீரிகள் நகைச்சுவை உணர்வு மிக்கவர்கள், மிகுந்த அறிவாளிகள், சராசரி இந்தியர்களைவிட நன்கு படித்தவர்கள். கவிதை, அறிவியல் ஆகிய துறைகளில் பாரசீகர்களுக்கு அவர்கள் எந்தவிதத்திலும் குறைந்தவர்கள் அல்ல. சுறுசுறுப்பானவர்கள், கடுமையான உழைப்பாளிகள், நல்ல உடல்வாகு கொண்டவர்கள், சிவப்பாகவும் வெண்மையாகவும் இருக்கின்றனர். பெண்கள் பேரழகிகள். முகலாயர்களின் அரசவைக்கு அதிகாரியாக நியமிக்கப்படும் ஒவ்வொருவரும் திருமணமாகாமல் இருந்தால் மனைவியையும், திருமணமாகி இருந்தால் துணைவியையும் காஷ்மீரிலிருந்துதான் தேர்வு செய்துகொள்கிறார்கள். அவர்களுக்குப் பிறக்கும் குழந்தைகள் இந்தியர்களைவிட வெண்மையாக, பார்த்தாலே முகலாயர்கள் என்று சொல்லிவிடும்படியாக இருக்கிறார்கள்' என்று புகழ்கிறார்.

காஷ்மீருக்கு அருகில் திபெத்தைச் சேர்ந்த 'லாமா' பழங்குடித் தலைவர் ஒருவரையும் பெர்னியர் சந்திக்கிறார். கடைசி காலத்தை நெருங்கிக்கொண்டிருந்த அவர் 'பெரிய லாமா' என்று அழைக்கப்பட்டார். அவர் லாமாக்களின் பேரவையைக் கூட்டி, தன்னுடைய ஆன்மா வெகு விரைவிலேயே சமீபத்தில் பிறந்த சிசுவின் உடலில் புகுந்துகொள்ளப் போகிறது என்று அறிவித்தார். பெர்னியரால் அவரை, பௌத்தத் துறவி என்றுகூட அடையாளம் காண முடியாத அளவுக்கு பௌத்த மதம் இந்தியாவிலிருந்து விடைபெற்றுவிட்டது.

ஏளனத்துக்குரிய தவறுகள், விநோதமான மூடநம்பிக்கைகள்

ஐரோப்பாவில் புத்தொளி பிறந்த காலத்தில் உயர் கல்வி பயின்ற மூத்த தலைமுறையைச் சேர்ந்தவர் பெர்னியர் என்று எழுதுகிறார் வரலாற்றாசிரியர் வில்லியம் டேல்ரிம்பிள் தன்னுடைய 'சிட்டி ஆஃப் ஜின்ஸ்' என்ற நூலில். 'பெர்னியர் பழைய இலக்கியங்களை ஆழ்ந்து பயின்றவர். பகுத்தறிவின்மீது நம்பிக்கை உள்ளவர். ஏளனத்துக்குரிய தவறுகளையும் விநோத மூட நம்பிக்கை களையும் சகித்துக்கொள்ளும் பொறுமை கிடையாது.

உடற்கூறுவியல், மெய்யியல் ஆகியவற்றை கேசாண்டியிடம் பயின்றவர். கேசாண்டி, அறிவியல் கண்ணோட்டமிக்க மெய்யியல் சிந்தனைகளின் தந்தையாக விளங்கினார். எனவே பெர்னியர் தன்னை மிகவும் முன்னேறிய நாகரிகத்தைச் சேர்ந்தவராகக் கருதினார். அறிவியல் ஞானமும், சமூக - அரசியல் சிந்தனையில் முற்போக்கும் தங்களுக்கே அதிகம் என்பதில் அசைக்க முடியாத நம்பிக்கை உடையவராக இருந்தார்.

இதனால் நண்பர்களுக்கும் உறவினர்களுக்கும் எழுதிய கடிதங்களில் இந்தியர்களின் நம்பிக்கைகளை ஏற்க முடியாமல் நிராகரிப்பவராகவே இருந்தார். அதிலும், தான் சார்ந்த கிறிஸ்தவம் அல்லாத பிற மதத்தவர்களை வேற்று மனிதர்களாகவே கருதினார். (ஐரோப்பாவில் அப்போது முஸ்லிம்கள்பற்றி கிறிஸ்தவர்கள் கொண்டிருந்த கண்ணோட்டமும், அவர்களைப் பற்றிய போக்குகளும் அவரிடமும் நிரம்பியிருந்தன). உடற்கூறு பற்றி 'பிற மதத்தாருக்கு' எதுவுமே புரியவில்லை என்று சலிப்புடன் சாடுகிறார். அவர்கள் இறந்த மனிதனையோ அல்லது விலங்கையோ அறுத்துப் பார்த்ததில்லை. எனவே நான் உடலில் ரத்த ஓட்டம் எப்படி நடக்கிறது என்று காட்ட என்னுடைய ஆகா வின் வீட்டில் உயிரோடு இருக்கும் வெள்ளாட்டையோ, செம்மறியாட்டையோ அறுக்கும்போது அதிர்ச்சி அடைந்தோ, கிலி பிடித்தோ வீட்டில் உள்ளவர்கள் ஓடிவிடுகின்றனர்' என்று மனம் வெதும்பி எழுதியிருக்கிறார்.

'மனித ஆன்மா குறித்து இனிமேல் கற்பனை செய்து பார்க்க வேண்டிய வினோதமான அம்சமோ, கருத்துகளோ இருக்க முடியாது என்ற அளவுக்கு இந்தியாவில் ஏராளமான உதாரணங்கள் இருக்கின்றன. சூரிய கிரகண சமயத்தில் டெல்லியில் உள்ள யமுனையில் ஆயிரக்கணக்கானவர்கள் (இந்துக்கள்) மனம் பேதலித்து மூழ்கி நீராடுகின்றனர். கிரகணம் முடியும்வரை மூளையில்லாமல் எதையெதையோ செய்கின்றனர். இந்தச் சடங்குகளின்போது தாங்கள் இல்லாமல் போய்விடக் கூடாது என்று மெனக்கெடும் பிராமணர்களுக்கு அவர்கள் தட்சிணைகளை அளிக்கின்றனர். நான்கு வேதங்களில் சொல்லப் பட்டவற்றையொட்டி இதைச் செய்கிறார்களாம், வேடிக்கை' என்று வேதனைப்பட்டிருக்கிறார் பெர்னியர்.

'இந்த நூல்கள்தான் மக்களை நான்கு பிரிவாக (வருணங்களாக) பிரித்து அவர்களைச் சேரவிடாமல் தடுக்கின்றன. இந்த நான்கு

வருணத்தாரும் ஒருவர் இன்னொரு வருணத்தாருடன் திருமண உறவு கொள்ளக்கூடாது என்று தடுக்கப்பட்டுள்ளது. ஒரு பிராமணர், க்ஷத்திரியப் பெண்ணை மணக்கக்கூடாது, அதேபோல க்ஷத்திரியர் இன்னொரு வருணத்தாரை மணக்கக்கூடாது' என்று இந்தியாவின் வருண அமைப்பைச் சுட்டிக்காட்டுகிறார். பிரெஞ்சு நாட்டிலிருந்து இந்தியாவைச் சுற்றிப்பார்க்க வந்த ஜீன் பாப்டிஸ்ட் டேவர்நீர் *(1605-89)* என்பவரும் இந்தியாவில் நிலவிய ஜாதிப் பிரிவினைகள் குறித்து எழுதியிருக்கிறார். 'விக்கிரகங்களை வழிபடுவோர் எவரும் இன்னொரு ஜாதியார் வீட்டில் சாப்பிடவும் மாட்டார்கள், தண்ணீரும் குடிக்க மாட்டார்கள் - அந்த ஜாதி தங்களுடையதைவிட உயர்ந்ததாக இருந்தால் மட்டுமே சாப்பிடுவார்கள், தண்ணீர் அருந்துவார்கள். அவர்களிலேயே பன்றி வளர்ப்போர் என்றொரு ஜாதி இருக்கிறது. அவர்கள் வீடுகளிலிருந்து கழிவுகளை அகற்றுவார்கள், சமைத்துச் சாப்பிட்டதில் மீறுவதைக் கொடுத்தால் வாங்கிச் சாப்பிடுவார்கள், எந்த ஜாதிக்காரர்களாக இருந்தாலும் வாங்கிக்கொள்வார்கள், கூச்சப்பட மாட்டார்கள். பன்றிகளுக்குத் தீவனங்களை வாங்கிப் போட்டு வளர்ப்பார்கள், அந்தப் பன்றிகளையே உண்பார்கள்' என்றும் எழுதியிருக்கிறார்.

ஒடிசாவின் ஜகன்னாத புரி நகரில் ஆண்டுதோறும் நடைபெறும் ரத உற்சவம் குறித்து மிகுந்த அச்ச உணர்வுடன் ஒரு தகவலைப் பதிவு செய்திருக்கிறார். (விஜயநகரத்தில் நடக்கும் ரத உற்சவத்திலும் இப்படி நடப்பதை நிக்கோலோ டி கோன்டி பதிவு செய்ததை ஏற்கெனவே பார்த்தோம்).

'மிக அற்புதமான மர இயந்திரம், ஏராளமான அழகிய உருவங்கள் பதிக்கப்பட்டு, அலங்கரிக்கப்பட்டு 14 அல்லது 16 சக்கரங்கள் பூட்டப்பட்டு இழுத்து வரப்படுகிறது. அதைப்பார்க்கும்போது பிரம்மாண்டமான பீரங்கி வண்டிபோல இருக்கிறது. அதன் நடுவில் எல்லோரும் எளிதில் பார்க்கும் வண்ணம் ஜகந்நாதரின் சிலை நடுநாயகமாக அலங்கரித்து வைக்கப்படுகிறது. அதைத் தரிசிக்கவும் தேரை இழுக்கவும் ஆயிரக்கணக்கானவர்கள் கூடுகின்றனர். அந்தத் தேர் ஒவ்வொரு கோவிலாக இழுத்துச் செல்லப்படுகிறது. பக்தியுணர்வு வரம்பற்றுப் போவதால் சிலர் அந்தத் தேர் தங்களுடைய அருகில் வரும்போது அதன் முன்னே பாய்ந்து பிரம்மாண்டமான அதன் சக்கரங்களால் அரைக்கப்பட்டு உடல் கூழாகி இறக்கின்றனர். மற்றவர்களோ முகங்களில் சிறிதும் அச்சமோ, வியப்போ இல்லாமல் வேடிக்கை பார்க்கின்றனர்.

இந்திய நாகரிகம் | 395

ஜகந்நாதருக்குத் தன்னையே பலிகொடுக்கும் இதைவிட வீரம் மிக்கதோ, புனிதமானதோ வேறெதுவும் இல்லை என்று கருதுகின்றனர். இறப்புக்குப் பிறகு ஜகந்நாதர் அவர்களை சிறு குழந்தைகளாக வரவேற்பார் என்றும் அடுத்த பிறவியில் மகிழ்ச்சியான - கௌரவமான வாழ்க்கை கிடைக்கும் என்றும் நம்புகின்றனர். இந்த மூட நம்பிக்கைகளையும் தவறுகளையும் தடுக்காமல் பிராமணர்கள் ஊக்குவிக்கின்றனர். இதனால் அவர்களுக்குக் கிடைக்கும் செல்வங்களுக்கும், அப்பாவிகளின் இறப்பால் ஏற்படும் விளைவுகளுக்கும் அவர்கள் பதில் சொல்லியே தீர வேண்டும்' என்று ஆவேசம் பொங்க எழுதுகிறார் பெர்னியர்.

பிராமணர்களை அனைவரும் உயர்வானவர்கள் நல்லவர்கள் என்று கருதினாலும் அவர்களுடைய சூழ்ச்சிகளும் செயல்களும் கொடூரமானவை, கண்ணியமற்றவை என்று சாடுகிறார். காமவெறி பிடித்த பிராமணர்கள் இளம் பெண்களை ஜகந்நாதருக்குத் தொண்டுசெய்ய சடங்குகளைச் செய்துவைத்து பிறகு தங்களுடைய இச்சைக்குப் பயன்படுத்துகிறார்கள் என்று சாடுகிறார். டெல்லியை ஆளும் முகலாயர், முஸ்லிமாக இருந்தாலும் பிற ஜாதியாரை அவர்களுடைய மத விஷயங்களில் தலையிட்டு எதிர்ப்பைச் சம்பாதிக்கவேண்டாம் என்று கருதுகிறார் என்றும் குறிப்பிட்டுள்ளார்.

அடுத்து தனது கவனத்தை, நினைத்தாலே மனச்சோர்வு தரும் 'சதி' என்று அழைக்கப்படும் உடன்கட்டை ஏறுவதன் மீது திருப்புகிறார். துக்ககரமான பல சம்பவங்களை அவர் நேரிலேயே பார்த்திருக்கிறார். 'சதி என்ற சாஸ்திரத்தை ஏற்கிறாயா அல்லது நிராகரிக்கிறாயா என்று இரக்கமற்ற பிராமணர்கள் கேட்டிருந்தால் பெரும்பாலானவர்கள் நிராகரிக்கிறேன் என்று கூறியிருப்பார்கள். ஆனால் அந்தப் பிசாசுகள் சிதைக்கு அருகில் வந்து நிற்கும் பெண்களைப் பார்த்தவுடன் உணர்ச்சி வசப்படுகிறார்கள் அல்லது இறக்க வேண்டியவர்களை அச்சப்படுத்துகிறார்கள். சிலர் அவர்களை எரியும் தீயில்கூடத் தள்ளிவிடுகிறார்கள். ஓர் இளம் பெண் தப்பிவிடாமலிருக்க நீண்ட மூங்கிலை வைத்துத் தள்ளினார்கள். இன்னொரு சம்பவத்தில் சிதையின் மையத்தில் பெரு நெருப்புக்கு அருகில் உட்கார வைத்து, தீ பெரிதானவுடன் அதில் தள்ளிவிட்டனர். இன்னொரு சம்பவத்தில் இளம் பெண்ணின் கைகளையும் கால்களையும் பலமான கயிறுகளால் கட்டியிருந்தனர். அந்த அப்பாவிப் பெண் சிதையில் ஏறவில்லை,

உயிரோடு வலுக்கட்டாயமாக கொளுத்தப்பட்டார். அந்தச் சம்பவங்களைப் பார்த்து என் மனம் கொதித்தது. இந்த நாசகார பிராமணர்களைக் கொல்ல எனக்கொரு வாய்ப்புக் கிடைக்க வேண்டும் என்றே சபித்தேன்' என்று வெளிப்படையாக தனது கோபத்தையும் ஆதங்கத்தையும் பதிவு செய்திருக்கிறார். உடன் கட்டை ஏறாமல் தவிர்த்துவிடும் எந்தப் பெண்ணும் அதன் பிறகு தன்னுடைய வாழ்நாளில் மகிழ்ச்சியாக வாழ்ந்துவிடமுடியாது. அவரை அன்பாகவும் மரியாதையாகவும் நடத்தமாட்டார்கள். அதற்குப் பிறகு அவரைக் காப்பாற்றவேண்டிய குடும்பத்து ஆண்களே மிகவும் மோசமாகவும் கவலைப்படும் வகையிலும் அவரை நடத்துவார்கள் என்பதையும் அறிவேன். மேல்ஜாதிப் பெண்கள், அதிலும் குறிப்பாக க்ஷத்திரியப் பெண்கள்தான் உடன் கட்டையேற வைக்கப்படுவது அதிகம்'.

'இந்துஸ்தானத்தை ஆளும் முகம்மதியர்கள் நினைத்தால் இந்தச் சதி வழக்கத்தை சட்டமியற்றி நிறுத்தலாம். ஆனால் அவர்கள், மக்கள் தொகையில் தங்களைவிட அதிகம் இருக்கும் இந்துக்களின் சடங்குகளில் தலையிட்டு வெறுப்பைச் சம்பாதிக்கவேண்டாம் என்று விட்டுவிடுகிறார்கள். ஆனால் இதைக் குறைப்பதற்கு புதிய ஆணை பிறப்பித்தார்கள். உடன்கட்டையேற விரும்பும் பெண்கள் தாங்கள் வசிக்கும் பகுதியில் உள்ள ஆளுநர்களிடம் அனுமதி பெற வேண்டும் என்பதுதான் அந்த ஆணை. ஆளுநர்கள் முஸ்லிமாக இருந்தால் அனுமதி தராமல் தாமதப்படுத்துவார். அத்துடன் உடன்கட்டையேற வேண்டாம் என்று தனது அதிகாரிகள் மூலம் சொல்லிப் பார்ப்பார். சில வேளைகளில் தங்கள் தரப்புப் பெண்களையும் அனுப்பி வைப்பார்கள். அவர்களாலும் அந்தப் பெண்களின் முடிவை மாற்ற முடியாமல் போவதும் உண்டு. முகம்மதியர்கள் ஆளுநர்களாக இல்லாத பிரதேசங்களிலும், இந்து ராஜாக்கள் ஆட்சி செய்த பகுதிகளிலும் சதி தொடர்ந்தது' என்கிறார் பெர்னியர்.

டெல்லியை ஆண்ட முகலாயர்கள் அதிகாரத் தரப்பு மூலம் சதியைத் தடுக்க நடவடிக்கை எடுத்தனர் என்று டேவர்நீரும் குறிப்பிடுகிறார். 'தான் வசிக்கும் பிரதேசத்தின் ஆளுநருடைய ஒப்புதல் இல்லாமல் எந்தப் பெண்ணும் கணவரின் சிதையில் புகுந்து உயிரை விடமுடியாது. முஸ்லிம் கவர்னர்கள் இந்த பயங்கர வழக்கத்தைக் கைவிடுமாறு ஆலோசனைகள் கூறி, அனுமதி தருவதைத் தாமதப்படுத்துவார்கள் அல்லது தவிர்த்து விடுவார்கள்' என்கிறார் டேவர்நீர். உண்மை இப்படியிருக்க,

படையெடுத்துவந்த முஸ்லிம் ராணுவ வீரர்களிடமிருந்து தங்களுடைய மானத்தைக் காப்பாற்றிக்கொள்ளத்தான் உயர்ஜாதி இந்துப் பெண்கள் உடன்கட்டையேறினார்கள் என்று பத்தொன்பதாவது நூற்றாண்டில் மக்கள் நம்பத் தொடங்கியது ஏன் என்று கேள்வி எழுப்புகிறார் ரொமிலா தாப்பர். இந்தியாவில் உடன்கட்டையேறல் நிகழ்ச்சி நடந்ததாக முதலில் பதிவானது பொது ஆண்டுக்கு முந்தைய ஆயிரமாவது ஆண்டின் முதல் பாதியிலாகும். அப்போது இஸ்லாம் என்ற மதமே பிறக்கவில்லை.

'கணவர்மீது கொண்ட பாசம் காரணமாகத்தான் பெண்கள் இப்படி உடன்கட்டையேறினார்கள்' என்ற பசப்பல்களையும் நம்ப மறுக்கிறார் பெர்னியர். ஆரம்ப காலம் முதலே மக்களுடைய மனங்களில் உருவேற்றப்பட்ட தவறான விழுமியங்களும் அச்சங்களும்தான் இதற்குக் காரணம் என்கிறார். கணவனுடைய சாம்பலிலேயே தானும் கலப்பதுதான் பத்தினிகளுக்கு அழகு, அதன்மூலம்தான் நற்பேறை அடைய முடியும், அது வம்சத்துக்கும் நல்லது என்று இள வயது முதலே பெண் குழந்தைகளுக்குப் போதிக்கப்படுகிறது. கற்புள்ள எந்தப் பெண்ணும் கணவனுடன் இறக்கவேண்டும் என்பதை மறுக்க மாட்டாள் என்றும் அறிவுறுத்தப்படுகிறது. மனைவியரை எப்போதும் அடக்கியாளவும், நோயில் படுத்தவுடன் அவர் களுடைய கவனத்தைத் தொடர்ந்து பெறவும், கணவருக்கு மனைவியே விஷம் வைத்துக் கொன்றுவிடக்கூடாது என்றும் இந்தச் சடங்கு கடைப்பிடிக்கப்பட்டது என்றும் பெர்னியர் கருதுகிறார்.

இந்தியாவில் தான் கண்ட பாபாக்கள், பக்கீர்கள், சாமியார்கள், குருஜிக்கள் ஆகியோரைக் கட்டோடு பிடிக்கவில்லை என்றும் பெர்னியர் பதிவு செய்கிறார். இவர்கள் அனைவரும் ஆஷாடபூதிகள் என்கிறார். எண்ணெய் போட்டு வாரப்படாத, சிக்கு நீக்கப்படாத ஜடாமுடியைக் கணுக்கால் வரையில் தொங்க போட்டுக்கொண்டு, சுடுகாட்டுச் சாம்பலிலோ அல்லது அந்தச் சாம்பலை எடுத்துவந்து பூசிக்கொண்டோ, நிர்வாணமாக அமர்ந்திருக்கும் ஒரு கும்பலை பாபா என்கிறார்கள். அவர் களுடைய தலைமுடி ஆங்காங்கே முடிச்சுப் போட்டுக் கொண்டார்போல இருக்கிறது. அவர்கள் ஒரு கையையோ அல்லது இரண்டு கைகளையுமேயோ தலைக்கு மேல் எப்போதும் உயர்த்தி வைத்துக்கொண்டிருக்கின்றனர். அவர்களுடைய கை

விரல் நகங்கள் வெட்டப்படாமல் மடித்து விடப்பட்டுள்ளன. இவர்களைப் பார்த்ததும், அக்காலத்தில் வாழ்ந்தவர்களும் மக்களால் வெறுக்கப்பட்டவர்களுமான, சிடுமூஞ்சிகள்தான் நினைவுக்கு வந்தனர். இவர்கள் முரட்டுத்தனமானவர்கள், அறியாமையில் மூழ்கியிருப்பவர்கள். ஏதோ வாழ்கிறார்களே தவிர பகுத்தறிவில்லாமல் செயல்படுகிறவர்கள். அப்பாவி மக்கள் இவர்களிடம் ஏதோ சக்தி இருப்பதாகவும், பெரிய தபஸ்வி களாகவும், புனிதர்களாகவும் நினைத்து இவர்களை வணங்கி ஆசி பெறுவதுடன் காணிக்கைகளையும் அளிக்கின்றனர்' என்று வருத்தப்படுகிறார்.

பெர்னியர் இத்தகைய நிர்வாண பக்கிரிகளையும் நிறையப் பார்த்திருக்கிறார். வெட்கமில்லாமல் முழு நிர்வாணமாக நடப்பது, மற்றவர்களைப் பின் தொடர்வது, மற்றவர்கள் அஞ்சும்படியாக நீண்ட தலைமுடியை வளர்த்துக்கொள்வது, அதை தலையைச் சுற்றி கிரீடம்போல அணிவது என்ற அவர்களுடைய செயல்களைப் பதிவு செய்துள்ளார். டெல்லி சாலைகளைச் சுற்றித் திரிந்த சர்மீத் என்ற பக்கிரியைப்பற்றி நினைவுகூர்கிறார். ஔரங்கசீப் அவரைச் சீர்திருத்தி நல்ல உடை, உணவு, இடம் கொடுப்பதாகக் கூறியும் சர்மீத் தனது பழக்கத்தை மாற்றிக்கொள்ளவில்லை. ஆடை அணிய மறுத்த அவரை நடமாடமுடியாமல் செய்துவிட்டார் ஔரங்கசீப். பொது இடங்களில் இப்படி ஆடையில்லாமல் நிர்வாணமாகத் திரிவதாலேயே அவர்கள்மீது பெர்னியருக்கு அனுதாபமே ஏற்படவில்லை. அவர்கள் அறியாமையில் இருக்கிறார்கள், மூட நம்பிக்கைகளில் உறுதியாக இருக்கிறார்கள், கருணையே இல்லை என்பதே அவருடைய கோபத்துக்குக் காரணம். அவர்களில் சிலர் நாள்கணக்காக சாப்பிடாமல் பட்டினி கிடந்து கடவுளிடம் சேர விரும்புவதையும் அவர் ஏற்கவில்லை.

கருணை என்ற குணம் பெர்னியருக்கு மிகவும் பிடிக்கும். இஸ்லாமிய எதிர்ப்புணர்வு மிக்கவரான பெர்னியர், ஆழ்ந்த மதப்பற்றுள்ள, அதில் பெருமைப்படுகிற கிறிஸ்தவர். இந்தியாவில் மக்களைச் சீர்திருத்தி நல்ல வழிக்குக் கொண்டுவர ஐரோப்பிய நாடுகளிலிருந்து ஏராளமான கிறிஸ்த மிஷினரிகள் வரவேண்டும், அப்போஸ்தலர்களைப் போன்ற ஞானமும் பொறுமையும் அவர்களுக்கு வேண்டும். இந்த மக்களுக்கு நம்முடைய மீட்பர்பற்றி எடுத்துச் சொல்லி அவர்களுடைய அறியாமையைப் போக்கவேண்டும். மூடப் பழக்க

வழக்கங்களைக் கைவிடச் செய்ய வேண்டும். விக்கிரகங்களை வழிபடுவோர் கிறிஸ்தவ மதத்தில் சேர்ந்து மீட்சிபெற வேண்டும். ஆனால் முஸ்லிம்களைச் சேர்க்க விரும்புவது வீணான நம்பிக்கை. அவர்கள் தாங்கள் பிறந்த மதத்திலிருந்து மாறமாட்டார்கள். இஸ்லாத்தின் வளர்ச்சியைத் தடுக்க, கிறிஸ்தவர்கள் முழு ஈடுபாட்டுடன் சுவிசேஷத்தைப் பிரசங்கம் செய்ய வேண்டும் என்பதே பெர்னியரின் உள்ளக்கிடக்கை.

பிற மதங்களைச் சேர்ந்தவர்களுடன் பெர்னியர் பலமுறை விவாதித்திருக்கிறார். வாரணாசி நகரில் அதிகம் கற்ற பண்டிதர்கள் ஆறு பேருடன் விவாதித்த பிறகும் அவருக்குத் திருப்தி ஏற்படவில்லை. அவர்களுடைய சில கருதுகோள்கள் டெமாக்ரடிஸ், எபிகுரஸ் ஆகியோரின் கருத்துகளுடன் ஒத்துவருவதை ஒப்புக் கொள்கிறார். ஆனால் அவர்கள் சொல்வது அழுத்தம் திருத்தமாக இல்லாமலும் நிச்சயமற்றும் இருப்பதால் அவர்கள் எதைச் சொல்கிறார்கள் என்று உறுதிப்படுத்திக்கொள்வது கடினமாக இருக்கிறது என்கிறார். பண்டிட்டுகள் தாங்களாகவும் எதையும் முழுக்கத் தெரிந்துகொள்ளமுயலவில்லை, மற்றவர்களுக்கும் எடுத்துக்கூறும் நிலையில் இல்லை. இருப்பினும் முட்டாள் தனமான, குழப்பமான விஷயங்களை ஆயிரக்கணக்கில் பேசுகிறார்கள் என்ற முடிவுக்கு வருகிறார். மாயாவாதம் என்ற அவர்களுடைய கருத்து அவருக்கு நகைப்பையே வரவழைக் கிறது. இதைப்போன்ற பிற உவமானங்களைக் கேட்க அவருக்குப் பொறுமை இல்லை. இந்நிலையில் திட்டவட்டமான பதில் வரும் என்று வீணாக அலைவீர்களா என்றும் கேட்கிறார்.

விக்கிரகங்களை வழிபடுவது ஏன் என்று வாரணாசியின் ஆறு பண்டிதர்களை அவர் கேட்டார். மனது அலைபாயாமல் நிலைத்து நிற்க விக்கிரகம் உதவும் என்பதால் எங்களுடைய கோவில்களில் அவற்றை வைத்து வணங்குகிறோம். கடவுள் எங்கும் நிறைந்திருப்பவர், அவர் மட்டுமே எல்லாமாகவும் இருப்பவர் என்பதை நாங்கள் ஒப்புக்கொள்கிறோம் என்று அவர்கள் கூறியுள்ளனர். பெர்னியருக்கு இந்த விளக்கம் சந்தேகத்தையே ஏற்படுத்துகிறது. இது கிறிஸ்தவ மதத்தின் கோட்பாடுகளுக்கு ஏற்பக் கட்டமைக்கப்பட்டது என்று நினைக்கிறார். வேறு பண்டிதர்கள் கூறிய பதில்கள் வேறுமாதிரியானவை என்பதால் மேலும் வேறு குழுவைச் சேர்ந்த பிராமணர்களை அவர் தன் கேள்விகளால் சீண்டுகிறார். உங்களுடைய மதப் பழக்க வழக்கங்கள் எல்லா இடங்களுக்கும், எல்லாக் காலங்களுக்கும்

பொருந்துவன அல்ல. ஆறுகளில் நீராடுகிறீர்கள், குளிர் காலங்களில் அப்படி ஸ்நானம் செய்ய முடியாது, எனவே உங்களுடைய மதம் எங்களுடையதைவிட மாற்றுக்குறைவானது என்கிறார்.

பிராமணர்கள் அதை வேறுகோணத்தில் பார்த்து பதில் அளித்தனர். 'நாங்கள் அவ்வாறு பாவனை செய்ய விரும்பவில்லை. இந்தச் சாஸ்திரங்களும் சம்பிரதாயங்களும் எங்களுக்கு மட்டுமானவை. அதனால்தான் நாங்கள் வெளிநாட்டினரை எங்களுடைய மதத்துக்கு இழுப்பதில்லை. உங்களுடையது தவறான மதம் என்றுகூட வேற்று மதத்தாரிடம் நாங்கள் கூறுவதில்லை. உங்களுடைய சூழலுக்கு, விருப்பத்துக்கு நீங்கள் ஒரு மதத்தைப் பெறுகிறீர்கள். சொர்க்கத்துக்குப் போக கடவுள் பல மார்க்கங்களைத் திறந்து வைத்திருக்கிறார்' என்று அவர்கள் விளக்கமளித்தனர். உலகம் முழுமைக்குமானது கிறிஸ்தவ மதம் என்று அவர்களை ஏற்க வைக்க என்னால் முடியவில்லை, அவர்களுடைய மதம் வெறும் கதைகளாலும் கற்பனைகளாலும் கட்டமைக்கப்பட்டது என்று பெர்னியர் கடிதங்களில் எழுதியிருக்கிறார்.

தன்னுடைய மெய்யியல் கட்டமைப்பிலிருந்து வெளியேற முடியாததால் பெர்னியருக்கு ஏற்பட்ட விரக்திகளே இத்தகைய சந்திப்புகளில் எதிரொலிக்கின்றன. மதத்தைப்பற்றிய தன்னுடைய புரிதல்கள் குறித்தும் நிச்சயம் குறித்தும் அவருக்குச் சந்தேகமே வரவில்லை. ஆனால் இந்து மதம் குறித்து அளிக்கப்படும் தகவல்களைப் பெரிதும் தவறாகப் புரிந்துகொள்கிறார், கேலி செய்கிறார், மிதமிஞ்சிய முட்டாள்தனம் என்று அறிவிக்கிறார். அவர் சமஸ்கிருதம் படிக்கவில்லை, இருந்தாலும் அவர்களுடைய நூல்கள் அனைத்தும் 'நம்பத்தகாத குப்பை' என்று கூறிவிடுகிறார். உலகம் தட்டையாகவும் செங்கோணமாகவும் இருக்கிறது என்று இந்துஸ்தானியர்கள் நம்புகின்றனர் என்று கடிதமொன்றில் எழுதியிருக்கிறார் இது அல்பெரூனிக்கு பெருத்த ஆச்சரியத்தை அளித்திருக்கும். பதினோராவது நூற்றாண்டில் இந்தியா வந்த அவர் சமஸ்கிருத நூல்களைப் படித்து இந்தியர்களின் கல்வியாற்றலைப் புரிந்துகொண்டு அதற்குப் பிறகே அவர்களை மதிப்பிட்டிருக்கிறார்.

ஒருவேளை இப்படியும் இருக்குமோ, இந்துஸ்தானம் என்றாலே அந்தக் காலத்தில் நிலவிய பொதுவான நம்பிக்கைகளும் சமூகப்

பழக்க வழக்கங்களும் அவருடைய கருத்தை உருவாக்கி இருக்குமோ? ஜோதிடம், மூடநம்பிக்கைகள், சதி, நிர்வாண சாமியார்கள், உலகாயதமான இதர அணுகுமுறைகள் ஆகியவற்றைக் கண்டு வெறுத்து, தன்னுடைய மனிதாபிமான உணர்வுகளால் இந்து மதத்தை இப்படி எடை போட்டிருப்பாரோ? எனவேதான் இந்திய மெய்யியல் கொள்கைகள் அனைத்துமே மக்களைச் சுரண்டிப் பிழைக்கத்தான் என்ற முடிவுக்கு வந்திருப்பாரோ? இந்துஸ்தானத்தின் சிறந்த அறிஞர்களைச் சந்திக்க அவருக்கு வாய்ப்பு கிட்டியிருக்கவில்லை. 'ஒரே சமயத்தில் அவர் கவனமாகக் கேட்பவராகவும் - நிராகரிப்பவ ராகவும் இருக்கிறார், ஆர்வம் மேலிடப் பார்க்கிறார் - அதே சமயம் வெறுப்பாளராகவும் இருக்கிறார்' என்று மெய்யியலாளர் ஜஸ்டின் இ.எச். ஸ்மித் சுட்டிக்காட்டுகிறார். ஐரோப்பாவில் நிலவும் மூட நம்பிக்கைகளுக்கு எதிராகச் செயல்படும் உலகாயதமான சிந்தனையுள்ள மெய்யியலாளராகவும் இருப்பதால் இப்படி எதிர்மறை முடிவுகளுக்கு அவர் வந்திருக்கிறார் என்றும் கூறுகிறார் ஸ்மித்.

'இந்தியர்களின் புகழ்வாய்ந்த அறிவியல் அவர்களுடைய அனைத்து மிகைப்படுத்தப்பட்ட முட்டாள்தன எண்ணங்களையும் கொண்டது என்றால், அவர்கள் புத்திசாலிகள் என்று நீண்ட காலமாக நினைத்த மனித குலம் நன்றாக ஏமாற்றப்பட்டுவிட்டது' என்று பெருமிதம் பொங்க தனது கடிதங்களை முடிக்கிறார். இந்தியர்களின் அனைத்துச் சிந்தனைகளையும் நன்றாக ஆராய்ந்த பிறகு இந்த முடிவுக்கு அவர் வந்திருந்தால் இது நல்ல விமர்சனமாகவே பாராட்டப்படும். இந்தியாவில் விவரமறிந்த சிலருடன் தெளிவாகப் பேசிப் புரிந்துகொள்ள முடியாதபடி மொழி பெரிய தடையாக இருந்ததை அவரே குறிப்பிட்டிருக்கிறார்.

பர்னியின் உலகக் கண்ணோட்டம் நமக்குப் பரிச்சயமானது. அதில் நவீனத்துவம், மனிதாபிமானம், உலகாயதமான வாழ்க்கைக்கான நெறிகளின் செல்வாக்கு அதிகம். சில விஷயங்களில் இது இப்படித்தான் என்ற முடிவுக்கு அவர் ஏற்கெனவே வந்துவிடுகிறார். அதே சமயம் தெளிவாகப் பார்க்கவேண்டும் என்ற விருப்பமும் அவருக்கு இருக்கிறது. அவருடைய கடிதங்கள் நூலாக வெளிவந்த பிறகு கீழ்த்திசை நாடுகள் குறித்து ஒரே மாதிரியான கண்ணோட்டம் ஐரோப்பா முழுக்கப் பரவியது. கீழ்த்திசை நாடுகளின் யதேச்சாதிகாரமாகவே அது

பார்க்கப்பட்டது. ஜேம்ஸ் மில், ஹெகல், கார்ல் மார்க்ஸ் ஆகியோர், இந்தியர்கள் மாறவே மாட்டார்கள், மூடநம்பிக்கை யாளர்கள், செயல்படாதவர்கள் என்றே பார்த்தனர். வேறு சிலரோ இதே கடிதங்களை வாசித்துவிட்டு இந்தியர்கள் சகிப்புத் தன்மையுள்ளவர்கள், மற்றவர்களுடன் இணங்கி வாழும் இயல்பினர், பன்மைத்துவம் மிக்கது இந்தியா என்றனர்.

பெர்னியர் இந்தியாவில் சும்மா பிரயாணம் செய்ய வரவில்லை. 12 ஆண்டுகள் அவர் இங்கேயே தங்கி வேலைபார்த்தார். இந்தியர்களுடன் வெளிப்படையாகவே கருத்துகளைப் பரிமாறிக்கொண்டார். 17-வது நூற்றாண்டு குறித்து அபூர்வமான, பல உள் தகவல்களை அவர் பகிர்ந்துகொண்டார். அவருடைய எழுத்துகளின்படி இந்தியா அறிவுலகில் அழிவைச் சந்தித்தது. எதையும் படைக்கும் ஆற்றல் இல்லாமலிருந்தது, வளர்ச்சியே இல்லாமல் தட்டையாகிவிட்டிருந்தது. ஐரோப்பாவின் அறிவியல் நடைமுறைகள், வாணிப முன்னெடுப்புகள், கல்வித்துவம், தேசிய அரசு மாதிரிகள் ஆகியவற்றை எதிர்கொள்ள முடியாத நிலையில் தேங்கிப்போயிருந்தது. இந்தியர்களில் சிலர் குறித்தும், சில அம்சங்கள் குறித்தும் நன்றாகவே எழுதியிருந்தாலும் அவருடைய எழுத்துகளில் பெரும்பாலும் இந்திய சமூகத்தைக் கண்டிப்பதாகவே இருக்கிறது. பல வழிகளிலும் நம்முடைய அலசல்களிலும் அதே கருத்துகள்தான் எதிரொலிக்கின்றன.

அத்தியாயம் 11

வாரணாசியும் நம்பிக்கைகளும்

'நண்பரே, பனாரஸ் எனக்கு மிகவும் பிடித்திருக்கிறது. அது மிகவும் அற்புதமான நகரம். அதைப் புகழ்ந்து கவிதை எழுதியிருக்கிறேன், கவிதையின் பெயர் 'ஆலய விளக்கு' (பாரசீக மொழியில் 108 செய்யுள் பத்திகளால் ஆனது)' என்று 1860-ல் தன்னுடைய நண்பருக்கு எழுதிய கடிதத்தில் குறிப்பிட்டிருக்கிறார் உருது - பாரசீக மொழிகளில் அதியற்புதமாகக் கவிதைகளும் கடிதங்களும் எழுதிய மீர்சா கலீப்.

1827-ல் தனது முப்பதாவது வயதில் இருந்த கலீப், பனாரஸ் (வாரணாசி - காசி) நகரில் சில மாதங்கள் தங்கியிருந்தார். டெல்லியிலிருந்து கச்சா சாலையிலும் கங்கையில் படகு மூலமும் பயணித்து வாரணாசியை அடைந்தார். வாரணாசி நகரின் சூழலும் திருவிழா உற்சாகமும் அவருக்கு மிகவும் பிடித்திருந்தன. 'இந்த நகரம் மிகவும் அழகாகவும் ரம்மியமாகவும் இருக்கிறது. நகருக்கு வரும் புதியவர்கள்கூட தங்களுடைய துயரங்களை எல்லாம் மறந்து நகரின் அழகில் ஆழ்ந்துவிடுவர். என்னுடைய மதத்தாரின் கண்டனத்துக்கும், எதிரிகளின் சாடலுக்கும் ஆளாக நேரும் என்ற அச்சம் எனக்கு இருந்திருக்காவிட்டால், என்னுடைய மதத்தைவிட்டு விலகியிருப்பேன்... ருத்திராட்ச மாலைகளில் உள்ள மணிகளை எண்ணிக்கொண்டும், முப்புரிநூலை தாங்கிக் கொண்டும், நெற்றியில் மதச் சின்னம் தரித்துக்கொண்டும், கங்கைக் கரையிலேயே என்னுடைய எஞ்சிய வாழ்நாளைக்

கழித்திருப்பேன்' என்று கடிதத்தில் மனமுருகி எழுதி இருக்கிறார்.

கிட்டத்தட்ட இருநூறு ஆண்டுகளுக்குப் பிறகு, மே 2019-ல் நானும் டெல்லியிலிருந்து வாரணாசிக்குச் சென்றேன். இந்தியாவிலேயே விரைவானதும் புதியதுமான 'வந்தே பாரத் எக்ஸ்பிரஸ்' ரயில் மூலம் டெல்லியிலிருந்து சென்றேன். கலீபின் பயணத்துடன் ஒப்பிடுகையில் நான் மிகவும் வசதியாகவும் எளிதாகவும் பயணித்தேன். ஆனால் நகரத்தைப் பார்த்தவுடன் என் மனதில் தோன்றிய எண்ணம், அவருக்கு ஏற்பட்டதைப்போல உற்சாகமானது அல்ல. 2006-ல் பயணித்தபோது ஏற்பட்டதைப்போன்ற அதே உணர்வுதான் 2019லும் ஏற்பட்டது. குழப்பமான போக்குவரத்து ஏற்பாடுகள், காதைப் பிளக்கும் வாகனங்களின் ஒலிப்பான் அலறல்கள், திட்டமிடப்படாத நகர அமைப்பு, எங்கு பார்த்தாலும் கூட்ட நெரிசல், மிதமிஞ்சிய பிச்சைக்காரர்கள், சாக்கடைகளிலிருந்து அவ்வப்போது வீசும் துர்நாற்றம் இவையே முதலில் நான் கண்டது.

'பிமாரு' மாநிலங்களுக்கென்றே இருக்கும் தாழ்வான நிலையையும்விட வாரணாசியின் நிலை மோசமாகவே இருந்தது. வாழ்க்கையில் முன்னேறத் துடிக்கும் இளைஞர்கள் நகரைவிட்டு வெளியேறுகின்றனர். இந்த மக்களவைத் தொகுதியில் மீண்டும் போட்டியிடும் பிரதமர் நரேந்திர மோடி, நகர வளர்ச்சிக்கு கோடிக்கணக்கான ரூபாய் செலவாகும் திட்டங்களை அறிவித்தும் நிலைமை இப்படி இருக்கிறது. முதல்நாள் மாலை ஆற்றில் கங்கை ஆரத்தியைப் பார்த்துவிட்டு கோதாவ்லியா சதுக்கத்துக்கு திரும்பியபோது என்னுடைய மொபைல் போனை யாரோ திருடிவிட்டார்கள். உள்ளூர் காவல் நிலையத்துக்கு வெகுநேரம் கழித்து இரவில்தான் நேரில் சென்று புகார் அளித்தேன். அன்றாடம் இப்படி பனிரெண்டுக்கும் மேற்பட்ட புகார்கள் வருகின்றன என்பதைத் தெரிந்துகொண்டேன்.

அடுத்த நாள் காலை புத்துணர்ச்சியுடன் விடிந்தது. அடுத்த இரண்டு வாரங்களுக்கு நகரின் தாளகதியுடன் நானும் இணைந்து விட்டேன். பலதரப்பட்டவர்களுடன் உரையாடினேன். எனக்கு முதலில் ஏற்பட்ட அதிருப்தியைப் போக்கும்வகையில் பல அம்சங்கள் கண்ணில்பட்டன. வாரணாசியின் தற்காலிக நிலைமை, அதன் கடந்த காலத்துடன் எந்தவகையிலும் பொருத்திப்பார்க்க முடியாமல் மாறிவிட்டிருக்கிறது. வாரணாசி ஒரு காலத்தில் தோட்டங்கள், தோப்புகளால் நிறைந்திருந்தது. சிறு

ஏரிகள், தாமரைக் குளங்கள், நீர்கொப்பளிக்கும் குண்டங்கள், ஆசிரமங்கள், துறவியர்களின் மடாலயங்கள் என்று இயற்கையோடும் பழமையோடும் ஒன்றியிருந்தது. இப்போது அவற்றில் சில மட்டுமே அங்குமிங்கும் தென்படுகின்றன. 'நீண்ட காலத்துக்கு முன்னதாக அங்கிருந்த தோப்புகளும், ஓடைகளும், நீர்நிலைகளும் ஆலயங்கள் கட்டவும் ஆசிரமங்கள் அமைத்துக்கொள்ளவும் தகுந்த இடங்களாக இருந்தன' என்று தன்னுடைய 'பனாரஸ்: சிட்டி ஆஃப் லைட்' (1982) நூலில் வர்ணிக்கிறார் டயானா எக். 'இங்கே ஆசிரியர்கள் தங்களுடைய மாணாக்கர்களைத் தேர்வு செய்துகொள்ளலாம், யோகிகள் தங்களுடைய யோகாசனங்களைப் பழகிப்பார்க்கலாம், துறவி களும், தவ முனிவர்களும் தங்களுடைய வேள்விகளுக்கும் தவங்களுக்குமான இடங்களைத் தேர்ந்தெடுத்துக்கொள்ளலாம்' என்று சுட்டிக்காட்டுகிறார் எக். பதினெட்டாவது நூற்றாண்டில் கூட வாரணாசியின் ஆற்றங்கரை, வரிசையாகவும் நீண்டு அடர்ந்து வளர்ந்திருந்த மர வரிசைகளாலும் ஆலயங்களாலும் அழகாக இருந்தது. கடந்த இருநூறு அல்லது முன்னூறு ஆண்டுகளில்தான் அடுத்தடுத்து ஏராளமான கான்கிரீட் கட்டடங்கள் பெருகிவிட்டன.

வாரணாசி என்ற இந்நகரம் ஏகப்பட்ட தொல்கதைகளில் இடம்பெற்றிருக்கிறது. உலகிலேயே இங்குதான் முதல் முறையாக லிங்கம் பிரதிஷ்டை செய்யப்பட்டு வழிபடப்பட்டது. இதுதான் சிவனுக்கு நிரந்தரமான வசிப்பிடம். சிவன் இங்கே கோயில்களில் அல்ல, பூமிக்கடியிலேயே வாசம் செய்கிறார். அது மட்டுமல்ல, வாரணாசியே சிவன்தான். வாரணாசியின் தெய்வீகச் சூழல் ஏராளமான வெளிநாட்டவர்களை நீண்டகாலமாகவே கவர்ந்து வந்திருக்கிறது. நகரைப்பற்றிய தங்களுடைய உணர்வு களையும் இங்கே தங்களுக்குக் கிடைத்த அனுபவங்களையும் பலரும் விவரித்துள்ளனர். இந்நகரில் தோன்றிய பிரபலங்களும் அதிகம், வாழ்ந்த பிரபலங்களும் அதிகம். புத்தர், ஜைன தீர்த்தங்கரர்கள், தன்வந்தரி, சுஸ்ருதர், பதஞ்சலி, சங்கரர், ராமானுஜர், கபீர், ரவிதாசர், துளசிதாசர், குரு நானக், லட்சுமிபாய், அன்னி பெசன்ட், பிரேம்சந்த், மாளவியா, ராதாகிருஷ்ணன் என்று பட்டியல் செல்கிறது.

காலவரம்பற்றது, அமரத்துவம் வாய்ந்தது என்று வியக்கப்பட்ட வாரணாசி இப்போது காலவரையறைக்குள் கொண்டுவரப்பட்டு விட்டது. நாட்டில் நடப்பதைப்போலவே வாரணாசியின் (காசி - பனாரஸ்) கலாச்சாரமும் சமூக அடிப்படைத் தன்மையும்

வேகமாக மாறிக்கொண்டிருக்கின்றன. அதன் பொருளா தாரத்தைத் தாங்கிப்பிடித்திருந்த பழைய தூண்கள் நொறுங்கி வருகின்றன. நகரின் பிரதானமான நெசவுத் தொழில் சுருங்கிக் கொண்டிருக்கிறது. நகர மக்களில் கால்வாசிப்பேர், அதிலும் இந்துக்களைவிட முஸ்லிம்கள் - அதிகம் இதையே நம்பி வாழ்கின்றனர். பனாரஸ் பட்டுப் புடவைகள் என்ற வேலைப் பாடுகள்மிக்கப் புடவைகளை நெய்யும் நெசவாளர்கள் வீட்டிலேயே ஓரிரு தறிகளை அமைத்துக்கொண்டு மிகவும் வறிய நிலையில் வேலை செய்கின்றனர். எல்லா இடங்களிலும் கைநெசவுத் தறிகளை, விசைத் தறிகள் வெளியேற்றிவிட்டன. எனவே நெசவாளிகளில் பெரும்பாலானவர்கள் ஜரிகை வேலை களையும் எம்ப்ராய்டரி வேலைகளையும் வெறுங்கைகளில் செய்கின்றனர்.

புதிய கண்டுபிடிப்புகளும் தொழில்நுட்பங்களும் சூரத்திலும் சீனத்திலும் உள்ள பெரிய ஜவுளி ஆலைகளுக்குச் சாதகமாக மாறிவிட்டன. சூரத்தில் உள்ள ஜவுளி ஆலைகள், பனாரஸ் பட்டுச் சேலைகளின் வடிவங்களை அப்படியே பிரதி எடுத்துத் தங்களுடைய இயந்திரங்களில் செயற்கையான பட்டுத்துணியில் மிகவும் மலிவாக அச்சடித்து, பனாரஸ் புடவை என்று முத்திரையிட்டுச் சந்தையில் விற்கின்றன. இதனால் பனாரஸ் புடவைகளை அதிக விலை கொடுத்து வாங்குவார் இல்லை. இதனாலும், ஆர்டர்கள் குறைந்ததாலும் நெசவாளர்கள் மேலும் கடன் சுமையிலும் வறுமையிலும் ஆழ்த்தப்படுகின்றனர். பொருளாதார தாராளமயம் கொண்டுவந்த 'ஆக்கப்பூர்வமான அழிவு' என்றே இதைக் கூற வேண்டும்.

இந்திய பொதுக் கலாச்சாரமும் பாலிவுட்டும் (இந்தி திரைப்படவுலகு) பனாரசுக்கென்று தனி கலாச்சார மொழிப் பாணி இருப்பதாகவே கட்டமைத்துவிட்டன. ஏற்ற-இறக்கங்களுடனும் அலங்காரமாகவும் பேசுவது பனாரசி பாணி என்றாகிவிட்டது. உள்ளூர் மக்கள் இந்தியைப் பேசும் பாணி பிற இந்திக்காரர்களின் பாணியை தோற்கடித்துவிடுகிறது. இந்துமதத்தின் வைதீக மரபுக்கும் இந்துத்துவ தேசியத்துக்கும் வாரணாசி இப்போது மையமாகப் பார்க்கப்படுகிறது. 1990-களுக்கு முந்தைய பத்தாண்டுகளில் கம்யூனிஸ்ட் கட்சிகள் இங்கு செல்வாக்கோடு திகழ்ந்தன. 1967 மக்களவை பொதுத் தேர்தலில் கம்யூனிஸ்ட் வேட்பாளர் இங்கு வெற்றி பெற்றார். அடுத்த நான்கு பொதுத் தேர்தலில் அக்கட்சி வேட்பாளர்கள் இரண்டாவது இடங்களில்

வந்தனர். (இரண்டு சித்தாந்தங்களும் ஒன்றுக்கொன்று முரணானவையாக இருந்தாலும் - இந்தியாவின் கம்யூனிஸ்ட் கட்சிகளும் பிராமண ஆதிக்கத்தில் சிக்கியவைதான் - இந்துத்துவக் கட்சிகளைப்போல!)

நவீனகால இந்தி மொழிகூட வாரணாசியிலிருந்து தோன்றியது தான். பரதேந்து ஹரிச்சந்திரா தலைமையிலான எழுத்தாளர்கள் தான் கரிபோலி பாணி இந்தியை எடுத்து அதிலிருந்த பாரசீக வார்த்தைகளை நீக்கிவிட்டு சமஸ்கிருதத்தைச் சேர்த்து, 19-வது நூற்றாண்டுகளில் நாடகங்கள் மூலம் பிரபலப்படுத்தினர். 'நவீன இந்தியின் தந்தை' என்று அழைக்கப்படும் பரதேந்து ஹரிச்சந்திரா பன்மொழி வித்தகர், சிற்றின்பப் பிரியர், களியாட்டங்களுக்கு அதிகம் செலவிடுபவர். அதேசமயம் கலைகளின் புரவலர். அவர் வாழ்ந்த மாளிகை இப்போதும் நெரிசல்மிக்க சந்துகளுக்கு அருகில் இருக்கிறது. அவருக்குப் பிந்தைய ஐந்தாவது தலைமுறை அதில் வசிக்கிறது. என்னைப்போன்ற கலாச்சார விருந்தாளிகளை அவர்கள் அன்போடு வரவேற்கின்றனர். ஏராளமான வண்ண ஓவியங்களுடன் அந்த வீடே வரலாற்றுப் புழுதிகளுடன், ஈர்க்கும் விதத்தில் திகழ்கிறது. இப்போதைய தலைமுறையினரோ இந்த வீட்டைப் பராமரிப்பதில் உள்ள இடர்களைக் குறிப்பிட்டு, நவீன நகரியப் பகுதியில் குடியேறும் தங்களுடைய கனவைக்

பரதேந்து ஹரிச்சந்திரா வாழ்ந்த மாளிகை

கூறுகின்றனர். வாரணாசியில் 'அவதி' (அயோத்தி பகுதியில் பேசப்படுவது), 'பிரஜ்பாஷா' பாணிகளில் இந்தி பேசப்படுகிறது. (துளசிதாசர் தன்னுடைய ராமசரிதமனஸ் என்ற ராமாயணத்தை 'அவதி' வடிவில்தான் பாடியிருக்கிறார்).

வாரணாசிக்கு ஆண்டுதோறும் 10 லட்சம் பேர் வந்தால், அவர்களில் பெரும்பாலானவர்கள் தீர்த்த யாத்திரை மேற்கொள்ளும் யாத்ரிகர்கள்தான். சிலர் தங்களுடைய முதுமைக் காலத்தில் இங்கேயே தங்கியிருந்து இறக்க விரும்புகின்றனர். இறக்க முடியாவிட்டாலும், இறந்த பிறகு கங்கைக்கு அருகில் கொண்டு சென்று தன்னை தகனம் செய்துவிட்டால் போதும் என்கின்றனர் மற்றவர்கள். காசியில் இறந்தால் மோட்சம் நிச்சயம் – போக்கிரிகளுக்குக்கூட என்ற அடிப்படையில் இந்த ஆசை பலருக்கு இருக்கிறது. மீண்டும் மீண்டும் பிறப்பு என்ற இந்த வாழ்க்கைச் சங்கிலியிலிருந்து விடுபட்டு, இறைவனிடம் செல்லவோ அல்லது பிறவாத் தன்மையைப் பெறவோ, காசியில் மரணம் முக்கியம் என்றே கருதப்படுகிறது. இந்தச் சிந்தனையே முட்டாள்தனமானது என்று பதினைந்தாவது நூற்றாண்டில் வாழ்ந்த கவிஞரும் துறவியுமான கபீரைப்போல பலரும் கருதுகின்றனர்.

கபீர் தனது இறுதிக்காலத்தில் வாரணாசியை விட்டு மகர் என்ற பக்கத்து சிற்றூருக்குச் சென்றார். மகர் நகரில் இறந்தால் அடுத்த ஜென்மத்தில் கழுதையாகப் பிறப்பது நிச்சயம் என்பார்களாம். காசியில் இறந்தால் மோட்சம் நிச்சயமல்ல என்று மற்றவர்களுக்கு உணர்த்தவே கபீர், மகர் நகருக்குச் சென்றார். கபீர் எங்களைச் சேர்ந்தவர் என்று இந்துக்கள், முஸ்லிம்கள் இருவருமே இப்போதும் சொந்தம் கொண்டாடுகின்றனர். முஸ்லிம் - இந்து புனித நூல்களையும், முஸ்லிம் முல்லாக்களையும் - இந்து பிராமணர்களையும், முஸ்லிம்களின் மெக்காவையும் இந்துக்களின் காசியையும், அவர்களுடைய அறியாமை களுக்காகக் கடுமையாகப் பகடி செய்தார் கபீர். மக்கள் ஒருவர்மீது ஒருவர் அன்பு செலுத்தாமல், நூல்களையும் தலங்களையும் குருமார்களையும் வணங்கி என்ன பயன் என்று வெதும்பினார். எல்லா மதங்களிலும் வெற்றுச் சடங்குகளுக்கு முக்கியத்துவம் கொடுத்து, மக்களின் துயரங்களைத் தீர்க்கவேண்டும் என்ற நற் சிந்தனையற்ற ஆன்மிகத் தேடல்களைக் கண்டித்தார். அதை மென்மையாகவும் நகைச்சுவை கலந்த ஏளன வார்த்தைகளாலும் கவிதையாக வடித்தார். அவருடைய ஒரு கவிதையின் பகுதி இது:

'மகான்களே, முழு உலகமும் மதியற்றது என்றே பார்க்கிறேன். உண்மையைச் சொன்னால் என்னை அடிக்க வருகிறார்கள், பொய்யைச் சொன்னால் என் மீது நம்பிக்கை வைக்கிறார்கள்!'

எல்லா மதங்களையும் வெறுத்த கலகக்காரர்களைப்போல, கபீரின் சீடர்களும் திரண்டு புதிய பிரிவை அவருடைய பெயராலேயே 'கபீர் பந்த்' (கபீர் காட்டிய வழி) என்று தோற்றுவித்தார்கள். இதன் கிளைகள் இப்போது இந்தியாவின் பல நகரங்களிலும் வெளிநாடுகளிலும் இருக்கின்றன. வாரணாசியில் கபீர் சௌரா என்ற இடத்தைத் தலைமையிடமாகக் கொண்டு கபீர் மடாலயம் இயங்குகிறது. மடாலயத்துக்கு அருகில் கபீரின் தந்தை நீரு, தாய் நிமா ஆகியோரின் சமாதிகள் வழிபடப்படுகின்றன. கபீர் மடாலயத்தின் தலைவர் சந்த் விவேக் தாஸுடன் ஒருநாள் பிற்பகல் உற்சாகமாக உரையாடினேன். கபீர்தாசரின் அறிவாற்றல், அவருடைய வாழ்க்கைச் சம்பவங்கள், அவருக்குக் கிடைத்துவந்த வரவேற்புகள் குறித்துப் பேசினோம். பிராமணர்களின் கோட்டை வாரணாசி என்பதை ஏற்கிறீர்களா என்று கேட்டேன். கபீர், ரவிதாசர் போன்ற புரட்சியாளர்களை உருவாக்கிய காசி மாநகரம் பிராமணீய ஆதிக்கம் மிகுந்த நகர் அல்ல, எல்லாவித இன, மொழி, மத மக்களுக்கும் உரியதே காசி என்று ஆவேசமாக மறுத்தார்.

வாரணாசியின் கடந்தகாலம் அப்படிப்பட்ட சமூக அரசியல் போட்டிகளை நிறையவே நேரில் கண்டுள்ளது. மக்களிடம் மிகுந்த செல்வாக்கு பெற்ற பக்தி இயக்கக் கால கவிஞர்களும் சிந்தனை யாளர்களுமான பதினைந்தாவது, பதினாறாவது நூற்றாண்டு களைச் சேர்ந்த ரவிதாசர், துளசிதாசர் ஆகியோரின் லட்சியக் கனவுகளைப் பாருங்களேன். ஜாதிகளற்ற, வர்க்கங்களற்ற சமூகம் ஏற்படவேண்டும் என்று தீண்டத்தகாதவர் சமூகத்தில் பிறந்த ரவிதாசர் விரும்பினார். அதை அவர் 'பேகம்புரா' என்று அழைத்தார். அந்தக் கொள்கை பி.ஆர். அம்பேத்கரைச் செயலில் ஈடுபட வைத்தது. பிராமணரான துளசிதாசரோ அனைவரும் பக்திமார்க்கத்தில் கவனம் செலுத்தவேண்டும், ராமராஜ்யம் கண்ட வர்ணாஸ்ரம தர்மத்தை மாற்றத் தேவையில்லை என்றார். எல்லா வருணங்களும் அவரவருக்கு விதிக்கப்பட்ட கர்மாக்களைச் செய்து வந்தாலே போதும் என்ற கருத்து மோகன்தாஸ் கரம் சந்த் காந்திக்கும் உந்துதலையே கொடுத்தது. இந்துத்துவ தேசிய வாதத்தால் கபீரின் போதனைகளுக்கு ஏற்பட்டுள்ள அச்சுறுத்தல்கள் குறித்து விவேக் தாஸ் வெளிப்படையாகவே பேசினார். கபீரின்

சிந்தனைகளை மக்களிடம் எடுத்துச் செல்வதையும் தாக்குதல்களிலிருந்து காப்பதையும் வாழ்க்கை லட்சியமாகக் கொண்டிருக்கிறார். மடாலயத்தில் விற்கப்படும் கபீரின் சிந்தனைகள் அடங்கிய இரண்டு புத்தகங்களை வாங்கினேன். அதில் ஒரு கவிதை:

'அன்னையின் வயிற்றிலிருந்து விழுந்தவுடன்,
தனக்கென்று தனி ஆடைகளை அணிந்து
தனக்குத் தரப்படும் வேடப்படி நடிக்கிறான் மனிதன்.'

வாரணாசி நகரின் தொன்மைக் காலம்

வாரணாசி நகரம் இரண்டு நதிகளுக்கு இடையில் இருக்கிறது. இப்போது அவையிரண்டும் சுருங்கி வெறும் ஓடைகளாகி விட்டன. வடக்கில் 'வாரணா' என்ற நதியும் தெற்கில் 'அஸ்ஸி' என்ற நதியும் பாய்ந்தன. நகரத்துக்கு ஏன் வாரணாசி என்ற பெயர் வந்தது என்று இப்போது புரிந்திருக்கும். வாரணாசிக்கு கிழக்கில் கங்கை ஓடுகிறது. இங்கே மட்டும் அது வடக்கில் சிறிது தொலைவு ஓடித் திரும்பிவிடுகிறது. உலகின் தொன்மையான பழைய நகரங்களில் வாரணாசியும் ஒன்று. ஜெருசலேம், ஏதென்ஸ், பெய்ஜிங்கைப்போல. பாலி மொழியில் வாரணாசியை 'பாராணாசி' என்கின்றனர். அதிலிருந்துதான் 'பனாரஸ்', 'பெனாரஸ்' என்றும் அழைக்கப்பட்டது. அதுபோக, ஆனந்த - கனன், சுதர்சன், புஷ்பவதி, மோலினி, ஜீத்வாரி, அவிமுக்த தாம், ருத்ரவஸ், மகாஷம்ஷனா போன்ற பெயர்களும் அதற்குண்டு.

நகரின் வடக்குக் கோடியில் ராஜகட்ட பீடபூமிக்கு அருகில் தொல்லியல் துறையினர் தோண்டி ஆய்வு செய்தனர். பொது ஆண்டுக்கும் முந்தைய ஒன்பதாவது நூற்றாண்டைச் சேர்ந்த சிலவற்றை அடையாளம் கண்டனர். சுற்றுலாப் பகுதிகளில் கண்ணுக்குத் தெரியும் இடிபாடுகள் அதற்கும் பிற்காலத்தியவை. காலத்தால் முற்பட்ட வாரணாசி இங்கே தொடங்கியிருக்கக் கூடும். திட்டவட்டமாகத் தெரிவிக்கும் கல்வெட்டுகள் போன்ற ஆதாரங்கள் எதுவும் இதுவரை கிட்டவில்லை. மகாபாரதத்திலும் புத்த ஜாதகக் கதை போன்றவற்றிலும் கூறப்படுவதிலிருந்து பொது ஆண்டுக்கு முதல் ஆயிரமாவது ஆண்டின் முதல் பாதியில் இங்கு ஓர் அரசு இருந்தது என்று அனுமானிக்க முடிகிறது.

வட இந்தியாவில் இருந்த 16 அரசியல் பிரதேசங்களில் (ஜனபாதங்கள்) காசியும் ஒன்று. தொடக்ககால ஆரியக் கலாச் சாரமும் வேத மதமும் இங்கேதான் வேர்கொண்டன, பிறகு அதுவே நகரமுமாயிற்று. காசி நகரம் கப்பல் (பெரிய படகு) கட்டும் தொழிலுக்கும், தந்தம், சந்தனம், கைவினைஞர்களால் தயாரிக்கப்படும் பட்டு - பருத்தி ஆடைகளுக்கும் புகழ் பெற்றது. காசிக்கு வடக்கே கோசலமும், கிழக்கில் மகதமும் இருந்தன. காசியைப் பிறகு கோசலம் கைப்பற்றியது. இவ்விரண்டையும் பிறகு மகதம் கைப்பற்றியது. இவ்வளவு தொன்மையாக இருந்தும் காசியில் மிகச் சில தொல்லியல் ஆய்வுகள் மட்டுமே நடந்துள்ளன என்பது வியப்பாக இருக்கிறது.

புத்தரின் காலத்தில் காசி மிகப் பெரிய கல்வி மையமாகத் திகழ்ந்தது. மதம், கலாச்சாரம் ஆகியவற்றின் மையமாகக் காசி இருந்ததால் புத்தர் அந்நகருக்கு வந்து தன்னுடைய போதனை களைச் செய்யவும், மேலும் பலரைச் சீடர்களாகப் பெறவும் விரும்பியிருக்கலாம். காசி நகருக்குள் வந்தாலும் பிராமணர்கள் அதிக எண்ணிக்கையில் வசித்த பகுதியைத் தவிர்த்துவிட்டு அதற்கும் பக்கத்திலிருந்த சாரநாத்துக்குச் சென்று தங்கினார். போதி மரத்தடியிலிருந்து தவம் செய்தபோது ஞானம் ஏற்பட்ட பிறகு ஐந்து தோழர்களிடையில் அவர் முதலில் உரையாற்றியது சாரநாத்தில்தான். பிற்காலத்தில் இங்கே மிகப் பெரிய பௌத்தக் குடியிருப்பு உருவானது. சாரநாத்தில் தோண்டியெடுக்கப்பட்ட தொல்லியல் நகரம் இப்போது வாரணாசியின் புறநகர்ப் பகுதியாக விளங்குகிறது. பழங்கால ஸ்தூபங்களும் (தூண்கள்), மடாலயங் களும் அழகாகச் செதுக்கப்பட்ட ஏராளமான சிற்பங்களும் கொண்ட அருங்காட்சியகமும் ஏற்படுத்தப்பட்டிருக்கிறது. மாமன்னர் அசோகரின் சிங்க சிற்பங்கள்தான் இந்தியாவின் தேசியச் சின்னமாக 1950-ல் அறிவிக்கப்பட்டது. அவையெல்லாம் அருங்காட்சியகத்தில் இடம் பெற்றுள்ளன.

யுவான் சுவாங் பொது ஆண்டு 635-ல் சாரநாத் வந்தபோது ஆயிரக்கணக்கில் அங்கு புத்த பிக்குகள் இருந்தனர். வாரணாசி என்ற 'நாடு' 1000 கிலோமீட்டர் சுற்றளவு உள்ளது என்று அவர் பதிவு செயதிருக்கிறார். 'சாரநாத்தில் பெரிய பணக்காரர்கள்தான் வசிக்கின்றனர். அவர்களுடைய வீடுகளில் இருந்தவை எல்லாமே அரிய-விலைமதிப்பற்ற பொருள்கள். அங்கு வசிப்பவர்கள் சாந்தமாகவும் இனிமையாகவும் பழகுகின்றனர். அனைவரும் படிப்பில் அக்கறை செலுத்துகிறவர்கள். புத்தரின் ஆணைகளைச்

சிலர் மிகவும் மதித்துப் பின்பற்றுகின்றனர். பருவநிலை சாவதானமாக இருக்கிறது. விளைச்சல் அமோகம். பழங்கள் மரங்களில் காய்த்துத் தொங்குகின்றன. எல்லா மரங்களும் நன்கு பருத்து வளர்ந்திருக்கின்றன. முப்பது பௌத்த மடாலயங்கள், 3,000 பௌத்த பிக்குகள், நூற்றுக்கும் மேற்பட்ட இந்துக் கோவில்கள், 10,000-க்கும் அதிகமான சிவ பக்தர்கள் நகரில் இருக்கின்றனர். சிவ பக்தர்களில் பலர் தலையை மழுங்க சிரைத்துக்கொண்டிருந்தனர். சிலரோ முடியை வளர்த்து பெரிய குடுமி வைத்திருக்கின்றனர். பக்தர்களில் பலர் ஆடைகளே இல்லாமல் நிர்வாணமாகத் திரிகிறார்கள். அவர்கள் தங்களுடைய உடம்பு முழுக்க சாம்பலைப் பூசிக்கொண்டுள்ளனர். பிறப்பு - இறப்பு என்ற சுழலிலிருந்து தப்பிக்க அவர்கள் எல்லாவிதமான விரதங்களையும் கடைப்பிடிக்கின்றனர். மக்கள் அதிகமாக வசிக்கும் பகுதி, கங்கை நதிக்கரையை ஒட்டியே இருக்கிறது. அங்கு இருபதுக்கும் மேற்பட்ட கோவில்கள் இருக்கின்றன. நகரின் கோபுரங்களும் அரங்கக் கூடங்களும் கற்களாலும் மரங்களாலும் கட்டப்பட்டிருக்கின்றன. நகரம் முழுக்க வீதிகளின் இரு புறங்களிலும் அடர்த்தியாக மரங்கள் வளர்ந்திருந்ததால் மர நிழல்களில்தான் நடக்க முடிகிறது. சுத்தமான நீருள்ள ஓடைகள் மரங்கள் இருந்த பகுதிகளைச் சுற்றி ஓடிக்கொண்டே இருக்கின்றன. மிகப் பெரிய சிவனின் சிலை, செம்பால் வடிக்கப்பட்டிருந்தது. அதன் உயரம் 100 அடிக்கும் குறைவாகவே இருக்கும். அந்தச் சிலையின் கம்பீரமும் சிவனின் முகத்தில் தோன்றும் களையும், உயிருள்ள மனிதரைப் பார்ப்பதைப் போலவே தோன்றுகிறது' என்று வியந்து வர்ணித்திருக்கிறார் யுவான் சுவாங்.

பதினோராவது நூற்றாண்டின் முற்பகுதியில் இந்தியாவுக்கு வந்திருக்கிறார் அல்பெரூனி. அப்போதுதான் கஜினி முகமது இந்தியாமீது தொடர்ந்து படையெடுத்துக்கொண்டிருந்தார். இந்து அறிவியல்களின் முன்னணி மையம் என்று வாரணாசியை வர்ணித்த அல்பெரூனி, அவர்களுடைய சட்டம், மதம் ஆகிய வற்றுடன் தொடர்புள்ள மதிப்புக்குரிய இடம் வாரணாசி என்கிறார். காபா நகரின்மீது உயிரையே வைத்திருக்கும் மெக்காவாசிகள் எப்படி அந்த நகரிலேயே கடைசிக்காலம்வரை இருந்துவிட வேண்டும் என்று உறுதியாக இருக்கிறார்களோ அப்படித்தான் இந்துஸ்தானத் துறவிகளும் தங்களுடைய இறுதி நாள்வரை வாரணாசியிலேயே இருந்துவிட விரும்புகின்றனர்.

பண்டைய வாரணாசியின் எச்சங்கள்

இறந்தபிறகு நேரடியாக மோட்சத்துக்குப் போய்விடலாம் என்பதால் இப்படி விரும்புகின்றனர் என்கிறார். கொலைக்குற்றம் செய்தவரை விசாரித்து மரண தண்டனை விதிக்கின்றனர். பனாரஸ் நகருக்கு குற்றவாளி சென்றுவிட்டால் மரண தண்டனை இல்லாமல் அவருக்கு மன்னிப்பு தரப்படுகிறது. ஆனால் எஞ்சிய வாழ்நாள் முழுக்க அந்த நகரைவிட்டு வெளியேறக்கூடாது என்ற நிபந்தனையுடன். அவர் கடைசியாக அங்கேயே இறந்தால், அவருக்கு மோட்சம் நிச்சயம் என்பதால் தண்டனை விதிக்கப் படுவதில்லை என்று ஒரு கதை கூறுகிறது என்கிறார் அல்பெரூனி.

காசி ராஜ்ஜியம் வீழ்ந்து சுமார் 1700 ஆண்டுகளுக்குப் பிறகு, பொது ஆண்டு 1090 வாக்கில் மீண்டும் வாரணாசி தலைநகரமானது. அன்றிலிருந்து நூறு ஆண்டுகளுக்கு கஹாடவாலா வம்சம் சுமார் நூறு ஆண்டுகளுக்கு காசியை ஆண்டது. வடக்கு வாரணாசியில் ராஜகட்ட பீடபூமி பகுதியில் தலைநகரம் இருந்தது. கஹாடவாலா மன்னர்கள் வாரணாசியையும் கன்னோஜையும் யாத்திரைத் தலங்களாகப் பராமரித்தனர். மதம் தொடர்பான இலக்கியங்களை எழுதவும் கலாச்சாரத்தை வளர்க்கவும் நிதியளித்தனர். காசி விசுவநாதர் ஆலயம் உள்பட எல்லா ஆலயங்களுக்கும் பிராமணர்களுக்கும் நிலங்களைத் தானமாக அளித்தனர். பொது

ஆண்டு 1100-ல் 500 பிராமணர்களுக்கு 32 கிராமங்களை மன்னர் சந்திரதேவர் தானமாக அளித்தார்.

பனிரெண்டாவது நூற்றாண்டு முடிவில் வலுவிழந்த கஹாடவாலா வம்சத்தை ஆப்கானிஸ்தானத்தின் கோரியிலிருந்து வந்த சுல்தான் முகமது தோற்கடித்தார். கோரியின் முன்னோர்கள் அதற்குச் சில ஆண்டுகளுக்கு முன்னர்தான் பௌத்த மதத்தை விட்டு விலகி இஸ்லாத்தில் சேர்ந்திருந்தனர். 1192-94 பொது ஆண்டுக் காலத்தில் முகமது கோரியின் துருக்கிய தளபதி குத்புதீன் ஐபெக், வலுவான குதிரைப்படைக்குத் தலைமை தாங்கினார். அவர் கஹாடவாலா அரச வம்சத்தின் கடைசி மன்னரான ஜெயசந்திரனைக் கொன்றார், பிருதிவிராஜ் சௌகானைத் தோற்கடித்தார். தலைநகரமான காசியைச் சூறையாடியதுடன் பல கோவில்களைச் சேதப்படுத்தினார். 1206-ல் ஐபெக் புதிய அரசியல் ராஜவம்சத்தைத் தொடங்கிவைத்தார். அதை டெல்லி சுல்தான்களின் அரசு என்று அழைக்கலாயினர்.

வாரணாசி 1526 வரையில் டெல்லி சுல்தான்களின் ஆட்சியின் கீழ் இருந்தது. அதன்பிறகு முகலாயரின் நேரடி ஆட்சியின் கீழ் வந்தது. இந்த நூற்றாண்டுகளில் வாரணாசிக்கு ஏற்பட்ட அனுபவங்கள் இப்போது கடும் கருத்து மோதல்களுக்கும் விவாதங்களுக்கும் காரணங்களாகிவிட்டன. இந்துக்களின் புனிதத்தலங்களை முஸ்லிம் அரச வம்சங்கள் ஒரே மாதிரியாக நடத்தவில்லை. சில ஆண்டுகளில் காசி நகரம் பழைய உன்னத நிலையை நோக்கி நடைபோட்டதும், காசியில் கோவில்கள் கட்டும் பணி தீவிர மானதும் உண்டு. கல்வியறிவைப் பெறுவதிலும் முன்னேற்றம் ஏற்பட்டது. இருப்பினும் மத சிந்தனைக்கும் அறிவுத் தேடலுக்கும் வாரணாசி முக்கியமான மையமாகவே தொடர்ந்தது என்கிறார் எக்.

பக்தி இயக்கத்தின் பெரிய தலமாக வாரணாசி உருவானது. பிராமணீயத்தின் வைதீக வழிபாட்டு முறையை அடிவேர் முதல் நிராகரிக்கும் மாற்று வழியாகத்தான் பக்தி இயக்கம் வளர்ந்தது. கபீர், ரவிதாஸ், துளசிதாஸ் இதன் முன்னோடிகள். முகலாயர் களின் நிர்வாகத்தால்தான் வாரணாசியும் கயையும் அதிக வசதிகளைப் பெற்றன. யாத்ரீகர்கள், அறிஞர்கள், வர்த்தகர்கள் எளிதாகச் சென்று வர அவர்கள்தான் சாலைகளைப் புதிதாக போட்டனர், ஏற்கெனவே இருந்த சாலைகளைச் செப்பனிட்டனர். அரசியல்ரீதியாகப் பல பகுதிகள் ஒரே நிர்வாக அலகாக இணைந்ததால், பயணத்தின்போது பாதுகாப்பு உணர்வை மக்கள்

ஆலம்கிரி மசூதியில் இருந்து மே மாத வெப்பத்தில் அமைதியாகப் பாயும் கங்கையின் தோற்றம்

அனைவரும் பெற்றனர். யாத்ரிகர்களும் வணிகர்களும் பயணம் செய்வதால் நாட்டுக்கு அதிக வரி வருவாய் கிடைத்தது.

வாரணாசிக்குப் பின்னடைவுகளும் ஏற்பட்டன. வரலாற்று அறிஞர் ரிச்சர்ட் ஈட்டன் கருத்துப்படி, ஷாஜஹான் ஆட்சியிலும் ஔரங்கசீப் ஆட்சியிலும் ஆலயங்கள் சேதப்படுத்தப்பட்டன. முகலாயர்கள் ஆட்சியில் ஆயிரக்கணக்கான இந்துக் கோவில்கள் இடித்து நொறுக்கப்பட்டன என்று இந்து தேசியவாதிகள் இப்போது கூறுகின்றனர். இதைச் செய்திருக்க முடியும் என்றாலும், அப்படிச் செய்ததற்கான ஆதாரங்கள் ஏதும் கிடைக்கவில்லை.

ஈட்டன் கருத்துப்படி முகலாயர்கள் பெரும்பாலும் தங்களுடைய ஆட்சிக்குள்பட்ட இந்து ஆலயங்களையும் அரசு சொத்துகளாகவே பாவித்தனர். எனவே ஆலயங்களையும் அவற்றைச் சேர்ந்த சொத்துகளையும் பாதுகாத்தனர், அத்துடன் பிராமணர்களின் செயல்பாடுகளையும் ஆதரித்தனர். முகலாயர்கள் அழித்த இந்து கோவில்களின் எண்ணிக்கை மிகவும் குறைவுதான். அதுவும் கூட தங்களுடன் போரிட்ட இந்து அரசர்கள், அரசாள்வதற்கான தெய்வீக உரிமையை சில ஆலயங்களுக்குத் திருப்பணி செய்து பெற்றார்கள் என்பதால் அவற்றை தாக்கிச் சேதப்படுத்தினார்கள்.

இப்படி ஆலயங்கள் சேதப்படுத்தப்பட்டதற்கு அரசியல்தான் காரணமாக இருந்ததே தவிர மதம் அல்ல. ஆனால் இந்து தேசியவாதிகள் முஸ்லிம் மன்னர்கள்மீது குற்றஞ்சாட்ட இச்சம்பவங்கள் இன்றளவும் காரணங்களாகத் திகழ்கின்றன என்கிறார் ஈட்டன்.

உண்மையில் இஸ்லாமியர்களின் ஆட்சியில் உண்மையான அரசியல் தேவைகள், மதம்சார்ந்த செயல்களைச் செய்ய முடியாமல் பின்னுக்குத் தள்ளிவிட்டன. அனைத்து முகலாயப் பேரரசர்களும் இந்துக்களைத் தங்களுடைய முக்கிய நிர்வாகிகளாகப் பெற்றிருந்தனர். ராஜபுத்திரர்களும் மராத்தா வீரர்களும் அவர்களுடைய படைகளில் இருந்ததால் மதம் சார்ந்த நடவடிக்கைகளில் ஈடுபட வாய்ப்பில்லாமல் போனது. முகலாயர்கள் பிஜப்பூர்-கோல்கொண்டா முஸ்லிம்களுக்கு எதிராகத்தான் கடுமையாக போரிட்டனர். அந்தக் காலகட்டத்தில் வங்காளத்தில் இந்துக்களைக் கடுமையாகப் படுகொலைகள் செய்தது இந்து மராட்டியர்கள்தான்.

அக்பர் இந்து மதத்தை ஆதரித்தார். சமயங்களுக்கு இடையிலான உரையாடல்களை ஊக்குவித்தார். பன்மைத்துவக் கலாச்சாரத்தை வளர்த்தார். அவருடைய ராஜபுத்திர மித்ரர்கள்தான் வாரணாசியில் பல ஆலயங்களையும் படித்துறைகளையும் கட்டிக்கொடுத்தனர். கட்டாயப்படுத்தி மதம் மாற்றுவது அபூர்வமாகத்தான் நடந்தது. வாரணாசியைச் சேர்ந்த கீழ் ஜாதி இந்துக்கள், தங்களுடைய பொருளாதார நிலைமையை மேம்படுத்திக்கொள்ளவும் சமமாக நடத்தப்படவும் இஸ்லாமியர்களாக மதம் மாறினார்கள். தொழில், வியாபாரத்தில் வாய்ப்புகள் கிடைக்கும், ராணுவத்தில் எளிதாகச் சேர்ந்துகொள்ளலாம் என்ற நோக்கங்களினாலும், 'ஜிசியா' என்ற வரியிலிருந்து தப்பிக்கவும் இஸ்லாத்தைத் தழுவினார்கள். நெசவாளர்களில் கபீரின் பெற்றோர்கள் உள்பட பலர் இப்படி மதம் மாறியவர்கள்தான்.

அதேவேளையில், கோவில்களைச் சேதப்படுத்திய எல்லாச் சம்பவங்களுக்குமே அரசியல்தான் காரணம் என்று பேசுவதும் முட்டாள்தனம்தான். சிலவற்றில் மத உணர்வுகள் மட்டுமே காரணங்களாக இருந்திருக்கின்றன. ஔரங்கசீப் இஸ்லாம் மட்டுமே நிலவவேண்டும் என்ற எண்ணம்கொண்டவர். பிற மதங்களைச் சகித்துக் கொள்ளவில்லை. எனவே வாய்ப்புக் கிடைத்தபோதெல்லாம் இந்துக் கோவில்களை இடித்துத்

தரைமட்டமாக்கி விட்டு அங்கே மசூதிகளை நிறுவினார். அவருடைய இந்தச் செயல், அவருடன் இருந்த இந்து மன்னர்களின் உணர்வுகளைப் புண்படுத்தியது. ஆனால் இப்போது ஆள்வது முகலாயர்கள் என்பதால் முன்னுரிமை இஸ்லாத்துக்கே என்பது அனைவராலும் உணரப்பட்டது. மதச்சார்புகள் உள்ள, ஜனநாயகமல்லாத அக்காலத்தில் பெரும்பாலான முஸ்லிம் மன்னர்கள் இந்து மதத்தைவிட இஸ்லாத்தைத்தான் அதிகம் ஆதரித்தனர். (இந்து மன்னர்களும் இதேபோலத்தான்...)

இஸ்லாமியர்கள் வருகைக்கு முன்னால் இருந்த காலத்தைப்போல அல்லாமல் ஆலயங்களுக்கும் பிராமணர்களுக்கும் மானியங்களும் தானங்களும் அளிப்பது குறைந்துகொண்டே வந்தது. மக்கள் தொகையில் மிகச் சிலராகவே இருந்தாலும் அரசின் நிர்வாகத்தில் முழுக்க முழுக்க முஸ்லிம்களே அதிகாரிகளாக இருந்தனர். முஸ்லிம் அல்லாதவர்கள்மீது 'ஜிஸியா' என்ற வரியை முஸ்லிம் மன்னர்கள் விதித்தனர். இந்த 'ஜிஸியா' பணக்கார முஸ்லிம் களுக்கு விதிக்கப்பட்ட 'ஜக்காத்தை'விட அதிகம். இந்த வரிவிதிப்பு ஆட்சியாளர்களின் விருப்ப அதிகாரத்துக்கு உட்பட்டது, பரவலாக முஸ்லிம் அல்லாதவர்கள் அனைவராலும் எதிர்க்கப்பட்டது. ஜிஸியா விதிக்கப்பட்டாலும் முழுதாக வசூலிக்கப்படவில்லை. இந்துக்கள் பெரும்பான்மையாக வாழும் கிராமங்களில் இது அரசு கருவூலத்துக்குக் கிடைக்கவில்லை. வசூலித்தவர்கள் தாங்களே அதை வைத்துக்கொண்டு செலவழித்தார்கள். அக்பர் இந்த ஜிஸியா வரியை 1579-ல் ரத்து செய்தார். நூறு ஆண்டுகளுக்குப் பிறகு, தன்னுடைய குடும்பத்தாரும் முஸ்லிம் பிரபுக்களும் எதிர்த்த பிறகும்கூட ஔரங்கசீப் இந்த வரியை மீண்டும் கொண்டுவந்து 40 ஆண்டுகள் வசூலித்தார். ஆனால் எல்லாக் காலத்திலும் பிராமணர்களுக்கு ஜிஸியா வரியிலிருந்து விலக்கும் தரப்பட்டது.

இவ்வாறு அரசின் கொள்கைகளும் மாறிவரும் ஆதரவும் வாரணாசியின் பிராமணர் கலாச்சாரத்தை வெகுவாக உற்சாகமிழக்க வைத்தது. ஆலயங்களைச் சேதப்படுத்தியதைவிட இதனால் ஏற்பட்ட சேதம் அதிகம். (சில தலைமுறைகளுக்கு ஒருமுறை என்று முகலாய மன்னர்களின் கொள்கைகள் மாறிக்கொண்டேயிருந்தன). அரசின் கொள்கைகள் இப்படி மாறிக்கொண்டே வந்ததால் பிராமணீயம் செல்வாக்கிழந்து, பக்தி மார்க்கம் பரவ ஊக்கம் ஏற்பட்டது என்று வரலாற்றாசிரியர் வெண்டி டோனிகர் எழுதுகிறார். மக்களால் ஏற்று பிரபலமாகி

விட்ட பக்தி மார்க்கம், ஜாதி எல்லைகளையெல்லாம் உடைத் தெறிந்தது. காடு, வெளியெல்லாம் சுற்றும் சித்தர்களும், குருமார்களும், சந்த் என்றழைக்கப்படும் யோகிகளும் எல்லா வர்க்கத்திலிருந்தும் சாதிகளிலிருந்தும் புறப்பட்டு, இந்த மதத்துக்குத்தான் இது சொந்தம் என்று அடையாளம் காண முடியாத கலவையான வழிபாட்டு முறையை மக்களிடம் பரப்பினார்கள். இத்துடன் புதிய உயர் கலாச்சாரம் ஒன்றும் வளர்ந்தது. சூஃபி கவிஞர் அமிர் குஸ்ரு இதை வளர்த்தார்.

குஸ்ருவின் தந்தை துருக்கி இனத்தவர், சாமர்கண்ட் நகரை செங்கிஸ்கான் அழித்தவுடன் அங்கிருந்து அகதியாகப் புறப்பட்டவர். டெல்லி சுல்தானியத்திலிருந்த ராஜபுத்திர வம்ச பிரபுவின் மகளை குஸ்ருவின் தந்தை மணந்துகொண்டார். குஸ்ருவுக்கு எட்டு வயதாக இருந்தபோது தந்தை இறந்துவிட்டார். இதனால் டெல்லியில் தனது தாய்வழி ராஜபுத்திர குடும்பத்தில் வளர்ந்தார். இந்தியாவிலும் முஸ்லிம் நாடுகளிலும் இசைக்கப் படும் வெவ்வேறு விதமான இசை வகைகளை இணைத்துக் கவாலி முறையை அவர் அறிமுகப்படுத்தினார். அத்துடன் கஜல் இசையையும் கொண்டுவந்தார். அடுத்து வந்த நூற்றாண்டுகளில் இந்திய - பாரசீகக் கூட்டுக் கலாச்சார இசை, வட இந்திய நகரங்கள் அனைத்திலும், வாரணாசி உள்பட வலுப்பெற்றது. அதன் பல்வேறு பாரம்பரியங்கள் நவீன இந்தியாவின் கலை, கட்டடக் கலை, இலக்கியம், இசை, நாட்டியம், சமையல், ஆடைகள், ஓவியம், கைவினைப் பொருள்கள் தயாரிப்பு ஆகியவற்றிலும் பரவிற்று. வாரணாசியில் ஏற்பட்ட இசைக் கலவை பிறகு இந்துஸ்தானி இசையின் வெவ்வேறு வடிவங்களான தும்ரி, தாத்ரா, தாப்பா ஆகியவை பிறக்கவும் பிஸ்மில்லா கான், ரவி சங்கர், கிரிஜா தேவி போன்ற மேதைகள் உருவாகவும் வழிவகுத்தது.

1660-ல் பிரான்சுவா பெர்னியர் என்ற பிரெஞ்சு மருத்துவர் ஔரங்கசீப் அரசவையில் இடம் பெற்றார். அவர் வாரணாசிக்கு வந்து 'பிற ஜாதியாரின்' இந்த இசைப் பள்ளிக்கூடத்தைப் பார்த்தார். மிகவும் அழகிய, செல்வவளம் மிக்க நாட்டில் இக்கலைக்கூடம் இடம் பெற்றிருப்பதாக நண்பருக்கு எழுதிய கடிதத்தில் புகழ்ந்திருக்கிறார். 'வாரணாசி என்பது இந்தியாவின் ஏதென்ஸ் (நகரம்), பிராமணர்களும் பக்தர்களில் ஒரு பிரிவினரும் மட்டுமே தங்களுடைய மனதைக் கல்வியில் செலுத்துகின்றனர். நகரில் கல்லூரிகளோ, நம்முடைய பல்கலைக் கழகங்களில்

நடத்தப்படுவதுபோல முறையான வகுப்புகளைக் கொண்ட ஏற்பாடுகளோ கிடையாது. தொன்மைக்காலத்தில் இருந்ததைப் போன்ற கல்வி முறையே நிலவுகிறது. மிகப் பெரிய கூடத்தில் நிறைய புத்தகங்கள் இருக்கின்றன. அவை மெய்யியல், மருத்துவம்பற்றியவை. அந்தப் பாடங்கள் உரைநடைகளாக இல்லாமல் செய்யுள்களால் எழுதப்பட்டிருக்கின்றன. வேறு சிலவகைப் புத்தகங்களும் இருக்கின்றன. வாரணாசியில் குரு - சிஷ்ய பாணி கல்வி முறையாகும். ஒரு குருவுக்கு 4 முதல் 15 வரையிலான மாணவர்கள் இருக்கின்றனர். அவர்கள் குருவினுடைய வீடுகளிலோ வேறு வீடுகளிலோ சந்தித்துக் கொள்கின்றனர். அல்லது புறநகர்ப் பகுதியில் தோட்டங்களிலோ, தோப்புகளிலோ அமர்ந்து பாடம் கேட்கின்றனர். பணக்கார வியாபாரிகள் தங்களுடைய தோட்டங்களையும் தோப்புகளையும் மாணவர்கள் படிப்பதற்கு இலவசமாகத் தந்து உதவுகின்றனர்.

'பெரும்பாலான மக்கள் சகிப்புத்தன்மையுள்ளவர்களாகவே இருக்கின்றனர். அது அவர்களுடைய உணவு முறையாலோ, நாட்டின் தட்ப-வெப்ப நிலையாலோ ஏற்பட்டிருக்கலாம். மற்றவர்களைப்போல நாமும் முன்னேற வேண்டும் என்ற எண்ணம் அவர்களுக்கு இல்லை. மிகச் சிறப்பாகச் செயல்பட்டால் நம்மைக் கௌரவிப்பார்கள், பரிசுகளை வழங்குவார்கள் என்ற நம்பிக்கையும் இல்லை. எனவே அங்கே கற்றறிந்த பண்டிதர்கள் கூட சாவதானமாகப் படிப்பைத் தொடருகின்றனர். அங்கே அவர்களுடைய கவனத்தைச் சிதறவைக்கக்கூடியவை எதுவும் பொதுவெளியில் இல்லை. பணக்கார வியாபாரிகள் அனுப்பும் காய்கறிகளை ரவையுடன் சேர்த்து வேகவைத்து கிச்சடி தயாரித்துச் சாப்பிட்டுவிட்டு படிக்கின்றனர்' என்று கேலியாகக் குறிப்பிடுகிறார் பெர்னியர்.

மாணவர்களுக்கு அவர்கள் முதலில் கற்றுத்தருவது சமஸ்கிருதம் என்ற மொழி. அந்த மொழி பண்டிதர்களுக்கு மட்டுமே தெரிந்தது, சாமானிய மக்கள் பேசும் இந்துஸ்தானிக்கும் அதற்கும் நிறைய வித்தியாசம் இருக்கிறது. அவர்களுடைய அறிவியல் நூல்கள் அனைத்தும் சமஸ்கிருதத்தில் எழுதப்பட்டவை. அந்த மொழி இறந்து பல ஆண்டுகளாகிவிட்டன. படித்த சிலரால் மட்டுமே புரிந்துகொள்ளப்படுகிறது' என்று குறிப்பிட்டுள்ளார். (முகலாயர் ஆட்சியில் அரசு நிர்வாகமும், அரசவையில் அரங்கேறும் இலக்கியங்களும் பாரசீகம் அல்லது பிரஜ், அவதி ஆகிய மொழி வழக்குகளில்தான் இருக்கும். சமஸ்கிருதத்துக்கு முகலாயர்

காலத்தில் ஏற்பட்ட கதி, பிரிட்டிஷ் ஆட்சிக்காலத்தில் பாரசீகத்துக்கு ஏற்பட்டது. பாரசீகத்தின் இடத்தை நவீன இந்தி, உருது, ஆங்கிலம் ஆகியவை பிடித்துக்கொண்டன.)

ஜீன் பாப்டிஸ்ட் டேவர்நீர் என்ற இன்னொரு பிரெஞ்சுக்காரர் 1660-களில் இந்தியா வழியாகப் பயணித்தார். 'கங்கை நீர் மிகவும் புனிதமானது என்று மக்கள் கொண்டாடுகின்றனர். அதை அசுத்தமான இடங்களில் வைத்துவிடக்கூடாது என்று பாத்திரங்களில் இட்டு மூடி தலையில் அல்லது தோள்களில் மாற்றி மாற்றி எடுத்துச் செல்கின்றனர். இந்தத் தண்ணீர் கெட்டுப்போகாது, இதில் புழு - பூச்சி தோன்றாது என்றெல்லாம் நம்புகின்றனர். ஆனால் இதையெல்லாம் நாம் நம்ப வேண்டுமா என்ற கேள்வி எழுகிறது. ஏனென்றால் அன்றாடம் ஏராளமான சடலங்களை இந்த ஆற்றில்தான் வீசுகின்றனர். இன்றைக்கும்கூட ஏராளமானோர் கங்கை சூதகமாகாது என்றே நம்புகின்றனர். கங்கை எப்போதுமே அசுத்தமடையாது என்று சாது ஒருவர் என்னிடம் அடித்துக் கூறுகிறார். சுகாதார அடிப்படையில் நான் வைக்கும் வாதங்கள் தனியானவை. சடங்குகளுக்குக் கங்கை நீர்தான் உகந்தது என்பதாலும் சிவனின் சடையிலிருந்து பாய்வது கங்கைதான் என்ற புராணங்களாலும் பலருக்கும் மனதளவில் கங்கை புனிதமான நதியாகவே ஓடுகிறது. எனவே கங்கையாற்றில் விழும் சடலங்கள் குறித்தோ, தொழிற்சாலைகள் வெளியேற்றும் ரசாயன நச்சுக் கழிவுகள் கலப்பதுபற்றியோ, வழியில் உள்ள மாநகராட்சி-நகராட்சிகளின் கழிவுநீர் ஆறுபோல சேர்வது பற்றியோ சிந்தனை செல்வதில்லை.

முகலாயப் பேரரசு பதினெட்டாவது நூற்றாண்டில் உடைந்து சிதறிய பிறகு, அயோத்தி நவாப் - ஆங்கிலேயரின் கிழக்கிந்திய கம்பெனி ஆகியோருக்குக் கட்டுப்பட்ட சிற்றரசனாக - வாரணாசியை மீண்டுமொரு இந்து மன்னரின் வம்சம் ஆண்டது. வாரணாசியின் தொன்மையான ஆலயங்களும் படித்துறைகளும் 1730 தொடங்கி 1810 வரையில் மராத்தாக்களின் ஆதரவோடு கட்டப்பட்டன. தங்களை க்ஷத்திரியர்களாக அங்கீகரிக்கவேண்டும் என்பதற்காகவும் எல்லாப் பகுதிகளும் தங்களுடைய ஆட்சியின்கீழ் வரவேண்டும் என்பதற்காகவும் மராட்டியர்கள் அவற்றைக் கட்டினர். பல அரச குடும்பங்கள் படித்துறைகளையும் தங்குவதற்கான மாளிகைகளையும், தருமசாலைகளையும் கட்டின. தர்பங்கா கட்டம் என்ற படித்துறையில் பிரிஜ்ராமா அரண்மனை இருநூறு ஆண்டுகள் பழமையான மணல்கல்

கோட்டையில் உறுதியாக நிற்கிறது. நாகபுரியைச் சேர்ந்த அரச வம்சம் இதைக் கட்டியது. இப்போது இது சொகுசு ஹோட்டலாக விருந்தினர்களை உபசரிக்கிறது. 1800-களில் நேபாள மன்னர் ராணா பகதூர் ஷா, லலிதா கட்டம் என்ற படித்துறை அருகில் நேபாளி மந்திர் என்ற ஆலயத்தையும் தருமசாலையையும் கட்டினார். 1737-ல் ஜெய்ப்பூர் மகாராஜா ஜெய் சிங், கங்கை கட்டம் என்ற படித்துறைக்கு அருகில் ஜந்தர் மந்தர் என்ற வானியல் ஆய்வுக்கூடத்தைக் கட்டினார். சூரியன், சந்திரன், நட்சத்திர மண்டலங்களின் இயக்கத்தை ஆண்டு முழுவதும் கவனித்து ஆய்வதற்காக இது கட்டப்பட்டது.

பிரிட்டிஷ் அரசியல்வாதியான தாமஸ் பாபிங்டன் மெக்காலே 1830-களில் வாரணாசி நகருக்கு வந்தார். 'செல்வம், மக்கள் தொகை, கண்ணியம், புனிதம் ஆகியவற்றில் முன்னிலை வகிக்கும் ஆசிய நகரம் வாரணாசி. ஆலயங்கள், மினராக்கள், மாடித் தாழ்வாரங்கள், மஞ்சள் பறவைகள், புனிதமான குரங்குகள் கொண்ட அழகிய நகரம். குறுக்கும் நெடுக்குமாக போய்க் கொண்டே இருக்கும் யாசகர்களை இடிக்காமல் மோதாமல் எந்த யாத்ரிகராலும் கடந்துவிட முடியாது. யாசகர்களை மட்டுமல்ல கோவில் காளைகளையும்தான் - எச்சரிக்கையாக இல்லாவிட்டால் மோதலைத் தவிர்க்க முடியாது' என்று குறிப்பிடுகிறார் மெக்காலே. ஏராளமான மரக்கலங்கள் விலைமதிப்புள்ள சரக்குகளை ஏற்றிக்கொண்டு கங்கை நதியில் விரைகின்றன. பனாரஸ் தறிகளிலிருந்து மிகவும் சன்னமான பட்டுத்துணிகள் நெய்யப்படுகின்றன. அவை வெர்செய்ல்ஸ் நகரில் உள்ள புனிதர் ஜேம்ஸ் தேவாலயத்தின் மணிக்கு அணிவிக்கப்படுகிறது. பிரிட்டிஷ் மகாராணியின் ஆட்சியில் 1910-ம் ஆண்டு காசி, சமஸ்தானமாக அறிவிக்கப்பட்டது.

காசி ராஜனின் வம்சத்தைச் சேர்ந்த, காசி நரேஷ் என்ற பட்டம் தாங்கியபடி அனந்த் நாராயண் சிங் இப்போதும் ராம்நகர் கோட்டையில் வசிக்கிறார். அஸ்ஸி காட் என்ற படித்துறையில் இருந்து தெற்கில் ஒரு மைல் தொலைவில் ராம்நகர் கோட்டை இருக்கிறது. சிவபெருமானின் வழித்தோன்றல் என்று கூறும் அவர் காசி விசுவநாதர் ஆலயத்தின் பெரிய திருவிழாக்களை சம்பிரதாய முறைப்படி தொடங்கி வைக்கிறார். காசி மன்னர் ராஜா பல்வந்த் சிங் 1750-ல் இந்தக் கோட்டையைக் கட்டினார். மிக அற்புதமாகக் கட்டப்பட்ட இந்தக் கோட்டை இப்போது நிறம் மங்கி காட்சி தருகிறது. தசராவுக்கு ஒரு மாதம் முன்னதாக மன்னர் யானைமீது

ஊர்வலமாகச் சென்று ராம்நகரில் ராம்லீலா நாடகத் திருவிழாவைத் தொடங்கி வைக்கிறார். 19-வது நூற்றாண்டில் இந்தத் திருவிழாவை அவருடைய முன்னோர் ஒருவர் ஆரம்பித்து வைத்தார். துளசிதாசரின் ராமசரிதமனஸ் நாடகத்திலிருந்து அன்றாடம் ஒரு நாடகம் என்று மாதம் முழுவதும் அவதி இந்தியில் நடத்தப்படும் கலைநிகழ்ச்சியைக் காண ஆயிரக்கணக்கில் வருகின்றனர்.

மத பன்மைத்துவம் வாய்ந்த நகரம்

வாரணாசி என்றாலே சிவபெருமானுடனும் பிராமணீய இந்து மதத்துடனும் தொடர்புள்ளதாகவே நினைவுகூரப்படும். ஆனால் அதற்கும் மேலே பல தொடர்புகள் இந்நகருக்கு உண்டு. பெரிய, சிறிய மதக் கோட்பாடுகள் பலவற்றையும் வெளிப்படுத்தும் உயிர்த்தன்மையுள்ள பன்மைத்துவம் வாரணாசிக்கு உண்டு. அதன் 29% மக்கள் முஸ்லிம்கள். ஏராளமான மதங்கள், தத்துவங்கள், வழிபாட்டுப் பிரிவுகள் சங்கமித்துள்ள இடம்தான் வாரணாசி என்று அங்கு வாழும் பெருமைமிக்க அறிஞர் பானு சங்கர் மேத்தா தெரிவிக்கிறார். வேதம் ஓதுகிறவர்கள், சனாதனிகள், வைணவர்கள், சைவர்கள், சாக்தர்கள், சீக்கியர்கள், நாத்திகர்கள், இறையியல் சிந்தனைமிக்கவர்கள், கிறிஸ்தவர்கள், முஸ்லிம்கள், பார்சிகள், ஆரிய சமாஜிகள், லார்ட் ஃபோர்டை வணங்கும் புது நவர்கள், ஹிப்பிகள் எல்லோரும் சங்கமித்துள்ள இடம் வாரணாசி.

‘யட்சர்கள், பிரம்மர்கள், வீரர்கள், பரமர்கள் என்று அனைவருக்கு மான நகரம் இது. கபீர்பந்திகள், டாடு பந்திகள், நிரஞ்சனிகள், உதாசிக்கள், ராய்தாசிக்கள், அவதூதர்கள், அகோரிகள், தாந்த்ரீகர்கள் என்று அனைவருடைய தலைமை அலுவலகங்களும் இங்கு உள்ளன. இஸ்லாமியர்களில் ஷியா, சன்னி, சூஃபி, அகமதியா என்ற பிரிவினர்கள் வாழ்கின்றனர். வண்ணமயமான பிரதேச மக்களின் மதங்களும் உள்ளன. அவர்களுடைய கடவுளர்கள் பிராணிகள், மரங்கள், ஆறுகள், மாதாக்கள், அன்னை தெய்வங்கள் என்று ஏராளம். சீதளா, கௌரி, அன்னபூர்ணா, சித்தேஸ்வரி, அறுபத்துநான்கு யோகினிகள் (பிராமணீய இந்துமதம் இவற்றைத் தனதாக்கிக்கொண்டுவிட்டது).

பழைய வாரணாசியில் உள்ள சதி மாதாக்களின் நடுகல்கள் இப்போதும் பக்தியுடன் வழிபடப்படுகின்றன. சாதிகளுக்கென்று கடவுள்களும் உண்டு. நிஷாதர்கள் என்று அழைக்கப்படும் வேட்டைக்காரர்களுக்குப் புஸ்தி மீசையுடன் உள்ள நிஷாத் ராஜ், வாரணாசியில் மீன்பிடித் தொழில் செய்யும் மல்லா என்ற வலைஞர்களுக்கு மல்லா தெய்வங்கள் உண்டு. சிவனின் ஆக்ரோஷமான வடிவமான கால பைரவருக்கு சிலர் மது பானத்தையும் இறைச்சியையும் படைக்கிறார்கள். கால பைரவர் கபாலங்களை மாலையாக அணிந்திருக்கிறார். சந்தன் ஷாகித்கா மசார் என்ற சூஃபி வழிபாட்டுத்தலத்துக்கு உள்ளூர் இந்துக்கள் செல்கின்றனர். சிறிய பிரச்னைகளிலிருந்து விடுபட, முஸ்லிம்கள் அகோரி துறவியர்களைச் சென்று வழிபடுகின்றனர். வாரணாசியின் அமைப்பில் இப்படிப்பட்ட மாற்று மத நம்பிக்கைகளும் உண்டு. கங்கை-யமுனை தேசீப் என்று இதை அழைப்பார்கள், கபீர் இதற்கு நல்ல உதாரணம்.

வாரணாசி மதப் பன்மைத்துவம் வாய்ந்தது என்று எல்லோரும் சேர்ந்து வசிப்பதால் மட்டும் கூறவில்லை. இப்படி பல்வேறு பிரிவினரும் சேர்ந்து வாழும் நகரத்தில் ஏதேனும் பூசல் என்றால் அது கலவரமாக வெடித்திருக்கவே வாய்ப்புகள் அதிகம். பத்தொன்பதாவது நூற்றாண்டு முழுக்க இங்கு பெரிய கலவரங்களே மூண்டதில்லை. இங்குள்ள எல்லா மதத்தினரும் வெவ்வேறு ஜாதிப் பிரிவுகளாக உள்ளவர்கள், தங்களுடைய வேலைகளில் மூழ்கிவிட்டவர்கள், தனித்தனியாக வசித்தாலும் சமூகத்தளத்தில் ஒன்றாக இருப்பவர்கள். சேர்ந்து வாழும் கலாச்சாரத்தை வலுப்படுத்திக்கொண்டவர்கள்.

பலதரப்பட்டவர்களாக இருப்பதால் ஏதாவது கலவரம் என்றால் ஒருவரையொருவர் எதிர்த்து மோதிக்கொள்ளும் அமைப்பே நகரில் இருக்கிறது. ஆனால் மக்கள் குறுகிய அரசியல், மத அணிதிரளில் ஈடுபடுவதில்லை. நவீனகாலத்துக்கு முந்தைய இந்தியர்களுக்கு மத வேறுபாடுகள்பற்றிய புரிதல்கள் உண்டு என்றாலும் மத்திய வரலாற்றுக்காலத்தில் ஒரு வகுப்புக் கலவரம்கூட இங்கு மூண்டதே இல்லை என்கிறார் வரலாற்றாசிரியர் ஈட்டன். ஆதாரம் இல்லையென்பதே ஆதாரமாகிவிடாதுதான், இருந்தாலும் இது குறிப்பிடத்தக்கது. ஈட்டன் ஓரளவுக்குத்தான் துல்லியமாகச் சொல்லியிருக்கிறார் என்றாலும் அதுவே சாதாரணமானதல்ல.

கையால் எம்பிராய்டரி செய்யும் பாரம்பரிய நெசவாளர்கள்

இப்படி இருப்பதற்கு இன்னொரு காரணம் சொல்லப்படுகிறது. 'வாழு - வாழவிடு' என்ற அணுகுமுறைதான் மோதல்கள் வராமல் இருப்பதற்குக் காரணம். பக்தி இயக்கம், சூஃபியிசம் ஆகிய வற்றுக்கு இதில் பெரிய பங்கு உண்டு. இவ்விரண்டும் பழமையிலிருந்து விலகிநிற்பவை, சமரசப் போக்கை மரபாகவே கொண்டவை. நவீன அரசியல் சிந்தனையில் கூறப்படும் பன்மைத் துவத்திலிருந்து இது சற்று வேறுபட்டது, ஆனால் மதிப்பு மிக்கது, இதுவரை தொடர்வது. இங்கு வாழும் இந்துக்களும் முஸ்லிம்களும் தங்களுடைய தொழில், வியாபாரங்களுக்கு ஒருவரையொருவர் சார்ந்திருக்கின்றனர். பனாரஸ் சேலைகளை நெய்து தருபவர்களும் ஜரிகை வேலை செய்பவர்களும் பெரும்பாலும் முஸ்லிம்கள் என்றால் அவர்களுக்கு நூலிழைகளை விற்பவர்களும் சில்லறை வியாபாரிகளும் இந்துக்கள். எனவே ஒத்துழைத்து வாழ்வதே நல்லது என்று உணர்ந்தவர்கள்.

அமைதியைப் பராமரிப்பதும், வகுப்புவாரியாக மக்களைப் பிரித்து அரசியல் லாபம் காண விரும்புவோருக்கு இரையாகாமல் தப்பிப்பதும் அவசியம் என்று உணர்ந்தவர்கள். ஆனால் இந்தப் போக்கை மாற்றிவிடும் முயற்சிகள் வாரணாசியில் மட்டுமல்ல பிற இடங்களிலும் நடப்பது துயரகரமானது. நாடு சுதந்திரம்

அடைந்தபோது தேசப் பிரிவினையைச் சுட்டிக்காட்டி வகுப்புவாத உணர்வுகளைத் தூண்ட முயற்சிகள் நடந்தன. இப்போது இந்த அமைதிக்கு அச்சுறுத்தல் ஏற்பட்டிருக்கிறது. ஜாதியமைப்பு முறை வலுவிழந்து வருகிறது. ஆனால் வலதுசாரி இந்துத் தலைமை அனைவரும் இந்துக்கள் என்று மட்டும் பார்க்கவேண்டும் என்கிறது. இந்த இந்து அடையாளம் சாதி கடந்து, இனம் கடந்து, மொழி கடந்து பாய்ந்து இந்துத்துவ தேசியவாதத்தை வளர்க்கிறது. வேறுவிதமாகச் சொல்வதென்றால், அம்பேத்கர் சுட்டிக்காட்டிய தொழிலாளர்களைப் பிரித்தாளும் சூழ்ச்சி மறைந்து வருகிறது - அது சாதியற்ற பாட்டாளி வர்க்கத்தை உருவாக்குவதற்காக அல்ல - மதம் சார்ந்த தேசியத்துவத்தை வளர்ப்பதற்காக.

வாரணாசி நகரின் பன்மைத்துவ பண்புக்கூறை நேரிலேயே பார்த்த அனுபவம் 2006-ல் எனக்கு ஏற்பட்டது. டெல்லியிலிருந்து ரயிலில் வாரணாசி வந்து கொண்டிருந்தேன். அப்போது பயங்கரவாதிகள் நகரின் பல இடங்களில் - ரயில் நிலையம் உள்பட - வெடி குண்டுகளை வைத்து வெடிக்கச் செய்தனர். அச்சம்பவங்களில் பலர் இறந்தனர். அப்போது என்னுடைய இணையருடனும் இரண்டு அமெரிக்க நண்பர்களுடனும் வந்தேன். அமெரிக்கர்கள் அப்போதுதான் முதல்முறையாக இந்தியா வருகின்றனர். அவர்கள் கலவரம் அடைந்தனர். அவர்களை எப்படி பத்திரமாகப் பார்த்துக்கொள்வது என்று நான் கலங்கினேன். இந்து - முஸ்லிம் கலவரம் வெடித்தால் என்னாவது, இந்தப் பயணத்தை நிறுத்திக் கொண்டு, வாரணாசிக்கு முந்தைய ரயில் நிலையத்திலேயே இறங்கிவிடலாமா என்றெல்லாம் சிந்தித்தேன். எனக்குள் கவலைகள் இருந்தாலும், 'வாரணாசி போவோம்' என்று அமெரிக்கர்களிடம் கூறினேன். நிலைமை மோசமாக இருந்தால் நம்மால் ஹோட்டலைவிட்டு வெளியே வரமுடியாது அவ்வளவுதான் என்றேன்.

நாங்கள் வாரணாசிக்குச் சென்றபோது ரயில் நிலையத்தின் ஒரு பகுதியில் யாரும் செல்ல முடியாமல் போலீஸார் சுற்றி வளைத்திருந்தனர். தரையில் ரத்தக் கறைகள் தெரிந்தன. அதன் பிறகு எங்களை ஹோட்டலுக்கு அழைத்துச் சென்ற டாக்ஸி டிரைவர் சம்பவத்தை நேரில் பார்த்திருக்கிறார். உடல்களிலிருந்து உறுப்புகள் சிதறிப்போய் விழுவதையும் பலத்த ஓசையுடன் குண்டு வெடிப்பதையும், மக்கள் அலறுவதையும் பார்த்திருக்கிறார். அதன் பிறகு அங்கே பெரிய குழப்பம்

ஏற்பட்டிருக்கிறது. காயமடைந்த ஒருவரை டாக்ஸி டிரைவரே மருத்துவமனையில் சேர்த்திருக்கிறார். பயணத்தைத் தொடர்வது என்ற எங்கள் முடிவு நல்லதாகப் போய்விட்டது. நகரம் அமைதி காத்தது. எங்களால் தடையின்றி எங்கும் போய்வர முடிந்தது. என்னுடைய நாட்டு மக்களைக் குறித்து அன்று நான் மிகவும் பெருமிதப்பட்டேன்.

‘ருத்ரனான சிவன்தான் நகரின் பன்மைத்துவ மரபுக்கு ஊக்க சக்தியாகத் திகழ்கிறார். மதிப்புக்குரிய பிற இந்து தெய்வங்களைப் போல அல்லாமல், ஆரியர்கள் வருகைக்கும் முன்னால், இந்நாட்டில் இருந்ததை இப்போதும் வெளிப்படுத்திக் கொண்டிருக்கிறார். தூய்மைவாதம் குறித்து அவர் கவலைப்படுவ தில்லை. சகுனங்கள் குறித்து அவர் அக்கறை காட்டுவதில்லை. தூய்மையற்ற நிலையைக்கண்டு வெறுப்பதில்லை. குடும்ப வம்சாவழிக்காகக் கவலைப்படுவதில்லை. அந்தஸ்துக்காகவும் அலைவதில்லை. இவையெல்லாம் இந்துக்களின் அடிப்படையான குணங்கள்’ என்கிறார் எக்.

‘அரை நிர்வாணத் துறவியான சிவன், அவிழ்த்துவிடப்பட்ட – வாரப்படாத – ஜடாமுடியுடன் திரியும் யோகி. காட்டில்தான் வாழ்கிறார், மிருகங்களுக்கெல்லாம் தலைவன், கஞ்சா புகைக்கிறார், சுடுகாடுகளிலேயே திரிகிறார், இறந்தவர்களை எரித்த இடத்திலிருந்து சாம்பலை எடுத்து உடலெங்கும் பூசிக்கொள்கிறார். புனிதம் - புனிதமற்றது, ஏழை - பணக்காரன், உயர்ந்தவன் - தாழ்ந்தவன் என்ற பேதங்களையெல்லாம் அவர் லட்சியம் செய்வதில்லை. மரபை மீறுகிறவர்கள், வாழத் தகுதியற்றவர்கள் என்று ஒதுக்கப்பட்டவர்கள், இந்து சமூகத்தால் நிராகரிக்கப்பட்டவர்கள் என்று அனைவரும் வணங்கும் தெய்வம் சிவன். (சாத்வீகனாக திருந்திய அவருடைய வடிவம் மரபார்ந்தவர் களுக்கு உகந்தது). சுருக்கமாகச் சொன்னால், பன்மைத்துவ கலாச்சாரம் உள்ள நகரத்துக்குத் தலைமைத் தெய்வமாக இருக்க அனைத்துத் தகுதிகளும் உள்ளவர் சிவன்’ என்கிறார் எக்.

ஒருநாள் மாலை அமிதவ் பட்டாசார்யா என்ற அறிஞரைச் சந்தித்தேன். அவர் இதழியல் துறையில் பேராசிரியராக இருந்து ஓய்வு பெற்றவர். பன்மொழிகளை அறிந்தவர். நகரில் நீண்ட காலமாக வசிப்பவர். வாரணாசியைத் தங்களுடைய இல்லமாகக் கருதும் பல்வேறு மத நம்பிக்கையுள்ள குழுக்களின் பெயர்ப் பட்டியலை சரளமாக ஒப்பித்தார். வாரணாசியின் கலாச்சார சாரம், மதம் சார்ந்தது என்பதைவிட ஆன்மிகம் சார்ந்தது என்பதே சரி

என்றார். அதனால்தான் ஏராளமானோர் இந்நகரின்பால் ஈர்க்கப்படுகின்றனர் என்றார். அனைத்துவிதக் குழுக்களையும் தன்பால் ஈர்க்கும் வாரணாசி, மதங்களைக் குழியில் தள்ளிவிடும் நான்கு அம்சங்களைத் தவிர்க்கிறது என்றார். அவை மதவெறி, வகுப்புவாதம், மத அடிப்படைவாதம், கட்டாய மதமாற்றம் ஆகியவை. ஜாதிகளின் கட்டுப்பாடுகள்கூட வாரணாசியில் கடுமையானவையல்ல என்கிறார். ஆற்றில் குளிக்கப் போகும் யாதவர், பிராமணரான பாண்டாவைப் பார்த்து, நான் குளித்து விட்டு வரும்வரை கரையில் இருக்கும் என் காலணிகளைப் பார்த்துக்கொள்ளுங்கள் என்று எந்த நகரில் கேட்டுக்கொள்ள முடியும் என்று வாரணாசியில் நடப்பவற்றைக் கூறுகிறார். அப்படியொன்றும் இந்தக் காலத்தில் நடக்க முடியாத விஷயமல்ல இது என்று தோன்றினாலும், ஜாதி - மத உணர்வுகள் இங்கே கூர்மையாக இல்லை என்பதற்கான உதாரணமாக எடுத்துக் கொள்ளலாம்.

சமீபத்திய பத்தாண்டுகள் விரும்பத்தகாத மாற்றங்களையும் கொண்டுவருகிறது என்றார். மிகப் பெரிய அரசியல் கட்சியும் அதன் சார்பு அமைப்புகளும் இதை இந்து நகரமாக மாற்றும் தீவிரத்துடன் செயல்படுகின்றன என்றார். இந்த ஊரை காவிமய மாக்கும் முயற்சி ஏற்கெனவே சமூகங்களை மத அடிப்படையில் அணி திரள வைத்துவிட்டது, பெருத்த சேதங்களையும் ஏற்படுத்தி வருகிறது என்றார். மதவெறியுள்ள சமூக விரோதிகளும் போக்கிரிகளும் இப்போது தேர்தலில் போட்டிபோட வாய்ப்பு களுக்காக அலைகின்றனர் என்கிறார். என்றைக்கோ நடந்த அநீதிகளுக்கு இப்போது வாழும் முஸ்லிம்களைப் பழிதீர்க்க வேண்டும் என்று துடிக்கின்றனர் என்று வருத்தப்பட்டார். நகரின் நல்ல மக்கள் அத்தகைய சக்திகளைத் தோற்கடிப்பார்களா, அல்லது பன்மைத்துவ ஆன்மாவை அவர்களிடம் இழந்து விடுவார்களா என்று ஆழ்ந்த கவலையுடன் கேட்கிறார். பன்மைத்துவம் இழந்த நகரில் வாழ்வதில் அர்த்தமில்லை என்றும் கூறுகிறார்.

வாரணாசியின் பெரும்பகுதி யாத்ரிகர்கள், சுற்றுலாப் பயணிகளையே நேரடியாகவும் மறைமுகமாகவும் வளர்ச்சிக்கும் வாழ்வுக்கும் நம்பியிருக்கிறது. வெளியிலிருந்து வருவோர் இங்கே நான்கு பிரிவினரைத்தான் அதிகம் சந்திக்கின்றனர். அவர்கள் மல்லாக்கள், டோம்கள், நெசவாளர்கள், பாண்டாக்கள் (பூசாரிகள்). இவர்களில் ஒவ்வொருவரும் சிக்கலான சமூக

அமைப்பைக் கொண்டவர்கள். படித்துறைகளுக்கும் அப்பால் உள்ள பழைய வாரணாசியின் அக்கம்பக்கத்துக் குடியிருப்புகள் வலுவான இனக்குழுக்களின் வசிப்பிடங்களாகும். முஸ்லிம்கள் வசிக்குமிடங்கள் யாதவர்கள், மல்லாக்கள், டோம்களின் குடியிருப்புகளுக்கு அருகிலும் அதைத் தாண்டியும் செல்லும். பழைய நகரத்தில் பல தலைமுறைகளாக தமிழர்கள், வங்காளிகள், குஜராத்திகள் இன்னும் பிறர் குடும்பம் குடும்பமாக வசித்து வருகின்றனர். வாரணாசியில் பலதரப்பட்டவர்களையும் சந்தித்தேன். ஆனால் மல்லாக்கள், டோம்களால் ஈர்க்கப்பட்டு அவர்களுடன் பல மணி நேரம் உரையாடினேன்.

வாரணாசியின் படகுக்காரர்கள்

வாரணாசி யாத்திரை என்பது கங்கையில் எண்பது படித்துறை களையும் சுற்றிப்பார்க்கும், ஏழு கிலோ மீட்டர் படகு சவாரியை மேற்கொள்ளாமல் பூர்த்தியடையாது. என்னிடம் சிலர் கூறியிருந்த படி சூரியோதய காலத்தில் அஸ்ஸி படித்துறையிலிருந்து படகை வாடகைக்கு அமர்த்திக்கொண்டு சவாரியைத் தொடங்கினேன். என்னுடைய படகின் இளம் துடுப்பாளி, குறிப்பிட்ட கால இடைவெளியில் ஓசை வரும் வகையில் துடுப்பை வலித்து, படகை ஆற்றில் செலுத்தினார். வயதாகிவிட்ட அந்தப் படகு எங்கெல்லாம் விரிசலும் பலவீனமும் ஏற்பட்டிருக்கிறதோ அங்கெல்லாம் கிரீச் கிரீச் என்று ஒலி எழுப்பிக்கொண்டிருந்தது. நகரம் அமைதியாக இருக்கிறது. மிகவும் மிருதுவான அந்தக் காலைப் பொழுதில் சூரிய வெளிச்சம் மெதுவாகக் கிளர்ந்தெழுந்து படித்துறைகளையும் ஆலயங்களையும் மக்கள் தங்கியிருக்கும் கூடங்களையும் ராஜாக்கள் குடியிருந்த மாளிகைகளையும் அங்குலம் அங்குலமாக மேலிருந்து நிறைத்து அப்படியே முழுமையாகப் பரவியது.

எனக்கு முன் இப்படி கங்கையில் படகுச்சவாரி செய்த பிரபலங்கள் பலர், அது தந்த உற்சாகத்தில் கவிதைகள் பல எழுதியுள்ளனர். பத்தொன்பதாவது நூற்றாண்டின் நடுப்பகுதியில் எம்.ஏ. ஷெர்ரிங் என்ற பிரிட்டிஷ் கிறிஸ்தவ சுவிசேஷகர் இந்நகரில் சில ஆண்டுகளைக் கழித்திருக்கிறார். அவர் இந்தியவியல் குறித்த ஆராய்ச்சியாளரும்கூட. 'கங்கையாற்றிலிருந்து காசி மாநகரத்தைப் பார்ப்பதைப்போல கண்ணுக்கு நிறைவானதும்

கம்பீரம் செறிந்ததுமான காட்சி உலகில் வேறு இருக்க முடியாது' என்று மனதைப் பறிகொடுத்த பரவசத்தில் பதிவு செய்திருக்கிறார். நானும் அந்த மந்திரத்துக்கு ஓரளவு கட்டுப்பட்டவன்போல என்னை மறந்து பார்த்துக்கொண்டிருந்தேன். கோடைக்கால மானதால் கங்கையில் நீரோட்டம் குறைந்து ஆழமற்ற பகுதியில் படகு சிரமப்பட்டு ஊர்வதை உணர்ந்தேன். கங்கையை அசுத்தமாக்குவதில் முக்கால் பங்கு வழியில் உள்ள நகரங்கள் வெளியேற்றும் சாக்கடை நீர்தான் என்பதை நினைவுக்குக் கொண்டுவரக்கூடாது என்று மிகவும் முயற்சித்தேன்.

கங்கையின் படித்துறைகளில் தெரு நாய்கள் எண்ணிக்கை மிக மிக அதிகம். வீடுகளில் வளர்க்கப்படும் நாய்களுக்குக் கிடைக்காத சமூக வாழ்க்கை சுதந்திரத்துடன் தங்களுடைய எல்லையைக் குறிக்கும் ஆனந்தத்துடன், எல்லை தாண்டி வரும் நாய்களைக் குரைத்தும் கடித்தும் துரத்தும் விளையாட்டுகளில் அவை தொடர்ந்து ஈடுபடுகின்றன. ஹரிச்சந்திர கட்டத்தை படகில் கடக்கிறோம், அந்த அதிகாலை வேளையில்கூட சிதையில் ஒரு சடலம் எரிவதைப் பார்க்க முடிகிறது. அனைத்துப் படித்துறை களுமே பத்தாண்டுகளுக்கு முன்னர் பார்த்ததைவிட இப்போது சற்றே தூய்மையாக இருப்பதைப்போலத் தெரிகிறது.

'தசஅஸ்வமேத' கட்டத்தில் ஏராளமான யாத்ரிகர்கள் கங்கைத் தண்ணீரை இரு கைகளிலும் எடுத்து மந்திரம் சொல்லி சூரிய தேவனுக்கு அர்க்யமாக தண்ணீரில் சேர்ப்பித்தும், சந்தியாவந்தன கடமைகளைச் செய்தும், புதிதாக வந்தவர்கள் கங்கைக்கு வந்தனங்களைச் சொல்லி சங்கற்பங்களைச் செய்துகொண்டு யாத்திரையின் முக்கியமான கட்டத்தில் தாங்கள் இருப்பதை தேவதைகளுக்குத் தெரிவித்துக்கொண்டும் தங்களை மறந்த நிலையில் காணப்பட்டனர். தசஅஸ்வமேத கட்டம்தான் சுற்றுலாப் பயணிகளால் அதிகம் பார்க்கப்படும் படித்துறை. அடுத்து வரும் பொதுத் தேர்தலில் காவிக் கட்சிக்குத்தான் தனது ஆதரவு என்றார் படகுக்காரர். அடுத்து மணிகர்ணிகா கட்டத்தைக் கடந்தோம், வழக்கம்போல அங்கே புகை மூட்டமாக இருந்தது. அடுத்து சிந்தியா கட்டத்தில் படகிலிருந்து இறங்கினேன்.

வாரணாசி (காசி) நகரில் உள்ள படகுக்காரர்கள் அனைவரும் மல்லாக்கள் அல்லது நிஷாதுகள் என்ற ஒரேசமூகத்தைச் சேர்ந்தவர்கள். நகரின் படகுவழி வாணிபம், தீர்த்த யாத்திரை, சுற்றுலாப் பயணம் ஆகிய மூன்றுக்கும் பெரிதும் துணை

நிற்பவர்கள் மல்லாக்கள்தான். இன்று நேற்றல்ல பல நூற்றாண்டுகளாகக் காசி இவர்களை நம்பித்தான் இருக்கிறது. இந்தத் தொழிலை பரம்பரை பாத்யதை மற்றும் கல்வெட்டுகள் உள்ளிட்ட சிலா சாசனங்கள் வழியான உரிமை ஆகியவற்றின் மூலம் தொழிற்சங்கங்களைப்போல அரசுக்கு நெருக்குதல்கள் தந்தும் தொடர்ந்து தக்க வைத்து வருகின்றனர். எல்லா மல்லாக்களும் படகுக்காரர்கள் அல்ல என்றாலும் எல்லா படகுக்காரர்களும் மல்லாக்கள் என்பது நிச்சயம்.

மல்லாக்களை குற்றப் பரம்பரையினர் என்றே பிரிட்டிஷார் வகைப்படுத்தியிருந்தனர். அந்த மதிப்பிடலுக்கு இரண்டு அம்சங்கள் மூலங்களாக இருந்தன. கிழக்கிந்திய கம்பெனி இந்திய ஆறுகளில் நடைபெறும் படகுப் போக்குவரத்துகளைத் தங்களுடைய கட்டுப்பாட்டில் எடுத்துக்கொண்டபோது அதில் சென்ற பொருள்களுக்கு சுங்கம் வசூலித்தது. இதனால் அவர்களுக்கும் உள்ளூர் படகுக்காரர்களுக்கும் உரசல்கள் ஏற்பட்டன. இதையடுத்துக் கம்பெனியின் படகுகளில் சென்ற சரக்குகள் சேதப்படுத்தப்பட்டன, திருடப்பட்டன, படகுகளும் தாக்கப்பட்டன. இதை முன்னின்று நடத்துவது அல்லது அதற்குத் துணையாக இருப்பது மல்லாக்கள் என்ற எண்ணம் பிரிட்டிஷார் மனதில் உறுதியாக ஏற்பட்டது.

பிந்த், சைன், திமார், கஹார், கேவாட், முரியாரி, சொரையா, தியார் என்பது மல்லாக்களின் உட்பிரிவுகள். இவர்கள் எலிகள் (பெருச்சாளிகள் உள்பட), ஆமைகள், முதலைகளையும் சாப்பிடுவார்கள். மிதமிஞ்சிக் குடிப்பார்கள். இவர்களில் தியான் என்ற துணைப் பிரிவினர், உடலுறவுகொள்வதில் எவ்விதக் கட்டுப்பாடுகளையும் வைத்திருப்பதில்லை. பிந்த் சமூகத்தைச் சேர்ந்த பெண்கள் குடித்துவிட்டு ஆடுவார்கள், ஆபாசமான பாடல்களைப் பாடுவார்கள், ஒழுக்கமற்ற செயல்களைச் செய்வார்கள். இந்தக் காரணங்களால் பிரிட்டிஷார் இவர்களைக் குற்றப் பரம்பரையினராகப் பட்டியலில் சேர்த்தனர். இதில் கவனிக்கவேண்டியது என்னவென்றால் இவர்களைப்பற்றிய இந்தத் தகவல்களை பிரிட்டிஷாருக்குக் கொடுத்தவர்கள் மேல்தட்டு பிராமணர்கள். இவர்களுக்கு மல்லாக்களைப் பிடிக்காது. விக்டோரியா மகாராணி காலத்து பிரிட்டிஷார் சமுதாய ஒழுக்கங்களுக்கு முன்னுரிமை தருகிறவர்கள். எனவே மல்லாக்களை சட்டத்துக்குக் கட்டுப்படாதவர்கள், குற்றச் செயல்களைச் செய்கிறவர்கள், வெட்கப்படக்கூடிய

படகுசவாரியில் சாதுக்கள்

நிஷாத்ராஜ் கோவில், நிஷாத்ராக் படித்துறை

செயல்களைக்கூட குற்றவுணர்வு இன்றிச் செய்பவர்கள் என்று கணித்து அவர்களை ஒழுங்குபடுத்தி, சீர்திருத்துவது தங்களுடைய கடமை என்று தீர்மானித்தனர்.

மல்லாக்களை சமூகரீதியாக உயர்த்துவதற்காக அவர்களை மிகவும் பின்தங்கிய வகுப்பினர் பட்டியலில் அரசு சேர்த்திருக்கிறது. இவர்களும் கேவாட் என்ற படகுக்காரர்களும் ஒன்றே என்றும் அரசு அறிவித்தது. ராமாயணக் கதையில் வரும் குகன் உள்ளிட்ட படகுக்காரர்கள் கேவாட் பிரிவினர். வனவாசம் போவதற்காக ராமனும் சீதையும் சரயு நதிக்கரைக்கு வந்தனர். ஆரியர் அல்லாத சமூகத்தவரான நிஷாதுகளில், கேவாட் பிரிவைச் சேர்ந்த படகுக்காரர்களை அங்கே சந்தித்தனர். கேவாட் படகோட்டிகள் அவர்களுடைய பாதங்களை நீரால் கழுவி மரியாதைகள் செய்து பிறகு படகில் ஏற்றி அக்கரைக்குக் கொண்டு சென்றனர். படகு அக்கரைக்குச் சென்று சேர்ந்ததும் சீதா தேவி தன்னுடைய மோதிரத்தை அவர்களுக்குக் கூலியாக அளித்தார். 'ஒரேமாதிரியான தொழிலைச் செய்கிறவர்களிடம் நாங்கள் படகுக் கூலி வாங்குவதில்லை' என்று குகன் மறுத்துவிட்டார். ராமரும் சீதையும் புரியாமல் குழம்பினர். நீங்களும் நாங்களும் ஒரே தொழில் செய்கிறவர்களா என்று கேட்டனர். நாங்கள் சரயு நதியின் இக்கரையிலிருந்து அக்கரைக்கு மக்களைக் கொண்டு செல்கிறோம், நீங்களோ வாழ்க்கை என்ற சாகரத்தில் சிக்கித் தவிக்கும் மக்களைப் பாதுகாப்பாக இன்னொரு கரையில் சேர்க்கிறவர்களாயிற்றே என்று சாமர்த்தியமாக விளக்கினார் குகன். ஆற்றைக் கடக்க உதவியதற்குக் கூலியாக தனக்கு மோட்சத்தைத் தரவேண்டும் என்று ராமனிடம் கேட்கிறார் குகன். ராமரும் உடனே அவருக்கு மோட்சத்தை அளிக்கிறார்.

இந்தக் கதை கங்கை படித்துறைகளின் பல கட்டங்களில் சித்திரமாக எழுதி வைக்கப்பட்டிருக்கிறது. இப்படி ராமர், சீதை, லட்சுமணரை படகில் ஏற்றிச் சென்றவர்கள் என்பதால் தங்களுக்கென்று தனி கௌரவத்தையும் அங்கீகாரத்தையும், பெருமையையும், அதிகாரங்களையும் பெறுகின்றனர் இந்தப் படகோட்டிகள். (குகனைப் போலவே மகாபாரதத்தில் மிகவும் புகழ் பெற்ற மீனவர் ஏகலைவன். இவர் துரோணரை மானசீகக் குருவாக வரித்து, வில் வித்தையைக் கற்றவர். க்ஷத்திரியர் அல்லாதவர்கள் போர்க்கலைகளைக் கற்கக்கூடாது என்ற விதியை மீறியதற்காக, தனது வலது கை கட்டை விரலை துரோணருக்கு குரு தட்சிணையாகத் தந்துவிடுகிறார்). 'பனாரஸ்: வாக்ஸ் த்ரூ

இந்திய நாகரிகம் | 433

இன்டியாஸ் சேக்ரட் சிட்டி' என்ற நூலின் ஆசிரியர் நந்தினி மஜூம்தார், நிஷாதுகள் குறித்துத் தெரிவிக்கும் தகவல் சுவாரசிய மானது. குற்றப் பரம்பரையினராகக் கருதி அவர்களைச் சீர்திருத்தும் முயற்சியில் பிரிட்டிஷார் ஈடுபட்டனர். அதே வேளையில் சமஸ்கிருதத்தைத் தன்வயப்படுத்திய நிஷாதுகள் அதன் மூலம் சமூகப் படிநிலையில் மேலும் ஒரு சுற்று தங்களை முன்னேற்றிக்கொண்டனர். தங்களுடைய மூதாதையர் ஒருவருக்கு 'நிஷாதுகளின் ராஜா' என்று பட்டம் சூட்டி, அவருக்கென்று கங்கைக் கரையில் மிகவும் காற்றோட்டமான இடத்தில் அற்புதமான கோவிலையே கட்டிவிட்டனர். அந்தப் படித்துறையே நிஷாத் ராஜா படித்துறை என்று அழைக்கப்படுகிறது. அந்த ஆலயத்திலிருந்து பார்த்தால் கங்கை மிகவும் அற்புதமாகத் தெரிகிறது. மதியவேளையில் சாப்பாட்டுக்குப் பிறகு சிறிது கண்ணயர விரும்புவோருக்கு இது சுகமான வாசஸ்தலம். கங்கையிலிருந்து அடிக்கும் காற்று போதாது என்று தரையும் பளிங்குக் கல் காரணமாக சில்லென்றிருக்கிறது. எனவே படுத்தவுடன் கண்ணயர்வது நிச்சயம்.

மல்லாக்கள் தங்களைக் கங்கையின் புத்திரர்கள் என்று அழைத்துக்கொள்கின்றனர். இந்தப் பந்தம் காரணமாக வருகிற பக்தர்களுக்கென்று சில பூஜைகளை இவர்களே நடத்துகின்றனர். குழந்தை பிறந்தால், திருமணம் நடந்தால், வேண்டிக்கொண்ட காரியங்கள் பலித்தால் இங்கு வந்து பிரார்த்தனைகளை நிறைவேற்றியதற்காகக் காணிக்கைகளை வழங்குகின்றனர். அதற்கான சடங்குகளை மல்லாக்கள் செய்வதைப் பார்த்தால் பிராமணர்கள் செய்வதைப்போலவே இருக்கிறது. சங்கல்பம் செய்துவைத்துச் சடங்குகளைத் தொடங்குகின்றனர். மந்திரங்களை ஓதுகின்றனர். பிராமணர்களைத் தவிர மற்றவர்கள் வேதம் ஓதக்கூடாது என்பதை இங்கே முறியடித்துவிட்டனர். ஆற்றில் தண்ணீர் ஓடுவதைப்போல, பிராமணீயம் வகுத்த பல சடங்குகள் ஆற்றங்கரைகளில் காலப்போக்கில் கரைந்து ஓடுகின்றன.

மல்லா சமூகத்தவரின் தலைவரான சந்தோஷ் என்பவரிடம் உள்ளூர்க்காரர் என்னை அழைத்துச் சென்றார். அஸ்ஸி படித்துறை அருகில் சந்தித்துக்கொண்டோம். குறுகிய தெருவில் கட்டியிருந்த தன்னுடைய சிறிய இல்லத்துக்கு அழைத்துச் சென்றார் சந்தோஷ். அவர் வீட்டுக்குப் போவதற்கு முன்னால், மக்களிடையே மிகவும் பிரபலமாகிவிட்ட ஒரு கடைக்குச் சென்று, பனாரஸி கச்சோடி,

ஜிலேபி, லஸ்ஸி ஆகியவற்றை வாங்கிக்கொண்டோம். எந்தப் பண்டமாக இருந்தாலும் அதற்கும் முன்னால் பனாரஸி என்ற முன்னொட்டைச் சேர்த்து வியாபாரமாக்கிவிடும் தந்திரம் குறித்து இருவரும் பேசிச் சிரித்தோம். பான், தண்டாய், மாங்காய், ஊறுகாய், பப்படம், பட்டுப்புடவை, தரைவிரிப்புகள், வெண்கலப் பாத்திரம், நறுமணப்பொருள்கள் என்று எல்லாவற்றையும் பனாரஸி என்று சொல்லி விற்றுவிடுகிறார்கள்.

சந்தோஷ் பார்ப்பதற்குக் கனிவானவராகவும் இறையச்சம் உள்ளவராகவும் சுய செயல்திறன் மிக்காராகவும், தனது சமூகத்தின் நல்வாழ்வையே கருத்தில்கொண்டு செயல்படுகிறவ ராகவும் தெரிகிறார். தன்னுடைய சமுதாய மக்களால் மிகவும் மதிக்கப்படுகிறார். அடுத்த மூன்று மணி நேரம் தன்னுடைய சமூக மக்களின் வாழ்க்கை, சமூக அமைப்பு குறித்துப் பேசினார். அவற்றில் சிலவற்றை மானுடவியல் அறிஞர் அஸ்ஸா டோரான் தன்னுடைய 'லைஃப் ஆன் த கங்கா: போட்மென் அண்ட் த ரிச்சுவல் எகானமி ஆஃப் பனாரஸ்' என்ற நூலில் விவாதித்திருக்கிறார்.

வாரணாசியில் இரட்டையடுக்குப் பயணியர் படகு சவாரி திட்டத்துக்கு, தனியார் பெரு நிறுவனத்துக்கு உரிமம் வழங்குவது என்ற முடிவை உத்தர பிரதேச மாநில அரசு 2019-ல் எடுத்தது. அதை எதிர்த்துத் தனது சமூகம் மேற்கொண்ட போராட்டம் எப்படி உயர்வதும் தாழ்வதுமாகப் பல படிகளைக் கண்டு இறுதியில் வென்றது என்று விவரித்தார். அலகநந்தா என்று பெயரிடப்பட்ட அந்த இரட்டைமாடி பயணியர் படகிலேயே உணவு வழங்கப் படும். கங்கையின் அழகைப் பார்த்தபடியே உணவருந்தலாம், இசை கேட்கலாம், குளிர்சாதன வசதி உள்ள பகுதியில் (ஆற்றில் சில சமயம் புழுக்கம் அதிகமாகத் தெரியும்) அமர்ந்து சொகுசாகப் பயணிக்கலாம். நதியில் செய்யவேண்டிய சடங்குகளைச் செய்ய படகிலேயே புரோகிதர்களும் இருப்பார்கள். மகளிர், முதியோருக்குப் படகிலேயே கழிப்பறை வசதிகளும் உண்டு என்று விளம்பரம் செய்தனர். இது யாத்ரிகர்களுக்கான வசதிகள் அல்ல, நம்முடைய பாரம்பரிய படகுத் தொழிலை அழிக்க வந்த பிசாசு என்று மல்லாக்கள் உணர்ந்துகொண்டனர். இந்தத் திட்டத்துக்கு எதிராக உரத்துக் குரல் எழுப்பி போராட்டம் நடத்தி வெற்றி பெற்றுவிட்டனர்.

அரசாங்கம் மல்லாக்களிடையே பிளவை ஏற்படுத்தக்கூட பார்த்தது. ஆனால் அவர்கள் சமுதாய அளவில் ஒற்றுமையாக

இருந்து இதை முறியடித்தனர். உல்லாசப் படகுகள் நாளடைவில் மல்லாக்களை இந்தத் தொழிலிலிருந்தும் ஆற்றிலிருந்தும் வெளியேற்றிவிடும் என்பதை அனைவரும் புரிந்துகொண்டதால் வெற்றிபெற முடிந்தது என்கிறார். வசதியான பெரு நிறுவனங்கள் இத்தொழிலில் இறங்கினால், குறைந்த கட்டணம், அதிக வசதிகள் என்று மக்கள் அதை நாடத் தொடங்கிவிடுவார்கள். பிறகு அந்தப் படகுகளின் எண்ணிக்கை அதிகமாகும். மல்லாக்களிடையே வேலையில்லாத் திண்டாட்டம் ஏற்படும். மல்லாக்கள் மட்டும் செய்துவந்த தொழிலை வேறு சமூகத்தவரும் பெரு நிறுவனம் மூலம் செய்வார்கள். பிறகு வருவாய் மூலத்தை இழக்கும் மல்லாக்களும் பட்டினியால் வாடவோ, வேறு வேலையை நாடவோ நேரும் என்று சந்தோஷ் விவரித்தார்.

பெரு நிறுவனத்துக்கு எதிராக மல்லாக்கள் திரண்டதைப் பார்க்கும் வெளியாள்கள் அனுதாபம் பொங்க ஆதரிப்பார்கள் ஆனால் நிலைமை மிகவும் சிக்கலானது என்கிறார் டோரன். நதியை மையமாக வைத்து நடத்தும் இந்தத் தொழில் மல்லா சமூகம் முழுவதற்கும் ஒதுக்கப்பட்டதாக இருந்தாலும் படகுகளைச் சொந்தமாக வைத்திருப்பதற்கு சிலருக்கு மட்டுமே உரிமை தரப்படுகிறது. இவர்களை கட்வார் (படித்துறை ஆள்கள்) என்கின்றனர். கட்வார்கள் மட்டுமே பரம்பரையாகப் படகுகளைச் சொந்தமாக வைத்துக்கொள்ளலாம். இந்த உரிமையை அவர்கள் மிகவும் பிடிவாதமாகக் காப்பாற்றி வருகிறார்கள். கட்வார்களில் சிலர் மட்டுமே ஏராளமான படகுகளுக்குச் சொந்தக்காரர்கள். இன்னும் சொல்லப்போனால், அஸ்ஸி கட்ட படித்துறையில் நான்கே குடும்பங்கள்தான் இந்தப் படகுகள் அனைத்தையுமே தங்கள் கட்டுப்பாட்டில் வைத்துள்ளன. இது அந்தச் சமூகத்துக்குள்ளேயே அடிக்கடி உரசல்களை ஏற்படுத்தி வருகிறது. தங்களுடைய படகுகளை ஓட்ட பிற மல்லாக்களை இந்த உரிமையாளர்கள் அழைத்தாலும் வருமானம் பாதிப் பாதியாகத்தான் பிரித்துக்கொள்ளப்படுகிறது. உழைக்கிறவருக்குக் கிடைக்கும் தொகையைப்போல, படகு உரிமையாளருக்கும் அதேயளவு அன்றாடம் கிடைக்கிறது. படகு வைத்திருப்பவர்கள் பாதுகாப்பாகவும் பணத்தோடும் செல்வாக்கோடும் இருக்கும் சிறிய குழுவினர் ஆவர்.

படகு வைத்துக்கொள்வது பரம்பரை உரிமை என்றாகிவிட்டதால் குறிப்பிட்ட படகுத்துறையில் மட்டும்தான் அதை நிறுத்திக் கொள்ளலாம் என்ற கட்டுப்பாடும் கடைப்பிடிக்கப்படுகிறது.

அசி படித்துறை

அசி படித்துறையில் படகுகள்

மல்லாக்கள் தங்களுடைய சொந்த படித்துறையிலிருந்து மட்டுமே பயணிகளை ஏற்றிக்கொள்ளலாம். இன்னொரு படித்துறையில் பயணிகளை இறக்கிவிட்டபிறகு, அதில் ஏற அங்கிருக்கும் பயணிகள் வந்தாலும் ஏற்றக்கூடாது, காலியாகவே சொந்த படித்துறைக்குத் திரும்பிவிட வேண்டும். எனவே படித்துறைக் காரர்களுக்கான மூல வருமானம் அவருடைய சொந்தப் படித்துறையிலிருந்துதான் கிடைக்கும். எண்பது படித்துறைகள் இருந்தாலும் நான்கு படித்துறைகள்தான் பயணிகள் அதிகம் வந்து செல்லும் படித்துறை. சில நூறு படித்துறையாளர்கள், எண்பது படித்துறைகளிலும் மொத்தமாக 2,000 படகுகளை வைத்திருக் கிறார்கள், அவற்றை 6,000 மல்லாக்கள் இயக்குகின்றனர்.

நியாயமற்ற பரம்பரை உரிமையை ஏன் மல்லாக்கள் சகித்துக் கொள்கின்றனர்? படித்துறைக்காரரான சந்தோஷே, தாங்கள் மட்டும்தான் படகை வைத்துக்கொள்ளவேண்டும் என்ற முறை நியாயமில்லைதான் என்று ஒப்புக்கொள்கிறார். ஒருவர் இத்தனை படகுகள்தான் வைத்துக்கொள்ளலாம் என்று கட்டுப்பாடுகளைக் கொண்டுவந்து சீர்திருத்தலாம். இதன் மூலம் மேலும் பலருக்கு அந்தப் பரம்பரை உரிமையை வழங்கலாம் என்கிறார். வெளியார்கள் இங்கே ஒரு வினோதமான நிலையைப் பார்க்கக்கூடும். கங்கையில் படகு ஓட்டும் உரிமையை மல்லாக்கள் பரம்பரை உரிமையாக வலியுறுத்துகின்றனர். அதன் மூலம் அதை ஏகபோகமாக தங்களுடைய கட்டுப்பாட்டில் மட்டும் தொடர விரும்புகின்றனர். அதேசமயம், சமூக அமைப்பில் தங்களைத் தாழ்த்தி விட்டதாகவும் வருந்துகின்றனர். சமூக ஏற்றத் தாழ்வுகளைப் போக்கிக்கொள்ள இட ஒதுக்கீடு மூலம் சமூக நீதி கோரும் மல்லாக்கள், ஒரு தொழிலைத் தங்களுடைய சாதிக்கு மட்டும் உரியதாக ஏகபோக உரிமை தருமாறு வலியுறுத்து கின்றனர். இது முரண்பாடல்ல, தங்களைத் தற்காத்துக் கொள்வதற்காக எடுக்கப்படும் உத்தி. ஜாதி கூடாது என்றே அனைவரும் விரும்பினாலும் யதார்த்தம் என்னவென்றால் வாழ்வாதாரத்துக்காக சில ஜாதி உரிமைகளை வலியுறுத்துவது அவசியமாகிறது. இது மேல் ஜாதிக்களுக்கும் பொருந்துகிறது என்பதால் யாருமே இதிலிருந்து விலகவும் முடியாது.

படித்துறைக்காரர்களின் பரம்பரை உரிமைகளை அகற்றும் நடவடிக்கையை மாநில அரசு எடுத்துக்கொண்டே இருக்கிறது. 1997-ல் நகர் நிகாம் (நகராட்சியின் ஆணையம்) என்ற அமைப்பு தகுதி உள்ள அனைவருக்கும் படகு ஓட்டும் உரிமம் வழங்கியது.

மல்லாக்கள் அல்லாதவர்களும் சொந்தமாகப் படகு வாங்கி ஓட்ட அனுமதித்தது. வருமானம் அதிகமுள்ள படித்துறைக்காரர்கள், மல்லாக்கள் அல்லாதவர்களையும் புதியவர்களையும் இந்தத் தொழிலிலிருந்து அகற்றி வருகின்றனர். புதியவர்களையும் போட்டி மல்லாக்களையும் காலூன்றமுடியாமல் தடுத்து விட்டனர், இதற்காகச் சில வேளைகளில் வன்முறையையும் பயன்படுத்தினர்.

படித்துறையாளர்கள் ஏகபோகமாக தங்களுடைய உரிமையை நிலைநாட்டிக்கொண்டாலும் சில தார்மிகப் பொறுப்புகளை ஏற்பதன் மூலமும் விட்டுக்கொடுப்பதன் மூலமும் தங்கள் சமூகத்தைச் சேர்ந்த அனைவருக்கும் வேலைவாய்ப்பு, வருமானம், பாதுகாப்பு கிடைப்பதை உறுதி செய்கின்றனர் என்கிறார் டோரன். ஆற்றையொட்டி வேலைவாய்ப்பைத் தேடும் இதர மல்லாக்களுக்கு, படகு உரிமையாளர்களே உதவுகின்றனர். பெருநிறுவனத்திடம் படகோட்டும் உரிமை தரப்பட்டால் பிற மல்லர்களின் வாழ்வாதாரம் முதலில் சிதைந்துவிடும். (படகோட்டும் உரிமையை மல்லர்களிடமிருந்து பறிக்கும் எந்த நடவடிக்கையையும் அரசு பலவந்தமாக இதுவரை எடுக்க வில்லை). இப்போதுள்ள நடைமுறையில் நியாயக் குறைவுகள் இருந்தாலும் அரசு சிந்திக்கும் மாற்று வழி பெரும்பாலான மல்லாக்களுக்கு நாசத்தையே ஏற்படுத்தும் என்பது நிச்சயம்.

மல்லா சமூகமும் அரசியல் விசுவாசத்தில் பிளவுபட்டு பாஜக, சமாஜவாதி கட்சிகளை ஆதரிக்கின்றது. கங்கை ஆற்றில் பெருநிறுவன உதவியுடன் சொகுசுக் கப்பலை அனுமதிக்கும் முடிவை எடுத்ததற்காக ஆளும் கட்சியை (பாஜக) வெறுக்கிறார் சந்தோஷ். அதே சமயம் காசி விசுவநாதர் ஆலய வளாகத்தைப் பெரிதாக, புதிதாகக் கட்டும் வளர்ச்சித் திட்டத்தை வெகுவாக ஆதரிக்கிறார். நகரின் மிகவும் போற்றுதலுக்கு உரியது காசி விசுவநாதர் ஆலயம்தான். இது பழைய நகரப் பகுதியில் இருக்கிறது. புதிய திட்டத்தால் சாலைகள் அகலமாகும், வாகனங்களை நிறுத்தவும் யாத்ரிகர்களுக்கு வேண்டிய உணவு, குடிநீர், கழிப்பிட வசதிகளைச் செய்து தரவும் முடியும். அங்கிருந்தபடியே ஆற்றின் படித்துறைக்கு எளிதாகச் செல்ல முடியும். இந்தத் திட்டத்துக்காகப் பழமைவாய்ந்த கோவில்கள் உள்பட பல கட்டடங்கள் இடித்துத் தரைமட்டமாக்கப்பட்டன. இடிக்கப்பட்ட கோவில்கள் எண்ணிக்கை 350 என்கிறார் சந்தோஷ். தெய்வ பக்தி மிக்க சந்தோஷ் இதை விரும்பவில்லை,

கடவுள் எல்லாவற்றையும் பார்த்துக்கொண்டுதான் இருக்கிறார் என்கிறார். 'கோவிலை இடிப்பவர் எப்படிப்பட்ட இந்துவாக இருப்பார். இந்துக்களின் வாக்குகளைப் பெறுவதற்காக இந்துக்களையும் முஸ்லிம்களையும் எதிரெதிராக அணிதிரள வைப்பவர் எப்படிப்பட்ட இந்து? இந்தக்கட்சி இந்த வேலையைத்தான் நன்றாகச் செய்கிறது. இவர்கள் ஞானவாபி (மதுரா) மசூதிக்கும் குறிவைத்துவிட்டார்கள்' என்கிறார் சந்தோஷ்.

மீண்டும் அறைக்குத் திரும்பி, டயானா எக் எழுதிய 'பனாரஸ்: சிட்டி ஆஃப் லைட்' புத்தகத்தைப் படிக்கிறேன். இந்தப் புத்தகம் தரும் எண்ணற்ற தகவல்களுக்காக இதை மிகவும் மதிக்கிறேன். அதே சமயம் அத்துடன் சில பிரச்னைகளும் இருக்கின்றன. இந்துக்களின் தொன்மக் கதைகளில் அவர் ஆழ்ந்து மனதைப் பறிகொடுத்துவிட்டார். அவர்களுடைய மெய்யியல் கருத்து களைக்கூட அவ்வப்போது சிலாகித்தபடியே ரசிக்கிறார். இந்துத்துவத்தின் யதார்த்தங்களைப் புறக்கணித்துவிடுகிறார். இந்துக்களின் நம்பிக்கைகளையும், நடைமுறைகளையும் சாதாரண பகுத்தறிவுப்படியான விமர்சனத்துக்குக்கூட உள்படுத்தத் தவறிவிட்டார். ஜாதிகளையும் அதனால் ஏற்பட்டுள்ள விளைவுகளையும் ஆராயாமல் தவிர்த்துவிடுகிறார். இந்திய சமூகம் குறித்து எழுதும் இந்தியர் அல்லாதவர்களும், மேல்ஜாதி இந்துக்களும் செய்யும் பொதுவான தவறு இது.

இறப்புக்கும் மோட்சத்துக்குமான நகரம்

உலக மாந்தர் அனைவரையும் சமநிலைக்குக் கொண்டுவருவதில் இறப்பு ஆற்றும் பங்கு அளப்பரியது. அப்படிப்பட்ட இறப்புக்காகவே அதிகம் பேசப்படும் பிரபலமான நகரம் உலகிலேயே பனாரஸைத்தவிர வேறு எதுவும் இல்லை என்று எழுதுகிறார் டயானா எக். ஆலயங்கள் அற்புதமான படித்துறை களுக்காக என்பதைவிட - பட்டுத்துணிகள், ஜரிகை கைவேலை களுக்காக என்பதைவிட - உலகின் மிகப் பெரிய தகன மேடையான பனாரஸ், இறப்புக்காகவே பெரிதும் அறியப்பட்டுள்ளது. வாரணாசியிலேயே உள்ள மிகப் பெரிய தகன மையங்களான மணிகர்ணிகா கட்டம், ஹரிச்சந்திரா கட்டம் ஆகியவற்றைவிட வேறு எந்த இடமும் இதில் முக்கியப் பங்கு வகிப்பதில்லை.

இந்துக்களின் நம்பிக்கைப்படி வாரணாசியில் இறந்து, தகனக்கிரியை செய்யப்படும் எவரும் நேரடியாக மோட்சத்துக்குப் போய்விடுவார். மோட்சத்துக்குப் போகும் வழி எளிதல்ல. முதலில் ஒருவர் உலக மாயைகளிலிருந்து விடுபட வேண்டும், தான் யார் என்பதை உணர வேண்டும், பிறகு தானும் பிரம்மமும் (மாறிக்கொண்டே இருக்கும் மாய உலகத்தில், அழியாத உண்மையாக இறுதியில் இருப்பதே பிரம்மம்) ஒன்றே என்பதை அறியவேண்டும், அல்லது தன்னை முழுவதுமாக இறைவனுக்கு ஒப்புக்கொடுத்து அவருடைய பாதங்களில் பக்தியோடு சரண் புக வேண்டும். காசியில் இறந்தால், இறப்போரின் காதில் சிவனே தாரக மந்திரத்தை (சம்சாரக் கடலைக் கடக்க உதவும் மந்திரம்) ஓதி உடனே மோட்சத்தை அளித்துவிடுகிறாராம். அத்துடன் பிரம்மம்பற்றிய அறிவையும் புகட்டுகிறாராம்.

காசியில் இறக்கும் எல்லோருக்கும் மோட்சம் என்ற புறக்கடை வாசல் நடைமுறை பெரிய பிரச்னைக்கும் வித்திடுகிறது. அவரவர் செய்த கர்மவினைப்படிதான் இறப்புக்குப் பிறகு பலனைப் பெற முடியும் என்கிறது வைதீக இந்து மதம். காசியில் இறந்தால் மோட்சம் நிச்சயம் என்றால் கடந்த ஜென்மத்திலும் இந்த ஜென்மத்திலும் செய்த வினைகளுக்கான பலன் என்னாவது? அத்துடன் உடனடி மோட்சம் நிச்சயம் என்றால் அதற்குப் பிறகு இறந்தவருக்கு எதற்கு சடங்குகள் செய்ய வேண்டும், புரோகிதருக்குத்தான் என்ன வேலை? (இதன் மூலம் அவருடைய வயிற்றில் அடிப்பதாகாதா?)

இந்தக் கேள்விகளும் கவலைகளும் அற்பமாக சிலருக்குத் தோன்றலாம். இந்து மதத்தின் மெய்யியல் கருத்துகளை வடித்தவர் களான பண்டிட்டுகள், இந்தக் கேள்விகளுக்கான திருப்திகரமான பதில்களைத் தயார் செய்ய மிகவும் சிரமப்பட்டனர். சிவனே வந்து காதில் தாரக மந்திரத்தை ஓதினாலும் மோட்சம் உடனே கிடைத்துவிடாதாம். ஆன்மாவுக்கு விடுதலை கிடைப்பதற்கு முன்னால் கர்மவினைப்படி, குறுகிய காலத்துக்கு மட்டும், ஆனால் மிகத் தீவிரமாக, இறப்புக்குப் பிந்தையை அவஸ்தையை உடல் அனுபவிக்க வேண்டுமாம். எனவே காசியாக இருந்தாலும் புரோகிதர் வைத்துச் சடங்குகளைச் செய்வது அவசியம். வாரணாசியின் சுமாரான மக்கள் தொகையையும், இறுதிச்சடங்கு செய்யும் புரோகிதர்களின் துடிப்பான வியாபாரத்தையும் பார்க்கும்போது, மோட்சம் நிச்சயம் என்ற உத்தரவாதத்தை மிகச் சில இந்துக்கள்தான் நம்புகின்றனர் என்பதும் தெரியவருகிறது.

மோட்சத்துக்குப் போவதற்காகக் காசிக்கு வந்தவர்களுக்கான விருந்தினர் இல்லங்கள் பெரும்பாலும் மூடிவைக்கப்பட்டுள்ளன அல்லது வழக்கமான சுற்றுலாப் பயணிகள் தங்குவதற்கான இல்லமாகிவிட்டது.

தகன மேடைகள் அருகில் 'ராம் நாம் சத் ஹை' என்ற கோஷம் நாள் முழுவதும் கேட்டபடியே இருக்கிறது. மணிகர்ணிகாவில் அன்றாடம் ஐம்பது முதல் அறுபது வரையில் சடலங்கள் இரவு - பகல் பாராது எரிக்கப்படுகின்றன. வேறு நகரங்களிலிருந்து குளிர்பதன சவப் பெட்டிகளில் வைத்துச் சில உடல்களை அன்றாடம் எடுத்து வருகின்றனர். வெள்ளை அல்லது பளீர் மஞ்சள் நிறமுள்ள கோடித் துணியைப் போர்த்தி, சாமந்திப் பூக்களாலான மாலையைப் போட்டு, மூங்கில் பாடைகளில் வைத்து தோளில் சுமந்தபடி நெருங்கிய உறவினர்கள் எடுத்து வருகின்றனர். அங்கே சோகம் கப்பியிருந்தாலும், எரிப்பது என்ற சடங்கும் தொழிலைப்போல கச்சிதமாக நடக்கிறது. சுடுகாட்டின் ஒரு மூலையில் மத்திய பிரதேசக் காடுகளிலிருந்து வெட்டி எடுத்து வந்த விறகுகள் இறக்குவதற்காகக் காத்திருக்கிறது. இறந்தவர்களின் உறவினர்கள், இறுதிச் சடங்கு செய்யும் சுடுகாட்டு ஊழியர்கள் ஆகியோருக்கு இடையில் பசுக்களும் நாய்களும் அங்குமிங்குமாகச் சென்றபடி தங்களால் தின்ன முடிந்தவைகளைத் தின்கின்றன.

தகன நடைமுறை மிகவும் சுருக்கமானது, ரொம்பவும் அலங்காரமானது அல்ல. இடுகாடுகளுக்கு அருகிலேயே நீத்தார் சடங்குக்கு உரிய துண்டு, கோடித்துணி, சொம்பு, திருமண் கட்டி, குங்குமம், விபூதி, சந்தனப்பொடி, வெற்றிலை பாக்கு, மண்ணாலான மடக்கு, நெய், கற்பூரம் போன்றவற்றை விற்கும் கடைகள் வரிசையாக உள்ளன. அந்தக் கடைகளில் உதவி யாளர்களும் தயாராக இருக்கின்றனர். அத்துடன் வெவ்வேறு கட்டணங்களில் இறுதிச் சடங்குக்கான அத்தனை சாதனங்களும் தொகுப்பாக, மொத்த விலைக்கு விற்கப்படுகின்றன. அவரவர் பொருளாதார வசதிக்கேற்ப அல்லது இறந்தவரின் இறுதி அந்தஸ்துக்கு ஏற்ப இது முடிவாகிறது. விறகு, மரத்தூள், சந்தனக் குச்சிகள் அல்லது மரத்துண்டு, வைக்கோல், நெய் உள்ளிட்டவை இந்தப் பொருள்களில் அடக்கம். இவைபோக இறுதிச் சடங்கு நடத்தி வைக்கும் புரோகிதருக்குத் தட்சிணை தனி. இப்போது சந்தனமரம் என்று விற்கப்படுபவை உண்மையில் சந்தன மரம் அல்ல, போலி. உண்மையான சந்தன மரத்துக்குச் செலவு அதிகம்

என்பதால் இதை மக்களும் ஏற்றுக்கொள்கிறார்கள். இது மிகவும் பழமையான மரபு. வாரணாசிக்கு முன்பு வந்திருந்த டேவர்நீர் குறிப்பிடுகிறார், 'இறந்தவரின் செல்வ நிலைக்கு ஏற்ப எரிபொருள்கள் வாங்கப்படுகின்றன. சாதாரண விறகோடு சிறிதளவு சந்தனக் குச்சிகள் அல்லது வாசனை தரும் வேறு மரங்களின் குச்சிகள் சேர்க்கப்படுகின்றன' என்று பதிவு செய்துள்ளார். இப்போது மிகச் சிக்கனமாக தகனம் செய்ய நினைத்தால் ரூ.5,000 தர வேண்டும். நடுத்தர குடும்பம் ரூ.30,000 கொடுத்தால் அதிக விறகு, அதிகமான சடங்குகள், அதிகமான பலிகள் சேர்த்துக்கொள்ளப்படுகின்றன.

தகனக் கிரியைகளை உறவினர்கள் செய்வதாகச் சொல்லப் பட்டாலும், சடலத்தை மேடையில் கிடத்தி அடையாளமாக எரியூட்டுவதோடு உறவினர்களின் பங்கு முடிந்துவிடுகிறது. ஒவ்வொரு சடலமும் சிதையிலிருந்து சரியாமல் பார்த்துக் கொள்வது, நன்கு எரியவிடுவது, எரிந்த பிறகு சாம்பலைச் சேகரிப்பது, ஒரு தகனக் கிரியை முழுதாக முடிந்த பிறகு அடுத்த உடலுக்கு இடத்தைத் தயார் செய்வது 'டோம்' என்கிற வெட்டியான்களின் (மயானப் பணியாளர்கள்) வேலை. முன்னர் இவர்களைத் தீண்டத் தகாதவர்களாக வகைப்படுத்தி வைத்திருந்தனர். இவர்கள் அனைவரும் கல்லு டோம் என்பவரின் மரபில் உதித்தவர்கள் என்பது தொன்மக் கதை.

கல்லு டோம் தங்களுடைய ராஜா என்று கூறி அவரை டோம் ராஜா என்கின்றனர். மயானங்களை ஆள்வது அவர்தான். அவரது பிரதிநிதியாக வாழும் உள்ளூர் டோம் ராஜா கங்கைக் கரையில் தன்னுடைய குடும்பத்துடன் வசிக்கிறார். மணிகர்ணிகா கட்டத்திலிருந்து தெற்கில் சிறிது தூரம் நடந்தால் டோம் ராஜா வசிப்பிடம் வந்துவிடும். தந்தைவழி சமூகம்தான் டோம். டோம் ராஜா வீட்டில் எல்லாச் செல்வங்களும் கொழித்தபடி இருக்கும் என்று பேச்சு வழக்கில் சொல்வார்கள். நான் நேரில் பார்த்தபோது அந்த இரண்டு அடுக்கு வீட்டில் அப்படிச் செல்வம் கொழிக்க வில்லை. அந்த வீட்டுக்கு நன்கு வர்ணம் பூசப்பட்டிருந்தது. வீட்டுக்கு முன்னாலேயே இருக்கும் முற்றத்தில் ஆற்றைப் பார்த்தபடி இரண்டு புலிகளின் சிற்பம் இருந்தது. அதிகாரம் பெற்றவர்கள் தாங்கள் என்பதைக் குறிக்க இப்படி புலிகளின் சிற்பங்களை வைத்துள்ளனர். சுடுகாட்டில் சடலத்தை எரிப்பதற்காக வாங்கி, மீதமான விறகுகள் வீட்டுச் சமையலுக்காக எடுத்து வந்து அடுக்கி வைக்கப்பட்டுள்ளன.

வாரணாசியில் உள்ள டோம் ராஜாவின்
வீட்டின் முற்றத்தில் இருந்து கங்கை

மார்க்கண்டேய புராணத்தில் வரும் அச்சமூட்டக்கூடிய தொன்மக் கதை, ராஜா ஹரிச்சந்திரனை அவர் நேர்மையானவரா, பொய்யே சொல்லாதவரா என்பதைச் சோதிக்க தெய்வங்கள் நடத்திய திருவிளையாடல்களைக் கூறுகிறது. சூது நிறைந்த பிராமணர் ஒருவர் ராஜ்யம் முழுவதையும் ஹரிச்சந்திரனிடமிருந்து பறித்துவிடுகிறார். அந்தச் செல்வம் போதவில்லை என்பதால் மேலும் கேட்கிறார். ஹரிச்சந்திரன் தன்னுடைய மனைவி, மகன் ஆகியோரை அடிமையாக விற்றுக் கிடைத்த பணத்தையும் கொண்டுபோய் கொடுக்கிறார். அதுவும் போதவில்லை என்று ஹரிச்சந்திரனையே, கல்லு டோம் என்ற இடுகாட்டு அரசனுக்கு விற்றுவிடுகிறார். டோமும் தனக்கு மயானத்தில் உதவியாளாக இருக்கும்படி ஹரிச்சந்திரனுக்கு உத்தரவிடுகிறார். யார் பிணத்தை எடுத்து வந்தாலும் கட்டணம் வாங்காமல் எரிக்கக் கூடாது என்கிறார். ஹரிச்சந்திரனின் மகன் லோகிதாசன் தர்ப்பை அறுத்துவரச் சென்றபோது பாம்பு கடித்து மாள்கிறான். ஹரிச்சந்திரனின் மனைவி சந்திரமதி மகனின் பிணத்தை எடுத்து வந்து எரிக்கச் சொல்கிறாள். அவளால் பணம் தர முடியவில்லை என்ற நிலையிலும் ஹரிச்சந்திரன் தனது தர்மத்தை விட்டுக் கொடுக்க மறுத்து, கண்டிப்பாகப் பணம் கேட்கிறார். இந்த

கட்டத்தில் தெய்வங்கள் இறங்கிவந்து ஹரிச்சந்திரனின் சத்ய விரதத்தைப் பாராட்டி அவனுடைய மகனை உயிரோடு எழுப்பி, இழந்த செல்வத்தையெல்லாம் அவனிடமே கொடுத்து ஆசி கூறுகின்றன. பிறகு ஹரிசந்திரனுக்கு மோட்சம் கிடைக்கிறது. அப்படி அவர் மோட்சத்துக்குப் போகும்போது கல்லு டோமையும் சேர்த்தே கூட்டிச் செல்வதாகக் கதை போகிறது.

இந்தக் கதையை என்னுடைய முன்னோர்கள் மிகவும் விரும்பிக் கேட்பார்கள். எனக்கு இது பிடிக்கவில்லை. தர்மத்தைக் கைவிடக் கூடாது, வர்ணாசிரம தர்மத்தை மீறக்கூடாது என்பதை வலியுறுத்தும் பிற்போக்கான சிந்தனை இது. தவறான முடிவை எடுத்ததற்காகவும் தனது மனைவி, மகனிடமே மனிதாபிமானம் இல்லாமல் நடந்ததற்காகவும் ஹரிச்சந்திரனை தண்டிக்காமல், அவருக்கு மோட்சம் அளித்திருப்பதையும், எவ்வளவு சோதனைகள் வந்தபோதும் ஒரு பிராமணனுக்குக் கொடுத்த வாக்கைக் காப்பாற்றியதற்காகப் பாராட்டுவதையும் என்னால் ஏற்கமுடியவில்லை. (இந்தக் கதையை யார், எதற்காக எழுதியிருப்பார்கள் என்பதை ஊகிப்பதில் கடினமே இல்லை!) இருந்தும் இந்த மயானத்தில் ஹரிச்சந்திரனுக்கு ஒரு கோவிலும், அவர் பெயரில் சுடுகாடும் இருக்கிறது. இந்தக் கதை டோம்களுக்கு பெரிய கௌரவம் என்று பெருமிதப்படுகிறார்கள்.

கல்லு டோம் வெறும் வெட்டியானல்ல, அவரும் ஒரு ராஜாதான். ஒரு ராஜாவால்தான் இன்னொரு ராஜாவை அடிமையாக வைத்திருக்க முடியும் என்கின்றனர். மேல் ஜாதிக்காரர்களைப் போல இல்லை டோம்களின் பதில். ஆனால் மிகவும் ஒடுக்கப்பட்ட ஒரு ஜாதியைச் சேர்ந்தவர்கள், ஒரு பெரிய கதையில் தங்களுக்கு இருக்கும் பங்கைப் பேசியும் அதிலிருந்து பெறப்படும் முடிவைச் சுட்டிக்காட்டியும் தங்களுடைய சமூக முக்கியத் துவத்தை உயர்த்திக் காட்டுகின்றனர். தூய்மைவாதம் - அசுத்தம் ஆகியவற்றின் அடிப்படையில் ஜாதிகளைப் பகுக்கும் நிலையில், டோம்கள் சமூகப்படிநிலையில் கீழ் வரிசையில் இருந்து தங்களுடைய வேலைகளைச் செய்கின்றனர். டோம்கள் காசியின் இரண்டு முக்கிய மயானங்களில் இறுதிச் சடங்குகளைச் செய்யும் உரிமை தங்களுடைய சமூகத்துக்கு மட்டுமே தரப்பட வேண்டும் என்று வலியுறுத்துகின்றனர். டோம் இனத்தாரைத் தவிர வேறு எவரையும், அவர்கள் வேறு எங்காவது மயானங் களில் பணிபுரிந்திருந்தாலும் வாரணாசியில் அனுமதிக்க மறுக்கின்றனர்.

இப்போது டோம் ராஜாவாக இருப்பவர் பெயர் ஜகதீஷ் சௌதரி. வாரணாசியில் உள்ள 5,000 டோம்களும் இவருடைய உறவினர்கள். எல்லோருக்கும் கடைசிப் பெயர் சௌதரி. (உயர், கீழ் ஜாதிகள் இரண்டிலுமே இந்தப் பெயர் உண்டு). அனைத்து மயானக் கூடங்களிலும் அனைத்துப் பணியாளர்களுக்கும் வேலையைத் தருபவர் ஜகதீஷ் சௌதரி மட்டுமே. தொடர்ந்து வெற்றிலை, பாக்குப் போட்டு குதப்பிக்கொண்டே இருக்கிறார். டோம் மக்களுக்கிடைய எந்தப் பூசல் வந்தாலும் பேசித் தீர்த்து வைக்கிறார். திருமணம், மருத்துவ அவசரம் போன்றவற்றுக்கு உடனடியாகப் பணம் தருகிறார்.

சிதையை டோம் தயார் செய்தவுடன், இறந்தவரின் உறவினர்கள் அல்லது நண்பர்கள் மூங்கில் பாடையில் உடலைக் கொண்டு வருகின்றனர். உடனே அதை அப்படியே கங்கையாற்றுக்குக் கொண்டு சென்று பாடையுடன் நீரில் தாழ்த்தி நன்கு மூழ்க வைக்கின்றனர். எந்த ஒரு மனிதனின் இறப்புக்குப் பிறகு அவனது எலும்புகளைக் கங்கை நீர் தொடும்படிச் செய்கிறோமோ அவன்தான் சொர்க்கத்தில் கௌரவத்துடன் நடத்தப்படுவான் என்கிறது மகாபாரதம். இப்படித் தூய்மைப்படுத்தியவுடன் உடலின்மீது போர்த்திய ஆரஞ்சு நிற கோடித்துணியை அகற்றுகின்றனர். ஈரமாகிவிட்ட சடலத்தை வெள்ளை நிற கோடித் துணிக்கு மாற்றி சிதையில் வைக்கின்றனர். பிறகு சடங்குகளைச் செய்கின்றனர். (பொதுவாக பெண்கள் செய்ய வேண்டிய சடங்குகள் வீட்டுக்குள்ளேயே முடிக்கப்படும். இப்போதெல்லாம் பெண்களும் மயானத்துக்கு வருகின்றனர்.)

இறந்தவருக்கு எண்பது வயதாகிவிட்டது, நன்றாக வாழ்ந்தவர் என்றால் சோகத்துக்கு நடுவே சிறிது கொண்டாட்டமும் உண்டு. (தென்னிந்தியாவில் அதைக் கல்யாணச் சாவு என்பார்கள்). எரியூட்டுவதற்கு முன்னால் புரோகிதர் சில மந்திரங்களைச் சொல்லி சடங்குகளைச் செய்வார். அதை அந்திம சம்ஸ்காரத்தின் ஒரு பகுதியாகக் கருதலாம். இறந்தவரின் ஜாதி, அவர் வசித்த பிரதேசம், அவருடைய சமூகப் பின்னணியைப் பொருத்துச் சடங்குகளில் சில மாறுவதுண்டு. மணிகர்ணிகாவில் மோட்சம் அடைய புனிதமான அக்னி மூட்டப்படவேண்டும். இந்த அக்னி, டோம் ராஜாவின் தீப்பந்தத்திலிருந்து ஏற்றப்படும். ஒவ்வொரு சடலத்துக்கும் ரூ.500 வரியாக இதற்காக வசூலிக்கப்படுகிறது. இதன் பிறகே சிவனார் அவருடைய காதில் தாரக மந்திரத்தை ஓதுகிறார்! எத்தனை தூய்மையான பிராமணராக இருந்தாலும்

மோட்சத்துக்குப் போக, தீண்டத்தகாதவரான டோமின் தீயைப் பெற்றுத்தான் ஆன்ம விடுதலைப் பெற முடிகிறது.

இறந்தவரின் மகன் அல்லது 'கர்த்தா' சிதைமீது நெய்யைத் தெளிப்பார். அதற்குப்பிறகு வைக்கோலால் ஆன தீப்பந்தத்தை சிதையில் வைப்பார். இந்த கட்டத்தில்தான் எல்லோரும் உணர்ச்சி வசப்பட்டு அழுவார்கள். முதலில் வைக்கப்படும் தீக்கு, முகாக்னி (முக அக்னி) என்று பெயர். இதை வாய்க்கருகே வைப்பார்கள் (தென்னிந்தியாவில் இதயத்துக்கு அருகே வைப்பார்கள்). டோம் தொழிலாளி இதே நேரம் சடலத்தின் வெவ்வேறு இடங்களில் நெய்யைத் தெளித்துவிட்டு, எரியும் வைக்கோலை சொருகுவார்கள். இதனால் நாலாபுறமும் உடனே தீ பரவி சடலம் எரியத் தொடங்கும். தீ பெரிதானவுடன் உறவினர்கள் அல்லது உடன்வந்தவர்கள் சற்றே பின்வாங்கி, தீ உடலை முழுதாகப் பற்றிவிட்டதா என்று பார்ப்பார்கள். டோம்கள் அருகிலிருந்த படியே மூங்கில் கம்புகளால் உடல் சீராகவும் சரியாமலும் எரிவதை உறுதி செய்வார்கள். தேவைப்படும் இடங்களில் விறகு சரியாக எரிகிறதா என்று பார்ப்பார்கள். இறந்தவரின் முகத்தில் தோல் கறுத்து உருகுவது தெரியும்.

உடல் நன்கு எரியத் தொடங்கியவுடன் 'கபால கிரியா' என்ற சடங்கைச் செய்கிறார்கள். கனமான மூங்கில் தடியைக் கொடுத்து இறந்தவரின் கபாலத்தை ஓங்கி அடிக்குமாறு, கர்த்தாவிடம் கூறுவார்கள். இதனால் கபாலம் (தலை) உடைந்து ஆன்மா அதிலிருந்து வெளியேறும். இப்படி வெளியேறும் ஆத்மா இறுதியில் பிரம்மத்துடன் கலந்துவிடும் என்பது ஐதீகம்.

இறுதிச் சடங்குக்கு அதிகம் செலவிடமுடியாத அளவுக்கு வறுமை என்றால் சடலத்தைப் பகுதி பகுதியாகத்தான் எரியவிடுவார்கள். முதலில் உடலின் நடுப்பகுதியை எரிப்பார்கள். இதனால் உடல் நடுவில் நொறுங்கி தலையும் கால்களும் விறைத்துக்கொள்ளும். அப்போது டோம் தன்னுடைய கையில் உள்ள தடியால் எஞ்சிய உடலை எரியும் தீக்குள் தள்ளிவிடுவார். ஒரு சடலத்தை எரிக்க 250 கிலோ விறகு தேவை. இரண்டிலிருந்து மூன்று மணி நேரம் வரை சடலம் எரியும். சடலம் எரிந்து முடியும் தறுவாயில் சிதையிலிருந்து வெந்த நிலையில் உள்ள தசை இரண்டு துணுக்குகளாக எடுக்கப்படும். அது பெரும்பாலும் இதயப் பகுதியிலிருந்தும் இடுப்புக்கு அருகிலிருந்துமாக இருக்கும். அதை அப்படியே எடுத்துக் கங்கையில் வீசுவார்கள். கங்கையில் உள்ள மீன் அதை

மணிகர்ணிகா படித்துறையில் நடைபெறும் இறுதிச்சடங்குகள்

அப்படியே வாயில் கவ்விச் சென்று சுவைக்கும். அதற்குப் பிறகு கர்த்தா, நீர் நிரம்பிய மண்பானையுடன் சிதையின் கால்பக்கம் வருவார். அங்கிருந்தபடியே திரும்பிப் பார்க்காமல் அந்தப் பானையை தலைக்கு மேலே உயர்த்தி அப்படி சிதையின் தலைப்பக்கமாக வீசுவார். இறந்தவருக்கும் கர்த்தாவுக்குமான உறவு முடிவுக்கு வந்துவிட்டதை உணர்த்துவதற்காக இது.

இதற்குப் பிறகு டோம் வந்து சடலத்தின்மீது குடம் குடமாக நீரை ஊற்றி அணைப்பார். ஒரு குடத்தில் சாம்பலையும் எலும்பு களையும் கவனமாக சேகரித்துத் தருவார். இதை பூப்பறித்தல் என்றே அழைக்கின்றனர். அதன் பிறகு தகன மேடையில் சாம்பல் உள்பட எதுவும் இல்லாமல் சுத்தம் செய்யப்படும். இப்போது அடுத்த தகன கிரியைக்கு மேடை தயார். சாம்பலும் எலும்பும் கொண்ட மண்பானையை இறந்தவரின் உறவினர்கள் எடுத்துச் சென்று கங்கையில் கரைத்துவிடுவார்கள். அப்போது டோம்களில் வேறு சிலர் கம்பி அல்லது கயிறுகளால் ஆன வலைகளைத் தண்ணீரில் வைத்துத் தடுப்பார்கள். அஸ்தியில் உள்ள தங்க மோதிரம், மூக்குத்தி, தோடு போன்றவற்றை எடுத்துக் கொள்ளத்தான். மிகச் சிலர்தான் இப்படி தங்க நகைகளோடு சடலங்களை எரிக்கின்றனர். இந்த தங்கம் அனைத்துமே டோம்

ராஜாவுக்குத்தான் சொந்தம். யாராவது இதைத் திருடினால் அவருக்கு வேலை போய்விடும். ஆனால் பிறருக்குத் தெரியாமல் திருடுவதும் உண்டு என்று ஒரு டோம் இளைஞர் சிரித்துக் கொண்டே சொன்னார்.

பகல் ஏற ஏற, தூக்கிவீசப்பட்ட கோடித் துணிகளும் மூங்கில் பாடைகளும் குவிகின்றன. சிதைகளைச் சுற்றி பூக்கள், சாம்பல், பிளாஸ்டிக் கழிவுகள், எரிக்கப்படாத விறகு, அழுக்கான தண்ணீர் சேர்ந்து அந்த இடமே அசுத்தமாகிறது. வெயில் தகிப்பதைக்கூட பொருட்படுத்தாமல் பசுக்கள் அங்கே சடலங்கள்மீது போடப் பட்ட பூக்களை மேய்கின்றன. அங்கங்கே சாணி போட்டுக் கொண்டே செல்கின்றன. ஒவ்வொரு நாளும் நகராட்சி ஊழியர்கள் மயானங்களைப் பெருக்கி விட்டுக் கழிவுகளை அப்படியே ஆற்றில் தள்ளிவிடுகின்றனர்.

சாதுக்கள், தொழுநோயாளிகள், சிறு குழந்தைகள், கர்ப்பிணிகள், பாம்பு கடித்து இறந்தவர்களை இங்கே தகனம் செய்வதில்லை. அந்தச் சடலங்களை அப்படியே ஆற்றில் தள்ளிவிடுகின்றனர். அவை புனிதமானவை, சுத்தப்படுத்த வேண்டியதில்லை என்கின்றனர். எனவே படகில் ஏற்றி கங்கையாற்றின் நடுவில் ஆழத்தில் பெரிய கல்லைக்கட்டிப் போட்டுவிடுகின்றனர். அவற்றை மீன்களும் ஆமைகளும் தின்றுவிடுகின்றன. சரியாகக் கல்லைக்கட்டிப் போடாத சடலங்கள் அல்லது சடலங்களின் சில பகுதிகள் திடீரென்று நீருக்கு மேலே வந்து யாத்ரீகர்களைக் குழப்பத்துக்கும் அச்சத்துக்கும் ஆளாக்குவதும் உண்டு. வாரணாசியில் இறந்தால் உடனடியாக மோட்சம் என்றாலும் இப்படிப்பட்ட காட்சிகளைப் பார்த்தாலே குமட்டல் ஏற்படு வோருக்கு காசி மரணம் உகந்தது அல்ல.

சடலங்களை விறகில் வைத்து எரிப்பதால் காற்றில் ஏராளமாக மாசு கலக்கிறது. அருகிலிருந்து சடலங்களை எரியவிடும் டோம்களின் நிலைமை மேலும் பாவம். அவர்களுடைய கண்களிலிருந்து எப்போதும் நீர் வடிகிறது. இருமலும் மூச்சுத் திணறலும் தொடர்கிறது. நடுத்தர வயதில் உடல்நிலை மோசமடைவதால் பலர் இந்த வெட்டியான் வேலையிலிருந்து விலகிவிடுகின்றனர். 1984-ல் விரைவாகவும், மலிவாகவும், புகை மாசு இல்லாமலும் சடலங்களை எரிக்க மின்சார எரிதகன மேடையை ஹரிசந்திரா கட்டத்தில் நிறுவியது அரசு. (மணிகர்ணிகா கட்டத்தில் டோம்கள் தங்களுடைய வாழ்வாதாரம் போய்விடும் என்று கடுமையாக

இந்திய நாகரிகம் | 449

எதிர்த்தார்கள்). மின்சார தகனம் என்பதை ஏழைகளின் தகன முறையாகவே பார்க்கிறார்கள். ஏனென்றால் இதில் கபால கிரியைக்கு வாய்ப்புகள் கிடையாது. சம்ஸ்காரம் என்பது பலருடைய மத-கலாச்சார அடையாளங்களாக இருப்பதால் அதில் ஒரு சடங்கைக் கூட கைவிட அவர்கள் தயாரில்லை. வாரணாசியின் தகன மையங்களும் மரபை உடைக்க விரும்புவோரால் நிரம்பி வழிவதில்லை. பிராணியைத் தீயிலிட்டு பொசுக்கும்போது வரும் வாடை, மனிதர்களை எரிக்கும்போது ஏன் வருவதில்லை என்று ஒரு டோம் தொழிலாளியிடம் கேட்டேன். வானத்தை நோக்கி இரு கைகளையும் உயர்த்திய அவர், இந்த அற்புதத்துக்குக் காரணம் சிவன்தான் என்று பதில் அளித்தார்.

சுற்றியுள்ள மயானங்கள் வரிசையாகத் தெரிய, மூன்று டோம் தொழிலாளர்களை ஒரு கூரைமீது சந்தித்தேன். அவர்களில் இருவர் இருபதுகளில் உள்ளவர்கள், இன்னொருவர் வயதானவர். அவர்கள் தங்களுடைய வாழ்க்கை குறித்தும் தொழில்குறித்தும் மனம்விட்டுப் பேசினார்கள். தினந்தோறும் இருபது முதல் இருபத்தைந்து பேர் வரையில் மணிகர்ணிகா கட்டத்தில் வேலை செய்கின்றனர். ஒரு நாளைக்கு 24 மணி நேரமும் வேலை என்று வாரத்தில் நான்கு அல்லது ஐந்து நாள்கள் வேலை செய்கின்றனர். பிறகு அத்தனை நாள்களுக்கு ஓய்வும் எடுக்கின்றனர். ஒவ்வொரு தொழிலாளியும் ஒரு நாளைக்கு இரண்டு அல்லது மூன்று தகனங்களை மட்டுமே கவனித்துக்கொள்கிறார். ஒவ்வொரு தகனத்துக்கும் அவருக்கு ரூ.250 கிடைக்கிறது. சில சமயம் மேலதிகமாகக் கூட பணம் தருவார்கள். சில நாள்கள் பரம ஏழைகளுடையது என்றால் பணமே வாங்காமல் எரித்து விடுவார்கள்.

இளம் தொழிலாளர்கள் தாங்கள் செய்யும் வேலைபற்றிப் பேசவே விரும்பவில்லை. மாதம் ரூ.10,000 சம்பளம் கிடைத்தால் இந்த வேலையை மகிழ்ச்சியோடு விட்டுவிடுவோம் என்கின்றனர். பலர் அப்படி விட்டுவிட்டும் போயிருக்கிறார்கள். ஒருவர் டெல்லியில் ஜீன்ஸ் தயாரிக்கும் நிறுவனத்தில் வேலைக்குப் போய்விட்டார், இன்னொருவர் ஆட்டோ டிரைவராகிவிட்டார். வேலை தேடுவதற்குத் தங்களுடைய ஜாதி இப்போது தடையாக இல்லை என்று இளம் தொழிலாளர் குறிப்பிட்டார். வயதானவர் அதை மறுக்கிறார். நான் இப்போது மளிகைக் கடை நடத்தினால் என்னுடைய ஜாதியைத் தெரிந்தவர்கள் யாரும் என்னிடம்

வாங்கமாட்டார்கள் என்கிறார். ஜாதித் தடைகளைக் கடந்து வேலைவாய்ப்பு பெறுவது கடந்த தலைமுறையைவிட இப்போது மேம்பட்டிருக்கிறது என்பதை மூவருமே ஒப்புக் கொண்டனர்.

தங்களுடைய பதின்ம வயதில் இந்த வேலைக்கு மூவருமே வந்துள்ளனர். ஒவ்வொரு தகனத்துக்குப் பிறகும் பல மணி நேரத்துக்குச் சாப்பிடவே முடியாது. எரித்த காட்சிகளே கண் முன்னால் இருக்கும் என்றனர். நாளாக நாளாகத்தான் உணர்ச்சி பூர்வமாகப் பார்ப்பது குறைந்தது என்ற அவர்கள், அரசியல் வாதிகள், பிரபலங்கள், கடுமையாக சேதம் அடைந்தவர்கள் என்று எல்லாவற்றையும் எரித்திருக்கிறார்களாம். இது கூலிப்படையில் சேர்ந்து கொலை செய்வதைப்போல என்று ஒருவர் மனம் நொந்து கூறினார்.

பிணத்தை எரிப்பது இப்போது வழக்கமாகிவிட்டது என்று கூறினாலும் அவர்கள் இப்போது சாராயம், கஞ்சா ஆகிய வற்றுக்குப் பழகிவிட்டனர். மனதுக்கு உற்சாகமளிக்காத, தாழ்வான இந்த வேலையைச் செய்ய போதை தேவைப்படுகிறது. நாங்கள் பேசிக்கொண்டிருந்தபோதே ஒரு குப்பியில் கஞ்சா போடப்பட்டு ஒரு சுற்று வந்தது, நானும் சேர்ந்துகொண்டேன். ஒரு தொழிலாளியின் அண்ணன் விஷ சாராயம் குடித்து இறந்துவிட்டார். பிறகு அண்ணியை தம்பியே திருமணம் செய்துகொண்டுவிட்டார். இது அவர்களிடையே சகஜம். அண்ணியை எனக்குப் பிடிக்கும் என்று வெட்கப் புன்னகையுடன் அவர் குறிப்பிட்டார். இரண்டு அடிக்கு அப்பால் ஒரு பசு சாணி போட்டுக்கொண்டே நகர்ந்ததால் எங்கள் பேச்சு தடைப்பட்டது.

இங்கே இறந்தால் மோட்சம் நிச்சயம் என்று ஏராளமானவர்கள் காசிக்கு வருகிறார்கள். இறந்தவர்களை எரிக்கும் டோம்களோ இதையே நரகமாக நினைத்து வேறு ஊர்களுக்குத் தப்பிச்செல்ல தருணம் பார்க்கிறார்கள். தப்பிப்பதும் அப்படி எளிதாக இருக்க வில்லை. இப்போதுதான் அதிக டோம்கள் பள்ளியிறுதி வகுப்பு வரை படிக்கிறார்கள். முன்பெல்லாம் நடுநிலைப் பள்ளிக்கூடப் படிப்பைக்கூடத் தாண்டமாட்டார்கள். ஒவ்வொருவர் வீடு களிலும் இவர்களுடைய ஊதியத்தை நம்பி இளையவர்களும் முதியவர்களும் இருக்கின்றனர். வேறு வேலைக்குச் செல்வதற்கான பயிற்சியும் நுணுக்கமும் தெரியாமல் இருக்கிறார்கள். அதிருஷ்டவசமாக யாராவது கூட்டிச் சென்றால்

இந்திய நாகரிகம் | 451

வாழ்க்கையில் முன்னேற்றம் ஏற்படும். டெல்லியில் ஏதாவது வேலை வாங்கித்தர முடியுமா என்று என்னிடம் கேட்கின்றனர்.

அந்தக் கட்டடத்தின் கூரைமீது இருந்தபடி சடலங்கள் மயானத்தில் எரிவதைப் பார்க்கும்போது உள்ளுக்குள் அமைதி குடியேறுகிறது. அது அப்படியே தொடர்ந்து சிந்தனையையும் ஆக்கிரமிக்கிறது. வாழ்க்கையின் வெற்றுத் தன்மையைப் பார்க்கவும், நம் அனைவரின் பொதுவான தலைவிதியைத் தெரிந்துகொள்ளவும் இதைவிடச் சிறந்த வழி இருக்கிறதா என்ன?

'புக் ஆஃப் காமன் பிரேயர்ஸ்' நூலில், 'மண்ணிலிருந்து மண்ணுக்கு, சாம்பலிலிருந்து சாம்பலுக்கு, புழுதியிலிருந்து புழுதிக்கு' என்று மிகப் பொருத்தமாக எழுதியிருக்கும். இறப்புக்கு ஏன் நோய்கள் வருவதில்லை. இறப்புதான் வாழ்க்கையின் அடிப்படை உண்மை, அது அபூர்வமாகத்தான் நம்முடைய தெரிவுகளையும், நமக்குள்ள வாய்ப்புகளையும் தெரிவிக்கிறது. மகாபாரதத்தில் 'யட்சப் பிரஸ்னம்' (நச்சுப் பொய்கை) என்ற அத்தியாயத்தில், தரும தேவனின் கேள்விகளுக்கு அவருடைய மகனான யுதிஷ்டிரன் பொறுமையாகவும் அற்புதமாகவும் பதில் அளித்துக்கொண்டே வருவார். 'ஆச்சரியமானது எது?' என்று யட்சன் கேட்பதற்கு, 'அன்றாடம் பிராணிகள் யமன் உலகத்துக்குப் போவதைப்பார்த்த பிறகும் மனிதன் தன்னுடைய வாழ்க்கை நிரந்தரமானது என்று நினைப்பதே ஆச்சரியம்' என்று பதில் அளிப்பார்!

நன்றி

இந்தப் புத்தகம் பல ஆண்டு தாமதத்துக்குப் பிறகு வெளியாகிறது. இடைக்காலத்தில் ஏராளமாகப் படித்தவை, விவாதித்தவை, நேரில் சந்தித்து அறிந்தவை ஆகியவற்றால் நூல் உருவாகி இருக்கிறது. இவையும் பல மனிதர்களும் ஏற்படுத்திய செல்வாக்கால் இந்த நூல் தயாராகியிருக்கிறது. இதில் முதன்மை இடம் பெறுகிறவர் என்னுடைய வாழ்க்கைத் துணைவியான உஷா அலெக்சாந்தர். இந்நூலில் நான் எழுதியுள்ள முக்கியமான தொல்லியல் தளங்களுக்கு என்னுடன் இருமுறை பயணித் திருக்கிறார். இந்த நூலில், 'நான் மட்டுமே பார்த்ததாக' எழுத வேண்டும், அவளை நூலுக்குள் கொண்டுவரக்கூடாது என்பதை நாங்கள் ஒப்புக்கொண்டோம். ஆனால் அவர் எல்லா இடங்களிலும் என்னுடன் இருந்தார், நன்றாகப் புரிந்துகொள்ள உதவினார். இதற்கு அவருடைய வாசிப்பு, சிந்தனை, ஆய்வுகள் துணையாக இருந்தன. (தி லெஜன்ட் ஆஃப் விரிநரா என்ற அவருடைய வரலாற்றுப் புனைவு நூலுக்கும் இது துணை புரிந்தது). என்னுடைய வரைவுக் குறிப்புகளைப் படித்துவிட்டு மதிப்புமிக்க ஆலோசனைகளை வழங்கினார். இதற்காகவும் இன்ன பிறவற்றுக்காகவும் அவருக்கு நன்றி. அவருடைய ஆலோசனைகள், ஆதரவு, ஊக்குவிப்பு இல்லாமல் இந்நூலை முடித்திருக்க முடியாது.

பெங்குயின் ரேண்டம் ஹவுஸ் இன்டியா ஆசிரியர் ரிச்சா பர்மனுக்கு நன்றிக்கடன் பட்டிருக்கிறேன். இந்த நூலுக்கு நல்ல வரவேற்பு இருக்கும் என்று கணித்து இதைத் தொடங்க உதவினார். அசாதாரண வாசிப்பாளர், கவனமுடன் கேட்பவர், நூல் தயாரிப்பு தொடர்பான உள்ளுணர்வுகள் மிக்கவர், என்னுடைய விவரணைகள் சிறப்பாக அமைய உதவியிருக்கிறார். இந்தியாவின் கடந்த காலத்தை அறிவதில் அவருக்குள்ள ஆர்வமும், ஊக்கமும் - மிகச் சிறந்த நூலைப் படைக்கவேண்டும் என்ற உத்வேகத்தை எனக்கு அளித்தன. புத்தகத் தலைப்பைக் கொடுத்ததே அவர்தான், இது எனக்கு மிகவும் பிடித்திருக்கிறது.

பிஆர்எச்ஐ யைச் சேர்ந்த இதர தொழில்முறை நண்பர்களுக்கும் என்னுடைய நன்றிகள், குறிப்பாக சலோனி மிட்டல். அவர்தான் நூலின் ஆசிரியர். தங்களுடைய வேலையில் பெருமிதம் கொள்வதுடன் நல்ல தரத்தில் அவை வரவேண்டும் என்று நினைப்பவர்களுடன் பணி புரிவதே உற்சாகம்தான்.

ஏராளமான சிந்தனையாளர்கள், அறிஞர்களின் நூல்களைப் படித்து அவற்றைச் சார்ந்தே எழுதினேன். எனவே அவர்களுக்கும் நன்றி. அவர்களுடைய விடாமுயற்சியும் கடுமையான உழைப்பும்தான் இந்தியாவின் கடந்த காலம் குறித்து ஒரு கண்ணோட்டத்தைப் பெற எனக்கு உதவின. அவர்களில் சிலரை பெயர் குறிப்பிட்டு மேற்கோள் காட்டியுள்ளேன், மற்றவர்களும் என்னுடைய உலகக் கண்ணோட்டத்துக்குக் காரணமாகத் திகழ்கிறார்கள், அது இந்த நூல் முழுக்க ஊடுருவியிருக்கிறது. எனக்கு ஆலோசனைகள் வழங்கியவர்கள், கதவுகளைத் திறந்துவிட்டவர்கள், தொடர்பு களை ஏற்படுத்தித் தந்தோர், பயணங்களுக்கு உதவியோர், தங்களுடைய நேரத்தையும் கவனத்தையும் எனக்காக ஒதுக்கி யோருக்கும் நன்றி. இவர்களில் நண்பர்கள் ஆசாத் ஜைதி, நளினி தனேஜா, விவேக் மென்சஸ், அனில்குமார் யாதவ், ஆதித்ய தேவ் சூத் குறிப்பிடத்தக்கவர்கள். கிருஷ்ணதேவராயர் ஆனேகுண்டியில் உள்ள தன்னுடைய வீட்டுக்கே வரவேற்றார். புதியவர்கள், உள்ளூர் மக்கள், டாக்சி ஓட்டுநர்கள், ஹோட்டல் மேலாளர்கள், சுமைதூக்குவோர், வெயிட்டர்கள், சமையல்காரர்கள், அருங்காட்சியக ஊழியர்கள், வழிகாட்டிகள் எங்களுடைய பயணத்தையும் ஆய்வு களையும் செழிக்க வைத்தனர். பலரும் தங்களுடைய அனுபவங் களையும் கருத்துகளையும் பகிர்ந்துகொண்டனர். இந்த நூலின் முன்தயாரிப்புப் பிரதிகளைப் பல அறிஞர்களும் நண்பர்களும் வாசித்து யோசனைகளைத் தெரிவித்துள்ளனர்.

என்னுடைய பெற்றோர் ஸ்ரீநாத் அரோரா, லதா அரோரா ஆகியோருக்கும் நன்றி. கைநிறைய சம்பளம் தந்த வேலையை விட்டுவிட்டு மனதுக்குப் பிடித்த இந்த வேலையை மேற்கொள்ள அவர்கள் ஊக்குவிப்பாக இருந்தனர். இப்போதும் படிக்க, எழுத, பயணிக்க நான் பார்த்த வேலை தொடர்ந்து ஆதரவு அளிக்கிறது. கிடைத்த வாய்ப்புகளுக்கும் அமைந்த வாழ்வுக்கும் நன்றி தெரிவிப்பது இயலாத ஒன்று. இந்த நூல் என்றும் நினைவில் கொள்ளப்பட வேண்டியது என்பது என் ஆசை.

Bibliography

Abraham S., et al (editors), *Connections and Complexity, New Approaches to the Archaeology of South Asia*, Left Coast Press, 2012

Alberuni and Sachau, Edward C. (translator, 1888), *Alberuni's India*, Rupa Publications, Delhi, 2002

Annamalai, S., 'Keeladi: Unearthing the "Vaigai Valley" Civilisation of Sangam era Tamil Nadu', *The Hindu*, November 2, 2019.

Anne Harper, Katherine and Robert L. Brown (editors), *The Roots of Tantra*, SUNY Press, 2002

Asher, Catherine B., Cynthia Talbot, *India before Europe*, Cambridge University Press, 2006

Asher, Frederick M., *Nalanda: Situating the Great Monastery*, Marg Foundation, 2015

Athanasius Nikitin of Twer (translated by Count Wielhorski), *Voyage to India* (1466–72), Medieval Russian Series, Cambridge, Ontario, 2000

Babur; Hiro, Dilip (editor), *Babur Nama: Journal of Emperor Babur*, Penguin Books India, 2006

Bakshi, S.R., *From Aryans to Swaraj*, Sarup and Sons, 2005

Barbosa, Duarte (translated by Dames, Mansel Longworth, 1812), *The Book of Duarte Barbosa: An Account of the Countries Bordering on the Indian Ocean and Their Inhabitants*, 1518

Beal, Samuel (translator), *Hiuen Tsiang Si Yu Ki: Buddhist Records of the Western World* (629 CE), 1906, p. 170.

Beal, Samuel, *The Life of Hiuen-Tsiang*, Rupa Publications, 2012

Berger, Douglas, *Nagarjuna*, Internet Encyclopedia of Philosophy, 005.

Bernier, Francois (translated by Archibald Constable), *Travels in the Mogul Empire: ad 1656–68*, Second Edition revised by Vincent. A Smith, Low Price Publications, Delhi

Bisht, R.S., *'Excavations at Dholavira 1989–2005'*, ASI, 2015

Chand, Tara, *History of Freedom Movement in India*, Vol. 1, Publications Division Ministry of Information and Broadcasting, 1967

Chandra Bagchi, Prabodh, *India and China: A Thousand Years of Sino-Indian Contact*, 1944

Chos-dar, Upasaka, *Biography of Dharmasvamin: A Tibetan Monk Pilgrim* (translated by George Roerich), 1959

Dahlaquist, Allan, *Megasthenes and Indian Religion: A Study in Motives and Types*, Motilal Banarsidass, 1996

David Reich, *Who We Are and How We Got Here: Ancient DNA and the New Science of the Human Past*, OUP, 2018.

Desai, Devangana, *Erotic Sculpture of India: Socio Cultural Study*, Munshiram Manoharlal Publishers, 1974, reprinted 1985

Desai, Devangana, *Khajuraho: Monumental Legacy*, Oxford India Paperbacks, 2000

Desai, Devangana, *The Religious Imagery of Khajuraho*, Franco-Indian Research Pvt Ltd, 1996

Doniger, Wendy, *On Hinduism*, Aleph, 2013

Doniger, Wendy, *The Hindus: An Alternative History*, Penguin Publishing Group, 2009

Doron, Assa and Jeffrey, Robin, *Waste of a Nation: Garbage and Growth in India*, Harvard University Press, 2018

Dutt, Sukumar, *Buddhist Monks and Monasteries of India: Their History and Their Contribution to Indian Culture*, Motilal Banarsidass, 1988.

Dutta, Amartya Kumar, 'Aryabhata and Axial Rotation of Earth', Resonance, Vol. ll, No. 4, 2006

Eaton, Richard M., 'Temple Desecration and Indo-Muslim States', *Journal of Islamic Studies,* 11:3, pp. 283–319 © Oxford Centre for Islamic Studies 2000.

Eaton, Richard M., 'A Social History of the Deccan, 1300–1761', Cambridge University Press 2005.

Eaton, Richard M., *India in the Persianate Age 1000–1765*, Allen Lane, 2019

Eaton, Richard M., *The New Cambridge History of India, A Social History of the Deccan, 1300–1761: Eight Indian Lives*, CUP, 2005

Eck, Diana L., *Banaras: City of Light*, Knopf Doubleday Publishing Group, 1982

Ede, Piers Moore, *Kaleidoscope City: A Year in Varanasi*, Bloomsbury, 2015

Edwin Bryant in his excellent volume, *The Quest for the Origins of Vedic Culture: The Indo-Aryan Migration Debate* (2001)

Elverskog, Johan, *Buddhism and Islam on the Silk Road (Encounters with Asia)*, University of Pennsylvania Press, 2011

Evans, James, *The History and Practice of Ancient Astronomy*, OUP, 1998

Farmer, Steve, et al, *The Collapse of the Indus-Script Thesis: The Myth of a Literate Harappan Civilization, Electronic Journal of Vedic Studies (EJVS)*, Vol. 11, Issue 2, 2004.

Faxian, *A Record of Buddhistic Kingdoms / Being an account by the Chinese monk Fa-hsien of travels in India and Ceylon (A.D. 399–414) in search of the Buddhist books of discipline*, Oxford, Clarendon Press, 1886.

Fogelin, Lars, *An Archaeological History of Indian Buddhism*, OUP, 2015

Fritz, John M., Michell, George, *Hampi Vijayanagara*, Jaico, 2011

Ghosh, A., *Nalanda*, published by the Director General ASI, Seventh Edition, New Delhi, 2006

Gregersen, Erik (editor), *The Universe: A Historical Survey of Beliefs, Theories, and Laws*, Britannica Educational Publishing, 2009

Gupta, Subhadra Sen, *Hampi: Discover the Splendours of Vijayanagar*, Niyogi Books, 2010

Habib, Irfan, *The Indus Civilization*, Tulika Books, 2002

Hartmut Scharfe, *Handbook of Oriental Studies*, BRILL, 2002

Herodotus, *The Histories* (translated by Robin Waterfield), OUP, 2008

Hitti, Philip Khuri, *The Arabs*, Macmillan & Co. Ltd., 1965

Hiuen Tsiang, Samuel Beal (translator), *Si Yu Ki: Buddhist Records of the Western World*, Kegan Paul, Trench, Trubner & Co. Ltd., 1906

Ibn Battuta (translated and selected by H.A.R. Gibb), *Travels in Asia and Africa, 1325–1354*, London: George Routledge & Sons, 1929

I-ching (Yijing), J. Takakusu (translator), *A Record of the Buddhist Religion as Practised in India and the Malay Archipelago*, Oxford, Clarendon Press, 1896.

Jha, D.N., *The Myth of the Holy Cow*, Navayana, 2010.

Jonathan C. Gold. Jonardon Ganeri (editor), *The Oxford Handbook of Indian Philosophy*, OUP, 2017.

Joseph, Tony, *Early Indians*, Juggernaut, 2018

Kabir (translated by Linda Hess and Shukdeo Singh), *The Bijak of Kabir*, OUP, 2002

Katragadda, Sri Lakshmi, *Women in Vijayanagara: Women in Sixteenth Century (A Study of Tuluva Dynasty)*, Delta Publishing House, 1996

Keay, John, *India: A History*, HarperCollins, 2000

Kenoyer, J.M., *Ancient Cities of the Indus Valley Civilization*, OUP, 1998

Klostermaier, Klaus, *A Survey of Hinduism*, Third Edition, State University of New York Press, 2007

Krishna Murthy, K., *Nagarjunakonda: A Cultural Study*, Concept Publishing Company, 1977

Kulke, Hermann, Dietmar Rothermund, *A History of India*, Psychology Press, 2004

Kumar, Dhavendra (editor), *Genomics and Health in the Developing World*, OUP, 2012. Chapter titled, 'The Genetic Basis of Alcoholism in India', by Meera Vasani

Kunitzsch, Paul, 'The Transmission of Hindu-Arabic Numerals Reconsidered', in *The Enterprise of Science in Islam: New Perspectives*, edited by J.P. Hogendijk and A.I. Sabra, MIT Press, 2003

Kusuman, K. K. (editor), *A Panorama of Indian Culture*, Mittal Publications, 1990

Kusuman, K.K, *A Panorama of Indian Culture*, Mittal Publications, 1990

Longhurst, A.H., *Buddhist Antiquities of Nagarjunakonda*, ASI, 1938

McCrindle, J.W. (translator), 'Ancient India as Described by Megasthenes and Arrian: A Translation of Fragments of Indika of Megasthenes Collected by Dr. Schwanbeck, and of the First Part of Indika of Arrian', Trubner and Co.

McCrindle, J.W. (translator), 'The Indica of Arrian', Education Society's Press, Byculla, 1876

McIntosh, Jane, *The Ancient Indus Valley: New Perspectives*, ABC-CLIO, 2008

Mehta, Bhanu Shankar, *Unseen Banaras*, Pilgrims Publishing, 2013

Minhaj al-Siraj and H.G. Raverty (translator), *Tabaqat-i-Nasiri*

Mishra, Pankaj, *An End to Suffering*, Farrar, Straus and Giroux, 2004

Mohanty, R. K. and T. Thakuria, 'Early Iron Age Megalithic Culture of Peninsular Indian and South India', *History of Ancient India*, Vol. 3, pp. 343–78, Publishers and Vivekananda Center, 2014

Muhlberger, Steve, *Democracy in Ancient India*, 1998

Omvedt, Gail, *Buddhism in India*, SAGE Publishing, 2003

Parpola, Asko, *The Roots of Hinduism*, Oxford University Press (OUP),

Parry, Jonathan P., *Death in Banaras*, Cambridge University Press, 1994

Patil, Channabasappa S.,. 'Vijayanagara City: An Inscriptional Study', P. Shanmugam, Srinivasan Srinivasan (editors), *Recent Advances in Vijayanagara Studies*, New Era Publications, 2006

Polo, Marco (translated and Introduction by Ronald Latham), *The Travels of Marco Polo*, Penguin Books, 1958

Possehl, Gregory L. *The Indus Civilization: A Contemporary Perspective*, AltaMira, 2002

Punja, Shobita, *Divine Ecstasy: The Story of Khajuraho*, Viking, 1992

Punja, Shobita, *Khajuraho: The First Thousand Years*, Penguin UK, 2010

Ramaswami, N. S., *Seven Pagodas: The Art and History of Mahabalipuram*, Uma Books, 1970

Rana P.B. Singh with a Foreword by John McKim Malville, *Cosmic Order and Cultural Astronomy: Sacred Cities of India*, Cambridge Scholars Publishing, 2009

Reich, David, *Who We Are and How We Got Here: Ancient DNA and the New Science of the Human Past*, OUP, 2018

Richards, John F., *The New Cambridge History of India: The Mughal Empire*, CUP, 1993

Robinson, Andrew, *The Indus: Lost Civilizations*, Reaktion Books, 2015.

Sadasivan, S.N., *A Social History of India*, APH Publishing, 2000

Saliba, George, 'Al-Biruni', *Encyclopaedia Britannica*, retrieved August 2, 2017.

Samarqandi, Abd al-Razzaq, *Narrative of My Voyage into Hindoostan, and the Wonders and Remarkable Peculiarities Which This Country Presents*. Written after his 1442–45 voyage and translated from Persian into English in 1857

Samarqandi, Kamaluddin Abdul-Razzaq, *Mission to Calicut and Vijayanagar*. Thackston, W.M. (selected and translated), *In a Century of Princes: Sources on Timurid History and Art*, Cambridge, Massachusetts: Aga Khan Program for Islamic Architecture, 1989

Samuel, Geoffrey, *The Origins of Yoga and Tantra: Indic Religions to the Thirteenth Century*, Cambridge University Press, 2008

Sandria B. Freitag (editor), *Culture and Power in Banaras: Community, Performance, and Environment, 1800–1980*, University of California Press, 1989

Sankalia, H.D., *University of Nalanda*, B.G. Paul & Co., second revised edition, 1973.

Sarasvati, A. Rangasvami, 'Political Maxims of the Emperor Poet, Krishnadeva Raya', *Journal of Indian History 6*, 1925

Sarkar, H. and Mishra, B.N., *Nagarjunakonda*, 2006

Sastri, Nilakanta K.A., *A History of South India*, OUP, 1958

Scharfe, Hartmut, *Handbook of Oriental Studies*, BRILL, 2002

Scott, David, 'Nikitin's Conversion in India to Islam: Wielhorski's Translation Dilemma', 2001, No. 3: 132–61

Sen, Sudipta, *Ganga: The Many Pasts of a River*, Viking, 2019

Sewell, Robert, Fernão Nunes, Domingo Paes, *A Forgotten Empire (Vijayanagar): A Contribution to the History of India*, Swan Sonnenschein & Co. Ltd, 1900, republished by Asian Educational Services 2001, pp. 247–53

Shanmugam, P., Srinivasan, Srinivasan (editors), *Recent Advances in Vijayanagara Studies*, New Era Publications, 2006

Sherring, M.A., *Benares: The Sacred City of the Hindus* (1868), Pilgrims Publishing, 2016

Singh, Rana P.B., *Cultural Landscapes and the Lifeworld: Literary Images of Banaras*, Indica Books

Singh, Upinder, *The Idea of Ancient India*, SAGE Publications, 2016

Sircar, Jawhar, 'How Buddhism Was Rediscovered in Modern India', ABP, June 22, 2015

Spence, Jonathan, *The Search for Modern China*, W.W. Norton & Company, 1991

Stein, Burton, *The New Cambridge History of India: Vijayanagara*, CUP, 1989

Stoker, Valerie, *Polemics and Patronage in the City of Victory*, University of California Press, 2016

Stone, Elizabeth R., *The Buddhist Art of Nagarjunakonda*, Motilal Banarsidass, Delhi, 1994

Subrahmanyam, R., et al., *Nagarjunakonda (1954–60)*, ASI, 1975, Vol. I-II

Sullerey, S.K., *Chandella Art*, Aakar Books, Delhi, 2004

Tambiah, S.J., 'What Did Bernier Actually Say? Profiling the Mughal Empire', *Contributions to Indian Sociology*, 32(2), 1998

Tavernier, Jean Baptiste, (translated by Valentine Ball), *Travels in India* (1676), Macmillan and Company, 1889

Thapar, Romila, *Early India*, Penguin Books, 2002

Thapar, Romila, Noorani, A.G., Menon, Sadanand, *On Nationalism*, Aleph, 2016.

Thapar, Romila, *Somanatha: The Many Voices of a History*, Verso, 2009

Thapar, Romila, *The Past as Present*, Aleph, 2013

Tillemans, Tom, 'Dharmakirti', *The Stanford Encyclopedia of Philosophy*, Edward N. Zalta (editor)

Truschke, Audrey, *Aurangzeb: The Life and Legacy of India's Most Controversial King*, Stanford University Press, 2017

Tsiang, Hiuen and Samuel Beal (translator), *Si Yu Ki: Buddhist Records of the Western World*, Kegan Paul, Trench, Trubner & Co. Ltd, 1906

Urban, Hugh B., *The Power of Tantra: Religion, Sexuality and the Politics of South Asian Studies*, I.B. Tauris, 2009

Vatsyayana, *The Kamasutra* (translated by Lars Martin Fosse), YogaVidya.com, 2012.

Verghese, Anila, 'Depictions of Foreigners at Vijayanagara', P. Shanmugam, Srinivasan Srinivasan (editors), *Recent Advances in Vijayanagara Studies*, New Era Publications, 2006

Waley, Arthur, *The Real Tripitaka and Other Pieces*, Allen and Unwin, London, 1952

Westerhoff, Jan, *Nagarjuna's Madhyamaka: A Philosophical Introduction*, OUP, 2009

Wright, Rita P., *The Ancient Indus: Urbanism, Economy, and Society*, Cambridge University Press, 2010

Xuanzang, Internet Encyclopedia of Philosophy, July 2009.

Yijing, Latika Lahiri (translator), *Chinese Monks in India*, or *Biography of Eminent Monks who Went to the Western World in Search of the Law during the Great T'ang Dynasty*, Motilal Banarsidass, New Delhi, 2015. First edition, 1986

'"India has been a sexual wasteland for two centuries": An interview with psychoanalyst Sudhir Kakar', Scroll.in, 2016

'Nalanda University Design', Vastushilpa Foundation, YouTube.com, February 17, 2017

'Sri Lanka Sparks Revolution in South Asian History and Archaeology', *Sunday Times*, Sri Lanka, January 25, 2015.

'Woman Beaten Up, Paraded Naked in Bihar', *The Hindu*, August 22, 2018.

'Your Approach Is That of a Woman Hungry of Sex': The legal notice sent by Dina Nath Batra to Wendy Doniger, Penguin Group (USA) Inc. and Penguin Books India Pvt. Ltd, printed in *Outlook*, India, February 11, 2014.

'In Modi's Varanasi, the Vishwanath Corridor Is Trampling Kashi's Soul', Kabir Agarwal, Wire, March 8, 2019

'Advice to a Young Artist', Namit Arora, Shunya.net, 2000.

'As Though We Were Immortal', Namit Arora, 3 Quarks Daily, January 30, 2012.

'Marco Polo's India', Namit Arora, *Kyoto Journal*, Silk Roads Special Issue, June 2010

'The Reservoirs of Dholavira', Namit Arora, *Himal Southasian*, December 2008

Early Islam: The Golden Age, Namit Arora, 3 Quarks Daily, October 12, 2009.

The Lottery of Birth, Namit Arora, Three Essays Collective, 2017

'Genomic Reconstruction of the History of Extant Populations of India Reveals Five Distinct Ancestral Components and a Complex Structure', Basu, A., Sarkar-Roy, N. and Majumder P.P., *Proceedings of the National Academy of Sciences of the United States of America*, February 9, 2015, 113(6):1594–9.

'Genomic Reconstruction of the History of Extant Populations of India Reveals Five Distinct Ancestral Components and a Complex Structure', Basua, Analabha, Sarkar-Roya, Neeta and Majumder, Partha P., *PNAS*, 2015.

'It is a Closed Place': Why Students Are Quitting Nalanda University, Chowdhury, Shreya Roy, Scroll.in, October 29, 2017

'The Untold History of Hampi', Dalrymple, William, *Open*, July 26, 2018

'Human Occupation of Northern India Spans the Toba Super-eruption ~74,000 years ago', Clarkson, C., Harris, C., Li, B. et al. *Nature Communications* 11, 961, 2020.

'Forgotten Indian History: The Shoaib Brutal Maratha Invasions of Bengal', Daniyal, Shoaib, Scroll.in, December 21, 2015.

'Political Meddling Causes Nalanda University Turmoil', Devraj, Ranjit, University World News, December 9, 2016

'Looking East: Indian Influence on Greek Thought', Ganeri, Jonardon, 2018, podcast

'Hayden White, Who Explored How History Is Made, Dies at 89', Genslinger, Neil, *NY Times*, March 9, 2018.

'What do we know ancient indus government', Gwen Robbins Schug, Harappa.com

'Kashi Vishwanath Project Makes Muslims Worried about Mosque', Husain, Yasra, *Times of India*, May 10, 2019

'Bijapur's Art—A Melting Pot', Live History India, Jain, Anshika, June 2019

'How Modi's Kashi Vishwanath Corridor Is Laying the Ground for Another Babri Incident', Kumar, Sushil, *Caravan Magazine*, April 27, 2019

'A Genetic Chronology for the Indian Subcontinent Points to Heavily Sex-biased Dispersals', Marina Silva et al., *BMC Evolutionary Biology*, 2017

'From "Brahmanism" to "Hinduism": Negotiating the Myth of the Great Tradition', Nath, Vijay, *Social Scientist*, 2001, 29 (3/4): 19–50.

Modi, Jivanji Jamshedji, 'The Antiquity of the Custom of Sati', *Anthropological Papers*, 1929, Part IV: Papers read before the Anthropological Society of Bombay: British India Press, Seite 109–21.

The Sutra of Queen Srimala of the Lion's Roar, TaishM, Paul, Diana Y. (translator), Vol. 12, No. 353, 2004

'Adaptation to Variable Environments, Resilience to Climate Change: Investigating Land, Water and Settlement in Indus Northwest India', Petrie, Cameron A., et al., *Current Anthropology*, 2017.

'R.S. Bisht revisits the Harappan site in Dholavira', *Down to Earth*, June 24, 2015

'Nalanda to Move from Ruins to Riches', Rajghatta, Chidanand, *Times of India*, May 11, 2008

'The Socio-Economic Bases of "Oriental Despotism" in Early India', *Kingship in Asia and Early America: 30. International Congress of Human Sciences in Asia and North Africa*, Sharma, R.S. (edited by Basham A. L), México D.F.: Colegio De Mexico, 1981, pp.133–42

'An Ancient Harappan Genome Lacks Ancestry from Steppe Pastoralists or Iranian Farmers', Shinde, Vasant S., et al., *Cell*, Vol. 179, Issue 3, October 17, 2019.

'Archaeological and anthropological studies on the Harappan cemetery of Rakhigarhi, India', Shinde, Vasant S., et al., *Plos One*, February 21, 2018

'Narendra Modi Upsets Ganga's Sons', Srivastava, Piyush, *Telegraph*, January 3, 2019

'Golden Age Hallucinations', Subrahmanyam, Sanjay, *Outlook*, August 2001.

Agreeing to Disagree: Burton Stein on Vijayanagara, Subrahmanyam, Sanjay, South Asia Research, Vol. 17, No. 2, 1997.

'A Flame beneath the Ground', Sukumaran, Ajay, *Outlook India*, 2017

'To the Self-Obsessed Marxists and the Pseudo Ambedkarites', Teltumbde, Anand, Sanhati.com, 2013

'Sultan among Hindu Kings: Dress, Titles, and the Islamicization of Hindu Culture at Vijayanagara', Wagoner, Phillip B., *Journal of Asian Studies*, Vol. 55, No. 4, 1996, pp. 851–80

Varanasi City Census 2011 data, https://www.census2011.co.in/

On Sarvastivada, Samvirti.com, September 14, 2010

•